AF653536

केवळ विषयाच्या महत्त्वामुळेच नव्हे, तर प्रसादगुणानेही आत्मकथेच्या या भागाला आकर्षक आणि वाचनीय केले आहे... 'द्विखंडित' एकाच वेळी साहित्य, एका असामान्य महिलेची कहाणी व एक देश आणि समाज यांच्यामधल्या वादळाची कहाणी आहे.

– आनंदबाजार पत्रिका

प्रदेश काँग्रेस नेते सोमेन मित्र यांनी तसलिमा नासरिन या महिला जगतावरील कलंक आहेत व 'द्विखंडित' हे पुस्तक म्हणजे अश्लील मजकुराचे पुस्तक आहे, असे मत व्यक्त केले.

असे असले, तरी अनिल विश्वास यांनी कोलकात्यात माध्यमांशी बोलताना अलीकडेच स्पष्ट केलं की, या पुस्तकावर बंदी घालण्यात आली, कारण या पुस्तकातील काही भाग सांप्रदायिक व धार्मिक सलोखा बिघडवणारा आहे व मूलतत्त्ववादी लोक या पुस्तकाचा वापर धार्मिक विद्वेष भडकवण्यासाठी करण्याची शक्यता आहे

– पीपल्स डेमॉक्रॅसी, सी.पी.आय.(एम.)चे साप्ताहिक

'द्विखंडित' हे पुस्तक धार्मिक हिंसा भडकवण्याची शक्यता आहे असे काही टीकाकारांना वाटते. अशा लोकांनी या प्रकारची धार्मिक हिंसा भडकवू शकणाऱ्या इतरही पुस्तकांवर टीका करायला हवी आणि त्याची सुरुवात धर्मग्रंथांपासूनच करायला हवी, कारण त्यांच्यामध्येही हिंसेला चिथावणी देणारे परिच्छेद आहेत, असे म्हणता येते.

– सराई रीडर्स

राज्य सरकारला या पुस्तकावरील वादात उतरायचे काहीही कारण नव्हते; कारण त्याच्याशी जनतेचा कुठलाही प्रश्न निगडित नव्हता. खरे तर त्यावरील बंदी जनहिताच्या विरोधात जाणारी आहे आणि ते एक प्रतिगामी पाऊल आहे. पुरोगामी दृष्टिकोनासाठी ओळखले जाणारे बंगाली साहित्यिकही मूलतत्त्ववाद्यांप्रमाणेच तसलिमांच्या लेखनाबद्दल असमाधान प्रकट करीत आहेत आणि सरकारही त्यांच्याबरोबर आहे, ही दुर्दैवी घटना आहे.

– डेक्कन हेराल्ड

पुस्तके, चित्रपट वा कलाकृती यांच्यावर बंदी घालणे हे त्यांच्या लेखकांची मुस्कटदाबी करण्यासारखेच आहे. असे प्राचीन काळीच केले जात असे.

– हिंदुस्थान टाइम्स

एका मध्यमवर्गीय घरातील एका साधारण युवतीने कशा प्रकारे अनेक अडचणींना, संकटांना तोंड देत आपल्या आत्मशक्तीचा शोध लावला व ती अप्रतिम तसलिमा नासरिन बनली हे 'द्विखंडित' या पुस्तकात दिसते, हीच या पुस्तकाबाबतची महत्त्वाची गोष्ट आहे. या पुस्तकाचे ऐतिहासिक आणि सामाजिक मूल्य खूप आहे.

– देश

द्विखंडित

('आमार मेयेबेला' आणि 'उधाण वारा'नंतरचा भाग ३)

तसलिमा नासरिन

अनुवाद

विलास गीते

मेहता पब्लिशिंग हाऊस

Please contact us at **Mehta Publishing House,** Pune 411030.
✆ +91 020-24476924 / 24460313 / Mob. No. 9545000513
Email : production@mehtapublishinghouse.com
Website : www.mehtapublishinghouse.com

- *या पुस्तकातील लेखकाची मते, घटना, वर्णने ही त्या लेखकाची असून त्याच्याशी प्रकाशक सहमत असतीलच असे नाही.*

DWIKHANDIT by TASLIMA NASRIN
Amar Meyebela Part 3

Translated into Marathi Language by Vilas Gite

द्विखंडित / अनुवादित आत्मकथन

अनुवाद : विलास गीते

Email : author@mehtapublishinghouse.com

मराठी अनुवादाचे व प्रकाशनाचे हक्क : मेहता पब्लिशिंग हाऊस, पुणे

प्रकाशक : सुनील अनिल मेहता, मेहता पब्लिशिंग हाऊस
१९४१, सदाशिव पेठ, माडीवाले कॉलनी, पुणे – ३०.

मुद्रक : ट्रिनिटी ॲकॅडमी फॉर कॉर्पोरेट ट्रेनिंग लिमिटेड, नऱ्हे, पुणे ४१.

मुखपृष्ठ : चंद्रमोहन कुलकर्णी

प्रथमावृत्ती : जानेवारी, २०१७

किंमत : ₹ ५५०

P Book ISBN 9789386342065
E Book ISBN 9789386342072
E Books available on : amazonkindle Apple Books Google Play Books

---

अन्नदाशंकर राय
सुभाष मुखोपाध्याय
कणिका बंदोपाध्याय
इला मित्र
यांना...

तसलिमा नासरिन

कवी सुनील गंगोपाध्याय, कादंबरीकार दिव्येन्दु पलित, नवनीता देव सेन आणि सैयद मुस्तफा सिराज, बांग्लादेशी कादंबरीकार शम्स-उल-हक, गायक सुमन चटर्जी, तसेच तृणमूल काँग्रेसचे नेते आणि कोलकात्याचे महापौर सुब्रत मुखर्जी यांनी जाहीरपणे या पुस्तकाला विरोध केला आणि त्यावर बंदी घालण्याच्या डाव्या आघाडीच्या निर्णयाला पाठिंबा दिला.

अनुक्रमणिका

ब्रह्मपुत्रेच्या किनारी

कॉलऱ्याची साथ खेडी सोडून शहरांत प्रवेशली. लोक पाणी उकळून पिऊ लागले. पाणी शुद्ध करण्याच्या गोळ्या लोकांना हॉस्पिटलमधून, एवढंच काय, नगरपालिकेमधूनही पुरवल्या जाऊ लागल्या. 'पाणी शुद्ध करण्याच्या गोळ्या पाण्यात टाकून मगच पाणी प्या' असं लोकांना ध्वनिवर्धकावरून सांगितलं जाऊ लागलं. नगरपालिकेचे कर्मचारी घरोघरी जाऊन त्या गोळ्या वितरित करू लागले. पण तरीही कॉलऱ्याची साथ पसरलीच- ती काही आटोक्यात येईना. घरोघरी कॉलऱ्याचे रोगी होते. रस्त्यावर कॉलऱ्याचे रोगी मरत होते. हॉस्पिटल्स रोग्यांनी भरून गेली होती. त्यांच्यासाठी पुरेसे बिछाने नव्हते. रोग्यांना जमिनीवर झोपवण्यात आलं होतं. प्रत्येकाच्या हातात सुई खुपसून सलाईन देण्यात येत होतं. पुराच्या पाण्याप्रमाणे रोगी येत होते. वार्डमध्ये जागा नसल्याने त्यांना व्हरांड्यात झोपवलं जात होतं. रात्रंदिवस त्यांना सलाईन देण्यात येत होतं; तरीही खूपच कमी रोगी आजारातून उठत होते, बरे होत होते. हॉस्पिटलसमोर तिरड्यांची, शवपेट्यांची रास. कब्रस्तानांत- स्मशानांत गर्दी. आकाशात गिधाडांचे थवे उडत असलेले.

हॉस्पिटलमध्ये कॉलऱ्याच्या रोग्यांवर उपचार करताना मला सकाळची कधी दुपार होई, दुपारची कधी संध्याकाळ होई ते कळत नसे. संध्याकाळनंतर मी घरी परत येई; कधी खूप थकवा आला, तर दुपारी चारच्या आसपासच परत येई. 'अवकाश' या आमच्या घराच्या सांडपाण्याच्या गटारीत बाबांनी ब्लीचिंग पावडर टाकली. पाणी शुद्ध, निर्जंतुक करण्याच्या गोळ्या फक्त पिण्याच्या पाण्यातच नव्हे, तर भांडी धुण्याच्या, कपडे धुण्याच्या, अंघोळ करण्याच्या- सगळ्याच पाण्यात टाकल्या जात. मी हॉस्पिटलमधून आल्याबरोबर आई माझ्या अंगावरचा एप्रन काढून धुवायला घेऊन जाई. एके दुपारी मात्र एप्रन काढण्याआधीच बाबा म्हणाले, "तुला एका पेशंटकडे व्हिजिटला जायला हवं." खरं तर बाबाच व्हिजिटला जाणार होते; पण त्यांना एका मृत्युशय्येवरच्या पेशंटला पाहायला जायचं होतं, म्हणून या पेशंटकडे मला जायला सांगितलं. मी याआधी कधीच

व्हिजिटला गेले नव्हते. व्हिजिटला कुठे जायचं आहे हे विचारल्यावर बाबांनी मला पत्ता सांगितला. नौमहल भागात जाताना मेथरपट्टीची रेल्वेलाइन पार करून, तीन घरांनंतर, हाताच्या डावीकडचं एक पांढरं घर. रेहानाचं घर. रेहाना ही यास्मिनची मैत्रीण. मी यास्मिनला बरोबर घेऊनच व्हिजिटसाठी गेले. माझ्या डॉक्टरकीच्या कारकिर्दीतल्या पहिल्या व्हिजिटसाठी.

एप्रनच्या खिशात स्टेथोस्कोप, रक्तदाब पाहायचं यंत्र आणि काही आवश्यक इंजेक्शन्स घेतली. रेहानाच्या घरातले सगळे जण बाबांची वाट पाहत होते. बाबांऐवजी मी गेले होते आणि मीही डॉक्टर असल्याने मला पेशंट दाखवण्यात आला. पेशंट होता रेहानाचा धाकटा भाऊ. त्याचे डोळे खोल गेले होते, ओठ आणि जीभ सुकून गेली होती. 'डिहायड्रेशन' असं निदान करून मी कुठलाही उशीर न करता पेशंटला हॉस्पिटलमध्ये दाखल करायला सांगितलं. 'जागा नसल्याने हॉस्पिटलमधून रोग्यांना घरी परत पाठवताहेत' असं रेहानाचा एक निरोगी भाऊ मला म्हणाला. आजारी मुलाला हॉस्पिटलमध्ये न्यायला कोणीच तयार नव्हतं. शेवटी मी पाच बॅग्ज क़ॉलरा सलाईन, सलाईन सेट, बटरफ्लाय नीडल आणि आणखी काही औषधं त्याच्यासाठी लिहून दिली. रेहानानं आपल्या निरोगी भावाकडे ती सारी औषधं आणण्यासाठी पैसे दिले आणि लगेच त्याला औषधं आणायला पाठवलं. वरच्या मजल्यावर त्यांच्या दोन छोट्या खोल्या होत्या. घरातलं सामान सगळं अस्ताव्यस्त. रेहानाचे बाबा एका खुर्चीवर पाय वर घेऊन सुन्न बसलेले होते. रेहानाची आई उदास चेहऱ्यानं दरवाजात उभी होती- तिच्या कडेवर होता रेहानाच्या तीन भावांपैकी सगळ्यात छोटा भाऊ; त्याचं नाव बॅरिस्टर. बॅरिस्टरला एवढ्यात दोनदा जुलाब झाले होते. बॅरिस्टरलाही कॉलऱ्याची लागण झाली की काय हे रेहानाला नीट समजत नव्हतं. निरोगी भाऊ सलाईन घेऊन आल्यावर मी आजारी भावाला सलाईन लावलं आणि एक बॅग सलाईन संपल्यावर दुसरी बॅग कशी लावायची हे रेहानाला समजावून सांगितलं. आजारी भाऊ आणि बॅरिस्टर अशा दोघांनाही हॉस्पिटलमध्ये घेऊन जाण्याचा पुन्हा एकदा सल्ला देऊन मी जिना उतरू लागले, तेव्हा रेहाना माझ्या मागे-मागे आली. यास्मिन माझ्याआधीच बाहेर पडली होती आणि एक रिक्षा थांबवून तिच्यात बसली होती. रेहाना ही यास्मिनची अगदी जवळची मैत्रीण. शाळेत त्या बरोबरच होत्या. पण रेहानाचं ती शाळेत शिकत असतानाच लग्न झालं होतं. आता तिला दीड वर्ष वयाची एक मुलगी होती. सध्या ती सासरहून आपल्या भावांची सेवा-शुश्रूषा करण्यासाठी माहेरी आली होती. रेहाना आपल्या मुलीला भेटण्यासाठी दोन दिवस जाऊ शकली नाही; कारण मुलीला इकडे आणणं धोक्याचंच होतं. जिन्याच्या शेवटच्या पायरीवर येऊन रेहानानं मला पैसे दिले. साठ रुपये. डॉक्टरची फी. व्हिजिटला जाऊन केलेली ही माझी पहिली

कमाई. ते पैसे घेऊन, रिक्षात बसून मी आनंदानं ही गोष्ट यास्मिनला सांगितली. माझ्या हसऱ्या चेहऱ्याकडे काही क्षण हतबुद्धपणे पाहून यास्मिन म्हणाली, ''तू रेहानाकडून पैसे घेतलेस?''

मी हसतमुखानं म्हटलं, ''हो. घेतले. का घेऊ नयेत पैसे? तिनं दिले म्हणून घेतले. पेशंटला तपासलं, मग पैसे का घेऊ नको?''

''रेहाना तर माझी मैत्रीण आहे. घरात दोन भाऊ कॉलऱ्यानं आजारी आहेत. अशा वेळी तू इतके पैसे घेतलेसच कसे?''

जेव्हा रेहानानं पैसे देऊ केले, तेव्हा पैसे घेण्याची सवय नसल्यानं मला थोडं अवघडल्यासारखं वाटत होतं. पण रेहाना ही यास्मिनची मैत्रीण असली, तरी माझी कुणीच नव्हती ना! शहरात शोधलं तर जवळजवळ प्रत्येक घरात याप्रमाणे माझी किंवा यास्मिनची मैत्रीण, दादाचा किंवा छोटोदाचा मित्र, बाबा किंवा आईच्या ओळखीची किंवा लांबच्या नात्यातली माणसं सापडली असती- मग तर डॉक्टरकी करून पैसे मिळवणं शक्यच झालं नसतं! मी व्हिजिटसाठी आले होते, रिक्षाभाडं खर्च झालं होतं, मी या कामात माझी बुद्धी वापरली होती, श्रम केले होते, याची फी घ्यायलाच हवी होती. सगळेच डॉक्टर घेतात- एवढा सगळा विचार करून, मन घट्ट करून रेहानानं पुढे केलेले पैसे अखेर मी घेतले. तरीही मला संकोच वाटतच होता. पैसे घेताना माझे डोळे, चेहरा, डोकं खाली झुकलं होतं- आपोआपच. मनात थंडं वाटत होतं; तरीही घेतलेच. संपूर्ण रस्ताभर यास्मिन भुवया आकुंचित करूनच बसली होती. माझ्याशी ती मुळीच बोलली नाही. मी म्हणाले, ''चल, 'श्रीकृष्ण'मध्ये जाऊन मिठाई खाऊन येऊ.'' ती म्हणाली, ''नाही.'' मी म्हणाले, ''चल, सिनेमा पाहू.'' ती म्हणाली, ''नाही.'' मला वाटलं होतं, घरी माझ्या पहिल्या व्हिजिटच्या कमाईची गोष्ट सांगितल्यावर सगळ्यांना आनंद होईल; पण कुणाच्याच चेहऱ्यावर आनंदाचं चिन्ह नव्हत- एवढंच काय, बाबांच्या चेहऱ्यावरही नव्हतं. बाबा म्हणाले, ''मी कॉलऱ्याच्या पेशंट्सकडून फी घेत नाहा- व्हिजिट फीसुद्धा घेत नाही.'' बाबा या प्रकारे फी न घेता शहरात अनेक रोग्यांवर उपचार करीत. पण बाबा असं वागतात म्हणून मीसुद्धा त्याचप्रमाणे वागलं पाहिजे, असं तर काही नाही!

दुसऱ्या दिवशी बाबांनी बातमी दिली की, रेहानाचा छोटा भाऊ बॅरिस्टर यालाही कॉलऱ्याची लागण झाली आहे. निरोगी भावालासुद्धा झालीय. तिघाही भावांना हॉस्पिटलमध्ये ठेवण्यात आलंय. रेहाना आणि तिचे वडील त्यांच्यासाठी धावपळ करीत होते. त्यानंतरच्या दिवशी बाबांनी जे सांगितलं, त्यावर तर माझा विश्वासच बसला नाही. बाबा खोटंच बोलताहेत असं मला वाटलं. ते म्हणाले, ''रेहानाचे तीन भाऊ हॉस्पिटलमधून बरे होऊन घरी परत आले; पण रेहाना आणि रेहानाचे बाबा

मात्र कॉलऱ्याने गेले. त्या दोघांनाही घाईनं अखेर हॉस्पिलमध्ये नेलं होतं; पण काही फायदा झाला नाही. हॉस्पिटलच्या वाटेवरच बाबांचं निधन झालं. रेहाना गेली हॉस्पिटलमध्ये पोचल्यावर अर्ध्या तासानं. रेहाना जेव्हा भावांची सेवा करीत होती, तेव्हाच तिला उलट्या-जुलाब होत होते, हे तिनं कुणाला सांगितलं नाही. तिनंच अंथरूण धरलं, तर भावांची सेवा कोण करणार? म्हणूनच तिनं कुणाला सांगितलं नाही. आपल्यामुळे कुणाला त्रास व्हावा, असं रेहानाला वाटत नव्हतं. तिच्या बाबांनीही आपल्या उलट्या-जुलाबांची गोष्ट गुप्तच ठेवली. आपली मुलं बरी झाल्यावर स्वतःच्या आजारपणाकडं पाहावं, असं त्यांनी ठरवलं होतं.''

रेहानाचे बाबाच त्यांच्या घरातले एकमेव कमावते पुरुष होते. नीतीनं वागणारे असल्यानं वकिलीचा व्यवसाय करूनही घरची गरिबी काही ते दूर करू शकले नाहीत. रेहानाला शक्य होई, तेव्हा ती आपल्या पतीच्या मिळकतीतून काही पैसे वाचवून ते आपल्या बाबांच्या संसारासाठी देई. आता त्यांच्या घरातल्या माणसांचं काय होणार, याबद्दल आमच्या घरातले सगळे चर्चा करीत बसले होते, तरी मी निःस्पंद बसून राहिले. मला रेहानाचा गोरा-गोरा चेहरा आठवत होता- उद्विग्न, तरीही उज्ज्वल असा चेहरा, उदास तरीही लोभस वाटणारा चेहरा. मी स्वतःला वारंवार प्रश्न करीत राहिले, रेहानाकडून ते पैसे मी का घेतले? मला पैशांची काय गरज होती? तिला नक्कीच वाटलं असणार की, मी पैसे घेणार नाही, मी तिच्या मैत्रिणीची बहीण, माझे बाबा तिच्या घरातल्या सगळ्यांवर मोफत उपचार करतात. जेव्हा मी लोभी व्यक्तीप्रमाणे, सारासार विचार नसलेल्या व्यक्तीप्रमाणे, कॉलऱ्यानं पछाडलेल्या एका कुटुंबाच्या अतिशय कठीण आणि संकटाच्या समयी पैसे घेतले, याचं रेहानाला नक्कीच नवल वाटलं असेल, दुःखही झालं असेल. दोन दिवसांनी जिचं निधन होणार होतं, तिला का मी असा मानसिक त्रास दिला? काय गरज होती असा त्रास देण्याची? ते साठ रुपये नक्कीच खूप कष्टांनी जमवलेल्या पैशांमधून तिनं मला दिले होते. मी कितीतरी पैसे विचार न करता उधळते. मी कधीच पैशांचा हिशेब ठेवीत नाही. आणि त्या ओढग्रस्तीच्या संसारातून ते साठ रुपये मी घेतले नसते, तर काय असं आभाळ कोसळणार होतं माझ्यावर! मी काय मेले असते का? की मला उपास पडणार होते? नाही, तसं काहीही झालं नसतं. मी मेलेही नसते की, मला उपासही पडले नसते. मला पैशांची तशी काही गरजही नव्हती. तरी मी आनंदानं ते घेतले. डॉक्टरकीच्या गर्वामुळे, अहंकारामुळे घेतले. मी डॉक्टर म्हणून व्हिजिटला गेले होते. फी घेतली नसती, तर मला आपण डॉक्टर आहोत असं वाटलं नसतं, म्हणूनच घेतली. आरशात मला स्वतःचा चेहरा खूप कुरूप वाटू लागला. घृणास्पद वाटू लागला. स्वतःच्या कुकर्मासाठी मी स्वतःवरच संतापले. स्वतःलाच म्हणाले, 'तू घेतलेस कसे ते पैसे? छी छी छी! किती हावरटपणा हा

तुझा! छी!'

आईनं कधीच रेहानाला पाहिलं नव्हतं; पण ती यास्मिनबरोबर रेहानाच्या घरी गेली. मीच तेवढी गेले नाही. मला तिथं दाखवायला तोंड नव्हतं म्हणून गेले नाही. आई रेहानाकडून आली, तेव्हा तिचे डोळे रडून रडून सुजलेले दिसत होते.

यानंतर यास्मिन पाणी पाहिलं की, दोन हात मागे जाई. तिला हायड्रोफोबिया (जलातंक) झाला. तहान लागली तरी ती पाणी पीत नसे, शरीर घामट झालं तरी अंघोळ करायला जात नसे. मी कितीही इच्छा केली, तरी जीवनाला मागे भूतकाळात नेऊ शकत नव्हते. रेहानाकडून पैसे घेतल्याच्या अपराधाची जाणीव मला सोडून जाईना. मी जिथं जाई, तिथं ती जाणीव माझ्याबरोबर येई. मी स्थिर बसले, तर ती जाणीवही माझ्याबरोबर बसून राही; ही अपराधाची जाणीव माझ्या जीवनातून कधीही जाणार नाही, हे मला ठाऊक आहे.

अखेर शहरातून कॉलऱ्याची साथ निघून गेली. पण वीस वर्षं वयाची रेहाना आता या शहरातून कायमची गेली. कुणीही तिला आता परत आणू शकणार नाही. मलासुद्धा माझी चूक दुरुस्त करण्यासाठी एक दिवस परत मिळणार नाही. जो दिवस गेला, तो गेलाच. मला माझी चूक सलत राहिली. जरी मी आईच्या हाती रेहानाच्या आईसाठी दोनशे रुपये पाठवले होते, तरी माझा अपराधीपणा त्यामुळे तिळमात्रही कमी झाला नाही. मी पैसे परत पाठवले हे रेहानाला तर काही समजणार नाही. कधीच समजणार नाही. मी विचार करीत राही की, रेहानाच्या हातातून ते पैसे मी घेतलेच नाहीत, अशी काही घटना घडलीच नाही, ते केवळ माझं दुःस्वप्न होतं. रेहानाच्या घराच्या जिन्याजवळचं एक दृश्य माझ्या मनात झोके घेत राही. रेहाना व्हिजिट फीचे पैसे मला देऊ करते आहे आणि मी तिच्या खांद्यावर हात ठेवून म्हणते आहे, "वेडी झालीस की काय? तुझ्याकडून मी पैसे कशी घेईन बरं! ठेव ते पैसे. तुझ्याच उपयोगाला येतील." यावर रेहाना हसून म्हणतेय, "खूप खूप धन्यवाद, नासरिन आपा. खूप उपकार केलेत तुम्ही माझ्यावर. भावाला तपासलंत, उपचार केलेत. तुमचं ऋण कधीच फेडू शकणार नाही मी." तिच्या दोन्ही डोळ्यांमध्ये कृतज्ञता दिसते आहे. आणखी एक दृश्य माझ्या मनात हेलकावत होतं. रेहानाचे दोन भाऊ बरे झाले आहेत. रेहाना आपल्या भावांबरोबर पत्ते खेळत बसली आहे. रेहानाची मुलगी तिच्याजवळ बसून आईचं पत्ते खेळणं पाहते आहे. रेहानाच्या गोऱ्या चेहऱ्यावरची विषण्णता दूर झाली आहे, तिच्या ओठांवर हसू आहे. तिच्या काजळ घातलेल्या डोळ्यांमध्येही हास्य चमकतं आहे.

कॉलऱ्याची साथ गेल्यावर सूर्यकांत हॉस्पिटलमध्ये फारसं काम नव्हतं. एखाद्या खूप काम असलेल्या ठिकाणी माझी नेमणूक करावी अशी मी जिल्हा आरोग्य केंद्रात जाऊन विनंती केली. केंद्राचे संचालक नूरुल हक म्हणाले,

"कुटुंबनियोजन ऑफिसात काम करा. तिथे एक डॉक्टरची व्हेकन्सी आहे." मी जरा कामात बुडून जावं म्हणून कुटुंबनियोजन कार्यालयात रुजू झाले खरी; पण तिथं सगळा अनागोंदी कारभार होता. प्रामाणिकपणा तिथं नावालाही नव्हता. भ्रष्टाचार होता. मी पाचशे सिरिंजना पाचशे समजते, तर तिथले लोक त्यांना पंचवीस सिरिंज म्हणत. म्हणजे बाकीच्या सिरिंजचा अपहार होई. मला तिथल्या लोकांचे डावपेच न समजल्यानं त्यांनी मला आपल्या दलात घेतलं नाही. मी एकटीच वेगळी बसून राही. मी एकटीच माझ्याजोगं काही काम आहे का ते शोधीत राही. माझ्यासाठी तिथं काहीच काम नाही, असं माझ्या लक्षात आलं. माझ्यासाठी वेगळी अशी केबिन नव्हती, वेगळी टेबल-खुर्ची नव्हती. ज्याला तपासावं, असा कोणी रुग्णही नव्हता. ऑफिसातले कारकून लोक समोर कागद, पेन आणि नाना रंगांचे दस्तऐवज घेऊन बसत. त्यांच्यामध्ये काय लिहिलेलं असे, हे ऑफिस कसं चालत असे हे विचारलं तर मी बुद्धू असल्याप्रमाणे ते माझ्याकडे पाहत. कारण या ऑफिसात काय चालतं, हे समजून घेण्याचा अधिकार मला देण्यात आला नव्हता. मला फक्त 'बसून राहायला' सांगितलं होतं- उगाचच बसून राहायला सांगितलं होतं. मला स्वतःलाच वाटू लागलं की, मी इथं अतिरिक्त व्यक्ती आहे, माझी इथं काहीही गरज नाही. खरोखर मी या ऑफिसमध्ये जादा होते.

या ऑफिसचे प्रमुख होते गोरे, उंच मजबूत हाडापेराचे मुजीबुर रहमान- कुटुंबनियोजन अधिकारी. मुजीबुर रहमान यांना डॉक्टरकीतलं ओ की ठो कळत नव्हतं, कारण ते डॉक्टर नव्हते. हे ऑफिस चालत होतं मुजीबुर रहमान यांच्या मर्जीप्रमाणे आणि मी तिथं फक्त एक शोभेची बाहुली होते. माझ्याशिवाय आणखी एक डॉक्टर कुटुंबनियोजन ऑफिसात होते. चांगले लठ्ठ, गोलमटोल सैदुल इस्लाम. सैदुल इस्लामबरोबर मुजीबुर रहमान यांची खूप मैत्री होती. त्यांचं आपसातलं कुजबुजणं, हसणं मला दिसे. सैदुल इस्लाम मात्र या ऑफिसात केवळ शोभेसाठी नव्हते. ते कुटुंबकल्याण विभागाच्या डी.डी. म्हणजेच डेप्युटी डायरेक्टर जनरलच्या ऑफिसातले डॉक्टर होते. इथं अधूनमधून येऊन जात. मोटारसायकलवर ते इकडेतिकडे दौरे करीत, औषधं वगैरे किती आहेत ते पाहत, कागदपत्रांवर सह्या करीत. कुटुंबनियोजन विभागाचं ऑफिस होतं कालीबाडी रोडवर. एक मोठी पत्र्याची खोली, तिथून खाली अंगणात जाण्यासाठी बऱ्याच पायऱ्या; अंगणाच्या तीन कोपऱ्यांमध्ये पत्र्याच्या मुख्य खोलीपेक्षा लहान अशा तीन खोल्या. त्या तीन छोट्या खोल्यांमधली एक खोली रिकामी, एक औषधं ठेवण्याची खोली आणि एक खोली आयेशा खातून यांना बसण्यासाठी. आयेशा खातून यांचं काम म्हणजे जे लोक कुटुंबनियोजनाच्या गोळ्या किंवा कंडोम घेण्यासाठी येत, त्यांना ते देणं. महिला तांबी बसवून घेण्यासाठी येत, त्यांना पडद्याच्या आड नेऊन आयेशाबाई तांबी

बसवून देत; ज्या तांबी काढण्यासाठी येत, त्यांची तांबी काढून देत. आयेशा खातून माझ्या आईबरोबर एका शाळेत, एका वर्गात शिकत होत्या. हे समजल्यावर मी दोघींची तुलना करी- एक जण (म्हणजे माझी आई) मातीच्या चुलीवर स्वयंपाक करतेय, फुंकणीनं फुंकतेय आणि दुसरी (म्हणजे आयेशा खातून) नट्टापट्टा करून ऑफिसमध्ये येतेय. ही दुसरी स्त्री बहुधा शाळेतली बॅकबेंचर, शिक्षकांनी गायीच्या शेणाला इंग्रजीत काय म्हणतात असं विचारल्यावर मान खाली घालून बसून राही, तर तिकडे चांगली विद्यार्थिनी ईदून झटपट उत्तर देई, 'काऊडंग.' तीच ईदून आता काऊ डंगच्या गोवऱ्या थापत घरी बसली आहे- त्या गोवऱ्या चुलीत जळण म्हणून वापरता येतील, म्हणून.

पत्र्याच्या हॉलमध्ये पार्टिशन घालून दोन खोल्या तयार करण्यात आल्या होत्या- छोट्या खोलीत बसत मुजीबुर रहमान आणि मोठ्या खोलीत बसत चौघे जण- त्या चौघांपैकी एक जण होती अम्बिया बेगम. भडक लिपस्टिक लावून, चेहऱ्याला गुलाबी पावडर लावून, इस्त्रीची साडी नेसून ती ऑफिसला येई. ती अकौंटंट होती. अकौंटंटला घेऊन मुजीबुर रहमान दिवसातून दोन-तीन वेळा औषधाचं गोदाम असलेल्या खोलीत जात- औषधांचा हिशेब घ्यायला म्हणे! एक तास उलटला, तरी त्यांचा हिशेब पूर्ण झालेला नसे. "काय मामला आहे?" मी सैदुल इस्लाम यांना विचारलं, कारण तेही माझ्याप्रमाणेच डॉक्टर होते. माझ्या या प्रश्नावर ते खो खो हसले आणि म्हणाले, "आता तुम्हीच अंदाज करा मामला काय असणार याचा!" मी काही फार अंदाज करू शकले नाही. मुजीबुर रहमान जेवढा वेळ ऑफिसमध्ये असत, तेवढा वेळ ते काय करीत, तर सहकाऱ्यांना धमकावीत आणि अम्बियाला आपल्या खोलीत बोलावून तिच्याशी गुलुगुलू गप्पा करीत.

सैदुल इस्लाम आणि मुजीबुर रहमान वाटेल तेव्हा ऑफिसमध्ये येत आणि वाटेल तेव्हा निघून जात. सहकारीच फक्त सकाळी दहा ते संध्याकाळी पाचपर्यंत बसून राहत. काम असो किंवा नसो, त्यांना बसून राहावंच लागे. अर्थात अम्बियाला सहकाऱ्यांपेक्षा अधिक सवलती मिळत- कारण तिच्यावर अधिकाऱ्याची मेहेरनजर होती. तिला वाटलं, तर अम्बिया संध्याकाळी पाच वाजण्याच्या खूप आधीच घरी जाऊ शके. माझं काम काय आहे ते मला खूप दिवसांनंतर समजलं- माझं काम होतं आयेशा खातूनला जर एखाद्या महिलेला तांबी बसवण्यात काही अडचण आली, तर मदत करणं आणि कुटुंबनियोजनाची गोळी घेतल्यानं एखाद्या महिलेला काही समस्या निर्माण झाली, तर ती दूर करणं. अर्थात आयेशा खातून या अनुभवी होत्या. बराच काळ कुटुंबनियोजन विभागात काम केल्यानं महिलांच्या त्या संदर्भातील समस्यांवरचे उपाय त्यांना ठाऊक होते. खरं तर माझ्यापेक्षा या संदर्भात त्यांनाच अधिक माहिती होती. पण काहीही असलं, तरी मी आयेशा खातून यांची बॉस होते.

अर्थात बॉसपणा मिरवणं, बॉसिंग करणं मला आवडत नसे. माझा सगळ्या कर्मचाऱ्यांशी चांगला स्नेहाचा संपर्क तयार झाला. खेड्यापाड्यांमध्ये कुटुंबनियोजन खात्याचे शेकडो कर्मचारी विखुरलेले होते. ते अनेकदा ऑफिसमध्ये येत. मीटिंगसाठी किंवा पैसे, गोळ्या, कंडोम घेण्यासाठी ते शहरातल्या ऑफिसमध्ये येत. खेड्यांमध्ये कर्मचाऱ्यांचं काम असे घरोघरी फिरून कुटुंबनियोजनाची माहिती देणं, लोकांना मोफत कंडोम आणि गर्भनिरोधक गोळ्या वाटणं, नसबंदीसाठी पुरुषांना प्रेरणा देणं. कर्मचाऱ्यांपैकी काही जण मॅट्रिकपर्यंत शिकलेले असत, तर काही जण पदवीधरही असत. यांपैकी बऱ्याचशा महिला असत, पुरुष कर्मचारी अगदी हाताच्या बोटावर मोजण्याइतकेच असत. माझ्या लक्षात आलं की, पुरुष कर्मचारी खालच्या पदावर काम करीत असले, तरी रुबाब दाखवण्यात चांगलेच पटाईत होते. मी मुजीबुर रहमान यांचा रुबाब, त्यांचं बॉसिंग पाहिलं. लवकरच त्यांच्याशी माझा खटका उडाला. एक बेघर दांपत्य आपल्या कच्च्याबच्च्यांना घेऊन ऑफिसच्या अंगणातल्या मोकळ्या पडलेल्या खोलीत राहायला आलं, तेव्हा त्या सर्वांना हाकलून देण्यासाठी मुजीबुर रहमान त्यांच्यावर खेकसू लागले. मी मध्ये येऊन म्हणाले, ''हे लोक त्या खोलीत राहिले तर नुकसान काहीच नाही! ही खोली मोकळीच पडलेली आहे ना? मग राहू द्या की या लोकांना!'' मुजीबुर रहमान कठोर आवाजात म्हणाले, ''नाही, या लोकांनी इथं राहायचं नाही. यांनी इथून जायलाच हवं.''

''ते जाणार कुठं? जाण्यासाठी तर त्यांना कुठंच आसरा असा नाही. ते इथं राहिले तर नुकसान काय?''

''खूप नुकसान आहे, खूप नुकसान!''

काय नुकसान आहे ते मात्र मुजीबुर रहमाननी मला समजावून सांगितलं नाही. त्यांच्याशी झालेल्या वादात मी पराभूत झाले. माझ्यापेक्षा मुजीबुर रहमान यांचा दबाव मोठा होता. ते पुरुष होते. मुजीबुर रहमान आणि सैदुल इस्लाम यांच्या पुरुष आणि ऑफिसर असण्याच्या दबावाचा त्रास ऑफिसातल्या कर्मचाऱ्यांना आणि सहकाऱ्यांना होत होता, तेव्हा मी मात्र ऑफिसर असूनही कारकून आणि इतर कर्मचाऱ्यांशी मिळूनमिसळून वागे. आपण ऑफिसर आहोत असं मला वाटत नसे, तर आपणही अल्प वेतन मिळणाऱ्या त्या इतर कर्मचाऱ्यांपैकीच एक आहोत, असं मला वाटे. मी त्यांच्या शेजारी राहणारी किंवा त्यांची आतेबहीण अथवा मामेबहीण आहे, असं मला वाटे. कर्मचारी आपल्या आयुष्यातल्या छोट्या-मोठ्या घटना विश्वासानं मला सांगत. ऑफिसमध्ये वयानं मीच सर्वांत लहान असल्यानं, माझ्यापेक्षा वयानं दुप्पट-तिप्पट असलेले कर्मचारी मी आले की, उभं राहून मला 'सलाम आलेकुम मॅडम!' म्हणत, तेव्हा मला अवघडल्यासारखं वाटे. 'तुम्ही असं करू नका,' अशी मी त्यांना विनंती करी. माझ्या आईच्या वयाच्या असलेल्या आयेशा

खातूनसुद्धा मी ऑफिसमध्ये आले की, उभ्या राहून मला 'सलाम आलेकुम मॅडम!' म्हणत. तेव्हा मी त्यांना सरळ म्हणाले की, परत असं केलंत, तर मी ऑफिसमध्येच येणार नाही. सहजपणे मिळूनमिसळून वागण्यात, इतरांची सुख-दुःखं ऐकून घेण्यात मला आनंद वाटे. त्यांच्याशी थट्टामस्करी करणंही मला आवडे. मी कनिष्ठ कर्मचाऱ्यांमध्ये जितकी लोकप्रिय होऊ लागले, तितकी वरिष्ठांमध्ये अप्रिय होऊ लागले. मी ऑफिसर असूनही ऑफिसरसारखी वागत नसे. ऑफिसच्या प्यूनकडे मुलीला शाळेत घालण्यासाठी पैसे नव्हते, मी त्याला पैसे दिले. कुणाला पैशांची गरज असेल, तर मी त्याला पैसे देई आणि ते पैसे परत मागण्याचं मुद्दामच विसरून जाई. कुणाला औषधोपचारांसाठी पैसे हवे असतील, तर मी त्यांची व्यवस्था करी.

ऑफिसात काहीच काम नसल्यामुळे मी एक काम स्वतः होऊनच घेतलं. काम मुळात सैदुल इस्लाम यांचं होतं. ते अधूनमधून कुटुंबकल्याण विभागातल्या कर्मचाऱ्यांना घेऊन कुटुंबनियोजन शस्त्रक्रिया करण्यासाठी खेड्यापाड्यांमध्ये जात. ही शस्त्रक्रिया शिबिरं खेड्यातल्या एखाद्या शाळेत होत. सैदुल इस्लाम अशा शाळेतल्या एखाद्या वर्गात कर्मचाऱ्यांच्या माध्यमातून एकत्र करण्यात आलेल्या पुरुष आणि स्त्रियांवर कुटुंबनियोजन शस्त्रक्रिया करीत. मीसुद्धा आता नावेतून, रिक्षातून, बैलगाडीतून, चालत अशा सगळ्या शिबिरांना जाई. मी महिलांवर शस्त्रक्रिया करी; क्वचित पुरुषांवर. ज्या पुरुषांवर मी नसबंदीची शस्त्रक्रिया करी, ते सारे ऐंशी-नव्वद वर्षं वयाचे गरीब वृद्ध असत, बहुधा मरणासन्न अवस्थेत रस्त्यावर पडलेल्या अवस्थेत कुटुंबनियोजन विभागाच्या कर्मचाऱ्यांना दिसले असतील आणि त्यांनी या वृद्धांना खांद्यावरून शिबिरापर्यंत आणलं असेल. पुरुष कुठल्याही वयाचे असले, तरी ते पैसे काही सोडत नसत. शिबिरात विविध वयाच्या महिलांचीच गर्दी असे. मला असं समजलं की, ज्या महिलांना सहा-सात मुलं असत आणि वारंवारच्या बाळंतपणांमुळे त्यांचं शरीर अशक्त झालेलं असे, त्या सगळ्या संततिनियमनाच्या शस्त्रक्रियेसाठी राजी झालेल्या असल्या, तरी त्यांना शिबिरात येण्याची परवानगी मिळत नसे. याचं कारण त्यांचे नवरे. त्यांच्या नवऱ्यांना वाटे, अल्लातालाची संतानं देण्याची इच्छा आहे म्हणूनच तर तो आपल्याला मुलं देतो. अल्लातालाच्या इच्छेविरुद्ध काही करणं चुकीचं आहे, 'गुनाह' आहे. मला असंही समजलं की, मुलांना शिक्षण देऊन सुसंस्कृत माणूस बनवणं तर राहूच द्या, त्यांना दोन वेळा जेवायला द्यायचंही ज्यांचं सामर्थ्य नाही, असे लोकही दर वर्षी मुलांना जन्म देताहेत पण अल्लातालाच्या भीतीनं संततिनियमनाची शस्त्रक्रिया करायचा विचार करीत नाहीत. कुटुंबनियोजन विभागाच्या कर्मचाऱ्यांना म्हणत, 'अल्लातालानं पोरं दिली आहेत, अल्लातालाच त्यांना खाऊ घालील.' मला असंही समजलं की,

पाच किंवा सहा किंवा सात मुलींना जन्म दिल्यावरही महिला गर्भवती होत; कारण त्यांच्या नवऱ्यांना मुलगा हवा असे. आणखीही एक गोष्ट माझ्या लक्षात आली की, ज्या महिला स्वेच्छेनं कुटुंबनियोजन शस्त्रक्रिया करवून घेण्यासाठी येत, त्या मुळात शस्त्रक्रिया केल्यास एक साडी आणि रोख एकशेवीस रुपये मिळतात, म्हणून येत. सरकारतर्फे महिलांना ही भेट दिली जात असे. मला असा शोध लागला की, ज्यांना किमान दोन मुलं नाहीत आणि छोट्या मुलाचं वय किमान पाच वर्षं नाही, अशा महिलांवर शस्त्रक्रिया करायला बंदी आहे, तरीही अत्यंत गरीब असलेल्या अनेक महिलांना कर्मचारी खोटं सांगून शिबिरात घेऊन येत, तेही सरकारी भेटवस्तूसाठी. मला असंही दिसलं की, त्या फक्त एकशेवीस रुपयांमधूनसुद्धा कुटुंबनियोजन विभागातले काही कर्मचारी आपला वाटा कापून घेतात! मला असाही शोध लागला की, ज्या महिला स्वतःचं वय तीस किंवा पस्तीस सांगतात आणि स्वतःला दोन मुलं आहेत असं सांगतात, त्या महिलांपैकी अनेक जणींची वयं सोळा किंवा सतरा वर्षं असतात आणि त्या निःसंतान असतात. एक हलक्या दर्जाची सुती साडी आणि एकशेवीस रुपयांसाठी त्यांची आयुष्यभर निःसंतान राहण्याची तयारी असते. मला समजली माझ्या देशाची गरिबी. मी शहारले. मी रडले.

◆

छोट्या-छोट्या गोष्टी

कॉलेजच्या शेवटच्या वर्षात ज्या मुलीशी माझी मैत्री झाली, ती मुलगी म्हणजे शिप्रा- शिप्रा चौधुरी. शिप्रामध्ये दोन गोष्टी किंवा गुण म्हणा, होते. जो गुण मला आवडत असे तो म्हणजे तिची विनोदबुद्धी आणि जो गुण आवडत नसे तो म्हणजे कुठल्याही गोष्टीवरून बेचैन होणं, उद्विग्न होणं. समजा वर्गातली कुणी मुलगी लिव्हरच्या आजारपणाचा अभ्यास करतेय असं तिला दिसलं की, झालीच ती उद्विग्न- का बरं ती मुलगी लिव्हरच्या आजारपणाचा अभ्यास करतेय? नक्कीच त्या प्रकरणावर परीक्षेत प्रश्न येणार असतील! लगेच शिप्रा रात्री जाग-जागून लिव्हरच्या आजारांचा अभ्यास करायला सुरुवात करी. कुणी म्हणालं, होस्टेलवर राहून अभ्यास केल्याशिवाय मेडिकलचा अभ्यास चांगला होत नाही, की लगेच शिप्रा बेचैन होई. घरी तिचा अभ्यास अगदी उत्तम होत असला, तरी ती आपले कपडे-पुस्तकं बॅगेत भरून होस्टेलमध्ये राहायला येई. शिप्राचा अभ्यासातला मित्र होता एक मुलगा. त्याच्याबरोबर ती अभ्यास करी. चांगला विद्यार्थी म्हणून त्याचं नाव होतं. त्याच्यापेक्षाही अधिक चांगला म्हणून जेव्हा दुसऱ्या एका विद्यार्थ्याचं नाव झालं, तेव्हा शिप्रा त्या अधिक चांगल्या विद्यार्थ्याकडे पाहू लागली- तिच्या चेहऱ्यावर-डोळ्यांमध्ये उदासी, विषाद. तो अधिक चांगला विद्यार्थी आपल्याला मित्र म्हणून का मिळत नाही, असा विचार मनात. शिप्राला सहजासहजी समाधान वाटत नसे. तिचं घर शहरात होतं. खागडहर पार केल्यावर जेलखाना, जेलखान्याजवळ जुनी बॉम्बे कॉलनी, तिथं ती आणि तिची आई राहत. वडील खूप पूर्वीच तिच्या आईला सोडून निघून गेले होते. शिप्राची आई कृषी विद्यापीठात नोकरी करी. ती चापाई नबाबगंजची रहिवासी होती, बदलीच्या नोकरीमुळे फिरत फिरत इथं मयमनसिंहला येऊन स्थायिक झाली होती. शिप्राच्या आईला भेटल्यावर मला तिच्याबद्दल खूप श्रद्धा आणि आदर वाटू लागला. अशी स्वावलंबी, तेजस्वी आई मी दुसरी पाहिली नव्हती. शिप्रानं या शहरात राहूनच विद्यामयी आणि आनंदमोहन विद्यालयांतून शालेय शिक्षण पूर्ण करून मेडिकल कॉलेजमध्ये प्रवेश घेतला होता. इतकी वर्षं

या शहरात राहूनही शिप्रा बोलत असे राजशाही भागातल्या भाषेत. राजशाहीची भाषा मयमनसिंहच्या बंगालीच्या तुलनेत खूप शुद्ध आणि सुंदर. चंदनाप्रमाणे ती मयमनसिंहची 'आईबाम, खाईबाम, जाईबाम' (येईन, खाईन, जाईन) अशी बोली आत्मसात करू शकली नव्हती. ती राजशाहीच्या बोलीत 'आसबो, खाबो' अशीच बोलत असे. तर, शिप्रा जशी असे, तशी राहिल्यावरच ती चांगली वाटे. शिप्रा माझ्यापेक्षा दोन इंचांनी अधिक उंच होती, माझ्यापेक्षा बरीच गुबगुबीत होती. वर्गातली सर्वांत उंच मुलगी म्हणून आधी मी ओळखली जायची, आता शिप्राला ती पदवी मिळाली. माझी शान थोडी झाकोळली; पण त्यामुळे मला वाईट मात्र वाटलं नाही.

अधूनमधून कुटुंबनियोजन शस्त्रक्रियांच्या शिबिरांना जाण्याव्यतिरिक्त माझी नोकरी नुसती बसून राहण्याचीच होती, त्यामुळे शिप्राशी माझ्या वारंवार भेटी होत, गप्पाष्टकं रंगत. मी आणि शिप्रा वगळता आमच्या वर्गातली इतर कुणीही मुलगी किंवा मुलगा या शहरात नोकरी करीत नव्हतं. शिप्रा नोकरी करीत होती 'पंगू सेवालया'मध्ये- अपंगांसाठीच्या दवाखान्यात. तिचीही नोकरी अशीच आरामाचीच होती. शहरात एक मोठं हास्पिटल असल्यानं अशा सगळ्या छोट्या-छोट्या ठिकाणी फारसं कुणी येत नसे. मेडिकल कॉलेजमधून पास झाल्याबरोबर ज्यांना सरकारी नोकरी मिळाली, असे शेवटचे विद्यार्थी-विद्यार्थिनी म्हणजे आम्हीच. आमच्या बॅचनंतर जे डॉक्टर होऊन बाहेर पडले, त्यांच्यासाठी सरकारी नोकरी उपलब्धच नव्हती. ते खासगी दवाखान्यांमध्ये नोकरी मिळवण्यासाठी फिरू लागले. सरकारनं नियम केला की, सरकारी नोकरी मिळवण्यासाठी त्यांना आता बी.सी.एस. (बांगलादेश सिव्हिल सर्व्हिस) परीक्षा पास व्हायला हवं. ही चमत्कारिक परीक्षा पास होणं इतर पदांसाठी सक्तीचं असलं, तरी डॉक्टरांसाठी ती सक्ती नव्हती. मला अशी खबर मिळाली की, सरकारी नोकरी करीत असलेल्या आम्हा डॉक्टरांनाही आता ही परीक्षा पास व्हायला हवं. कारण काय पण? आम्हाला तर नोकरी आधीच मिळाली होती. पण सरकारनं नियम केला की तुम्हाला नोकरी मिळालेली असली, तरी तिच्यात कायम होण्यासाठी ही परीक्षा द्यायलाच हवी, तिच्यात पास व्हायलाच हवं. सरकारी नोकरी तात्पुरती असत; कायम नसते, असं मी कधीच ऐकलं नव्हतं. मला तर वाटत होतं सरकारी नोकरी म्हणजेच कायमची नोकरी, पक्की नोकरी. ही बातमी ऐकून शिप्रा झालीच बेचैन! एक जाडजूड असं बी.सी.एस. परीक्षेचं गाइड विकत आणून तिनं ते पाठ करायला सुरुवात केली. मीसुद्धा एक गाइड आणलं खरं; पण ते उघडून पाहणं, चाळून पाहणं काही माझ्याच्यानं झालं नाही. बी.सी.एस. परीक्षेत बंगाली, इंग्रजी, गणित, इतिहास, भूगोल यांच्यापासून सुरू करून थेट गार्हस्थ्य विज्ञान (घरकाम), सामान्यज्ञान असल्या विषयांपर्यंत सगळी खिचडी असे. पाचव्या इयत्तेतल्या विद्यार्थिनीप्रमाणे 'गायीची रचना' या विषयाचा अभ्यास करून तो

पेपरमध्ये लिहिण्याची काही मला इच्छा होईना. मी डॉक्टरकी करणारी, त्या विषयातलं ज्ञान चांगलं असलं म्हणजे झालं. या सगळ्या खिचडीचा अभ्यास मी कशाला करायला हवा? सरकारला आणखी डॉक्टरांना सरकारी नोकरीत घेणं शक्य नव्हतं म्हणून त्यांना नोकरीत शिरणं अवघड व्हावं यासाठीच ही बी.सी.एस. परीक्षेची अट म्हणा, अडथळा म्हणा, सरकारनं उभा केला होता. समजा बी.सी.एस. परीक्षा पास झालेल्यांनाही जर सरकार नोकरी देऊ शकत नसेल, तर बहुधा त्यांना चारशे मीटर धावण्याची एक परीक्षा द्यायला लावेल आणि त्या स्पर्धेत जिंकणाऱ्यालाच सरकारी नोकरी देण्यात येईल, असं मला वाटे. हा सगळा प्रकार पाहून मला वाटे, देशात डॉक्टर खूप झाले आहेत, त्यांना नेमणूक देण्यासाठी आता रिकाम्या जागा शिल्लक राहिलेल्या नाहीत. असंही ऐकलं की, इतक्या जणांना पगार देण्यासाठी सरकारच्या खजिन्यात पैसा नाही. डॉक्टरांना सरकार नोकरी देऊ शकत नव्हतं; पण विरोधाभास म्हणजे या देशात काही हजार माणसांसाठी फक्त एक डॉक्टर असं प्रमाण होतं!

शिप्रा आणि मी ढाक्याला जाऊन बी.सी.एस. नामक परीक्षा देऊन आलो. गायीची रचना लिहिली नाही, तरी बकरीची रचना लिहावी लागली. सगळी गणितं सोडवून, 'काजी नजरूल इस्लाम यांचा जन्म कोणत्या साली झाला?' या प्रश्नाचं उत्तर म्हणून एक साल ठोकून देऊन, 'एक गवळी पाच शेर दुधात दोन शेर पाणी घालीत असेल, तर तो २५ शेर दुधात किती पाणी घालीत असेल?' या प्रश्नाचं उत्तर 'तीन बादल्या' असं लिहून, 'बैकाल तलाव कोठे आहे?' या प्रश्नाचं उत्तर 'बेगुडा इथे' असं ठोकून देऊन, लेखी आणि तोंडी परीक्षेत उत्तीर्ण होऊन आम्ही दोघींनी आमची नोकरी कायम केली. ही परीक्षा पास झाल्यानं आमच्या कामात काहीही बदल झाला नाही, की नोकरीतही काही बदल झाला नाही. जे या परीक्षेत नापास झाले, त्यांची नोकरीसुद्धा गेली नाही. तेही नोकरीत कायम झाले.

शिप्राच्या आयुष्यात यानंतर दोन घटना घडल्या. पहिली घटना म्हणजे बॉम्बे कॉलनीतून ती आणि तिची आई कृषी विद्यापीठाच्या क्वार्टर्समध्ये राहायला गेल्या. दुसरी घटना म्हणजे शिप्रा प्रेमात पडली. मानू नावाच्या एका डॉक्टर असलेल्या तरुणाच्या प्रेमात पडली ती. मानू विवाहित होता. शिप्राही विवाहित होती. शिप्राचा नवरा राहत होता रशियात, मॉस्कोमध्ये. डॉक्टरकीची परीक्षा पास झाल्यावर शिप्रानं जेव्हा पाहिलं की वर्गातल्या मुली फटाफट सगळ्या डॉक्टर मुलांशी लग्नं करताहेत, तेव्हा ती नेहमीप्रमाणे उद्विग्न झाली. सगळ्या जणी लग्नं करताहेत म्हणजे लग्न नक्कीच काही वाईट गोष्ट नाही, त्यामुळे आता आपणही लग्न करणं योग्य होईल, असं तिला वाटलं. पण लग्न कुणाशी करावं? पात्र मुलगा कुठे

मिळणार? आसपासचा एकही डॉक्टर तिला पसंत पडला नव्हता. याचं हे वाईट, तर त्याचं ते वाईट. एखादा तिला पसंत पडला की, त्याच्याबद्दल ती इतरांकडे चौकशी करी. इतर जण तोंड वाकडं करून त्याच्याबद्दल काही बोलले की, लगेच शिप्रा उदास होई. मलाच तिनं एके दिवशी खूप उत्कंठेनं विचारलं, ''आता मी काय करू सांग बरं! ज्याच्याशी लग्न करावं, असा कुणीच योग्य मुलगा सापडत नाहीय!''

मी म्हटले, ''तुला एवढ्यातच कशाला लग्न करायला हवं? आपल्याबरोबरच्या अनेक मुलींनी अद्याप लग्न केलेलं नाही.''

माझ्या या उत्तरानं शिप्रा शांत राहिली. त्यानंतर तिनं पाहिलं की, आमच्या वर्गातल्या, दिसायला अगदी यथातथाच असलेल्या काही मुलींनीही लग्न केलं आहे. आता काय करावं बरं? मी काही सुंदर मुलींची उदाहरणं देऊन तिला म्हणाले, ''बघ, या सुंदर मुलींनीही अद्याप लग्न केलेलं नाही.'' सुंदर मुलींपैकी हालिदाची गोष्ट अगदी विशेषकरून सांगितली.

शिप्रा म्हणाली, ''हालिदाची गोष्ट सोडून दे; तिनं तर लग्न न करण्याचा निर्णय घेतलाय.''

यानंतर शिप्रानं शोध घेतल्यावर तिला समजलं की, तिचा एक मावसभाऊ लग्नाच्या वयाचा आहे. ती लगेच कामाला लागली. तो मावसभाऊ कुठे राहतो याची खबर काढा बरं! खबर काढल्यावर समजलं की, तो मावसभाऊ मॉस्कोमध्ये आहे. मॉस्कोला तो डेंटिस्ट्री (दातांच्या डॉक्टरसाठीचा अभ्यासक्रम) शिकायला गेला होता. आता दातांचा डॉक्टर होऊन बाहेर पडला आहे. शिप्रा मला म्हणू लागली, ''जरा सांग बरं, या हुमायूनला पत्र लिहिलं तर कसं होईल? पत्रात मी लिहीन की मला त्याच्याशी लग्न करण्याची इच्छा आहे.'' मी म्हणाले, ''तू त्याला लहानपणी पाहिलेलं आहेस. आता तो तुझ्या अपेक्षांना उतरेल का? विचार करून पाहा.''

शिप्रा विचार करायला बसली. हुमायून मॉस्कोत माणसाचा डॉक्टर नाही झाला तरी निदान माणसाच्या दातांचा डॉक्टर झाला आहे. यात वाईट काय आहे? साधारणपणे माणसांचे डॉक्टर हे गुरांचा डॉक्टर, दातांचा डॉक्टर अशा डॉक्टरांना फारसा भाव देत नाहीत; पण शिप्रा एवढी अधीर झाली होती की, तिने अखेर हुमायूनला मॉस्कोच्या पत्त्यावर पत्र लिहिलं, आडवळणाने, सूचक शब्दांत वगैरे न लिहिता एकदम थेट लिहिलं, 'मला तुझ्याशी लग्न करायचं आहे.' हुमायूननं कधी एके काळी लालसेच्या नजरेने तिच्याकडे पाहिलं असेल, त्या भांडवलावरच शिप्रानं हे पत्र लिहिलं. हुमायून राजी झाल्यावर शिप्रानं आणखी उशीर केला नाही. विमानानं थेट मॉस्कोला गेली, तिथं लग्न करून, दोनेक महिने नवऱ्याबरोबर त्याच्या

होस्टेलमध्ये राहून, गर्भवती होऊन ती परत आली. शिप्राचं बाळंतपण केलं जावेद हुसेन यांनी. बाळ पाहून ते म्हणाले, "हत्तीच्या पोटातून उंदीर निघाला रे!" उंदराचं नाव शिप्रानं ठेवलं आनंद. आनंद आपला नानीच्या (शिप्राच्या आईच्या) नजरेखाली मोठा होत होता.

शिप्रा नोकरी करीत होती. मानूबरोबर रोज तिची भेट होत होती. मानूलाही एक मुलगा होता, त्याचं नाव हृदय. मानूसारखा माणूस आपल्या मुलाचं नाव 'हृदय' असं ठेवू शकतो हे ऐकून मला थोडं आश्चर्यच वाटलं. मानूचा चेहरा सुंदर असला, शरीर सडपातळ असलं, तरी बोलताना तो मयमनसिंही बोलीशिवाय एक शब्दही बोलू शकत नसे. शिप्रा म्हणे 'जेते होबे' (जायला हवं), तर मानू म्हणे, 'जाईते ओईबो.' शिप्राला साहित्य, संस्कृती यांच्यामध्ये गोडी होती, तर मानूला मात्र त्यात तिळमात्रही गोडी नव्हती. उंचीनं शिप्रापेक्षा दोन इंचांनी बुटका, अस्सल मयमनसिंही असलेला, काळसर वर्णाचा मानू जेव्हा वादळाच्या वेगानं मोटारसायकलवरून शहर कोळपीत फिरत असे, तेव्हा त्याला पाहून 'हा डॉक्टर नव्हे, वस्तीतला दादाच दिसतोय' असं वाटे. मानूचे डोळे अगदी बैलाच्या डोळ्यांसारखे बटबटीत होते. असे डोळे माणसाला शोभत नाहीत. त्यामुळे त्याच्या पोलादी शरीरापेक्षा त्याचे डोळेच आधी लक्षात येत. आपल्याला नवरा नावाची एक वस्तू आहे, ती वस्तू एकदा मॉस्कोहून स्वदेशी परत येईल, ती वस्तू तिला आणि आनंदला घेऊन एक संसार उभारण्याचं स्वप्न घेऊन फिरेल, हे शिप्रा विसरूनच गेली होती. शिप्रा मानूमुळे उद्विग्न होती, हुमायूनच्या स्वप्नामुळे नव्हे. मानूचं तिच्यावर खरोखर प्रेम आहे ना? ती मला विचारी, "तुला काय वाटतं, मानूचं माझ्यावर प्रेम आहे की नाही?" आता मानूच्या मनात काय आहे हे मी तिला कसं सांगणार? तेव्हा मी त्याला फक्त एकदाच पाहिलं होतं. शिप्रा माझी त्याच्याशी ओळख करून द्यायला गेली, तर मानू 'यांना ओळखतो ना मी!' असं म्हणून, 'मला सगळं ठाऊक आहे' अशा नजरेने माझ्याकडे पाहून 'रजब अली तर आपले बाबा!' म्हणून नजर माझ्या चेहऱ्यावरून पळवून त्यानं शिप्राच्या चेहऱ्याकडे वळवली आणि नंतर हातातल्या एका कागदाकडे वळवली. तो कागद काही महत्त्वाचा कुठला कागद नव्हता; पण मानूच्या दृष्टीनं तेव्हा तो खूप महत्त्वाचा होता. शिप्राच्या चेहऱ्यावर त्या दिवशी गोड-गोड हसू होतं आणि मानूच्या चेहऱ्यावर कामात व्यस्त असल्याचा घाम. घाम पुसून टाकला असता तर चांगलं झालं असतं; पण मानूनं काही घाम पुसला नव्हता. मानूच्या मनात शिप्राबद्दल प्रेम आहे की नाही याबद्दल मला काही पक्की खात्री वाटत नव्हती. शिप्राचं हे मानूबद्दलचं प्रेम ऑफिसच्या सीमा ओलांडून बाहेर पडलं. आमच्या 'अवकाश' या घरात शिप्राच्या पायधुळीचा थर तयार झाला. मानूची मोटारसायकल बराच वेळ 'अवकाश'च्या अंगणात उभी करून ठेवल्यानं

'अवकाश'च्या अंगणातलं गवत जन्मतःच मातीत मिळून जाऊ लागलं. आमच्या घराच्या बैठकीच्या खोलीत बसून शिप्रा आणि मानू गप्पा मारण्यात, वाद घालण्यात, रुसवेफुगवे करण्यात, थट्टामस्करी करण्यात, हसण्या-रडण्यात, एकमेकांना चिमटे काढण्यात, उद्या-परवाचे प्लॅन करण्यात वेळ घालवू लागले. नंतर-नंतर आमच्या घरातल्या बैठकीच्या खोलीचं त्यांना काही प्रयोजन राहिलं नाही. कृषी विद्यापीठाच्या क्वार्टर्स विभागाच्या अंगणातच मानूची मोटारसायकल थांबत राहिल्यामुळे तिथलं गवत आता चपटं, पिवळं होऊ लागलं, जमिनीवर आडवं होऊ लागलं, मातीखाली जाऊ लागलं. मानूबरोबर शिप्राची आता केवळ शारीरिक लगट नव्हती, तर अगदी बिछान्यावर ते एकमेकांबरोबर झोपू लागले. बरीच रात्र झाल्यावर मानू स्वतःच्या घरी परत जाई. शिप्राच्या आईला शेजारच्या खोलीत बसल्या-बसल्या सगळे आवाज ऐकू येत- मोटारसायकलच्या येण्या-जाण्याचे, सीत्कारांचे-चीत्कारांचे. पण मुलीच्या जीवनात नाक खुपसणं तिला आवडत नसे. शिप्राने आईला सांगून टाकलं होतं, त्या हुमायूनबरोबर झोपणं-न झोपणं सारखंच होतं, तो मुळीच तिला तृप्त करू शकत नव्हता. शिप्रा माझ्याजवळ बिछान्यातल्या हुमायूनच्या कामाचं तपशीलवार वर्णन करीत असे- उठला, काय केलं ते त्यालाच ठाऊक, खाली उतरला! शिप्रा आपलं शरीर आता हुमायूनसाठी खर्च करू इच्छित नव्हती.

हुमायून स्वदेशी येऊन स्थायिक झाल्यावरही मानू शिप्राच्या घरी जात राहिला, नवऱ्यासमोरच शिप्रा मानूशी लगट करी, त्याच्या कानात कुजबुजत बोले, हसता-हसता मानूच्या अंगावर कोसळे. आपल्या आवेगाची आग ती काबूत ठेवू शकत नसे. याच्या-त्याच्यासमोर लाल जीभ बाहेर येई. हुमायूनबरोबर ती रात्री भावा-बहिणीप्रमाणे शेजारी झोपे, शरीरावर हुमायूनचा हात तर सोडाच, हाताची सावली पडायच्या आधीच शिप्रा म्हणे, "उगाच डिस्टर्ब करू नकोस मला!"

हुमायून दातांचा दवाखाना उभारण्यासाठी राजशाही गावाला गेला. हुमायूनचं काय होणार, काय नाही याची काहीच चिंता न करता शिप्रा मानूसाठी दिवसेंदिवस अधिकाधिक पागल होत चालली. मानू शिप्राला म्हणाला, "मी माझ्या बायकोला तलाक देऊन तुझ्याशी लग्न करीन." शिप्रानं यावर विश्वास ठेवला. शिप्राला हे ठाऊक नव्हतं की, मानूचे त्याच्या धार्मिक स्वभावाच्या, साध्याभोळ्या आणि व्यवसायानं डॉक्टर असलेल्या शिरीन या पत्नीबरोबर अगदी चांगले संबंध होते, त्यानं अनू नावाच्या एका महिला डॉक्टरला रखेली म्हणून ठेवलं होतं आणि शिप्राला तो प्रेमिका म्हणून वापरीत होता. मानू रोज तीन तीन रमणींना भोगीत होता आणि तो तिघींनाही तीन प्रकारे प्रेमाच्या गोष्टी ऐकवीत होता. शिप्राला हे ठाऊक नव्हतं की, खरं तर मानूचं तिघींपैकी एकीवरही प्रेम नव्हतं, त्याचं प्रेम होतं फक्त स्वतःवर!

मानूच्या या चारित्र्याची कहाणी मला समजली यास्मिनकडून. यास्मिनला ती समजली तिचा वर्गमित्र मिलन याच्याकडून. मिलन हा मानूचाच सख्खा धाकटा भाऊ. याच्याशिवाय आणखी चांगला पुरावा कोणता असू शकतो?

मिलन एकदा शिप्राला भेटला होता, ही बातमी समजल्यावर मानूनं आरडाओरडा करून सगळं घर डोक्यावर घेतलं होतं. "शिप्रा एक फालतू बाई आहे, तिच्याकडं गेलास कशासाठी? ती तुलासुद्धा सोडणार नाही, तुझ्यावरसुद्धा झडप घालू शकते ती!" हो, हे होतं मानूचं चारित्र्य. एकीकडे शिप्रावर तो प्रेम करी आणि तिच्या पाठीमागे तिला 'फालतू बाई' म्हणे.

शिप्राला मी म्हटलं, "हे बघ, मानूसाठी इतकी वेडी होऊ नकोस, मानूची फक्त तुला भोगण्याची इच्छा आहे, तुझ्यावर त्याचं प्रेम नाही."

"पण मानू तर म्हणतो की त्याचं माझ्यावर प्रेम आहे."

"खोटं बोलतोय तो!"

शिप्रा स्वतः कधीच खोटं बोलत नसे, म्हणून तिला वाटे की, इतरही कुणी खोटं बोलत नसेल.

"तुझ्याबरोबर झोपल्यानंतर तो अनूच्या घरी तिच्याबरोबर झोपायला जातो, नंतर मग स्वतःच्या घरी जाऊन शिरीनबरोबर झोपतो."

"मानू तर म्हणतो की, माझ्याशिवाय दुसऱ्या कुणाही स्त्रीशी त्याचे असे संबंध नाहीत म्हणून."

यानंतर शिप्रा सत्य काय आहे याचा तपास करायला लागली. इकडे मानू कुराण शरीफ डोक्यावर घेऊन, शपथेवर म्हणाला की, अनूशी त्याचा काही संपर्कच नाही, तो तर अनूच्या सावलीलासुद्धा उभा राहत नाही, मग बोलणं तर दूरची गोष्ट. शिप्राचा कुराणावर विश्वास नसला, तरी मानूचा होता. कुराणावर विश्वास आणि श्रद्धा असलेला माणूस कुराणाची शपथ घेऊन खोटं बोलू शकत नाही, अशी शिप्राची धारणा होती. पण एके दिवशी शिप्रानं एक अद्भुतच कारनामा केला. ती एक काळा बुरखा घालून, बसनं मुक्तागाछाला जाऊन, जिथं मानू आणि अनू दोघंही नोकरी करीत, त्या मुक्तागाछा आरोग्य केंद्रात शिरली. तिथं एक रुग्ण असल्याप्रमाणे रुग्णांच्या रांगेत उभी राहिली. बुरख्याच्या आडून तिनं मानू आणि अनूला पाहिलं. मानू आणि अनू दोघंही गप्पा करीत होते. हसत-खिदळत होते. फक्त पाहणं हे शिप्राचं उद्दिष्ट नव्हतं, तर दाखवून देणंसुद्धा होतं. अचानक मानू आणि अनूसमोर जाऊन शिप्रानं चेहऱ्यावरून बुरख्याचं आवरण दूर केलं. मानू एकदम भूत पाहिल्यासारखा चमकला. दोघांना 'रंगे हाथ' पकडल्यावरच शिप्राबरोबरचा मानूचा संपर्क तुटू शकत होता. पण तो काही तुटला नाही. मानूनं शिप्राची क्षमाबिमा मागून, रडूनभेकून शिप्राला पुन्हा आपल्या कह्यात आणलं.

जी शिप्रा हिशेबानं जीवन जगत असे, जी शिप्रा एवढ्या-तेवढ्या गोष्टीनं बेचैन होत असे, ती शिप्रा आता किती बदलून गेली होती! आमच्या वयाचे डॉक्टर्स एफ.सी.पी.एस.ला प्रवेश मिळण्यासाठी रात्रंदिवस अभ्यास करताहेत हे समजूनही शिप्रानं एफ.सी.पी.एस.बद्दल कुठलंही अगत्य किंवा उत्सुकता दाखवली नाही. ती आता वेळेवर अंघोळ करीत नसे, वेळेवर जेवत नसे- तिचं सारं वेळापत्रक खड्ड्यात गेलं. तिचं शरीर सुकू लागलं, कृश होऊ लागलं. तिच्या सुंदर चेहऱ्यावर काळे-काळे डाग पडले. जी शिप्रा मनमोकळेपणानं खळखळून हसत असे, इतरांना हसवीत असे, जिची विनोदबुद्धी अगदी अतुलनीय होती, ती शिप्रा अगदी सुकलेला चेहरा घेऊन बसून राही, शून्य नजरेने रंग उडालेल्या भिंतीकडे पाहत राही. मानूसाठी ती एखाद्या वेडीसारखी रडत राही. ज्या शिप्राला अत्यंत प्रखर असा स्वाभिमान होता, ती शिप्रा आता मानूसारख्या खोटारड्या आणि लंपट, लोभी माणसाकडून अपमान सहन करीत होती. दरम्यान, मानूनं नदीकाठी आपलं एक चेंबर उघडलं होतं. रिक्षावाल्या दलालांच्या साह्यानं खेड्यातून शहरात डॉक्टरला प्रकृती दाखवायला आलेल्या रोग्यांना तो धरून आणी. काही कारण नसताना रोग्यांना मल-मूत्र-रक्त तपासून घ्यायला लावून त्यांच्याकडून पैसे उकळी. शिप्राला हे सगळं दिसत होतं; पण ती त्याकडे डोळेझाक करी, दुर्लक्ष करी. तिच्या चाल-चलणुकीबद्दल कोण काय म्हणतंय याबद्दलही ती उदासीन असे. काहीही करून तिला मानू हवा होता. मानू आपली पत्नी शिरीन हिला आज तलाक देईल, उद्या तलाक देईल अशी वाट पाहता-पाहता वर्ष निघून गेलं; पण मानू काही शिरीनला तलाक देत नव्हता. शिप्राला हे समजत नव्हतं असं थोडंच आहे? मानू तिला फसवतोय हे काय तिला समजत नव्हतं? खरं तर तो कधीच आपल्या मूर्ख पत्नीला तलाक देणार नाही. शिप्राचं हे आंधळं प्रेम पाहून मी खूप बेचैन होई.

एके दिवशी शिप्रा माझ्या घरी येऊन बराच वेळ बसून राहिली. बराच वेळ रडली. नंतर दीर्घ निःश्वास सोडून म्हणाली, ''आयुष्यात मला किमान एकदा तरी ऑरगॅझमचा- संभोगातल्या परम तृप्तीचा- आनंद घ्यायचा आहे.''

मी तर चकितच झाले. ''म्हणतेस काय? तुला आजपर्यंत ऑरगॅझमचा अनुभव आला नाही?''

शिप्रा म्हणाली, ''नाही, हुमायूनकडून तो अनुभव मिळण्याचा तर काही प्रश्नच नाही. मानू संभोगात कुशल असल्यानं, वाटल्यास दोन ताससुद्धा तो संभोग करू शकत असल्यानं तोच बहुधा ऑरगॅझमचा अनुभव देऊ शकेल.''

शिप्राचा मला संताप आला आणि त्याचबरोबर तिची कीवही आली.

ऑरगॅझमसंदर्भात मग मी एक सर्वेक्षण करून पाहिलं. माझ्या लक्षात आलं की, ऑरगॅझम म्हणजे काय प्रकार असतो हे बहुतांश महिलांना ठाऊकच नसतं.

शिप्राला त्याचा कधीच अनुभव आलेला नसूनसुद्धा ऑरगॅझम नावाचा काहीतरी अनुभव असतो हे तिला ठाऊक होतं, म्हणूनच तिला तो अनुभव घ्यावा असं वाटत होतं. हा काय अनुभव असतो हे ज्या महिलांना ठाऊक नसतं, त्या कधी तो मिळावा अशी इच्छाही बाळगीत नाहीत.

माझं जीवन काही फक्त शिप्राच्या सुखदुःखांभोवती फिरत नव्हतं. स्वतःच्या डॉक्टरकीच्या ज्ञानाचा उपयोग इतरांना व्हावा, यासाठी जितके प्रयत्न करणं शक्य होतं, तितके मी करीत होते. माझं नाव, पदवी, रुग्णांना भेटण्याची वेळ यांचा उल्लेख असलेला एक साईनबोर्ड तयार करवून घेऊन तो आमच्या 'अवकाश' या घराच्या काळ्या फाटकावर टांगून दिला. जमान प्रिंटर्सकडून 'डॉक्टर' लिहिलेलं एक पॅड तयार करवून आणलं. सगळं झालं. रुग्ण यायलासुद्धा सुरुवात झाली. पण सारे आमच्या मोहल्ल्यातले, ओळखीचे रोगी. जेव्हा ते डॉक्टरची फी देऊ लागत, तेव्हा संकोचानं, लज्जेनं माझे कान लाल होत. कान लाल होऊ नयेत, त्यांचा वर्ण आहे तसाच राहावा, यासाठी मी प्रयत्न करी, तरीही हे कान लाल होणं कमी होत नव्हतं. मोहल्ल्यातल्या लोकांकडून पैसा घ्यायला माझा हात पुढे होत नसे, प्रिस्क्रिप्शन लिहून हात टेबलाखाली घेई. यानंतर मला आणखी एक इच्छा झाला- आपलं स्वतःचं एक क्लिनिक उघडावं अशी इच्छा झाली. वेदनानाशक औषधाचा वापर करून वेदनारहित प्रसूती करण्यासाठी आमच्या 'अवकाश' या घराच्या समोर असलेल्या मोकळ्या जागेतल्या एका पत्र्याच्या खोलीला रंग देऊन तिथं एक छोटं क्लिनिक तयार करावं, असं मला वाटलं. त्या दृष्टीनं मी ती खोली स्वच्छ करून, तिला रंग देऊन डॉक्टर तसलिमा नासरिन, एम.बी.बी.एस., बी.एच.एस. (अपर), स्त्रीरोग आणि प्रसूतिशास्त्र विशेषज्ञ, इथे वेदनानाशक वापरून प्रसूती केली जाईल...इत्यादी मजकूर असलेला बोर्ड गोलपुकुर पाड भागातल्या जयंत तालुकदार यांच्या शिल्पश्री या दुकानातून तयार करवून आणवून तिथं टांगला. ज्या दिवशी साईनबोर्ड 'अवकाश'समोर टांगला, त्याच दिवशी बाबांनी तो खाली काढून व्हरांड्यात आणून ठेवला. म्हणाले, ''क्लिनिक सुरू करण्यासाठी लायसेन्स लागतं, कुठंही क्लिनिक सुरू करून चालत नाही.''

डॉक्टरकी करण्यासंदर्भातला माझा अतिउत्साह पाहून बाबांनी स्वतःच मला एक नोकरी दिली. नोकरी दिल्यानं मला खूप आनंद झाला. त्यांच्या स्वतःच्या चेंबरच्या व्हरांड्यात एक छोटी खोली तयार करवून एक पॅथॉलॉजी क्लिनिक तयार करून दिलं. टेबलावर मायक्रोस्कोप, शेल्फवर लाल-निळ्या बाटल्या मांडलेल्या. मी दुपारी तिथं बसत जाईन, बाबा आपल्या रोग्यांचं मल-मूत्र-थुंकी माझ्याकडे पाठवतील, मी ते तपासून देत जाईन. प्रत्येक तपासणीमागे मला वीस रुपये

मिळतील. या वेळी बाबांशी माझं चांगलं सख्य तयार झालं. रात्री घरी परतल्यावर बाबा अधूनमधून माझ्याशी बुद्धिबळ खेळायला बसत; अर्थात मला हरवायला त्यांना फार वेळ लागत नसे. आमचं बुद्धिबळ खेळणं हा एक पाहण्यासारखा प्रकार होता. घरातले सगळे जण माझ्या बाजूनं असत; बाबांच्या बाजूनं फक्त बाबाच तेवढे असत. बाबांनी माझा घोडा खाल्ला तर आई म्हणे, 'हा, घोडा आधीच हलवला असतात तर? बघ, तुझे बाबा कसे विचार करून खेळतात- तू विचार न करताच चाल कशी चालतेस?' मी हरले तर माझ्यापेक्षा आईला अधिक दुःख होई.

बाबांच्या पॅथॉलॉजी लॅबमध्ये जाऊन मलमूत्र तपासण्याचं माझं प्रमाण मला पॉप्युलर क्लिनिकमधून बोलावणं येऊ लागल्यावर कमी झालं. पॉप्युलर क्लिनिक सी. के. घोष रोडवर होतं. दादांचे बालमित्र जहाँगीर हे ते क्लिनिक चालवीत. तिथं डॉक्टरी भाषेत मेन्स्टुएशन रेग्युलेशन, संक्षेपात एम.आर., सामान्य लोकांच्या भाषेत अॅबॉर्शन-गर्भपात करण्यासाठी महिला येत, त्यासाठीच मला बोलावणं येई. प्रत्येक एम.आर.मागे मला तीनशे रुपये देण्यात येत. बाकीचे एक हजार किंवा बाराशे रुपये क्लिनिक घेई. एम.आर. करण्यात माझा हात मुळीच कुशल नव्हता, मला त्याचा सराव नव्हता. हा विषय चिकित्साशास्त्रातला महत्त्वाचा विषय नव्हता. एका मोठ्या सिरिंजनं उलटा दाब देऊन गर्भाशयातलं भ्रूण बाहेर काढावं लागे. ऑपरेशन थिएटरमध्ये नर्सेसच पेशंटला तयार करून ठेवीत, मला फक्त तिथं जाऊन, हातात ग्लोव्हज घालून एम.आर. करावं लागे. आधी आधी दोनेक पेशंट्सचा गर्भ स्वच्छ झाला नाही, इन्फेक्शन झालं; आत राहून गेलेला भाग काढण्यासाठी त्या परत आल्या. या दोनेक दुर्घटना पाहून मला वाईट वाटलं. हळूहळू एम.आर. करण्यात मी कुशल झाले. छायावाणी सिनेमा थिएटरजवळच्या सेवा नर्सिंग होममधूनही मला एम.आर. करण्यासाठी वेळोवेळी बोलावणं येई. वरच्या पैशांचं चांगलं उत्पन्न मिळे. बाबा मला डॉक्टरकी करण्यात उत्तेजन देत. मी छोट्या-मोठ्या नोकऱ्या किंवा किरकोळ अॅबॉर्शन्स करण्यातच गुंतून राहावं असं त्यांना वाटत नसे. त्यांना वाटे, मी आणखी शिकावं, एफ.सी.पी.एस. पदवी मिळवावी, नुसत्या एम.बी.बी.एस.ने काहीच होणार नाही. एम.बी.बी.एस. डॉक्टर्स आता गल्लोगल्ली दिसतात. खरोखर डॉक्टर व्हायचं असेल, तर मी पुस्तकं घेऊन एफ.सी.पी.एस.च्या प्रवेश परीक्षेच्या तयारीला लागावं. मी पुस्तकं घेऊन बसे घरी; पण डॉक्टरकीची नव्हेत, तर कवितांची. बाबा रोजच माझ्या बरोबरचे कोण कोण विद्यार्थी-विद्यार्थिनी पोस्ट-ग्रॅज्युएशन करायला गेले आहेत, याची बातमी घेऊन येत आणि मलाही अभ्यास करायला सांगत. माझ्या डॉक्टरकी करण्याच्या इच्छेला आधी-आधी त्यांनी उत्तेजन दिलं असलं किंवा अडथळा आणलेला नसला, तरी माझ्या या किरकोळ कामांबद्दल त्यांनी नापसंती दाखवायला सुरुवात केली.

पॉप्युलर क्लिनिक आणि सेवा नर्सिंग होममधून मी जे तीनशे रुपये मिळवी, त्यावरूनही एकदा त्यांनी चिमटा काढला- 'हट्, एफ.सी.पी.एस. झाली असतीस, तर एका ऑपरेशनचेच तुला तीन लाख रुपये मिळाले असते.' बाबा स्वतःचं उदाहरण देत- एका गरीब शेतकऱ्याचा मुलगा असूनही ते शेतकरी न होता डॉक्टर झाले. ते एम.बी.बी.एस. डॉक्टर आहेत, त्यांच्या मुलीने फक्त एम.बी.बी.एस.च का राहावं? तिनं एफ.सी.पी.एस. डॉक्टर व्हावं, विदेशी जाऊन एफ.आर.सी.एस., एफ.आर.सी.पी. पदव्या घेऊन यावं, अभ्यास करण्याची अशी संधी मी फुकट वाया घालवते आहे, असं त्यांना वाटे. जो काळ निघून जातो, तो परत येणार नाही. जी संधी मी वाया घालवते आहे, ती संधी मला परत मिळणार नाही, असं ते मला दिवसातून दहा वेळा सांगत.

बाबा काहीही म्हणत असले, तरी एफ.सी.पी.एस.साठी माझ्याकडून अभ्यास काही होत नसे. किरकोळ डॉक्टरकीतच माझा वेळ जात राहिला. पण ही डॉक्टरकी करता करताच एका क्षणी मी कंटाळून गेले. आपण दुसरं काहीतरी केलं पाहिजे असं मला वाटू लागलं. ते 'दुसरं काहीतरी' मी एके दिवशी करून टाकलं. 'सकाल कविता परिषद' नावाची एक संघटना स्थापन केली. ज्या खोलीत क्लिनिक सुरू करण्याची माझी इच्छा होती, त्या खोलीत मी 'सकाल कविता परिषद' संस्थेचं कार्यालय सुरू केलं.

◆

वेगवेगळी जीवनं

माझं जीवन दोन शहरांमध्ये विभागलं गेलं. मयमनसिंहमध्ये घर, आप्तस्वकीय, नोकरी. ढाक्यात साहित्य, संस्कृती आणि मित्र-मैत्रिणी. हातात पैसा असला की लगेच मी बंस किंवा ट्रेननं ढाक्याला जाई. ढाक्याला जाण्याचं आणखी एक नवीन निमित्त म्हणजे सुहृद. छोटोदा आणि गीताचा मुलगा. सुहृदला ढाक्याला घेऊन जाणं काही सहज सोपं नव्हतं. छोटोदानं एकदा येऊन त्याला धरून, बांधून, रडवत, फरफटत ढाक्याला नेलं- ढाक्याच्या शाळेत दाखल करायला म्हणून. आईसुद्धा म्हणाली होती, आता तिच्याच्यानं सुहृदला सांभाळणं होत नाही; पण यानंतर आई स्वतःच ढाक्याला जाऊन छोटोदा आणि गीताच्या हातापाया पडून सुहृदला घरी घेऊन आली. अर्थात त्यांच्या हातापाया पडण्याची काहीच गरज नव्हती, एरवीही गीताला सुहृद आजीबरोबर गेला, तर हवंच होतं. सुहृदचं वागणं पाहून गीता हबकलीच. हा मुलगा तिचा स्वतःचा, या मुलाला तिनं नऊ महिने आपल्या गर्भात धारण केलं होतं, तिच्या गर्भातून तो जन्मला होता, आतड्याचं नातं कुणाशी असलंच, तर त्याच्याशीच होतं. पण गीतानं हाक मारल्यावर तो तिच्याजवळ येत नसे, कुशीत शिरत नसे, तर तिच्यापासून दूर पळत असे, आपल्या आजोबांच्या नाहीतर आत्याच्या जवळ जात असे. एवढं धाडस या मुलामध्ये आलं तरी कुठून, हे गीताला समजत नसे. ती प्रचंड संतापत असे. तिच्या अंगातून धूर निघे. त्या धुरामधून गीता चीत्कार करी, 'तुमच्या घरच्यांमध्ये राहिल्याने माझा मुलगा बिघडला- माझा राहिला नाही. त्यांना जर इतकीच लहान मुलाची हौस आहे, तर घेऊन या म्हणावं दुसरा कुणी!' गीतासमोर गुडघे टेकून छोटोदा म्हणत राही, 'गीता, अगं गीता, कसंही करून मी तुझ्या मुलाला तुझ्याकडे आणून देईन.' एवढं सांगूनही गीताचं समाधान होत नसे. तिचं समाधान करण्यासाठी मग छोटोदा म्हणे की, सगळा दोष त्याचाच आहे, त्याच्या दोषामुळेच गीताला एवढा त्रास सहन करावा लागतो आहे. मुलाच्या जन्मानंतर त्याला 'अवकाश' या मयमनसिंहच्या घरी पाठवणं हे त्याचं चुकलंच; ते योग्य झालं नाही. त्याच्या या चुकीमुळेच गीताचा

स्वतःचा मुलगा आज गीताजवळ येत नाही. त्याला असंही बोलावं लागलं की, त्याची आई आणि दोन बहिणी यांच्यामुळेच सुहृद बिघडला आहे. त्याला चांगलं वळण लावायचं असेल, तर आता गीताशिवाय गती नाही. गीता ऐके. ओरडणं तात्पुरतं थांबवून ती उठे, घटाघटा एक ग्लास पाणी पिऊन बेडरूममध्ये जाऊन धाडकन दरवाजा आतून बंद करून घेई. पैकाअडका, दागदागिने आणि साड्यांनी खच्चून भरलेली अलमारी उघडून, आपल्या सुती साड्यांच्या खाली ठेवलेले फोटोंचे अल्बम्स बाहेर काढून, 'अवकाश'मध्ये आमच्याबरोबर काढलेले त्याचे सगळे फोटो फाडून, त्यांचे तुकडे-तुकडे करी आणि फक्त तिच्याबरोबर काढलेले सुहृदचे फोटो नीट ठेवी.

सुहृदबद्दलच्या आमच्या मायेला आणि वात्सल्याला 'अवकाश'मध्ये सीमा नसे. त्याचे नेहमी फोटो काढले जात. यास्मिनच्या मैत्रिणीच्या भावाचा एक फोटो स्टुडिओ होता. त्याचा कॅमेरा घेऊन, सुहृदचे अनेक फोटो काढून जेव्हा तिनं ते घरी आणले, तेव्हा आम्ही एकेक जण ते फोटो पाहत होतो. गीता त्याच दिवशी छोटोदाबरोबर मयमनसिंहला आली. तिनं आणि छोटोदानं फोटो काही आमच्याइतक्या उत्साहानं पाहिले नाहीत. न पाहताच ते दोघे म्हणाले की, सुहृदचे फोटो आम्ही त्यांना देऊन टाकावेत; कारण सुहृद स्वतः आमच्या घरी राहतोच आहे, आमच्याकडे तर काही तो राहत नाही, त्यामुळे त्याचे फोटो पाहूनच आम्ही समाधान मानू. हे ते दोघं प्रत्यक्ष बोलले नाहीत; पण आमच्या ते लक्षात आलं. हे लक्षात आल्यावर सुहृदचे जितके फोटो आमच्याकडे होते, ते सगळे आम्ही उदार हातांनी त्यांना देऊन टाकले. यात आईची भूमिका महत्त्वाची होती. त्याच संध्याकाळी यास्मिनची कृष्टी नावाची मैत्रीण यास्मिनकडे आली, तेव्हा यास्मिननं सुहृदचे सगळे फोटो कृष्टीला दाखवण्यासाठी गीताला मागितले. यावर गीता सरळ म्हणाली, "नाही. आता मी ते फोटो तुम्हाला देणार नाही." का देणार नाही? अडचण आहे. काय अडचण आहे? गीता कुणालाच ते फोटो पाहायला देत नसे. बॅगेत घालून तिनं ते सगळे फोटो ढाक्याला नेले होते. त्यानंतर तिनं ते फोटो फाडून टाकले होते. त्या फोटोंच्या निगेटिव्हजचेसुद्धा तुकडे-तुकडे करून, ते तुकडे तिनं कचऱ्याच्या बास्केटमध्ये टाकून दिले होते. यामुळे तिचं मन तात्पुरतं शांत झालं; पण हात मात्र शिवशिवत राहिले. माझा, यास्मिनचा आणि आईचा- असे आम्हा तिघींचे चेहरे आपल्या नखांनी बोचकारून रक्तबंबाळ करून टाकावेत, असं तिला वाटत राहिलं. आमचा दोष काय होता? आम्ही दुसऱ्याच्या मुलाला आपल्या मुलासारखं मानलं, हाच आमचा दोष होता. लाडाकोडात वाढलेला सुहृद कुणाच्याही हाकेनं मागे फिरत नसे. तो जेव्हा पळत पळत गच्चीवर किंवा बाहेर मैदानात जाई, तेव्हा तो पडेल या भीतीनं आई खूप हाका मारी; पण तो काही परत येत नसे. वाऱ्यापेक्षाही अधिक

वेगानं तो पळे.

पण गीताचा प्रश्न असे की, तो तर तिचा मुलगा. तिनं आपल्या मुलाला हाक मारल्यावर त्यानं ऐकायलाच पाहिजे; पण तो तिची हाक का ऐकत नाही? थांब म्हटल्यावर थांबत का नाही? बस म्हटल्यावर बसत का नाही? सुहृदचं हे वागणं पाहून गीता फारच संतप्त आणि बेचैन झाली होती. जगातल्या इतर कोणी हाक मारल्यावर सुहृद न का ऐकेना; पण गीतानं हाक मारल्यावर तर आपल्याला कोण हाक मारतं आहे, हे त्याला समजायला हवं ना! गीता कोण आहे हे काय त्याला ठाऊक नाही? गीता खूप संतापे. सुहृद जवळ असल्यावर त्याला डोळे लाल करून, दातांवर दात आवळीत म्हणे, 'मी तुझी आई आहे, ठाऊक आहे? मी तुझी सर्वांत जवळची, ठाऊक आहे? मी हाक मारल्यावर लगेच माझ्याकडे का येत नाहीस तू? कारण काय? आता मी एकदा हाक मारली, की लगेच माझ्याजवळ येत जा, राहील ना लक्षात?' सुहृद अवाक् होऊन उभा राही, होकारार्थी मान हलवी आणि पळत आजीजवळ जाऊन, तिच्या कुशीत तोंड खुपसून हुंदके देत रडे. त्याचं रडणं पाहून आमचं काळीज पिळवटून निघे. गीता रोज त्याला सांगे, 'आपल्या आई-बाबांवर प्रेम करीत जा.' गीताला जेव्हा आई मऊ आवाजात सांगे, 'अगं, हळुवारपणे सांगितलं, म्हणजे मुलाच्या लक्षात येतं, त्यांना समजतं.' गीता यावर खेकसून म्हणे, 'माझ्या मुलाला मी हळुवारपणे सांगावं की मारून सांगावं, हे तुम्ही सांगायची गरज नाही.' आई गप्प होई. आम्हीसुद्धा गप्प होऊन जात असू. बराच वेळ गप्प राहिल्यानंतर आई म्हणाली, "मुलगा इथं राहतो म्हणून आम्हाला ओळखतो, आमच्याजवळ येतो, त्याला आमच्याबद्दल ओढ आहे. तू जेव्हा त्याला घेऊन जाशील, तेव्हा मग तुझ्याबद्दलही त्याला ओढ वाटेल; तेव्हा तर मग त्याला तुझ्याजवळून माझ्याजवळ यावंसं वाटणार नाही." गीता 'अवकाश'मध्ये दोन दिवसांसाठी पाहुणी म्हणून येऊन सुहृदला आपल्या वशात आणण्याचा प्रयत्न करीत राही. सुहृद गीताच्या हातातून सुटण्यासाठी तडफडत राही. यानंतर छोटोदा आणि गीता यांनी जेव्हा सुहृदला ढाक्याला घेऊन जाण्याची गोष्ट काढली, तेव्हा त्यानं भीतीनं थरथरत आम्हाला घट्ट धरलं आणि आमच्या कानात कुजबुजत म्हणाला, "मला कुठंतरी लपवून ठेवा, म्हणजे मी त्यांना सापडणार नाही- त्यांना मग मला इथून नेता येणार नाही." आम्ही त्याला लपवून ठेवलं नाही, तेव्हा त्यानं स्वतःच स्वतःसाठी लपायची जागा शोधली. पत्र्याच्या खोलीतल्या खाटेखाली असलेल्या एका मोठ्या पुठ्ठ्याच्या बॉक्समध्ये तो दिवसभर लपून राहिला. गीताच्या लक्षात आलं की, 'अवकाश'मधली माणसंच सुहृदला आपली वाटतात, जवळची वाटतात, सुहृदचं त्यांच्यावरच प्रेम आहे; गीतासाठी त्याच्या मनात कुठलीच ओढ नाही की प्रेम नाही. त्याच्यासाठी गीता ही केवळ मूर्तिमंत रणचंडिका होती, भयंकर

उपद्रवी आणि त्रासदायक होती; दुसरं काहीही नव्हतं. गेल्या काही भेटींमध्ये सुहृदला ओढीत, फरफटत दुसऱ्या एका खोलीत नेऊन गीता सांगत होती, 'हे बघ, मी सोडून तुझं या जगात दुसरं कुणीही नाही.' सुहृद गीताकडे नुसता टकमका पाहत असे, तिच्या हातातून सुटण्याचा प्रयत्न करीत असे. गीता सांडशीत धरल्याप्रमाणे त्याची मान घट्ट धरून ठेवत असे. सुहृद रडू लागे, त्याचं रडणं पाहून गीताला वाटे, या बेअदब कारट्याचा खूनच करून टाकावा.

सुहृदच्या बाबतीत काही कमी हिसकाहिसकी झाली नाही. एकदा मैदानात तो बॅडमिंटन खेळत असताना छोटोदा ढाक्याहून आला आणि कुणालाही न सांगता सुहृदला अचानक मैदानातून उचलून घेऊन गेला. 'मला वाचवा, वाचवा!' या सुहृदच्या हाकांनी सारा मोहल्ला कापत होता. यानंतर काही दिवसांनी छोटोदा आला आणि सुहृदला परत आमच्याकडे सोडून गेला. सुहृदला जिवात जीव आल्यासारखं वाटलं. आम्ही 'नतून कुंडी' (नूतन कलिका) शाळेत त्याचं नाव घातलं. मी त्याला शाळेत सोडून येई आणि शाळा सुटल्यावर घरी घेऊन येई. घरी आईने त्याला ए बी सी डी, क ख ग घ, चित्रं काढणं, जोडाक्षरं, सुंदर सुंदर बालगीतं शिकवून वर्गातला सर्वांत उत्तम विद्यार्थी बनवलं. आमच्या लाडाकोडाच्या झुल्यावर सुहृद झुलत होता. यानंतर काहीही झालं तरी सुहृदला ढाक्याला न्यायचंच, अगदी जगबुडी झाली तरी त्याला ढाक्याला न्यायचंच, या निश्चयानं जेव्हा छोटोदा पुन्हा आला, त्या दिवशी यास्मिन सुहृदला घेऊन पळून गेली. संध्याकाळच्या थोडी आधी परत आली. छोटोदा दिवसभर वाट पाहून ढाक्याला निघून गेला. सुहृदला बिघडवण्यासाठी तुम्हीच शंभर टक्के जबाबदार आहात असे सांगून त्यानं धमकी दिली की, जर आम्ही उद्याच सुहृदला ढाक्याला पोचवून दिलं नाही, तर या घरातल्या सगळ्यांशी तो (म्हणजे छोटोदा) इथून पुढं कुठलाही संपर्क ठेवणार नाही.

'अवकाश'मध्ये बैठक बसली. बाबा म्हणाले, "सुहृदला आता त्याच्या आई-वडिलांकडे पाठवून देणंच योग्य आहे; कारण ढाक्यात चांगल्या शाळा आहेत, तिथं शिकण्याची संधी सुहृदला मिळेल." बाबांच्या या निर्णयानं आमच्या हृदयाचे तुकडे तुकडे केले; पण सुहृदच्या उज्ज्वल भविष्याचा विचार करून मी ते तुकडे गोळा केले. सुहृदला ढाक्याला नेणं छोटोदा आणि गीताला शक्य नव्हतं, हात-पाय-तोंड सगळं दाबून सुहृदला गाडीत बसवल्यावरही तो चालत्या गाडीचा दरवाजा उघडून बाहेर उडी मारू पाही. त्यामुळे मी आणि यास्मिननं सुहृदला ढाक्याला सोडवून यावं असं ठरलं. आम्ही त्याला त्याच्या आई-बाबांकडे सोडायला चाललो आहोत असं जर सुहृदला समजलं, तर सुहृद कधीच आमच्याबरोबर येणार नाही हे ठाऊक असल्यानं 'आपण ढाक्याला जत्रा पाहण्यासाठी जाणार आहोत

आणि संध्याकाळी परत येणार आहोत' असं त्याला खोटंच सांगून, त्याला घेऊन मी आणि यास्मिन पहाटेच्या ट्रेनमध्ये बसलो. ढाक्याला कमलापूर स्टेशनला उतरून एक रिक्षा केली. सुहृद चोहीकडे पाहत जत्रा कुठे आहे हे शोधीत होता. रिक्षा जेव्हा नया पलटन रस्त्याला लागली, तेव्हा तो रस्ता त्यानं ओळखला. हात-पाय झाडीत त्यानं रडायला-ओरडायला सुरुवात केला- 'जत्रेला न जाता या रस्त्यावर का आणलंत,' असं तो ओरडू लागला. 'एकदा तुझ्या बाबांना भेटून लगेच आपण जत्रा बघायला जाऊ' असं मी जितक्यांदा सांगे, तितक्यांदा तो गळा काढून रडे. तो छोटोदाच्या घरी जायला तयारच नव्हता. नया पलटनला उतरून, सुहृदला आइसक्रीम खाऊ घालून, बराच वेळ त्याला इकडेतिकडे फिरवून खोटं सांगावं लागलं की, जत्रा पाहण्यासाठी आपल्याकडे पैसे शिल्लक नाहीत, छोटोदाकडून पैसे घेऊन जत्रा पाहायला जाऊ आणि मग मयमनसिंहला जाऊ. आमच्या लाडात वाढलेल्या सुहृदनं अखेर आमच्या सांगण्यावर विश्वास ठेवला आणि तो छोटोदाच्या घरी आला. घरी छोटोदा नव्हता, गीता होती. गीताला पाहून सुहृद आम्हाला चिकटून राहिला. सुहृदचं आम्हाला चिकटणं गीताला सहन झालं नाही. ती त्याची आई असूनही सुहृद तिच्याकडे जात नव्हता, हे कसं काय? गीतानं सुहृदला आमच्याजवळून हिसकावलं आणि झापड मारून जमिनीवर पाडलं. आम्ही त्याला उचलल्याबरोबर पुन्हा एकदा त्याच्या गालावर झापड मारली. व्याकूळ होऊन तो आमच्या दिशेनं पळत येऊ लागला, तर गीतानं त्याच्या शर्टाची कॉलर धरून त्याला मागे ओढून दरडावून विचारलं, "तिकडे जातोस कशासाठी? इकडे ये. माझ्या ऑर्डरशिवाय आता जर काही केलंस, तर तुझा खून करून टाकीन."

सुहृद भीतीनं थरथर कापू लागला. आजपर्यंत 'अवकाश'मध्ये त्याला कुणी साधं रागावलंसुद्धा नव्हतं. झापड कशाला म्हणतात हे त्याला ठाऊक नव्हतं. धक्का म्हणजे काय हे त्याला माहीत नव्हतं. असली कठोर भाषा त्याच्यासाठी कुणी कधी वापरलेली त्यानं ऐकली नव्हती.

त्यानं भोकाड पसरून रडायला सुरुवात केल्यावर गीतानं आणखी एक झापड मारली. पाठीत बुक्का मारला.

"तोंडातून मुळीच आवाज करायचा नाही." गीताची ऑर्डर.

सुहृद आवाज न करता रडत राहिला. त्याचं शरीर थरथरत राहिलं. आम्ही आडोशाला जाऊन रडत होतो. गीताला काहीच सांगू शकत नव्हतो. हळू आवाजात गीताजवळ मवाळपणे विरोध व्यक्त केला, तरी गीता सुहृदला मारहाण करून त्याचा सूड घेई. सुहृद आता गीताच्या ताब्यात होता. तिला जे वाटेल, तेच ती करणार. तिला जर सुहृदचे तुकडे तुकडे करून टाकावेसे वाटले, तर ती त्याचे तुकडेतुकडे करील. जो मुलगा 'अवकाश'मध्ये अगदी राजपुत्रासारखा राहत होता,

ज्याचे लाड करण्यात आमचे आई-बाबा, यास्मिन आणि मी सतत मग्न असू, ज्याला अगदी तासातासानं चिकन सूप, फळांचा रस, शुद्ध दूध, दुधाची खीर, माशाचा कोफ्ता, गाजराचा हलवा, एग पुडिंग असे चवदार आणि पौष्टिक पदार्थ खायला देत असू, त्या मुलाला गीतानं दिवसभर काहीच खायला दिलं नाही.

आम्हाला ते पाहवलं नाही. संपूर्ण रस्ताभर डोळ्यांतले अश्रू गाळीत आम्ही मयमनसिंहला परतलो. परतीच्या वाटेवर एकच प्रश्न मला सतावीत होता- सुहृद ढाक्याला परत यावा असं गीताला खरोखरच वाटत होतं का? मला तर वाटत होतं, तो ढाक्याला परत यावा हे गीताला नकोच होतं. तो दूर असतानाच गीता सुखात होती. छोटोदाला अपराधीपणाच्या जाणिवेचं शल्य टोचत राहावं, यासाठी सुहृद हे गीताजवळचं एक परिणामकारक अस्त्र होतं.

गीताच्या सुहृदशी या असल्या वागण्यानंतरही आम्ही सुहृदला भेटायला नया पलटनला जात राहिलो. आम्हाला भेटल्यावर सुहृदला खूप आनंद होई. पण तो आमच्याजवळ येऊ लागला की, गीता त्याला हाक मारून दुसऱ्या खोलीत घेऊन जाई. गीता त्याला आमच्यापैकी कुणाच्याही जवळ येण्याची, आमच्याशी बोलण्याची परवानगी देत नसे. त्याला दुसऱ्या खोलीत कोंडून ठेवलं जाई; त्या खोलीच्या दाराच्या फटीतून तो आम्हाला पाही. गीताची परवानगी घेऊन जेव्हा तो पाणी पिण्यासाठी किंवा बाथरूमला जाण्यासाठी त्या खोलीतून बाहेर येई, तेव्हा काही क्षणांसाठी आमची नजरानजर होई- तिच्यामधूनच आम्ही त्याच्याबद्दलचं आमचं वात्सल्य व्यक्त करीत असू. सुहृद केवळ त्यासाठीच काहीतरी निमित्त सांगून त्या खोलीतून बाहेर येई. गीताच्या वागण्याला विरोध करण्याइतकं धाडस आमच्यामध्ये नव्हतं. आम्हीही वाघ मागे लागल्यानं लपलेल्या हरणाप्रमाणे गप्प राहत असू.

गीताला विविध भेटवस्तू देऊन, सुहृदला काही क्षणांसाठी भेटण्याची अनुमती मिळाली की, त्याचे डोळे आनंदानं चमकू लागत. जो सुहृद अगदी मोकळेपणानं हसत असे, रडत असे, इच्छा होईल त्याप्रमाणे चालत असे, पळत असे, गप्पा करीत असे- तोच सुहृद आता हसू शकत नसे, रडू शकत नसे, बोलतानाही घाबरत घाबरत बोले, चालताना हळूहळू चाले, त्याच्या चेहऱ्यावरची रया गेली होती. एकच वाक्य तो झटकन बोले, 'थांबा, जाऊ नका.' आमच्या हातात जर ट्रेनची परतीची तिकिटं दिसली, तर ती काढून घ्यायला पाही. आम्ही या घरात राहू, त्याच्याशी भेट होणार नाही, तो एखाद्या खोलीत कोंडलेला राहणार, यावरही त्याच्या मनाला बरं वाटत राही की आम्ही आहोत, घरातल्या कुठल्या ना कुठल्या खोलीत आहोत. सुहृदच्या संपूर्ण चेहऱ्यावर भय, दोन्ही डोळ्यांमध्ये भय. गीताच्या भीतीनं तो जणू दगड होऊन राही. जो मुलगा थोड्या थोड्या वेळानं खात असे, त्याची खायची इच्छा नसली तरी ज्याला गोष्टी सांगत सांगत आम्ही खाणं भरवीत

असू, तो मुलगा आता भुकेनं मरायला लागला, तरी त्याला काही खाण्याची परवानगी मिळत नसे. टेबलावर खाद्य पदार्थ ठेवलेले असले तरी बाकी सर्वांना ते खाण्याची अनुमती असे, सुहृदला मात्र नसे. रेफ्रिजरेटरलाही हात लावायचा अधिकार त्याला नव्हता. गीता जेव्हा त्याला खायला देई, तेव्हाच तो खाऊ शकत होता. ते खाणं खाण्यांच्या लायकीचं नसे, शिळं-पाकं असे, सडलेलं असे. गुटगुटीत मुलगा अगदी हाडकुळा होऊन गेला. छोटोदा घरात असला, म्हणजे सगळ्यांना बरोबर घेऊन जेवायला बसे. अशा वेळी त्याला दाखवण्यासाठी म्हणून गीताला आपल्या मनाविरुद्ध मटणाचा एखादा तुकडा सुहृदला द्यावा लागे. आपल्या मुलावर आपलं प्रेम आहे हे गीता बाहेरच्या लोकांनाही दाखवू पाही; पण तिचा कावेबाजपणा कुणाच्याही लगेच लक्षात येई. आपल्या स्वार्थासाठी स्वतःचं हिंस्र रूप शक्य तितकं दडवून ठेवून कुणालाही आपल्या गोड बोलण्यानं वश करून घेण्यात गीता पटाईत होती; पण अखेर कुणाशीही तिची मैत्री दीर्घ काळ टिकत नसे. स्वार्थ साधून झाला की, गीता त्या व्यक्तीला सोडून देई.

तरीही आम्ही नया पलटनला जात राहिलो. आम्हाला तिथं गेल्याशिवाय राहवत नसे. सुहृदला अधूनमधून पाहावंसं वाटे. आई सुहृदसाठी डझन-डझन कोंबड्या घेऊन, फळं घेऊन ढाक्याला जाई. आईच्या हातातून त्या साऱ्या वस्तू घेऊन गीता त्या लपवून ठेवी. आजी त्याच्यासाठी खूप खाऊ घेऊन आली आहे हे ती सुहृदला समजूसुद्धा देत नसे. पूर्वी मी माझा पगार झाला की, सुहृदला घेऊन खेळण्यांच्या दुकानात जात असे. सुहृदला जी जी खेळणी आवडत, ती विकत घेऊन देत असे. आतासुद्धा पगार झाला की, मी सुहृदसाठी कपडे आणि त्याला आवडणारी खेळणी विकत घेऊन ढाक्याला जाई. गीता माझ्याकडून ते कपडे आणि खेळणी घेऊन कपाटात ठेवून देई. त्यांच्याबद्दल सुहृदला सांगतही नसे आणि ते कपडे-खेळणी ती त्याला देतही नसे. सगळ्या गोष्टी ती आपली मुलगी परमा हिला देत असे. परमाचेच गीता खूप लाड करी. सुहृदचे 'अवकाश'मध्ये जसे लाड होत, तसे लाड गीता परमाचे करी. परमाला आपल्या थोरल्या भावाला (म्हणजेच सुहृदला) शिव्या देण्याचा, त्याला लाथा-बुक्क्या-झापडा मारण्याचा पूर्ण अधिकार होता. सुहृदला बिचाऱ्याला तिच्या शिव्या ऐकून घ्याव्या लागत, मार सहन करावा लागे. एकाच घरात सख्खे भाऊ-बहीण वेगवेगळ्या प्रकारे मोठे होत होते. ज्या सुहृदनं कधीही स्वतःच्या हातानं पूर्वी अंघोळ केली नव्हती. आई त्याला कोमट पाण्यानं साबण लावून, अंघोळ घालून, अंग पुसून घरात आणी, त्याच्या केसांना तेल लावून भांग पाडून देई, त्याच सुहृदला आता एकट्याला अंघोळ करावी लागे, त्याला स्वतःच्या अंगाला धड साबण लावता येत नसे, कसाबसा तो अंगावर पाणी ओतून बाहेर येई. परमाला मात्र गीता स्वतःच्या हातानं अंघोळ घाली. परमासाठी

चांगले चांगले कपडे असत, चांगल्या चपला, चांगली खेळणी असत. सुहृदसाठी मात्र सगळी जुनी खेळणी, मळके कपडे, सुहृदसाठी एक छोटा, कडक बिछाना, परमासाठी नरम गादीचा पलंग. परमाच्या गालावर पापे, सुहृदच्या गालावर थपडा. परमाच्या अंगाला बेबी लोशन लावून तिचे केस विंचरून देता-देता गीता म्हणे, "काय गं राजकन्ये, तुला द्राक्षं हवीत?"

"नको."

"प्लीज, थोडी खा."

"नाही."

"थोडी खा गं!"

परमा होकारार्थी मान हलवी.

परमा राजी झाल्याबरोबर गीता सुहृदला म्हणे, "एऽ सुहृद, परमाला द्राक्षं आणून दे."

सुहृद विनंतीच्या सुरात म्हणे, "मीपण थोडी द्राक्षं घेऊ?"

गीता धमकीच्या सुरात म्हणे, "नको."

परमाला चप्पल घालायचीय. गीता हाक देई, "सुहृद, परमाच्या चपला घेऊन ये."

सुहृद चपला घेऊन येई. गीता त्याच्या पाठीत बुक्का घालून म्हणे, "चपला पुसून घेऊन ये."

सुहृद चपला पुसून देई.

"जा, परमाच्या पायात चपला घाल."

सुहृद परमाच्या पायात चपला घालता घालता, डोळ्यांतून पाणी गाळीत गाळीत म्हणे, "मी काय तिचा नोकर आहे?"

गीता धावत येऊन, स्वतःच्या पायातली चप्पल काढून, त्या चपलेनं सुहृदच्या पाठीवर मारीत-मारीत मोठ्याने म्हणे, "हो, तू तिचा नोकरच. इतर दिवशी घालतोस तिला चपला, मग आजच का तक्रार? एवढं धाडस आलं कुठून तुझ्यात? कुणाला पाहून एवढं धाडस वाढलं? माझ्या हातून कुणी वाचवू शकेल का तुला? जरा विचार कर!"

हे सारं माझ्या डोळ्यांसमोर घडे. मला सहन होत नसे. मी खोलीतून बाहेर जाई. व्हरांड्यात उभी राहून एकटीच रडे. माझा स्वतःच्या डोळ्यांवर विश्वास बसत नसे. कुठलीही आई स्वतःच्या मुलाशी असं वागू शकेल? सावत्र आईच्या कठोरतेच्या अनेक गोष्टी मी ऐकल्या होत्या; पण त्या साऱ्या गोष्टी गीतापुढे फिक्या वाटत. आई म्हणे, "कधी तिनं स्वतःच्या मुलाची शी-शू काढली नाही, चालायला शिकवलं नाही, बोलायला शिकवलं नाही, सहा वर्षांनंतर एक तयार मुलगा मिळाला,

त्याच्याबद्दल काहीच माया नाही की ओढ नाही.'' असं का असावं, याचा मी विचार करीत राही. हरवलेला मुलगा पंचवीस वर्षांनंतर सापडला, तरी आईची मुलाबद्दलची माया मरत नसते.

बाबासुद्धा सुहृदला भेटायला जात. गीता सुहृदला बाबांजवळही जाऊ देत नसे. बाबांच्याजवळ जाण्यासाठी सुहृद तळमळत असे; पण धमकावून, कान पिळून, पाठीत धपाटे घालून गीता सुहृदला तिला हवं असे त्याच ठिकाणी स्थिर बसवून ठेवी. बाबा घरी परत आल्यावर निःश्वास सोडून म्हणत, ''सुहृद आपल्या पोटचा मुलगा आहे हे गीता विसरून गेली की काय?''

सुहृदची दुःसह अवस्था पाहून प्रत्येक वेळी आम्ही हृदयात दुःख आणि हताशपणा घेऊन परत येत असू. असंही काही वेळा झालं की, आम्ही दरवाजाबाहेर उभे आहोत; पण गीता दरवाजा उघडीत नसे. आई स्वतः एकदा बसमधून उन्हाच्या झळा सोशीत, धुळीनं, धुरानं काळी होत होत मयमनसिंहहून ढाक्याला जाऊन, छोटोदाच्या व्हरांड्यात चार तास उभी राहून तशीच परत घरी आली. गीता घरात होती; पण तिनं सासूसाठी दरवाजा उघडला नाही. सुहृदला एकदा खिडकीतून आजी बाहेर उभी असलेली दिसल्यावर त्यानं गीताला दरवाजा उघडायला सांगितलं. गीता काही उठली नाही; मग सुहृदनं स्वतः खुर्ची ओढीत ओढीत दरवाजापर्यंत आणली आणि खुर्चीवर उभं राहून दरवाजा उघडला. हे धाडस करण्याबद्दल काही दिवस त्याला गीताकडून मार खावा लागला. मीसुद्धा अनेकदा व्हरांड्यात दरवाजा उघडण्याची वाट पाहून परत आले. गीतानं दरवाजा उघडलाच, तरी ती 'बसा' म्हणत नसे. मी स्वतः बसले तरी जेवणासाठी बोलवीत नसे. मीच बाहेर जाऊन खाऊन येई. झोपण्यासाठी बिछाना देत नसे. बैठकीच्या खोलीतच मी सोफ्यावर झोपून जाई. असं आमचं जाणं फक्त सुहृदसाठीच असे. बऱ्याचदा विचार करी, जाऊ नये. पण आम्ही तिथं गेल्यावर सुहृदला जे बरं वाटे, आम्ही त्याला भेटायला आलो आहोत हे समजून सुहृदला जे सुख होई, त्यासाठीच आम्ही जात असू. सुहृदला आमच्या उपस्थितीचं सुख देण्यासाठी आम्हाला गीतालाही खूश ठेवावं लागे- म्हणून तिलाही आम्ही भेटवस्तू देत असू. तिला (सुहृद आणि परमासह) हॉटेलमध्ये खाण्यासाठी घेऊन जात असू, नाटक-सिनेमाला नेत असू, जत्रा पाहायला नेत असू, शॉपिंगला नेत असू, जिथं गेल्यावर तिला बरं वाटेल अशा ठिकाणी नेत असू- जणू तिच्याइतकी करुणामयी स्त्री जगात दुसरी नाही म्हणूनच तिची इतकी खातिरदारी करतो आहोत. अर्थात हे सारं आम्ही सुहृदसाठी करीत असू हे आम्ही गीताला सांगत नसू. सुहृदला आमचं सान्निध्य मिळावं, त्याला गुदमरवून टाकणाऱ्या घरच्या वातावरणातून बाहेर काढून मोकळ्या हवेत फिरायला मिळावं यासाठी आम्ही हे सारं करीत असू, हे गीताला सांगत नसू. गीताच्या हे लक्षात येत

असे. तिच्या हे लक्षात येतंय हे आम्हालाही समजत असे. पण गीताला जे समजत असे, ते ती मनातल्या मनातच ठेवी, सुहृदला समजू देत नसे. अनेकदा असंही झालं की, पैशांनी भरलेली पर्स सोफ्यावर ठेवून मी बाथरूमला गेले, बाथरूममधून आल्यावर दिसे की पर्स तर जागेवर आहे पण तिच्यातले पैसे मात्र गायब झाले आहेत. कानातली सोन्याची कर्णफुलं काढून ठेवून अंघोळीला गेले; परत आल्यावर दिसे की कर्णफुलं गायब झाली आहेत. गीताला जर या सगळ्यामुळे आनंद होत असेल, तर ती आनंदात राहो. तिचं मन आनंदी राहिलं म्हणजे कदाचित सुहृदला कोणकोणत्या प्रकारे त्रास देता येईल याचे विचार तिच्या मनात येणार नाहीत. हरवलेल्या वस्तूंबद्दल मी फक्त मनातल्या मनात दुःख करी, आरोप करीत नसे. कौतुक परमाचंही करावं लागे, तिला मांडीवर घेऊन तिच्या असुंदर चेहऱ्याचं 'वा, किती सुंदर!' असं म्हणून कौतुक करावं लागे. परमाला खेळणी वगैरे दिल्यानं गीताला आनंद होतो म्हणून द्यावी लागत. गीता खुशीत आल्यावर 'बसा' म्हणेल, गीतानं बसायला सांगितल्यावर सुहृदशी आमची भेट होईल, भेट झाली नाही तरी नजरानजर होईल, गीता नजरेआड असल्यावर कदाचित सुहृद आम्हाला स्पर्शसुद्धा करू शकेल. या स्पर्शाची सुहृदला खूपच गरज होती. गीताची आई, भाऊ-बहीण अनेकदा छोटोदाच्या घरी येत. त्यांनाही मी परमाला जवळ घेऊन बसताना आणि सुहृदला शिवीगाळ करताना पाहिलं. गीताला खूश करणं ही गीताच्या नातेवाइकांची जबाबदारी होती. एकदा सुहृद पडल्यानं त्याचा हात मोडला, तर गीतानं त्याला कुठल्याही डॉक्टरकडे नेलं नाही, मीच त्याला डॉक्टरकडे घेऊन गेले. डॉक्टरनं एक्स-रे काढून पाहिला, तर फ्रॅक्चर झालेलं. हाताला प्लॅस्टर करून तो नव्वद अंशांच्या कोनात गळ्यात बांधून दिला आणि म्हणाले, ''हाड जुळायला एक महिना लागेल.'' सुहृद दवाखान्यातून आल्याबरोबर गीतानं ओढून बॅंडेज, प्लॅस्टर सगळं काढून टाकलं. म्हणाली, ''काहीही झालेलं नाही हाताला. सगळा त्याचाच हूडपणा आहे.''

गीताचं हे सारं क्रूर वागणं मी सहन करी आणि मनातल्या मनात म्हणे, तिला जो क्रूरपणा करायचाय तो तिनं आमच्याशी करावा, सुहृदवर कुठलाही अत्याचार करू नये. सुहृदला सगळं समजे. आमच्याशी गीतानं बरं वागावं, म्हणून सुहृदही गीताची निर्ममता, निष्ठुरता सहन करी. सुहृदचं वय होतं फक्त सहा वर्षं. तोसुद्धा आपली आई आनंदित होईल, अशा गोष्टी बोले, आपल्या आईला खूश ठेवू पाही. आपल्या आईची सहानुभूती मिळवण्यासाठी त्या एवढ्याशा मुलाला अभिनय करावा लागे.

विमान कंपनीच्या नोकरीत विदेश फिरून छोटोदा दहा-पंधरा दिवसांनी परत येई. तो परत आल्याबरोबर गीताच्या सुहृदबद्दलच्या तक्रारी सुरू होत. सुहृद वाईट

आहे, मूर्ख आहे, शाळेतून तक्रारी येतात, तो माझं सांगणं ऐकत नाही, परमाला मारतो, अशा नाना तक्रारी सुरू होत. त्यातल्या बऱ्याचशा खोट्या असत. छोटोदा सुहृदला रागावल्यावर गीताला आनंद वाटे. गीता छोटोदाच्या मांडीत परमाला बसवी- त्यानं परमाचे लाड करावेत, तिचं कौतुक करावं यासाठी. गीता स्वतः परमाचं प्रचंड कौतुक करीत असे. परमा अभ्यासात चांगली, गाणं म्हणण्यात चांगली, नाचण्यात चांगला- सगळ्यातच चांगली. परमाला हे हवं, ते हवं. गीताचं सगळं बोलणं परमाबद्दलच असे. सुहृदवर अत्याचार होताहेत हे छोटोदाच्या लक्षात येई. त्याच्या लक्षात येई खरं; पण गीताला याबद्दल बोलण्याचं धाडस त्याच्यामध्ये नव्हतं. आपण कमावलेले सगळे पैसे तो गीताच्या हातात देई. गीताचा प्रत्येक आदेश पालन करणं, हेच त्याचं काम होतं. गीताच्या त्रासामुळे सुहृद तर भीतीनं दगड होऊन जाई; छोटोदाही तटस्थ राही. गीतानं तिची विमान कंपनीतली रिसेप्शनिस्टची छोटी नोकरी खूप पूर्वीच सोडून दिली होती. ती आता पूर्ण वेळ गृहिणी होती. पण ती गृहिणीचं जीवन जगत नसे, गृहिणीसारखं वागत नसे. तिचं जीवन होतं झगमगाटाचं- ती स्वतः कार चालवी, हवं तिथं जाई, टेनिस खेळायला जाई, स्विमिंग पुलावर पोहायला जाई. एखाद्या स्वावलंबी स्त्रीलासुद्धा जे स्वातंत्र्याचं स्वप्न पाहता येत नसेल, असं स्वातंत्र्य गीता गृहिणी असूनही उपभोगी. गीताचा निर्भयपणा, बेधडकपणा मला आवडे; पण त्याचबरोबर तिची क्रूरता, खलता मला उद्विग्न करी.

आई म्हणे, 'सुहृदला वेड लागलं नाही म्हणजे मिळवली. पोराला स्वाभाविकपणे वाढण्याची संधीच मिळत नाहीय.' आईला असंही वाटे की, हळूहळू जवळ राहिल्यानं कदाचित गीताला सुहृदबद्दल प्रेम वाटायला लागेल. आम्हालाही तसं वाटत होतं; पण सुहृदबद्दल तिच्या मनात प्रेम काही जागं झालं नाही. सुहृदवरच्या तिच्या अत्याचाराचं कारण फक्त एकच होतं, ते म्हणजे तो तिच्यावर प्रेम करीत नसे. प्रेम करीत असे, ते आमच्यावर. आमच्यापासून सुहृदला दूर नेलं, तरी गीता त्याच्या मनातलं आमच्याबद्दलचं प्रेम तिळमात्रही कमी करू शकली नाही; त्यामुळेच ती आणखी संतापे. तिच्या या हिंसकपणामुळे, जिद्दीमुळे, क्षुद्रतेमुळे तिची सारासार विवेकबुद्धी लोप पावून जाई.

कधी कधी असंही होई की आम्ही महिना-महिना सुहृदला भेटायला जात नसू- त्यामागचं कारण एकच- गीता सुहृदशी स्वाभाविकपणे वागावी, त्याच्याशी तिचा संपर्क स्नेहाचा व्हावा, सुहृदला तिनं इतर मुलांप्रमाणे स्वाभाविकपणे वाढू द्यावं, असं आम्हाला वाटे. ईदच्या वेळी जेव्हा छोटोदा बायको आणि मुलांना घेऊन 'अवकाश'मध्ये येई, तेव्हा सुहृदला जणू आपलं जग पुन्हा मिळे. तो पूर्वीसारखा आनंदी होई. खेळे, पळे, गप्पा करी, हसे, रडे. आम्ही सगळे जवळ असल्यामुळेच तो अगदी पूर्वीप्रमाणे वागे. पण गीतासमोर उभा राहिल्यावर तो पुन्हा दगड होऊन

जाई. प्रत्येक ईदच्या वेळी एक गोष्ट नेहमी होई- सुहृद ढाक्याला जायला मुळीच तयार होत नसे. जाण्याची वेळ झाली की, तो लपून राही, भीतीनं थरथर कापे. त्याला जबरदस्तीनं बाहेर ओढून, धरून-मारून गाडीत बसवावं लागे. प्रत्येक वेळी जाण्याच्या प्रसंगी त्याच्या रडण्याच्या आवाजाने 'अवकाश' कापे. सारा मोहल्ला कापे.

गीताला कधीच सुहृदवर प्रेम करता येत नसे. सुहृदही कधीच आपल्या आईवर प्रेम करू शकत नसे.

अनेक दिवस सुहृदहीन 'अवकाशा'त प्राण राहत नसे. काही काळ सुहृदच्या हसण्या-बागडण्यानं जिवंत झालेलं 'अवकाश' जणू प्रेतपुरीसारखं वाटे, स्मशानासारखं वाटे. अनेक दिवस 'अवकाशा'त निःश्वासाचे आवाज ऐकू येत.

◆

तुला करू शकत नाही स्पर्श

रुद्रबरोबरच्या सुंदर सहजीवनाचं जे रम्य स्वप्न मी पाहिलं होतं, त्या स्वप्नाची राख माझ्या सर्वांगाला चिकटून राहिली होती. रुद्रबरोबर जीवन व्यतीत करणं शक्य नाही हे मला समजलं होतं, आम्ही आता एकमेकांकडे पाठ करून उभे आहोत हे मला उमजलं होतं. आता ती सारी राख, धूळ, काजळी धुऊन टाकून स्वच्छ व्हायला हवं हेसुद्धा कळत होतं. तरीही काळ जातच राहिला. दिवस भकास उन्हात भाजत राहिले, जळत राहिले, रात्री अंधारात नागिणीसारख्या फूत्कारत राहिल्या आणि मी स्वतःला घेऊन अंगणातल्या अडगळीसारखी बसून राहिले. या जीवनाला घेऊन नक्की कुठं जावं, कुठं गेल्यावर 'नाही-नाही' म्हणणारा भणाण वारा माझ्या दिशेनं वेड्यासारखा झपाटत येणार नाही, हे काही समजत नव्हतं. जीवन कधी फुलासारखं, तर कधी दगडासारखं वाटे. हे जीवन कधी माझ्या मानेवर येऊन बसलं मला समजलंच नाही. माझी मान, पाठ या जीवनाच्याच भारामुळे वाकून गेली. या जीवनाला मी नीट ओळखत नव्हते, हे जीवन माझंच होतं; पण माझं नव्हतं. यात जे काही पाणी होतं ते मी अनेक वर्षांपासून दुसऱ्याच्या ओंजळीत ओतून दिलं, स्वतःच्या तहानेचा विचार क्षणभरही माझ्या मनात आला नाही. तहान लागल्यावर जेव्हा हात पुढे केला, तेव्हा दिसलं की, जीवन हे जलहीन, शुष्क वाळवंटासारखं पडलेलं आहे. माझ्या घड्यात माझ्यासाठीच काही पाणी शिल्लक उरलेलं नाही. प्रत्येक दिवस पूर्वीसारखाच; तरीही अगदी पूर्वीसारखा नाही. पोस्टमनचा आवाज आल्याबरोबर मी पळत पळत दरवाजाकडे जाई. मी कुणाच्याही कुठल्याची पत्राची वाट पाहत नाही, हे मला ठाऊक होतं. पण पत्रांच्या गठ्ठ्यात पत्र शोधी, एका ओळखीच्या अक्षरांतलं पत्र शोधी, ज्या पत्राच्या शब्दांमधून स्वप्नं उभी राहून पायांत पैंजण बांधून नाचत, ज्या पत्राच्या शब्दांमधून रुपेरी जलधारांचा वर्षाव होई आणि मी त्यात चिंब होई. पूर्वीप्रमाणे त्याचं एकही पत्र मला आता कधीच येणार नाही हे मला ठाऊक असे; पण तरीही मनात लपून बसलेली इच्छा अवखळ बालिकेप्रमाणे धडपडून बाहेर येई. खरं तर ही मी नसे, माझ्यामधली दुसरी कुणी

एका ओळखीच्या हस्ताक्षरातलं पत्र शोधी पाकिटांमध्ये. मी नव्हे, दुसरी कुणी ओळखीच्या हस्ताक्षरातलं पत्र न मिळाल्याने दीर्घ निःश्वास टाकी. रोज पोस्टमननं दिलेली पत्रं हातात घेऊन मी त्या दीर्घ निःश्वासाचा आवाज ऐके- माझा नव्हे, दुसऱ्या कुणाचा. कुठेतरी कोणत्यातरी गुप्त कोठडीत लपून बसलेल्या त्या 'दुसऱ्या कुणी'ला मी दूर हाकलू पाही; पण ते मला जमत नसे. रुद्रचं पत्र आता मला कधीही येणार नाही हे मला ठाऊक असे; पण तरीही मी ते वारंवार विसरून जाई, रोज विसरून जाई की, मला आता त्याचं पत्र येणार नाही. राखेवर वाकून पाही, चुकून एखादं स्वप्न तिच्यामध्ये पडलं आहे की काय...

फेब्रुवारी महिन्यात ढाक्याच्या बांगला ॲकॅडमीच्या प्रांगणात पुस्तकजत्रेत रोज संध्याकाळी फिरता फिरता ओळखीच्या कवी-लेखकांशी भेटी होत, गप्पा होत, एवढंच काय, कुणाकुणाबरोबर चहापान होई, गप्पाही होत पण डोळे शोधीत राहत एक ओळखीचा चेहरा, ओळखीचे डोळ. मी डोळ्यांत तृष्णा घेऊन प्रत्येक वेळी घरी परत येई. अखेर एके दिवशी तो दिसला, माझ्या आतल्या 'मी'ने मला त्याच्या दिशेनं एकेक पाऊल पुढे नेलं. वाटलं, त्याला विचारावं, 'ठीक आहेस ना? ठीक आहेस, तर कसा काय ठीक आहेस? मी तर काही ठीक राहू शकत नाही! तू हा जो आनंद उपभोगतो आहेस, तो कसा काय? मी तर काही आनंद उपभोगू शकत नाही, खूप खूप दिवसांपासून उपभोगू शकत नाही.' एकही शब्द न बोलता मी त्याला पाहिलं... मित्रांच्या गराड्यात असलेल्या रुद्रला एकटक नजरेनं पाहिलं. वाटलं, मित्रांचा तो गराडा भेदून रुद्रच्या समोर जाऊन उभं राहावं, हात धरून त्याला घेऊन यावं, पूर्वीसारखं दोघांनी एकमेकांसोबत पुस्तकजत्रेत फिरावं. त्या इच्छेबरोबर मी खेळू लागले, तिच्या डोळ्यांना काळा रुमाल बांधून दूर पळाले, 'आपण जिंकलो' असा विचार करून मोठ्यांदा हसले. माझं हसणं मला रडण्यासारखं ऐकू आलं. रुद्रचा नवीन कवितासंग्रह प्रकाशित झाला होता. त्याचा आनंद मी केवळ दुरूनच अनुभवला. 'दिये छिले सकल आकाश' (दिलं होतंस सगळं आकाश) हा त्याचा नवा कवितासंग्रह विकत घेऊन जेव्हा मी त्याची स्वाक्षरी घेण्यासाठी त्याच्यापुढे धरला, तेव्हा रुद्रनं काही क्षण थंड नजरेनं माझ्याकडे पाहून पहिल्या पानावर लिहिलं, 'कुणाच्यातरी कुणालातरी.' हो, आता रुद्रसाठी मी 'कुणीतरी' होते. पुस्तक हातात घेऊन दिङमूढ उभ्या राहिलेल्या माझ्यावर इच्छा माकडांसारख्या उड्या मारीत राहिल्या, मला बोचकारीत राहिल्या. 'तू कशी आहेस? कधी आलीस ढाक्यात? किती दिवस राहणार' असं रुद्रनं एकदा तरी मला विचारावं, असं मला किती उत्कटतेनं वाटत होतं, हे रुद्रला जाणवत होतं का? ओळखीचे सगळे जण तर मला हे प्रश्न विचारीत होते. रुद्र काय मला कमी ओळखत होता का? कसा काय तो इतका तटस्थ राहू शकतो? कुणी आपल्या जवळच्या व्यक्तीला इतक्या

लवकर विसरून जाऊ शकतो का? सारे प्रश्न माझ्या इच्छांच्या खांद्यांवर स्वार होऊन पुस्तकजत्रेतून माझ्याबरोबर घरी परतले.

पुस्तकजत्रेच्या शेवटच्या दिवशी रुद्रशी बोलणं झालं. समोरासमोर बसून चहा पिणंही झालं. त्याच्या पायाबद्दल मी विचारलं. आता पूर्वीइतकं अंतरसुद्धा चालता येत नाही असं तो म्हणाला. ''सिगारेट सोडलीस?'' यावर हसून तो म्हणाला, ''ती काही सोडता येणार नाही.'' आणखी काही सोडलंस की नाही हे विचारलं नाही. इतर व्यसनंही सोडता येणार नाहीत हे उत्तर ऐकायची मला भीती वाटत होती. रुद्र बराच वेळ माझ्या डोळ्यांकडे पाहत राहिला. मग जड आवाजात म्हणाला, ''चल, झिनाईदहला चल, उद्या सकाळी!'' मी जाणार की नाही. माझी जायची इच्छा आहे की नाही असं काहीही विचारलं नाही त्यानं. जणू त्याचा माझ्यावर हक्क होता. त्या हक्काने तो म्हणतोय! जणू मी येणार हे रुद्रला ठाऊकच होतं. एकदा स्पर्श केल्यावर रडू लागेल अजाण बालिका. दुसऱ्या दिवशी माझं मयमनसिंहला परत जायचं ठरलं होतं आणि अचानक हा झिनाईदहला जाण्याचा प्रस्ताव! झिनाईदहला कविसंमेलन होतं, तिथं आणखीही काही कवी येणार होते. गेल्या वेळी, रुद्रचे आणि माझे संबंध तुटण्याच्या बेतात होते, तेव्हा आम्ही दोघं कॉक्सबझारला गेलो होतो. समुद्राच्या पाण्यात स्नान करून, तीरावरच्या वाळूत बसून कवितावाचन केलं होतं. कवी महादेव साहा आणि नासिर अहमद आमच्याबरोबर होते. किती छान वेळ गेला होता आमचा! मी झिनाईदहला जायचं ठरवलं. हे जाणं कुठल्याही उत्सवात सामील होण्यासाठी नव्हतं, तर केवळ रुद्रच्या सहवासासाठी होतं. त्याच्याशी माझा तलाक झाला होता, आम्ही आता पती-पत्नी नव्हतो; पण या जगात माझं सर्वांत जवळचं माणूस कोण होतं रुद्रशिवाय? कोण होता माझा स्नेही? एक संपूर्ण वर्ष केवळ एका रुद्रलाच मी आपलं केलं होतं, त्यालाच माझं जग मानलं होतं. रुद्रनं मला दुःख दिलं होतं खरं; पण त्याच्यावर माझं प्रेम होतं ही गोष्ट काही मी नाकारू शकत नाही. झिनाईदहला जाण्यासाठी बांगला ॲकॅडमीतून बस सुटली. मार्गात आम्ही दोघांनीही आमच्या वेगवेगळ्या जीवनांमध्ये दरम्यानच्या काळात झालेल्या सगळ्या लहान-मोठ्या घटना-दुर्घटना सांगितल्या. एकच गोष्ट फक्त मी लपवून ठेवली- ती म्हणजे मला झालेल्या त्रासांची, कष्टांची. रोदहीन (उन्हाशिवायच्या) शीतार्त प्रभातवेळा मला कशा थिजवून बर्फ करून टाकतात, हे मी सांगितलं नाही. रुद्रनं अचानक विचारलं, ''कविता ऐकणार?'' प्रिय व्यक्तीच्या कविता मी कशा बरं ऐकणार नाही? बसमध्ये माझ्याशेजारी बसल्या बसल्या रुद्र कविता वाचू लागला-

'दूर आहेस दूर'
तुला करू शकत नाही स्पर्श, तुझ्यातल्या तुला-

उबदार देहातून तुझ्या मिळवलं मी सुख,
एकमेकांना खोदून खोदून शोधली शांती
तुझ्यातल्या तुला मी स्पर्श करू शकत नाही.

ज्याप्रमाणे शिंपला उघडून मोती शोधतात लोक,
मला उघडल्यानेच तुला मिळाला रोग,
मिळाली किनारे नसलेली आगीची नदी.

शरीराच्या तीव्रतम गहन उल्हासात
तुझ्या डोळ्यांची भाषा वाचली मी विस्मयाने-
तुझ्यातल्या तुला मी स्पर्श करू शकत नाही.

जीवनाच्या पार ठेवलेला विश्वासाचा हात
कधी शिथिल होऊन झरून पडली लता.
कधी हृदय टाकून, हृदयाला स्पर्श करून
बसून आहे उदासीन आनंदमेळ्यात-

तुला करू शकत नाही स्पर्श, माझ्यातल्या तुला
संतप्त ससाण्याने जणू निळी पार्श्वभूमी
उद्‌ध्वस्त करून टाकली आहे शान्त आकाशाची
मुसळधार वृष्टीत मी भिजवलं आहे हृदय.

तुझ्यातल्या तुला आज मी स्पर्श करू शकत नाही.

बसच्या खिडकीतून मी बराच वेळ बाहेरच्या गुलमोहराच्या झाडांच्या लाल रंगाकडे पाहत राहिले. उदासीन मला उन्हाच्या झळा वारंवार स्पर्श करीत होत्या. रुद्र मला त्याच्या कवितालेखनाबद्दल सांगत होता- अलीकडे त्याचं कवितालेखन खूप जोरात चालू होतं. त्याने अनेक राजकीय कविता लिहिल्या होत्या, एक काव्य-नाटकही लिहिलं होतं. वही बाहेर काढून त्यानं नवीन लिहिलेल्या कविता मला वाचायला दिल्या- अर्थात माझ्या विनंतीवरूनच दिल्या. माझ्या लक्षात आलं की, 'तळपट होवो', 'विध्वंस होवो' प्रकारच्या कवितांपेक्षा अनुभवांच्या कविता वेगळ्या प्रकारच्या, वेगळ्या शैलीतल्या होत्या. नवीन शैली तयार होण्यासाठी थोडा काळ

लागतो; पण रुद्र जुन्या शैलीचा पिंजरा तोडून बाहेर आला आहे, हे जाणवल्यानं मला खूप बरं वाटलं. त्याच्या नव्या शैलीनं मला हळूहळू एका स्निग्ध, मनोरम जगतामध्ये नेलं. या जगातला रुद्र अधिक आंतरिक, अधिक गंभीर होता.

झिनाईदहच्या कविसंमेलनात आम्ही आपापल्या कविता वाचल्या- असत्याच्या विरुद्ध, विषमतेच्या विरुद्ध, स्वैराचार, अनाचार, अत्याचार यांच्या विरुद्ध असलेल्या विद्रोही कविता, संग्रामी कविता. जो कवी सरकारची जितकी निंदा करी, तितकी त्याला वाहवा मिळे, टाळ्या मिळत. अलीकडे असं काहीतरी झालं होतं की, व्यक्तिगत सुखदुःखाच्या कविता जे लिहीत, त्यांना सचेतन व्यक्ती मानलं जात नसे. रुद्रच्या बाबतीतही मी पाहिलं की, आपल्या राजकीय कवितांचा त्याला जितका अभिमान होता, तितका इतर, व्यक्तिगत अनुभवाच्या कवितांबद्दल नव्हता. देशामध्ये इतकं अराजक माजलेलं असताना व्यक्तिगत क्षुद्रतेमधून बाहेर येऊन विशाल आकाशाखाली माणसांना एकत्र करायचं असतं, त्यांची एकजूट घडवायची असते, संमीलित स्वप्नांचं गीत गायचं असतं. कवी हे कोणी समाजाबाहेरचे प्राणी नसतात, रुग्ण समाजाला निरोगी बनवण्याची जबाबदारी कवींचीही असते. कविता हा बांगलादेशात खूप लोकप्रिय वाङ्मयप्रकार आहे. काव्यवाचनाच्या कार्यक्रमांना शेकडो लोक गर्दी करतात. लोकांना विद्रोहासाठी, संग्रामासाठी प्रेरणा देण्याची जबाबदारी इथं कवींनी घेतली आहे. तशी ती रुद्रनंही घेतलेली आहे. स्वैराचारी शासकांविरुद्ध काही ज्वलंत कविता वाचून त्यानं श्रोत्यांना जिंकलं. ज्याचा आवाज इतका प्रभावी आहे, केवळ शब्दांच्या साहाय्यानं ज्वलंत ज्वालामुखी तयार करण्याची ज्याची क्षमता आहे, त्याला शीतलता किती घट्टपणे आवृत्त करून राहिली आहे! मंचावरून उतरून, हळूहळू, थांबत-थांबत चालत असल्यानं रुद्र सगळ्यांच्या खूप मागे पडला. सगळे जण कुठंतरी चालले होते. थोडं अंतर चालल्याबरोबर पायाच्या वेदनेनं त्याला वारंवार थांबायला भाग पाडल्यावर मी माझा खांदा त्याच्यापुढे केला- त्यानं माझ्या खांद्याचा आधार घ्यावा, म्हणून. रुद्र खूप असहाय दिसत होता. वाटत होतं, त्याचं आजारपण मला एका फुंकरीने दूर करता यावं. वाटतं होतं, दोघांनी एकमेकांचे हात धरून वेगानं सर्वांच्या पुढे पळत जावं! माझ्या इच्छा पुढे जाणाऱ्यांच्या पायाखाली तुडवल्या जात राहिल्या. झिनाईदहच्या सांस्कृतिक संघटनेच्या अध्यक्षांच्या घरी तेव्हा कवी असद चौधुरी अनेक रसिकांसह चर्चा करायला बसले होते. चर्चेचा विषय आजकाल एकच असे- इर्शाद. इर्शादला कसं काय पदच्युत करता येईल! राजकीय पक्षांचं इर्शादविरोधी आंदोलन योग्य दिशेनं चाललं आहे की नाही, हसीना आणि खालिदा यांची कुठं काही चूक झाली किंवा कसं याचं सूक्ष्म विश्लेषण. त्या चर्चांत भाग घेण्यामध्ये रुद्रला खूप उत्साह होता. मला उत्साह असला, तरी चर्चेत भाग घेणं मला शक्य नाही याची जाण मला होती. माझ्या तोंडी राजकारणातले

अवघड-अवघड शब्द खूप कमी येतात. विश्लेषणातही मी खूप कच्ची आहे. आर्थिक-सामाजिक या शब्दांचा अर्थ समजायलाच मला खूप दिवस लागले. मला जी गोष्ट अगदी सहजपणे समजते ती म्हणजे, एक निरोगी आणि सुंदर असं वातावरण तयार करायचं झालं, तर सगळ्यांसाठी अन्न-वस्त्र-निवारा, सगळ्यांसाठी शिक्षण आणि आरोग्य सुविधा उपलब्ध करून देणं उचित. अंधश्रद्धा, पुराणमतवाद, हिंस्रता, नृशंसता यांच्यामधून समाजाला मुक्त करणं उचित. ही उचित कार्यं करण्यासाठी जागरूक आणि प्रामाणिक नेतृत्वाची गरज आहे. पण असं नेतृत्व देणं कुणाला शक्य आहे? कुणी म्हणे हसीना, कुणी म्हणे खालिदा. प्रत्येक जण आपल्या मताचं समर्थन करण्यासाठी बराच युक्तिवाद करी, नाना प्रकारची कारणं देई. पण आशादायक गोष्ट हीच होती की, हसीना आणि खालिदा या दोघींनी एकत्र येऊन इर्शादविरोधी आंदोलन सुरू केलं होतं. एरवी दोघी एकमेकींची तोंडं पाहत नसत, एकमेकींना शिव्या देत असत. हेच पाहण्याची आम्हाला सवय झाली होती. पण आता एकमेकींना शिव्या देणं विसरून त्या देशाच्या हितासाठी एकत्र आल्या होत्या. अर्थात या एकत्र येण्यामागे त्यांच्या स्वतःपेक्षा देशातल्या विचारवंतांचा हात अधिक होता. लोकशाहीच्या बाजूच्या विचारवंतांनी या दोन नेत्रींना एकत्र येण्यासाठी आवश्यक तो सल्ला आणि प्रेरणा दिली. कुणी कष्ट भोगतोय, कुणी चैन करतोय, कुणाकडे काहीच नाही, तर कुणाकडे अपार आहे- हे सारं पाहता पाहता सगळ्याची सवय झाली असली, तरी माझ्या डोळ्यांसमोर एक स्वप्न दिसे- अन्याय आणि विषमताहीन अशा समाजाचं स्वप्न. आयुष्यभर जीवनाचा भरवसा- केवळ काही निवडक माणसांसाठी नव्हे, तर सर्वांसाठी. झिनाईदहमध्ये रात्र चढत राहिली आशा-निराशेत, स्वप्नांत-दुःस्वप्नांत.

ढाक्याच्या मार्गावर दोघं जेव्हा कवितांच्या गप्पांमध्ये बुडून गेलो होतो, कवितांच्या ओळी एकमेकांना ऐकवत होतो, तेव्हा रुद्र त्यानं खूप पूर्वी लिहिलेली एक कविता तोंडपाठ म्हणून दाखवू लागला. त्याला वाटत होतं, त्याचा वेळ, त्याचे क्षण खरोखर सडत चालले आहेत.

'काढून घ्या हा सगळा पोशाख माझा- कृत्रिमता
मांसावरची ही त्वचा, हे सौंदर्याचं पुडकं
काढून घ्या दिवसाच्या शरीरावरून उन्हाची भूमिका.
वितळलेल्या डांबरासारखे वितळताहेत क्षण, समय
वितळत चालले आहेत नारी आणि शिशूंचे बोध, जाणिवा,
माणसाचा मूलभूत विश्वास, सडत चाललं आहे प्रेम-
मी परत आणू शकत नाही संस्कृतीचं सततचं नुकसान,

आत्मप्रेमाचा चिखल, पाण्यात वाहत चाललेला पुष्पांचा संसार
शिशूंची साथ, मी परतवू शकत नाही महामारी,
भ्रूणहत्या, अंधारातले खुन्यांचे हात,
क्षमाहीन अक्षमता गोठून गोठून पहाड झाली आहे,
पहाडाच्या पायथ्याशी सोनेरी रंगाचं आलस्याचं पीक,
आणि काही पळून आलेले, पराजित, विवर्ण राक्षस.
तुकडे तुकडे करून फेकून द्या ही माझी चेतना
विश्वासाचं स्थविर शरीर चाबूक मारून रक्तबंबाळ करा,
भुकेल्या सिंहाच्या तोंडात द्या माझा आत्मा.
माणसाचा मुखवटा मी काढू शकत नाही,
फक्त जळून जाऊ शकतो, जळून जातो, जाळतो सुगंध,
रात्रीचा अग्नी आणून निवेदित सकाळ जाळतो...'

रात्री जेव्हा पाहुण्यांच्या झोपण्याची व्यवस्था केली जात होती, तेव्हा माझ्यासाठी आणि रुद्रसाठी अलग-अलग अशा दोन वेगळ्या खोल्यांची व्यवस्था करण्यात आली. कारण पाहुण्यांपैकी एकानं आयोजकांना आमच्या घटस्फोटाबद्दल सांगितलं होतं. रुद्रनं आणि मी अलग-अलग खोल्यांचा प्रस्ताव नाकारला आणि आम्ही एका बिछान्यात झोपलो. खूप-खूप दिवसांनंतर रुद्रनं मला स्पर्श करून आनंदित केलं. खूप खूप दिवसांनंतर रुद्रनं माझी चुंबनं घेतली. खूप-खूप दिवसांनंतर दोघांची शरीरं एका बिंदूपाशी येऊन एक झाली, एकमेकांत मिसळून गेली. रुद्र हा कुणीतरी परपुरुष आहे, असं मला एकदाही वाटलं नाही. आमचं आता एकमेकांशी काहीही नातं नाही, आमची एकमेकांशी मैत्री नाही, असंही वाटलं नाही. दुसऱ्या दिवशी सकाळी लोक आम्हा दोघांकडे विचित्र नजरेनं पाहत राहिले. रुद्रची गोष्ट सोडून द्या, मला एका परपुरुषाबरोबर एका खोलीत झोपताना काहीच कसं वाटलं नाही असा भाव त्यांच्या नजरांमध्ये होता. मला मात्र त्यात काही द्विधा वाटली नाही. ज्या अपराधीपणाचा विचार इतर जण करीत होते, तसा अपराधीपणा मला तिळमात्रही वाटला नाही. कागदोपत्री मी रुद्रशी घटस्फोट घेतला होता खरा, तरीही मला जो पुरुष माझ्या सर्वांत जवळचा वाटत असे, तो म्हणजे रुद्र. यात अगदी तिळमात्रही कृत्रिमता नाही, तिळमात्रही खोटेपणा नाही. माझं प्रेम फक्त रुद्रवरच होतं, भले त्याच्याविरुद्ध माझ्या कितीही तक्रारी असोत. ही प्रेमभावना मी मनात खूप लपवून ठेवी. ही भावनाच माझा हात रुद्रच्या उष्ण, कृश हातावर नेऊन ठेवी. ही भावनाच एकांतात बसून राही, रुद्रबरोबर संसार करण्याची कल्पना करीत नसे, भविष्याबद्दल मुळीच विचार करीत नसे.

एकेक पाऊल टाकीत एक वेदना आमच्याकडे येत होती, हे मला स्पष्ट दिसत होतं. विषण्णतासुद्धा येत होती मळभासारखी. वेदनेला 'नीघ इथून' म्हणून हातानं दूर सारून रुद्र शिमुल नावाच्या एका मुलीबद्दल सांगू लागला. त्या मुलीला त्यानं गेल्याच वर्षी पुस्तकजत्रेत पहिल्यांदा पाहिलं होतं. तिच्यावर त्यानं अनेक कविता लिहिल्या होत्या.

"कशा प्रकारच्या कविता?"

"मलाही वाटतं वैशाखातल्या वादळी संध्याकाळी
दुसऱ्या कुणा तरुणीचा हात धरून दूर हरवून जावं,
वृष्टी आणि वाऱ्यात उघडावे दोन पंखांचे स्वप्न.
मलाही वाटतं उमलवावीत असंख्य शिमुल फुलं."

- "त्यानंतर?"

"दुपारच्या उन्हात रापलेल्या हनुवटीवरच्या उदासीन तिळाला
स्पर्श करावासा वाटतो प्रेमाला, स्पर्श करावासा वाटतो
निळ्या डोळ्यांना, चंद्रासारख्या शरीराला,
बोटांमध्ये जपाव्याशा वाटतात त्या स्पर्शाच्या नाजूक आठवणी,
स्वप्नाच्या कपाळावर आलेले केस दूर सारावेसे वाटतात..."

- "आणखी काय वाटतं?"

"वाटतं शहराच्या नियंत्रित रस्त्यावरून
सगळे निषेध, मनाया फेकून देऊन
रस्त्यांच्या मधून चालावं...
मलाही वाटतं रडावं."

"या तर सुखाच्या, आनंदाच्या गोष्टी आहेत. यात रडण्यासारखं काय आहे? तू का बरं रडणार?"

रुद्र हसून म्हणाला, "आणखी ऐकवणार नाही."

मीही बोलता बोलता हसले, म्हणाले, "नको ऐकपूस!"

"मलाही वाटतं मोकळे करावेत हातकड्या घातलेले हात
कारस्थानाच्या दुष्ट हृदयाचा चावा घ्यावा
मलाही वाटतं
तुकडेतुकडे करून टाकावं तुझं शरीर."

"छी, छी! असं कसायासारखं का बरं बोलतोस? कुणाच्या शरीराचे तुकडे तुकडे करावेसे वाटतात तुला?" माझी तिरपी नजर मुरडलेल्या ओठांवर आली-न-आली तोच रुद्र म्हणाला,

"मी शिमुलवर लिहिलेल्या दृश्यकविता वाचल्यास?

“मला तुझं नाव ठाऊक नाही,
पाहिल्यावर तुला ओळखतो.
आता मी कुठे जाऊन शोधू तुला?
शोधत कुठे जाऊ?

सिरॅमिकची झाडंझुडपं
आणि विटांच्या जंगलात
कुठे मी शोधणार तुला?

कुठे आहे तुझी सौम्य सकाळ, शांत दुपार?
कुठे आहे तुझी बोलकी दुपार, एकाकी रात्र?
शोधू कुठे-पाचोळ्याने सजवलेलं गवत
संध्याकाळी? कुठे शोधू?”

त्याच्या शिमुलवरच्या सगळ्या 'दृश्यकविता' ऐकल्यावर मी म्हणाले, “खूप शोधलंस! दृश्यकविता दोनमध्ये तुझी झोपसुद्धा त्या मुलीला शोधायला गेली होती, हे तुला सकाळी समजलं! दृश्यकविता तीनमध्येसुद्धा तू तिला शोधीत फिरतोस. नदी पार करतोस, सागर पार करतोस, मोठमोठी मैदानं पार करतोस, पहाड-पर्वत-रानं-जंगलं सगळीकडे शोधतोस, एवढंच काय, आकाशातही शोधतोस, इतकं शोधून-शोधून अखेर सापडली का ती?”

रुद्रच्या चेहऱ्यावर निर्मळ हसू. म्हणाला, त्याला ती सापडली. शिमुल. (शिमुल म्हणजे सावरी, कापसाची एक जात. मुलीचे नाव बंगालमध्ये शिमुल ठेवण्याची प्रथा आहे.) शिमुल पहिल्या भेटीत थोडीशीच खुलली म्हणे. स्वतःला जास्त व्यक्त करण्याची तिची इच्छा नव्हती. यावर रुद्रनं शिमुलला लिहिलं,

'जत्रेत फक्त थोडंसंच बोलणं
थोडंसंच मिळणंमिसळणं
थोडंसंच का बरं?
थोडंसंच का बरं?
व्यक्त करू शकतेस तुझं हृदय संपूर्णपणे
देवदारू कुंतल मोकळे सोडू शकतेस
भुवईजवळच्या तिळाची हिरवी स्मृती
स्वप्न आणि उद्या आणि तुझी

सर्वांत गुप्त अशी लज्जाही करू शकतेस मुक्त
उठवून देऊ शकतेस तुझ्या स्मृतीचा फॉसिल
उडवून दे दुपारी तुझा शेवरीचा कापूस
मेघांच्या खोप्यात मुखर संध्याकाळ उडवून दे
उडवून दे पुलाखालच्या स्वच्छ पाण्यात
स्वप्नं लिहिलेला हिरवा कागद.
या वैशाखात हात वर करून माग वादळाचा झपाटा
भिजल्या मातीच्या गंधात बुडवून पायाची बोटं
या वैशाखात हात पसरून माग जीवनात बदल.'

अचानक काय झालं कोणास ठाऊक, डोळ्यांत पाणी आलं का? खिडकीकडे पाहत मी पाणावलेले डोळे लपवले. खुल्या खिडकीतून वाऱ्याने धूळ उडत जणू डोळ्यात गेली होती, असं दाखवीत मी डोळे पुसले. मला काही वेदना झाल्या आहेत, हे मी रुद्रला समजू दिलं नाही. मला तर कुठल्याच वेदना व्हायला नको होत्या. का बरं वेदना होणार? रुद्रचं आणि माझं जीवन आता वेगळं झालं होतं, अलग झालं होतं. आता तो दुसऱ्या तरुणीच्या प्रेमात पडूही शकत होता, तिच्याशी लग्न करूही शकत होता.

जणू रुद्रच्या या नव्या प्रेमप्रकरणामुळे मला आनंद झाला आहे, अशा सुरात मी हसून म्हणाले, "ती मुलगी जीवनात बदल करायला राजी आहे?"

रुद्र म्हणाला, "हो, शिमुल माझ्याशी लग्न करायला तयार आहे; पण काही दिवस वाट पाहा असं म्हणालीय."

'दोघं मिळून खूप फिरता?"

"हो, फिरतो."

"शिमुल दिसायला कशी आहे?"

"वयानं लहान आहे. दिसायला सुंदर आहे."

"वा!"

"वा काय?"

"खूप छान, चांगलं!"

रुद्रचे डोळे चमकत होते. त्याच्या दोन्ही डोळ्यांत स्वप्नं तरळत होती.

"तिचं चुंबन घेतलंस?"

"घेतलंय."

"झोपलास तिच्याबरोबर?"

"ती म्हणाली होती, माझ्याबरोबर झोपायची तिची इच्छा आहे म्हणून; पण

मीच नको म्हणालो.''

''तू चक्क 'नको' म्हणालास? म्हणतोस काय! कारण काय?''

''म्हणालो, 'लग्नाआधी नको' म्हणून.''

''तिला खरोखर तुझ्याबरोबर झोपायचं होतं?''

''हो. खरोखर.''

हे ऐकून मी अवाक् झाले. एक बंगाली मुलगी लग्नाआधी आपल्या प्रेमिकाबरोबर झोपण्याची इच्छा प्रकट करते- असं कधी ऐकलं नव्हतं मी.

''नंतर?''

''नंतर काय?''

''शिमुलवर खरोखर प्रेम करतोस?''

रुद्रनं माझ्या डोळ्यांत पाहिलं. त्याच्या डोळ्यांत जणू शिमुलच्या असंख्य प्रतिमा. मग नजर वळवून, खिडकीबाहेर गुलमोहराच्या वृक्षांमध्ये जणू शिमुल शोधीत असल्याप्रमाणे पाहत म्हणाला, ''हो; तिच्यावर मी प्रेम करतो. पण असं का विचारलंस?''

मी खिडकीबाहेरच्या, कापणी झालेल्या शेताकडे पाहत म्हणाले, ''काही नाही, असंच!'' रुद्र अचानक मला खूप दूरचा कुणीतरी माणूस वाटू लागला. तो माझा मित्र; पण जवळचा कुणी मित्र नव्हता. तो आता जणू पूर्वीइतका घनिष्ठ वाटत नव्हता.

खूप रात्री ढाक्याला पोचल्यावर उरलेली रात्र काढण्यासाठी रुद्र मला त्याच्या घरी घेऊन गेला. इंदिरा रोडवरच त्यानं एक नवीन घर भाड्यानं घेतलं होतं. रुद्रच्या मागे जात मी दुसऱ्या मजल्यावरच्या त्याच्या खोलीत गेले. अनोळखी खोली, अनोळखी प्रकारानं लावली होती, वेगळ्या प्रकारे सजवली होती; पण आमचा तोच पूर्वीचा बिछाना होता, बिछान्यावर तीच पूर्वीची चादर होती, तीच पूर्वीची निळी मच्छरदाणी होती. सगळं ओळखीचं; पण का कोण जाणे, कुठंतरी खूप अनोळखी असं. उरलेली रात्र मी झोपलेल्या रुद्रशेजारी जागी राहून काढली. रुद्रशी शारीरिक संपर्क अनेक जणींचा होता; पण त्यांच्यापैकी कुणाशीही त्याचा मानसिक संपर्क झाला नाही. तो नेहमी म्हणे की, त्यांच्यापैकी कुणावरही त्याचं प्रेम नाही. आता मात्र तो किती सहजपणे, द्विधा न करता म्हणत होता की शिमुलवर त्याचं प्रेम आहे; किती सहजपणे त्याच्या प्रेमाची कहाणी तो मला सांगत होता! अंधार-प्रकाशात झाकून राहिलेल्या त्या खोलीला मी पुन्हा एकदा पाहिल- इथं नक्कीच शिमुल येऊन बसते, तिच्या डोळ्यांमध्ये रुद्र प्रेमभरल्या डोळ्यांनी पाहतो.

सकाळ झाल्यावर झोपलेल्या रुद्रच्या उशाशी बसून मी त्याच्या कपाळाची दोन चुंबनं घेतली. त्याच्या केसांमधून हात फिरवून म्हणाले, ''नीट राहा.'' रुद्रनं जागं

होऊन होकारार्थी मान हलवली. तो नीट राहील. मला म्हणाला, ''तूही नीट राहा.'' रुद्रला बिछान्यावरच सोडून 'निघते मी' म्हणून मी बाहेर पडले. माझं तर जाण्याचंच ठरलं होतं.

रस्त्यावर आल्यावर रिक्षा शोधीत चालत राहिले. पहाटेची थंड हवा मला स्पर्श करीत होती; पण मनात मात्र वैशाखातलं धुळीचं काळं वादळ आतलं सगळं काही उलटंपालटं करीत होतं, जे माझं होतं, ते सारं तोडून-फोडून टाकीत होतं, मला कंगाल करून टाकीत होतं. का कुणास ठाऊक; मला खूप एकटं वाटत होतं, खूप खूप एकटं वाटत होतं. रस्त्यात एकही माणूस नव्हतं, फक्त मीच एकटी कुठंतरी चालत निघाले होते, कुठं चालले होते ते मलाच ठाऊक नव्हतं. फक्त चालत होते- माझ्यामागे धावत येत होत्या आठवणी- झुंडीच्या झुंडी आठवणी. मयमनसिंहचे ते दिवस पळत येत होते, कॉलेज कँपस, कँटीन, प्रेस क्लब, बोटॅनिकल गार्डनमधले ते सगळे दिवस, त्या तीव्र, उत्कट प्रेमाचे दिवस. त्यांच्या आठवणी. प्रेमाच्या धाग्यात बांधलेली ती स्वप्नं! आठवणींनी मला मागून असं काही घट्ट धरलं, की मला स्वतःला त्यांच्या मिठीतून सोडवून घेता येईना, खूप प्रयत्न केले पण व्यर्थ! ऑक्टोपसप्रमाणे स्मृतींच्या हातांनी माझा गळा दाबून धरला, मला श्वास घ्यायला त्रास होऊ लागला.

◆

पारलौकिक गाजर

जनरल इर्शादनी देशातील 'इर्शाद हटाओ' आंदोलनाच्या दबावामुळे बांगलादेशातील जनतेला एक पारलौकिक गाजर दाखवलं. राज्यघटनेत त्यांनी अचानकच एक नवीन गोष्ट घुसडली- त्या गोष्टीचं नाव : 'राष्ट्रीय धर्म'. आतापासून या देशाचा राष्ट्रीय धर्म इस्लाम असेल असं त्यांनी जाहीर केलं. 'इस्लाम हा राष्ट्रीय धर्म केलाच पाहिजे' अशी कुणी मागणी केली होती का? नाही, कुणीही अशी मागणी केली नव्हती. देशात मुसलमानांना आपला धर्म पालन करण्यात काही अडचण येत होती का? की इस्लाम हा राष्ट्रधर्म केल्याशिवाय त्यांना धर्मपालन करता येत नव्हतं? तसंही काही नव्हतं. सगळं ठीकठाक चाललं होतं, चांगलं चाललं होतं. मुसलमान आनंदातच होते. मशिदी-मदरसे बांधून बांधून देशाचे बारा वाजवलेच होते. ठिकठिकाणी, इथे-तिथे लोकांना फसवणारे पीर उगवले होते, आता खुद्द इर्शादच धर्माचा ढोल बडवीत मैदानात उतरले. नाचऱ्या म्हाताऱ्यांना नादी लावण्यासाठी हा उद्योग! राष्ट्राला काय एखाद्या धर्माची गरज असते का? व्यक्तीला धर्माची गरज असते; पण राष्ट्र म्हणजे काय कुणी व्यक्ती असते का? राष्ट्र हे तर सर्व धर्मांच्या, सर्व संस्कृतींच्या, सर्व भाषांच्या माणसांना संरक्षण देण्यासाठी असतं. राष्ट्र जर निरपेक्ष राहिलं नाही, राष्ट्रानं जर अनेक संप्रदायांपैकी एका विशिष्ट संप्रदायाची बाजू घेतली, तर त्या राष्ट्राच्या नागरिकांमध्ये फूट पडणारच; एकी राहणार नाहीच, हे अटळच आहे. बिगरमुस्लिम नागरिकांना या देशात संरक्षणाअभावी त्रास सहन करावा लागणार, हेही अटळच आहे. सुसंस्कृतपणाकडे जायचं असेल तर जे पहिलं पाऊल राष्ट्रानं टाकायला हवं, ते म्हणजे राष्ट्राला धर्मापासून अलग करणं. सुसंस्कृत देशांमध्ये हेच झालं आहे. ज्या युगात धर्म हाच राष्ट्राचा मूलमंत्र होता, त्या युगाला म्हटलं जातं अंधार युग. अंधार युगात लक्ष-लक्ष माणसांना जाळून मारलं जाई. अंधार युगात माणसाला अभिव्यक्तिस्वातंत्र्य असं मुळीच नव्हतं. हा देश हळूहळू अंधाराच्या तळ नसलेल्या खड्ड्यात चालला आहे, अशी मला शंका वाटू लागली. मला शंका वाटू लागली की, धर्म नावाच्या व्याधीचा जो जिवाणू सोडण्यात आला

आहे, त्यामुळे देशातील लोक मोठ्या प्रमाणात रुग्ण होत आहेत, पिसाट होत आहेत. स्वतःची खुर्ची वाचवण्यासाठी इर्शादनी नाना प्रकारच्या धूर्तपणाच्या कारवाया केल्या. संसद बरखास्त करून निवडणुका जाहीर केल्या. कुठल्याही मोठ्या पक्षानं निवडणुकीत भाग न घेतल्यानं काही छोटे पक्ष आणि काही अपक्ष उमेदवार यांच्या साहाय्यानंच त्यांनी निवडणुकीचा खेळ पुरा केला. त्यांचं सत्तेत राहणं हे मुळीच अवैध नाही, हे त्यांनी खेळात जिंकून दाखवू पाहिलं. पण त्यांचं हे नाटक जाणकारांच्या लक्षात आलं. कुणालाही त्यांचं हे वागणं मान्य झालं नाही, पटलं नाही. खुर्चीचा लोभ हा असा लोभ होता की, आंदोलनाच्या भूकंपामुळे जेव्हा त्यांची खुर्ची डळमळू लागली, तेव्हा बुडत्यानं काडीचा आधार घ्यावा, तसा त्यांनी राष्ट्रीय धर्माचा आधार घेतला. जनतेच्या नाकासमोर पारलौकिक गाजर धरलं. आता धर्मभीरू पक्ष कुठं जाणार! विरोधी पक्षांनी आघाडी केली, विविध प्रकारच्या सांस्कृतिक संघटनांनीसुद्धा शहरांत-गावांत अशा सगळीकडे आघाड्या केल्या, एकजूट स्थापन केली. इर्शादविरोधी राजकीय पक्षांची आघाडी राष्ट्रीय धर्माच्या मुद्द्यावर फारसं काही बोलत नव्हती; कारण 'इस्लाम जर कुठं येऊन बसला, तर ते अवैध आहे, त्याला राज्यघटनेतून डच्चू द्या' असं म्हणण्याची छाती काही फार जणांची नसते. राज्यघटनेतल्या या आठव्या दुरुस्तीला समाजवादावर विश्वास असलेल्या राजकीय आणि अराजकीय पक्षांनी विरोध केला. हाताच्या बोटांवर मोजता येतील, इतक्या काही साहित्यिकांनी या मुद्द्यावर लिहिलं, एवढंच. यापेक्षा अधिक कुणी आवाज उठवला नाही.

१९७१ मध्ये बंगाली मुसलमानांनी अत्याचारी अबंगाली मुसलमान राज्यकर्त्यांविरुद्ध युद्ध करून दाखवून दिलं होतं की, केवळ मुसलमान असल्यानंच काही एकत्र राहता येत नाही. १९७१ मध्ये बंगाल्यांनी दाखवून दिलं की, द्विराष्ट्रतत्त्वाच्या, धर्माच्या पायावर भारताची फाळणी करण्याचा निर्णय हा पूर्णपणे चुकीचा होता. १९७१ च्या बांगलादेश स्वातंत्र्य चळवळीत उडी घेतलेल्या बंगाल्यांचं स्वप्न होतं, अबंगाली मुसलमानांना पालवून देऊन बंगाली भाषा आणि संस्कृतीवर प्रेम करणाऱ्यांचा बांगला नावाचा देश तयार करणं. प्रदीर्घ अशा नऊ महिने चाललेल्या रक्तरंजित युद्धानंतर बांगलादेश हा स्वतंत्र देश म्हणून जन्माला आला. शेख मुजीबुर रहमान यांनी देश चालवायला सुरुवात केली. त्यांच्या अनेक चुका असू शकतील, नेते म्हणून अतिशय लोकप्रिय असूनही राज्यकारभार करण्यात त्यांचा हात कच्चा असू शकेल; पण त्यांनी एक मजबूत अशी राज्यघटना तयार केली होती. त्या राज्यघटनेत बंगाली राष्ट्रवाद आणि समाजवादासहित धर्मनिरपेक्षतेचाही समावेश होता. आता कुठं होती ही धर्मनिरपेक्षता! कुठून कोण एक मेजर झिया आला, त्यानं खुर्ची बळकावली आणि धर्मनिरपेक्षतेला मानेला धरून राज्यघटनेतून

हाकलून दिलं. झियाच्या पावलावर पाऊल ठेवून आणखीही एका लष्करप्रमुखानं दुरुस्ती करण्याच्या नावानं राज्यघटनेत आणखी एक काळसर्प घुसडून देऊन एक मोठी चूक केली. हाय रे नशीब! देशाच्या नशिबात हेच होतं का? 'बांगलादेशचे हिंदू, बांगलादेशचे बौद्ध, बांगलादेशचे ख्रिश्चन,बांगलादेशचे मुसलमान- आम्ही सगळे बंगाली!' हे गीत गाण्याजोगा देशात एकही मंच शिल्लक राहिला नाही! ७ जून १९८८ या दिवसानं बांगलादेशच्या इतिहासाला काळं फासलं. एक चांगला धर्मनिरपेक्ष समाज तयार करण्याच्या इच्छेचा त्या दिवशी गळा दाबून खून करण्यात आला. देशाच्या दृष्टीनं खूप पुढे जाऊन, खूप काही कमावून पुन्हा मागे जाण्याचा हा दिवस होता, असत्य, अन्याय, अविचार आणि अंधकाराच्या दिशेनं परतण्याचा दिवस होता. एक-दोन वर्षं नव्हे, तर हजारो वर्षं मागे जाण्याचा दिवस होता.

अशा वेळी शेख हसीनाच मदतीला येऊ शकत होत्या. शेख हसीना १९८१ मध्ये देशात परत आल्या होत्या आणि अवामी लीगच्या अध्यक्ष झाल्या होत्या. त्या परत आल्यावर मुक्तियुद्धाच्या बाजूच्या लोकांनी, स्वातंत्र्याच्या शत्रूंच्या, गुलाम आझमसारख्या निरपराध नागरिकांच्या हत्या करणाऱ्याच्या विरोधात असणाऱ्या, राज्यघटनेत 'बिस्मिल्ला'ची भर घालून धर्मनिरपेक्षतेला तिलांजली देण्याच्या विरोधात असलेल्या लोकांनी शेख हसीना यांच्यावर विश्वास टाकला. पण या शेख हसीनाच इर्शादच्या सापळ्यात सापडल्या आणि त्यांनी जमाते इस्लामीला बरोबर घेऊन १९८६ सालच्या निवडणुकांमध्ये भाग घेतला. खालिदा झिया मात्र इर्शादच्या कारस्थानाला बळी पडल्या नाहीत. इर्शादनी स्वतःचं पद वैध बनवण्यासाठीच निवडणुका घेतल्या होत्या, हे लक्षात घेऊन हसीना यांनी शेवटपर्यंत संसदेत पाय ठेवला नाही; पण जमाते इस्लामीसारख्या पक्षाशी युती करून त्यांनी स्वतःला जे काळं फासून घेतलं, ते काही सहजासहजी पुसलं जाणार नाही. त्यानंतरही प्रगतिशील नागरिकांना आशा वाटते आहे की, त्या सत्तेवर आल्यावर आपल्या बाबांचा (शेख मुजीबुर रहमान यांचा) आदर्श डोळ्यांसमोर ठेवून राज्यघटनेतली हरवलेली तत्त्वं पुन्हा प्रतिष्ठित करू शकतील. पण सध्या इर्शादविरोधी आघाडीला समर्थन करू द्या, म्हणजे आघाडीचं हे आंदोलन दुश्चरित्र, स्वैराचारी इर्शाद सरकारला सत्तेवरून खाली खेचू शकेल. बेट्यानं सात वर्षांपूर्वी सत्ता मिळवली, अजूनही ती सोडण्याचं नाव नाही! देशातल्या लोकांना तो नको आहे; पण त्याचं काय- माझ्याकडे अस्त्र आहे, धर्म आहे, या दोन गोष्टींची भीती दाखवीत दाखवीत सत्तेवर राहून ऐश करीन!

कुठल्याही राजकीय पक्षाची मी सभासद नाही; पण या वाईट कालखंडातून आपण उज्ज्वल आणि सुंदर भविष्याकडे जाऊ, असं जे लोक वचन देत होते, त्यांच्यावर विश्वास ठेवून मी एका शक्यतेच्या अंकुराला खतपाणी घालीत होते.

'मयमनसिंह साहित्य परिषद', 'सकाल कविता परिषद' आणि इतरही साहित्यिक-सांस्कृतिक गटांनी मिळून एक सांस्कृतिक आघाडी तयार केली होती. या आघाडीत साहित्यिक, कवी, गायक, नर्तक असे सगळे सामील झाले होते. सगळ्यांच्या मागे मुक्तियुद्धाची चेतना होती, सगळ्यांना स्थिर असं सरकार, आदर्श अशी लोकशाही, निरोगी सामाजिक परिस्थिती या गोष्टी हव्या होत्या. आमिर हुसेन रतन यांना या आघाडीचं अध्यक्ष करण्यात आलं. रतन हे खूप कार्यक्षम आणि उद्योगी गृहस्थ होते. स्वतःच्या खिशातला पैसा खर्च करून, स्वतः श्रम करून त्यांनी 'मुकुल निकेतन' नावाची एक शाळा महाराजा रोडवर सुरू केली होती. एका छोट्याशा, बांबूंनी तयार केलेल्या खोलीत सुरू केलेल्या या शाळेची आता सुसज्ज मोठी इमारत तयार झाली होती. दर वर्षी विद्यार्थी-विद्यार्थिनींची संख्या वाढत होती. त्यांचा एक शब्द मला खूप आवडतो- 'शिस्त'. लेखन-वाचन यांच्याबरोबरच ते विद्यार्थ्यांना शिस्तीचंही प्रशिक्षण देत. कुठल्याही राष्ट्रीय उत्सवाच्या दिवशी सर्किट हाउसच्या मैदानावर जेव्हा परेड होई, तेव्हा 'मुकुल फौजे'ची परेड त्या कार्यक्रमात पाहण्यासारखी असे. मयमनसिंहच्या आसपासच्या खेड्यांत जेव्हा पुराचं पाणी शिरलं होतं, लोकांची घरं बुडाली होती, गायी-गुरं मेली होती, त्यांना खायला-ल्यायला अन्न आणि कपडे राहिले नव्हते, तेव्हा रतन आपली 'सेना' घेऊन, पुराचं पाणी पार करून त्या लोकांना मदत पोचवण्यासाठी गेले होते. डोंगराएवढं काम होतं रतन यांचं. त्यांना अगदी झोपायला, अंघोळीला, जेवायलाही वेळ नसे. सगळ्यांच्या आग्रहावरून, विनंतीवरून रतन यांनी या सांस्कृतिक आघाडीचं काम हाती घेतलं. त्यांच्या हजार कामांमध्ये आणखी एका कामाची भर पडली. काम मिळालं की रतन यांना- आमच्या सगळ्यांच्या प्रिय रतनदांना आनंद होई. बरंच वय झाल्यावर त्यांनी घरच्यांच्या दबावामुळे लग्न केलं खरं; पण सुंदर, तरुण पत्नीसुद्धा त्यांना घरात अडकवून ठेवू शकली नाही. रतनदा कामानिमित्त सतत बाहेरच असत.

माझासुद्धा बराचसा वेळ बाहेरच्या कामांतच जात असे. 'सकाल कविता परिषदे'त कवींची गर्दी तर असे, पण बरेचसे कवी कविता वाचून दाखवण्यात (बंगालीत कविता उत्तमपणे वाचून दाखवण्याच्या कलेला 'आवृत्ती' असं म्हणतात.)- म्हणजेच 'आवृत्ती'त कच्चे असतात, म्हणून मी जे कवी नाहीत पण 'आवृत्ती'-म्हणजेच कवितावाचन उत्तम करतात, अशांनाही सभासद करून घेतलं. आता माझं मुख्य काम होतं ज्वलंत कविता निवडून हस्तलिखित तयार करणं आणि सामूहिक कवितावाचनाचे नियम शिकवणं. हस्तलिखित तयार करण्याचं काम रात्री जागून, कवितांची शंभर पुस्तकं चाळून, नवीन कवी-कवयित्रींच्या कवितावाचनाची बहुतेक रोज दुपारी 'अवकाश'मध्ये रंगीत तालीम चाले. कवयित्रीपेक्षा मी आवृत्तीशिल्पी (आवृत्ती-कलाकार) होऊन गेले. घरात रात्रंदिवस काजी सव्यसाचींपासून सुरू

करून आताच्या जयंत चट्टोपाध्यायपर्यंतच्या कवितावाचन करणाऱ्या कलाकारांचं कवितावाचन चाले. कविता लिहिणं हीच काही कला नाही, तर कविता उत्तमपणे वाचून दाखवणं, हीसुद्धा एक कला आहे. या कलेमुळे खूप चांगलं काम झालं- आघाडीच्या कार्यक्रमांमध्ये कधी एकट्याच्या आवाजात, तर कधी वृंद आवाजात वाचून दाखवलेल्या सकाल कविता परिषदेच्या कवितांनी सर्वांच्या हृदयाला स्पर्श केला. थोड्याच दिवसांत आमची ही संघटना शहरात खूप लोकप्रिय झाली. 'सकाल कविता परिषदे'च्या कलाकारांना टाऊन हॉलमध्ये, पब्लिक हॉलमध्ये, लहान-मोठ्या सांस्कृतिक कार्यक्रमांमध्ये आमंत्रण येई. आघाडीमध्ये 'सकाल कविता परिषदे'चा गट हा सर्वांत चांगला गट होता. त्यातील कलाकारांशिवाय कार्यक्रमात रंगत येणार नाही, असं सगळे म्हणू लागले. राजकीय संकटाच्या या काळात लढण्यासाठी प्रेरणा हवी होती, उत्तेजना हवी होती, अंगावर शहारे आणणारी कविता हवी होती- अशा सगळ्या कविता 'सकाल कविता परिषदे'च्या आवृत्ती-कलाकारांच्या ओठांवर होत्या. त्यातल्या बऱ्याचशा कविता रुद्रच्या होत्या. त्याशिवाय निर्मलेंदू गुण, शमसुर्रहमान, महादेव साहा यांच्याही कविता होत्या. पश्चिम बंगालमधल्या कवींच्या कवितांमध्ये 'जाळून टाका, राख करून टाका' असे शब्द साधारणतः नसत, म्हणून त्यांच्या कवितांपैकी खूपच कमी कविता आमच्या निवडीमध्ये उत्तीर्ण झाल्या होत्या. आमच्या 'सकाल कविता परिषद' संघटनेची कीर्ती पसरल्यावर आवृत्तीशिल्पींची (कवितावाचन करणाऱ्या कलाकारांची) संस्थेत गर्दी वाढू लागली. त्यांच्यामधून चाचणी घेऊन कलाकार डी. प्रेस क्लबच्या सभागृहात मी 'सकाल कविता परिषदे'च्या वतीने 'समाजपरिवर्तनाच्या कविता' या विषयावर भाषण देऊन एक खूप चांगला कार्यक्रम सादर केला- संपूर्ण कार्यक्रमाचं सूत्रसंचालन मी पडद्यामागून केलं. सैयद शमसुल हक यांना मी कार्यक्रमासाठी प्रमुख पाहुणे म्हणून येण्याची विनंती केली. ती लगेच मान्य करून ते ढाक्याहून मयमनसिंहला आले. सैयद हक यांचं वक्तृत्व खूप चांगलं होतं. त्यांनी कार्यक्रमात आलेल्या श्रोत्यांना मुग्ध केलं. 'विरोधाच्या कविता', 'शांततेसाठी कविता' असे कार्यक्रम तर सतत होतच असत. २५ मार्च आणि १६ डिसेंबरला मी 'संमीलित सांस्कृतिक जोट' या संघटनेच्या मूक मोर्चामध्ये सहभागी झाले. २१ फेब्रुवारी या दिवशी गेली अनेक वर्षं मी मयमनसिंहमध्ये नव्हते, त्या दिवशी पहाटे झोप मोडे, 'आमार भायेर रक्ते रांगानो एकुशे फेब्रुवारी, आमि की भुलिते पारि' (आमच्या भावांच्या रक्ताने रंगलेला एकवीस फेब्रुवारी / आम्ही कसा विसरू शकू?) या गाण्याच्या सुरांमुळे. रस्त्यावरून लोक पांढरे कपडे घालून, हातात फुलं घेऊन, हे गीत गात गात शहीद मिनाराकडे श्रद्धांजली वाहण्यासाठी जात- यापेक्षा पवित्र आणि सुंदर दृश्य पृथ्वीवर दुसरं कुठलं असेल असं मला वाटत नाही. हे दृश्य मला केवळ झोपेतूनच उठवत नसे, तर

चेतनेचा दरवाजा उघडून माझं जीवन स्पंदित करीत असे. रफीक सलाम बरकतचा मला खूप अभिमान वाटे; आपण बंगाली आहोत याचाही अभिमान वाटे. पहाटेचा वारा आपल्या पंखांवर 'निजेर भाईयरे रक्ते रांगानो' या गीताचे सूर घेऊन येई आणि मला असा काही स्पर्श करी की, मला रडू येई. अद्यापही रडू येतं. १६ डिसेंबरला जेव्हा आम्ही 'जोट'च्या मोर्चात हातात पुष्पचक्रं घेऊन विजयस्तंभाच्या दिशेने जात होतो, तेव्हा ज्यांना गाणं येत असे, असे लोक विजयाची गीतं गात होते, स्वातंत्र्याची गीतं गात होते. गाणं संपल्यावर जतीन सरकार म्हणाले, ''जय बांगला, बांगलार जय' हे गीत गा,'' तेव्हा गाणाऱ्यांनी हे गीत गायला सुरुवात केली. तेवढ्यात मोर्चाच्या एका टोकातून आक्षेपाचा सूर आला. जतीन सरकार यांनी त्या दिशेनं पाहिलं. मीही पाहिलं. 'जय बांगला' किंवा 'एकटि मुजिबुरेर थेके लक्ष मुजिबुरेर प्रतिध्वनी' ही गाणी अवामी लीगची गाणी म्हणून काही लोक या गाण्यांना आक्षेप घेत. या मोर्चात सगळे विजयदिनाचा आनंद व्यक्त करीत आहोत, म्हणून एखाद्या विशिष्ट राजकीय पक्षाची गाणी गाऊ नयेत, असं काही लोकांचं मत होतं. आक्षेपाचा आवाज आल्यावर जतीन सरकार मोठ्या आवाजात म्हणाले, ''ही गीतं अवामी लीगची गाणी कशी काय? ही तर मुक्तियुद्धाची गीतं आहेत.'' मी शरमेनं मान खाली घातली. १९७१ मध्ये मुक्तियुद्धाच्या वेळी जी गीतं 'स्वाधीन बांगला बेतार केन्द्रा'वर (स्वतंत्र बांगला नभोवाणी केंद्रावर) वाजत, जी गीतं ऐकून मुक्तियोद्ध्यांना प्रेरणा मिळाली होती, जी गीतं ऐकून योद्धे देश स्वतंत्र करण्याच्या उत्साहानं पुढे पुढे जात होते, देशाला वाचवण्यासाठी पाकिस्तानी सैन्याच्या हातून मरण पत्करायला त्यांनी मागे पाहिलं नाही, त्या गीतांना आज आमची स्वतःची गीतं म्हणून अमान्य करताना वाटणारी ही जी शरम होती, त्या शरमेनं मी मान झुकवली. बहुधा या मिरवणुकीत 'बांगलादेश जातीयतावादी दला'चे ('बांगलादेश राष्ट्रीय पक्षा'चे) समर्थक असावेत, असं मला वाटलं. गाण्यांना पक्षांमध्ये विभागणं हे काही नवीन नव्हतं. झियाउर रहमान सत्तेवर होते, तेव्हा शहनाज रहमतुल्लाह यांचा 'प्रथम बांगलादेश आमार शेष बांगलादेश' हे गीत बातम्यांच्या आधी आणि नंतर टेलिव्हिजनवर नेहमी वाजवलं जात असे. त्यामुळे हे गीत राष्ट्रवादी पक्षाचं गीत म्हणून ओळखलं जाऊ लागलं. इर्शादनीही झियांच्या पावलावर पाऊल टाकून स्वतःच्या पक्षासाठी एक राष्ट्रीयतावादी गीत निवडलं. हाय रे नशीब! गीतालासुद्धा मुक्ती नाही! गीतालासुद्धा कुठल्या ना कुठल्या पक्षात सामील व्हावं लागतं! आघाडी केलेल्या पक्षांच्या वतीनं जतीन सरकारना आणि मला विजयस्तंभावर पुष्पचक्र अर्पण करण्यासाठी पुढे करण्यात आलं. जतीन सरकार यांच्यासारख्या थोर व्यक्तीच्या जवळ उभं राहून हे काम करू शकले, यामुळे मला धन्य झाल्यासारखं वाटलं. त्यांच्यासारख्या ज्ञानी व्यक्तीच्या जवळ जाण्याचीही माझी

योग्यता नव्हती, हे मला खूप चांगलं ठाऊक होतं.

ज्यांची प्रदीर्घ भाषणं ऐकणं मला आवडतं, असे खूप कमी वक्ते आहेत. जतीन सरकार हे त्या निवडक वक्त्यांपैकी प्रमुख आहेत. कुठल्याही विषयांवर ते तासांमागून तास अस्खलित भाषण करू शकतात. आणि त्यांची भाषणंसुद्धा केवळ उपचारापुरती, 'बोलण्यासाठी बोलणं' या प्रकारची नसतात. विषयाच्या व्याख्येपासून तर त्याच्या गाभ्यापर्यंत जाऊन ते त्या विषयाचा समग्र परिचय करून देतात आणि तोही सगळ्यांना संपूर्णपणे समजेल अशा सोप्या भाषेत. नसिराबाद कॉलेजमध्ये ते बंगालीचे प्राध्यापक आहेत. समाजवादी समाजव्यवस्थेवर त्यांनी मौलिक अशी पुस्तकं लिहिलेली आहेत. ते नेहमी एकाच प्रकारचा पोशाख घालतात. सफेद झब्बा आणि धोतर. धोतर घातलेल्या लोकांना इतर जण सहज हिंदू समजतात. पण तरी जतीन सरकार यांच्यासारखी असांप्रदायिक बंगाली माणसं बांगलादेशमध्ये खूप कमी आहेत. ते पूर्णपणे नास्तिक आहेत. पक्के कम्युनिस्ट. झब्बा-धोतर हा पोशाख त्यांना आवडतो म्हणूनच तो ते घालतात. रवींद्र-नजरुल-सुकान्त यांच्या जयंतीच्या दिवशी त्यांची प्रदीर्घ भाषणं मी पब्लिक लायब्ररीच्या कार्यक्रमांत ऐकली आहेत. ज्या कवींना ते नेहमी प्रशंसेसाठी निवडीत, ते कवी म्हणजे काजी नजरुल इस्लाम. सहजपणे ते नेत्रकोणा भागातल्या बंगाली बोलीत भाषण करीत. अगदी साधेपणाने राहत, अगदी रोजंदारीवर जगणाऱ्या लोकांसारखे. ते मला आदर्श वाटत असले, तरी त्यांच्याप्रमाणे जगणं मला शक्य होणार नाही, हे मी जाणून आहे. मला जर एखादी मोटारकार मिळाली, तर मी रिक्षा सोडून गाडीत बसेन; जतीन सरकार गाडीत बसणार नाहीत, रिक्षाही करणार नाहीत, पायी चालत जातील. 'धन-दौलत, विलास-व्यसनं सोडून निर्लोभी व्हा' असं बोलणं जितकं सोपं आहे, तितकंच ते आचरणात आणणं कठीण आहे. पण या आदर्शाला आजही मानलं जातं, आजही या शहरातले लोक जतीन सरकार येताना दिसले की, रस्त्याच्या कडेला होऊन त्यांना वाट करून देतात, त्यांचे आशीर्वाद मागतात. पण एकाच जणानं मुळीच मागे वळून पाहिलं नव्हतं. ते एक जण म्हणजे शक्ती चट्टोपाध्याय. शक्ती चट्टोपाध्याय ढाक्याला आले होते. सैयद शमसुल हक यांनी शक्तींना मयमनसिंहला येण्याची विनंती केली आणि शक्तीबाबू राजी झाले. ते शक्तींना घेऊन मयमनसिंहला आले, फोनवरून तसं यास्मिनला कळवलं. मी तेव्हा ढाक्यात होते. सैयद हकनी मला ढाक्याहून गाडीत घेतलं. सकाळपासून यास्मिननं घर झाडून-पुसून लख्ख करून ठेवलं होतं. मोठ्या कवी-साहित्यिकांची नावं ऐकली की दादा नेहमीच आनंदित होत असे. त्यानं नूतन बाजारातून 'कई' माशांपासून तर मोठमोठे चिंगडी, इलिश, रुई असे मासे विकत आणले. आईनं स्वयंपाक केला. डायनिंग रूममध्ये दादाच्या प्रचंड डायनिंग टेबलावर सगळे पदार्थ ठेवण्यात आले. त्या दिवशी दुपारी

खूप छान खाणं वगैरे झालं. दुपारी चारच्या सुमाराला शक्ती चट्टोपाध्याय यांना भेटण्यासाठी मी जतीन सरकार आणि छडाकार प्रणव राय यांना निरोप पाठवून घरी बोलावलं. परिचय करून दिल्यावर जतीनदा यांनी शक्तीदांना 'काय, कसे आहात?' असं विचारलं. शक्तीदा मात्र उत्तरादाखल काही बोलले नाहीत- अगदी एक शब्दही बोलले नाहीत. सैयद हक आणि शक्तीदा असे दोघंच आपसात बोलत राहिले. जतीन सरकार आणि प्रणव राय बराच वेळ गुपचूप बसून, चहा-बिस्किटं खाऊन, काही करण्यासारखं नाही म्हणून टेबलावरची मासिकं चाळून अखेर निघून गेले. खूप चांगल्या अशा साहित्यिक गप्पांचा अड्डा जमवण्याचा माझा उद्देश पूर्णपणे विफल झाला. शक्तीदा सतत मोठमोठे ढेकर देत होते. बहुधा आधीच्या रात्री त्यांनी मद्यपान जरा अधिकच केलेलं असावं. मद्यपानामुळे असे चमत्कारिक ढेकर येतात की काय कोण जाणे! मला अनुभव नसल्याने हे ठाऊक नाही. शक्तीदांना आग्रहानं जेवायला घालून, शशिकांत महाराजांचं घर आणि सत्यजित राय यांच्या आजोबांची शाळा दाखवून संध्याकाळी हसतमुखाने निरोप देण्यात आला. दादाच्या मदतीशिवाय हे अवघड होतं. एरवी दादा कंजूस असला, तरी कवी-साहित्यिकांच्या आतिथ्यासाठी तो अगदी उदार हस्ताने खर्च करतो. एकदा बांगलादेशातील थोर लेखक हुमायून अहमद माझं लेखन आवडल्यामुळे मला भेटायला मयमनसिंहला आले. त्यांच्याकडे माझा पत्ता वगैरे काही नव्हता. पण माझं लेखन वाचून त्यांना वाटलं होतं की, मी ब्रह्मपुत्रेच्या किनारी एका लाल रंगाच्या घरात राहते. तर, आपल्या मतानुसार हुमायून अहमद ब्रह्मपुत्रेच्या किनारी असलेल्या अनेक घरांच्या कड्या वाजवून, घरात मी राहते आहे की नाही याची चौकशी करून, राहत नाही हे समजल्यावर रस्त्यातल्या लोकांकडे चौकशी करीत करीत अखेर 'अवकाश'च्या दाराशी येऊन, दाराची कडी वाजवते झाले- डोळ्यांसमोर लेखक हुमायून अहमद यांना पाहून दादाचा स्वतःच्या डोळ्यांवर विश्वास बसेना. बराच वेळ त्याच्या तोंडून शब्दच फुटेना. मग एका दमात 'बसा, बसा! दुपारच्या जेवणात काय खाणार बोला! मासे आवडतात ना? माझी बायको स्वयंपाक करील, खूप चांगला स्वयंपाक करते ती. अहो, आधी कळवलं असतं तर माझ्या मित्रांनाही बोलावू शकतो असतो!' असं म्हणून, लगेच धावतपळत बाजारात जाऊन मोठमोठे ताजे मासे विकत आणले दादानं. जेवता-जेवता हुमायून अहमद यांनी गोष्टी सांगितल्या- इतरांच्या नव्हेत, स्वतःच्याच. त्या ऐकून, हसून हसून दादाची आणि आमचीही अगदी पुरेवाट झाली. जी व्यक्ती गोष्टी इतक्या चांगल्या सांगू शकते, ती व्यक्ती गोष्टी चांगल्या लिहूसुद्धा शकते, अशी यामुळे दादाची धारणा तयार झाली. मला गोष्टी सांगता मुळीच येत नसल्या, तरी दरम्यानच्या काळात मी बऱ्याच गोष्टी-कथा म्हणा-लिहिल्या होत्या. त्या कथा 'संवाद' या दैनिकाच्या महिला पृष्ठासाठी म्हणून पाठवल्या आणि

सगळ्या पटापट छापूनही आल्या. 'महिलांचं पृष्ठ' ही कल्पना मला मुळीच आवडत नाही. महिला, मुली, शिशू, पंगू, वृद्ध-वृद्धा यांच्यासाठी नेहमीच सगळं काही अलग असतं, वेगळं असतं. या सर्वांना दुर्बल समजण्यात येतं. 'साहित्याच्या पृष्ठा'साठी कथा पाठवल्यावर मात्र मी कथालेखिका म्हणून परिचित नसल्याने, माझ्या त्या गोष्टी रद्दीच्या टोपलीत टाकल्या जात.

इर्शादना पदच्युत करण्यासाठी विरोधी राजकीय पक्षांच्या सभा होत, मोर्चेही निघत. त्यांच्या घोषणांनी शहर दुमदुमून जाई. विद्यापीठांमधल्या विविध राजकीय पक्षांच्या विद्यार्थी संघटनांनीसुद्धा या आंदोलनात महत्त्वाची भूमिका पार पाडली. ढाका विद्यापीठाच्या विद्यार्थ्यांनी काढलेल्या मोर्चावर ट्रक घालून इर्शादच्या पोलिस दलाने अनेक विद्यार्थ्यांची हत्या केली, त्यांना चिरडून मारून टाकलं. त्या रस्त्यांवरचे रक्ताचे डाग अद्यापही पुसले गेलेले नाहीत. सांस्कृतिक आघाडीसुद्धा निरलसपणे विरोध दर्शविणारे कार्यक्रम करीत होती. मी गहन अंधारामध्ये निराशेच्या फुफाटणाऱ्या नदीच्या प्रवाहातून पोहत पोहत आशेच्या क्षीण प्रकाशाकडे जात राहिले. आता हा प्रकाश खरोखर प्रकाश होता की मृगजळ होतं, कोण जाणे! जतीन सरकार भविष्याकडे पाहत होते. समाजवादी पक्ष सत्तेवर आला, तर इर्शादच्या या पारलौकिक गाजराला आपण परलोकात पाठवून देऊ याची त्यांना खात्री होती. पण कधी सत्तेवर येणार यांचा पक्ष! समाजवादी पक्ष तर जमाते इस्लामी पक्षापेक्षाही दिवसेंदिवस आकाराने लहान होत चालला होता. कॉम्रेड फरहाद यांचं निधन झाल्यावर इस्लामी रिवाजानुसार एका विशाल जनाजाचं (प्रेतयात्रेचं) आयोजन करण्यात आलं. आता कम्युनिस्टच जर धार्मिक रिवाजांमधून (मग ते देखाव्यासाठी का असेनात) बाहेर पडणार नसतील, तर बाकीचा देश धार्मिक कर्मकांडांमधून, रिवाजांमधून कसा बरं बाहेर पडणार? धर्म ही एक अशी घातक गोष्ट आहे की, तिला मानलं नाही तर काही नुकसान नाही; पण तिला दूर करायला गेलं की वाद सुरू होतात. अशिक्षितपणा आणि अज्ञानामुळे माणसामध्ये अंधविश्वासाचा जन्म झाला. हा अंधविश्वास कुठलाही युक्तिवाद मान्य करीत नाही. स्वतंत्र विचारांचं स्वागत करीत नाही. राष्ट्रधर्म म्हणून इस्लामला निरोप दिला नाही, तर बहुधा 'लोकशाही प्रजासत्ताक बांगलादेशा'चं रूपांतर 'इस्लामिक प्रजासत्ताक बांगलादेशा'मध्ये व्हायला वेळ लागणार नाही. धर्म हा कर्करोगासारखा असतो- एकदा त्यानं धरलं की, जे-जे त्याच्या हाती येईल, ते-ते तो नष्ट करीत राहतो. त्यावर काहीच उपाय नसतो. हा रोग रुग्णाला रोगमुक्त होऊच देत नाही. इस्लाम हा राष्ट्रीय धर्म झाल्यानं हिंदू, बौद्ध किंवा ख्रिश्चनधर्मीय लोकांना, तसंच जे लोक धर्म मानीत नाहीत; पण हिंदू-बौद्ध-ख्रिश्चनधर्मीय घरांमध्ये जन्मले आहेत, त्यांना बांगलादेशात दुय्यम दर्जाचे नागरिक म्हणून राहावं लागेल. जर कोणी इस्लामच्या प्रेरणेनं अल्लाचा आदेश मान्य करून 'सच्चा

मुसलमान' व्हायचं ठरवलं, तर तो 'पवित्र ग्रंथ कुराणा'मधून सहज दीक्षा घेऊ शकतो आणि पवित्र ग्रंथ कुराणामध्ये लिहिलेलं आहे, 'यहुदी (ज्यू) आणि ख्रिश्चन लोकांशी कुठल्याही प्रकारची मैत्री करू नका. जो कोणी या विधर्मी लोकांशी मैत्री करील, त्यालाही अल्ला त्या विधर्मी लोकांबरोबर 'दोजख'च्या (नरकाच्या) आगीत फेकून देईल. केवळ एवढंच नाही, तर जिथं तुम्हाला विधर्मी व्यक्ती दिसेल तिथं तिला खतम करा, तिला उद्‌ध्वस्त करा. जिथं तुम्हाला विधर्मी व्यक्ती दिसेल, तिथं तलवारीच्या एका वारात तिचा डावा हात आणि उजवा पाय आणि एका वारात उजवा हात आणि डावा पाय कापून टाका.' मुसलमानही काही फार सुखात राहतील असं नाही. महिलांवर धर्माचा बुलडोझर चालवला जाईल. बुलडोझरच्या तळाशी मग महिला या महिला राहणार नाहीत, त्यांचं रूपांतर होईल मांसाच्या तुकड्यांमध्ये.

ज्याप्रमाणे रक्तात जन्म घेतो सोनेरी रोग,
त्यानंतर तयार होतात त्वचेवर, मांसामध्ये बीभत्स क्षतं.
देशाच्या रक्तात आज तसाच उठला आहे बरा न होणारा रोग
धर्मांध पिशाचांचा आणि परलोकीच्या दलालांच्या रूपात
लागण होते आहे हळूहळू क्षयरोगाची, दिसताहेत त्याची लक्षणं
धर्मांधांना नसतो धर्म; त्यांच्या मनात असतो लोभ, घृणास्पद धूर्तपणा,
मानवांच्या पृथ्वीला शंभर तुकड्यांमध्ये विभक्त केलंय त्यांनी.
टिकवून ठेवलाय धर्मांधांनी श्रेणीभेद ईश्वराच्या नावाने.
ईश्वराच्या नावाखाली त्यांनी अत्याचारही ठरवले आहेत न्याय्य.
हाय अंधता! हाय मूर्खपणा! कुठे आहे, कुठे आहे ईश्वर?
अज्ञात शक्तीच्या नावाखाली झाले आहेत नरमेध, कितीतरी रक्तपात,
किती निर्मम वादळं होऊन गेली हजार वर्षांमध्ये!
कुठे आहेत त्या स्वर्गातल्या अप्सरा आणि सोनेरी शराब?
असंख्य बलात्कारांनी पीडित अनन्त काळ,
ज्याच्या लोभाने माणूसही होऊन जातो पशूहून अधम!
कोणता नरक असेल याच्यापेक्षाही भयानक
भुकेची आग काय कमी असते नरकातल्या आगीपेक्षा?
वर्तमान विसरून जे मस्त आहेत परकालाच्याच स्वप्नांत
त्यांनी निघून जावं या जगातून आपल्या स्वर्गातल्या सुखांत!
आम्ही राहू या पृथ्वीच्याच मातीवर, इथल्याच निळ्या पाण्यात.
द्वंद्वमय संस्कृतीच्या गतिशील प्रवाहामध्ये
भविष्याच्या स्वप्नांमध्ये पेरीत जाऊ अबोलपणे समतेची बीजं.

कधीकाळीच्या अंधकारात धर्मानं आणला होता प्रकाश
आज त्याच्या कंकालाची हाडं आणि सडलेले मांसाचे तुकडे
दारोदार फिरत विकताहेत काही स्वार्थी फाऊल माणसं—

रुद्र संतापला होता. कवितेत त्यानं 'फाऊल' हा शब्द वापरला. तोंडातील शब्द सहजपणे त्यानं कवितेमध्ये गुंफला होता. एरवीही तो खूप शिव्या वापरून कविता लिहीत असे. पण 'फाऊल' शब्दानं मला थोडं अवघडल्यासारखं वाटलं, तरी त्या कवितेच्या अखेरच्या दोन ओळी मी पुनःपुन्हा म्हणत होते-

सृष्टीचा अनोळखी अंश पूर्ण करून शिव्याशापांनी
अफू परवडली, धर्म तर असतो हेमलॉक विष.

तो जवळ असता, तर त्याच्याशी माझा वादच झाला असता. धर्मानं कधी काळी कुठला प्रकाश आणला होता, हे मी मुळीच मान्य करू शकत नाही. धर्मानं पृथ्वीवर अंधाराशिवाय दुसरं काहीही पसरवलं नाही. माणसाचं अज्ञान आणि मृत्युभय यांच्यामधून धर्मानं जन्म घेतला. एकेश्वरवादी लोकांनी धर्म तयार केला आपल्या आनंदासाठी, इहलौकिक सुखभोगासाठी. इस्लामचा इतिहास सांगतो की, अरबस्तानातील लोक गुहांमधून राहत आणि मुलगी जन्मली की तिला जिवंत पुरून टाकीत- आणि ही दुरवस्था मुहम्मदाने संपवली. पण माझ्या मते तर इस्लामच्या आगमनानंतर महिलांची अधिकच दुरवस्था झाली. त्याआधी महिला व्यापारउदीम करीत, आपल्या पसंतीनं लग्न करीत, तलाकही देत नवऱ्याला. मुहम्मदांची पहिली पत्नी खादिजा ही व्यवसायी होती, मुहम्मद हे तिचे तिसऱ्या क्रमांकाचे पती होते. वयानंही तिच्यापेक्षा खूप लहान होते. मुलींना जिवंत पुरण्यानं तर मुलींची संख्या कमी व्हायला हवी होती. आता पुरुष इतकी लग्नं करीत, मग इतक्या मुली कुठून मिळत तेव्हा! मुलींना पुरून टाकीत असते, तर मुलींची संख्या कमी झाली असती. पण तसं काही झालं नाही. अरबस्तानातील लोक मौजमजेत जीवन जगत, खात-पीत, या जीवनानंतर आणखी कुठलंही जीवन नाही असं मानीत, म्हणून याच जीवनात जितका आनंद लुटता येईल तितका लुटत. त्यांच्या या जीवनशैलीवर मुहम्मदांनी हल्ला केला. स्वतः स्थापन केलेल्या धर्माला सत्ता मिळवण्याचं हत्यार म्हणून त्यांनी वापरलं. थंड माथ्याने भिन्नधर्मीयांचे खून करून, त्यांच्या रक्तानं स्नान करून, ज्यू लोकांच्या राज्यात स्वतःचं सैन्य घुसवून, त्यांना लुटून, त्यांच्या स्त्रियांवर बलात्कार करून त्यांनी 'विजयध्वज' फडकावला. हा धर्म कधीही आध्यात्मिक नव्हता- तो फक्त आणि फक्त राजकीयच होता आणि आहे. स्वतः मुहम्मदांनी कधीही स्वतःला भौतिक आनंदापासून वंचित ठेवलं नाही. जेव्हा जसं वाटलं, तसं ते वागले- म्हणजे स्वैराचार! आणि हे सारं अल्लाच्या नावानं केलं. एखाद्याचा खून

करून म्हणत, 'अल्लानं मला त्याचा खून करायला सांगितलं, म्हणून मी केला.' अल्लाच्या आदेशाविरुद्ध काहीही बोलायचं नाही, हे त्यांनी आधीच सांगून ठेवलं होतं. जनानखान्यातल्या एक डझनपेक्षा अधिक पत्नींबरोबर घालवण्यासाठी त्यांनी रात्रींची वाटणी केली होती. ज्या रात्री त्यांनी हाफसा नावाच्या पत्नीबरोबर झोपायचं मान्य केलं होतं, त्या रात्री एक काण्डच झालं. हाफसा त्या दिवशी माहेरी गेली होती; पण ठरलेल्या वेळेआधीच परत आली. तिला दिसलं की, शेजघराचा दरवाजा आतून बंद आहे. का बरं बंद आहे? कोण आहे आत? शेजघरात तिचा पैगंबर नवरा, अल्लाचा प्यारा नबी, मुहम्मद हा मारिया नावाच्या एका दासीबरोबर संभोगात मग्न होता. हाफसा संतापली आणि तिनं ही गोष्ट जनानखान्यातल्या, मुहम्मदांच्या इतर बायकांना सांगितली. स्वतःची चूक लपवण्यासाठी मुहम्मदांनी स्वर्गातून अल्लाला खाली उतरवलं. म्हणाले, "ही गोष्ट काही माझ्या इच्छेनं झाली नाही, तर अल्लाच्या इच्छेनं झाली. मी फक्त अल्लाच्या हुकमाचं पालन केलं, यापेक्षा अधिक काही नाही." एक म्हण आहे ना, 'चोर तो चोर आणि वर शिरजोर'- तसलाच प्रकार. दोष दाखवल्यावर किंवा चूक पकडल्यावर मान खाली घालून नम्रपणे आपल्या पत्नीशी बोलणं राहूच द्या, उलट चढ्या आवाजात बायकोलाच धमकीच्या सुरात म्हणाले की, अल्ला म्हणे त्यांना म्हणाले, 'जर तू तुझ्या एखाद्या बायकोला तलाक दिलास, तर मी तुला आणखी सुंदर, आणखी सहनशील, आणखी पवित्र, आणखी विनम्र, आणखी लज्जाशील, आणखी विश्वासू अशी कुमारी किंवा विधवा पत्नी म्हणून देईन.' स्वतःच्या मुलाची बायको म्हणजे स्वतःची सून जैनबशी लग्न करूनही मुहम्मदांनी आपल्या या अपकर्माला अल्लाचा हवाला देऊन न्याय्य ठरवलं-अल्ला म्हणे त्यांना म्हणाला, 'तू आपल्या मुलाच्या बायकोशी लग्न कर.' मुहम्मदांची अल्पवयीन आणि सुंदर पत्नी आयेशा मुहम्मदांना खूप मार्मिकपणे म्हणाली होती, 'तुमचा अल्ला तुमचे सगळे शौक पुरे करायला अगदी लगबगीनं पुढे येतो वाटतं!' या सुंदर आयेशाकडे मुहम्मदांचे मित्र टक लावून पाहत, त्यामुळे ईर्ष्येनं, संतापानं त्यांनी आपल्या सगळ्याच पत्नींना पडद्याआड राहायला सांगितलं आणि त्यानंतर हळूहळू सगळ्याच मुस्लिम महिलांना पर्दा आणि बुरखा यांची सक्ती केली- आणि इस्लामनं म्हणे महिलांना खूप सन्मान दिला. सन्मानाची उदाहरणं काय, तर पर्दा आणि बुरखा! अल्लाचा घनगंभीर आवाज सात आसमानांच्या वरून तरंगत येतो. 'पुरुषाला नारीवर आधिपत्य गाजवायचा अधिकार आहे, कारण अल्लानं पुरुषाला नारीपेक्षा अधिक उन्नत प्राणी म्हणून निर्माण केलं आहे आणि नारी ही पुरुषाची संपत्ती आहे.'

आता काय म्हणू यावर! असले होते आमच्या पैगंबर बेट्याचे आचार-विचार आणि त्याच्या झब्ब्याच्या आत त्यानं लपवलेला अल्ला नावाचा धोका! असल्या

या इस्लामला पृथ्वीवरच्या कोट्यवधी बुद्धू लोकांनी आजही टिकवून ठेवलाय-यामागे दुसरं काही नाही, निव्वळ राजकारणाचा खेळ आहे.

बांग्लादेशाची अवस्थाही तशीच आहे. आपली नाव बुडायला लागल्यावर इर्शादने दुसरा उपाय न दिसल्याने इस्लामला धरून किनाऱ्याला लागण्याचा प्रयत्न सुरू केला.

लटकवलं जनतेच्या नाकासमोर एक पारलौकिक गाजर
भीती नि लालसा नाकाच्या शेंड्याशी फक्त उडवतेय धुरळा
आता डोळ्यांवर चढवा अंधविश्वासाची झापडं—
जो जितका आंधळा, तितकी विश्वासी म्हणून त्याची कीर्ती!
विश्वास ठेवा धर्मावर-तेवढंच पुरेसं आहे, मिळेल तुम्हाला प्रकाश
याच विश्वासाने दोन्ही डोळे उघडून फेकून द्या वर्तमानात,
आणि मेंदूच्या सचेतन कोशाला लावून टाका कुलूप.
वा, शाबास! आता आहात तुम्ही खरे इमानदार!

◆

अन्य भुवन

१९८९ मध्ये बऱ्याच घटना घडल्या. बऱ्याच काही चांगल्या, बऱ्याच काही वाईट. काही अशा, की ज्यांना चांगल्याही म्हणता येणार नाही आणि वाईटही म्हणता येणार नाही. 'सकाल प्रकाशनी'तर्फे स्वतःचे पैसे खर्च करून 'निर्वासित बाहिरे अंतरे' हा स्वतःचा कवितासंग्रह मी प्रकाशित केला, ही घटना चांगलीही नाही आणि वाईटही नाही, या प्रकारात मोडणारी. आमची 'सकाल कविता परिषद' स्थापन करण्याच्या आधी मी 'सकाल' नावाची प्रकाशन संस्था सुरू केली होती. या प्रकाशनातर्फे जे पहिलं पुस्तक मी प्रकाशित केलं होतं, ते होतं कवी औलाद हुसेन यांचं एक काव्यनाट्य. औलाद हुसेनबद्दल सांगायचं झालं तर, दोन वर्षं मागे जायला हवं. तेव्हा मला नुकतीच मयनसिंह शहरात नोकरी मिळाली होती. 'नकला आरोग्य केंद्रा'तून दोनच आठवड्यात जादू झाल्याप्रमाणे माझी बदली मयमनसिंह शहरात झाली होती. कॉलेजमधले मित्र-मैत्रिणी नोकरीनिमित्ताने देशात विखुरले गेले होते. रुद्र मोंगला बंदरावर माशांच्या व्यापारात मग्न होता. तो क्वचितच ढाक्याला येई.

मी एकटी असे तेव्हा याला-त्याला भेटे. अशीच मी औलाद हुसेन यांना भेटले. औलाद हुसेन यांना मी फार तर एक-दोन वेळा ढाक्यात पाहिलं होतं. औलाद हे कविता लिहीत. त्यांच्या कविता मी माझ्या 'सेंजुती' या मासिकात छापल्याही होत्या. रुद्रनं बऱ्याच तरुण कवींच्या कविता पाठवल्या होत्या. त्या कवींमध्येच औलादचाही समावेश होता. औलाद यांचं घर होतं सिराजगंज गावी. कॉलेज शिक्षण पूर्ण करून रुद्रचे बरेचसे मित्र बी.सी.एस. परीक्षा पास करून, कविता किंवा कथालेखन बंद करून, लांब वाढवलेले केस कमी करून, दारू-गांजा-भांग यांचं सेवन बंद करून, चेहऱ्यावर गंभीर भाव आणून, सभ्य गृहस्थ बनून मॅजिस्ट्रेटच्या पदावर नियुक्त झाले होते. त्या मित्रांपैकी काही जण म्हणजे इख्तियार चौधुरी, कमाल चौधुरी, औलाद हुसेन, मुहम्मद सादिक, फारुक मोईनुद्दीन. मी जेव्हा सर्किट हाउसच्या मैदानावर आंतरजिल्हा क्रीडा स्पर्धांच्या ठिकाणी, खेळताना

दुखापत झालेल्या खेळाडूंवर उपचार करण्यासाठी म्हणून गेले होते, तेव्हा मागून कुणीतरी हाक मारली. मागे वळून पाहिलं, तर हसतमुखानं माझ्याकडे पाहत एक सुटाबुटातले गृहस्थ उभे होते. मी त्यांना ओळखलं. तेच होते औलाद हुसेन.

"आपण इथं?" मी विचारलं.

"हो, मी इथं नोकरी करतो. माहिती अधिकारी म्हणून काही दिवसांपूर्वीच माझी या शहरात नेमणूक झाली आहे. आपण काय म्हणता? रुद्र कुठं आहे? कसा आहे?"

"मी इथं नोकरी करते. रुद्र कुठं आहे, कसा आहे, हे काही मला ठाऊक नाही."

औलाद हुसेन यांनी मला गुलकीबाडी इथं असलेल्या त्यांच्या कार्यालयाला भेट देण्याचं निमंत्रण दिलं.

त्यानंतर एकदा दुपारी मी यास्मिनबरोबर रिक्षानं औलाद हुसेन यांच्या ऑफिसमध्ये जाऊन आले. मोठं अंगण असलेली, पिवळ्या रंगाची एकमजली इमारत. औलाद हुसेन यांनी ऑफिसची कागदपत्रं आवरली आणि रुद्रशी माझा संबंध संपल्याची कहाणी ऐकली. स्वतःबद्दल बोलताना ते स्वतःच्या कवितेबद्दलच अधिक बोलले. त्यांनी एक काव्यनाट्य लिहिलं होतं. त्याच्याबद्दल ते खूप आशावादी होते. त्यांना कसंही करून ते छापायचं होतं. रुद्र औलाद हुसेनच्या कवितांची खूप प्रशंसा करी. ते खरोखर चांगलं लिहीत. डॉक्टरकीच्या बाहेर आणखी काही करण्यासारखं नसल्यानं मी एक कवी संघटना तयार करण्याबद्दल विचार करी, कवितेचं मासिक काढण्याची इच्छा मनात उसळ्या मारी. एवढंच काय, पुस्तक प्रकाशन करण्यासाठीही हात शिवशिवत. मी आता कमावती होते. दरमहा मला पगार मिळे, बापाच्या हॉटेलात राहत होते, खात होते आणि स्वतःचा पैसा कला-साहित्याच्या सेवेसाठी खर्च होत होता. कला-साहित्य जणू आजारी होतं म्हणून माझ्या सेवेची त्याला गरज होती! 'रोग्यांची सेवा कर गं, साहित्य ठेव बाजूला' असं एक मन म्हणे; पण बाजूला ठेवू म्हणूनही बाजूला ठेवता येत नसे. जुन्या मुळांना आता नवीन घड्यातलं पाणी मिळालं. पाणी मिळालं म्हणून एके दिवशी औलाद हुसेनचं काव्यनाट्य घेऊन मी जमान प्रिंटर्सकडे गेले आणि ते छापायला सांगितलं. 'पुस्तकाच्या विक्रीची व्यवस्था मीच करीन' असं औलाद हुसेननी मला आश्वासन दिलं. काव्यनाट्यातलं काहीच समजलेलं नसताना मी छानपैकी ते प्रकाशित करून दिलं. माझ्या प्रकाशनाचं नाव होतं 'सकाल'. 'सकाल' म्हणून मला सध्या कुणीही हाक मारीत नव्हतं. मीच स्वतःला अधूनमधून अचानक 'सकाल!' अशी हाक मारीत असे. या 'सकाल'मध्ये 'रोद' (ऊन्ह) मुळीच नव्हतं. माझी सकाळ मळभाच्या अंधारात बुडालेली होती. 'सकाल प्रकाशनी' या माझ्या प्रकाशन संस्थेतर्फे मी 'बंदी देवता' हे औलाद

हुसेनला दिल्या, तीनशे प्रती माझ्या कॉटखाली!

रुद्र मयमनसिंहला फिरायला आला होता तेव्हा त्यालाही काही प्रती विक्री करण्यासाठी दिल्या, औलाद हुसेनच्या ऑफिसमध्ये रुद्रला घेऊन गेले- दोन मित्रांची भेट घडवायला म्हणून. भेट झाली, पण त्या भेटीनं रुद्रला आनंद झाला का? नाही. मुळीच नाही. उलट ढाक्याला परत जाऊन त्यानं 'इतर' शीर्षकानं इतरांसारखी एक कथा लिहिली. त्या कथेत त्यानं माझ्यावर संशय व्यक्त केला होता की, तू याच्या-त्याच्या संगे झोपत असतेस, औलाद हुसेनशीसुद्धा तुझे तसलेच संबंध आहेत. खरं तर मला ठाऊक होतं की, मी कुणाहीबरोबर झोपले नव्हते. औलादकडे एक मित्र याच भावनेनं मी पाहत होते. औलादशी या मैत्रीव्यतिरिक्त इतर कुठल्याही प्रकारच्या संपर्काची वा संबंधाची मी कल्पनाही केली नव्हती. उलट औलादना मित्र म्हणायलाही मला आक्षेप घ्यावासा वाटत होता, ते उदासीन होते आणि उदासीन नव्हतेही. कुठल्याशा दुर्भेद्य तटबंदीत जणू ते राहत होते. कधी ऐसपैस गप्पा मारीत, कधी कारण नसताना मोठ्यानं हसत, हार्मोनिअम उत्तम वाजवीत; तर कधी एकदम गप्प होऊन जात. कुणीच त्यांची निमग्नता भंग करू शकत नसे. आत्ता असतील, तर आत्ता नसतील. ऑफिसच्या गाडीतून दूर निघून जात. कधी ड्रायव्हरला रस्ताभर ड्रायव्हिंग करायला लावीत, तर कधी त्याच्या खिशात नोटा कोंबून हसतमुखानं 'जा, आज तुला सुटी!' म्हणत. एकाच औलाद हुसेनची ही अनेक रूपं होती. त्यांतलं कुठलं खरं, हे माझ्या लक्षात येत नसे. हळूहळू मला समजलं की, शंभूगंजच्या एका पिराकडे ते वारंवार जात, त्याच्याबरोबर बसून गांजा ओढीत. माझ्या लक्षात आलं की, आपल्या ऑफिसात ते अधिकाधिक अप्रिय होत चालले आहेत. आपल्या सहकाऱ्यांशी ते मैत्रीचे संबंध जपूच शकत नव्हते. औलाद हुसेनच्या ऑफिसमधल्या समस्या काही मी सोडवू शकले नाही, तरी एक समस्या सोडवावीशी वाटली.

त्याचं असं झालं की, औलाद हुसेन यांनी आपल्या घरी घरकाम करणाऱ्या सोळा वर्षं वयाच्या मरियम नावाच्या मुलीचं लग्न एका सत्तर वर्षं वयाच्या म्हाताऱ्याशी ठरवलं. तो म्हातारा हुसेन यांच्या ऑफिसमध्येच प्यूनचं काम करीत होता. औलाद हुसेन म्हणाले, "दोघांचं एकमेकांवर प्रेम आहे, तर मग त्यांचं धामधुमीनं लग्न लावून टाकू!" माझी इच्छा असूनही हे लग्न होणं मी रोखू शकले नाही. मरियमला एकटीला बोलावून मी विचारलंही होतं, "या म्हाताऱ्याशी तू का लग्न करते आहेस?" मरियम लाजून हसली- प्रेमात पडलेली तरुणी तिच्या प्रियकराबद्दल विचारल्यावर हसते, तशी. मरियम आणि अब्दुल हमीद नावाच्या, तोंडाचं बोळकं झालेल्या म्हाताऱ्यामध्ये प्रेम आहे यावर माझा विश्वासच बसला नाही. बहुधा त्या म्हाताऱ्याकडे थोडेफार पैसे आहेत आणि थोडी जमीन आहे,

म्हणून असहाय मरियमच्या बाबांनी या लग्नाला संमती दिली असावी- आपली मुलगी खाऊन-पिऊन सुखी राहील, या आशेनं. ते लग्न थांबवणं मला शक्य झालं नाही. आपल्या नातीच्या वयाच्या मुलीशी अब्दुल हमीदचं लग्न मी पाहून आले, त्यांच्या लग्नाचं जेवण जेवून आले. तेव्हापासून मला वाटू लागलं की, औलाद हुसेन माझ्यापासून काहीतरी लपवताहेत. त्यांनी आपलं रहस्य कधीच सांगितलं नाही. ते जणू धुक्याआडच्या एखाद्या स्थिर आकृतीसारखे मला वाटत. एके दिवशी मला असंही समजलं की, त्यांनी आपल्या बायकोला मारहाण करून घरातून हाकलून दिलं. मुलाला आणि मुलीला घेऊन त्यांची बायको सिराजगंजला निघून गेली. औलाद हुसेननी लहान वयातच एका सुंदर, गाणाऱ्या मुलीशी लग्न केलं होतं. इतर मित्रांपेक्षा खूप आधीच त्यांना मुलंही झाली होती. बरेचदा, मी त्यांना 'बायको-मुलं कशी आहेत?' असं विचारी, तेव्हा 'त्यांची काही खबर नाही' असं उत्तर ते देत. त्यांच्यासाठी ते काही पैसेही पाठवीत नसत. माझ्या लक्षात आलं की, आपल्या बायको-मुलांबद्दल त्यांना मुळीच माया नाही. पत्नी त्यांच्या आज्ञेत राहत नव्हती म्हणून म्हणे त्यांनी तिला ही शिक्षा दिली. ते पती होते, त्यांना तो अधिकार होता. ते कवी होते, ते भावुक होते, ते हे होते, ते ते होते. ते लाटसाहेब होते, जमीनदार होते. जमीनदारांचं कुशल विचारण्यातलं माझं अगत्य संपलं. त्यांच्या न पाहिलेल्या पत्नीबद्दल मला खूप करुणा वाटू लागली. मी तिचं दुःख जाणू शकले. वर्ष निघून गेलं. मी 'सकाल कविता परिषद' नावाची एक संस्था स्थापन केली. शहरातले कवी आणि 'आवृत्तिकार' (म्हणजे कविता न लिहिणारे पण इतरांच्या कविता चांगल्या पद्धतीनं वाचून दाखवू शकणारे) माझ्या संस्थेत सामील झाले. 'औलाद हुसेन यांनाही या संस्थेत सामील करून घेतलं तर चांगलं होईल' असा एका कवीने प्रस्ताव ठेवल्यावर मी शोध घेऊन पाहिलं. तेव्हा मला दिसलं की, औलाद हुसेन आता नीट दाढी करणारे, सुटाबुटात राहणारे सभ्य गृहस्थ राहिलेले नाहीत. आता ते शंभूगंजच्या पिराच्या बैठकीत गांजा ओढून ओढून, आपल्याकडे जो काही पैकाअडका होता तो सगळा त्या पिराला दान करून पूर्णपणे भणंग झाले आहेत. त्यांची नोकरीही गेली आहे. डोक्यावर परिणाम झाला आहे. अनवाणी फिरताहेत. मळलेले कपडे, केस-दाढी यांनी तोंड झाकून गेलेलं. आमच्या 'आरोग्यविताना'त येऊन माझ्या दादाकडे दोन-पाच रुपयांची भिक्षा मागतात. एके दिवशी माझ्याकडे पैसे मागायला आले होते. करुणा वाटली म्हणून मी काही पैसे दिले. औलाद हुसेन हातात एक मोठी वही घेऊन फिरत आणि म्हणत, त्यांनी एक खूप उत्तम काव्यनाट्य लिहिलं आहे. ते प्रकाशित झाल्यावर सगळ्या जगात त्याची चर्चा होईल, वाहवा होईल. औलाद हुसेनना पाहून मला खरोखर खूप वाईट वाटे. त्यांच्याबद्दल करुणा वाटे. सिराजगंजच्या जमीनदाराचे पुत्र असलेले औलाद हुसेन

फर्स्ट क्लास गॅझेटेड ऑफिसरचे एका वर्षात रस्त्यावरचे भिकारी झाले होते. ज्या माणसाने व्यसनामुळे स्वत:चा असा सर्वनाश करून घेतला आहे, त्याच्यासाठी मी तरी काय करू शकणार होते? काहीच नाही. मी ठरवलं, आता इथून पुढे त्यांच्यासाठी आपल्या घराचा दरवाजा उघडायचा नाही, त्यांना आणखी पैसे द्यायचे नाहीत. त्यापेक्षा इतर कारणांसाठी पैसे खर्च करणं उत्तम.

चांगलंही नाही, वाईटही नाही असं एक काम करायची जबाबदारी तारिक सुजात यानं घेतली. तारिक अगदी तरुण होता, अगदी पोरगेलासा दिसे. राष्ट्रीय कविता परिषद स्थापनेच्या वेळी जे सगळे तरुण कवी रात्रंदिवस धावपळ करीत होते, त्यांच्यापैकीच एक कवी म्हणजे तारिक सुजात. परिषद स्थापन करण्याच्या आणि विद्यापीठासमोरच्या चौकात स्टेज उभारून भव्य असा राष्ट्रीय कविता उत्सव साजरा करण्याच्या त्या उत्तेजित काळात तारिक सुजात, मुजम्मिल बाबू, शिमुल मुहम्मद अशा काही तरुण कवींबरोबर माझी आणि रुद्रची घनिष्ठता वाढली होती. रुद्रबरोबरचे माझे संबंध जेव्हा तुटत आले होते आणि अखेर तुटले, तेव्हाही या कवींशी माझा संपर्क होई. मुजम्मिल बाबू प्रकौशलचा असूनही कौशल-प्रकौशलमध्ये न जाता त्यानं 'शैली' नावाचं एक पाक्षिक साहित्यिक नियतकालिक सुरू केलं होतं. 'शैली'चं ऑफिस स्टेडियमच्या दुसऱ्या मजल्यावर होतं. साहित्याच्या आवडीमुळे बाबूनं भौतिक जगाकडे पाठ केली होती. श्रीमंत वडिलांचा मुलगा असूनही तो मळक्या कपड्यांत सगळीकडे फिरे. तारिक सुजातही तसाच. पुस्तक छापण्याचा सगळा खर्च मी तारिकला हप्त्याहप्त्यानं ढाक्याला जाऊन देऊन आले. पुस्तकाचं मुखपृष्ठ खालिद एहसान यानं केलं आहे हे ऐकून मला खूप बरं वाटलं. खालिदचं घर होतं चट्टोग्रामला. 'बईमेला'च्या (पुस्तकजत्रेच्या) आधी ढाक्याला येऊन काही पुस्तकांची खूप सुंदर मुखपृष्ठं करून जाई तो. स्वतः चांगला कवीही आहे खालिद. ज्या दिवशी ते पुस्तक माझ्या हाती यायला हवं होतं, त्या दिवशी तर ते आलंच नाही. एक महिना उलटला, तरी पुस्तक हाती आलं नाही. तारिकसुद्धा शोधूनही कुठं सापडत नव्हता. अखेर जेव्हा तो सापडला, तेव्हा म्हणाला की, पुस्तकाचं काम अद्यापही पुरं झालेलं नाही. शंभर कामं हाती असलेल्या या काजीच्या हाती पुस्तकाचं काम देणं हे माझं चुकलंच. जेव्हा पुस्तक बाईंडिंग होऊन बाईंडरकडून आलं, तेव्हा पुस्तकजत्रा अगदी संपत आली होती. २१ फेब्रुवारी ही तारीखसुद्धा उलटून गेली. छोटोदाच्या घरी, त्याच्या खाटेखाली मी पुस्तकाची बंडलं ठेवली. काही प्रती मी पुस्तकजत्रेत आणि काही पुस्तकांच्या दुकानात दिल्या खऱ्या; पण संकोचामुळे मी त्या दुकानांच्या आसपास जातच नसे- न जाणो ज्या पाच-पाच प्रती मी त्या दुकानांत दिल्या होत्या, त्या सगळ्या तशाच, अनाथासारख्या पडलेल्या असायच्या! विक्री झाली तर होईल- मी पुढे काही चौकशीच केली नाही. पैसे

आणायलाही त्या दुकानांमध्ये डोकावले नाही. पुस्तकजत्रेतला वेळ मी चहाच्या दुकानात मित्र-मैत्रिणींशी गप्पा मारीत घालवी. जत्रा संपल्यावर पुस्तकांची पिशवी घेऊन मयमनसिंहला परत आले. गांगिनाथड पाड इथल्या 'कबीर लायब्ररी' आणि 'पारुल लायब्ररी'त पुस्तकांच्या प्रती विक्रीसाठी ठेवून आले. नंतर दोन-तीनदा लायब्ररीत पुस्तकं आणण्यासाठी गेले असताना माझ्या त्या पडून राहिलेल्या पुस्तकांकडे नजर गेली. नजर वळवून, निःश्वास टाकून मी घरी परतले.

या मानसिक त्रासातून नईमनं माझी सुटका केली. नईमशी माझा परिचय झाला होता अबू हसन शहरयारच्या माध्यमातून. शहरयार एका कवितेच्या कार्यक्रमासाठी मयमनसिंहला आला होता. शहरयार छडाकार होता, मयमनसिंहचा छडाकार अताउल करीम सफीकशी त्याचा चांगला संपर्क होता. (छडा म्हणजे यमके असलेली, मराठीतील 'चारोळ्यां'सारखी कविता.) अताउल करीमनेच त्याला टाऊन हॉलच्या बटतोलामध्ये 'सकाल कविता परिषदे'च्या 'विरोधाच्या कविता' या कार्यक्रमाला नेलं. त्यानं स्वतः कार्यक्रमात एक उत्तम कविता वाचली. बटतोला इथं फारसे लोक जमले नव्हते. पण 'सकाल' संस्थेचं सांघिक कवितावाचन ऐकून शहरयार इतका मुग्ध झाला की, त्याबद्दल त्यानं ढाक्याच्या 'स्वरश्रुती' या संघटनेला सांगितलं. 'स्वरश्रुती' ही ढाक्याची एक मोठी कवितावाचन करणाऱ्या कलाकारांची संघटना होती. 'स्वरश्रुती' संस्थेनं तेव्हा ब्रिटिश कौन्सिलच्या ऑडिटोरियममध्ये एका मोठ्या कवितावाचनाच्या कार्यक्रमाची जबाबदारी घेतली होती आणि त्यासाठी देशातील तसंच पश्चिम बंगालमधल्याही प्रथितयश कवींना आमंत्रण दिलं होतं. एकल तसेच सांघिक कवितावाचनासाठी विविध कलाकारांना त्याचप्रमाणे संस्थांनाही आमंत्रणं पाठवली होती. 'सकाल कविता परिषदे'लाही 'स्वरश्रुती'चं आमंत्रण मिळालं. मेडिकल कॉलेजचा विद्यार्थी पाशा, कृषी विद्यापीठाची विद्यार्थिनी रोझेलिन, शहरातील आवृत्तिकार दोलन, यास्मिन आणि मी स्वतः- आम्ही सर्वांनी खूप उत्साहानं कवितावाचनाच्या तालमी सुरू केल्या. या रिहर्सल्स आमच्या 'अवकाश' या घरातच चालत. निरोगी राजकारण, विषमताहीन समाज, समता आणि साम्य यांची स्वप्नं प्रत्येकाच्या आवाजातून झंकृत होत होती. आम्ही सगळे एकत्रितपणे ढाक्याला गेलो आणि मुली ढाक्याच्या जामदानी साड्या, तर मुलं सफेद झब्बा-पायजमा असा वेश करून स्टेजवर आलो. कवितावाचन सादर केलं- कधी एका कलाकारानं, कधी दोघांनी, कधी तिघांनी, तर कधी सगळ्यांनी मिळून, एका आवाजात. कुणाचीही काहीही चूक झाली नाही की कुणाचेही स्टेजफ्राईटमुळे पाय थरथरले नाहीत. छानपैकी श्रोत्यांच्या टाळ्या मिळवून आमचं 'गावाकडचं' दल मंचावरून खाली उतरलं. गावाकडचा ग्रुप म्हणून ढाक्यात तेवढा भाव म्हणा, कौतुक म्हणा मिळत नाही. नेहमीच ढाक्याच्या कवींमध्ये किंवा 'आवृत्तिकारां'मध्ये

एक प्रकारचा दादागिरीचा भाव असतोच. ती दादागिरी उडवून टाकून मैदानात ढाक्याच्या कविमित्र-मैत्रिणींबरोबर छानपैकी गप्पांचा अड्डा रंगवला आम्ही. त्या मैदानातच शहरयारनं माझा परिचय नईमशी करून दिला.

नईम दिसायला विद्रूप होता. पुढे आलेले दात, मोठं कपाळ, विसकटलेले केस, त्यात तरुणपणीच केस पांढरे होऊ लागलेले. अंगकाठी अगदी हाडकुळी. हातवारे करीत बोले. चालताना त्याची कंबर एखाद्या मुलीसारखी हले. नईम 'खबरेर कागज' नावाच्या साप्ताहिकाचा संपादक होता. त्या साप्ताहिकात राजकारण, समाज, साहित्य, संस्कृती असे सारेच विषय असत. एवढ्यात हे साप्ताहिक खूप प्रसिद्ध झालं होतं. त्याची किंमतही खूप कमी असे, निर्मितीही तशीच- कव्हरसुद्धा न्यूजप्रिंटवरच छापलं जाई. देशात काही डझन साप्ताहिकं प्रकाशित होत; पण 'खबरेर कागज' त्या सर्वांपेक्षा आगळं होतं. थोर थोर कवी-साहित्यिक या साप्ताहिकात स्तंभलेखन करीत. अशा एका चांगल्या साप्ताहिकाची देशात गरज होतीच. साप्ताहिकाचं नाव होत होतं, त्याबरोबरच लेखकांमध्ये नईमचा परिचय वाढत होता. एरवी विद्यापीठातल्या पत्रकारिता विभागात शिकलेला तरुण असा अचानक साहित्यिकांच्या घरचा माणूस बनत नाही. दिसायला विद्रूप असला, तरी नईम गुणवान होता हेच खरं. तारिकप्रमाणेच नईमही एकाच वेळी अनेक कामांमध्ये गुंतलेला असे. कविता किंवा कवितावाचन यांच्यामधलं ओ की ठो कळत नसतानाही हा नईम 'स्वरश्रुती आवृत्ती संगठन' या संस्थेचा उपाध्यक्ष होऊन बसला होता. नईमची एक चांगली गोष्ट म्हणजे जे आपल्याला ठाऊक नाही, ते तो निष्कपटपणे कबूल करतो. पण जे त्याला ठाऊक आहे, त्याबद्दलचा त्याचा अहंकारही काही कमी नसतो. हा अहंकार कधी सुप्त असतो, तर कधी प्रखरपणे प्रकट होतो. कुमिल्ला भागातल्या उच्चारांमध्ये बंगाली बोलणारा नईम मला पहिल्या भेटीत आवडण्याचं कुठलंच कारण नव्हतं. पण परिचयापासून भेटीगाठी आणि नंतर मैत्री व्हायला काही फार वेळ लागला नाही. कारण काहीही झालं तरी माझ्याशी मैत्री करायची, असा नईमनं निर्णय घेतला होता. नईमला जे काही करावंसं वाटे, ते तो करीच. त्याचा जो गुण मला आवडे, तो म्हणजे नवीन काहीतरी करण्याचा उत्साह. सतत तो नवीन काहीतरी करण्याची कल्पना करी आणि मग ती वास्तवात आणण्यासाठी स्वतःला कामात झोकून देई. प्रचंड उत्साही, उद्योगी, निरलस आणि कार्यक्षम तरुण होता तो. शहरयार, नईम आणि मी जवळजवळ समवयस्क होतो. आमचा अड्डा छान जमत असे. शहरयारनं डॉक्टरी सोडली हे काही वाईट केलं नव्हतं. त्यानं 'गती' नावाची एक जाहिरात संस्था उघडली होती. शहरयार म्हणे, 'गती' ही उपजीविकेसाठी, अन्न-वस्त्र-निवारा यांच्यासाठी; तर साहित्य हे मनाच्या समाधानासाठी. दोन्हीही गोष्टी छान चालल्या होत्या. शहरयारचा छडाकार मित्र

सैयद अल फारुकचा कपड्यांचा व्यवसाय होता. तो स्वतःच्या पैशांनी स्वतःचे छडासंग्रह प्रकाशित करी. शहरयार आणि फारुक हे दोघं मिळून एके काळी एक छडा नियतकालिक प्रकाशित करीत. आजकाल मात्र फारुकशी शहरयारचं पटत नसे. त्यामुळे शहरयारच्या धारदार जिभेमुळे त्याला तुकडेतुकडे व्हायलाच हवं! नईम आणि शहरयार यांच्यामध्ये बऱ्याच गोष्टींमध्ये साम्य नव्हतं; पण एका बाबतीत मात्र खूप साम्य होतं- ती गोष्ट म्हणजे त्यांनी एखाद्याला मित्र मानलं की, मग त्याच्यासारखा उत्तम माणूस जगात नाही- तो देव, ईश्वर, भगवान! आणि जो माणूस त्यांना आवडत नसे, तो नरकातला सगळ्यात घाणेरडा किडा! हे लक्षात येण्यासाठी मला बरेच दिवस लागले. शहरयारच्या माध्यमातून माझी नईमशी ओळख झालेली असली, तरी एके काळी शहरयारपेक्षाही नईमशीच माझ्या अधिक गाठीभेटी होत. हे सारं नईमच्या अतिउत्साहामुळेच होई. शहरयारशी भेटी कमी होण्याचं कारण स्वतः शहरयारच होता. एके दिवशी त्यानं मला आपल्या घरी बोलावलं. मी त्याच्या घरी गेले तर दिसलं की, घरी तो एकटाच होता. त्याची बायको परगावी गेली होती. रिकाम्या घरात आधी छान गप्पा झाल्या; पण त्यानंतर शहरयारला पाहून मी अवाक् झाले, माझ्या सौंदर्याची प्रशंसा करीत करीत तो मला लगटून बसला आणि जबरदस्तीनं त्यानं माझं चुंबन घेण्याचा प्रयत्न सुरू केला. मी वारंवार त्याला दूर ढकललं. जितक्या वेळा मी सुरक्षित अंतरावर बसायचा प्रयत्न केला, तितक्या वेळा त्यानं माझ्याशी लगट करायचा प्रयत्न केला. त्याच्या या लगट करण्याच्या प्रयत्नांपासून स्वतःला वाचवून मी त्याला समजावून सांगायचा प्रयत्न केला की, आपल्या दोघांमधली सुंदर मैत्री त्यानं या प्रकारे नष्ट करून टाकू नये. पण त्यानंतरही जेव्हा त्यानं आगाऊपणा चालूच ठेवला, तेव्हा नाइलाज म्हणून मी त्याच्या घरातून बाहेर पडले. नईमच्या संदर्भात मात्र ही समस्या नव्हती. नईमने कधीही, कुठंही अशी संधी घेण्याचा प्रयत्न केला नाही. आम्ही दोघंच अनेक तास एखाद्या खोलीत असतानासुद्धा नाही. नईम माझा एक चांगला मित्र बनला- चांगला मित्र म्हणजे ज्याच्यावर आपण विश्वास ठेवू शकतो, जो सुखदुःखात आपल्या शेजारी उभा राहतो.

नईमशी जुन्या गोष्टी बोलता बोलता एकदा मी चंदनाबद्दल बोलले. चंदना कुमिल्ला गावी असते म्हटल्याबरोबर नईमनं मला त्याच्या कारमधून कुमिल्लाला नेलं-रस्त्यात इमदादुल हक मिलन भेटला, तर त्यालाही बरोबर घेतलं. नईम, मिलन आणि मी- आम्ही ढाक्याहून थेट कुमिल्लाला गेलो. मिलनला घेऊन नईम एकदा अचानक माझ्या घरी आला होता आणि मला चकित केलं होतं. नईमच्या स्वभावात हा एखाद्याला चकित करण्याचा गुण होता. त्या दिवशी नईमचा तडक कुमिल्लाला जाण्याचा हा निर्णय मला खूप आवडला. मीसुद्धा तशीच आहे- जे

करावंसं मनात येतं, ते लगेच करून टाकते- उद्यासाठी काही ठेवावं असं मला वाटत नाही. एखादी गोष्ट करण्याआधी विचार करणं मला मुळीच आवडत नाही. कुमिल्लाला चंदनाची सासुरवाडी आम्ही शोधून काढली. चंदना आता एका छोट्या बाळाची आई होती. चेहऱ्यावरून घुंघट घेतलेली मर्यादशील सून होती. तीच चंदना, माझी चंदना, इतक्या जवळची, तरीही किती दूरची! मी स्पर्श केला चंदनाला, त्याच आधीच्या माझ्या चंदनाला, गृहिणी बनलेल्या चंदनानं तो स्पर्श कितपत अनुभवला हे मला काही नीट जाणवलं नाही. तिला म्हणाले, ''मी रांगामाटीला गेले होते. तिथं फक्त तुझीच आठवण येत होती. आपण एकदा ठरवलं होतं ना- दोघी जणी रांगामाटीला जाऊ, तू मला सगळं दाखवशील, सगळ्यांशी ओळख करून देशील- आठवतं?'' हे चंदनाला आजही आठवतंय की नाही हे मला समजलं नाही. मी उत्साहानं तिला म्हणाले, ''चल, बाहेर फिरून येऊ, मयमनसिंहला जाऊ, ढाक्याला जाऊ!'' चंदना माझा हा वेडेपणा पाहून हसली. चंदना आता खूप मोठ्यानं हसत नाही, मोठ्यानं बोलत नाही, विश्वासही बसणार नाही, इतकी मर्यादशील झाली आहे ती. मर्यादेनं चालते, मर्यादेनं बोलते. अंगणातली गुलाबांची बाग दाखवून त्या बागेबद्दलच अधिक बोलली. मिलनच्या अनेक कथा चंदनानं वाचल्या होत्या; एवढंच काय, त्याची 'ओ सजनी' ही कथा वाचूनच तिनं स्वतःच्या नावामागे 'सजनी' जोडलं होतं; पण मिलनबद्दल आता तिला कुठलंही आकर्षण वाटत नव्हतं. मिलनकडे चंदनानं अगदी थंड नजरेने पाहिलं- जसं ती इतर सोम्या-गोम्याकडे पाही, तसं. यानंतरही मिलनशी माझ्या अधूनमधून भेटी होत राहिल्या, त्याच्याशीही मैत्री झाली, त्याच्याशी बोलताना मी त्याला 'तुम्ही'ऐवजी 'तू' म्हणू लागले.

साहित्यिक-असाहित्यिक अशा दोन्ही विश्वांमध्ये माझ्या स्नेह्यांची संख्या हळूहळू वाढत राहिली. कुटुंबनियोजन विभागातले डॉक्टर सैदुल इस्लाम यांना साहित्याची कुठलीही आवड नव्हती, तरीही ते माझे चांगले स्नेही झाले. मैत्रीचं दार मी बंद करून ठेवीत नाही; पण याचा अर्थ मी कुणाशीही मैत्री करण्यासाठी अगदी दारातच हात पुढे करून उभी असते, असा नाही. अनेक साहित्यिकांशी मी पहिल्या भेटीत नाही, तरी दुसऱ्या भेटीतच संपर्क तोडलेला आहे. हारून रशीदचंच उदाहरण देते. खूप प्रतिभावान तरुण. 'सेंजुती' छापण्याच्या वेळेपासून माझा त्याच्याशी परिचय. त्याच्या कवितांची मी अगदीच चाहती होते. आधी पत्रांमधून आमचा संपर्क होता; मग एकदा तो मला भेटायलाही आला होता. मी ग्रामीण भागातली लाजरी मुलगी, त्या वेळी त्याला भेटण्याइतकी मी धीट नव्हते. तोच हारून काही वर्षांनंतर अचानक माझ्या घरी, 'अवकाश'मध्ये आला- अशा आविर्भावात की, हे बघ मी आलोय, मला स्वीकारणार नसशील, तर निदान तुझ्या त्या देवालयातला प्रदीप

होण्याची अनुमती मला दे. माझा रुद्रशी तलाक झाला होता. मी एकाकीपणाच्या डोहात बुडत होते. मी आता त्यांच्यासारख्या देखण्या तरुणाला कुठल्याही प्रकारे परत पाठवणार नाही; असं त्याला वाटत होतं. तो माझ्याकडे प्रेमभरल्या नजरेनं पाहत होता, तर मी त्याच्याकडे न पाहता अंगणातल्या नारळाच्या झाडाला लोंबत असलेल्या नारळांकडे पाहत राहिले, गेल्या पावसाळ्यात वीज पडल्यानं जळून गेलेल्या सुपारीच्या झाडाकडे पाहत राहिले, खिडकीकडे पाहत राहिले, बोलण्यासाठी मला शब्दच सापडत नव्हते. पण, शेवग्याच्या झाडाप्रमाणे भुतासारख्या दिसणाऱ्या, फरीद कबीर नावाच्या ज्या कवीला हारून बरोबर घेऊन आला होता, त्याच्याशी बोलायला मात्र मला शब्द सापडले. ढाक्याला हारूनच्या घरी गेल्यावरही मला पुन्हा तसंच अवघडल्यासारखं वाटलं- मला बोलायला शब्दच सापडेनात, त्याच्याशी माझा साधा-सरळ संपर्कही तयार झाला नाही. याचा अर्थ असा नाही की, ज्याला मी मित्र मानलं, तो माझा मुळातच मित्र आहे आणि ज्या माणसाला मी अवहेलना करून, तुच्छ मानून परत पाठवलं असेल, तो माझा चांगला मित्र व्हायच्या योग्यतेचा नाही. हारूनचा विषय सोडूनच देऊ; पण हिलाल हाफिजशी असलेला संपर्क अशा प्रकारे संपेल, असा मी कधी विचारही केला नव्हता. खरं तर संपर्क जसा, ज्या प्रकारे, ज्या ठिकाणी असतो, त्यापेक्षा अचानक संपूर्णपणे त्याने वेगळ्या दिशेला वळण घेतलं की, सारंच विसकटून जातं. हिलाल हाफिजशी माझा खूप दिवसांपासून संपर्क होता. 'सेंजुती'साठी कविता मागायला गेले, तेव्हा त्याच्याशी ओळख झाली, बऱ्याचदा जेव्हा करण्यासारखं काही काम हाती नसे, घरात बसूनही बरं वाटत नसे, अशा वेळी मी प्रेस क्लबमध्ये हिलाल हाफिजला भेटायला जाई. भेटायला गेले की, तो क्लबच्या रेस्टॉरंटमध्ये घेऊन जाई. दुपार असेल तर दोघांसाठीही जेवण मागवी. आम्ही दोघं तिथल्या गर्दीत बसून जेवण करीत असू. मला तो कधीच तिथलं बिल देऊ देत नसे. मी कधी त्याच्यासाठी एखादी भेटवस्तू घेऊन गेले की, तो थंडपणे म्हणे की, तो कुणाकडूनच कुठलीही भेटवस्तू घेत नाही. मी ती भेटवस्तू परत न्यावी, स्वतः वापरावी किंवा दुसऱ्या कुणाला देऊन टाकावी. त्याच्याशी माझ्या ज्या गप्पागोष्टी होत, त्यातल्या बऱ्याचशा कौटुंबिक स्वरूपाच्या असत. तो विचारी, 'माझे बाबा कसे आहेत, आई कशी आहे, दोघं भाऊ कसे आहेत, बहीण कशी आहे' इत्यादी. हिलाल हाफिज एकटाच राही. त्यानं लग्न केलं नव्हतं. तो एका नियतकालिकात काम करी. ते बंद पडल्यावर त्यानं दुसरी नोकरी शोधलीच नाही. तो जगे जुगारावर. जुगारात त्याचं नशीब खूप चांगलं होतं. बऱ्याचदा तो जिंकत असे. मलाही एकदा जुगाराची चटक लागली होती; अर्थात ती फार दिवस टिकली नाही. रोज रात्री हसीनाची बहीण परवीन हिच्या घरी जुगाराचा अड्डा बसे. चांगले चांगले खेळाडू नोटांची बंडलं खिशात घेऊन जुगार

खेळायला येत. परवीननं आणि तिच्या खेळाडू मित्रांनी फ्लश कसं खेळतात हे मला शिकवलं. मी फ्लश खेळायला गेल्यावर दिसलं की, माझे पैसे भुर्रकन उडून जात. आपण जिंकू असं प्रत्येक वेळी वाटे; पण प्रत्येक वेळी मी मोठमोठी रक्कम हरत असे. घरी परत येण्यासाठी माझ्याकडे रिक्षाभाड्यालाही पैसे शिल्लक राहत नसत. रिकाम्या हातांनी घरी परत येऊन दोन रुपयांसाठी याच्या-त्याच्यापुढं हात पसरावा लागे. लोक मला फसवताहेत हे मला समजत नसे; पण बाबांच्या हस्तक्षेपामुळे दादानं मला ज्ञानदान करून करून त्या जुगाराच्या अड्ड्यातून बाहेर काढलं. तरीही, सतत हरले असले, तरीही एक गोष्ट मी कबूल करते की, खरोखर त्या खेळात उत्तेजना होती. पैसे येतात, पैसे जातात; पण पैसे नेहमीच असा 'उत्तेजक वेळ' देऊ शकतात का? नाही देऊ शकत. हिलाल हाफिजचं जुगार खेळणं हे अगदी रोजच्या दहा ते पाच नोकरी करण्याप्रमाणे होतं. घर-संसार नसलेल्या सड्या माणसाच्या बाबतीत हे ठीक असतं- त्याला कुठलेच पाश नसतात, कशाचीच ओढ नसते. असा माणूस सामाजिक नियमांच्या बाहेर राहू शकतो. म्हणूनच हिलाल हाफिज या व्यक्तीचा हा आगळा पैलू मला इतका आकर्षित करी. मलासुद्धा असं निःस्पृहपणे जगता आलं असतं तर! अर्थात वाटेल त्या व्यक्तीला असं राहता येणार नाही, हे मला ठाऊक आहे. ढाक्याहून जेव्हा मला तो रोज फोन करी, तेव्हाही मला तो माझ्या थोरल्या भावाप्रमाणेच वाटे. मला प्रथम शंका आली ती त्यानं माझ्यावर लिहिलेल्या कवितेमुळे आणि माझ्यासाठी त्यानं वापरलेल्या नवीन नावामुळे. त्यानंतर हा माणूस- जो आपलं घर आणि प्रेसक्लबव्यतिरिक्त इतर कुठंही जात नसे, कुणाच्याही घरी किंवा कुठल्याही कार्यक्रमाला जात नसे, तो अचानक २५ ऑगस्टला मयमनसिंहला आला- माझा वाढदिवस साजरा करायला! मी ढाक्याला गेले असताना तो आपल्या स्वभावातला अवघडलेपणा बाजूला ठेवून छोटोदाच्या घरी खास मला भेटण्यासाठी आला होता- अशी होती त्याची माझ्याबद्दलची ओढ, माझ्याबद्दलचा आवेग. त्या आवेगामुळे तो प्रेमभरल्या नजरेनं माझ्याकडे पाहू लागला, तेव्हा मी दुसरीकडे नजर वळवली. ज्या दिवशी प्रथम त्यानं माझा हात स्वतःच्या हातात घेतला, तेव्हा मी लगेच स्वतःचा हात त्याच्या हातातून सोडवून घेतला; पण त्यानं पुन्हा माझा हात धरून तो बराच वेळ आपल्या हातात ठेवण्याचा प्रयत्न केला. हे मला बरं वाटलं नाही. मी त्याच्याकडे या नजरेनं पाहत नव्हते. जेव्हा तो म्हणाला,

"अचानक एके दिवशी
प्रेम आलं आणि फटकन म्हणालं,
चल, नजर जाईल त्या दिशेनं आपण जाऊ,
तर तू येशील?"

तेव्हा मला ते विसंगत वाटलं.

मला तेव्हा हा हिलाल हाफिज तो हिलाल हाफिज वाटला नाही, ज्याच्या एका कवितेनं १९६९ मध्ये हजार माणसांना रस्त्यावर मोर्चात यायला स्फुरण दिलं होतं, प्रेरणा दिली होती. ती कविता होती :

'आता तारुण्य आहे ज्यांचं, त्यांची मोर्चात उतरण्याची
हीच उत्तम वेळ आहे,
आता तारुण्य आहे ज्यांचं, युद्धावर जाण्याची
त्यांची हीच उत्तम वेळ आहे.'

ज्याची भौतिक बाबींबद्दलची उदासीनता, ज्याचं मौन, ज्याची मग्नता मला मुग्ध करी; ज्याच्या कवितेमधला विषाद मला झाकोळून टाकी, तो हिलाल हाफिज प्रत्यक्षात अगदी वेगळाच माणूस आहे, असं माझ्या लक्षात आलं.

हिलाल हाफिजला मी कधीही माझा प्रेमिक मानलं नव्हतं किंवा तशी कल्पनाही केली नव्हती. ज्याच्या थोरपणाच्या चरणांवर पुष्पांजली अर्पण करून मी स्वतःला धन्य मानत असे, त्यानं जर माझ्या पायांशीच लोळण घेतली, तर माझी जशी अप्रतिष्ठा होते, तशी त्याचीसुद्धा होतेच की! मला त्याचा संताप आला. मी क्रुद्ध नजरेनं त्याच्याकडे पाहिलं. निर्दयतेनं माझी स्वभावसुलभ नम्रता झाकून टाकली, मला अमानुष करून टाकलं. मी कठोर होता होता, आणखी कठोर होत आपादमस्तक कवी असलेल्या, संसाराबद्दल उदासीन असूनही आतून प्रचंड स्वप्नाळू माणूस असलेल्या, चूक करून चुकीच्या स्वप्नाला ज्यानं स्पर्श करू पाहिला होता त्याला घरातून बाहेर काढलं. म्हणाले, "हिलाल भाई, इथून ताबडतोब निघून जा!"

माझ्या आवाजात स्वप्नभंगाची वेदना होती, हताशता होती, थोडी घृणाही होती. रुमालानं डोळे पुशीत पुशीत हिलाल निघून गेला. त्याच्या निघून जाण्याकडे मी वळून पाहिलं नाही, त्याच्या निघून जाण्याकडे करुणेनं पाहण्याला माझ्यातल्या कठोर 'मी'नं मनाई केली. हिलाल हाफिजनं आधी एक कविता लिहिली होती,

'मनात आणि मेंदूत गुणगुणत आहे -
प्रणयाची मधमाशी-'

त्यालाच आता लिहावं लागलं,

'मला रडवून तू
कितपत सुखी झालीस,
ते एकदा येऊन सांगून जा.'

मी कितपत सुखी झाले, हे माझ्याकडून त्याला कधीच सांगणं झालं नाही.

फक्त त्याच्या विविध ठिकाणी प्रकाशित होणाऱ्या कविता वाचून मी निःश्वास टाकी. मला काही त्याला दंश करायचा नव्हता. त्याला माझं मन द्यावं, असंही कधी माझ्या मनात आलं नव्हतं. त्यानं मला आपल्या कवितेत लिहिलं होतं,

'तुझ्यावरच्या प्रेमामुळेच तुला नाव दिलं 'तना'
मन दिलं नाहीस, तर
दंश कर उभारून विषारी फणा'

हिलालने मला 'तना' असं नाव दिलं होतं. 'तना' शब्दाशी 'फणा' या शब्दाचं यमक जुळत असलं, तरी हाफिजसारख्या साध्याभोळ्या माणसाला दंश करायला मी काही विषारी नागीण नव्हते. कुणाशीही एकदा माझी मैत्री झाली की, ती कधीही मोडू नये, असंच मला वाटतं. पण या प्रकारानंतर हिलाल हाफिजच्या समोर उभं राहावंसं वाटेना. एका कवितेत त्यानं म्हटलं होतं,

'जायचं असेल, तर जा
मी तुझ्या पायांतळीचा रस्ता होईन
मला परत पाठवू नकोस, मी जळून जाईन
हिमाच्या अग्नीत'

किंवा,

'तुझ्या हातात दिल्या अनेक शक्यता
तू काय आता असाधारण आहेस? तुझी वेदना
खूप सामान्य आहे, खूप चांगलं केलंस
चतुर सौंदर्यवती,
मला फसवून.'

पण त्याचं कोमल मन एवढं कठोर बोलून शांत झालं नाही. तो कितपत उदार होऊ शकतो तेही त्यानं लिहिलं-

'मला लाथ मारून आनंदात निघून जातेस
बघू, बघू,
तुझ्या पायाच्या नखांना दुखापत तर झाली नाही ना?
''इस्!'' म्हणतेस काय! बस ना जरा,
क्षमेच्या रुमालाने पुसून ताज्या जखमा
देतो दोन अँटिसेप्टिक चुंबनं!'

'एखन जौबोन जार' (आता तारुण्य आहे ज्यांचं) या कवितासंग्रहाच्या असामान्य यशानंतर हिलाल हाफिजचा दुसरा कवितासंग्रह 'जे जले आगुन ज्वले' (ज्या जळात अग्नी भडकतो) प्रकाशित झाला. त्यानंतरच्या पुस्तकासाठी त्यानं शीर्षक ठरवलं होतं- कविता मात्र एकही लिहिली नव्हती. दरम्यान, त्याची एक कविता 'अचल प्रेमाचे पद्य' ध्रुव एष याच्या कार्डावर प्रकाशित झाली. ती वाचून माझ्या मनाला वेदना झाल्या. त्याला वेदना झाल्या, म्हणून मला वेदना झाल्या. अशा प्रेमात तो पडला कशाला? काय गरज होती? काय गरज होती वेदना करून घेण्याची, वेदना देण्याची? खरं तर सगळे जण हिलाल हाफिजला संसाराबद्दल विरागी असलेला माणूस म्हणून ओळखत असले तरी, मला वाटतं, मनातून तो खूप संसारी असा माणूस आहे. ज्या तरुणींवर त्यानं प्रेम केलं, त्यांच्यापैकी कुणीही त्याच्यावर खऱ्या अर्थानं प्रेम केलं नाही. त्यामुळे त्याच्याकडून कधीच संसार थाटणं झालं नाही. कुणाच्याही बहुधा लक्षात येत नसेल; पण मनाच्या खूप आत-आत तो एक स्वप्न जपत असावा. बाहेरून समजलं नाही, तरी खरोखर खूप टापटिपीचा माणूस आहे तो. इस्त्रीचे कपडे घालील, चकचक करणारे सँडल्स घालील, खांद्यावर एक खादीची शबनम बॅग असेल, त्या शबनम बॅगमध्ये त्याचं पेन, काही कागद, सिगारेटचं पाकीट- सगळं अगदी टापटीप. इतकं टापटीप तर मला कधीच राहता येत नाही. कुठल्याच गोष्टी नीट आवरून ठेवता येत नाहीत. खांद्यावर शबनम बॅग घेतलेला, पायी चालणारा कुणी दाढीवाला माणूस पाहिला की, तो कवी असावा असं वाटे; पण ते काही खरं नसे. काही लोकांना दारिद्र्य-दुःख आवडतं, काही लोकांना संन्यासी व्हायला आवडतं. आपल्या एके काळच्या प्रेयसीकडून प्रेमभंग झाल्यानं हिलाल हाफिजनंच आपल्या एका कवितेत लिहिलं होतं, 'खूप वेदनांचं मूल्य देऊन ओळखलंय मी जीवन, खरं तर मीलनामुळे प्रेम मलिन होतं, विरहानं मात्र उज्ज्वल होतं.' आपल्या वेदनांची तो एखाद्या फेरीवाल्याप्रमाणे जाहिरात करीत असे. खूप पूर्वी, त्याच्याशी माझा प्रत्यक्ष परिचय होण्याआधी, मी त्याचं कवितावाचन ऐकलं होतं. एखाद्या फेरीवाल्याच्या ओरडण्याच्या ढंगात त्यानं आपली ही कविता वाचली होती-

'वेदना घेणार का वेदना
सगळ्या प्रकारच्या वेदना आहेत- लाल वेदना, निळ्या वेदना
अपमानाच्या आणि अवहेलनेच्या तीव्र वेदना
चुकीच्या रमणीवर प्रेम करण्याच्या
चुकीच्या नेत्याच्या सभेला जाण्याच्या वेदना आहेत,
वेदना घेणार वेदना?

माझ्याशिवाय दुसरं कोण देणार
इतक्या अस्सल, इतक्या उत्तम वेदना,
इतके चांगले कष्ट
कुणाचं कपाळ फुटलंय जन्मापासून माझ्यासारखं
माझ्यासारखं किती जणांचं आजवर
झालंय सारं नष्ट
कष्ट घेणार का कष्ट?
दुसरं कोण देईल माझ्यासारखे धष्टपुष्ट कष्ट?'

तो गुप्तपणे, मनातल्या मनात एखाद्या व्यक्तीवर, तरुणीवर प्रेम करी आणि जिच्यावर प्रेम करी, त्या व्यक्तीला तो आपल्यावर प्रेम करतो आहे हे समजत नसे. एकटाच बसून तो वेदनेचं जाळं विणी, आपल्या प्रेमाचं माणूस कसं आहे हे जाणून घेण्याचा प्रयत्न करी. प्रेयसीनं पत्र लिहिलं नाही, तर तो रुसव्यानं लिही-

'... प्रयत्न करून मला विसरूनच जा, काही हरकत नाही.
गेलंच असेल तर माझं गेलं, कुणाला त्याचं काय?
मी प्रेम करूनच चूक केली, चूक केली...'

त्याग, विरहयातना, कष्ट, संन्यास ही कवी हिलाल हाफिज याची एक प्रकारची संपत्ती होती; पण आणखी एका कवींना मी अगदी घनिष्ठपणे ओळखत होते- त्यांना भोगच महत्त्वाचा वाटत असे; हे जीवन म्हणजे एक लीला सोडून दुसरं काहीही नाही, असं त्यांचं मत होतं. जीवन त्यांना रंगमंचासारखं वाटत असे. त्या रंगमंचावर ते सतत अभिनय करीत असत. त्यांचं कुठलं वागणं आणि बोलणं खरं आहे आणि कुठलं अभिनय आहे, हे ओळखायला मला कधी कधी प्रयास पडत. सरळ मनानं त्यांचं सारंच खरं वाटे आणि म्हणूनच बहुधा मी त्यांना खूप आवडे. त्यांच्या प्रसिद्ध कादंबरीचं नाव होतं, 'खेलाराम खेले जा.' (खेलाराम, खेळत राहा!) खूप कुशलपणे त्यांनी 'खेलाराम' असलेल्या बाबर अलीचं चित्रण त्या कादंबरीत केलं होतं. 'लुच्चा, बदमाश' अशा शिव्या सगळे जण ज्या बाबर अलीला देत, त्या बाबर अलीचं वागणं आणि चारित्र्य हे सैयद शमसुल हक यांचंच वागणं आणि चारित्र्य होतं. हे त्यांच्याबरोबर बरंच अंतर चालल्याशिवाय मला समजलं नसतं.

रुद्रशी माझे संबंध तुटल्यानंतर माझ्या भग्न हृदयाची शुश्रूषा करायची जबाबदारी सैयद शमसुल हक यांनी स्वतःच आपल्याकडे घेतली. तेच एके दिवशी मला रांगामाटी गावी घेऊन गेले. त्यापूर्वी मी कधीही रांगामाटीला गेले नव्हते. मोठमोठे पहाड आणि पहाडांच्या पायथ्याशी पाण्याची छोटी छोटी तळी. एका तळ्याच्या

काठाशी बसून सैयद हक म्हणाले की, त्यांना स्वतःलाही अधूनमधून एकटं-एकटं वाटतं. बोलताना ते इतके सुंदर-सुंदर शब्द वापरत होते की, मी मुग्धच झाले. त्यांच्या शब्दांच्या तुलनेत माझे शब्द अगदीच साधे-सोपे असत- कुणीही त्यांचा अनुवाद करू शकेल. माझा आवाजही इतका हळू होता की त्यांना आपला कान माझ्या तोंडाजवळ आणावा लागे. रांगामाटीतल्या एका रंगीत हॉटेलमध्ये प्रवेश करून माझ्या कानाजवळ तोंड आणून ते म्हणाले, "एक खोली घेतली तरी चालेल, नाही का?" मी जर 'नाही, चालणार नाही' म्हटलं असतं, तर त्यांना वाटलं असतं की, कुठल्याशा कारणानं माझा त्यांच्यावर विश्वास नाही, त्यांच्याबद्दल मला शंका वाटतेय. पण संशय घेण्याचा किंवा शंका वाटण्याचा प्रश्नच नव्हता, हे दाखवण्यासाठी मी अगदी, एखाद्यानं 'कसं काय?' म्हटल्यावर 'ठीक' म्हणतो, त्या आवाजात म्हणाले, "हो, चालेल."

"तुमची गैरसोय होत असेल तर सांगा, दोघांसाठी दोन खोल्या बुक करतो."

मी साधं उत्तर दिलं, "माझी का बरं गैरसोय होईल? मला कुठलीच गैरसोय वाटत नाही."

"खरं बोलताय ना?"

मी उद्वेगाची मान दाबून, शांत चेहऱ्यानं, अतिशय निष्पाप संपर्कावर चिखल उडण्याची शंका दूर सारून म्हणाले, "हो, अगदी खरं बोलतेय."

माझ्या पाठीवर आपला हात ठेवून सैयद हक म्हणाले, "तुमची एक गोष्ट मला खूप चांगली वाटते. तुम्ही कशालाही नाही म्हणत नाही."

ते बरोबरच होतं. मी कशालाही नाही म्हणत नाही. सैयद हक हे माझ्या बाबांच्या वयाचे गृहस्थ होते. त्यांची मी सहज माझे बाबा किंवा दादा म्हणून कल्पना करू शकते किंवा नात्याची तुलना करायची नसेल, तर ज्येष्ठ स्नेही म्हणू शकते- त्यांना मी 'नाही' कशाला म्हणू? मी काही संकुचित, संकीर्ण विचारांची नाही! यापूर्वी मला आणि यास्मिनला सैयद हक कुमिल्लाच्या शालवनात सहलीसाठी घेऊन गेले होते. तिथंही वन विभागाच्या एका गेस्ट हाउसमध्ये आम्ही मुक्काम केला होता. मी आणि यास्मिन एका खोलीत झोपलो होतो, ते दुसऱ्या खोलीत झोपले होते. सकाळी न्याहारी करून 'शालवन विहारा'त फेरफटका मारून आम्ही ढाक्याला परतलो होतो. संपूर्ण मार्गभर सैयद हक आपल्या आठवणीच सांगत होते- आपल्या बालपणच्या, किशोरवयातल्या आठवणी, गरिबीच्या आठवणी, स्वतःला क्षयरोग झाल्याच्या आठवणी, तो रोग बरा करणाऱ्या डॉक्टर अन्वर यांच्या आठवणी, आपल्या प्रेमप्रकरणाच्या आठवणी, आपलं लग्न कसं झालं याच्या आठवणी, आपल्या दोन अपत्यांच्या (एक मुलगा-एक मुलगी) गोष्टी, स्वतःच्या लेखनाबद्दलच्या गोष्टी, आसपास दिसणाऱ्या निर्लज्ज आणि कठोर

स्वभावाच्या माणसांच्या गोष्टी... अगदी काहीही न लपवता ते बोलत होते. लेखनाचा विषय निघाल्यावर मी काय लिहिते आहे, असं त्यांनी विचारलं. तेव्हा मला खूप अवघडल्यासारखं वाटलं, खूप संकोच वाटला. मी अधूनमधून छंद म्हणून कविता लिहीत असे. माझ्या कविता सैयद हक यांच्यासारख्या थोर व्यक्तीला दाखवण्याचं धाडस मी केलं नाही. उलट त्यांची ममता, गंभीरपणा, उदारपणा पाहत राहिले. ते ब्रिटनमध्ये राहून आले होते, ढाक्याच्या 'गुलशन' या उच्चभ्रूंच्या इलाख्यात त्यांचा मोठा बंगला होता, कार होती, देशातले ते प्रख्यात लेखक होते. देशभर प्रवास करीत असत. अगाध पांडित्य असूनही सतत नवीन गोष्टींबद्दल त्यांना जिज्ञासा असे. जीवनाबद्दलची त्यांची ओढ सतत जागृत असे. तालुक्याच्या गावी राहणाऱ्या आम्हा दोन बहिणींचं त्यांनी जे आतिथ्य केलं, त्यानं आम्ही दोघी धन्य झालो होतो. आम्हाला थोडं अवघडल्यासारखंही वाटत होतं. पण त्यांची एक गोष्ट पाहून मला नवल वाटल्याशिवाय राहिलं नाही- ते एवढे थोर होते, उदार विचारांचे होते, मयमनसिंहला आमच्या घरी येऊन त्यांनी आमचं आतिथ्य स्वीकारलं होतं; पण आपल्या ढाक्याच्या घरी त्यांनी आम्हाला एकदाही जेवण्यासाठी किंवा चहापानासाठी बोलावलं नव्हतं, मग 'मुक्कामाला थांबा' असं म्हणणं तर दूरची गोष्ट! रात्र दूर कुठंतरी घालवणं त्यांना आवडत असे. दूर-दूर प्रवास करण्याचा छंद मलाही काही कमी नव्हता. देशातली कितीतरी ठिकाणं मी अद्यापही पाहिली नाहीत- कितीतरी ठिकाणं पाहायची बाकी आहेत. मुळात देश छोटा, तरीही त्यातला बराचसा प्रदेश अद्याप मी पाहिलेला नाही. इकडे वय मात्र वाढतच चाललं आहे.

रांगामाटीमध्ये मला फक्त एकीचीच आठवण येत होती, ती म्हणजे चंदना. चंदना रांगामाटी गावची. नक्कीच ती इथल्या माळांवरून फिरली असेल, या तलावाकाठी नक्कीच बसली असेल, त्या झाडाखाली नक्कीच लहानपणी मैत्रिणींबरोबर पळाली असेल, खेळली असेल! कुठले बरं खेळ खेळली असेल चंदना? कधी ती गोल्लाछूट खेळली असेल का? (खेळातल्या भिडूंना त्यांच्यापैकी एक जण चेंडू (गोल्ला) फेकून मारतो. तो चेंडू ज्याला लागेल, तो खेळाडू बाद होतो. म्हणून तो चेंडू चुकवत पळायचं असतं. या खेळाला 'गोल्लाछूट' असं म्हणतात.) रांगामाटीच्या चकमा संस्कृतीमधून चंदना बंगालच्या संस्कृतीमध्ये गेली. चंदना सुखात असेल ना? तिला भेटावं असं खूप तीव्रतेनं वाटलं. जणू हजार वर्षांत तिची भेट झालेली नव्हती. यापूर्वी भेटली होती रुद्रच्या मुहम्मदपूरच्या पडक्या घरात. तिथं ती आपल्या खोकन या मुलाला घेऊन आली होती. तिचं आतिथ्य करायचीही आमची तेव्हा क्षमता नव्हती. बाहेर कुठेतरी सगळ्यांनी जेवायला जाणंही झालं नाही. याआधी एकदा ढाक्याला तिच्या नणंदेच्या घरी तिला भेटायला गेले होते. तिथं चंदना अगदी आकसल्यासारखी बसून राही. एका अगदी छोट्याशा खोलीत ती आणि खोकन

झोपत. चंदनाचा आता कुणा पुरुषाबरोबर संबंध असेल असं मला वाटलं नाही. कुणा पुरुषाला अन्न चावताना पाहून, उघड्या अंगानं वावरताना पाहून जिला उलटी आल्यासारखं वाटे, ती चंदना. ती मोकळीढाकळी वागणारी, उद्दाम चंदना, जीवनाशी गोल्लाछूट खेळणारी चंदना, चकमा समाजात जिचं श्राद्ध झालं होतं, ती चंदना. आता खरोखरच ती निपुण अशी संसारी गृहिणी झाली होती की काय! माझा विश्वास बसत नव्हता यावर. फक्त वाटत राही, चंदना जिथं कुठं ज्या कुणाबरोबर राहत असेल, तिथं ती सुखी नाही. चंदना आता पूर्वीसारख्या कविता लिहिते का?

रांगामाटीहून काप्ताईला जाण्याची कल्पना काढली सैयद हक यांनी. काप्ताई गावी त्यांना त्यांच्या चाहत्यांना भेटता येईल, त्या चाहत्यांचे पाहुणे म्हणून ते राहतील. काप्ताईला गेल्यावर त्यांनी जे केलं, त्यासाठी मी मुळीच तयार नव्हते. त्यांनी आपल्या चाहत्यांना माझा परिचय करून दिला, 'ही माझी कन्या आहे.' त्या चाहत्यांनी त्यांच्या कन्येला कधीच पाहिलेलं नव्हतं, त्यामुळे मी त्यांची कन्या असू शकत होते! तलावात एका मोठ्या नौकेत बसून सैयद हक आपल्या चाहत्यांच्या नाना प्रश्नांना हसतमुखानं उत्तरं देत होते. नवीन कोणतं पुस्तक लिहिलं आहे- काव्यसंग्रह की कादंबरी, काव्यनाट्य की कथासंग्रह? माझ्याजवळ त्यांचा एक चाहता बसला होता. सैयद हक यांच्या कन्येशी बोललं नाही, तर तो असभ्यपणा ठरेल असं वाटल्याने त्यानं संकोचानं हसून मला विचारलं,

"काप्ताईला पहिल्यांदाच आलात का?"

"हो, पहिल्यांदाच."

माझ्या छातीची धडधड मला स्वतःच्या कानांनी ऐकू येऊ लागली. मी नजर पाण्याच्या दिशेनं वळवली. जणू त्या चाहत्याचा प्रश्न मी स्पष्ट ऐकला नाही असं दाखवलं.

त्यानंतर पुन्हा दुसरा प्रश्न, "तुमच्या बाबांचं सगळं लेखन तुम्ही वाचलंच असणार, नाही का?"

मी विचारलं, "काय म्हणालात?"

"म्हटलो, हक भाईंचं सगळं लेखन तुम्ही वाचलंच असणार, नाही?"

"सगळं नाही, थोडं वाचलंय."

मी पुन्हा पाण्याकडे नजर वळवली. मला वाटत होतं, मी पाणी पाहण्यात मग्न आहे असं पाहून चाहत्याला वाटावं, मला आता कुणी प्रश्न विचारावेत असं वाटत नसावं. पण या वेळी दुसऱ्या एका चाहत्यानं प्रश्न विचारला, "तुम्ही लवकरच लंडनला परत जाणार आहात का?"

मी पाण्यावरून नजर वळवली नाही. भीतीनं माझं मन थरारलं. या प्रश्नाचं

काय उत्तर द्यावं हे कळेना. मला जणू काहीच ऐकू आलं नाही; मी कानानं जरा बहिरीच आहे, सैयद हक मोठे लेखक असू शकतील, त्यांना कान-नाक-घशाचं कुठलंच आजारपण नसू शकेल; पण त्यांच्या कन्येला ते असू शकतं ना! मला वाटत राहिलं, या नौकेतून पाण्यात उडी मारता आली असती, तर कुठल्याही प्रश्नाला मला तोंड द्यावं लागलं नसतं.

"आपल्या मुलीचं नाव काय हकभाई?" कुणीतरी विचारलं.

सैयद हक गोड हसून म्हणाले, "तिचं नाव आहे अद्वितीया."

"वा, खूप सुंदर नाव आहे हं!" तोच चाहता म्हणाला.

"नाव मीच ठेवलंय ना!"

सैयद हक स्नेहाळ नजरेनं त्यांच्या अद्वितीयाकडे पाहत होते. अद्वितीयाच्या करुण अशा दोन डोळ्यांकडे पाहत होते. तिचे डोळे भरून येऊ पाहताहेत, हे पाहत होते. हे पाहूनही आपल्या चेहऱ्यावरचं हसू त्यांनी कायम ठेवलं होतं. हसत-हसतच ते म्हणाले, "अर्थात तिची आई तिला दुसऱ्या नावानं हाक मारते. काय गं, बोलत का नाहीस अद्वितीया, बरं वाटतंय ना तुला?"

मी होकारार्थी मान हलवली, (कारण नकारार्थी उत्तर देणं या सुंदर नौकाविहारात बरं दिसलं नसतं) आणि नजर पुन्हा पाण्याकडे वळवली.

माझ्या डोळ्यांत पाणी आलं होतं.

सैयद हक नेहमी आपला शर्ट काढून, गळ्यापासून पोटापर्यंत असलेली ऑपरेशनची खूण दाखवून म्हणत, 'आता मी काही फार दिवसांचा सोबती नाही.' त्यामुळे मला त्यांच्याबद्दल एक प्रकारची माया वाटे. बहुधा या मायेमुळेच मी ओरडून त्यांना 'भाई' म्हणून हाक मारीत नव्हते. चुकून तोंडातून कुठलंही संबोधन बाहेर पडू नये, म्हणून मी खूप सावध राहत होते. मी अभिनयात पक्की असते, तर नौकेतल्या चाहत्यांसमोर मी त्यांना विचारलं असतं, 'बाबा, तुम्ही दुपारचं औषध घेतलंत ना?'

सैयद हक नाटकं लिहीत. 'नागरिक नाट्यगोष्ठी' या नाट्य संस्थेसाठी त्यांनी बरीच नाटकं लिहिली होती. अलीकडे त्यांनी शेक्सपिअरच्या नाटकांचे अनुवाद केले होते. एका ब्रिटिश दिग्दर्शकानं त्या नाटकांचं दिग्दर्शन केलं होतं. सैयद हक फक्त नाटकंच लिहीत नसत, जीवनातही नाटक करीत. हे नाटक नव्हतं तर काय होतं! ते मला 'मुलीसारखी' म्हणू शकले असते पण थेट 'कन्या'च म्हणाले. त्यांना इथं एवढा आदर मिळत होता; पण मी जर 'मी यांची कन्या नाही' असं म्हटलं असतं तर काय झालं असतं, याची त्यांना मुळीच भीती नव्हती! ते जर खोटारडे ठरले असते तर त्यांच्याबद्दल लोकांना वाटणाऱ्या आदरांचं काय झालं असतं? एकदाचं खरं बोलून टाकावं असं मला वाटलंही होतं; पण त्यांची प्रतिमा लक्षात

घेता, मला तेवढं धाडस झालं नाही. आदर तर सैयद हक यांच्याबद्दल मलाही काही कमी वाटत नव्हता. पण मला 'कन्या' म्हणून ते मजा करीत होते. त्यांना आपलं स्वतःचं नाव बदलावं लागलं नाही, ते सैयद हकच राहिले होते; पण मला मात्र त्यांनी 'अद्वितीया' नाव देऊन माझा परिचय झाकून टाकला होता. मी त्यांना 'हकभाई' म्हणून हाक मारू शकत नव्हते, त्यांना 'आपण' म्हणूनही संबोधित करू शकत नव्हते. अगदी ओठांवर आलेले शब्द मला गिळून टाकावे लागत होते. ते शब्द गिळता गिळता माझी जीभ सुकून गेली आहे, असं मला जाणवलं. नौकाविहार संपवून सैयद हक यांनी नौदलाच्या इमारती फिरून पाहिल्या. मी आपली त्यांच्या मागे मागे, मुकी-बहिरी अद्वितीया! रात्री एका नौदल अधिकाऱ्याच्या घरी भोजनासाठी निमंत्रण होतं. तिथंही हॉल भरून जमलेल्या लोकांसमोर त्यांनी माझा हाच परिचय करून दिला- 'ही माझी कन्या, अद्वितीया!' आमंत्रित लोक मला 'आपण' म्हणू लागल्यावर सैयद हक हसून म्हणाले, "तिला 'आपण' का म्हणता? 'तुम्ही' म्हणा ना! तिचं वय तर अद्याप एकवीसही नाही; का गं, तुझं वय एकवीस पूर्ण झालं की नाही?" पंचवीस वर्षं पूर्ण झालेल्या मी मान खाली घातली. पायाची बोटं मोजली. दहा आहेत, हे ठाऊक असूनही पुन्हा मोजली. पायाची बोटं मोजून झाल्यावर हातांची बोटं मोजली मनातल्या मनात, नंतर पुन्हा पायाची बोटं. सैयद हक तेव्हा मद्यपान करीत होते.

"आपली मुलगी फार कमी बोलते, नाही?"

"अगदी बरोबर. खूप कमी बोलते ती. कळत नाही इतका संकोच कुठून जमवला तिने. कुठून गं? मयमनसिंहहून का गं?" सैयद हक यांनी डोळा मिचकावला.

नौसेना अधिकाऱ्याची पत्नी अगदी सजूनधजून आली होती. आपण जणू धन्य झालो आहोत असं हास्य हसून ती सैयद हक यांच्यासमोर उभी राहिली. तिला सैयद हक यांच्याबरोबर फोटो काढून घ्यायचा होता. तिनं फोटो काढून घेतला, एकेक करीत घरातल्या सगळ्यांनी हक यांच्याबरोबर फोटो काढून घेतले. शेजारच्या घरांमधून सैयद हक यांना पाहायला लोक आले होते, त्यांनीही फोटो काढून घेतले. प्रत्येक वेळी सैयद हक यांनी मला बोलावून आपल्याशेजारी बसवलं.

"आपली मुलगीसुद्धा लेखन करते का?" नौसेना अधिकाऱ्याच्या पत्नीनं विचारलं.

"हो, ती कविता लिहिते. खूप चांगल्या कविता लिहिते. तुझी एखादी कविता ऐकव ना, अद्वितीया!"

मी जोरात नकारार्थी मान हलवली.

"भारी खट्याळ आहे ती. भारी खट्याळ!" सैयद हक माझ्या मानेवर हळूच

चापट मारीत म्हणाले.

नौसेना अधिकाऱ्याच्या घरातले लोक, तसंच त्यांचे शेजारीही म्हणाले की, त्यांनी सैयद हक यांना टेलिव्हिजनवर पाहिलं आहे. टेलिव्हिजनवर कुणी आणि कधी त्यांना पाहिलं होतं, याच विषयावर सगळ्यांच्या गप्पा सुरू होत्या. फक्त एकानेच अभिमानानं घोषणा केली, की त्यानं हक यांचं एक पुस्तक वाचलंय, त्या पुस्काचं नाव 'आदिगन्त नग्न पदध्वनी.' पुस्तकाचं नाव ऐकून मी चमकलेच, कारण ते शमसुर रहमान यांच्या पुस्तकाचं नाव होतं! पण सैयद हक यांनी त्याचा प्रतिवाद केला नाही. 'हे माझं पुस्तक नाही' असं काही ते म्हणाले नाहीत. फक्त हळूच माझ्याकडे पाहून मघाप्रमाणे डोळा मिचकावला. त्यांना या सगळ्या प्रकाराची खूप मजा वाटत होती, असं मला वाटत होतं. 'फार दिवसांचा सोबती नसल्यानं' बहुधा असंच होतं- प्रत्येक क्षणाचा आनंद घेत माणूस जगतो. आनंद काही फार वेळ साजरा करणं त्यांना शक्य होत नव्हतं; वारंवार ते बाथरूमला जात होते. जेवण संपल्यानंतर मी बाथरूममध्ये गेले तर दिसलं की, सगळं बाथरूम हक यांनी केलेल्या उलट्यांनी भरून गेलंय. त्यांनी जे काही खाल्लं होतं, ते सारं बेसिनमध्ये उलटी होऊन पडलं होतं. बेसिन तुंबून गेलं होतं, बाथरूमही तुंबून गेलं होतं. पण हकभाई काही बरं वाटत नसल्यानं बिछान्यावर पडलेले नव्हते, तर त्यांच्या चेहऱ्यावर एक प्रकारचं हसू दिसत होतं- त्या हास्याचा मला काही अर्थच लावता येत नव्हता.

आमच्यासाठी काप्ताईच्या नौदलाच्या गेस्ट हाउसमध्ये, उगाच दोन खोल्या घेऊन खर्च करण्यात काही अर्थ नसल्याने, कन्येबरोबर एकाच खोलीत झोपायला पित्याला काही संकोच नसल्यानं, सैयद हक यांनी एकच खोली घेतली होती. खोली मोठी होती, तिच्यात दोन बाजूंना दोन कॉट्स होत्या; पण मला मात्र खोलीत प्रवेश करायला भीती वाटत होती. सैयद हक मद्यपान करून पूर्णपणे धुंद झालेले होते. मद्यधुंद व्यक्तीबरोबर एकाच खोलीत रात्र घालवण्याची जोखीम घ्यायचं मला धाडस होत नव्हतं. त्यापेक्षा खोलीबाहेर व्हरांड्यात किंवा झाडाखाली चटई टाकून झोपणं मला अधिक निर्धोक वाटलं असतं. तरीही मी अखेर स्वतःला त्या खोलीत ढकललंच- जणू सैयद हक यांनी मुळीच मद्यपान केलं नव्हतं, मी त्यांची मुलगी ही गोष्ट जणू खोटी नव्हती, मी त्यांची मुलगीच- अशा एका विश्वासाने मी स्वतःला झाकून घेतलं आणि सरळ त्या खोलीतल्या माझ्या बिछान्यावर जाऊन आपादमस्तक पांघरूण घेऊन पहुडले. उकडत असताना कुणीही असं पांघरूण घेत नाही; पण माझा नाइलाज होता. ते पांघरूणच आता माझं चिलखत होतं, तेच जर काही अघटित घडलं, तर त्यापासून मला जणू वाचवणार होतं. मी ते पांघरूण घट्ट धरून ठेवलं- कुणीही येऊन ते हिसकावू नये, म्हणून. छातीची धडधड मला ऐकू

येत होती आणि वाटत होतं, आले वाटतं खेलाराम शरीफाच्या बिछान्याजवळ...

"तुला झोप लागली की काय?" सैयद हक यांनी विचारलं.

मी काहीच उत्तर दिलं नाही. निरुत्तरच राहिले, जणू मी झोपले आहे. झोपलेल्या व्यक्तीला कुणाचेही प्रश्न ऐकू येत नाहीत. अर्धवट अंधारात पांघरूण थोडंसं सरकवून, जणू झोपेतच हात हलवून मी चेहऱ्यावरून पांघरूण थोडंसं हलवलं आहे, मी पाहिलं- ते खोलीत हळूहळू येरझारा घालत होते. का येरझारा घालत होते? झोपत का नव्हते ते? त्यांना काय हवं होतं? मला ढाक्याहून इतक्या दूर आणण्यामागे नक्कीच त्यांचा काहीतरी उद्देश असणार. गेस्ट हाउसमध्ये अनेक खोल्या रिकाम्या असतानाही, नौसेना अधिकारी दोघांसाठी दोन खोल्यांची व्यवस्था करीत असतानाही, त्यांनी मला आपली कन्या बनवून एकाच खोलीत त्यांची आणि माझी व्यवस्था केली ती कुठल्याही हेतूशिवायच, यावर माझा विश्वास बसेना. रात्रभर मी स्वतःच्या छातीची धडधड ऐकत, रात्रभर झोपेचं सोंग करीत पडून राहिले आणि रात्रभर त्यांच्या जागं राहण्याचे, त्यांच्या येरझारा घालण्याचे, त्यांच्या स्वतःशीच पुटपुटत बोलण्याचे आवाज ऐकत राहिले. तालुक्याच्या गावच्या मुलीला ढाक्याच्या मोठ्या लेखकाचं कुठलं वागणं खरं आणि कुठलं वागणं खोटं, हे काही समजत नव्हतं.

सकाळी थेट विमानतळ, थेट ढाका. ते गुलशनजवळ उतरले. मी टॅक्सीनं नया पलटनला गेले. वाचले एकदाची! अनाडी अभिनेत्री मंचावरून उतरल्यावर दुसरं म्हणणार तरी काय? सैयद हक यांनी टॅक्सी घरापर्यंत नेली नाही- पत्नीनं किंवा ओळखीच्या कुणी त्यांना माझ्यासोबत पाहिलं, तर गडबड होऊ शकते, म्हणून! कुणातरी स्त्रीबरोबर रंगढंग करून आलेले दिसताहेत, असा बोलबाला होऊ नये, म्हणून! बहुधा माझ्याकडून त्यांची जी अपेक्षा होती, ती पूर्ण न झाल्यानं ते क्षुब्ध झाले असावेत, स्वतःचाही त्यांना राग आला असावा, इतके पैसे फुकट खर्च झाले म्हणून त्यांना वाईट वाटलं असावं. सैयद हक यांच्या 'खेलाराम खेले जा' कादंबरीत नायक बाबर अलीसुद्धा आपल्या अल्पवयीन प्रेयसीला सहज वश करू शकत नाही, तो तिला देशाच्या या टोकापासून दुसऱ्या टोकापर्यंत घेऊन जातो, तेव्हा कुठं त्याचं काम होतं- म्हणजे त्याची प्रेमिका त्याला वश होते. सैयद हक यांच्यामध्ये त्यांचं त्यांनीच तयार केलेलं बाबर अली हे पात्र तर वास करीत नसावं ना? मला तर वाटलं, तसं असावं- ते पात्र त्यांच्यामध्ये गुप्तपणे राहत असावं. परतीच्या मार्गावर संपूर्ण वेळ ते चुपचाप बसले होते. ते मला थोड्याशा ओळखीच्या कुणा व्यक्तीप्रमाणे वाटत होते, जणू त्यांनी माझं फक्त नाव ऐकलं असावं किंवा चेहरा पाहिला असावा. यापेक्षा अधिक काही नाही. माझ्या संदर्भात त्यांचा उद्देश पूर्ण न झाल्यामुळे त्यांना मानसिक त्रास झाला आणि म्हणून ते गप्प गप्प होते का?

कोण जाणे! किंवा ते अन्यमनस्कपणे आपल्या लेखनाबद्दल विचार करीत असावेत किंवा आपल्यापेक्षा निम्म्या वयाच्या, नात्यातल्या नसलेल्या एका महिलेबरोबर आपण प्रवास करीत आहोत, हे त्यांना विमानातल्या कुणाला कळू द्यायचं नसेल, सांगायचं नसेल. माझा त्यांच्यावर विश्वास नाही याचं मात्र माझ्या चेहऱ्यावर मुळीच चिन्ह नव्हतं. अशा अवघडल्या प्रसंगी, आपल्याला काही समजलेलं नाही असं दाखवणं, हा माझ्या स्वभावाचाच एक भाग आहे. पुरुष जेव्हा जास्त ठाऊक असल्याचं दाखवतात, तेव्हा महिलांनी न समजल्याचा अभिनय न केल्यास लोकांना संशय येऊ शकतो. महिलांचं सहावं इंद्रिय जागृत असल्यामुळेच त्यांना संदेह वाटतो आहे, असा अंदाज करणं अवघड जात नाही. मी 'महिलांचं' असं म्हटलं, कारण नंतर मी यास्मिनकडूनही अशाच प्रकारचं उत्तर ऐकलं होतं- तिनंही अनेक अश्लील आवाहनांना 'समजलं नाही' असा अभिनय करून किंवा तसं दाखवून टाळलं होतं.

सैयद हक कदाचित कुठल्याही वाईट हेतूनं मला बरोबर प्रवासाला घेऊन गेले नसावेत, केवळ प्रवासासाठीच घेऊन गेले असावेत; पण त्यांचं मला आपली कन्या म्हणून दाखवणं मला मुळीच आवडलं नाही. माझा परिचय गुप्त ठेवण्याचं त्यांना कुठलंच प्रयोजन नव्हतं किंवा कारण नव्हतं. मी काही त्यांच्याइतकी मोठी कवी किंवा लेखक नसेन; पण माझा म्हणून असा काही परिचय आहेच की! मी कवयित्री नसले तरी कविता लिहिते, मग माझा परिचय लपवण्याचं कारण काय? समाज ज्याला अवैध मानतो, असा काही त्यांच्याशी संबंधही नव्हता किंवा शरीरसंबंधही नव्हता!

सैयद हक जेव्हा मयमनसिंहला आले होते, तेव्हा शमसुर रहमान यांना फोन करून विनाकारण म्हणाले होते की, सध्या ते (सैयद हक) ढाक्याच्या बाहेर आहेत. 'कुठं असेन ओळखा बरं!' असंही ते शमसुर रहमान यांना म्हणाले. शमसुर रहमानना अंदाज करता न आल्यानं सैयद हक त्यांना म्हणाले, "फार नाही, फक्त एकशेवीस मैलांवर आहे आणि आता सुंदर महिलांच्या वेढ्यात आहे." हे सांगून ते हसून मला म्हणाले, "ऐकलंस ना! मी नक्की कुठं आहे आणि कुणाचं आतिथ्य उपभोगतो आहे, हे काही मी सांगितलं नाही!" हे लपवण्याचं प्रयोजन काय हे माझ्या लक्षात आलं नाही.

"तुम्ही माझ्या घरी आहात हे तुम्ही सांगूही शकला असता की!" मी त्यांना म्हणाले.

"म्हणतेस काय! सारा ढाका माझ्यावर रुष्ट होईल ना!"

"मग त्यात काय बिघडलं!"

सैयद हक यावर हसले होते. स्पष्ट बोलण्यात त्यांची क़ाय गैरसोय होत होती

हे काही मला समजत नव्हतं. पण शमसुर रहमान यांचे कोणकोणत्या महिलांशी प्रेमसंबंध होते याचं त्यांनी सविस्तर वर्णन केलं. हे वर्णन करताना त्यांच्या चेहऱ्यावर मला ईर्ष्येचा भाव दिसला. ईर्ष्या जणू त्यांना आपल्या बोटांवर नाचवीत होती. सैयद हक यांनाही आपण शमसुर रहमानइतका थोर कवी व्हावं, त्यांच्याप्रमाणे सुंदर रमणींच्या सहवासात रमावं असं वाटत होतं. 'ईर्ष्या' हा शब्दही त्यांचा आवडता होता. पूर आलेल्या ब्रह्मपुत्रा नदीतून फिरत असताना पाण्यात बुडालेलं एक झाड दाखवून ते मला म्हणाले होते, 'त्या झाडाचं नाव काय, ठाऊक आहे? त्या झाडाचं नाव आहे 'ईर्ष्या''. जेव्हा ते ईर्ष्येच्या हातातलं बाहुलं असतं किंवा जेव्हा त्यांच्या मनावर ईर्ष्येचा अंमल असे, तेव्हा ते स्वतःच्या प्रेमप्रकरणांबद्दल सांगत. त्यांच्या घरीच राहून वाढलेल्या त्यांच्या मेहुणीवर त्यांचं प्रेम होतं आणि त्यांचे संबंध अगदी घनिष्ठ होते- यात सारं काही येतं. त्यांची ही मेहुणी जेव्हा तिच्यापेक्षा कमी वयाच्या एका तरुणाच्या प्रेमात पडून घर सोडून निघून गेली, तेव्हा सैयद हक यांना खूप वाईट वाटलं. त्यांना त्यांच्या त्या मेहुणीचा विरह सहन होत नसे. ते नियमितपणे तिच्या घरी जाऊन तिला पैसे देत. तिला आपला नवा संसार उभा करण्यासाठी जे जे आवश्यक होतं, ते सारं सामान त्यांनी तिला विकत घेऊन दिलं होतं. हे लग्न करून त्यांच्या मेहुणीनं त्यांचा कसा घोर अपमान केला होता, त्यांचं हृदय कसं भग्न केलं होतं, हे ते सविस्तर सांगत. आपल्या खासगी जीवनातल्या इतक्या लहानसहान गोष्टी ते मला का सांगताहेत हे मला कळत नसे. अधूनमधून ते खूप निःसंग वाटत, जगापासून अलिप्त असलेले गृहस्थ वाटत. कदाचित आपल्या सुखदुःखाच्या गोष्टी जिला सांगाव्यात, अशी आत्मीय व्यक्ती त्यांना कुणीही नव्हती. त्यांच्यासाठी मला माया वाटे. परत मला असंही वाटे की, कथालेखकांचा बहुधा स्वभावच असा असता- ते जसं लिहितात, तसंच बोलतातसुद्धा. त्यांच्या बोलण्याचा सत्य घटनांशी काही संबंध असेलच, असं नाही. त्यांनी एकदा मला एक किस्साही सांगितला होता- ते जेव्हा छोटे होते, तेव्हा घराचा पुढचा दरवाजा उघडा असताना, तिथं काहीही अडथळा वगैरे नसताना, ते मुद्दाम घराच्या मागच्या दारानं घरात आले आणि घरातल्या सगळ्यांना सांगितलं की, पुढच्या दाराजवळ एक मोठा कुत्रा उभा आहे, त्यामुळे भीती वाटून ते पुढच्या दरवाजानं घरात आले नाहीत. ते घरच्यांशी खोटंच बोलले होते. पुढच्या दारात कुणीही कुत्रा वगैरे उभा नव्हता, तरीही त्यांनी सांगितलं होतं की कुत्रा उभा आहे. असं सांगण्याचं काहीही खास कारण नव्हतं, त्यांना कुणाला भीतीही दाखवायची नव्हती, असंच बोलले होते!

"असंच सांगितलंत, विनाकारण?"

"हो, असंच सांगितलं, उगाचच!"

त्यांच्यामध्ये लेखक होण्याची शक्यता बहुधा या कुत्र्याच्या गोष्टीपासूनच सुरू

झाली. सैयद हक नेहमीच असं खोटं बोलत, काही कारण नसतानाही खोटं बोलत. बहुधा आपल्या जीवनाला ते एक लघुकथाच मानत असावेत! पण खोटं का असेना, ते जे काही सांगत, ते अगदी रसाळपणे, रंगवून सांगत. ऐकणाऱ्याला त्यांचं बोलणं ऐकत राहावंसं वाटे, हे मीसुद्धा कबूल करते. त्यांचा हा गुण मला नेहमीच मुग्ध करीत आला आहे.

सैयद हक फक्त एकदाच आमच्या 'अवकाश' या घरी आले होते आणि त्यांनी आमचं आतिथ्य ग्रहण केलं होतं- जेव्हा ते माझ्या 'सकाल कविता परिषदे'च्या कार्यक्रमासाठी मयमनसिंहला आले होते तेव्हा. आमच्या घरीच मी राहण्याची सोय केली होती. त्यांच्याशी बाबा कसे वागतील, याचीच मला काळजी होती- आरडाओरडा करून घर डोक्यावर घेतील की, सैयद हक यांना 'गेट आउट' म्हणून दरवाजाकडे बोट दाखवतील, हे काहीच माहीत नसताना मी त्यांची राहण्याची सोय आमच्या घरी केली होती. खूप मोठी जोखीम घेतली होती खरी. सैयद हक हे देशातले सर्वांत मोठे लेखक आणि थोर विचारवंत आहेत, त्यांच्याशी जंगलीपणाने वागू नका, हे बाबांना समजावण्याची जबाबदारी मी आईवर टाकली होती. सैयद हक यांची जितकी प्रशंसा करता येईल, तितकी करून मी सैयद हक यांचा दोन दिवस आपल्या घरी पाहुणचार करण्याची मला बाबांनी अनुमती द्यावी, यासाठी बाबांना पटवण्यासाठी दादालाही सांगितलं होतं. बाबांनी अनुमती दिली, ते राजी झाले. त्यानंतर घरात सैयद हक यांच्या आतिथ्यासाठी जोरदार तयारी झाली. बाजारातून सगळ्या चांगल्या चांगल्या वस्तूंची खरेदी करण्यात आली. स्वयंपाकघरात स्वयंपाकाचा थाट उडाला. माझी खोली मी अगदी स्वच्छ करून ती सैयद हक यांच्यासाठी दिली. बाबांनी जंगलीपणा मुळीच केला नाही; उलट ते अगदी छानपैकी सूट-टाय घालून सैयद हक यांच्याबरोबर जेवायला बसले. आरडाओरडा करणं बंद करून दोन दिवस ते अगदी माणसासारखे वागले.

दुसऱ्या वेळी मात्र सैयद हक यांना 'अवकाश' या आमच्या घरी बोलावता आलं नाही, याचं कारण छोटोदा. सैयद हक यांची पायधूळ 'अवकाश'ला लागल्यानंतर घरातल्या सगळ्यांच्या मनात जी धन्य-धन्य झाल्याची भावना होती, त्या भावनेच्या दुधात छोटोदानं मोठ्ठा मिठाचा खडा टाकला. सैयद हक यांचा अगदी एकेरीत 'हकू' असा उल्लेख करीत तो म्हणाला, "सगळ्या ढाका शहराला या बेट्या हकूचे चाळे ठाऊक आहेत. बायकांना नादी लावणं, त्यांच्याशी रंगढंग करणं यात अगदी उस्ताद आहे हा हकू! लुच्चा कुठला!" बस, सैयद हक यांना 'अवकाश'मध्ये बंदी लागू झाली! अर्थात आमच्या घरात त्यांना बंदी लागू झाली, तरी त्यांनी मयमनसिंहला येणं काही बंद केलं नाही. ते येतच, आणि सर्किट हाउसच्या गेस्ट हाउसमध्ये उतरत. ते सतत देशभर फिरत असत, असं तेच म्हणत. प्रवासानं अनुभव वाढतो,

असं त्यांचं मत होतं. माणसं पाहायला हवीत, माणसं! माणसापेक्षा दुसरी कुठलीही गोष्ट अधिक नवलाची नाही. माणसं कशी बोलतात, कशी हसतात, कशी संकोचतात, कशी घाबरतात- या सगळ्या गोष्टी पाहण्यासारख्या असतात. सैयद हक यांच्या अगदी पायांशी बसून मी अगदी चकित होऊन त्यांचं तत्त्वज्ञान ऐकलं होतं. ढाक्याला छोटोदाच्या नया पलटन भागातल्या घरीसुद्धा ते मला भेटायला आले होते, पण छोटोदाने त्यांना अगदी तिळमात्रसुद्धा सौजन्य दाखवलं नाही. 'सगळ्या ढाका शहराला ठाऊक आहे' म्हणून हक यांच्याबद्दल तो जे बोलला होता, ते काही त्याचं मत नव्हतं; दुसऱ्या एकानं त्याला सांगितलं होतं- हा दुसरा माणूस त्याच्याबरोबरचा एक कर्मचारी किंवा भूतपूर्व चित्राली-लेखक असावा. 'सगळ्या ढाका शहराला माहीत आहे-' या विधानाला काहीसुद्धा पुरावा नव्हता. साहित्य क्षेत्रात ज्यांचं वावरणं नाही, असे ढाका शहरातले बरेचसे लोक सैयद हक यांना ओळखतच नाहीत आणि जे साहित्य क्षेत्रात आहेत, त्यातल्या बहुतांश लोकांना सैयद हक यांच्याबद्दल आदर वाटतो, श्रद्धा वाटते. पण काहीही असलं, तरी दुधातला तो मिठाचा खडा काढून टाकून त्या दुधाला पुन्हा शुद्ध दूध बनवणं मला शक्य झालं नाही. 'अवकाश'मध्ये सैयद हक यांना बंदीच राहिली आणि म्हणूनच माझा त्यांच्याबद्दलचा आदर अधिक वाढला होता. त्यांनी जेव्हा जेव्हा मला भेटायला बोलावलं, तेव्हा मी त्यांना भेटायला गेले- मग ते सर्किट हाउसवर असो, रेस्टॉरंट असो वा मुक्तागाछाला फिरायला जाणं असो. कुद्दुस बयाती यांच्यावर एक माहितीपट तयार करण्यात ते जेव्हा नदीकाठी व्यस्त होते, तेव्हा तिथंही मी त्यांच्या आमंत्रणावरून लगेच धावत गेले होते.

सैयद हक यांच्याबद्दल मला स्नेह आणि श्रद्धा वाटत असे. अधूनमधून कविता लिहिणाऱ्या साहित्यप्रेमी तरुण-तरुणींबद्दल एखाद्या थोर लेखकाला जो स्नेह वाटत असतो, तोच स्नेह सैयद हक यांना माझ्याबद्दल वाटत होता. हळूहळू तो वैयक्तिक बनला- विशेषतः जेव्हा मी रुद्रशी संबंध का तोडले हे त्यांना माझ्याकडून माहिती करून घ्यायचं होतं आणि त्यासाठी ते मयमनसिंहला आले होते तेव्हा. आमच्यामध्ये ज्या काही साहित्यिक किंवा असाहित्यिक विषयांवर गप्पा होत, त्यांच्यामध्ये मुख्य बोलणारे असे तेच असत. तेच वक्ता म्हणून शोभत. यास्मिनलाही ते, 'काय गं, काय करतेयस? कशी आहेस? जरा जवळ ये, बस इथं!' असं म्हणून, संकोचानं लाल होणाऱ्या यास्मिनला आपल्याजवळ बसवून घेत आणि तिच्याशी गप्पा करीत, तिला उपदेशही करीत. उपदेश ते मलाही देत. 'कविता कशी लिहावी, छंदासाठी अक्षरं न मोजता कान जागरूक ठेवायला हवेत' असं सांगत. माझ्या सगळ्या कविता त्यांनी वाचल्या होत्या. जवळजवळ प्रत्येक कवितेबद्दल ते माझ्याशी बोलले होते, कोणती कविता

चांगली जमली आहे, कुठल्या कवितेत कशा सुधारणा केल्यावर ती चांगली वाटेल, कुठल्या शब्दाऐवजी कुठला शब्द चांगला वाटेल-या सगळ्यात त्यांची कुठल्याही प्रकारची कृत्रिमता नसे. यास्मिन 'अवकाश'मधून अचानक बेपत्ता झाल्याची बातमी आल्यावर मी जितकी बेचैन झाले होते, तितकेच सैयद हकही बेचैन झाले होते. ते अगदी हुंदके देऊन रडले- यास्मिनसाठी. मलाही याचं नवलच वाटलं. नंतर यास्मिनच्या घरी, तिच्या निमंत्रणावरून ते बऱ्याचदा भोजनासाठीसुद्धा आले होते. मी एकदा ढाक्यात असताना ते आपल्या एका अल्पवयीन प्रेयसीला घेऊन यास्मिनला भेटायला आले होते. संपूर्ण दिवसभर ते यास्मिनच्याच खोलीत त्या मुलीबरोबर प्रणयाचे चाळे करण्यात मग्न होते. चुंबनं, आलिंगनं- सारंच चालू होतं. त्यामुळे आपल्या नवीन घरात यास्मिनची फारच कुचंबणा झाली होती- अगदी अवघडून गेली होती ती- तिचा हा वयस्कर पाहुणा एका अल्पवयीन मुलीबरोबर बंद खोलीत काय करतोय, हा प्रश्न घरातले अनेक लोक तिला विचारत होते. या मुलीला मी आणि यास्मिन अशा दोघींनीही एकदा थिएटरमध्ये पाहिलं होतं- सैयद हक यांनी केलेल्या 'टेंपेस्ट' या नाटकाच्या अनुवादाच्या खेळाच्या वेळी. आम्ही तिघी जणी शेजारी-शेजारी बसलो होतो, मागच्या खुर्चीत सैयद हक बसले होते. मी मागे वळून काही वेळा पाहिलं- त्यांची नजर नाटकाकडे नव्हती, तर त्या मुलीकडे होती. ती मुलगी काही वैयक्तिक दुःखामुळे पाचव्या मजल्यावरून उडी मारून आत्महत्या करायला निघाली होती- त्यापासून सैयद हक यांनी तिला वाचवलं होतं, त्या दुःखातून बाहेर काढून त्यांनी तिला जीवनाचं प्रकाशमय रूप दाखवलं होतं, तिच्या मनात प्रेमाची जाणीव जागृत केली होती- या साऱ्या गोष्टी सैयद हक यांनीच मला सांगितल्या होत्या.

कधी सैयद हक अगदी बाबांसारखे वाटत, छान छान उपदेश करीत; कधी थोरल्या भावाप्रमाणे दूर दूर ठेवीत, कधी समवयस्क मित्राप्रमाणे गप्पा करीत, कधी त्यांच्या डोळ्यात अचानक लांडग्यासारखी वासना जागी झालेली दिसे...अर्थात असं मला वाटे. कधी वाटे, कधी नाही. ही वासना नाही. रांगामाटी आणि काप्ताई गावी त्यांच्याबरोबर गेले असताना एका खोलीत दोघांना झोपावं लागलं, तेव्हा त्यांच्या मनातला बाबर अली जागा झाला होता, दुसऱ्या क्षणी वाटलं की, नाही, तसं काही नाही, हा आपल्या मनाचा खेळ आहे. त्यांच्या-माझ्यात घनिष्ठता निर्माण झाली, तेव्हापासून ते मला स्पर्श करीत. मला रुद्रशी संबंध का तोडायचे आहेत हे समजल्यावर माझ्या दुःखी मनाला आपली सहानुभूती दाखवण्यासाठी त्यांनी जेव्हा मयमनसिंहच्या एका रेस्टॉरंटमध्ये जेवताना माझ्या पाठीवर हात ठेवला, तेव्हा नेमका तो माझ्या 'ब्रा'च्या हूकवरच पडला होता, माझी पाठ क्षणात

धनुष्यासारखी वाकली होती. त्यांचा हात दूर करावा असं मला वाटलं होतं. मनात वाटलं होतं, अखेर हा खेलाराम माझ्याशी खेळ करायलाच इतक्या दूर आलाय! सैयद हक यांच्याबद्दल मला श्रद्धा जशी अगाध वाटत होती, त्याप्रमाणेच त्यांच्याबद्दल मला संशयसुद्धा तेवढ्याच तीव्रपणे वाटत होता. माझ्या 'सकाल कविता परिषदे'चा कार्यक्रम आणि माझं लेखन यांच्यावर एक अत्यंत सुंदर असा लेख आपल्या कॉलममध्ये लिहून याच सैयद हक यांनी मला मुग्ध केलं होतं आणि याच सैयद हक यांनी एकदा मला आपल्या घरी बोलावलं होतं, घरी त्यांच्याशिवाय इतर कुणीही नव्हतं. त्यांच्या चित्रं काढण्याच्या खोलीत मला नेऊन, ते दार अडवून उभे राहिले होते; जणू मलाच अडवताहेत. आता त्यांच्या वासनेच्या ब्रशने माझं शरीर रंगीत करतील! क्षणात माझ्या सगळ्या शरीरात भयाची थंड शिरशिरी जागी झाली आणि मी त्यांना दूर करून दरवाजातून बाहेर गेले. आपल्या हृदयावरच्या ऑपरेशनच्या थोडा वेळ आधी, लंडनच्या हॉस्पिटलमधून हे सैयद हकच मला म्हणाले होते की, लंडनहून त्यांनी देशात प्रथम ज्या व्यक्तीला फोन केला, ती व्यक्ती म्हणजे मी होते- तसलिमा! या सैयद हक यांनीच माझ्या कविता वाचून मुग्ध झाल्याने ढाक्याच्या आपल्या प्रकाशकाला माझं पुस्तक छापण्याबद्दल पत्र लिहिलं होतं. या सैयद हकनीच माझ्याकडून स्तंभलेखन करवून घेण्याचा नईम याला सल्ला दिला होता. हा देवासारखा माणूस यानंतरही मला नेहमी देवासारखा वाटत नव्हता; पण हा केवळ माझ्या मनाचा खेळ होता. त्यांचा कुठलाही असभ्यपणा मला कधीही दिसला नव्हता. अधूनमधून मला वाटे की मला वाटणारा संशय उगाचच वाटतो आहे, त्यांच्याबद्दल मला वाटणारी भीती बिनबुडाची आहे, जग न पाहिलेल्या, जीवन न ओळखलेल्या भीरू किशोरीप्रमाणे मला जिथं पाऊल टाकेन, त्या ठिकाणी जाळं लावलं आहे असं वाटतं. असं वाटणं हे चुकीचं आहे, हा माझा गैरसमज आहे; खरं तर सैयद हक उदार आणि थोर आहेत. पण याच सैयद हक यांनी जेव्हा त्यांच्या स्तंभलेखनाचं पुस्तक प्रकाशित झालं, तेव्हा त्यातून मयमनसिंहमधल्या तसलिमा नासरिनचं साहित्यप्रेम आणि तिच्या 'सकाल कविता परिषदे'ची स्तुती असलेला लेख पूर्णपणे वगळला! अर्थात ही नंतरची घटना, आधी १९७९ च्या पूर्वार्धातल्या घटना सांगते.

१९७९ मध्ये अनेक वाईट घटना घडल्या. वाईट घटनांमध्ये मला असहाय, निराश करून यास्मिनचं घरातून निघून जाणं, हीच घटना सर्वात दुःखदायक होती. तेव्हा मी विषण्णतेच्या डोहात खोल बुडून गेले होते. ओळखीच्या वातावरणातून अनोळखी वातावरणात कुठंतरी निघून जावं, असं मला वाटत होतं. मयमनसिंह हे माझं इतकं प्रिय शहर; पण ते मला जन्मजन्मांतरीचं वैरी वाटू लागलं. कुठलंच शहर मला इतकं सुनं-सुनं वाटत नव्हतं. 'अवकाश'मध्ये यास्मिनच्या हार्मोनिअमवर

धूळ जमू लागली. हार्मोनिअमवर रवींद्रनाथांचा 'गीतवितान' हा गीतसंग्रह असहायपणे पडून राहिला. मला बरं वाटेना, चैन पडेना. यास्मिनचे कपडे, तिच्या वापरातल्या वस्तू, कवितेच्या वह्या पाहून मी बेचैन होऊ लागले. मी शहरापासून दूर गेले. शीतलक्षा नदीच्या किनारी मी उदास बसून राहिले, माझ्यासंगे इमदादुल हक मिलन. कथा-कादंबऱ्या लिहून लोकप्रिय झालेला मिलन माझ्याकडे प्रेमभरल्या नजरेनं पाहत राही. मिलनशी माझी काही आजची ओळख नव्हती. 'सेंजुती' सुरू केलं, तेव्हापासून माझा त्याच्याशी पत्रव्यवहार होता. मिलन मला सुंदर सुंदर रोमँटिक पत्रं लिहीत असे. प्रत्येक थरथरता शब्द प्रेमानं चिंब भिजलेला असे. मिलन फक्त मलाच नव्हे, कुठल्याही मुलीला अशीच सुंदर, रोमँटिक पत्रं लिहीत असे. एकदा तो टांगाईल गावी गेला असताना त्यानं मुक्ती नावाच्या एका मुलीला एका कार्यक्रमात पाहिलं. तिथं तिनं जेव्हा रवींद्रनाथांचं 'आमार मुक्ती आलोय आलोय' (माझी मुक्ती आहे प्रकाशात, प्रकाशात) हे गीत गायलं, तेव्हा तर तो तिच्या प्रेमातच पडला. मिलन आणि मुक्ती यांचं प्रेम खूप दिवस चाललं आणि त्यानं त्या दोघांचं मिलन घडवून आणून दोघांना एकदा मुक्ती दिली. मिलन, मुक्ती आणि लिमा नावाचं एक पात्र अशा तिघांवर मी 'निकषित हेम' या माझ्या पुस्तकात एक खूप करुण अशी कथा लिहिली होती. बऱ्याच जणांना ती कथा वाचल्यानंतर वाटलं की, त्यातली लिमा म्हणजे मीच आहे. मी लिमाच्या जागी स्वतःची कल्पना केली होती का? हो, केली होती. किशोरवयात मिलनसाठी माझ्या मनात आकर्षण होतं खरं- एखाद्या किशोरीला एखाद्या युवकाबद्दल जसं रोमँटिक आकर्षण वाटतं, तसंच. रुद्रशी मिलनची मैत्री होती, रुद्रशी नंतर मुक्तीची आणखी चांगली मैत्री झाली होती. रुद्रशी माझा संपर्क असताना पुस्तकमेळ्यात आमच्या भेटी होत. मामुली अशा थोडा वेळ गप्पा होत. आता तोच मिलन होता आणि तीच मी होते. मिलननं एका साध्याशा मुलीशी लग्न करून संसाराला सुरुवात केली होती आणि मी संसाराचा पिंजरा तोडून बाहेर येऊन एकाकी अशी पंख फडफडवीत निरुद्देश भटकणारी जखमी पक्षिणी होते. मिलन माझ्याशी सात समुद्र, तेरा नद्या पार केल्यावर जो देश आहे, त्याच्या गोष्टी करी. तेव्हाच मला दूर, खूप दूर कुठंतरी जावं, अशी इच्छा झाली. किती दूर गेलं म्हणजे खूप दूर जाणं होतं, हे काही मला ठाऊक नव्हतं. या पृथ्वीवर कुठंतरी स्वर्गासारखी जागा आहे; तापानं-शापानं दग्ध झालेल्या निसर्गावरून नजर दूर करून मी म्हणाले, "चल, काश्मीरला चल!" मिलन लगेच राजी झाला. "चल!"

शीतलक्षा नदीच्या शीतल पाण्याकडे पाहत मिलन म्हणाला, "ऐक, काश्मीरला जायचं असेल, तर तीस-पस्तीस हजार रुपये लागतील बरं का!"

माझ्याकडे इतके पैसे नव्हते. मला दोन हजार रुपये महिन्याचा पगार मिळे. जे पैसे बचत करून ठेवले होते, ते पुस्तक प्रकाशनात खर्च झाले होते. पैसे कर्जाऊ

घेऊन मी प्रवासाला जायचं ठरवलं. दुःख विसरण्यासाठी, मोकळा श्वास घेण्यासाठी, स्वातंत्र्याची चव घेण्यासाठी प्रवासाला जायचं ठरवलं. मला छोटोदानं विमानतळावर पोचवलं. सगळ्यांना सांगितलं होतं की, मी एकटीच भारतात चालले आहे, कोलकात्यात माझी अतसी नावाची मैत्रीण आहे, तिच्या घरी राहणार आहे आणि तिच्याबरोबरच प्रवास करणार आहे. गुपित मात्र मी माझ्या मनातच ठेवलं होतं; कारण खरं काय ते सांगितलं असतं, तर सर्वनाशच झाला असता. 'मिलन नावाचा माझा एक मित्र आहे, त्याच्याबरोबर मी प्रवासाला दूर जाणार आहे' असं सांगितलं असतं, तर लगेच सगळ्यांनी माझ्या पायात साखळ्या बांधल्या असत्या, मला प्रवासाला जायची मनाई केली असती. परपुरुषाबरोबर देशातल्या देशात प्रवास केला, तर काही नुकसान नाही; पण देशाची सीमा ओलांडणं चालणार नाही. शीतलक्षा नदीच्या काठी जर आम्ही दोघं बसू शकत होतो, तर गंगेच्या काठी का नाही? नाही, गंगेच्या काठी नाही. गंगा आणि शीतलक्षा एकच नाहीत. शीतलक्षामध्ये तू पोहोलीस तरी चालेल- घरची मुलगी रात्री घरी येईल; पण तू गंगेच्या काठी हवा खायला गेलीस, तर रात्री घरी कशी परत येशील? हवा होऊन जाशील ना! रात्रीची सगळ्यांच्या मनात भीती. मलाही रात्रीची भीती. म्हणूनच कोलकात्याला पोचल्यावर मी हॉटेलमध्ये माझ्यासाठी वेगळी खोली द्यायला सांगितली. दोघांच्या दोन वेगळ्या खोल्या. कोलकात्याच्या हॉटेलमध्ये दोन खोल्यांत दोघं जण. दिल्लीच्या हॉटेलातही, आग्र्यातही तसंच. आम्ही दोघं भिरभिऱ्यासारखे सगळीकडे भटकत फिरत होतो. पर्यटकांप्रमाणे आम्ही व्हिक्टोरिया मेमोरियल, लाल किल्ला, इंडिया गेट आणि ताजमहाल पाहून आलो. हातात हात गुंफून दुपारच्या प्रसन्न हवेत मिलनबरोबर फिरताना मला जाणवलं की, मिलनवर माझं प्रेम आहे. त्याच्यावर प्रेम असल्यानंच राजधानी एक्स्प्रेसमध्ये मी माझ्या गळ्यातली सोन्याची चेन काढून ती मिलनच्या गळ्यात घातली. त्याच्यावर प्रेम असल्यानंच मला वाटत राहिलं की, जर तो मला 'हिमालयाच्या शिखरावरून उडी घे' असं म्हणाला, तर मी खरोखर उडी घेईन. मिलनला माझ्या सुखाच्या, दुःखाच्या गोष्टी सांगाव्यात असं वाटे. वाटे, त्याच्या डोळ्यांत डोळे घालून, त्याच्या पापण्यांची हळूच चुंबनं घेऊन त्याला 'माझं तुझ्यावर प्रेम आहे' असं सांगावं. पण मला काहीच बोलता आलं नाही. मी काही बोलण्याआधीच मिलननं मला खूप उत्कट असा स्पर्श केला. त्या स्पर्शानं माझं संपूर्ण शरीर थरथरलं. श्रीनगरच्या दाल लेकमध्ये एका हाउसबोटमधून प्रवास करताना आम्ही दोघं प्रेमाच्या डोहात बुडालो. दीर्घ काळ पुरुषाच्या स्पर्शावाचून राहिलेल्या माझ्या शरीरात एवढी तृष्णा होती, हे माझ्या लक्षात आलं नव्हतं. शुभ्र बिछान्यात माझं शरीर जागं झालं. त्या शरीराला सुखाच्या चादरीनं आच्छादून टाकलं मिलननं. आपला पती नसलेल्या दुसऱ्या कुणाही पुरुषाशी मैथुन शक्य

नाही, हा जो माझ्या मनावरचा संस्कार होता, तो शालिमार बागेच्या सोसाट्याच्या वाऱ्यात एखाद्या पिसासारखा उडून गेला. मिलनपेक्षा मला अधिक जवळचं असं कुणीही नाही, असं मला वाटू लागलं. मिलनचा संसार आहे, त्याचं एक वेगळं असं जीवनही आहे, हे मी विसरूनच गेले. कोलकात्यात परतल्यावर जेव्हा तो आपल्या पत्नी आणि मुलांसाठी साडी आणि दागिने खरेदी करण्यासाठी 'ट्रेझर आयलंड' या दुकानात गेला, तेव्हा मला त्या गोष्टीची आठवण झाली. जेव्हा तो 'मी सुनील गंगोपाध्याय यांच्या घरी जाणार आणि एकटाच जाणार' असं मला म्हणाला, तेव्हा मला जाणवलं आणि आठवलं की, मिलनचं स्वतःचं असं एक वेगळं जग आहे आणि त्या जगात मी कुणीही नाही. यास्मिन घर सोडून गेल्यावर जसं मला एकाकी वाटत होतं, सगळं शहर, सगळं जग जणू भणभण करतंय असं वाटत होतं, तसंच पुन्हा एकदा वाटू लागलं. कोलकात्याहून ढाक्याला जायला विमानानं लागतो अर्धा तास. तो अर्धा तास संपला पण आम्हा दोघांची आता कधी आणि कुठे भेट होणार, कधी पुन्हा आमचं मिलन होणार याबद्दल मिलन माझ्याशी बोलला नाही. काहीच बोलला नाही. आपण पुन्हा घरी परततोय यामुळे त्याच्या चेहऱ्यावर आनंद दिसत होता. मी माझा निःश्वास रोखून धरला. मी असहाय एक युवती, प्रेमाच्या जाळ्यात अडकलेली मी एखाद्या अजाण शिशूप्रमाणे माझा हात त्या सुखी पुरुषाच्या हातात ठेवला- यासाठी की, माझ्या मनात मला किती यातना होताहेत हे माझ्या स्पर्शातून त्याला समजावं.

मिलन म्हणाला, "हे काय? असं का करते आहेस?"

व्याकूळ नजरेनं मी त्याच्याकडे पाहिलं.

मिलन भुवया आकुंचित करून म्हणाला, "ओ! तुला भीती वाटतेय जणू! पहिल्यांदाच विमानात बसलीस ना, म्हणून. होतं असं!"

हळूहळू मी माझा हात त्याच्या हातातून काढून घेतला.

ढाक्याला उतरून मिलन एक बेबी टॅक्सी करून जुन्या ढाक्यात आपल्या घरी निघून गेला. मी आले नवीन ढाक्यात, नया पल्टन भागात. मिलन जेव्हा माझा निरोप घेत होता, तेव्हा अनेक दिवस तो माझ्याबरोबर होता, असं काही त्याच्या चेहऱ्यावरून मला वाटलं नाही. वाटलं, जणू रस्त्यानं चालता चालता अचानक एका थोड्या ओळखीच्या अशा कुणा युवतीशी त्याची भेट झाली असावी.

इकडं पुस्तकजत्रा सुरू झाली होती. तिथं मला दुरून मिलन आपल्या पत्नीबरोबर फिरताना दिसला. 'ट्रेझर आयलंड'मधून विकत घेतलेली साडी त्याच्या पत्नीच्या अंगावर होती. मी बहिष्कृतासारखी दूर, खूप दूर राहिले.

इतकं सारं घडल्यावरही माझ्या मनातला मिलनबद्दलचा मोह काही संपूर्णपणे नष्ट झाला नाही. थोडासा मनात राहिलाच. एके दिवशी मला मिलन आपल्या एका

मित्राच्या घरी घेऊन गेला आणि माझ्या शरीरात जेवढा म्हणून मध शिल्लक होता, तो सगळा शोषून घेऊन तो निघून गेला. दिवसभर प्रेमाचं गुंजन ऐकण्यासाठी आणि माझ्या हृदयाच्या इच्छेकडे एकदा पाहण्यासाठी त्याच्याकडे वेळच नव्हता. त्या दिवशी माझ्या इच्छेच्या गुलाबपुष्पाच्या पाकळ्या तोडून-तोडून मी त्या अश्रूंच्या तलावात सोडून दिल्या.

◆

आम्ही अशाच वाहत जातो...

'अवकाश'पासून महाकाली स्कूल फार दूर नाही. यास्मिन दर शुक्रवारी तिथं चालतच जाई. शुक्रवारी शाळेला सुटी असे. त्या दिवशी शाळेत 'आनंदध्वनी'चे गाण्याचे वर्ग भरत. सगळे जण एका सुरात रवींद्रसंगीत गात. लहान-मोठ्या कुठल्याही वयाच्या व्यक्तीला या रवींद्रसंगीताच्या शाळेत प्रवेश मिळे. तिथं पाच वर्षं वयाचे विद्यार्थी असत, तसे पंचाहत्तर वर्षं वयाचेही असत. यास्मिन खूप सुंदर रवींद्रसंगीत गाते आणि उत्तम प्रकारे कवितावाचन करते, हे पाहून मला खूप आनंद वाटे. या बाबतीत तर तिनं माझ्याकडून धडे घेऊन मला खूप मागे टाकलं होतं. 'सकाल कविता परिषदे'त आता यास्मिनच सर्वोत्तम कवितावाचन करणारी कलाकार होती. मला यास्मिनचा अभिमान वाटे. ती खूप चांगली रवींद्रसंगीत गायिका होईल, मी तिला शांतिनिकेतनला पाठवीन, अशा एका उज्ज्वल स्वप्नाच्या पाण्यात मी राजहंसीप्रमाणे तरंगत राही. यास्मिनला माझं हे स्वप्न ठाऊक होतं. माझ्या स्वतःच्या जीवनापेक्षा यास्मिनचं जीवन सुंदर करण्यासाठी जे जे आवश्यक असेल, ते सारं करण्यासाठी मी अगदी एका पायावर तयार होते. कुटुंबकल्याण कार्यालयात मला फार काम नसे. बराचसा वेळ मी घरातच असे. त्यामुळे यास्मिन माझी सर्वांत अधिक वेळेची सोबती आणि सर्वांत जवळची मैत्रीण बनली. फक्त घरातच नव्हे, तर घराबाहेरही. तिला बरोबर घेऊनच मी शहरात फिरे, मयमनसिंहचा कंटाळा आला की ढाक्याला सुहृदला भेटायला घेऊन जाई. साहित्य-संस्कृती क्षेत्रातल्या व्यक्तींना भेटून, अखेर गीताच्या वागणुकीचा वैताग आला की, पुन्हा 'अवकाश'मध्ये परत येई. आमच्या या मैत्रीत अदृश्य अशी एक सीमारेषा होती. शुद्ध जीवन जगण्यासाठी कुठल्याही प्रकारच्या अश्लीलतेला किमान आम्हा दोघींच्या मध्ये आम्ही स्थान देत नसू. ज्याप्रमाणे मी रुद्रला का सोडून आले हे यास्मिनला कधीच सांगत नसे, त्याप्रमाणे अधूनमधून तिला घरी यायला उशीर का होई, हे तीसुद्धा मला सांगत नसे. पण 'अश्लील' या शब्दाची व्याख्या यास्मिनच्या दृष्टीनं फारच संकुचित असावी, म्हणूनच ती आपल्या वर्गातल्या दोन मित्रांबरोबर गप्पा करून

आल्यावर मला सांगे की, ती आपली मैत्रीण रिंकू हिच्या घरी गेली होती. दोन मित्रांबरोबर वर्ग संपल्यानंतर गप्पा मारल्यानं शुद्धता काही कमी होत नाही; पण मी जर त्या गप्पांचा चुकीचा अर्थ लावला, मला जर ते आवडलं नाही, मी जर रुसले तर काय होईल, असा विचार करून बहुधा ती ही गोष्ट गुप्त ठेवी. मी तिला तिच्या कुठल्याही मित्राला भेटू देत नसे, असं मुळीच नव्हतं. तिचे मित्र 'अवकाश'मध्ये येत, त्यांच्याबरोबर बसून ती गप्पा करी. मीसुद्धा त्यांच्या गप्पांत सहभागी होई. मी तिच्या इतकी जवळची, पण हे अंतर काही कमी होऊ शकत नव्हतं. तिचा माझ्यावर जीव होता, तशीच माझी तिला थोडी भीतीही वाटत असे. सतत माझ्या मित्र-मैत्रिणींमध्ये मिसळता-मिसळता, माझ्या सल्ल्यानं- मी निवडलेल्या कवितांचं वाचन करता-करता, मला जी गीतं आवडत, जे जीवन आवडे, ती गीतं गाता-गाता, त्या जीवनाची सवय करून घेता-घेता यास्मिनला धाप लागतेय, हे मला जाणवलं नाही. तिला आपल्या मनात स्वतःच्या गौणत्वाची, स्वतःच्या अस्तित्वहीनतेची बाब खटकतेय, हे मला जाणवलं नाही. माझा मान-सन्मान, यश, उपलब्धी- मग त्या कितीही लहान असोत, त्यांच्यासहित मी मला हवं तसं जीवन जगते आणि तिला माझ्यावर संपूर्णपणे अवलंबून राहावं लागतं, तिच्या स्वातंत्र्याला माझ्या इच्छेमुळे बंधनं पडतात, हे जाणवल्यानं तिच्या मनात माझ्याबद्दलचा एक दुरावा, एक प्रकारची निःसंगता जन्म घेतेय, हे मला जाणवलं नाही, समजलं नाही. माझं सौंदर्य आणि माझं विस्तृत असं सांस्कृतिक कला क्षेत्रातलं जीवन ती सतत पाहत असे आणि माझ्या या जगात तिला ओढून आणून, मी राणीसारखी बसे. पण त्यामुळे तिला मात्र एका असहाय प्रजाजनासारख्या भूमिकेत राहावं लागे, हे मला समजलं नाही. तिच्यावर माझा जीव होता, तिला ज्या ज्या गोष्टींची गरज आहे असं मला वाटत होतं, त्या त्या गोष्टी मी तिला उदार हातांनी देत होते. पण तिच्या मनातल्या दुराव्याची, निःसंगतेची मात्र मला जाणीव झाली नाही. इतर चारचौघींप्रमाणे शिक्षण पूर्ण करून, कुणाशीतरी लग्न करून तिनं सामान्य गृहिणी बनावं, असं मला वाटत नव्हतं. तिनं आपलं सौंदर्य, आपल्या कला विकसित करून त्या क्षेत्रात नाव मिळवावं असं मला वाटत होतं, हे तिला समजत होतं; पण तरीही तिला आपण गौण आहोत अशी भावना कुरतडत होती, हे काही मला जाणवलं नाही. इतक्या जवळ राहूनही, रोज एका बिछान्यात झोपूनही तिच्या मनाला काय खुपतंय हे मला समजलं नाही. तिची जखम मला दिसली नाही. 'अवकाश'मधला बाबांचा हिंस्रपणा, दादा आणि वहिनीचा स्वार्थीपणा, आईचा उदासीनपणा या सर्वांपासून यास्मिनला वाचवून तिला मी एक निरोगी, सुंदर परिवेश देऊ पाहत होते, ती माझी इच्छा व्यर्थ होते आहे, हे मला जाणवलं नाही.

यास्मिन एका रात्री घरी परतली नाही. रात्र चढत गेली, ती घरी परतली नाही.

शहरात तिचे जेवढे मित्र-मैत्रिणी होत्या, त्या सर्वांच्या घरी जाऊन शोधलं, सगळीकडे 'नाही, ती इथं नाही' हेच उत्तर मिळालं. तिच्या ओळखीच्या, परिचितांपैकी कुणाच्याही घरी ती नव्हती. नातेवाइकांच्या घरी शोधलं... नाही. रात्र संपली, मी आणि आईनं रात्र जागून काढली. बाबा रात्रभर घरात येरझारा घालीत होते. कुठं हरवणार बरं मुलगी? नेहमीसारखी कॉलेजला गेली होती. दुपारी थोडी उशिरा का होईना पण घरी येत असे. आता तर दुपार गेली, संध्याकाळ उलटली, रात्र संपून पहाट व्हायला आली...पण यास्मिनची काहीच खबर नव्हती. माझ्या मनात नाही-नाही त्या शंका येत होत्या. आई जायनमाज अंथरून नमाजामागून नमाज पढत होती आणि 'मुलगी कुठंही असो, तिला सुखरूप ठेव'अशी अल्लाला विनंती करीत होती. मी पहाटेपासून घराच्या फाटकाजवळ बसून होते. सकाळ गेली, दुपार उलटून गेली, यास्मिन काही घरी परत आली नाही. आईच्या डोळ्यांतून अश्रू वाहत होते. बाबा वारंवार चेंबरमधून फोन करीत होते- यास्मिन आली की नाही हे विचारीत होते. आई बुढ्या पिराच्या मजारावर जाऊन नवस बोलून आली, साकडं घालून आली. मला काळजीनं श्वास घ्यायला त्रास होऊ लागला. यास्मिन कुठं जाऊ शकते याचा विचार करायला मला शक्ती राहिली नाही. जेव्हा रात्र उतरली आणि चढू लागली, तेव्हा खबर आली की, यास्मिन सानकीपाडा भागात आहे, तिच्या वर्गात शिकणाऱ्या मिलन नावाच्या मुलाच्या घरी आहे. ईशान चक्रवर्ती रोडवर राहणाऱ्या जहाँगीर नावाच्या, यास्मिनला ओळखणाऱ्या एका मुलानं खबर दिली. लगेच मी दादाला घेऊन यास्मिनला परत आणण्यासाठी धावत गेले. ती एका बिछान्यावर गुडघ्यांत डोकं घालून बसली होती. काय झालं होतं यास्मिनला! मी धावत जाऊन तिचा हात धरला, तर तिनं एका झटक्यात स्वतःचा हात सोडवून घेतला. म्हणाली, "हात लावू नकोस मला!"

हात लावू नको? झालं काय? कुणी काही बोललं का? राग का आला असावा तिला?

"चल, घरी चल!"

"नाही!"

हे कसलं उत्तर!

यास्मिनच्या मनात काय होतं हे मिलनचा थोरला भाऊ मानू यानं सांगितलं- तिला मिलनशी लग्न करायचं होतं. आम्ही लगेच तिचं मिलनशी लग्न लावून द्यावं, अशी तिची इच्छा होती.

मी आजवर कधीही इतकी अवाक् झाले नव्हते! मी वाचा गेल्यासारखी बसून राहिले. मिलनशी तिचे कुठल्याही प्रकारचे प्रेमसंबंध नव्हते, याची मला खात्री होती. पण कुठल्या कारणानं लग्नासारखा अशालीन शब्द यास्मिन उच्चारू शकते आणि

इतक्या असभ्यपणे लग्नाची विनंती करू शकते हे काही मला उमजत नव्हतं. यास्मिननं घोषणा केली की, आता 'अवकाश'मध्ये परत येणार नाही. येणार नाही म्हणजे येणारच नाही. तिला ओढत- फरफटत नेणं तर शक्यच नव्हतं. प्रेमानं समजावून सांगूनही काम झालं नाही. आपलं शरीर तिनं लोखंडासारखं कठीण करून ठेवलं होतं- कसं काय कोणास ठाऊक! तिचं सगळंच मला अद्भुत वाटत होतं. आज मी आणि दादा तिच्यासाठी कुणीही नव्हतो. मिलन संपूर्ण वेळ मान खाली घालून बाहेर उभा होता आणि खोलीच्या आत हे नाटक चालू होतं. यास्मिन काल सलवार-कुर्ता घालून बाहेर पडली होती, आता तिनं एक निळ्या रंगाची साडी नेसली होती. नक्की काय झालं असावं, कुठल्या कारणामुळे ती असं अस्वाभाविकपणे वागत असावी, हे शंभरदा विचार करूनही मला उमजत नव्हतं. दादा यास्मिनला समजावीत म्हणाला, "लग्न तर काही अशा प्रकारे तडकाफडकी होत नसतं. आता घरी चल, नंतर लग्नाची व्यवस्था करू." मीसुद्धा म्हणाले, "या मिलनशीच जर तुला लग्न करायचं असेल, तर ठीक आहे. आधी शिक्षण पूर्ण कर आणि नंतर त्याच्याशी लग्न कर!" यास्मिननं आम्हाला तीन दिवसांची मुदत दिली- तीन दिवसांच्या आत आम्ही तिचं मिलनशी लग्न करून द्यावं, असं तिचं सांगणं होतं. मी घरातल्या सगळ्या लोकांसमोर अगदी हुंदके देऊन रडले. माझं रडणं पाहूनही यास्मिननं आपलं मत बदललं नाही. लग्नाच्या मामल्याची चर्चा करण्यातच मध्यरात्र उलटून गेली. यास्मिनची घोषणा मी माझ्या कानांनी ऐकली नाही; तिला जे काही सांगायचं होतं, ते तिनं मिलनच्या भावा-बहिणींना सांगितलं होतं. माझ्यावर तिनं अचानक एवढा राग का धरला होता, हे मला समजेना. असं काय घडलं होतं, मी असं काय केलं होतं की तिला माझा एवढा राग यावा? त्या रात्री माझं घरी परतणं झालं नाही. दादा परत गेला. रात्री मी यास्मिनशेजारी पडून राहिले; झोप काही आली नाही. रात्री मी जितक्या वेळा तिच्या हातावर हळुवारपणे हात ठेवून, हळू आवाजात 'मी असं काय केलं, नक्की काय झालं ते सांग तरी' असं म्हणाले, तितक्या वेळा तिनं आपल्या कठीण हातानं माझा हात दूर सरकवला. ती स्वतःसुद्धा झोपली नाही. या नाटकामागे काहीतरी रहस्य होतं, याची मला खात्री होती. 'तुझं लग्न मिलनशीच होईल; आज नाहीतर उद्या, उद्या नाहीतर परवा' असं यास्मिनला वचन देऊन दुसऱ्या दिवशी सकाळी मी यास्मिनला घरी परत घेऊन आले. याशिवाय तिला घरी परत आणायचा दुसरा पर्यायच माझ्यापुढे नव्हता. परत येताना संपूर्ण रस्त्यात ती माझ्याशी एक शब्दही बोलली नाही, माझ्या डोळ्यांत पाहिलंही नाही. दुसऱ्या दिवशीही तसंच. भिंतीकडे तोंड करून ती दिवसभर झोपून राहिली. दादा घरी आल्यावर निर्लज्जाप्रमाणे ओरडून त्याला लग्नाच्या बाबतीत आठवण करून दिली तिनं. माझ्या हजार प्रश्नांपैकी एकाही प्रश्नाचं तिनं उत्तर दिलं

नाही. तिला काय झालं होतं त्या रात्री, त्या रात्री ती कुठे होती, हे ती काहीच सांगत नव्हती. तीन दिवसांतच मिलनशी लग्न करायला हवं असं काय घडलं होतं, हे ती सांगतच नव्हती. यामागे काय रहस्य होतं हे मला उमजतच नव्हतं, घरच्यांनाही नव्हतं.

नंतर, अनेक वर्षं उलटून गेल्यावर, जेव्हा आपल्या नवऱ्याबरोबर आणि मुलाबरोबर ती संसार करू लागली होती, जेव्हा तिचं त्या वयातलं अवघडलेपण दूर झालं होतं, तेव्हा तिनं त्या रात्री काय घडलं होतं ते सविस्तर सांगितलं. कॉलेजमध्ये तिच्याच वर्गात शिकणारा, तिच्या मित्रासारखाच असलेला एक मुलगा मिलन आपल्या मोठ्या भावाची मोटारसायकल घेऊन त्या दिवशी कॉलेजमध्ये आला होता. वर्ग संपल्यावर मिलननं यास्मिनला मधुपूरला मोटारसायकलवरून फिरायला चलण्याची विनंती केली. यास्मिननं नकार दिला नाही. मोटारसायकलवर मागे बसून दूर कुठंतरी जाण्याची कल्पना विलोभनीयच होती. मधुपूरच्या जंगलात वनस्पतिशास्त्राचे विद्यार्थी-विद्यार्थिनी वनस्पतींचे प्रकार पाहण्यासाठी नेहमीच फिरायला जात. यास्मिन आणि मिलन हेसुद्धा वनस्पतिशास्त्राचे विद्यार्थी होते. कुठल्या झाडाचं नाव काय आहे, कुठल्या झाडावर कुठला रोग पडलाय, असं बोलता बोलता, काही झाडांच्या पानांचे आणि मुळ्यांचे नमुने जमवता जमवता ती दोघं मधुपूर कॉटेजकडे चालत निघाला- मोटारसायकल तिथंच उभी केली होती. कॉटेजपर्यंत पोचण्याआधीच एका ढेरपोट्या पोलिसानं येऊन त्यांना थांबायला सांगितलं. त्यांच्याकडे पाहत, छद्मीपणे हसत तो ढेरपोट्या त्यांना म्हणाला, ''इथं काय करताय तुम्ही?'' त्यांनी सांगितलं की, 'आम्ही कॉलेजमध्ये शिकत आहोत, वनस्पतिशास्त्राचे विद्यार्थी आहोत आणि इथं फिरून वनस्पतींचे नमुने पाहण्यासाठी आलो आहोत.' ढेरपोट्या यावर खदखदा हसला आणि आसपास इतर कुणी पाहत नाही ना याचा अदमास घेऊन गुरकावत म्हणाला, ''चल, पाच हजार रुपये दे.'' पाच हजार रुपये कशासाठी द्यायचे हे विचारण्याआधीच ढेरपोट्या म्हणाला, ''जंगलात बेकायदा काम करायला आलास, आता पाच हजार दिल्याशिवाय इथून वापस जाऊ शकणार नाहीस.'' त्यांनी याला नकार दिला. मिलन म्हणाला, ''इथं कुठलंही बेकायदा काम करायला आम्ही आलो नाही.'' ढेरपोट्यानं त्याचं म्हणणं ऐकून घेतलं नाही. यास्मिनकडे पाहत, डोळा मारून तो म्हणाला, ''पोट्टी तर बाजारू पोट्टी वाटतीय, बघूनच समजतंय ना!'' ती 'तशी' दिसत नसली, तरी ढेरपोट्या तसं म्हटला. मिलन म्हणाला, ''सध्या माझ्याकडे पैसे नाहीत, पैसे आणायला मला शहरात जावं लागेल.'' ढेरपोट्यानं खसकन यास्मिनचा हात धरला आणि मिलनला म्हणाला, ''जा, तू शहरात जा, हिला इथं ठेवून जा.'' यास्मिनला ढेरपोट्याच्या पकडीतून स्वतःचा हात सोडवता आला नाही. मिलनकडे करुण नजरेनं पाहून ती म्हणाली,

"मिलन, तू जाऊ नकोस." करुण नजरेनं पाहून अनेक व्यक्ती अनेक विनंत्या करतात; पण त्या विनंत्या सगळेच काही ऐकत नाहीत. ते आपला विचार आधी करतात. संकटाच्या वेळी स्वतःला वाचवण्याचा प्रयत्न आधी करावा असं म्हणतात- हे मिलनला ठाऊक नव्हतं असं नाही. आता, या क्षणी यास्मिनला या जंगलात एका बदमाश पोलिसाच्या हाती सोडून जायचं की नाही, हे मिलनच्या निर्णयावर अवलंबून होतं. मिलन निघून गेला, तर तो पैसे घेऊन परत येवो न येवो, त्या पोलिसानं यास्मिनवर अत्याचार केलाच असता आणि स्वतः जंगलात पसार झाला असता; मग आत्महत्या करण्याशिवाय यास्मिनपुढे दुसरा पर्यायच राहिला नसता. मिलनचा एक हात मोटारसायकलवर आणि दुसरा हात स्वतःच्या कंबरेवर होता. कंबरेवरचा हात जर मोटारसायकलच्या हँडलवर गेला तर... या भीतीनं यास्मिननं डोळे झाकून घेतले. ती शंकेनं आतून थरथरत होती, मोटारसायकल स्टार्ट होण्याचा कुठलाही आवाज आपल्याला ऐकू येऊ नये, म्हणून आपण बहिरं होऊन जावं असं तिला वाटत होतं. यास्मिनची विनंती मिलन उडवूनही लावू शकत होता, मागे काय होईल, काय नाही याचा विचार न करता तो मोटारसायकलवर बसून तिथून निघून जाऊ शकत होता; पोलिसानं तर त्याला सोडूनच दिलं होतं. हो, मिलन निघून जाऊ शकला असता, संकटातून उद्धार करण्यासाठी यास्मिन काही त्याची प्रेमिका नव्हती. पण मिलन तिथून गेला नाही. नाही. तो तिथून गेला नाही. नाही, तो त्या पोलिसाला म्हणाला, "मोटारसायकल ठेवून घ्या आणि आम्हा दोघांना जाऊ द्या; मी शहरातून पैसे घेऊन येतो." नाही, पोलीस मोटारसायकल ठेवून घेणार नव्हता, तो ठेवून घेणार होता यास्मिनला. दुपार उतरून संध्याकाळ झाली की, तो तिला काहीही करू शकला असता. तो काय करू शकला असता याचा कुणीही सहज अंदाज करू शकला असता. यास्मिन भीतीनं अगदी थरथरत होती. त्या पोलिसानं वारंवार आदेश दिले, तरी मिलननं यास्मिनला एकटीला ओलीस ठेवलं नाही. 'मी जाणार नाही' असं मिलननं जेव्हा त्या पोलिसाला स्पष्टपणे सांगितलं, तेव्हा यास्मिनच्या जिवात जीव आला. कृतज्ञतेनं तिच्या डोळ्यांतून झरझर अश्रू गळू लागले. त्यानंतर खरोखर जेव्हा एका क्षणी संध्याकाळ उतरून आली, अंधारात जंगल काळं होऊन गेलं, तेव्हा त्या पोलिसानं दोघांना वन विभागाच्या एका अधिकाऱ्याच्या घरात सोडलं आणि त्यांना म्हणाला, "उद्या सकाळी पाच हजार रुपये द्या आणि मगच बाहेर पडा." मोटारसायकल पोलिसानं स्वतःकडे ठेवली. त्याच घरात यास्मिनला जेव्हा नाव, पत्ता विचारण्यात आला, तेव्हा विवर्ण चेहऱ्यानं यास्मिननं आपल्या वडिलांचं नाव अब्दुल रफीक, पेशा व्यापार, पत्ता कांची झुली असं सांगून, स्वतःची खरी ओळख लपवली; कारण तिला आपले बाबा, आदरणीय डॉक्टर रजब अली यांच्या तोंडाला काळं फासायचं

नव्हतं, त्यांच्या प्रतिष्ठेला कलंक लावायचा नव्हता. मुलगी रात्री घरी परतली नाही, कोणातरी मुलाबरोबर पोलिसांकडून पकडली गेली, यापेक्षा मोठा कलंक एका मुलीच्या जीवनात काय असू शकतो? यास्मिनला रात्रभर झोप आली नाही. त्या अधिकाऱ्यानं तिला आपल्या पोराबाळांबरोबर झोपायला जागा दिली होती. मिलनसुद्धा व्हरांड्यातल्या एका खोलीत रात्रभर जागाच राहिला. मिलननं त्या अधिकाऱ्याच्या घरून फोन करून एका मित्राला सांगितलं की, अगदी सकाळी पाच हजार रुपये घेऊन मधुपूरच्या वन विभागाच्या अधिकाऱ्याच्या घरी ये. सकाळी त्याचा मित्र पैसे घेऊन आल्यावर ते पैसे पोलिसाला देऊन, मोटारसायकल परत घेऊन यास्मिन आणि तिचा मित्र शहरात परत आले. शहरात परत आले खरे; पण आता काय होणार? कलंक कुठं जाणार? एका रात्रीचा कलंक यास्मिन कसा दूर करणार? मिलननं तिला सल्ला दिला, या क्षणी लग्न करण्याशिवाय हा कलंक दूर करण्याचा दुसरा कुठलाही उपाय नाही. यास्मिन राजी झाली नाही. 'अवकाश'जवळच तिच्या ओळखीच्या 'जहाँगीर' नावाच्या मित्राच्या घरी ती थांबली. 'अवकाश' या आपल्या घरी परत जावं की नाही, असा दिवसभर विचार करीत राहिली. जहाँगीरच्या घरून 'अवकाश'च्या काळ्या फाटकाजवळ येऊन ती संध्याकाळी बराच वेळ उभी राहिली. 'आत जावं की जाऊ नये' असा विचार करीत राहिली. वाट पाहत राहिली- कुणाची ते तिलाही ठाऊक नव्हतं. कुठला तरी प्रकाश येऊन तिचा तो रात्रीचा कलंक धुऊन काढील, याची अपेक्षा! नाही, कुठल्याही गोष्टीनं आधीच्या रात्री बेपत्ता झालेल्या मुलीचा कलंक दूर केला नाही. त्यानंतर स्वतःबद्दलच्या धिक्कार भावनेनं तिला मिलनच्या घरी नेलं आणि ते नाटक घडवलं.

तेव्हाही तिला आपलं तोंड दाखवावं असं वाटत नव्हतं, म्हणूनच तिनं आपल्या गुडघ्यात तोंड लपवलं होतं. नाटकाचा पडदा पडल्यावर ती 'अवकाश'मध्ये परतली खरी, मान वर केली खरी; पण कुणाच्याही डोळ्यांना ती डोळे भिडवीत नव्हती. एकतर भिंतीकडे पाहत बसे किंवा छताकडे. जणू ती आता या घरातली अशी कुणीच नव्हती. ती आता आधीची यास्मिन नव्हती, या घरातली धाकटी मुलगी राहिलेली नव्हती. मला तिच्याकडे पाहून खूप करुणा वाटू लागली, माया वाटू लागली आणि रागही येऊ लागला. शंभरदा विचारल्यावरही जेव्हा ती तोंड उघडेना, अचानक असं लग्न करावसं वाटण्यासारखं झालं काय हे सांगेना, तेव्हा मी दरवाजात बसून, बाहेर अंगणाकडे पाहत, यास्मिननं ऐकावं म्हणून म्हणाले, "आपल्याला एकच आयुष्य मिळतं. त्या रात्री एखादी दुर्घटना झाली असली, म्हणून काय झालं? एवढं काय मनाला लावून घेतेस? माणसाच्या आयुष्यात तर किती प्रकारचे अपघात होतात- म्हणून काय लगेच लग्न करायचं? तुझ्याशी मिलनचा काय संपर्क आहे? जर मनातल्या मनात तू त्याच्यावर प्रेम करीत

असशील, त्याच्याशिवाय जगू शकत नसशील, तर जा, कर लग्न त्याच्याशी! फार हौस आली असेल लग्न करायची, तर कर लग्न! पण एक गोष्ट लक्षात ठेव- लग्न करण्याचा निर्णय असा झटकन घेणं चांगलं नव्हे. आधी आपलं शिक्षण पूर्ण करून नोकरीला लाग; त्यानंतरच लग्न कर. आधी स्वतःच्या पायावर उभी राहा. कुणावरही अवलंबून राहू नकोस. बॉटनीत एम.एस्सी. कर, पीएच.डी. कर. प्राध्यापिका हो. तू कृषी विद्यापीठात प्राध्यापिका होऊ शकशील. आणि लग्नच करायचं असेल, तर मिलनशी कशासाठी? त्याला काय ठाऊक आहे? तो काय करू शकतो? शुद्ध भाषेत तर तो एक वाक्यही बोलू शकत नाही. त्यात पुन्हा तो मानूचा भाऊ आहे. मानूसारख्या सैतानाचा भाऊ असून असून किती चांगला असणार? किती चांगली चांगली मुलं येतात आपल्या घरी- त्यांच्यापैकी एखाद्याला पसंत कर. माझे अनेक डॉक्टर मित्र तर तुझ्याशी लग्न करायची संधी मिळाली, तर धन्य होतील.''

मिलनशी यास्मिनच्या लग्नाची व्यवस्था केली नाही, तर ती 'अवकाश'मध्ये काहीतरी तमाशा करील अशी माझी जी भीती होती, ती दूर करून यास्मिन अचानक पुन्हा पूर्वीसारखी यास्मिन झाली. घरी तिच्या मैत्रिणी येऊ लागल्या, ती आपल्या मैत्रिणींच्या घरी जाऊ लागली. लग्न तर दूरची गोष्ट; मिलनचा फोन आला, तरी ती 'मी बोलणार नाही' असं सांगे. अर्थात एके दिवशी ती त्याच्याशी बोलली- कठोर आवाजात तिनं त्याला सांगितलं, ''घरच्यांनी माझं लग्न दुसऱ्याशी ठरवलंय, इथून पुढे तू आता फोन करीत जाऊ नकोस.'' कृषी विद्यापीठाजवळ राहणारा, राणा नावाचा एक देखणा तरुण यास्मिनच्या जवळ आला. राणा हा यास्मिनची मैत्रीण कृष्टी हिच्या राका नावाच्या मित्राचा मोठा भाऊ होता. राणा आमच्या घरी येई, त्याच्याशी बैठकीच्या खोलीत बसून यास्मिन बराच वेळ गप्पा मारीत असे. हे पाहून मला हायसं वाटलं. हायसं यासाठी वाटलं की, मिलनशी लग्न करण्याचं खूळ तिच्या डोक्यातून निघून गेलं होतं आणि राणा हा दिसायला, बोलायला, तसंच शिक्षणाच्या आणि बुद्धीच्या बाबतीतही मिलनपेक्षा खूप चांगला होता. राणाचा फोन आला, तर यास्मिन बराच वेळ हळू आवाजात त्याच्याशी बोले. राणा अधूनमधून स्वतः कार चालवीत आमच्या घरी येई आणि यास्मिनला इकडेतिकडे फिरायला घेऊन जाई. पेट्रोलचा खर्च मात्र यास्मिनकडून घेई. रिक्षाभाडंही अधूनमधून तिच्याकडूनच घेई. यास्मिननं अचानकच एके दिवशी या द्रव्यलोभी राणाशी संबंध तोडून टाकले. ती नियमितपणे कॉलेजला जाई; तास संपल्यावर घरी येई. 'सकाल कविता परिषदे'च्या काव्यवाचन कार्यक्रमात आणि 'आनंदध्वनी'च्या रवींद्रसंगीताच्या कार्यक्रमात रमून जाई. तिला हव्या असलेल्या आणि गरजेच्याही, ज्या वस्तू तिला बाबा देत नसत किंवा देण्याची त्यांची इच्छा नसे, त्या वस्तू मी तिला देई. मिलनबरोबर एक रात्र बेपत्ता झाल्याचा कलंक हळूहळू अस्पष्ट झाला होता. पण एक गोष्ट यास्मिनच्या

मनात सतत खुपत असे ती म्हणजे, तिला कुणीच पसंत करीत नाही. माझ्या ओळखीचे जे परिचित किंवा मित्र येत- डॉक्टर मित्र, साहित्यिक मित्र- ते सारे माझ्या रूप-गुणांकडे पाहतच राहत; पण यास्मिनकडे मात्र कुणीच मुग्ध नजरेनं पाहत नसे! पण ज्या दिवशी अताउल करीम सफीक यानं तिच्याकडे पाहिलं, तेव्हा यास्मिनच्या मनातली ही खंत निघून गेली. सफीक हा माझ्या वयाचा होता. देखणा तरुण, आपादमस्तक सभ्य, स्नेहशील, एकनिष्ठ साहित्यिक. साहित्यसेवा करीत असल्यानं वाईट मार्गाला गेला नव्हता. शिक्षण पूर्ण करून, बी.सी.एस. (बांगलादेश सिव्हिल सर्व्हिस) परीक्षा पास करून असिस्टंट मॅजिस्ट्रेट झाला होता. यास्मिनबद्दल सफीकला वाटणारी ओढ पाहून मी आश्वस्त झाले. यास्मिनला मी उत्तेजन देत असे असं म्हणता येणार नाही, पण सफीक येऊन जेव्हा यास्मिनला शोधी, तेव्हा मी तिला हाक मारी, सफीकसमोर जाण्याआधी ती जेव्हा चांगले कपडे घाली किंवा लिपस्टिक लावी, तेव्हा मी तिला 'एवढी सजतेस कशासाठी? आहेस तशीच जा!' असं रागावत नसे. दोघं बसून जेव्हा गप्पा करीत, तेव्हा, 'इतक्या गप्पा मारायची गरज नाही!' असं मी म्हणत नसे. मी अचानक खूप उदासीन होऊन जात असे. ज्या खोलीत बसून सफीक आणि यास्मिन गप्पा करीत असत, तिथून मी काहीतरी कामाचा बहाणा सांगून दुसऱ्या खोलीत निघून जाई. त्या दोघांना चहापाणी पाठवण्यासाठी कुणालातरी सांगे किंवा मी स्वतःच त्यांना चहा नेऊन देई. सफीक निघून गेल्यावर विचारी, 'काय म्हणत होता सफीक?' यास्मिन गोड हसून म्हणे, 'म्हणत होता, मी खूप सुंदर दिसते!'

"आणखी काय म्हणाला?"

"म्हणाला, चल, एके दिवशी कुठेतरी फिरायला जाऊ!"

एके दिवशी सफीक यास्मिनला 'चल, बाहेर फिरायला जाऊ' असं म्हणाला. यास्मिननं लाजून हसत मला हे सांगितलं, तेव्हा मी म्हणाले, "मग जा ना, फिरून या!" माझ्या अनुमतीनं यास्मिनला सफीकबरोबर बाहेर फिरायला पाठवलं. मी तिला सफीकबरोबर फिरायला जाण्यासाठी अनुमती दिली, कारण मिलनसारख्या मूर्ख मुलाशी लग्न करण्याची तिची विनंती मला अजूनही दुःस्वप्नासारखी आठवे. अर्थात यास्मिन आणि मी आयुष्यभर फक्त गाणी आणि कविता घेऊन एकत्र राहू, असा मी चुकूनही विचार केला नव्हता. त्या दिवशी यास्मिनचं ते नाटक झालं नसतं, तर लग्नासारखा विचार माझ्या मनातही आला नसता. लग्न करायचं झालं, तर प्रेम करून लग्न केलेलं चांगलं, एखाद्या अपघातात सापडल्यामुळे किंवा कृतज्ञता दाखवण्यासाठी म्हणून ते लग्न होऊ नये. ती बाहेरून फिरून आल्यावर मी यास्मिनला विचारलं,

"कुठे गेली होतीस, काय म्हणाला सफीक?"

“कृषी विद्यापीठात घेऊन गेला होता.”

“काय म्हणाला?”

“तसं काही विशेष नाही.” खांदे उडवत ती म्हणाली.

मला जाणून घ्यायची इच्छा होती की, तो तिला ‘तुझ्यावर माझं प्रेम आहे. चल, आपण लग्न करू’ असं काही म्हणाला की काय. आई-बाबांनी सफीकबद्दल विचारल्यावर मी त्यांना सांगितलं,

“खूप चांगला मुलगा आहे, अगदी लाखात एक असा आहे. त्याला यास्मिन खूप आवडते.”

साहित्यिक असणं हा त्याचा गुण आई-बाबांच्या लेखी काही गुण नव्हता. मुलगा चांगल्या नोकरीत आहे, हा त्यांच्या लेखी त्याचा चांगला गुण होता.

काही दिवसांनंतर माझ्या लक्षात आलं की, सफीकने बोलावलं, तरी यास्मिन आता त्याच्या जवळ जात नसे. मी खूप विनंती केली, तरी ती जागेवरून थोडीही हलत नसे. मी हात धरून ओढायला गेले, तर आपला हात माझ्या हातातून सोडवून घेऊन ती म्हणे, ‘उगाच मला ओढू नकोस हं! मी त्याच्यासमोर जाणार नाही!’ ती सफीकसमोर का जाणार नाही, काय घडलं हे यास्मिननं मला काहीच सांगितलं नाही. नंतर एके दिवशी फक्त एवढंच म्हणाली, “बेटा माझ्या शरीराशी लगट करायला बघतो.”

“म्हणजे?” माझ्या कानांत भणभण आवाज होऊ लागला. “लगट करायला बघतो म्हणजे काय?”

“म्हणजे दुसरं काय?”

“काय, हात धरायला बघतो का?”

“हो.”

माझ्या कानात होणारी भण-भण थांबली. ‘हात धरला म्हणून काय झालं! हात धरणं म्हणजे काही फार नाही.’ यास्मिन माझ्यासमोरून दूर गेली. शरीरासंदर्भातलं आमच्या दोघींमधलं बोलणं फार पुढे जात नसे, कारण एका अदृश्य धाग्याने आमचे ओठ जणू शिवले जात. त्या दिवशीच्या प्रश्नाचं उत्तर ‘हाता’पासून पुढे गेलं नाही किंवा त्याला पुढे जायचं नव्हतं.

सफीकसारख्या सुशिक्षित, सुसंस्कृत, सज्जन मुलाला ती का टाळतेय हे यास्मिन मला सांगत नव्हती. खूप खूप वर्षांनंतर जेव्हा नवरा आणि मुलांसहित ती संसार करू लागली होती, तेव्हा गप्पा मारताना एकदा सफीकचा विषय निघाल्यावर ती हसली; हसत हसत म्हणाली, “देवाच्या मध्ये लपलेला भयंकर राक्षसच पाहिला मी!” पूर्वी, त्या दिवशी काही सांगता न आल्याच्या वेदनेमुळे तिच्या कपाळावर एक काळी रेषा उमटली. तिच्याबद्दल सफीकची ओढ पाहून तिला

वाटलं होतं की, त्याच्याशी लग्न झालं की घरातल्या सगळ्यांच्या चेहऱ्यावर हसू उमटेल, तिच्यावरचा कलंक दूर होईल. पण जेव्हा सफीकनं तिच्याबरोबर फिरायला हवं होतं, 'माझं तुझ्यावर प्रेम आहे' असं म्हणायला हवं होतं, एकदा हातात हात घेऊन भविष्यातल्या स्वप्नांच्या गोष्टी बोलायला हव्या होत्या, तेव्हा सफीकनं तिला एका रिकाम्या खोलीत नेऊन तिची छाती दाबायचा प्रयत्न केला होता. फक्त एवढंच नाही, त्यानंतर 'अवकाश'मध्ये एका संध्याकाळी घरात कुणीही नसताना यास्मिनवर त्यानं झडप घातली होती, तिचे कपडे ओरबाडून काढण्याचा प्रयत्न केला होता, तिचा पायजमा ओढला होता. यास्मिननं ओरडून व्हरांड्यात झोपलेल्या सुफीला जागं केलं होतं, सफीकला घरातून हाकलून देऊन, बेडरूमचा दरवाजा बंद करून, उशीत तोंड खुपसून ती खूप रडली होती. आपल्यावर कुणीही खऱ्या अर्थानं प्रेम करीत नाही, सर्वांना फक्त आपलं शरीर हवं असतं; बाकी काही नाही, या विचारानं ती खूप रडली होती. शरीर खूप स्वस्त असतं असं लोकांना वाटतं. हात पुढे केला की शरीर मिळू शकतं. काजल शाहनवाज या आपल्या कविमित्राच्या होस्टेलवरच्या खोलीवर एकदा सफीक यास्मिनला घेऊन गेला होता. हा काजल एकदा आमच्या घरी आला होता आणि चहा-बिस्किटं खाऊन परत जाताना यास्मिनला डोळा मारून म्हणाला होता, 'एकदा एकटीच माझ्या खोलीवर ये.' तिला अब्दुल करीमचाही किस्सा आठवत होता. अब्दुल करीम हा हसीनाच्या थोरल्या बहिणीचा नवरा. त्याचं आमच्या घरी नेहमी येणं-जाणं असे. अगदी बायको-मुलांना घेऊन तो आमच्याकडे येई. आई त्या सर्वांना आग्रह करून जेवू घाली. तोच, हत्तीसारखा गलेलठ्ठ अब्दुल करीम एकदा यास्मिनला एकटी पाहून, तिला कुजबुजत्या आवाजात म्हणाला होता की, ती जर आठवड्यातून एकदा त्याच्याबरोबर झोपली, तर तो तिला हजार रुपये देईल- म्हणजे महिन्याला यास्मिनची चार हजार रुपयांची कमाई होईल. बेट्याचं धाडस पाहून यास्मिनला नवलच वाटलं होतं. पण तेव्हा तिनं ते मला सांगितलं नव्हतं. तिनं हे मला विचार करून सांगितलं नव्हतं की मला वाटेल, ही झंझट माझ्यावर का येत नाही, तिच्यावरच का येते असं वाटून मी विषण्ण होईन, कदाचित मी यास्मिनलाच दोषी ठरवीन किंवा ती कुरूप, गुण नसलेली मुलगी आहे हे यातून आणखीच स्पष्ट होईल, अशी शंका वाटल्यानं संकोचानं तिनं मला हे सांगितलं नसावं. मी यास्मिनला सुंदर मुलगी समजे. माझ्या या समजाला धक्का लागू नये म्हणून किंवा तिच्या संदर्भात मी जी सुंदर सुंदर स्वप्नं पाही, त्यांचा चुराडा होऊ नये म्हणून, एक उत्तम कवितावाचन करणारी आणि रवींद्रसंगीत गाणारी मुलगी म्हणून मला तिचा जो अभिमान वाटत असे, त्याला धक्का लागू नये म्हणून तिनं या गोष्टी मला सांगितल्या नसाव्यात. माझ्या मनाला त्रास होईल म्हणून तिनं या गोष्टी मला आधी

सांगितल्या नसाव्यात. माझ्या तिच्या संदर्भातल्या स्वप्नांना ती गायनानं आणि कवितावाचनानं आणखी सुंदर करी. माझ्या इच्छेच्या दोऱ्याला रंगीत पतंग बांधून देई आणि स्वतः आडोशाला जाऊन आपले अश्रू पुशी.

महिने उलटत राहिले. जीवन पुढे जात राहिलं. जीवनाप्रमाणे छोट्या-मोठ्या दुःखांनी 'अवकाश'चं वय वाढत राहिलं. 'अवकाश'मधली माणसं आपली सुखं इतरांना सांगतात, दुःखं मनात लपवून ठेवतात. आईच्या डाळिंबाच्या झाडाला डाळिंबं लागली. आईनं आनंदानं ती फळं घरातल्या सगळ्यांना खाऊ घातली. एक फळ आपल्या आईच्या घरी, सगळ्यांना वाटून देण्यासाठी घेऊन गेली. सगळ्यांनी आईनं लावलेल्या झाडाची डाळिंबं खाऊन वाहवा केली. आनंदानं आईनं अंगणात डाळिंबाची आणखी दोन रोपं आणून लावली. सगळ्यांना आईचा आनंदच दिसत होता, तिचे कष्ट कुणालाही दिसत नव्हते. यास्मिनचा ऑनर्स परीक्षेचा रिझल्ट खूप चांगला लागला. असाच मन लावून अभ्यास केला, तरी यास्मिन एम.एस्सी.तही फर्स्टक्लासमध्ये पास होईल, अशी कॉलेजातल्या प्राध्यापकांना खात्री वाटत होती. घरी येऊन यास्मिननं सगळ्यांना आपल्या उत्तम रिझल्टची बातमी सांगितली. आपला आनंद तिनं सगळ्यांना वाटला. सगळ्यांना तिच्या उत्तम रिझल्टमुळे आनंद झाला; पण यास्मिनच्या मनातलं दुःख मात्र कुणालाही समजलं नाही. दुःख फक्त तिच्या एकटीचंच होतं.

त्यानंतरच तो दिवस आला- तो भयानक दिवस. त्या दिवशी मी मयमनसिंहमध्ये नव्हते; दोन दिवस आधी ढाक्याला माझ्या पुस्तकाची प्रगती विचारण्यासाठी गेले होते. परत आल्यावर पाहिलं, तर यास्मिन घरात नव्हती. काल पहाटे निघून गेली होती. कुठं गेली कुणालाही ठाऊक नव्हतं. माझ्या टेबलावर एक चिठ्ठी होती-

'बुबू मी जातेय. या घरात आता परत येणार नाही. मला शोधू नका.'

आई स्तब्ध बसलेली होती.

"कुठं गेली यास्मिन? का गेली? काय झालं होतं?" मी ओरडले.

आई माझ्या ओरडण्यावर प्रत्युत्तर म्हणून ओरडली नाही. माझं सारं शरीर जणू बर्फासारखं थंड पडलं. आमच्या घरी काम करणारी आमची आतेबहीण सुफी म्हणाली,

"खूप पहाटेच काळी साडी घालून यास्मिन घराबाहेर गेली."

आई खूप वेळानंतर म्हणाली,

"तुझ्या बापानं इतकं मारलं तिला- मग जाणार नाही कशी? असल्या घरातून बाहेर जाणंच चांगलं."

डोळ्यातून वाहणारं पाणी पुशीत-पुशीत आईनं काल रात्री घडलेल्या भयानक प्रसंगाचं वर्णन केलं- 'बाप असूनही कसं एखाद्या सैतानाप्रमाणे आपल्या पोटच्या

पोरीला चाबकानं मारलं बघ! डोक्यापासून पायापर्यंत अगदी तिळाएवढीही जागा अशी राहिली नाही तिच्या अंगावर, जिथं चाबूक पडला नाही.' बाबांच्या हातात मूठ मूठ केस आले- इतके जोरात केस ओढले तिचे. इतक्या जोरात तिच्या अंगावरचे कपडे ओढले की, सगळे कपडे फाटले तिचे. सगळं अंग लाल होऊन सुजलं. काय चुकलं होतं तिचं? ती परतली होती रात्री बारा वाजता. बाबा व्हरांड्यात यास्मिनच्या परतण्याची वाट पाहत अस्वस्थपणे येरझारा घालीत होते. काळ्या फाटकाजवळ एक गाडी येऊन थांबल्यावर ते धावतच फाटकाकडे गेले. त्यांनी पाहिलं की, यास्मिन एकटी त्या गाडीतून उतरली; गाडीत बसले होते दोन तरुण. बाबांनी जर विचारलं असतं, 'ते दोघं कोण होते?' तर त्यांना समजलं असतं की, ते होते प्रवीर आणि शकील. ते यास्मिनला 'दीदी' म्हणून हाक मारीत. यास्मिन दीदीप्रमाणेच, थोरल्या बहिणीप्रमाणेच त्यांच्या घरी सणांना, कार्यक्रमांना जाई. त्यांच्या सुखदुःखात सहभागी होई. तिच्यापेक्षा वयानं खूप लहान असलेल्या प्रवीर आणि शकील यांनी कुठूनतरी एक गाडी मिळवली. त्यांनी यास्मिनला विनंती केली, 'दीदी, चला, ढाक्याला फिरून येऊ.' सकाळी जाऊन संध्याकाळी परत यायचं असं ठरलं होतं. प्रवीरनं आजपर्यंत कधीच ढाका पाहिलं नव्हतं. तो आनंदानं अगदी नाचतच होता. नाचत नाचत यास्मिनही त्यांच्याबरोबर गेली. दुपारी पाच-सहालाच ते सारे परत निघाले असते; पण परतीच्या मार्गावर गाडी बिघडली, म्हणूनच परतायला मध्यरात्र झाली. म्हणूनच चाबूक. म्हणूनच यास्मिनचं वाट फुटेल तिकडे निघून जाणं. मी हतबुद्ध होऊन बसलेली. जेव्हा मी आईला घेऊन यास्मिनला शोधायला निघाले, तेव्हा दुपार उलटून गेली होती. आधी नानीच्या घरी गेलो. तिथं समजलं की, रात्री यास्मिन नानीच्या घरी होती. तिचा चेहरा खूप विषण्ण होता. घरी काय झालं हे तिनं कुणालाही सांगितलं नाही. काहीतरी भयानक घडलं आहे असं नानीच्या घरातल्यांनाही काही वाटलं नाही. त्यांना वाटलं, नानीची आठवण झाली म्हणून एक रात्र नानीकडे घालवण्यासाठी म्हणून यास्मिन आली असावी. आज दुपारी काळी साडी उतरवून, हाशेम मामांच्या मुलीचा एक ड्रेस घालून ती बाहेर गेली होती. इतरही नातेवाइकांच्या घरी, मित्र-मैत्रिणींच्या घरी शोधून पाहिलं; पण ती कुठंही नव्हती. 'रात्र झाल्यावर घरी परत येईल' या आशेनं आम्ही घरी येऊन तिची वाट पाहत राहिलो. नाही. ती रात्रीही घरी परत आली नाही. दुसऱ्या दिवशीही पुन्हा शोधाशोध. टेलिफोनवर या घरी-त्या घरी विचारणं. फक्त मयमनसिंहमध्ये नाही, तर ढाक्यातही नातेवाइकांकडे-मित्रांकडे चौकशी केली. नाही. दुसरा दिवस उजाडला. मावळला. क्षणभरही झोप नाही, कणभरही खाणं नाही, अंघोळ नाही, उत्कंठेच्या समुद्रात आम्ही माशासारखे बुडालो होतो. यास्मिन परतली नाही. आणखी एक दिवस उलटला. यास्मिन परतली नाही. कृषी विद्यापीठातला सबूर हा यास्मिनचा चांगला मित्र तिला शोधण्यासाठी

आला. त्यानंही तिला खूप शोधलं. एरवी सबूर नजरेसमोर आला की बाबा त्याच्याकडे संतप्त नजरेनं पाहत; आता मात्र अगदी मवाळपणे ते त्याला विचारू लागले, 'मुलगी कुठे बरं जाऊ शकते?' यास्मिन कुठंच न सापडल्यानं सबूरनं हॉस्पिटलमध्येही शोध घेतला; पण ती कुठल्या दवाखान्यातसुद्धा नव्हती.

तीन दिवसांनंतर मिलनच्या घरून खबर आली की, फुलपूरला आपल्या एका मित्राच्या घरी आहे यास्मिन. तिनं मिलनशी लग्न केलंय. खबर आली रात्री. रात्रभर मी माझ्या खोलीत अस्वस्थपणे येरझारा घालीत होते आणि स्वतःला समजावत होते, की हे नाटक आहे, यास्मिननं पुन्हा एकदा हे नवीन नाटक केलं आहे. वाईट बातमी काहीही असो, ती खरी होऊ नये. हसीना फुलपूरची मुलगी होती, तिथले सगळे रस्ते तिला चांगले ठाऊक होते. तिला बरोबर घेतलं, तर घर शोधणं सोपं जाईल म्हणून तिला घेऊन पहाटे फुलपूरला रवाना झाले. ब्रह्मपुत्रा नदी ओलांडून, बसमध्ये लोकांचे धक्के खात अखेर फुलपूर स्टँडवर उतरले. फुलपूर बाजारात लोकांना विचारीत विचारीत, जमानचं घर कोणत्या रस्त्यावर आहे हे माहीत करून घेऊन, कच्चे पक्के रस्ते पार करीत आम्ही अखेर एका पत्र्याच्या घरासमोर येऊन उभे राहिलो. हसीना आत जाऊन खबर घेऊन आली की, यास्मिन या घरात आहे आणि काल तिनं मिलनशी लग्न केलं आहे. नाही, या बातमीवर मला विश्वास ठेवावासा वाटत नव्हता. ही खोटी बातमी आहे. कुणीतरी मला सांगावं, म्हणावं की, ही बातमी खरी नाही, मी त्या कुणातरीसाठी इकडेतिकडे पाहू लागले. नंतर खोलीत प्रवेश केल्यावर दिसलं की एका बिछान्यावर दोन उश्या शेजारी शेजारी आहेत, एका उशीजवळ यास्मिनच्या केसांतली क्लिप पडली आहे. म्हणजे या बिछान्यात ती मिलनबरोबर रात्री झोपली होती की काय? म्हणजे तिनं खरोखरच लग्न केलं की काय? तरीही मला या बातमीवर विश्वास ठेवावासा वाटेना. या क्षणी जर घराचं छत डोक्यावर कोसळलं असतं तर? याच क्षणी जर ब्रह्मपुत्रेच्या पुरात सगळं फुलपूर वाहून गेलं असतं तर! मी प्रलापाप्रमाणे बोलत राहिले, 'यास्मिन, चल; लगेच चल, मी तुला न्यायला आले आहे, बाबांवर रागावून इथं आलीस-ठीक आहे, चल, परत घरी जाऊ!' कोण ऐकणार माझं बोलणं! दूरवरून दिसलं, अंगणातल्या उन्हात एक अनोळखी साडी नेसून यास्मिन बसली आहे, साडीच्या पदरानं तिनं आपला चेहरा लपवला आहे. माझ्या छातीत वेदना उठली. जणू हृदयात जे होतं, ते कुणा लांडग्यानं लचका तोडून नेलं. मला हसीना आणि जमाल यांनी सावरलं. ते म्हणाले, "आता लग्न होऊनच गेलंय, तर..."

"कुठलं लग्न? मी तिला न्यायला आले आहे, ती माझ्याबरोबर येणार आहे."

हसीनानं यास्मिनला हे सांगितल्यावर यास्मिन तिला म्हणाली की, ती माझ्याबरोबर येणार नाही. माझी हरवलेली बहीण माझ्या डोळ्यांसमोर आहे आणि रिकाम्या

हातांनी, रित्या हृदयानं परत जावं लागणार मला? मलां हे सहन होईना. ती माझ्यासमोरही येणार नाही, मला तोंडही दाखवणार नाही आणि माझ्याबरोबर घरी परत येणारही नाही. जोपर्यंत माझ्या शरीरात त्राण होतं, तोपर्यंत मी विनवीत राहिले, यास्मिनला माझ्याबरोबर येण्याचा आदेश देत राहिले. म्हणत राहिले, 'लग्न झालं, ठीक आहे. मिलनला त्याच्या घरी जाऊ दे. यास्मिन, तू 'अवकाश'मध्ये परत ये. दोघांनी आधी आपलं शिक्षण पूर्ण करावं, मग धामधुमीत, सगळ्यांना आमंत्रण देऊन लग्न करून देऊ तुमचं.' पण नाही, ती ऐकायला तयार नव्हती. 'ठीक आहे, घरी चल, शिक्षण पूर्ण करायचं नाहीय पण संसार करायची वेळ अद्याप आलेली नाही, तू कुठं राहणार, काय करणार हे आधी आम्हाला समजू दे; चल, घरी चल, लग्नाची व्यवस्था करू आम्ही.' नाही, ती ऐकत नव्हती. 'ठीक आहे, उद्याच लग्न लावून देऊ.' नाही. ती काहीच ऐकणार नाही, कुठंही जाणार नाही. मिलन आता तिचा पती आहे, ती पतीबरोबर राहील. तिचे आई-बाबा, भाऊ-बहिणी यांच्यापेक्षा आता तिचा पती महत्त्वाचा आहे, मोठा आहे. मला रडत-रडत परत यावं लागलं. मला वाहत जायला हवं स्वतःच्या ब्रह्मपुत्रेत. तिनं घालवून दिलं मला, तसंच परत पाठवलं मला. सारं जग माझ्याभोवती गरगर फिरत होतं. माझी यास्मिनबद्दलची जी स्वप्नं होती, ती प्रचंड तुफानात भग्न होऊन गेली. यास्मिनसाठी मी एक जीवन तयार केलं होतं- कवितेचं, गायनाचं जीवन, ते जीवन खूप कंगाल झालं. अचानक जणू एका भूकंपात आमचं जीवन उद्ध्वस्त झालं. निराश होऊन अखेर मी मयमनसिंहला जाणाऱ्या बसमध्ये चढले. घरी परतले. घर जणू खायला उठलं होतं. यापूर्वी कधीही मला स्वतःच्या घरात एवढं एकाकी वाटलं नव्हतं. जणू 'अवकाश'मध्ये माझ्याशिवाय एकही व्यक्ती उरलेली नव्हती. स्वतःच्याच रुदनाचा आवाज मी एकटीच ऐकत राहिले. बाबांचा पुरुषरोग, आईचा धर्मरोग, दादाचा मुमूरोग या सर्वांपासून मी खूप आधीच स्वतःला दूर सरकवून घेतलं होतं. माझी घनिष्ठता होती फक्त एका यास्मिनशीच. 'अवकाश'मध्ये तिच्याशिवाय माझं असं कुणीच नव्हतं. जी मुलगी हळूहळू कवी बनली होती, कलाकार बनली होती, हळूहळू तिच्या वयाच्या कुणाही मुलीपेक्षा अधिक सुसंस्कृत आणि सुंदर झाली होती, जिची प्रतिभा असामान्य होती, तिनं ज्याला गाण्यातलं किंवा कवितेतलं ओ की ठो कळत नाही, अशा एका अगदी सामान्य मुलाशी लग्न करावं? मला उदासीनं घेरून टाकलं. माझ्या डोक्यातून शंका काही जाईना. ज्या मुलीला स्वातंत्र्य म्हणजे काय हे हळूहळू समजू लागलं होतं, तिथं स्वतःच्या इच्छेनं स्वतःच्या पायात पराधीनतेच्या बेड्या घालून घेतल्या, काळ्या अंगणात शुभ्र चांदणं पसरलं. मी एकटीच बसून राहिले होते त्या अंगणात. पौर्णिमेवरचं एखादं गीत गाण्यासाठी, मला 'बुबू' म्हणून हाक मारण्यासाठी तिथं आता कुणीही नव्हतं. आई हळू आवाजात रडत होती. 'अवकाश'च्या

धमन्यांमधून एक मूक वेदना वाहत होती.

अनेक अनेक वर्षांनंतर, नवरा आणि मुलांसहित संसारात मग्न झाल्यावर यास्मिननं मला सांगितलं की, त्या दिवशी सकाळी मनातली वेदना असह्य झाल्यानं कपाटातली माझी एक काळी साडी परिधान करून ती बाहेर पडली होती. बाबांनी तिला चाबकानं मारल्यामुळे तिला स्वतःचाच इतका संताप आला की, ती घरातूनच बाहेर पडली. ती कॉलेजमध्ये गेली, क्लास केले, क्लास संपल्यावर प्रवीरच्या घरी जाऊन, बराच वेळ तिथं बसून, 'अवकाश'जवळ परत आली होती. काळ्या फाटकाजवळ थोडा वेळ थांबली होती. आत जावं असा विचार केला होता; पण पुन्हा संतापाचं, रुसव्याचं पारडं जड झालं. रिक्षा करून ती सरळ नानीच्या घरी गेली. रात्री तिथंच झोपली. 'अवकाश'मधून कुणीतरी येईल अशी वाट पाहिली, कुणीतरी येऊन आपल्याला घरी घेऊन जाईल, असं तिला वाटलं होतं; पण कुणीही आलं नाही. तिला ढाक्याला जावंसं वाटलं. पण तिच्याजवळ ढाक्याला जाण्यासाठी बसभाड्याइतके पैसे नव्हते. दुसऱ्याकडे पैसे उसने मागायचाही तिला संकोच वाटला. नानीकडे रात्र काढून पुन्हा ती कॉलेजला गेली. तिथून पुन्हा 'अवकाश'जवळ आली. पुन्हा काळ्या फाटकाजवळ थांबली. आत जावंसं वाटलं; पण आत गेली नाही. आता कुठं जाता येईल? विचार करीत करीत अखेर कॉलेज स्ट्रीटवर तिच्या जमान नावाच्या एका मित्राच्या खोलीवर जाऊन बराच वेळ थांबली. जमान हा खेड्यातला मुलगा, शहरात खोली घेऊन राहत होता. काय झालं होतं, काय घडलं होतं हे तिनं कुणालाच सांगितलं नाही. काय करावं हे तिला सुचेना. कुठं जावं हे कळेना. घरी परतायचं नसेल, तर फक्त एकच गोष्ट तिला करायला हवी- बाबांच्या निष्ठुरपणाचा सूड ती फक्त एकच गोष्ट करून घेऊ शकत होती, ती गोष्ट म्हणजे लग्न. आत्महत्येचा विचारही तिच्या मनात आला होता; पण आत्महत्या करायची तिला भीती वाटली. त्याशिवाय विष मिळवणंसुद्धा अवघड होतं. म्हणून लग्न हाच एक उपाय उरला- ती मुलगी असल्यानं आणि मुलीसाठी वडिलांच्या घराव्यतिरिक्त जाण्यासाठी आणखी एकच जागा असते ती म्हणजे पतीचं घर. पण लग्न कुणाशी करणार ती! कुणाला प्रस्ताव देणार लग्नाचा? संकोच दूर ठेवून 'माझ्याशी लग्न कर' असं कुणाला म्हणणार? ज्याचं-ज्याचं नाव आठवलं, तो आपल्याला बहुधा नकार देईल अशी तिला भीती वाटली. बहुधा कुणीच तिच्याशी लग्न करायला तयार होणार नाही. तेव्हाच तिला खूप पूर्वी विसरून गेलेलं मिलनचं नाव आठवलं. ती मिलनला शोधायला बाहेर पडली. तो रात्री तिला भेटला. कुठलीही झाकपाक न करता ती त्याला म्हणाली, "मी लग्न करणार आणि तेही आजच. माझ्याशी लग्न करायचं असेल, तर आत्ताच कर. नाहीतर मग मी तुला मिळणार नाही!" मिलन हतबुद्ध झाला. तो म्हणाला, "घरून तुझ्या लग्नाची व्यवस्था केलीय

म्हणे!'' यास्मिनला जुन्या गोष्टी काढायच्या नव्हत्या. त्या रात्रीच ते दोघं जमानला घेऊन, शहर सोडून निघून गेले. जमाननं फुलपूरला आपल्या घरी दोघांच्या राहण्याची व्यवस्था केली. दुसऱ्या दिवशी फुलपूरमध्ये लग्नासारखी गोष्ट करायला यास्मिनला भीती वाटला- इथं कुणी तिला डॉक्टर रजब अलींची मुलगी म्हणून ओळखलं तर? सगळीकडे बातमी पसरली तर? त्यामुळे जमान त्यांना घेऊन हालुवाघाट गावी गेला, तिथं रजिस्ट्रेशन ऑफिसमध्ये नेऊन त्या दोघांच्या लग्नाच्या कागदपत्रांवर सह्या करवून त्यांना पुन्हा फुलपूरला घेऊन आला. तेही काही सहज झालं नाही. मुलीला पळवून आणलं असावं असा मिलन आणि जमानवर संशय घेण्यात आला. तो संशय दूर करण्यासाठी पोलिसाला लाच द्यावी लागली.

मी घरी परतून, रडत रडत आईला वारंवार म्हणाले, ''का तू त्या रात्री नानीच्या घरी गेली नाहीस तिला शोधायला?'' आई स्वतः आपला अपराध झाला आहे या जाणिवेने तळमळत होती, ती वेड्यासारखी रडत रडत म्हणाली, ''मला जर माहीत असतं तर! यास्मिन तिच्या नानीच्या घरी आहे हे मला तर काही ठाऊक नव्हतं!''

''तू जाऊन जर तिला घेऊन आली असतीस, तर हे सगळं कांड झालं नसतं!''

आईच्या अश्रूंना खळ नव्हता. 'मला जर ठाऊक असतं... वाटत होतं, ती परत येईल... रागावून गेली आहे, परत येईल... माझं घर सुनं झालं.'

यास्मिनचं जीवन पूर्णपणे बदललं. आता ती पूर्वीची यास्मिन नव्हती, आता ती पूर्वीप्रमाणे 'अवकाश'मध्ये वावरणार नाही, गाणी म्हणणार नाही, 'आमरा एमनि एसे भेसे जाई' (आम्ही असेच वाहत जातो) हे आपलं आवडतं गीत म्हणणार नाही. आता ती पूर्वीप्रमाणे कवितावाचन करणार नाही, आता ती या घरातून कॉलेजला जाणार नाही, कॉलेजमधून या घरात परत येणार नाही, दुपारचे चार वाजले की, रिक्षातून माझ्याबरोबर शहरात फिरणार नाही, आपल्या खूप चांगला भविष्यकाळ असलेल्या आणि स्वातंत्र्य असलेल्या जीवनाला तिनं बंधन घालून घेतलं होतं. 'यास्मिन अवकाश सोडून निघून गेली. तिनं आपल्याच वर्गात शिकणाऱ्या एका मुलाशी लग्न केलं- त्या मुलाला एक वाक्यही धड शुद्ध भाषेत बोलता येत नाही-' ही बातमी आणि 'यास्मिन मरून गेली' ही बातमी यांच्यामध्ये कुठलाही फरक आहे असं मला वाटत नव्हतं. जी सावलीसारखी माझ्याजवळ राहत असे, ती यास्मिन नाही, ती मरून गेली. आपल्या सर्वांत जवळचं, आपलं असं माणूस मरून गेल्यावर जसं दुःख होतं, अगदी तसंच दुःख मला झालं. अचानक माझं सारं काही उद्ध्वस्त झालं. इतकं एकाकी मला तोवर कधीही वाटलं नव्हतं. सारं जग मला इतकं सुनं-सुनं कधीही वाटलं नव्हतं. स्वतःसाठी जितकं दुःख होई, त्यापेक्षा हजार पटींनी जास्त दुःख मला यास्मिनसाठी झालं. 'अवकाश' खायला उठलं होतं. सारं शहर मला खायला उठलं होतं. मी रजा घेऊन ढाक्याला

निघून गेले. यास्मिन आणि मिलन जेव्हा मिलनच्या घरी परतले, तेव्हा आई सगळं दुःख-वेदना गिळून यास्मिनला भेटायला गेली. यास्मिनच्या अशा अचानक बेपत्ता होण्याच्या बातमीमुळे सैयद शमसुल हक तातडीनं मयमनसिंहला आले. एक दिवस सर्किट हाउसवर थांबले, तिथून यास्मिनशी फोनवर बोलले, 'पुन्हा आधीच्या जीवनात परत जा, संतापामुळे स्वतःचं एवढं मोठं नुकसान करून घेऊ नकोस.' पण ती घरी परतली नाही. मलाही आशा वाटत होती की ती परत येईल, माणसाच्या जीवनात असं होतं, की रागाच्या भरात, लग्नासारखी गोष्ट केल्यानंतर ती चूक झाली हे लक्षात आल्यावर माणूस परत घरी येतं. कितीतरी जण परत येतात; पण यास्मिन परत आली नाही.

कोलकात्याहून येऊन 'अवकाश'मध्ये मी एकटीच बसून राहिले. कुठं गेले होते, काय काय केलं हे सांगायला, गप्पा मारायला कुणीही नव्हतं. कोलकात्याहून आणलेल्या गाण्याच्या, कवितावाचनाच्या कॅसेट्स जिच्याबरोबर बसून ऐकेन, असं कुणीही नव्हतं. माझ्या सुटकेसेस तशाच पडून राहिल्या, कुणीही त्या झडप घालून उघडल्या नाहीत, 'बघू काय काय आणलंस ते' असं म्हणून 'हे मला दे, ते मला दे' असं विनवायला कुणीही नव्हतं. शांतिदेव घोष (प्रख्यात रवींद्रसंगीत गायक) यांच्या आवाजातलं 'आमि कान पेते रोई' (मी कान टवकारून ऐकतो आहे) हे गाणं ऐकत एकटीच 'अवकाश'मध्ये उदास पडून राहिले. यास्मिन जर 'अवकाश'मध्ये पूर्वीसारखी राहत असती, तर हे गाणं ऐकून ती वेडी झाली असती. त्याच उदास दुपारी मिलनच्या घरी फोन केला, पलीकडून यास्मिनचा आवाज ऐकू आल्यावर रीसिव्हर 'आमि कान पेते रोई' या गाण्याजवळ ठेवला. गाणं संपल्यावर, पलीकडून निःश्वासांचा आवाज ऐकू येतोय का हे पाहण्यासाठी रीसिव्हर कानाला लावला. हो, ती पलीकडून ऐकत होती. पलीकडून तिच्या रडण्याचा आवाज येत होता. इकडे माझं मन भग्न झाल्याचा आवाज.

आता यास्मिननं लग्न केलंच आहे, ते रद्द करणारच नाही, हे एकदा समजल्यावर 'अवकाश'मधल्या सगळ्यांनी यास्मिनशी संपर्क ठेवायला सुरुवात केली- फक्त मी सोडून. झब्बा-पायजमा घातलेल्या मिलनला घेऊन यास्मिन अधूनमधून 'अवकाश'मध्ये येई. पाहुणीसारखी अर्धा-एक तास थांबून, चहा-बिस्किटं खाऊन पुन्हा सासरच्या घरी जाई. ती आल्यावर मी माझ्या खोलीचा दरवाजा बंद करून बसे. आईच्या वारंवार विनवण्यांनंतर बाबांनी जेव्हा यास्मिनच्या लग्नाला मान्यता दिली आणि यास्मिनला लाल बनारसी साडी आणि सोन्याचे दागिने देऊन, मिलनच्या काही नातेवाइकांना भोजनाला बोलावून 'अवकाश'मध्ये

लग्नाचा घरगुती कार्यक्रम केला, त्या दिवशीही मी दार बंद करून माझ्या खोलीत बसून राहिले. ही यास्मिन जणू वेगळी यास्मिन होती. तिच्यासमोर मी सहज होऊ शकत नसे, तीसुद्धा माझ्यासमोर सहज होऊ शकत नसे. ती आता कुणीतरी गृहिणी होती, लग्न झालेल्या चारचौघींसारखी एक होती. सासरच्या कडक आणि कठोर नियमांचं तिला पालन करावं लागत असे, असं मी ऐकलं. सासू, दीर, नवरा, नवऱ्याचे नातेवाईक यांच्यामध्ये तिनं स्वतःला सामावून घेतलं होतं. त्यांची सुख-दुःखं हीच आता तिची सुखं-दुःखं होती. ती माणसंच आता तिची सर्वांत जवळची माणसं होती. बावीस वर्षं ज्यांच्याबरोबर काढली, त्यांच्यापेक्षा तिला अधिक जवळची होती- आता बावीस दिवसांच्या ओळखीची माणसं. ती आता सासरच्या वडीलधाऱ्या माणसांचे हुकूम मानणारी सून होती. ती आता स्वयंपाकघरात बसून सासूकडून स्वयंपाक कसा करायचा, नवऱ्याला जेवण कसं वाढायचं, घरी बसून नवऱ्याची वाट कशी बघायची, चेहऱ्यावर घुंघट घेऊन थोरल्या दिरासमोर कसं उभं राहायचं, सासरच्या लोकांपुढे कसं हळू आवाजात बोलायचं, हे शिकत होती. घर कसं स्वच्छ करायचं, भांड्याकुंड्यांची स्वप्नं कशी पाहायची हे शिकत होती. आपली स्वतःची स्वप्नं कशी विसरायची, हे शिकत होती. गायन कसं विसरायचं, कविता कशा विसरायच्या, हे शिकत होती. स्वतःच्या जीवनातले सूर कसे विसरावे लागतात, हे शिकत होती.

◆

माझं सदर : 'आत-बाहेर'

'निर्वासित अंतरे बाहिरे' (निर्वासित आत-बाहेर) या माझ्या पुस्तकाची पॅकेट्स नईम घेऊन गेला. 'खबरेर कागज'च्या प्रकाशकांकडे त्यानं पुस्तकाच्या प्रती पाठवल्या होत्या, त्यांनी पुस्तकाची विक्री करायची जबाबदारी घेतली होती. डोक्यावरून ओझं उतरावं, तसं मोठं ओझं नईमच्या हातात उतरलं. स्वतःच्या पैशानं पुस्तक खूप छान छापता येतं, गुणवत्तेच्या बाबतीत पुस्तक प्रथम दर्जाचं असू शकतं; पण वितरक नसेल, तर तुम्ही मेलात! ही गोष्ट आता माझ्या चांगली लक्षात आली होती. मी आता इथून पुढे स्वतः पुस्तक न छापण्याचा निर्णय घेतला. नंतर ऐकलं की पुस्तकजत्रेत पुस्तकाची बऱ्यापैकी विक्री झाली असती. जत्रेच्या शेवटी कवी मोहम्मद सादिक यानं मला एक गुप्त बातमी सांगितली. ती अशी की, वरच्या पातळीवरून माझ्या पुस्तकावर बंदी घालायचा विचार चालू आहे. त्यांचा आरोप असा होता की, त्या पुस्तकातली 'नियती' नावाची कविता अश्लील आहे. त्या पुस्तकातल्या सगळ्याच कविता माझा रुद्रशी संपर्क तुटत आला होता, तेव्हा लिहिलेल्या होत्या. 'नियती' ही कविताही रुद्रच्या एका वेळच्या वर्तणुकीवरती लिहिली होती. कविता अशी होती :

रोज रात्री माझ्या बिछान्यात येऊन झोपतो एक नपुंसक पुरुष
माझ्या डोळ्यांची
ओठांची
हनुवटीची
वेड्यासारखी चुंबनं घेता घेता
दोन्ही हातांच्या मुठीत धरतो माझे स्तन
ते तोंडात घेतो, चोखतो.
तृष्णेने माझे रोम-रोम जागे होतात
त्यांना हवं असतं

समुद्राइतकं पाणी,
माझ्या केसांच्या अरण्यात त्याची बेचैन बोटं
बोटांचा दाह
मला आपादमस्तक पेटवून बनवतात अंगार
माझ्या शरीराला तेव्हा
त्या पुरुषाचं अंगांग पिळून
हवं असतं एका नदीइतकं पाणी

माझ्या उशाशी तेव्हा पौषातली पौर्णिमा
रात्रभर जागीच बसून राहते, तिच्या कुशीत डोकं ठेवून
मला उत्तप्त करून
मला पेटवून
तो नपुंसक बिनघोर झोपतो
माझं संपूर्ण शरीर तेव्हा
झोपलेल्या पुरुषाच्या शरीराला स्पर्श करून
मागतं एक थेंब पाणी, आणि रडतं...

ही कविता 'रोबबार' (अर्थ : रविवार) नियतकालिकात प्रकाशित झाली होती, तेव्हा त्या नियतकालिकावर बंदी घालण्यात आली नव्हती, मग पुस्तकावर बंदी घालण्याचा मुद्दा का येतो? कुठली गोष्ट अश्लील आहे आणि कोणती नाही हे ठरवण्याची जबाबदारी कुणावर? मला तर ती कविता मुळीच अश्लील वाटत नव्हती. शहरयार म्हणाला, ''कवितेतली ती 'तोंडात घेतो, चोखतो' ही ओळ गाळून टाक.'' का गाळून टाकू? कारण तोंडात घेतो, चोखतो ही क्रिया अश्लील आहे. वा! जो शहरयार या ना त्या मार्गाने माझे स्तन तोंडात घेऊन चोखू इच्छित होता, तो मला श्लीलता शिकवत होता! ती ओळ गाळून टाकण्याचं कुठलंही कारण मला दिसत नव्हतं. 'तृष्णेने माझे रोम-रोम जागे होतात' याचं कारण सांगण्यासाठी ती ओळ आवश्यक आहे, असं मला वाटलं. माझं हे वाटणं माझ्या अनेक पुरुषमित्रांना आवडलं नाही- अर्थात माझे हे पुरुषमित्र कुठल्याही सौंदर्यवतीचे स्तन मनातल्या मनात मुठीत धरतात, तोंडात घेतात, चोखतात आणि प्रत्यक्षात अशी संधी कुठे मिळते का यासाठी अगदी दबाच धरून बसलेले असतात. मुजम्मल बाबूचीच गोष्ट सांगते. रूप-गुण, धन-मान यात अगदी अनन्य. तो मला 'आपा' म्हणजे थोरली बहीण म्हणे. काही वर्षांपासून तो एका सुंदर मुलीवर प्रेम करीत होता. तिच्याशी त्याचं लग्न होणार होतं. मला तेव्हा रात्री एकटीला पाहून

या बाबूनंच माझ्यावर झडप घालायचा प्रयत्न केला होता; पण मी त्याला जवळ येऊ दिलं नव्हतं.

'निर्वासित अंतरे बाहिरे'मधल्या 'दूधराज कवी'बद्दलही चर्चा होई. 'हा दूधराज कवी म्हणजे रुद्र बरं का!' अशी कुजबुज चालू असे. मी ती कविता कुणाला का उद्देशून लिहिली असेना, कविता कशी झाली, मुळात ती कविता झाली की नाही, हेच महत्त्वाचं. शब्दांच्या आड माणूस हळूहळू अंधूक होऊन जातो. ही कविता काय मी रुद्रला उद्देशून लिहिली होती? कुणाला का उद्देशून लिहिलेली असेना, ती कविता पुढे देत आहे. कवितेच्या मागे कोण लपलेलं आहे, हा आता माझ्यासाठी संशोधनाचा विषय नाही. कविता अशी :

त्यापेक्षा कुत्रा पाळलेला बरा
धूर्त कोल्हासुद्धा पाळता येतो,
दूध-केळी देऊन एका कवीला पाळलं आजवर,
माझा चावा घेऊन
पाहा, तो कवी आज कसा पळाला!

या कवितेचा बदला घेण्यासाठी रुद्रनंही एक कविता लिहिली-

त्यापेक्षा तू कुत्रा पाळ,
त्याच्याशी खेळण्यात तुझा वेळ चांगला जाईल.
पण तुझ्यासाठी मांजरच ठीक
त्यापेक्षा तू मांजर पाळ
अस्सल वस्तू ओळखण्यात तुझी चूक होते,
आता शोधून तुला बरोबर पत्ता सापडलाय.
शहाण्या मुली, आता तू मांजर आणि कुत्रा पाळ.
डुकराचं तुझ्याशी साम्य आहे
चिखल चिवडण्यात दोघंही सारखेच आहात
त्यामध्ये तुला खूप आनंद वाटतो
तू चिखलाच्या डबक्यातच अंघोळ कर,
तुला चिखलही मिळेल, पाणीही मिळेल
केस भिजण्याचीही काही भीती नाही
वाटेल तेव्हा मनसोक्त अंघोळ करू शकतेस.
गढूळ पाण्याचा आडोसा मिळाल्यावर

कोण तुला पाहू शकेल!
मासे मारायलाही तू उतरू शकतेस
गढूळ पाण्यातले मासे मारण्यात
तू तुझी अक्कल दाखव.

तू त्यापेक्षा कुत्रा पाळ, मांजर पाळ
कुत्रा खूप स्वामिभक्त आणि मांजराला आवडतात लाड
असं सामंजस्य तुला कुठे मिळेल?

रुद्रची ही कविता वाचून मला फार वाईट वाटलं. पण तरीही रुद्र कसा आहे, काय करतो आहे, त्याचं कुशल आहे ना हे माहीत करून घ्यावं, असं मला वाटे. जेव्हा मी मयमनसिंहहून ढाक्याला जाई, तेव्हा ही जिज्ञासाच मला किमान एकदा तरी असीम साहाच्या 'इत्यादी' या छापखान्यात घेऊन जाई, तिथं निर्मलेंदू गुण आणि असीम साहा यांच्याबरोबर मला बराच वेळ बसवून ठेवी. रुद्र मोंग्लाहून अद्याप परत आला नाही किंवा सध्या शिमूलच्या सहवासात रमलेला आहे, अशी माहिती मिळे. पायाचं दुखणं बरं झालंय का? तो चालू शकतो का?-हो. चालतो, पण थांबत-थांबत. मी ही माहिती ऐके, कुणाही क, ख, ग नामक व्यक्तीच्या पायाची बातमी ऐकावी, त्याप्रमाणे ऐके. आत मात्र आणखी खूप-खूप जाणून घेण्यासाठी माझे प्राण आक्रंदत असत. 'रुद्र माझा विचार करतो का, माझ्याबद्दल काही बोलतो का?' असे प्रश्न विचारणं आता बरं वाटत नसे. निःश्वासही टाकावेसे वाटत नसत, मी ते दाबून ठेवी. लग्न मोडल्यानंतर अनेक पती-पत्नी एकमेकांचे शत्रू होऊन जातात. मी रुद्रची शत्रू होईन किंवा रुद्र माझा शत्रू होईल, अशी मी कधी कल्पनाही करू शकत नसे. एवढंच काय, 'ही काय, लग्न मोडलेली एकटी तरुणी आहे' असा विचार करून माझे जे मित्र संधी साधून माझ्या अंगाशी लगट करू पाहत, त्यांनाही मी क्षमा करून टाकी, त्यांच्याशी असलेली मैत्री तोडण्याचा विचार करीत नसे.

'निर्वासित अंतरे बाहिरे' या माझ्या कवितासंग्रहाच्या काही जाहिराती नईमने वर्तमानपत्रांमध्ये दिल्या. एके दिवशी म्हणाला, "पुस्तकाची विक्री चांगली होतेय असं वितरक म्हणताहेत." एवढं ऐकूनच मला आनंद झाला. नईमच्या उदारतेनं मला इतकं विनयी करून टाकलं की पुस्तकाच्या विक्रीच्या पैशांबद्दल मी त्याला विचारलंच नाही. नईमच्या आणखी एका उदारतेनं मला आश्चर्य वाटलं. कोलकात्याला जायच्या आधी मी मिलनबरोबर जातेय हे मी त्याला सांगितलं नव्हतं. पण मी एकटी जात नाहीय हे त्याला जेव्हा समजलं, तेव्हा यावरून त्यानं मुळीच काही

तमाशा केला नाही.

कोलकात्याहून परत आल्यावर पुस्तकजत्रेत मला पाहून शहरयारनं खूप सभ्य माणसासारखा प्रश्न विचारला, ''कशी झाली भारत-ट्रिप?''

''चांगलीच!'' मीही सभ्य व्यक्तीप्रमाणेच उत्तर दिलं.

''कुठं कुठं गेला होता?''

''अनेक ठिकाणी गेले होते. अतसीशी भेट झाली. खूप चांगली मुलगी आहे अतसी.''

थोडीशी चमकलेच. म्हणजे शहरयारला खबर समजली म्हणायचं! ही खबर त्याला अतसीकडून समजली असणार, हे माझ्या लक्षात आलं. मी कोलकात्याला जाते आहे हे ऐकल्यावर शहरयारनंच मला अतसीचा पत्ता दिला होता, 'मी शहरयारची मैत्रीण आहे असं अतसीला सांग' असं तो मला म्हणाला होता. मी अतसीला भेटले होते, तिच्याबरोबर खूप चांगला वेळ गेला. अतसी ही सुभाष मुखोपाध्याय यांची कन्या. सुभाष मुखोपाध्याय यांच्याशी आणि घरातील सर्वांशी माझा खूप चांगला संपर्क तयार झाला. मी एकटी कोलकात्याला गेले नव्हते, माझ्याबरोबर मिलनही गेला होता. ही गोष्ट शहरयार वेगळ्या प्रकारे बोलू शकला असता; पण तसं न करता गांधीलमाशीप्रमाणे येऊन त्यानं नांगी मारली. शहरयार असाच. निर्विकारपणे नांगी मारून जातो. पण नईमनं मात्र नांगी मारली नाही. इतर सामान्य गोष्टी सांगितल्याप्रमाणेच तो म्हणाला की, मी कोलकात्याला गेल्यानंतर तो मिलनच्या घरी गेला होता, तेव्हा मिलनच्या बायकोनं सांगितलं की, मिलन कोलकात्याला गेलाय, तेव्हाच तो समजला की मिलन आणि मी बरोबर गेलो होतो. दोघं जण जाण्याऐवजी मी एकटीही जाऊ शकत होते. जाऊ कशी शकत नव्हते? जाऊ शकले असते. भारतात मी जिथं-जिथं फिरले होते, तिथं मला एकटीलाही फिरता आलं असतं. पण एकटी फिरले असते, तर मला बहुधा समाधान वाटलं नसतं. बऱ्याच गोष्टी मला एकटीनं कराव्याशा वाटत नाहीत. कुठं जायचं असेल, तर बरोबर कुणालातरी नेण्याची माझी सवय फार जुनी आहे. यास्मिन कधी कधी रागावून मला म्हणे, 'तुझ्या मैत्रिणीच्या घरी जाते आहेस, तर एकटी जा- नेहमी मला का बरोबर न्यायचं असतं?' किंवा रुद्र मयमनसिंहला आला तरी त्याला भेटायला जाताना मी यास्मिनला बरोबर घेऊन जाई. यास्मिन हाताशी नसेल, तर सुहृदला घेऊन जाई. रुद्र अनेकदा रागावून म्हणे, 'तू एकटी येऊ शकत नाहीस?' नक्कीच येऊ शकते. का बरं एकटी येऊ शकणार नाही? कॉलेजमध्ये मी एकटी जाई, एकटी घरी परत येई. पण बरोबर कुणीतरी असलं म्हणजे मला बरं वाटतं. आपलं कुणीतरी असलं म्हणजे बरं वाटतं. कोलकात्याहून येऊन एक महिना उलटला होता. अचानक एके दिवशी नईम म्हणाला, ''चल, कोलकत्याला जाऊ

सात दिवसांसाठी.'' कशासाठी? कशासाठी ते काही नईमनं सांगितलं नाही. कोलकात्याला त्याला कशाला जायचंय हे मी अनेकदा विचारल्यावर तो म्हणाला, ''माझ्या नियतकालिकाच्या संदर्भात काही व्यावसायिक काम आहे, म्हणून जायचंय.'' तो त्याच्या कामात गुंतलेला राहील, तेव्हा मला कोलकात्याला फिरायचं असेल, तर मी सहज फिरू शकेन. मला काय, आधीच उल्हास, त्यात फाल्गुन मास! नईमच्या प्रस्तावाला राजी होण्याचं आणखी एक कारण होतं. मयमनसिंहच्या घरात मला खूप एकाकी वाटत होत- यास्मिन नव्हती, सुहृदही नव्हता. जितका वेळ मी घरात असे, तितका वेळ मेल्यासारखी झोपून राही. डॉक्टरकीच्या नोकरीचाही थोडा त्रास होता, तिथंही मला बरं वाटत नसे. मी नईमबरोबर कोलकात्याला रवाना झाले. पण जाण्याआधी सुभाष मुखोपाध्याय यांच्यासाठी गोमांस घ्यायला विसरले नाही. त्यांना गोमांस खाऊन पाहायचं होतं. पुढच्या वेळी येताना जरूर तुमच्यासाठी गोमांस घेऊन येईन, असं मी त्यांना वचन दिलं होतं.

कोलकात्याला पोचल्यावर प्रथम पश्चिम बंगालच्या माहिती केंद्रात जाऊन आम्ही सौमित्र मित्र यांना भेटलो. त्यांना सांगून हंगरफोर्ड स्ट्रीटवरच्या एका सरकारी गेस्ट हाउसमध्ये दोघांसाठी दोन खोल्यांची व्यवस्था करून, सामान आपापल्या खोल्यांत ठेवून, नईम आणि मी बाहेर पडलो. सिद्धार्थ सिंह नावाचा एक मुलगा आमच्याबरोबर आला. तो सौमित्र मित्र यांच्या 'आवृत्तिलोक' या संस्थेचा सभासद होता आणि त्यांचा शिष्य होता. सिद्धार्थ स्वतःसुद्धा कवितावाचन करी. सिद्धार्थचा नईमशी वेगळाही एक संपर्क होता- नईमच्या 'खबरेर कागज' या नियतकालिकाचा तो कोलकात्याचा प्रतिनिधी होता. लेखकांच्या घरोघरी जाऊन, त्यांचे लेख एकत्र करून ते ढाक्याला पाठवण्याचं काम तो करी. कोलकात्यात तो आमचा पथदर्शक-गाइड होता. प्रथम आम्ही गोमांस देण्यासाठी सुभाष मुखोपाध्याय यांच्या घरी गेलो. मी खरोखरच बांग्लादेशहून गोमांस आणलंय यावर सुरुवातीला त्यांचा विश्वासच बसेना. हे कुर्बानी-ईदचं मांस होतं. ते मिळाल्यानं त्यांना प्रचंड आनंद झाला. 'गीता, अगं गीता, बघ ना, काय आणलंय हिनं!' मांस घेऊन ते घरभर जणू पळत होते. त्या दिवशी आपली पत्नी गीता हिला त्यांनी ते शिजवायला लावलंच. मी पूर्वी जेव्हा पहिल्यांदाच सुभाष मुखोपाध्याय यांच्या घरी आले होते, तेव्हा उत्साहानं स्वतः स्वयंपाक करून त्यांनी मला जेवायला वाढलं होतं. कोलकात्यातल्या ग्रँड हॉटेलातल्या आनंद पुरस्कार समारंभाला मला ते घेऊन गेले होते. तेव्हा सुनील गंगोपाध्याय आणि शैलेशकुमार बंदोपाध्याय यांना हा पुरस्कार मिळाला होता. मी कोलकात्याहून दिल्ली-आग्रा-काश्मीरला जाणार आहे हे ऐकून त्यांना मुळीच आनंद झाला नाही. म्हणाले, ''तिथं काय पाहणार? त्यापेक्षा माझ्याबरोबर चल. आपण टेंगरा गावी जाऊ, बजबज गावी जाऊ.''

या गावांची नावं ऐकून मी चकितच झाले. विचारलं, ''तिथं काय आहे पाहण्यासारखं?''

सुभाष मुखोपाध्याय हसून म्हणाले, ''माणसं.'' तेव्हा मात्र एरवी गडबड करणाऱ्या, सगळ्यांशी लहान मुलाप्रमाणे खट्याळपणा करणाऱ्या, एक ग्लास रमसाठी हट्ट धरणाऱ्या सुभाषदांना मी खरोखर ओळखू शकले. त्यांचे नेहमीच्या वागण्यातले छोटे-छोटे दोष कितीही असले तरी माणूस म्हणून ते खूप चांगले आहेत, थोर आहेत. त्यामुळे त्यांच्याबद्दल कुणालाही आदर आणि श्रद्धाच वाटते.

सुभाष मुखोपाध्याय यांच्या घरातून बाहेर पडल्यावर नईमनं मला आणखी एक नवलाई दाखवली. तो मला ६, प्रफुल्ल सरकार स्ट्रीटवरच्या 'आनंदबाजार पत्रिका' आणि 'देश' या नियतकालिकांच्या कार्यालयात घेऊन गेला. त्या नियतकालिकांत काम करणाऱ्या सुनील गंगोपाध्याय, संजीव चट्टोपाध्याय, शीर्षेंदू मुखोपाध्याय आणि शंकरलाल भट्टाचार्य यांच्याकडे आपल्या साप्ताहिकासाठी लेख मागण्यासाठी गेला. त्यामुळे मधल्या वेळात मलाही या सगळ्या नामी आणि दामी लेखकांना भेटता आलं, त्यांच्याशी गप्पा मारता आल्या. वाटलं, जणू देवालयात जाऊन साक्षात देवांना भेटून आले. ज्यांचं लेखन वाचूनच आजवर मी ज्या लेखकांना ओळखत होते, ज्यांचं कल्पनेनं मनात चित्र रेखलं होतं, त्यांना प्रत्यक्ष पाहिल्यावर ते माझ्या कल्पनेतल्या चित्राशी मिळतंजुळतं नव्हतं असं दिसलं; पण छोट्या छोट्या त्रुटी सहज दृष्टीआड केल्या जाऊ शकतात, त्यांना माफ केलं जाऊ शकतं. शीर्षेंदूच्या काळ्या सँडलबरोबरच्या गुलाबी रंगाच्या मोज्यांना मी माफ करून टाकलं. मी अगदी लक्षपूर्वक त्यांच्या मयमनसिंहच्या आठवणी ऐकल्या. मी ढाक्यात बसून दर आठवड्याला 'देश' साप्ताहिकाचा अंक संपूर्ण वाचीत असे. 'देश' हे बंगाली साहित्याचं सर्वोत्तम साप्ताहिक आह, असं माझं मत आहे आणि आज जिथून 'देश' साप्ताहिक प्रकाशित होतं, त्या कार्यालयात मी बसले होते. जे लेखक 'देश'चं संपादन करतात, 'देश'मध्ये लिहितात, ज्यांचं लेखन मी बालपणापासून अधाशासारखं वाचत आले आहे, त्या लेखकांसमोर मी बसले आहे यावर माझा विश्वास बसेना. सुनील गंगोपाध्याय यांच्यासमोर कागदपत्रांचा ढीग होता. आपल्या कामातून वेळ काढून त्यांनी माझ्याशी बराच वेळ गप्पा केल्या. संजीव चट्टोपाध्याय खूप विनोदी लेखन करीत; पण ते स्वतः मुळीच हसत नाहीत असं दिसलं. त्यांनाही नईमनं आपल्या साप्ताहिकासाठी सदर लिहिण्याची विनंती केली. नीरेंद्र चक्रवर्तींशी ढाक्यात भेट झाली होती, आता पुन्हा कोलकात्यात भेट झाली. त्यांच्याच केबिनमध्ये गौरकिशोर घोष बसले होते. त्यांनी मला दिलेल्या स्नेहशील वागणुकीनं मी अगदी भारावून गेले. जणू ते मला खूप पूर्वीपासून ओळखताहेत, असं त्यांचं वागणं होतं. एक गोष्ट माझ्या लक्षात आली. ज्यांचा जन्म पूर्व बंगालमध्ये झाला आहे आणि जे

फाळणीनंतर पूर्व बंगाल सोडून पश्चिम बंगालमध्ये निघून आले आहेत, त्यांना पूर्व बंगालचं कुणी माणूस भेटलं, म्हणजे ते खूप आपलं वाटतं. ते आपल्या सोडून आलेल्या जीवनाकडे पुन्हा वळून पाहतात, जुन्या आठवणींत रमून जातात. आपलं घर कसं होतं, घराजवळची बाग कशी होती, आपलं गाव किंवा शहर कसं होतं याच्याबद्दल सांगतात. ब्रह्मपुत्रा किंवा मेघना आता कशा दिसतात, हे विचारतात. शंकरलाल भट्टाचार्य यांच्याशी 'सानन्दा' पाक्षिकाच्या ऑफिसमध्ये भेट झाली. त्यांनी मला आणि नईमला इमारतीच्या गच्चीवर नेलं आणि सध्या ते काय लिहिताहेत, काय वाचताहेत याबद्दल आमच्याशी खूप गप्पा मारल्या. सगळीकडे मी आपली श्रोता असे. त्यापेक्षा अधिक काही होणं मला शक्य नव्हतं.

सौमित्र मित्र आम्हाला अनेक ठिकाणी घेऊन गेले. कवितावाचन करणारे कलाकार देवदुलाल बंद्योपाध्याय यांना भेटायला घेऊन गेले. त्यांच्याकडे दुपारचं जेवण झालं. अनेक प्रकारचे मासे त्यांनी आम्हाला खाऊ घातले. नईमनं देवदुलाल बंदोपाध्याय यांच्याकडेही लेखन मागितलं. शक्य झालं असतं, तर तो मुख्यमंत्री ज्योती बसू यांच्याकडेही लेखन मागायला गेला असता. सौमित्र आम्हाला कवी शक्ती चट्टोपाध्याय यांच्या घरीही घेऊन गेले. बैठकीच्या खोलीत शक्ती चट्टोपाध्याय उघड्या अंगानं बसले होते. त्यांनी तशाच अवस्थेत आमच्याशी बराच वेळ गप्पा मारल्या, आम्हाला खाऊ घातलं. शक्ती चट्टोपाध्याय मला आधीपासूनच ओळखत होते. आपल्या पत्नीला आणि मुलांना घेऊन ते आमच्या 'अवकाश' या घरी आले होते. शक्तीदांनी आपल्या घराच्या दुसऱ्या मजल्यावरची एक छोटी खोली मला दाखवली आणि म्हणाले, 'यानंतर मी कोलकात्याला आले, तर त्या खोलीत राहावं.' ती खोली त्यांनी गप्पागोष्टी करण्यासाठीच बांधली होती. शक्तीदांना लोक विसरभोळे आणि उदासीन म्हणून ओळखत. कविता लिहून आपण कुठं ठेवल्या आहेत, हे ते विसरून जात आणि अशा शक्तीदांना नईमनं आपल्या साप्ताहिकात सदर लिहिण्याची विनंती केली! अर्थात शक्तीदांनी लगेच त्याला होकार दिला. पुढच्या आठवड्यातच ते लेख लिहून ठेवतील, असं आश्वासन त्यांनी नईमला दिलं.

नईमनं मला आणखीही एक सुखद आश्चर्याचा धक्का दिला. त्यानं मला आमंत्रणावरून सुनील गंगोपाध्याय यांच्या घरी रात्रीच्या जेवणासाठी नेलं. सुनील गंगोपाध्याय यांच्याशी ढाक्यात माझ्या दोन वेळा भेटी झाल्या होत्या. पहिल्यांदा 'स्वरश्रुती' संस्थेच्या कवितावाचन उत्सवात : त्या कार्यक्रमाचे ते प्रमुख पाहुणे होते. मुजम्मल बाबू, शहरयार, इमदादुल हक मिलन यांच्याबरोबर मी ब्रिटिश कौन्सिलच्या अंगणात गप्पा मारीत होते, तेव्हा जवळच मला सुनील गंगोपाध्याय आपल्या चाहत्यांच्या गराड्यात बसलेले दिसले. ते आपल्या चाहत्यांनी पुढे

केलेल्या कागदांवर, वह्यांवर, पुस्तकांवर स्वाक्षरी देत होते. गप्पांच्या ओघात अचानक मुजम्मल बाबू म्हणाला, ''सुनील गंगोपाध्याय तर सगळ्यांना स्वाक्षरी देताहेत, पण जर आपण त्यांना स्वाक्षरी दिली तर कसं होईल? द्यायची का आपली स्वाक्षरी त्यांना?'' त्यानं सहज गमतीनं ही कल्पना सुचवली होती; पण सुनीलबाबूंना स्वाक्षरी देण्याची छाती कुणाची होती? बाबू मला म्हणाला, ''चला आपा, ('आपा' हे संबोधन उर्दूत मोठ्या बहिणीसाठी वापरतात, मराठीतील 'ताई' या संबोधनाप्रमाणे.) आपण सुनीलदांना स्वाक्षरी देऊन येऊ.'' एखाद्याच्या कानाजवळ फुगा फोडून तो माणूस कसा दचकतो, याची गंमत पाहण्याच्या उत्साहानं मी उठले. आम्ही दोघं जण सुनीलदांच्या जवळ जाऊन उभे राहिलो. त्यांना वाटलं आम्हीही त्यांची स्वाक्षरी घ्यायला आलो आहोत. त्यामुळे त्यांनी आमच्या हातात वही-पुस्तक काही असेल, तर ते घेण्यासाठी हात पुढे केला. तेवढ्यात बाबू म्हणाला, ''सुनीलदा, आम्ही आपल्याला आमच्या स्वाक्षऱ्या देण्यासाठी आलो आहोत.'' हे ऐकून संकोचानं मी तोंड लपवू पाहिलं; पण सुनीलदा मात्र बाबूच्या बोलण्यामुळे मुळीच संतापले नाहीत किंवा चकित झाले नाहीत. उलट नम्रपणे हसून म्हणाले, ''माझ्याकडे कागद नाही हो!'' एक कागद मिळवून आम्ही दोघांनी त्यावर आमच्या स्वाक्षऱ्या केल्या आणि तो कागदाचा तुकडा स्वीकारून बंगालीतले थोर कवी आणि कादंबरीकार सुनील गंगोपाध्याय यांनी अगदी काळजीपूर्वक आपल्या शर्टाच्या खिशात ठेवला. स्वाक्षऱ्या देऊन आम्ही आमच्या अड्ड्यावर परत आल्यावर सगळ्यांनी आम्हाला वेढा घातला. काय झालं हे जाणून घेण्यासाठी सगळे उत्सुक होते. नंतरच्या भेटीतही सुनीलदांशी माझ्या अगदीच जुजबी गप्पा झाल्या होत्या.

तर, आम्ही रात्री सुनीलदांच्या घरी जेवण्यासाठी गेलो. मी त्यांना स्वाक्षरी दिल्याची घटना त्यांना आठवत नव्हती असं दिसलं. मी माझ्या त्या धाडसाची गोष्ट स्वतःहून काही काढली नाही. कोलकात्यातल्या आपल्या मॅण्डेव्हिला गार्डनमधील घरात त्यांनी छान ड्रिंक्सची आणि भोजनाची व्यवस्था केली होती. सुनीलदांच्या पत्नी स्वाती या दिसायला सुंदर आणि मितभाषी. सौमित्र मित्र आपली पत्नी मुनमुन हिला घेऊन आले होते. स्वाती गंगोपाध्याय आणि मुनमुन मित्र यांनी अगदी सहजपणे मद्यपान केलं. यापूर्वी मी कधीही कुणाही महिलेला मद्यपान करताना पाहिलं नव्हतं. मी नेहमी सॉफ्ट ड्रिंक्सच घेत असल्यानं एक लिम्काचा ग्लास घेतला. पण सगळ्यांनी काहीतरी कारस्थान करून माझ्या लिम्कामध्ये थोडं हार्ड ड्रिंक मिसळलं होतं. काही घोट घेतल्यानंतर माझं डोकं गरगरायला लागलं. तेवढ्यात सगळ्यांनी गायनाला सुरुवात केली, तेव्हा मला त्या अवस्थेतही छान वाटू लागलं. ज्याला जे गाणं येत होतं ते तो गात होता. अगदी खुल्या गळ्यानं. सुनीलदा एकामागोमाग रवींद्रनाथांची गीतं गात होते. मला वाटलं, आता जणू ते

संपूर्ण 'गीतवितान' (रवींद्रनाथांच्या गीतांचं संकलन असलेला ग्रंथ) त्या रात्री गाऊन दाखवणार! रात्र चढत चढत मध्यरात्र झाली. मिलनला मला सुनील गंगोपाध्याय यांच्या घरी घेऊन जाण्यात संकोच वाटत होता, तर नईमला मात्र गौरव वाटत होता. सुनील गंगोपाध्याय यांच्यासारख्या थोर व्यक्तीशी माझी अगदी जवळून भेट झाली, मित्राप्रमाणे गप्पा झाल्या. खूप खूप बरं वाटलं मला. सुनील गंगोपाध्याय, शक्ती चट्टोपाध्याय, शंखो घोष यांच्यासारख्या थोर कवींबरोबर दोन दिवसांनंतर एका कविसंमेलनात कवितावाचन करण्याचं निमंत्रणही मला मिळालं. सौमित्र मित्र यांच्या 'आवृत्तिलोक' या संस्थेने आयोजित केलेल्या या कार्यक्रमाचा मंच जुईच्या फुलांनी सजवलेला होता. त्या शिशिर मंचावर सुनील गंगोपाध्याय, शक्ती चट्टोपाध्याय आणि इतरही खूप खूप थोर कवींच्याबरोबर मी भीत-भीत, संकोचानं एक कविता वाचून दाखवली. धन्य झाले. अगदी आकाशकुसुम हाती आल्यासारखं वाटलं मला.

सिद्धार्थ मला म्हणाले की, नईमनं त्यांना माझ्या पुस्तकाच्या काही प्रती पाठवल्या होत्या. त्या त्यांनी कॉलेज स्ट्रीटवरच्या 'पॅपिरस बुक्स' नावाच्या दुकानात विक्रीला ठेवल्या होत्या. 'पॅपिरस'मधून काही प्रती विकल्या गेल्या का, हे मी विचारलं नाही. 'एकही प्रत विकली गेली नाही' असं उत्तर ऐकावं लागू नये, म्हणून थोडं भीतीनं, थोडं संकोचानं मी हे विचारलं नाही. मला खरं तर संकोच वाटत होता; पण हिलाल हाफिज म्हणाले की, मला अहंकार आहे. माझ्या पुस्तकाची जेव्हा छपाई चालू होती, तेव्हा हिलाल हाफिज यांनी त्यांच्या पुस्तकाचे प्रकाशक 'अनिंद्य प्रकाशनी' यांना माझ्या पुस्तकाची जबाबदारी घेण्याची विनंती केली होती. मुखपृष्ठकार खालिद एहसान यांनीसुद्धा नजमुल हक यांना विनंती केली होती. मी समोर होते. नजमुल हक यांनी आधी आढेवेढे घेतले. नंतर ते थोडेसे राजी झालेले दिसले, तरी 'माझं पुस्तक मी 'अनिंद्य प्रकाशनी'ला देणार नाही, स्वतःच छापीन' असं म्हणून मी सगळ्यांनाच अवाक् करून टाकलं. नजमुल हक निघून गेल्यावर हिलाल हाफिज मला म्हणाले, की माझा हा अहंकारच त्यांना खूप आवडला. जे लोक माझं पुस्तक छापण्यासंदर्भात आढेवेढे घेत होते, त्यांच्याकडे मी कशासाठी माझं पुस्तक द्यावं? एवढासुद्धा अहंकार किंवा आत्मसन्मान जर माणसाला नसेल, तर त्याच्याकडे उरतं काय?

नईमचं साहस पाहून अधूनमधून मला खूप विस्मय वाटे. मोठमोठ्या लेखक-कवींकडे आपल्या नवीन साप्ताहिकासाठी तो अगदी सहजपणे लेखन मागे, त्यांना सदरलेखन करायला सांगे. एवढंच काय, पूर्णेंदू पत्रींच्या घरीही तो लेखन मागायला गेला. मला कधीही असं धाडस झालं नसतं. पूर्णेंदू पत्री यांच्या 'कथोपकथन' आणि 'आमरा आबहमान ध्वंस ओ निर्माणे' या दोन कवितासंग्रहांतल्या सगळ्या कविता

माझ्या तोंडपाठ होत्या. पूर्णेंदू पत्रींना जेव्हा मी प्रत्यक्ष- डोळ्यांसमोर पाहिलं, तेव्हा मनातल्या मनात त्यांच्या एका कवितेत कुणा नंदिनीसाठी कुणा शुभंकरनं म्हटलेल्या ओळी म्हणत राहिले-

'माणूस, नंदिनी,
फक्त माणूस
उधाण वाऱ्यात-वादळात
केरोसीनच्या दिवटीच्या थरथरत्या ज्योतीखाली
दुःखित माणसांचे चेहरे
त्यांच्या त्वचेला धान्य आणि डिझेलचा वास
त्यांच्या घामाच्या खारटपणात
अभ्राची झलक, त्यांच्या हातांच्या तळव्यांवर
कुदळ-फावडं आणि इंजिनाच्या चाकांच्या खुणा
या सर्व माणसांच्या चेहऱ्यांकडे पाहिल्याबरोबर
माझं पाहून होतं
आकाश, मेघ, पर्वतामागचा सूर्योदय,
पाहून होतात नवनवीन वृक्षांचे जन्म
वृक्षांच्या भोवती
नवीन ग्रामांचा विकास.'

पूर्णेंदू पत्रींच्या कविता मला आवडत, म्हणून नईमनं सौमित्र मित्रला सांगून पत्रींबरोबरच्या माझ्या भेटीची व्यवस्था केली होती. आपल्या व्यवसायाच्या कामाइतकाच नईम मला आश्चर्याचे सुखद धक्के देण्यातही व्यग्र होता. माझा आनंद पाहून नईमलाही आनंद होई, हे माझ्या लक्षात आलं. कशामुळे मला बरं वाटेल, आनंद होईल याचा तो सतत विचार करीत असे. शक्य झालं असतं, तर आकाशातला चंद्रही त्यानं माझ्या हातात आणून दिला असता. माझ्या कुठल्याही मित्राला मी माझ्यासाठी इतकं करताना पाहिलं नव्हतं आणि मित्रच कशाला, ज्याच्यावर मी वेड्यासारखं प्रेम केलं होतं, त्या रुद्रनंही कधी माझा इतका विचार केला नव्हता, माझ्या आनंदासाठी कधी काही केलं नव्हतं!

मी मुग्ध नजरेनं पूर्णेंदू पत्रींकडे पाहत होते. त्यांच्याशी बोलायला गेले, तर चुकीचं काहीतरी बोलून बसेन अशी भीती वाटल्यानं मी काही बोलतच नव्हते. पण नईम? तो मात्र अगदी छानपणे, जणू पत्रीबाबू त्याचे आतेभाऊच आहेत अशा सलगीनं त्यांच्याशी बोलत होता आणि तेही कुमिल्ला भागातल्या उच्चारांमध्ये. त्यांनाही नईमनं लेखन मागितलं. एखाद्या स्तंभलेखकाकडून आपण लेखन मागत आहोत, अशा आविर्भावात. इतक्या मोठमोठ्या कवी-लेखकांशी बोलताना नईमला

जणू काहीही विचार-चिंतन करावं लागत नव्हतं. लेखन मागणं म्हणजे त्याच्या लेखी 'काय भाई, लेख अजून पाठवला नाहीत तो! शक्य तितक्या लवकर लेख रेडी ठेवा, उद्याच्या आत पाहिजे!' इतकं सोपं होतं. नईमची महत्त्वाकांक्षा प्रचंड होती. नामी-दामी लेखकांकडून लेखन मिळवलं म्हणजे आपलं साप्ताहिक चांगलं चालेल, संपादक म्हणून आपलं नाव होईल, हेच त्याच्या दृष्टीनं महत्त्वाचं होतं. तो कुणाचेही लेख वाचत नसे. कुणाच्याही मोठेपणाचं त्याच्यावर दडपण येत नसे. ज्या लेखकांना तो स्तंभलेखन करण्याची विनंती करी, त्यांना त्यासाठी वेळ आहे का, बांगलादेशमधल्या एका नवीनच सुरू झालेल्या साप्ताहिकात स्तंभलेखन करण्याची मुळात त्यांना इच्छा आहे का, हे काहीच तो विचारीत नसे. तो मानधनाबद्दल बोले; पण त्या तुटपुंज्या मानधनाची कुणाला गरज आहे का हासुद्धा विचार तो करीत नसे. अर्थात अनेक लेखक त्याच्या साप्ताहिकात लिहीत; पण ते पूर्व बंगालच्या प्रेमाखातर लिहीत. ते इतर कुठल्याही कारणांसाठी नईमच्या साप्ताहिकात लिहीत असावेत, असं मला वाटत नाही.

सौमित्र मित्र एकाच वेळी नक्की किती कामं करीत, याचा अंदाज करणं मला अवघड होतं. कधीही पाहिलं, तर ते कुठल्या ना कुठल्या कामात मग्न असत. आवृत्ती (कवितावाचन) करीत, तसंच सरकारी माहिती अधिकारी म्हणून नोकरीही करीत. कुमुद मन्ना नावाच्या एका व्यावसायिकाला सांगून त्यांनी एके दिवशी आमच्या नौकाविहाराची व्यवस्था केली. रात्री गंगेतून नौकाविहार. गंगा नदी पाहण्याची माझी खूप इच्छा होती. गंगेच्या पाण्यात 'छलात् छलात् 'आवाज करून मी माझे पाय भिजवून टाकले. मला गंगा आणि ब्रह्मपुत्रा यांच्यामध्ये कुठलाही फरक दिसला नाही. मी जेव्हा गंगा पाहण्यात मग्न झाले होते, तेव्हा नईम गंगेकडे पाठ फिरवून मला आणखी आनंदित कसं करता येईल, आणखी नवलाच्या गोष्टी कशा दाखवता येतील, या विचारांत बुडून गेला होता.

एके दिवशी सकाळी अचानक नईम मला म्हणाला, "ताबडतोब तयार हो. एका ठिकाणी जायचंय." कुठं जायचंय ते तो मुळीच सांगत नव्हता. त्यानंतर स्टेशनवर नेऊन त्यानं मला ट्रेनमध्ये बसवलं. तोही बसला. सौमित्र मित्रही आमच्याबरोबर येणार होते. ते म्हणाले, "आपल्याला शांतिनिकेतनमध्ये जायचंय." माझ्या मनात शांतीचा वर्षाव होऊ लागला. माझ्या डोळ्यांमधला आनंद नईमनं पाहिला. दररोज नईम मला आश्चर्याचे धक्के देत होता. त्यानं गुपचूप सगळी व्यवस्था करून ठेवली होती, हे मला समजलंच नव्हतं. शांतिनिकेतनला जाऊन माझ्या जीवनाचं सार्थक झालं. शांतिनिकेतनमध्ये तेव्हा मृदुभाषी कवी शंखो घोष होते. प्रिय लेखक आणि प्रिय कवींशी भेट झाल्यावर त्यांच्याशी काय बोलावं याचा विचार करण्यातच माझा वेळ जाई. बराच वेळ मी न बोलताच बसून राही. आम्ही दिवसभर शांतिनिकेतनमध्ये

फिरून रवींद्रनाथांचं घर, छातिमतोला, आम्रतोला ही सारी ठिकाणं पाहिली. ज्या ठिकाणी इतरांना प्रवेश करायला बंदी होती, त्या ठिकाणीही शांतिनिकेतनच्या उपाचार्यांच्या अनुमतीमुळे आम्हाला प्रवेश करता आला, ती ठिकाणं पाहता आली. रवींद्रनाथ ज्या खुर्चीत बसत, त्या खुर्चीत मला बसवून माझा फोटो काढण्याची नईमची इच्छा होती; पण माझं तेवढं धाडस झालं नाही. मी खुर्चीशेजारी जमिनीवर बसले. सारं काही मला जणू स्वप्नासारखं वाटत होतं. रात्री गेस्ट हाउसवर परतल्यावर रवींद्रनाथांच्या थोरवीचा विचार करताना मी भावविवश झाले, माझ्या डोळ्यांतून अश्रू वाहू लागले. कुठल्यातरी कल्पित ईश्वराच्या पायांवर डोकं ठेवून भक्त रडतात, तसंच माझं ते रडणं होतं. पण रवींद्रनाथ हे ईश्वर असले, तरी कल्पित नव्हते. नाही. मी कुठल्याही पापमोचनाची मागणी करण्यासाठी रडले नव्हते. ते रडणं कुठल्याही सुखाचं किंवा दुःखाचं नव्हतं. हे रुदन होतं रवींद्रनाथांना तीव्रपणे अनुभवण्याचं. माझ्या रडण्याचं कारण नईमला मुळीच समजेना. त्यानं माझ्या पाठीवर हात ठेवला. तो हात हळूहळू खालच्या दिशेनं सरकू लागला. मला संशय आला की, त्याचा हात माझ्या पँटच्या बटणाच्या दिशेनं सरकू लागला आहे. मी झटकन त्याचा हात दूर सारला. बहुधा इतर सगळ्या पुरुषांप्रमाणे त्याला वाटत असावं की, जी मुलगी एखाद्या पुरुषाबरोबर बरेच दिवस बेपत्ता होते, त्याच्याबरोबर हॉटेलमध्ये रात्र घालवण्यात जिला काहीही द्विधा वाटत नाही, तिला शरीरसंबंध ही अगदी साधी गोष्ट वाटत असणार. नईम हा इतर सगळ्यांपेक्षा वेगळा आहे असं मला वाटत होतं. पण त्याचा हात माझ्या पाठीवरून खालच्या दिशेने उतरत होता हे पाहिल्यावर मला त्यालासुद्धा स्त्रीशरीर पाहून वासनेवर नियंत्रण ठेवू न शकणाऱ्या पुरुषांच्या रांगेत बसवावं लागलं. पण आपल्या आवाक्यात एखादी सुंदर रमणी असताना ज्याची कामवासना जागी होत नाही, असा कुणी पुरुष असतो का? बहुधा नसतोच. नईमच्या स्वभावाचे इतर पैलू मला आवडत, म्हणून त्याच्या या वागण्याला मी क्षमा करून टाकली. त्याचा हात माझ्या पाठीवरून कुठे चालला होता हे मला समजलं आहे, हे मी नईमला मुळीच समजू दिलं नाही. नईमनंसुद्धा आपण फक्त पाठीवरच हात ठेवला होता; तो अन्यत्र कुठंही न्यायचा नव्हता, असं दाखवलं.

कोलकात्याहून परत आल्यावर नईमनं मला त्याच्या साप्ताहिकासाठी सदरलेखन करण्याची विनंती केली. आतापर्यंत मी नियतकालिकांमध्ये फक्त कविता आणि कथा लिहिल्या होत्या. सदर असं मी कधीच लिहिलं नव्हतं. मी 'छट्! सदर कसं लिहितात ते मला माहीत नाही' म्हणून उडवून द्यायला पाहिलं, तर नईम म्हणाला, "तुला जे वाटेल ते लिही; घाबरण्यासारखं काही नाही." घाबरण्यासारखं काही नव्हतं बहुधा; पण मी घाबरले खरी. सदर लिहिण्याचा अनुभव, सराव नसताना मी कसं काय सदर लिहिणार? नईमनं सक्तीच केली. म्हणाला, "तू सदर लिहायलाच

हवंस. तुला सदर लिहायला सांगायला मला हकभाईंनी सांगितलं आहे.'' सैयद हक माझ्यावर स्नेह करतात हे मला ठाऊक होतं. त्यांनी स्वतः माझ्या कविता वाचून आपल्या पुस्तकांचे प्रकाशक 'विद्याप्रकाश'चे मालक मुजीबुर रहमान खोका यांना माझं पुस्तक छापायला सांगितलं होतं. खोका यांना उद्देशून त्यांनी मला एक पत्रही दिलं होतं- ते पत्र आणि माझ्या कवितासंग्रहाचं हस्तलिखित घेऊन मी खोका यांना भेटावं यासाठी. मी त्याप्रमाणे केलं. खोका म्हणाले, ''आम्ही तर काही नवीन कवींचे कवितासंग्रह छापीत नाही. हो, तुम्ही सगळा खर्च दिलात, तर छापू शकू.'' यावर संतापून मी निघून आले होते. पैसे देऊन जर पुस्तक छापायचं असेल, तर मग मी स्वतःच माझं पुस्तक छापू शकत होते. नईमचं 'खबरेर कागज' हे साप्ताहिक पूर्णपणे वेगळ्या प्रकारचं साप्ताहिक होतं. साप्ताहिकाचं जे स्वरूप 'विचित्रा' या साप्ताहिकानं तयार केलं होतं, त्याचंच अनुकरण करून 'सन्धानी' आणि 'रोबबार' ही साप्ताहिकं प्रकाशित होत, पण त्यांचं प्रचलित स्वरूप टाळून अगदी नव्या स्वरूपात 'खबरेर कागज' हे साप्ताहिक प्रकाशित होऊ लागलं. न्यूजप्रिंटवर छापलेलं, मुखपृष्ठही न्यूजप्रिंटवर छापलेलं. किंमत इतर साप्ताहिकांपेक्षा कमी. कुणालाही ते सहज विकत घेता येई. कथा-कविता मुळीच नाहीत. सिनेमाच्या बातम्याही नाहीत. बातम्या म्हणाल, तर फक्त राजकारणाच्या बातम्या. बाकी मजकूर म्हणजे विविध सदरं. राजकारण, समाज, साहित्य यांच्यावर मोठमोठे लेखक, बुद्धिजीवी आणि राजकारणतज्ज्ञ यांची सदरं. ज्या लेखकांनी पूर्वी कधीही स्तंभलेखन केलेलं नव्हतं, असे लेखक प्रथमच 'खबरेर कागज'साठी स्तंभलेखन करू लागले, सदरं लिहू लागले. इतक्या सगळ्या लोकप्रिय लेखकांना एकाच वेळी, एकाच साप्ताहिकात एकत्र करणं, ही नवीनच घटना होती खरी. नियतकालिकांच्या विश्वात 'खबरेर कागज' हे एका आंदोलनाप्रमाणे, चळवळीप्रमाणे होतं.

काही काही आमंत्रणं अगदी अनपेक्षित असतात. 'खबरेर कागज'मध्ये सदरलेखन करण्याचं आमंत्रण आपल्याला मिळेल, अशी मी कधी कल्पनाही केली नव्हती. अशा एका लोकप्रिय साप्ताहिकात लेखन करण्याची संधी मिळणं हे सद्‌भाग्यच होतं. एरवी माणसं नशिबामागं धावतात; इथं नशीब माझ्या उंबरठ्याशी आलं होतं. मी त्याला मुळीच स्पर्श केला नाही; पण नईमच्या तगाद्यानं मला हातात कागद-लेखणी घ्यायला भाग पाडलं. काय लिहावं... काय लिहावं असा विचार करता, करता हातांवर हात रगडताना, माझ्या दंडावरची एक खूण मला दिसली. उजव्या दंडावर एक गोल पांढरा व्रण. सिगारेटनं दंडावर चटका दिल्याची आठवण. मला ती घटना आठवली. खूप वर्षांपूर्वी रस्त्यावरच्या एका मुलानं जळती सिगारेट माझ्या दंडावर दाबून धरली होती आणि 'हा हा' करून तो हसला होता. ते दृश्य आठवल्याबरोबर मला पुन्हा ती वेदना आठवली. समोर कागद-पेन आणि मला ती

वेदना आठवली. या अनुभवाचीच आठवण मी त्या दिवशी माझ्या लेखात लिहिली. 'मी एक सिनेमा पाहून थिएटरबाहेर आले होते आणि एका रिक्षात चढले. रिक्षानं हळूहळू चालायला सुरुवात केली होती, तेव्हाच मला माझ्या डाव्या दंडावर अतिशय तीव्र अशी वेदना जाणवली. अर्धी जळालेली एक सिगारेट बारा-तेरा वर्षांच्या एका टारगट पोरानं माझ्या दंडावर दाबून धरली होती. ... वाटलं होतं, जोरात ओरडावं, लोकांना बोलवावं, त्या पोराला शिक्षा द्या म्हणावं- पण मी काहीही केलं नाही. कारण, लोक गर्दी करून मला पाहतील, माझी वेदना, माझं कण्हणं, माझा संताप, माझं रडणं पाहतील, सगळ्यांना यात आसुरी आनंद होईल. माझ्या डाव्या दंडावर अजूनही ती खूण आहे. माझं नशीब म्हणून कुणी माझ्या तोंडावर ॲसिड फेकून माझा चेहरा जाळलेला नाही, मला आंधळं केलेलं नाही, पुरुषांच्या एखाद्या टोळीनं माझ्यावर सामूहिक बलात्कार केलेला नाही. माझं सद्भाग्य म्हणून मी आजपर्यंत जिवंत आहे. माझ्यावरच्या या सगळ्या सगळ्या अत्याचारांचं कारण म्हणजे मी एक बाईमाणूस आहे. माझ्या शिक्षणानं, माझ्या अभिरुचीनं, माझ्या विद्वत्तेनं मला माणूस बनवलं नाही, फक्त बाईमाणूसच बनवून ठेवलं आहे. या देशात कुठलीही महिला आपल्या योग्यतेमुळे माणूस या पदवीला पोचू शकत नाही..' एका झटक्यात, सलग बसून मी तो लेख लिहिला. नईम लेख नेण्यासाठी मयमनसिंहला आला. तरीही मी लेख द्यावा की न द्यावा असा विचार करीत होते. 'लेख जमला नाही' असं लोक म्हणतील अशीही भीती वाटत होती. अखेर खूप संकोचानं तो लेख नईमकडे दिला. पण देताना म्हणाले, ''हे पाहा, स्तंभलेखन कसं करतात हे मला काही ठाऊक नाही, स्वतःच्या जीवनातला एक अनुभव लिहिलाय, एवढंच.'' अवघड अवघड शब्द वापरून जडजंबाल असं काहीतरी लिहिणं माझ्याकडून होणार नाही, असं मला वाटत होतं. नईम लेख घेऊन गेला; पण तो लेख प्रकाशित होईल की नाही याची मला शंकाच वाटत होती. आश्चर्याचा धक्का देणं हा नईमचा स्वभाव होता. ज्या दिवशी लेख प्रकाशित झाला, त्या दिवशी नईम साप्ताहिकाची एक प्रत घेऊन माझ्याकडे मयमनसिंहला आला. मोठमोठ्या लेखकांच्या सदराशेजारी माझं सदर छापलेलं आहे, हे पाहून माझा विश्वासच बसेना. काय लिहू, काय लिहू याचा आता फारसा विचार करावा लागत नसे. लेख प्रकाशित झाल्यावर माझ्या लेखावर खूप पत्रं येत 'खबरेर कागज'च्या कार्यालयात. काही प्रशंसा करणारी, तर काही टीका करणारी. पण प्रशंसेची पत्रंच अधिक असत. कुणी म्हणे, 'वा! खूप छान!' कुणी म्हणे, 'उत्तम!' कुणी म्हणे, 'अगदी खरं लिहिलंय!' कुणी म्हणे, 'लेखिका खूप धाडसी आहे.' कुणी म्हणे, 'लेख वाचून मला रडू आलं.' कुणी नाक मुरडी; म्हणे, 'या सगळ्या तिच्या वैयक्तिक गोष्टी आहेत.' कुणी म्हणे, 'लेखिका पुरुषद्वेष्टी आहे.' पण एक होतं- जी व्यक्ती माझं सदर वाची,

ती हमखास प्रतिक्रिया देईच. काही ना काही प्रतिक्रिया देईच.

नईम म्हणाला की, माझ्या लेखांवर सगळीकडे चर्चा होत असते- वृत्तपत्रांच्या आणि नियतकालिकांच्या ऑफिसांत, ऑफिसबाहेर प्रेस क्लबमध्ये, साहित्यिक अड्ड्यांवर. वाचकांना माझं सदर खूपच आवडतंय. काय लिहिलं म्हणजे वाचकांना आवडतं, काय आवडत नाही हे मला काही ठाऊक नव्हतं. वाचकांचा अनुनय करण्याचं माझं धोरण नव्हतं. त्या सदरातला प्रत्येक लेख लिहिताना माझे डोळे पाणावत. प्रत्येक वाक्य, प्रत्येक वाक्यातला प्रत्येक शब्द माझ्या लेखणीतून नव्हे, तर हृदयातून उतरत असे. हृदयात साठून राहिलेल्या वेदना उसळून बाहेर येत. मी माझ्या आसपास जे पाहत असे, तेच माझ्या लेखांमधून लिहीत असे. विद्यापीठात प्राध्यापक असलेल्या हुमायून आझाद यांनी मोठमोठे लेखसंग्रह लिहिले होते; नवीन प्रवचनांचा एक संग्रहसुद्धा प्रकाशित केला होता. महिलांबद्दलच्या आपल्या अश्लील विचारांना त्यांनी नाव दिलं होतं 'प्रवचन'. बांगलादेशातील प्रख्यात बुद्धिजीवी हुमायून आझाद यांच्या मते विद्यापीठात शिकणाऱ्या सगळ्याच तरुणी या पतिता असतात. असली मतं व्यक्त करून ते आपल्या पुरुष चाहत्यांकडून वाहवा मिळवीत, स्वतःसुद्धा दात विचकून हसत मिळणाऱ्या स्तुतीचा आनंद घेत. ते कितीही का मोठे लेखक असेनात, त्यांच्याबद्दल मी माझी मतं व्यक्त केली. त्यांनाही सोडलं नाही, एवढंच काय सैयद शमसुल हक यांची जी वर्तणूक मी पाहिली, त्या वर्तणुकीबद्दल माझं जे मत होतं, तेही मी माझ्या लेखनातून प्रकट केलं. ते यासाठीच की साहित्य जगतातील थोर थोर व्यक्तींचं आचरण हे पुरुषसत्ताक समाजातील कुठल्याही बदमाश इसमाच्या वागण्यापेक्षा वेगळं नसतं, हे लोकांना कळावं. ज्या जगात माझं उठणं-बसणं असे, त्या जगातल्या गोष्टी माझ्या अनुभवातून व्यक्त केल्या, तरी समाजातल्या सर्व स्तरांतील महिलांशी पुरुषांचं आचरणही स्पष्ट होई. तेव्हा माझ्या वैयक्तिक गोष्टी वैयक्तिक राहत नसत, समष्टीच्या होऊन जात, सर्वांच्या होऊन जात. मी स्वतः लक्ष दिलं नसलं, तरी लोक म्हणत की माझी भाषा खूप धारदार आहे, महिलांबद्दल अनेकांनी खूप लिहिलं आहे; पण आजवर अशा पद्धतीनं कुणी लिहिलं नव्हतं.

नईमनं एकदा मला सांगितलं की, माझ्या लेखनामुळे त्याच्या 'खबरेर कागज' या साप्ताहिकाचा खप वाढला आहे. मला नवल वाटलं. या गोष्टीवर विश्वास बसेना. असं कधी झालंय का? कधी होऊ शकतं का? पण अशी गोष्ट झाली होती खरी. 'खबरेर कागज'मध्ये हुमायून आझाद यांचं सदर खूप लोकप्रिय होतं. त्यांचं लेखन वाचून वाचक खूप पत्रं लिहीत. ती सगळी छापलीही जात. आता त्यांच्या सदराबद्दलची पत्रं का छापली जात नाहीत, तसलिमाच्या सदराबद्दलचीच पत्रं अधिक का छापली जातात, याबद्दल त्यांनी नाराजी व्यक्त केली. त्यांचा अगदी

संताप-संताप झाला होता. साप्ताहिकाच्या कर्मचाऱ्यांनी त्यांना सांगितलं, तसलिमाच्या 'बाहिरे अंतरे' (बाहेर आणि मनात) या सदराबद्दलच अलीकडे वाचक अधिक पत्रं लिहितात, आपण स्वतः ऑफिसमध्ये येऊन त्या पत्रांचे ढीग पाहू शकता. यावरही त्यांनी प्रचंड आरडाओरडा केला. त्यांचं इतकं नाव होतं, तरीही त्यांना अधिक प्रसिद्धी हवी होती. बांगलादेशात फक्त तेच एकटे चांगले लेखक होते, बाकीचे सगळे वाईट लेखक होते असं त्यांचं ठाम मत होतं. तेच एकमेव कवी होते आणि बाकीचे सारे कवडे! शेवटी असं झालं की, ते स्वतःच दुसऱ्यांच्या नावानं आपल्या लेखांची प्रशंसा करणारी पत्रं 'खबरेर कागज'मधल्या 'वाचकांची पत्रे' या पृष्ठासाठी पाठवू लागले. ज्या माणसाच्या हाती ते आपल्या सदराचा मजकूर पाठवीत, तोच माणूस ती सारी पत्रंही घेऊन येई. बघा! वटवृक्ष अखेर एका गवताच्या पात्याची ईर्ष्या करू लागला!

'खबरेर कागज'मधल्या माझ्या लेखांमुळे अनेक अनपेक्षित गोष्टी घडू लागल्या. 'विद्याप्रकाश' प्रकाशनाचे खोकाबाबू माझं पुस्तक प्रकाशनासाठी मिळावं, म्हणून वेड्यासारखे मला शोधू लागले. इतर नियतकालिकांकडून मला सदरलेखन करण्यासाठी आमंत्रणं येऊ लागली. नईमच्या विनंतीमुळे 'खबरेर कागज'व्यतिरिक्त इतर कुठंही मी लेख पाठवले नाहीत पण 'विद्याप्रकाश प्रकाशना'तर्फे माझी पुस्तकं प्रकाशित झाली- एक नव्हे, दोन. 'निर्वासित अंतरे बाहिरे' आणि 'आमार किछू जाय आसे ना' (माझं काहीच जात नाही!). 'निर्वासित अंतरे बाहिरे' हे पुस्तक आधी 'सकाल प्रकाशनी'तर्फे प्रकाशित झालेलं असल्यानं ते मी आधी दिलं नाही. 'आमार किछू जाय आसे ना'चं हस्तलिखित दिल्यावर खोकाबाबूंनी विनंती केली की, मी 'निर्वासित अंतरे बाहिरे'सुद्धा द्यायला हवं. हे दोन कवितासंग्रह प्रकाशित झाल्याबरोबर लगेच विकले गेले. खोकाबाबू नवीन आवृत्ती काढण्यात गुंतले. दुसरी आवृत्तीसुद्धा काही दिवसांतच संपत आली. ते काही मुद्रणाच्या रगाड्यातून मोकळे होईनात. कवितासंग्रह अशा प्रकारे वेगानं खपताना यापूर्वी कुठल्याही बंगाली प्रकाशकानं पाहिलं नव्हतं. एवढंच काय, सैयद हकसुद्धा पुस्तकजत्रेत 'विद्याप्रकाश'च्या स्टॉलवर जाऊन संताप व्यक्त करून आले. कारण त्यांच्या पुस्तकांपेक्षा तसलिमाची पुस्तकं चांगली खपत होती. सैयद हक यांच्यासारखा मोठा लेखक यामुळे संतापू शकतो, यावर विश्वास ठेवणं मला अवघड वाटत होतं. त्यांच्याशी माझी तुलनाच होऊ शकत नव्हती, हे त्यांना स्वतःलासुद्धा ठाऊक होतं. ज्या सैयद हक यांनी स्वतः शिफारसपत्र लिहून मला 'विद्याप्रकाश'कडे पाठवलं होतं, त्यांना खरं तर आनंद व्हायला हवा होता माझं पुस्तक चांगलं खपतंय म्हणून! खोकाबाबू म्हणाले, ''सैयद हक नाराज झाले!''

'खबरेर कागज' साप्ताहिक यशस्वी झाल्यानंतर आता आपण एक दैनिक सुरू

करावं, अशी नईमची योजना होती. नईम जे ठरवतो, ते काहीही झालं तरी करूनच दाखवतो. त्यानं खरोखर एके दिवशी 'आजकेर कागज' नावाचं एक दैनिक सुरू केलं. धानमंडी भागात काजी शाहिद अहमद यांच्या प्रचंड मोठ्या घराच्या दुसऱ्या मजल्यावर 'खबरेर कागज'च्या ऑफिससाठी जी छोटी खोली त्याने घेतली होती, ती मोठी होत होत प्रचंड झाली. अनेक पत्रकार, अनेक टेबलं, अनेक खुर्च्या. 'खबरेर कागज' या साप्ताहिकाप्रमाणेच 'आजकेर कागज' हे दैनिकही खूप लवकर लोकप्रिय झालं.

माझ्या दोन कवितासंग्रहांना कल्पनेपल्याड यश मिळालं. माझ्या सदरामुळे 'खबरेर कागज'ची विक्री वाढली, त्या सदराची प्रशंसा करणारी हजारो पत्रं साप्ताहिकाकडे येऊ लागली. हे सारं जेव्हा घडत होतं, तेव्हा मयमनसिंहला मात्र अवस्था अगदी वेगळी होती. नईम बऱ्याचदा मला भेटण्यासाठी मयमनसिंहला येई. काही वेळा त्याला आमच्या घरी पाहिल्यावर बाबा म्हणाले, "कोण हा पोरगा? एवढं काय त्याच्याशी मेतकूट, अं? घरातल्या सगळ्यांच्या तोंडाला काळं फासून स्वतःच्या इच्छेप्रमाणे लग्न केलंस. त्यानंतर काय झालं? जावयाबरोबर दोन दिवससुद्धा टिकू शकली नाहीस. आता या कुठल्या पोट्ट्याबरोबर फिरतेयस? माणसं तर तुझ्यासारखीला वेश्या म्हणतात. कुठल्याही पुरुषाला आता माझ्या घरात आणत जाऊ नकोस." आई बाबांना म्हणाली होती, "नईम नावाचा हा मुलगा तिचा मित्र आहे."

बाबा दात खात म्हणाले, "मित्र म्हणे! कुठल्याही मुलाबरोबर तिनं मुळीच फिरायचं नाही. फिरायचं वगैरे असेल तर आधी त्याच्याशी लग्न कर. इथून पुढे जर माझ्या घरात तिच्या कुणा मित्राला पाहिलं, तर त्याची मान धरून घराबाहेर काढीन!"

अपमानानं मी अगदी क्षुब्ध झाले. आई म्हणाली, "तुझा बाप तुला लग्न करायला सांगतोय. लग्नाशिवाय तू या पोरांच्याबरोबर फिरतेस, मग बाप तरी दुसरं काय सांगणार?" नंतर नरम होऊन ती म्हणाली, "तू जरा स्वतःच्या जीवनाचा विचार कर. नईम जर चांगला मुलगा असेल, तुला जर तो आवडत असेल, तर लग्नाचा विचार कर. लग्न तर करायलाच पाहिजे. आयुष्यभर काय तू एकटीच राहणार आहेस?"

नईमचा यानंतर फोन आला, तेव्हा त्याला मी सांगितलं की, त्यानं अचानक असं मयमनसिंहला येऊ नये. त्यानंतर एके दिवशी तो फोनवर म्हणाला की, मी दुसऱ्या दिवशी सकाळी सहा वाजता काळ्या फाटकाच्या बाहेर यावं. पण कशासाठी, बाहेर आल्यावर काय करायचंय, हे काहीच त्यानं सांगितलं नाही. दुसऱ्या दिवशी मी सकाळी बाहेर येऊन पाहिलं, तर नईम रस्त्यात उभा होता. दुसऱ्या दिवशीही तेच घडलं. रोज पहाटेच्या ट्रेननं तो ढाक्याहून मयमनसिंहला येई. 'अवकाश'मध्ये

यायची त्याला बाबांनी मनाई केलेली असल्यानं मला क्षणभर पाहण्याच्या आशेनं तो असा सकाळी रस्त्यावर उभा राही. अर्थात यासाठी मला पहाटे उठावं लागे. कुणाचीही झोप मोडण्याआधी मला हळूच दरवाजा उघडून बाहेर यावं लागे- (हातात टूथब्रश घेऊन, घरातलं कुणी अचानक उठलं, तर दात घासता घासता रस्त्यावर फिरत होते, असं दाखवता येण्यासाठी. यात काही चुकीचं नव्हतं. आमच्या भागातले लोक नेहमीच असं करतात.) खूप हळू. कुणालाही आवाज येणार नाही अशा पद्धतीनं काळं फाटक उघडून बाहेर यावं लागे. नईमबरोबर पाच-दहा मिनिटे रस्त्यावर फिरता-फिरता गोष्टी करी. काही विशेष नसे त्याच्यात; पण त्यानंही संतुष्ट होऊन नईम सकाळच्या गाडीनं ढाक्याला निघून जाई. इतका वेडा मुलगा मी याआधी पाहिला नव्हता. नईमला म्हणाले, "असा वेडेपणा का करतोस? इतक्या दूर येण्यात काहीही अर्थ नाही. तुला प्रवासाचा त्रास नाही होत?"

नईम म्हणाला की, त्याला प्रवासाचा काहीही त्रास होत नाही, उलट पहाटेचं शांत झोपलेलं जग पाहताना खूप चांगलं वाटतं. अगदी रोज सकाळी बाहेर येणं मला जमत नसे- कधी लवकर जाग येत नसे; तर कधी जाग आल्यावर दिसे की, बाबा माझ्याआधी उठलेले आहेत. नईम रस्त्यात बराच वेळ वाट पाहून परत जाई. त्याच्या या वागण्यानं मला प्रथम वाटलं, तो माझ्या प्रेमात तर पडला नसावा? की माझ्याशिवाय त्याला इतर कुणीही स्नेही नाही? तो जर माझ्यावर खरोखर प्रेम करीत असता, तर कधीतरी त्यानं मला तसं सांगितलं असतं, बोलून दाखवलं असतं. पण तसं तो कधीही बोलला नव्हता!

'अवकाश' मला दिवसेंदिवस अधिकाधिक असह्य होऊ लागलं. कुणाचंही नरम किंवा गरम बोलणं मला बरं वाटेना. वाटे, या घरातून कुठंतरी निघून जावं. जिथं आपल्याला आपल्या इच्छेप्रमाणे राहता येईल, अशा ठिकाणी जावं. यास्मिन निघून गेल्यावर ज्याच्याशी मी मनातल्या दोन गोष्टी बोलू शकेन, असं घरात कुणीही माणूस राहिलेलं नव्हतं. माझा लाडका सुहृदही नव्हता. सारं फिकं फिकं वाटे, नीरस वाटे. घराला आता घर म्हणावंसं वाटत नसे. आईचं स्वतःचं जग फार छोटं होतं- स्वयंपाकघर आणि पीरबाडी. बाबांच्या जगात घरातल्या कुणालाच कुठलंही स्थान नव्हतं; असलंच तर ते दादाला होतं. दादानं आरोग्यवितानाची जबाबदारी घेतल्यानं बाबांच्याबरोबर दादाचा घनिष्ठ संपर्क तयार झाला होता. एका रात्री आरोग्यवितानात चोरी झाली. दादानं शराफमामांवर संशय घेतला. बाबांनीसुद्धा. टुटूमामानं एकदा दादाकडून पैसे उसने घेतले होते; पण ते परत दिले नव्हते, त्यामुळे दादा नेहमीच सगळ्या मामांवर संशय घेई. त्यांच्या बारा पिढ्यांचा उद्धार करी. आईला उठता-बसता टुटूमामाचं पैसे उसने घेऊन परत न देण्याचं गाऱ्हाणं सांगे. दादाचं वागणं बरंचसं बाबांसारखंच होतं. बाबांना जसे आईच्या माहेरचे लोक

आपले वाटत नसत, तसेच दादालाही वाटत नसत. बाप तसा बेटा! आमच्याकडे एक म्हण आहे, 'बाप का बेटा सिपाही का घोडा, कुछ नहीं तो थोडा थोडा!'

हाशेममामा आकुवा युनियन परिषदेचे अध्यक्ष झाले होते. त्यांना भाषणं चांगली करता येत नसल्यामुळे ते वीर मुक्तियोद्धे असूनही युनियन परिषदेत वरच्या पदावर पोचू शकत नव्हते. खोटी का असेनात, पण विविध आश्वासनं दिल्याशिवाय मतं मिळत नाहीत. हाशेममामा आपल्या खाणावळीत बसून राहत; तिथंच आपल्या मित्रांना बोलावून राजकारणावर चर्चा करीत. खाणावळीचा व्यवसाय करून मामींना घर चालवावं लागे. एका छोट्याशा खोलीत पत्नी आणि पाच कन्यांसोबत ते दाटीवाटीनं राहत. सगळ्या मुलींना त्यांनी चांगलं शिकवलं होतं. त्यांना मुलगा एकच होता- सुमन. एका खुनाच्या घटनेत एक आरोपी म्हणून तो काही समवयस्कांबरोबर तुरुंगात होता. मामा फार प्रामाणिक आणि नीतीनं वागणारे होते. त्यांना वाटलं असतं, तर लाच देऊन किंवा इतर बेकायदा मार्गांनी काहीतरी करून त्यांनी खूप पूर्वीच मुलाला तुरुंगातून सोडवून आणलं असतं. मामांच्यापैकी फक्त हाशेममामांनाच माझ्या पुस्तकांबद्दल उत्सुकता असे. माझी पुस्तकं ते प्रेमानं वाचत. भेट झाली की विचारीत, 'काय गं, एवढ्यात काही नवीन पुस्तक प्रकाशित झालंय का तुझं?' एके दिवशी हाशेममामा आमच्या घरी आले आणि माझ्याकडून पाचशे रुपये उसने घेऊन गेले. पैसे उसने मागायला त्यांना संकोच वाटत होता; पण त्यांचा नाइलाज होता. सुमनच्या खटल्यासाठीच त्यांना पैसे हवे होते. तरीही हाशेममामांनी माझ्याकडून पैसे उसने घेतले हे आईला आवडलं नाही. आई चेहरा उदास करून बसून राहिली. ही बातमी बाबा किंवा दादाच्या कानी गेल्याबरोबर ते आईच्या बारा पिढ्यांचा उद्धार करतील. हाशेममामावर आईचं खूप प्रेम होतं. त्यांच्या प्रामाणिकपणामुळेच ते आईला आवडत. प्रामाणिकपणाच्या संदर्भात हाशेममामा अगदी स्वतःच्या बापालासुद्धा सोडीत नसत. अशा माणसाला का बरं आज बहिणीसमोर हात पसरावे लागावेत? उपाशी राहावं लागलं तर उपाशी राहा; पण कुणासमोर हात पसरू नका. आई आपल्या कुळाबद्दल चांगले बोलू पाही; पण त्याबरोबरच कुळाबद्दल तिला शरमही काही कमी वाटत नसे. आई खूप एकटी होती; आईच्या जगात आई सोडून आणखी कुणीही नव्हतं. घरात जर काही अघटित घडलं किंवा आपल्या मुलामुलींच्या बाबतीतल्या काही गुप्त गोष्टी बाबांना विचारायच्या असतील, अथवा कुणाविरुद्ध आक्षेप करायचा असेल, तरच बाबा आईला बोलावीत. आजकाल आईला ते माझ्या वर्तणुकीबद्दल खोदून खोदून विचारीत- 'मी काय करते आहे, काय विचार करते आहे, पुढच्या जीवनासाठी काही माझ्या योजना आहेत की नाही; की जसं वाटेल तसं वागत फिरणार... असं ढाका-मयमनसिंह असं बेबंद जीवन... माझ्या पुढच्या योजना ...?' आई स्पष्टपणे बाबांना काहीच सांगू शकत नसे.

बाबा घरी आल्यावर मला ऐकू जाईल, अशा आवाजात आईला म्हणत, 'शहरात मला कुणालाही तोंड दाखवता येत नाही. आजपण एक इसम येऊन मला म्हणाला, 'तुमची मुलगी तर डॉक्टर झालीय, तिचं काही लगीनबिगीन लावून दिलं की नाही? जावई डॉक्टर असेल ना?' तिनं आधी एक लग्न केलं होतं, ते बऱ्याच जणांना ठाऊक आहे. तो गाढव बाईबाज, बाटलीबाज आहे हे माहीत करून न घेताच लग्न केलं, कशासाठी? आता या असल्या मुलीशी कोण लग्न करील? सगळी पोरं तिला घेऊन फक्त इकडेतिकडे भटकतील; लग्न कुणीही करणार नाही. लोकांसमोर मी तोंड दाखवू शकत नाही. लोक विचारतात, 'मुलगी लग्नाच्या वयाची झालीय, तिचं लग्न का करून देत नाही?' लोक चौकश्या करतात. काय उत्तरं देऊ त्यांच्या प्रश्नांना? मान खाली घालावी लागते. आता मी त्यांना कसं सांगू की मुलीनं स्वतःच्या इच्छेनं लग्न केलं होतं; जावयाला सोडून दिलं, आता इतर पोरांबरोबर भटकत असते. लोकांना काय हे समजत नाही का? सगळ्या गोष्टी समजतात लोकांना! छी-थू करतात. एखाद्या डॉक्टर मुलाशी लग्न केलं असतं तर बरं नसतं का झालं? आजवर दोन-तीन मुलं होऊन मुलगी नीट संसाराला लागली असती.'

आई मान हलवी- "हो, संसाराला लागली असती." माझ्या वयाच्या मुन्नीचं लग्न झालं. तिला मुलं झाली, चांगल्या मुलीप्रमाणे उत्तम संसार करीत होती ती. आईनं उदाहरण दिलं. उदाहरणं काही कमी नव्हती. आई जिकडं पाही, तिकडं माझ्या वयाच्या, एवढंच काय माझ्यापेक्षा लहान वयाच्या मुली चांगला संसार करीत असलेल्या तिला दिसत. फक्त माझाच संसार झाला नव्हता.

घरात प्रचंड उत्पात सुरू झाला. उठता-बसता मला बोलणी ऐकावी लागत. माझ्यासाठी फोन आला तर कुणी फोन केला, पत्र आलं तर ते कुणाचं होतं, कुणी घरी आलं तर हा इसम कोण? याच्याशी तुझा संबंध काय, जर संबंध चांगला ओळखीचा असेल, तर मग अद्याप लग्न का केलं नाहीस त्याच्याशी? 'आयुष्यभर मी एकटीच राहीन, लग्न करणार नाही' हे स्पष्टपणे सांगितल्यावर बाबांचा हुकूम- 'खूप चांगला विचार आहे! लग्न न करतासुद्धा अनेक मुली जगतात पण पोरासोरांबरोबर मिळणं-मिसळणं, त्यांच्याबरोबर फिरणं बंद करायला हवं; मैत्रिणींना हरकत नाही पण कुणीही मित्र असता कामा नये. फक्त हुकूम देऊनच बाबा शांत झाले नाहीत, घरात त्यांनी आणीबाणी लागू केली- माझा कुणीही 'मित्र' नावाचा प्राणी या घरात आला, तर जबरदस्तीनं त्याच्याशी लग्न लावून देईन. यास्मिनला मारून मारून घराबाहेर काढलं. मला मारलं नाही; पण माझ्या शरीरावर नाही, तरी मनावर चाबकाचे फटके पडतच राहिले. मी वेदनेनं तळमळत असे. यास्मिन आता 'अवकाश'मध्ये नव्हती, नाहीतर संध्याकाळी तिच्याबरोबर रिक्षातून फिरायला बाहेर पडता येई, नृत्य-गायन किंवा कवितावाचनाच्या कार्यक्रमाला जाता येई. एकटीनं

कुठंही जावंसं वाटत नसे. ती इथून गेल्यावर 'सकाल कविता परिषद'सुद्धा जणू बंदच पडली होती. मला रोज क्षुद्र, अवलक्षणी म्हणून हिणवलं जाई. रुद्र हा आमच्या घरातल्या कुणालाच आवडत नसे. त्याला सोडून आल्यावर सुरुवातीला सर्वांना आनंद झाला खरा; पण हळूहळू 'घटस्फोटिता', 'डिव्होर्सी' ही सर्वांत मोठी, सर्वांत ठळक अशी माझी ओळख बनली. माझं पतिहीन जीवन कुणालाही आता तितकंसं चांगलं वाटत नव्हतं. एखादा पिंजरा असायलाच हवा, त्याच्याशिवाय जणू मी इतरांना खुपत होते. पिंजरा नसलेल्या निष्पाप पक्षिणीला कुणीही खाऊन टाकील, म्हणून कुठल्या ना कुठल्या एका पिंजऱ्यात मी स्वतःला कोंडून घ्यायलाच हवं, बंदिनी व्हायलाच हवं. एफ.सी.पी.एस.चा अभ्यास करण्याचा मला मुळीच उत्साह नाही, मी माझ्या भविष्याचं वाटोळं करून घेत आहे, या सर्वांमुळे बाबा इतके वैतागले होते की, मला आता ते सहजपणे अत्यंत घाणेरड्या शिव्या देऊ लागले. मला मात्र वाटत होतं की, पती आणि संसार नसला, तरी एखादी महिला चांगली असू शकते, हे सिद्ध करण्याचा एकमेव उपाय म्हणजे काही अर्जन करणं, मिळवणं किंवा वर्जन करणं, त्याग करणं. अधिक पात्रता मिळवणं. अधिक कौशल्य, दक्षता मिळवणं. वर्जनामध्ये पौष्टिक आहार वर्जन करणं, ऐशआराम वर्ज्य करणं- म्हणजे विधवा जसं जगतात, तसं जगणं किंवा सन्यास घेणं किंवा आत्महत्या करणं किंवा चितेत उडी घेणं. अर्जनामध्ये एखाद्या गोष्टीत असामान्य यश मिळवणं. एखाद्या कौशल्यात उच्चतम यश प्राप्त करणं. सर्वोच्च पद मिळवणं. एफ.सी.पी.एस. पास होणं. एफ.सी.पी.एस.च्या आवरणाखाली मला पतिहीनतेचं दुःख झाकून टाकायला हवं. माझं अस्वाभाविक जीवन सह्य करण्यासाठी काहीतरी असामान्य अशी पात्रता किंवा दक्षता एखाद्या क्षेत्रात मला दाखवायला हवी. जणू वय झाल्यावर पती आणि मुलं नसणं हे एक प्रकारचं पाप आहे, या पापाचं मोचन करण्यासाठी मला मूर्खासारखे श्रम करून एखादी मोठी पदवी मिळवायला हवी. पतिहीनता ही जणू एक घाणेरडी जखम होती. ती झाकण्यासाठी मला एक मूल्यवान अशी रंगीत चादर हवी होती. मी जशी होते, तशीच राहिले तर जणू माझं पापमोचन करू शकणार नव्हते. इतर कुठल्या मुलीकडे अधिक पात्रता नसली तरी चालेल, तिला कुणी वाईट म्हणणार नाही. पण आता नवऱ्याला सोडलंच आहेस, तर तुम्हाला काही पायऱ्या वर चढायलाच हवं, अधिक पात्रता मिळवायलाच हवी. काही पायऱ्या चढल्यावरच इतर मुलींच्या रांगेत उभं राहण्याची परवानगी मिळेल. कोण जाणे, त्यानंतरही लोक काय म्हणतील? पाचवी पास नवऱ्याबरोबर संसार करणाऱ्या एखाद्या मुलीकडेही लोक इतक्या करुण (किंवा इतक्या कठोर) नजरेने पाहत नाहीत; पण मी डॉक्टर झाले, तरीही मला नवरा नाही म्हणून मात्र माझ्याकडे करुण नजरेने पाहतात. काही लोक कठोर नजरेनं पाहतात!

कुटुंबनियोजन विभागाच्या ऑफिसमध्ये सगळा आनंदच होता. औषधं चोरीला जात, पैसे चोरीला जात, पुरुष अधिकारी दादागिरी करीत, एखादी सुंदर महिला कर्मचारी बघितल्याबरोबर लगट करायचा प्रयत्न करीत. या सगळ्या प्रकारांच्या विरोधात आवाज उठवणारी मी एकटीच होते. अखेर मी हरले. पुरुष कर्मचारी मला त्रास देण्याची संधीच पाहत असत. खेड्यापाड्यांत जेव्हा पुरुष आणि महिलांवरील कुटुंबनियोजन शस्त्रक्रियांची शिबिरं होत, तेव्हा मी त्या शस्त्रक्रिया करी. तेव्हा खूप बरं वाटे. कुठल्या ना कुठल्या कामात असलं म्हणजे वैयक्तिक दुःखं विसरता येतं. कॅम्प जर नसेल, तर ऑफिसमध्ये जा, बसून राहा, कोण कसं आहे पाहा, कोण काय बोलतंय ऐका, बसल्या बसल्या माश्या मारा! कधीतरी एके दिवशी हरून-उर-रशीद, मोठे साहेब ऊर्फ डेप्युटी डायरेक्टर ऊर्फ डी.डी., दुपार उलटून गेल्यावर, पाच वाजण्याच्या सुमारास बरेचसे पिकनिकला आल्याप्रमाणे, पान खाऊन रंगलेलं तोंड घेऊन, लाल चश्मा घालून आले आणि कालिबाडीची ती पत्र्याची खोली पाहायला गेले. त्या पत्र्याच्या खोलीत मुजीबुर रहमान आणि आम्बिया बेगम कबूतरांच्या जोडीप्रमाणे गुटरगूं करीत होते. बाकी सगळे घरी निघून गेले होते. सैदुल इस्लाम नव्हते. ते नव्हते- ते ऑफिसमध्ये नसण्याची एकशेएक कारणं होती- पण मी का नव्हते? त्यांनी ढाक्याच्या आरोग्य विभागाच्या मुख्यालयाकडे माझ्या विरोधात तक्रार पाठवली. मी त्यांच्या मधुर आवाहनाला नकार दिला होता, हा अपमान त्यांना सहन झाला नव्हता. ते आपल्या आकुवा गावच्या ऑफिसात मला बऱ्याचदा बोलावणं पाठवीत. मी एके दिवशी गेले होते. त्यांनी मला आपल्या केबिनमध्ये बोलावून बसायला सांगितलं. बेल वाजवून प्यूनला बोलावलं आणि मला विचारलं, ''तुम्ही कसा चहा घेणार- दूध घातलेला की बिनदुधाचा?''

''बिनदुधाचा, कोरा.''

''एक दुधाचा चहा, एक कोरा.'' त्यांनी प्यूनला सांगितलं. प्यून आदेश घेऊन केबिनमधून बाहेर गेला.

''तुम्ही कोरा चहा का घेता? कोरा चहा घेतल्यानं त्वचेचा वर्ण काळा पडतो. तुम्ही महिला आहात, त्वचेच्या वर्णाची काळजी घेतली पाहिजे-हा हा!'' भोपळ्यासारखं तोंड विचकीत, बत्तीस दात दाखवत ते हसले.

''मला कोरा चहा पिण्याची सवय आहे, म्हणून पिते आणि त्वचेच्या वर्णाचा मी फारसा विचार करीत नाही.''

''अर्थात सुंदर तरुणींनी विचार नाही केला तरी चालतं! हा हा!''

मी लगेच विषय बदलला. ''मला इथं बोलावलंत, काही काम आहे का, सर?''

"काम कसलं! फॅमिली प्लॅनिंग डिपार्टमेंटमध्ये कधी काही काम असतं का... हा हा हा!"

"मग मला बोलावलंत कशासाठी? दुसरं काही काम होतं का?"

"बसा हो, जरा गप्पा मारू. माझी बायको काही दिवसांसाठी ढाक्याला गेलीय मुलांना घेऊन. तुमचं एका दृष्टीनं चांगलंच आहे. लाइफ एंजॉय करू शकता तुम्ही. फॅमिली असली की लाइफ एंजॉय करता येत नाही."

मी नजर खाली वळवून चहा पिऊ लागले. जणू चहा पिणं हेच सर्वांत महत्त्वाचं काम होतं.

"तुम्ही खूप लाजऱ्या आहात वाटतं!"

"नाही!" मी नजर वर उचलली.

"तुम्हीच जर संकोच बाळगलात, तर इतर महिलांनी काय करायचं, सांगा!"

माझी नजर भिंतीकडे, भिंतीवर टांगलेल्या चित्राकडे. दूर अंतरावरून चित्रातले तपशील स्पष्ट दिसत नव्हते; पण मी अशा पद्धतीनं त्या चित्राकडे पाहत राहिले की ते तपशील मला समजणं अत्यंत आवश्यक होतं.

"जरा स्वतःबद्दल सांगा ना! आपल्याला तर जणू काही बोलायची इच्छाच नाही. तुमचं जीवन तर खूप इंटरेस्टिंग आहे, नाही का?"

"नाही, मुळीच नाही! माझं जीवन तर खूप साधं आहे..."

"म्हणता काय! मी तर लोकांकडून ऐकलंय की, तुमचं जीवन तर खूप इंटरेस्टिंग आहे. तुम्ही तर एकदम डॅम केअर-बिनधास्त महिला आहात! हा हा हा!" पुन्हा बत्तिशी चमकली.

"सर, एवढ्यात काही कॅम्प वगैरे आहे का?" येत्या बुधवारी कॅम्प आहे हे मला ठाऊक होतं. तरीही मी विचारलं.

"कॅम्प? हो, आहे की! पुढच्या कॅम्पला तर तुम्ही माझ्या जीपमध्येच येऊ शकता. उद्या सकाळी या तुम्ही. माझ्याबरोबरच चला."

"पण माझी तर जाण्याची काही गैरसोय नाही."

"तुम्ही तर एकदा डॉक्टर सैदुलबरोबर त्यांच्या मोटारसायकलवर गेला होता... हा हा हा! मोटारसायकलपेक्षा जीपनं जाणं चांगलं. आरामात प्रवास होतो."

मी गप्पच बसून राहिले.

"बोला ना, आयुष्यात पुढे काय करायचंय तुम्हाला? पुढचा प्लॅन काय आहे?"

"नाही, कुठलाही प्लॅन नाही."

"प्लॅन नाही? लग्नबिग्न करणार नाही?"

"नाही."

"म्हणता काय? तरुण वय असंच वाया घालवणार की काय?"

"वाया कशाला जाईल? फुरसतीच्या वेळात लेखन करीत असते मी. असंच चांगलं आहे असं वाटत."

हसू आल्यानं तो भोपळा हलला.

"अरे हो! तुम्ही कवयित्री आहात! भावुक आहात. हा हा हा!"

कुटुंबनियोजन विभागाच्या या डेप्युटी डायरेक्टरनी मला बराच वेळ बसवून ठेवलं. आणखी बराच वेळ निरर्थक बडबड केली. अर्थहीन हसले. मी जितक्या वेळा उठू पाहिलं, तितक्या वेळा त्यांनी मला बसायला सांगितलं. अखेर, 'एक अत्यंत महत्त्वाचं काम आहे, निघालंच पाहिजे' असं म्हणून मला उठावं लागलं. जेव्हा मी जायला निघाले, तेव्हा हे डी.डी. म्हणाले, "परवा दुपारी या. मी कामबिम संपवून मोकळा झालेलो असेन. माझी बायको सात दिवसांनी येणार आहे. त्यामुळे काहीच अडचण नाही."

मी परवा दुपारीच काय, नंतर कधीच त्यांच्या ऑफिसमध्ये गेले नाही. माझं हे धाष्टर्य त्यांना सहन झालं नाही. त्यांच्या असल्या आवाहनांना प्रतिसाद देऊ नका, असं मी त्यांच्या इतरही सुंदर महिला कर्मचाऱ्यांना सांगितलं, हेसुद्धा त्यांना सहन झालं नाही. म्हणूनच मयमनसिंह शहरातून माझी बदली करण्यासाठी जेवढी कारस्थानं करणं त्यांना शक्य होतं, तेवढी कारस्थानं ते करीत होते. घराबाहेर डी.डीं.चा विरोध, घरात बाबांचा विरोध- त्यांनी मला अशा अवस्थेपर्यंत आणलं होतं की, मला आत्महत्या करावी असं वाटू लागलं.

यास्मिनबद्दल मला जो रुसवा होता, तो सारा दूर सारून एके दिवशी मी तिच्याकडे गेले आणि जुने सुंदर दिवस आठवू लागले. ते दिवस आता कधीही परत येणार नाहीत. वाटलं, यास्मिनला घेऊन या घरातून कुठंतरी पळून जावं; पण यास्मिननं आपल्या पायात असे साखळदंड, अशी बंधनं घालून घेतली होती आणि इतक्या तडजोडी करून ती जगू पाहत होती की, तिला घेऊन एक पाऊलही कुठं जाणं शक्य नव्हतं. 'चल, पूर्वीसारख्या आपण फिरून येऊ! चल, पूर्वीप्रमाणे गप्पा मारू, हसू!' या माझ्या साऱ्या विनंत्या आता तिला स्पर्श करीत नव्हत्या. ती आता गृहिणी झाली होती आणि तिनं आपल्या भूतकाळाला बंद करून टाकलं होतं. तिला स्वतःची आणखी बदनामी करून घ्यायची नव्हती. एका बहिणीच्या संसारहीन जीवनाची अपकीर्तीच तिच्यासाठी पुरेशी होती. दुसऱ्या बहिणीनं बंधनातलं संसारी जीवन स्वीकारून जणू प्रायश्चित्तच केलं. सासरच्या सीमांमध्ये यास्मिन जणू कैद झालेली होती. मी वारंवार तिच्या सासरच्या घरी यावं, असं तिला वाटतही नसे. माझी तिच्या सासरी निंदानालस्ती होई. 'या वयात सगळ्या मुली घर-संसार करतात, प्रत्येक जणीला नवरा असतो, मलाच तो नाही, मी विक्षिप्त आहे,

चारचौघींसारखी नाही'-असं माझ्याबद्दल तिच्या घरी बोललं जात असे. माझं लग्न टिकलं नाही, मी पापी आहे, भ्रष्ट आहे, वाया गेलेली आहे, असंही बोललं जात असे. माझ्याबरोबर त्यांच्या घरातल्या सुलक्षणी गृहिणीचं एवढं मेतकूट कशाला हवं? म्हणून यास्मिनही माझ्याशी पूर्वीप्रमाणे वागत नसे. तिचं मेतकूट आता सासरच्या लोकांशी होतं; तिथल्या लोकांचं मन राखण्यावर तिचा भर असे. बाबांना ती सासरच्या लोकांना 'अवकाश'मध्ये भोजनासाठी बोलवायला सांगत असे. आई भुतासारखी खपून त्यांच्यासाठी स्वयंपाक करी. यास्मिन वारंवार आपला नवरा, सासू-सासरे, दीर, नणंदा यांच्याबरोबर आमच्या घरी येऊन जेवून जात असे. भारतातून आणलेल्या वस्तू मी यास्मिनला देऊन टाकल्या. तिला आनंद झाला. सोन्याच्या दागिन्यांचंही मला आकर्षण नव्हतं- तेही मी यास्मिनला देऊन टाकले. तिचे डोळे आनंदानं उजळून उठले.

संकटं येतात, तेव्हा ती झुंडीने येतात हे मला ठाऊक होतं. पण ती झुंडीने येत असली, तरी त्यांना काहीतरी मर्यादा असते. पण सीमा ओलांडून माझ्यावर एकामागोमाग एक संकटं मोठमोठ्या दगडांप्रमाणे कोसळू लागली. सर्वांत मोठं संकट आलं एका सकाळी. तीस हजार रुपये घेऊन त्यातले फक्त पाच हजारच परत केले आहेत, बाकीचे अद्याप परत केले नाहीत म्हणून माझ्यावर ओरडत अब्दुल करीम यांनी आमचं घर डोक्यावर घेतलं. मी त्यांच्या पैशांनी भारतात भटकायला गेले होते, मी एक बदमाश मुलगी आहे, माझ्यासारखी वाईट मुलगी त्यांनी आजवर पाहिली नाही, असं ओरडत त्यांनी आमचं घर दणाणून सोडलं. अब्दुल करीम यांच्याकडून मी पैसे उसने घेतले होते; पण ते परत द्यायचे ठरलं होतं दरमहा हप्त्याहप्त्यानं, माझा पगार झाल्यावर. त्यांनी हे मान्यही केलं होतं; पण आता मात्र घरी येऊन ते बाकीची रक्कम पंचवीस हजार रुपये एकरकमी मागत होते. या अब्दुल करीम यांनीही माझ्याशी लगट करण्यासाठी काही कमी युक्त्या केल्या नव्हत्या. त्यांच्या या युक्त्या माझ्या लक्षात आल्या आहेत हे मी कधीही त्यांच्या लक्षात येऊ दिलं नाही. या अब्दुल करीमनी मला एके दिवशी छोटोबाजार भागातल्या आपल्या एका व्यापारी मित्राच्या घरी बोलावलं होतं. मी भोळेपणानं त्या घरी गेले, तर दिसलं की हिरवा झब्बा-पायजमा घातलेला, खिशात नोटांचं बंडल ठेवलेला असा तो मध्यमवयीन व्यापारी आणि अब्दुल करीम एका जवळजवळ अंधार असलेल्या खोलीत बसलेले आहेत. त्या व्यापाऱ्याकडे खूप पैसा आहे, मला पैशांची गरज भासली, तर त्याच्याकडे मागितल्याबरोबर तो पैसे देईल; एवढंच काय, ते पैसे परत दिले नाहीत तरी चालतील... अशा प्रकारच्या गोष्टी जेव्हा अब्दुल करीम माझ्याशी करीत होते, तेव्हा जणू ते काय सुचवीत होते हे लक्षात आलं नाही असं दाखवून, चहा पिऊन त्या हिरव्या झब्बेवाल्याशी भाजीपाल्याच्या

त्याच्या व्यापाराबद्दल मामुली अशा काही गप्पा मारून, 'मला लगेच हॉस्पिटलमध्ये जायचं आहे, न गेल्यास चालणार नाही,' असं सांगून मी बाहेर आले. हे अब्दुल करीमच आमच्या घरी येऊन एके दिवशी मला म्हणाले होते, 'डॉक्टर, मला एक आजारपण आहे, काय करता येईल सांगा बरं!' त्यांचं आजारपण काय आहे हे विचारल्यावर ते दबल्या आवाजात म्हणाले होते की, त्यांची सेक्शुअल डिझायर (लैंगिक इच्छा) फारच अधिक आहे. दोन पत्नी असूनही त्यांचं लैंगिक समाधान होत नाही, त्या त्यांच्यापासून दूर जातात. ते बराच वेळ 'स्टे' करतात, त्यांच्या पत्नी मात्र लगेच 'फिनिश!' हे ऐकल्यावर, हे अगदी सर्दी-पडशासारखं साधं आजारपण आहे असं सांगून मी त्यांना म्हणाले, ''ही काही समस्या नाही. आपण एखाद्या लैंगिक रोगांच्या विशेषज्ञांकडे जा, ते चांगली ट्रिटमेंट देऊ शकतील, मी काही लैंगिक रोगांची विशेषज्ञ नाही.''

''हे काय म्हणता! तुम्ही तर डॉक्टर आहात, तुम्ही ट्रिटमेंट देऊ शकत नाही, हे काय बोलणं झालं?''

''तुमचं जे आजारपण आहे ना करीमभाई, त्यासाठी विशेषज्ञाची गरज आहे.''

''तुम्ही पण काय बोलता! तुम्ही नात्यातल्या आहात. बाहेरच्या डॉक्टरकडे या सगळ्या गोष्टी कशा सांगता येणार?''

''का बरं सांगता येणार नाहीत? रोग हा शेवटी रोगच असतो!''

''नाही. या रोगाला कुठलाही डॉक्टर बरं करू शकणार नाही.''

''मीसुद्धा डॉक्टरच आहे. मग मला कशाला सांगितलंत?''

फ्याक् फ्याक् करून हसत करीमभाई म्हणाले, ''या रोगावर उपाय काय ते मला ठाऊक आहे.''

काय उपाय आहे हे मी विचारलं नाही. ते स्वतःच म्हणाले, ''मला एका तरुण मुलीची गरज आहे.''

मी म्हणाले, ''किरण आणि कुमुद आहेत ना- तुमच्या दोन मुली. तरुण आहेत दोघीही.''

करीम जीभ चावून म्हणाले, ''त्या तर माझ्या पोटच्या मुली आहेत. मी माझ्या स्वतःसाठी म्हणत होतो.''

''असं होय!''

त्यांना काय म्हणायचं आहे हे न समजल्याचं नाटक करणं मला भागच होतं. मी वहाणांनी त्यांचं थोबाड फोडून त्यांना घरातून हाकलून देऊ शकत नव्हते, कारण ते आमच्या नात्यातले होते. पण ते काय सुचवू पाहताहेत हे मला समजलं आहे हे मला त्यांना समजूही द्यायचं नव्हतं. मी त्यांना एक सभ्य गृहस्थ मानते, असं मला यातून दाखवायचं होतं. त्यामुळे ते पुन्हा असले संकेत करणार नाहीत, असंही

मला वाटत होतं.

तेच करीमभाई.

तेच अब्दुल करीम.

ओरडून ओरडून त्यांनी आमचं घर दणाणून सोडलं होतं. मी वाईट मुलगी. मी त्यांचे पैसे घेऊन मौजमजा करून आले, ऐशआराम करून आले. असल्या वाईट चारित्र्याच्या मुलींना कुणीही विकत घेऊ शकतो! इत्यादी इत्यादी.

आईने संतापून करीमभाईंना थांबवलं. ती म्हणाली, "फालतू गोष्टी कशाला बोलताय! पैसे तिनं उसने घेतले होते, ते ती परत करील. आज जमलं नाही, तर उद्या देईल. पण असल्या गोष्टी बोलणारे तुम्ही कोण?"

करीम थांबले. तिकडे हसीना मात्र दरवाजात उभी राहून सगळं ऐकत होती; पण तिनं कशाचाही प्रतिवाद केला नाही. तिनं प्रतिवाद करायचं काही कारणही नव्हतं. कारण करीमचं हे बोलणं ऐकून तिला एक प्रकारचा आनंदच होत होता. अशी चांगली संधी सोडण्यात तिला कुठलाही अर्थ दिसत नव्हता.

यास्मिन जेव्हा मिलनला घेऊन घरात शिरली, तेव्हा करीम निघून गेले. माझ्याकडे जे दागिने होते, ते सगळे कपाटातून काढून मी सोनाराकडे गेले. यास्मिनही माझ्याबरोबर आली. त्या दागिन्यांची जितकी मूळ किंमत होती, त्याच्यापेक्षा निम्मी किंमत सोनारानं देऊ केली. नाइलाजानं ती स्वीकारली. त्या दागिन्यांचे वीस हजार रुपये आले. यास्मिननं मिलनकडून पाच हजार रुपये उसने घेऊन मला दिले. करीम हे हसीनाचे मेहुणे- तिच्या बहिणीचे पती. म्हणून त्याच दिवशी ते पंचवीस हजार रुपये करीमकडे देऊन येण्यासाठी मी हसीनाच्या हातात दिले. पैसे हातात आल्यावरही हसीनाच्या चेहऱ्यावर काहीच समाधान दिसलं नाही. जणू मी त्या कर्जात जास्त दिवस राहिले असते, तर तिला आनंद झाला असता.

मी मयमनसिंहहून पळाले. शुद्ध हवेत श्वास घेण्यासाठी गेले. ढाक्यात गीताची वाईट वर्तणूक पूर्वीसारखीच चालू होती. परात येऊ दिलं तर बसू देत नसे, बसू दिलं तर झोपू देत नसे. सुहृदला माझ्यापासून दूर ठेवी. सुखाच्या काळात गीता बसायला पाट देई, दुःखाच्या वेळी मात्र दूर दूर हाकली. अपमान करण्याचे किती प्रकार गीताला ठाऊक होते कोण जाणे! दुःखी मन घेऊन मी नईमकडे गेले. त्याच्या स्वभावात स्वार्थ, कपटीपणा, हीनता या गोष्टी तर नव्हत्याच, उलट त्यानं काय केल्यास मी त्याला बुद्धिमान समजेन, काय केल्यानं तो संकुचित वृत्तीचा नाही असं मला वाटेल, कसं बोलल्यानं तो मला धर्मनिरपेक्ष वाटेल, कसं वागल्यानं मी त्याच्याकडे आकर्षित होईन, ते सारं करण्याचे आणि बोलण्याचे तो परोपरीनं प्रयत्न करीत असे. नईमच्या इतक्या प्रयत्नांनंतरही त्याच्याबद्दल माझ्या मनात प्रेम जागं

होत नसे. माझं शरीर ज्या दिवशी नईमच्या स्पर्शानं जागृत झालं, त्या दिवशीही माझ्या मनात कुठलंही प्रेम जागं झालं नाही. ज्या दुपारी माझं शरीर जागृत झालं, त्याच दुपारी नईम म्हणाला, "चल, आपण लग्न करू!" हे वाक्य तो अगदी इतर वेळी जसं 'चल, चहा पिऊ!', 'चल, पुस्तकजत्रेत जाऊ!' म्हणत असे, त्या सुरात म्हणाला. त्या वाक्यानं मी मुळीच दचकले नाही किंवा मला नवलही वाटलं नाही. नईमचा कुठलाही प्रस्ताव मी मान्य करी; कारण तो माझा सगळ्यात जवळचा स्नेही होता. तो माझं कधीही अनिष्ट चिंतणार नाही, हे मला ठाऊक होतं. नईम हा मला कुठलंही बंधन किंवा पिंजरा वाटत नव्हता. लांछन आणि अपमान यांच्या जगातून नईम हा माझ्यासाठी एक प्रकारची मुक्ती होता.

त्या दिवशीच दुपारी धानमंडीच्या बाजूला रिक्षा करून फिरता फिरता रस्त्याकडेच्या एका छोट्या खोलीपाशी नईम थांबला. खोलीवर 'नोटरी पब्लिक' असं लिहिलेला एक साईनबोर्ड लावलेला होता. त्या छोट्या, अंधाऱ्या खोलीत भुतासारखा एक माणूस बसलेला होता. लग्न करायचं असेल तर काय करावं लागतं असं नईमनं त्याला विचारलं. दोघांच्या दोन सह्या आणि काही पैसे. पाच मिनिटांत सह्याही झाल्या, पैसेही देऊन झाले. त्या रात्री नईमच्या घरी आम्ही दोघं एकत्र झोपलो- पहिल्यांदाच. झोपायचं असेल तर काय सही करून थोडंच झोपावं लागतं! तसंही झोपता येतंच की! सही करण्याचा प्रकार मला तरी काही महत्त्वाचा वाटला नाही. ऑफिसातल्या कागदपत्रांवर सही मागितली की मी सही देत असे. मी एक सामान्य व्यक्ती- माझ्या सहीचं एवढं काय मोठं मोल होतं! तर, सही झाली. त्यामुळे माझं काही झालं नाही, तरी नईमचं झालं. झोपायचं झालं तर सही करून झोपायचा नईमवर संस्कार होता. आई-वडील, भाऊ, बहिणी, बहिणींचे नवरे, वहिनी-या सगळ्यांमध्ये नईम संपूर्ण रात्र नाही, तरी अर्धी रात्र माझ्याबरोबर झोपला. या घरात नईमला काहीही करण्याचा अधिकार होता. तोच या घरातला कर्ता होता. त्यानं काहीही केलं, तरी घरातलं इतर कुणीही प्रतिवाद करीत नव्हतं, कारण घरातल्या सगळ्यांच्या खाण्याचा आणि कपड्यांचा खर्च नईमच करीत असे. मोठ्ठ्या घराचं भाडंही तोच देत असे. या घरात त्याचे मित्र आणि मैत्रिणी नेहमीच येत, जेवत, रात्री मुक्कामाला थांबत. या घरात एक रात्र मीही राहिले. नईमनं आपली खोली माझ्यासाठी दिली होती. या वेळचा मुक्काम जरा वेगळा असला, तरी तो मला वेगळा वाटला नाही. नईम हा जसा माझा मित्र होता, तसाच मित्र राहिला- अगदी 'अरे-तुरे'मधला.

मयमनसिंहच्या पानानं रंगलेल्या जिभेच्या, लाल चश्मेवाल्या, कुटुंबनियोजन कार्यालयातल्या सुंदर महिला कर्मचाऱ्यांकडे वाकड्या नजरेनं पाहणाऱ्या डी.डी.च्या अर्जामुळे काम झालं. माझी बदली चोद्दग्राम नावाच्या गावी झाली. एका लाथेत

माझ्या चौदा पिढ्यांना आरोग्य विभागाने मला विसरायला लावलं. बदलीच्या ऑर्डरमुळे मला काही फार दुःख झालं नाही. 'अवकाश'पासून, मयमनसिंहमधल्या कुटुंबनियोजन कार्यालयातल्या रोगट वातावरणापासून दूर जावं, असं मला वाटतच होतं. मी चोद्दग्रामला निघून जाणार हे ऐकून आई खूप रडली. पण मला जायला तर हवंच होतं. ही नोकरीच बदलीची होती. चोद्दग्रामच्या आरोग्य केंद्रात हजर होऊन मी काही दिवस नईमच्या कुमिल्लाच्या घरी राहून ऑफिसला जात असे. तिथं नईम बऱ्याचदा येत असे. रात्र काढून सकाळी परत ढाक्याला जात असे.

मला आश्चर्याचे धक्के देण्याची नईमची सवय अद्याप गेली नव्हती. अचानक एके दिवशी नईमनं माझ्या हाती एक पत्र ठेवलं- माझी बदली झाल्याचं पत्र. चोद्दग्रामहून दोनच आठवड्यांत ढाक्याच्या सलीमुल्लाह मेडिकल कॉलेज आणि मिटफोर्ड हॉस्पिटलच्या ब्लड बँकेत मेडिकल ऑफिसरच्या पदावर बदली. माझा स्वतःच्या डोळ्यांवर विश्वास बसेना. वजन, वशिला बहुधा यालाच म्हणत असावेत! एखाद्या चांगल्या जागी माझी बदली होण्याची काही शक्यताच मला दिसत नव्हती. ढाका शहरात फक्त दोनच मेडिकल कॉलेज हॉस्पिटल्स होती. लोक म्हणत, दांडगा वशिला असल्याशिवाय अशा चांगल्या जागी बदली होत नाही. माझा स्वतःचा असा काहीच वशिला नव्हता, कुणीही वजनदार असामी माझ्या ओळखीची नव्हती. त्यामुळे माझ्या नशिबी फक्त चोद्दग्राम, पंचग्राम, अष्टग्राम असलीच गावं होती. एका साप्ताहिकाच्या संपादकाची दौड केवळ आपल्या साप्ताहिकाच्या ऑफिसपर्यंतच नव्हे, तर थेट आरोग्य मंत्रालयापर्यंत असू शकते, हे किती लोकांना ठाऊक असतं? नईमनं मला दिलेला हा सुखद आश्चर्याचा धक्का आधीच्या सर्व धक्क्यांपेक्षा मोठा होता.

पण तरीही त्याच्याशी माझा सहा महिने झालेला संबंध दोन महिनेसुद्धा टिकला नाही. नईमला वाटत होतं, एके दिवशी धामधुमीत लग्नाचा कार्यक्रम करावा, इष्टमित्र-परिचित, नातेवाईक सगळ्यांना लग्नाचं आमंत्रण द्यावं. त्याची ही इच्छा सफल झाली नाही. एके दिवशी मी रिक्षा करून धनमंडीकडे जाताना अचानक थांबून आधीच्याच त्या छोट्या, अंधाऱ्या खोलीत नोटरी पब्लिककडे जाऊन काही पैसे आणि माझी सही देऊन आले- या वेळची सही आधीच्या सहीपेक्षा उलटी होती. सही केली काय, न केली काय, माझं काहीच जात नव्हतं- मी तीच आधीची मी होते. आपण काही गमावलं आहे किंवा काही मिळवलं आहे असं मला मुळीच वाटत नव्हतं. पहिल्यांदा इथं सही करायला येताना जशी मी अलिप्त, निःस्पृह होते, तशीच आताही होते. सहीचं महत्त्व माझ्या दृष्टीनं मैत्रीच्यापेक्षा अधिक नव्हतं. मैत्रीच जर कोमेजली असेल, तर कुठलीही सही कुठलाही संबंध टिकवून ठेवूच शकत नाही.

या घटनेनंतर नईमचा संकुचित, अनुदार, हिंसक आणि सूड घेण्यासाठी पेटलेला स्वभाव हळूहळू असा प्रकट होऊ लागला की, आधीचा नईम तो हाच होता का, यालाच मी सर्वांत जवळचा मित्र मानत होते का, असा विचार करताना मला शरम वाटू लागली. माझ्यावर हुकमत गाजवण्याच्या इच्छेनं तो जणू वेडापिसा झाला.

मी मयमनसिंहला जायला निघाले तर नईम म्हणे, "आता जायची गरज नाही."

"म्हणजे?"

"म्हणजे आत्ता जायची गरज नाही."

"मग कधी जायची गरज आहे?"

"नंतर कधीतरी."

"नंतर कधी?"

"मी सांगेन तेव्हा."

म्हणजे ज्या दिवशी नईम परवानगी देईल, त्याच दिवशी मी मयमनसिंहला जाऊ शकत होते. ज्या दिवशी तो मला बाहेर फिरायला नेईल, त्याच दिवशी मला बाहेर फिरायला हवं; एरवी नाही.

सहीच्या आधी नईम ज्याप्रमाणे सतत मला आनंद देण्यात व्यग्र असे, तोच नईम सहीच्या नंतर मात्र मला आपल्या स्वतःच्या इच्छेच्या पिंजऱ्यात बंदिवान करण्यामध्ये व्यग्र होऊन गेला. मी बंदिवान व्हायला नकार दिला की, नईम आरडाओरडा करी, त्याच्या कपाळावरची शीर संतापानं उडू लागे. सहीच्या आधी त्याची जी कार मी अधूनमधून चालवीत असे, ती कार चालवायला सहीनंतर त्यानं मला बंदी घातली. सहीपूर्वी आपल्या साप्ताहिकाच्या प्रत्येक अंकात माझं लेखन छापण्याचा त्याचा आग्रह असे; सहीनंतर आता तो आग्रह राहिला नाही. मी हळूहळू नईमच्या हातातली बाहुली बनले. मला जर एखादं पेन हवं असेल, तर नईम मला दहा पेन्स आणून देई; पण ती मला बाहेरून आणू देत नसे. मला तो स्वाभिमान बाळगू देईना, माझ्यासाठी अभिमान तो स्वतः बाळगे. माझ्या सगळ्या जबाबदाऱ्या तो घेऊ पाही, जणू मला माझी कुठलीही भूमिका राहू नये, कुठलंही धोरण राहू नये, फक्त त्याचं एकट्याचंच धोरण चालावं, असं त्याला वाटे. तो माझ्यापेक्षा सर्वच बाबतींत मोठा आहे हे मला पटवून देण्यात तो इतका व्यग्र झाला की, माझ्या ज्या कर्तृत्वाबद्दल त्याला एके काळी प्रचंड अभिमान वाटत असे, ते माझं कर्तृत्व आता त्याच्यासाठी अत्यंत तुच्छ बनलं. जो नईम सहीपूर्वी स्वतःवर विनोद करी, स्वतःलाच हसे, 'मला काहीच ज्ञान नाही, मी निव्वळ एक गावंढळ इसम आहे' असं स्वतःबद्दल म्हणे, तो नईम सहीनंतर मात्र आपण ज्ञानाचा सागर आहोत,

सर्वगुणसंपन्न आहोत, सगळ्या विद्यांमध्ये पारंगत आहोत, असं अगदी सहज म्हणू लागला. त्यात त्याला काहीच द्विधा वाटेना. स्वतःच्या महानपणाच्या गोष्टी तो डोळे मोठे करून, छाती फुगवून सांगू लागला. मला वाटू लागलं, नईमची पूर्वीची वागणूक होती, ती केवळ मला वश करण्यासाठीच असावी. माणसाचा खरा स्वभाव कधी-ना-कधीतरी प्रकट होतोच. कधीतरी मुखवटा गळून पडतोच. मी त्याला आता त्याच्या मुठीत सापडले होते. एखादी स्त्री आपल्या मुठीत आल्यावर तिला स्वातंत्र्य द्यावं, असं कुठल्याही पुरुषाला वाटत नाही; आणि नईम तर पुरुषच होता.

नईम आपल्या वडिलांची खूप प्रशंसा करीत असे. माझे वडील पाकिस्तानच्या अमलात खासदार होते असं नेहमी म्हणे. यात अभिमान वाटण्यासारखं काही आहे असं मला मुळीच वाटत नसे. कारण त्याचे हेच बाबा कुमिल्लाच्या देवीद्वारमध्ये मुस्लिम लीगचे नेते होते. एवढंच काय, मुक्तियुद्धाच्या वेळी केवळ रझाकारच नव्हेत, शांती कमिटीचे मोठे नेते होते. नईमला आपल्या बाबांच्या भूतकाळातील धोरणांबद्दल, भूमिकांबद्दल ग्लानी किंवा पश्चात्ताप वाटत नसे. आपल्या वडिलांनी चूक केली असे तो कधीच मान्य करीत नसे. आपल्या वडिलांवर त्याचं इतकं प्रेम होतं की, काही कारण नसतानाही मला तो त्यांचा रक्तदाब पाहायला सांगे. एकदा रक्तदाब पाहिला, तो नॉर्मल होता; तरीही दुसऱ्या दिवशी त्यानं मला पुन्हा त्यांचा रक्तदाब मोजायला सांगितलं. दुसऱ्या दिवशीही मोजला. पुन्हा तिसऱ्या दिवशीही 'बाबांचा रक्तदाब पाहा' म्हणाला.

''कशासाठी?'' मी अवाक् होऊन म्हणाले.

''असंच!''

''असंच कशासाठी?''

उगाचच रोज एखाद्याचा रक्तदाब पाहण्यात कुठलाही अर्थ नसतो. त्याचे वडील चांगले निरोगी होते, रक्तदाबात कुठलाही बदल होत नव्हता पण केवळ ते त्याचे बाबा आहेत म्हणून, त्याचं त्यांच्यावर प्रेम आहे म्हणून उगाचच मला त्यांचा रक्तदाब पाहावा लागणार! मी सरळ नकार दिला. म्हणाले, ''आता मी त्यांचा रक्तदाब पाहणार नाही.'' नईम संतापानं थरथर कापू लागला. त्याची बोटं एरवीही कारण नसताना थरथरत. संतापल्यावर त्याचं सारं शरीर थरथरे. त्याचे डोळे खोबणीतून बाहेर आल्यासारखे वाटत. नईम कसाही असला, तरी त्याच्या घरची सगळी माणसं खूप चांगली होती. त्याची आई अत्यंत सुंदर होती, वडील मात्र कुरूपपणाचा अर्क होते. ते दिसायला कसेही असले, तरी मी जे काही दिवस नईमच्या घरी होते, तेवढे दिवस ते माझ्याशी खूप चांगले वागले. केवळ तेच नाही,

तर घरातले सगळेच खूप चांगले वागले. पण त्यामुळेच काही सुख मिळतं का?

नईमच्या विनयी स्वभावामुळे लोक त्याच्याकडे आकृष्ट होत; पण आतून आतून मात्र तो प्रचंड अहंकारी होता. स्वतःप्रमाणेच आपल्या वडिलांबद्दलही त्याला प्रचंड अहंकार होता. नईमच्या राजकीय भूमिकेबद्दल माझ्या मनात प्रश्न उभा राही. 'खबरेर कागज'ची जबाबदारी स्वीकारण्याआधी तो 'इन्किलाब' या साप्ताहिकात नोकरी करी. 'इन्किलाब' हे पूर्णपणे मुस्लिम मूलतत्त्ववाद्यांचं साप्ताहिक होतं. त्याचे संपादक-प्रकाशक मौलाना मन्नान हे या देशातले प्रसिद्ध रझाकार. ते नेहमी स्वातंत्र्याचा पक्ष घेणाऱ्यांच्या विरोधात लिहीत. देशात इस्लाम धर्माच्या प्रसारात सर्वांत मोठी भूमिका बजावीत. नईम 'इन्किलाब'च्या विरोधात एक अक्षरही बोलत नसे. उलट 'इन्किलाब' साप्ताहिकाचा मेक-अप, गेट-अप, छापखाना यांची खूप प्रशंसा करी. 'खबरेर कागज'सुद्धा तो 'इन्किलाब'च्याच छापखान्यात छापून घेई. एके दिवशी रात्री त्यानं मला 'इन्किलाब'चा आधुनिक छापखाना दाखवून आणला. देशात दोन पक्ष- एक मूलतत्त्ववादी आणि दुसरा मूलतत्त्ववादाच्या विरोधात. 'खबरेर कागज' साप्ताहिकाच्या संपादकाच्या भूमिकेत आल्यावर मूलतत्त्ववाद्यांच्या विरोधातील शक्तींशी त्याची चांगली मैत्री झाली होती; पण तो स्वतः कुठलीही स्पष्ट अशी भूमिका घेत नसे. 'इन्किलाब'च्या अंधाऱ्या गुहेतून तो आता बाहेर एका प्रकाशमय जगात आला होता. विद्यापीठातून पत्रकारितेमधली पदवी घेतलेल्या नईमनं आजवर 'खबरेर कागज' किंवा 'आजकेर कागज'मधलं एकही संपादकीय लिहिलं नव्हतं. तो आसपासच्या डेस्कवर बसलेल्या वार्ताहरांकडून संपादकीय लिहवून घेई. कुठल्याही राजकीय किंवा सामाजिक क्षेत्रातल्या नेत्याची मुलाखत त्यानं आजवर घेतली नव्हती किंवा साधा एखादा लेखसुद्धा लिहिला नव्हता. हे सारं त्याला जमत नव्हतं. त्याला जमत होता धंदा. काजी शाहिद अहमद यांनी त्याची निवड करून त्याच्यावर संपादनाची जबाबदारी सोपवली होती. नईमनं मोठमोठ्या लेखकांकडून लिहवून घेऊन साप्ताहिकाला व्यावसायिक यश मिळवून दिलं होतं आणि लोकप्रियताही मिळवून दिली होती. नईमकडे लेखनकौशल्य नसलं, तरी त्याच्या या कर्तृत्वासाठी त्याची वाहवाच करायला हवी. अशा प्रकारे अचानक संपादक होऊन यश मिळवणं, ही काही छोटी गोष्ट नक्कीच नाही.

नईमच्या बरोबर शरीरसंबंध झाल्यावर सुरुवातीलाच एक घटना किंवा दुर्घटना घडली. मला दिवस गेले. रुद्रशी अनेक वेळा शरीरसंबंध होऊनही जी घटना घडली नव्हती, ती नईमशी फक्त दोनच वेळा संबंध आल्यावर घडली. माझ्या संपूर्ण शरीरात एक आश्चर्यकारक परिवर्तन जाणवलं. मनामध्येही. जणू ही मी कुणी दुसरीच होते. या दुसऱ्या 'मी'ला मी ओळखीत नव्हते. स्वतःच्या रूपांतरित झालेल्या अस्तित्वानं माझ्यामध्ये एक अनिर्वचनीय असा शहारा जागवला. या

रूपाची मी पूर्वी कधीच कल्पना केली नव्हती. भय, लज्जा, सुख, स्वप्न- सारी माझ्या आकाशात विजेसारखी चमकू लागली. नईमनं मला अनेकदा आश्चर्याचे धक्के दिले होते. पण या वेळचा धक्का वेगळाच होता. त्याची तुलना आधीच्या कुठल्याच धक्क्याशी करता येत नव्हती.

"चल, क्लिनिकमध्ये चल."

"क्लिनिकमध्ये कशासाठी?"

"ॲबॉर्शन करायला चल."

"म्हणजे?"

"म्हणजे-बिणजे काही नाही. ॲबॉर्शन करायलाच पाहिजे."

"का? ॲबॉर्शन कशासाठी करायचं?"

"अगं, एवढ्यातच मूल कशाला हवं? त्याचा विचार नंतर केला तरी चालेल!"

माझी कुठलीही हरकत, विरोध नईमनं मान्य केला नाही. त्यानं मला जबरदस्तीनं एका क्लिनिकमध्ये नेलं आणि माझा गर्भपात करवला.

त्यानं हे का केलं, ते मला ठाऊक होतं. त्याला वाटत होतं की, गर्भधारणा होण्यासाठी ज्या स्पर्म्सची आवश्यकता असते, ते मी दुसऱ्या कुणाकडून तरी घेतले आहेत. म्हणजे, हे बीज त्याचं नाही, दुसऱ्या कुणा पुरुषाचं आहे. मला नईमबद्दल वाईट वाटलं- संशयामुळे त्याला आपल्या स्वतःच्या बाळाला मारून टाकण्यात द्विधा वाटलं नाही. त्याच्या संशयाच्या अग्नीत माझी जळून राख होऊ लागली. मी कुठं जाते, कुणाशी बोलते, माझ्या वाढदिवशी मला कुणी आणि काय भेटवस्तू दिली, का दिली या सर्व गोष्टींच्या बाबतीत संशयाचे डोळे हळूहळू वाघासारखे होऊ लागले. मला ते डोळे जणू फाडून खाऊ लागले. मला नईमबद्दल करुणा वाटू लागली. प्रचंड संशयीपणामुळे त्याला हे समजेना की, जर कुणाशी माझा कुठल्याही प्रकारचा शारीरिक, मानसिक संपर्क असेल, तर तो केवळ त्याच्याशीच, इतर कुणाशीही नाही. नईमला वाटत होतं मी त्याची फसवणूक करतेय, त्याच्याशी लबाडी करतेय. म्हणून त्यानं अधिक लबाडी करून माझ्या लबाडीचं उत्तर दिलं. हळूहळू नव्हे, खूप वेगानं माझं मन नईमवरून उठलं.

एकदा 'खबरेर कागज'च्या कार्यालयातही नईमच्या अति लबाडीविरुद्ध विरोधाचा विस्फोट झाला. काजी शाहिद अहमद यांच्या चेकबुकमधून एक ब्लँक चेक चोरून नईमने पैशांचा गैरव्यवहार केला. काजी शाहिदनी नईमला अर्धचंद्र नव्हे, तर पूर्णचंद्र देऊनच बाहेर काढलं. साप्ताहिकाचे मालक असलेल्या काजी शाहिद यांनी स्वतःच संपादकपदाची जबाबदारी घेतली. आधी नईम काजी शाहिद यांची प्रशंसा करी; आता मात्र तो 'काजी शाहिद यांच्यासारखा वाईट माणूस जगात दुसरा नसेल'

असं त्यांच्याबद्दल बोलत फिरू लागला, त्यांची निंदा करू लागला. 'कसंही करून मी त्यांचा सूड घेईन' असं म्हणू लागला. त्याला बुद्धी काही कमी नव्हती. तिच्या जोरावरच त्यानं 'खबरेर कागज' हे साप्ताहिक लोकप्रिय करून 'आजकेर कागज' हे दैनिक सुरू केलं होतं. एका रात्रीत 'आजकेर कागज' हे देशातलं पहिल्या क्रमांकाचं नव्हे, तरी दुसऱ्या क्रमांकाचं दैनिक बनलं होतं. बुद्धी असली, तरी एखादा दुर्गुण सगळं गोलमाल करून टाकतो. पण नईम हरणारा नव्हता. 'आजकेर कागज'मधून हाकलला गेल्यानंतर त्यानं पुन्हा नवीन लोक जमा करून 'भोरेर कागज' (पहाटेचा पेपर) नावाचं नियतकालिक सुरू केलं. 'आजकेर कागज'मध्ये ज्या लेखकांकडून तो सदरं लिहवून घेई, त्यांच्यापैकी अनेकांना त्यानं फोडलं आणि 'भोरेर कागज'मध्ये आणलं. 'भोरेर कागज' दैनिक हळूहळू लोकप्रिय होऊ लागलं.

नईमला मी काही थोर मानत नाही, हे जेव्हा त्याच्या लक्षात आलं, तेव्हा तो माझा सूड घेऊ लागला. त्याचा विनय तुटलेल्या फांदीप्रमाणे गळून पडला. त्याचा सभ्यपणा, नम्रता, सौजन्य हे सारे दाखवण्याचे गुण गॅसच्या फुग्याप्रमाणे आकाशात उडून गेले आणि खरा नईम त्याच्या संतप्त नजरेतून, दात खाण्यातून, आरडाओरड्यातून प्रकट झाला. आपल्या वागणुकीनं मला- तसलिमाला त्रास होईल का, तिला संताप येईल का याबद्दल आता तो पर्वा करीनासा झाला. माझे जे ओळखीचे लोक होते, मित्र-मैत्रिणी होत्या, नातेवाईक होते त्या सर्वांकडे जाऊन तो 'मी तसलिमासाठी अमुक केलं, तमुक केलं' आणि 'तिनं माझ्यासाठी अमुक केलं नाही, तमुक केलं नाही' अशी लांबलचक यादी सांगून त्याच्यासारख्या गुणी, असामान्य तरुणावर मी खूप अन्याय केला आहे, त्याच्याशी नीट वागले नाही, असं बोलून आला. मी कृतघ्न आहे, मी उर्मट आहे, मी अविचारी आहे, असं माझ्याबद्दल बोलू लागला.

मी सहजपणे, द्विधा न होता त्याच्याशी संबंध तोडू शकते, त्याचा त्याग करू शकते हे जेव्हा नईमच्या लक्षात आलं, तेव्हा त्यानं एखाद्या जळवेप्रमाणे मला चिकटून राहण्याचा प्रयत्न सुरू केला. त्याच्या संशयाला मी महत्त्व देत नाही हे जेव्हा त्याच्या लक्षात आलं, तेव्हा तो खूप संतप्त झाला. त्याच्या रागाचीही मी मुळीच पर्वा करीत नाही हे जेव्हा त्याला दिसलं, तेव्हा मला त्राही त्राही करण्याची, माझा अपमान करण्याची योजना त्याने आखली. योजना आखण्यात नईम अगदी पक्का होता.

मिटफोर्ड हॉस्पिटलजवळ आरमानीटोला भागात एक घर भाड्यानं घेऊन मी राहत होते. अचानक एके दिवशी कुणीतरी दरवाजाची कडी वाजवली. दार उघडून पाहिलं, तर नईम. माझा पत्ता त्याला ठाऊक असण्याचं काही कारण नव्हतं. पण ससाण्याच्या नजरेला आपली शिकार कुठं आहे हे बरोबर दिसतं. दरवाजा तो

इतक्या जोरानं वाजवीत होता, की आसपासचे लोक जमा झाले. हा प्रकार असह्य होऊन मी बाहेर येऊन नईमला सांगितलं की, कुठल्याही प्रकारे मी त्याला माझ्या घरात येऊ देणार नाही. मी त्याला घरात येऊ दिलं नाही, कारण त्यानं रुद्रचा थोडासुद्धा अपमान करू नये, असं मला वाटत होतं. अखेर एकदाचा नईम माझ्या दरवाजातून निघून गेला; पण मनातल्या मनात काहीतरी ठरवूनच. एक म्हणजे, मला या घरातून बाहेर काढणं; दुसरं म्हणजे, खरोखर एक लग्न करणं.

◆

सुखाचा संसार

मिटफोर्ड ब्लड बँकेमध्ये माझी नेमणूक झाली होती. रक्त विकण्यासाठी काही गरीब लोक येत. त्या लोकांच्या शरीरातून रक्त कसं घ्यायचं असतं, कशा प्रकारे रक्ताच्या बॅगवर लेबल लावून ते फ्रिजमध्ये ठेवायचं, असं हे डॉक्टरपेक्षा टेक्निशियन लोकांनाच अधिक चांगलं ठाऊक असतं. सकाळी आठपासून ते दुपारी दोनपर्यंत मला उगीचच ऑफिसमध्ये बसून राहावं लागे. अधूनमधून काही कागदपत्रांवर सही करण्याव्यतिरिक्त दुसरं काहीच काम नसे. असं उगीचच बसून राहणं मला असह्य वाटे. ब्लड बँकेच्या शेजारीच स्त्रीरोग आणि प्रसूती विभाग होता. तिथल्या डॉक्टरांना मात्र कामातून अगदी श्वास घ्यायलाही फुरसत मिळत नसे. ते पाहून मलाही कामात व्यग्र व्हायची इच्छा झाली. एके दिवशी मी स्त्रीरोग विभागाचे प्रमुख डॉ. बायस भुंईया यांच्याकडे एक अर्ज घेऊन गेले. 'मला स्त्रीरोग विभागात काम करण्याची इच्छा आहे. मला तिथे काम करण्याची संधी देऊन उपकृत करावे,' असं मी अर्जात लिहिलं होतं. डॉ. भुंईयांनी मला उपकृत केलं.

हॉस्पिटलजवळच आरमानीटोला भागात माझं भाड्याचं घर होतं. ते घर मला मिळवून देण्यात मदत केली होती 'विद्याप्रकाश प्रकाशन'चे मालक मुजीबुर रहमान खोका यांनी. खोकांनी प्रकाशित केलेले माझे कवितासंग्रह चांगले खपत होते. ते मला आणखी लिहिण्यासाठी प्रेरणा देत. हॉस्पिटलमधूनच ब्लड बँकेच्या रिकाम्या वेळेत मी पुस्तकांची खबर घेण्यासाठी गेले होते. दोन-तीन वेळा गेल्यानंतर मी एके दिवशी त्यांना म्हणाले, ''कसंही करून माझ्यासाठी या परिसरात एखादं भाड्याचं घर मिळवून द्या.'' दरम्यान, हॉस्पिटलच्या आसपास घर शोधता शोधता 'टु लेट' पाटी असलेल्या ज्या घरात मी गेले होते, ते घर, भाडं सगळं पसंत पडल्यावर घरमालकानं विचारलं, ''कोण कोण राहणार घरात?''

''मी राहीन.''

''ते लक्षात आलं हो; पण पुरुष कोण राहणार तुमच्याबरोबर?''

''कुणीही पुरुष राहणार नाही. मी एकटी राहीन.''

घरमालक चमकून म्हणाला, "असं एकटं कुणी बाईमाणूस राहतं होय? तुमचे पती नाहीत?"

"नाही."

"मग माफ करा. कुठल्याही एकट्या महिलेला आम्ही घर भाड्यानं देत नाही."

तोंडावर धाडकन दरवाजा बंद झाला. त्यानंतरही मी आशा सोडली नाही. खोकाबाबू राजी झाल्यावर त्यांना बरोबर घेऊन मी घर पाहायला बाहेर पडले. जे घर पसंत पडे, त्या घराचा मालक खोकाबाबू पुरुष असल्यानं त्यांनाच विचारी, "कोण कोण राहणार घरात?" खोकाबाबू म्हणत, "त्या राहतील, त्या डॉक्टर आहेत, मिटफोर्ड हॉस्पिटलमध्ये नोकरी करतात."

"त्यांचे पती नाहीत?"

खोकाबाबू खूप नरम आवाजात म्हणत, "नाही, त्यांचे पती नाहीत. मिटफोर्ड हॉस्पिटलमध्ये त्या नवीनच बदली होऊन आल्या आहेत. हॉस्पिटलच्या जवळच राहायला जागा मिळाली, तर सोईचं होईल. आपण भाड्याची चिंता करू नका. त्या डॉक्टर म्हणून नोकरी करीत असल्यानं दरमहा भाडं नक्की देतील."

खोकाबाबूंना घेऊन गेल्यामुळे किमान एवढं काम होईल असं वाटलं होतं; पण काम काही झालं नाही. कुठलाही घरमालक एकट्या बाईमाणसाला घर भाड्यानं देऊ इच्छित नव्हता. काही घरमालक असे दिसले की, ज्यांनी माझ्या तोंडावर धाडकन दार लावून घेतलं नाही किंवा 'निघा, बाहेर व्हा, घर भाड्याने देता येणार नाही' असं म्हटले नाहीत; खोकाबाबूंच्या विनंतीवरून ते घर भाड्यानं द्यायला राजी झाले; पण त्यांची एक अट असे- 'मुलीच्या वडिलांनी किंवा भावानं तिच्याबरोबर राहिलं पाहिजे.' याचा अर्थ पती जर नसेल, तर काय करता येणार, फुटकं नशीब पोरीचं! पण दुसऱ्या कुणा पुरुष नातेवाइकानं तिच्याबरोबर राहायलाच हवं. एक मुलगी एकटी का राहू शकत नाही, हे मात्र कुठलाही घरमालक स्पष्ट करून सांगत नव्हता. माझा पालक म्हणून कुणीतरी माझ्याबरोबर राहायलाच हवं. मी एक प्रौढ व्यक्ती आहे, मीच माझी पालक आहे, हे कुणी मान्यच करीत नव्हतं. बाबा, भाऊ, काका यांच्यापैकी कुणालाच मी त्यांच्या संसारातून उचलून आणून माझ्याबरोबर पालक म्हणून राहायला सांगू शकत नाही, हे मी खोकाबाबूंना सांगितलं. काही वेळानंतर मला आईची आठवण झाली- हो, आईला मी माझ्यासोबत राहण्यासाठी आणू शकत होते. पण आई तर काही पुरुष नव्हती आणि घरमालकाला पुरुष हवा होता. एका डॉक्टर तरुणीसोबत जर तिची आई असेल, तर भाड्यानं घर मिळेल का याचीही चौकशी करण्यात आली; पण काही फायदा झाला नाही. शोधता-शोधता, घामाघूम होता होता, आशा सोडून देण्यापूर्वी 'हा शेवटचा प्रयत्न' म्हणून

ज्या घरात शिरले, तेच हे आरमानीटोलामधलं घर. घरमालकासमोर जितकं नम्र होता येईल, तितकं नम्र होऊन खोकाबाबूंनी दोन तास त्यांच्या प्रश्नांना उत्तरं दिली, परीक्षेत पास झाले आणि आई व मुलगी यांना घर भाड्यानं देण्यासाठी त्या घरमालकाला राजी केलं. त्या प्रचंड मोठ्या घराचे मालक अशिक्षित होते; पण भंगाराच्या व्यवसायातून त्यांनी गडगंज संपत्ती जमवली होती. गडगंज श्रीमंत झाल्यावर बरेचसे लोक जे करतात, तेच त्यांनी केलं होतं- दाढी ठेवली होती, डोक्यावर टोपी घातली होती आणि अल्लाला साक्षी ठेवून चार लग्नं केली होती. चार पत्नींना चार वेगवेगळ्या घरांमध्ये ठेवलं होतं. या मोठ्या घरात ते आपल्या चौथ्या पत्नीबरोबर राहत. घरभाडं होतं तीन हजार आणि माझा पगार कासवाच्या गतीनं वाढत-वाढत एकूण अडीच हजार झाला होता. तरीसुद्धा मी त्या घराच्या पाचव्या मजल्यावर दोन खोल्या आणि लांब व्हरांडा असलेलं एक अपार्टमेंट भाड्यानं घेतलं. मी एकटी माझ्या स्वतःच्या घरात राहीन, दुसऱ्याच्या घरात दुसऱ्याच्या आज्ञेत राहणार नाही- या आनंदानं आणि उत्तेजनेमुळे माझ्या अंगावर रोमांच उभे राहिले.

आयुष्यात पहिल्यांदाच दुसऱ्यावर अवलंबून न राहता आपलं जीवन जगण्याची मी प्रतिज्ञा केली होती. स्वस्तात एक कॉट, लोड, उश्या, चादर, एक स्टीलचं कपाट आणि काही आवश्यक भांडीकुंडी विकत आणून घर राहण्यायोग्य केलं. मयमनसिंहहून मी आईला आणि लिलीला घेऊन आले. वेगळं एक घर भाड्यानं घेऊन पूर्णपणे स्वतःच्या मताप्रमाणे राहण्यामुळे आईलाही खूप आनंद झाला. आईनं आल्याबरोबर लिलीकडून घर स्वच्छ करवून घेतलं, स्वयंपाक करून घेतला आणि मग व्हरांड्यात उभी राहून आरमानीटोलाच्या मैदानात मुलांचं फुटबॉल खेळणं, रस्त्यावरची रहदारी आणि खुलं आकाश पाहू लागली. हळूहळू मी खिडक्यांसाठी पडदे विकत घेतले. खूप घासाघीस करून, हिरवं डिझाईन असलेला एक लाल गालिचा विकत घेतला, त्याला मॅचिंग रंगाच्या उश्याही आणल्या. सोफा किंवा खुर्च्या घेण्यासाठी पैसे नव्हते, म्हणून ही व्यवस्था. कुणी पाहुणे आले, तर उशीला टेकून गालिच्यावरच बसू शकत होते. सोफा विकत घेता आला नाही याचं दुःख वाटलं नाही. स्वतःचा पहिला संसार खूप सुंदर सजवावा असं वाटे, सुंदर सुंदर वस्तूंकडे नजर जाई; पण त्या माझ्या ऐपतीपलीकडे असल्यानं कमी किमतीच्या पण दिसायला उत्तम अशा वस्तू मी शोधी. अशा वस्तूसुद्धा स्वतःच्या कमाईतून विकत घेऊन स्वतःच्या संसारात आणण्याचा आनंद अतुलनीय असतो. ज्या महिन्यात गालिचा विकत घेतला, त्या महिन्यात दुसरी कुठली वस्तू विकत घेता आली नाही. पुढच्या महिन्याची वाट पाहत राहिले. या वाट पाहण्यामध्येही एक प्रकारचं सुख असे. माझ्या वेतनातून घरभाडंच देणं शक्य नसे, त्यामुळे माझी मदार

लेखनावर असे. 'साप्ताहिक पूर्वाभास' आणि 'पाक्षिक अनन्या'मध्ये मी सदरं लिही. 'खबरेर कागज' आणि 'आजकेर कागज'मध्ये नईमचा प्रभाव कमी झाल्यावर त्यांच्यामध्येही मी सदरं लिहायला सुरुवात केली. 'विद्याप्रकाश' प्रकाशनानं माझा 'अतले अन्तरीण' नावाचा आणखी एक कवितासंग्रह प्रकाशित केला. त्याचा चांगला खप झाला. पुस्तक चांगलं खपलं, तरी त्याच्या रॉयल्टीचे पैसे मी मागितले नाहीत. त्याची दोन कारणं होती- पहिलं कारण म्हणजे मला संकोच वाटे आणि दुसरं कारण म्हणजे स्वावलंबी जीवन जगण्यात खोकाबाबूंनी मला जे सहकार्य केलं होतं, त्यामुळे त्यांच्याबद्दल मला खूप कृतज्ञता वाटत होती. मला शॉपिंग करायचं असेल, तर कुठली वस्तू कुठल्या दुकानात चांगली मिळेल, हे ते सांगत. कधी कधी स्वतःसुद्धा बरोबर येत आणि दुकानदाराशी बोलून त्याला रास्त किमतीत मला वस्तू द्यायला सांगत. बरेच दिवस मी जेवणात फक्त वरणभातच खात असे. हे त्यांच्या लक्षात आल्यावर त्यांनी एकदा दोन कोंबड्या विकत आणून दिल्या. माझ्याकडचे पैसे संपत आलेले दिसले, की आई मयमनसिंहला जाऊन बाबांच्या भांडारातून पिशव्यांमधून डाळ, तांदूळ, धान्य घेऊन बसने ढाक्याला येई. माझी गरिबी होती हे खरं; पण त्याचबरोबर आनंदही होता. माझ्या आयुष्यात मी इतकी चणचण कधी भोगली नव्हती; पण इतका आनंदही पूर्वी कधी उपभोगला नव्हता. एखाद्या भावाप्रमाणे, स्नेह्याप्रमाणे खोकाबाबू जवळ होते. आई माझ्यासोबत राहत होती, आपल्या वात्सल्याचा माझ्यावर वर्षाव करीत होती. लिलीसुद्धा आनंदात होती. इथं काम कमी होतं आणि मनासारखी विश्रांतीही घेता येत होती. ती 'अवकाश'मध्ये करीत होती, तशी ढोरमेहनत तिला इथं करावी लागत नव्हती. माझा संसार काटकसरीचा होता; पण सुखानं ओसंडून वाहत होतं माझं जीवन.

हॉस्पिटलच्या स्त्रीरोग विभागात मी खूप कामात असे. रोग्यांचा त्या विभागात जणू पूरच आलेला असे. मयमनसिंह हॉस्पिटलच्या स्त्रीरोग विभागात इंटर्नशिप करताना जशी उत्तेजना वाटत असे, तेव्हा जसा अगदी श्वास घ्यायलाही वेळ नसे, तशीच परिस्थिती इथंही होती. मी प्रसूती करवीत असे, एपिसिओटोमी देत असे, एक्लाम्प्सियाच्या रोग्यांवर उपचार करीत असे, रिटेण्ड प्लॅसेंटा बाहेर काढीत असे, फॉर्सेप्स डिलिव्हरी करीत असे, कुणाचं ताबडतोब सिझेरियन करायचं असेल तर, तिकडे धावत असे. त्याशिवाय स्त्रीरोग विभागाच्या बाह्यरुग्ण विभागात रोगी पाहायचे असत. रोज शेकडो रुग्णांची गर्दी असे. नेहमीच्या वेळेपेक्षा खूप वेळ हॉस्पिटलमध्ये जात असे. दिवसभर याप्रमाणे काम केल्यावर रात्रीचीही ड्यूटी असे. रात्रभर जागून काम करावं लागे. स्वतःसाठी जो अगदी थोडा वेळ मिळे, तेव्हा सदरांसाठी लेखन करी. अधिक पैसे मिळवले नाहीत, तर घरभाडं देता येणार नाही, उपवास पडतील, ही चिंता असे. का कोण जाणे, पण हॉस्पिटलमधले इंटर्नी

डॉक्टर्स माझे खूप चाहते बनले- अगदी मित्रांसारखे. त्यांच्या-माझ्या वयात बरंच अंतर असलं, तरी त्यांच्याशी मैत्री झाली. मी कोण हे त्यांना सर्वांनाच ठाऊक होतं. मी कोण आहे हे मी सांगण्याची गरज पडत नसे. त्यामुळे एक गैरसोयही होई की, मी काम करीत असले, तरी बाकीचे समजत की माझं मन डॉक्टरकीत नाही, तर काव्यात आहे, काव्यलेखनात आहे. मी प्रिस्क्रिप्शन लिहीत असले, तरी लांबून पाहणाऱ्यांना वाटे की मी प्रिस्क्रिप्शन नव्हे, तर वर्तमानपत्रासाठी सदर लिहिते आहे. माझ्या वयाचे डॉक्टर्स एफ.सी.पी.एस. पास होऊन किंवा फर्स्ट पार्ट पास होऊन रजिस्ट्रार किंवा सी.ए. (क्लिनिकल असिस्टंट) झालेले असत. या वयात माझ्याप्रमाणे जे डॉक्टर्स फक्त मेडिकल ऑफिसर म्हणून काम करीत असत, तेही एफ.सी.पी.एस. परीक्षा देण्याच्या गडबडीत असत. मलाच तेवढी परीक्षेची मातब्बरी वाटत नसे. निव्वळ मोठमोठी पुस्तकं घेऊन बसायची, वर्षांमागून वर्षं त्या पुस्तकांचा अभ्यास करण्यात घालवायची यात काही अर्थ होता का? दहा-दहा वर्षं परीक्षा देऊनही बरेच जण पास होत नसत, तरीही न थकता ते आपले परीक्षा देत असत आणि दर वर्षी बहुधा नापासच होत असत. ज्यांचे वडील पैसेवाले असत, ते पी.जी.च्या एफ.सी.पी.एस.मध्ये नापास झाले, तर लंडनला जाऊन एफ.आर.सी.एस. डिग्री घेऊन देशात परत येत. बांगलादेशची एफ.सी.पी.एस. पास होण्यापेक्षा इंग्लंडची एफ.आर.सी.एस. पास होणं सोपं असतं, यावर विश्वास बसत नसला, तरी हे खरं आहे. हे सारं पाहून माझी पुढचं शिक्षण घेण्याची इच्छाच मरून गेली. मिटफोर्ड हॉस्पिटलमध्ये नोकरी करणारे माझ्या वयाचे सर्वच डॉक्टर्स एफ.सी.पी.एस. परीक्षेची तयारी करीत होते. मी ती परीक्षा देणार की नाही असं मला अनेक जण विचारीत. मी सरळ 'नाही' असं उत्तर देई. हे भावी एफ.सी.पी.एस. माझं उत्तर ऐकून अवाक् होत. मग मी हॉस्पिटलमध्ये बसून करते तरी काय, असा ते मनातल्या मनात विचार करीत. थोड्या वेळानं हसून, पुन्हा स्वतःशीच म्हणत, काही दिवसांनंतर मान धरून हिला पाठवून देतील एखाद्या आडगावी पोस्टिंग देऊन! जे अभ्यासू असतील, ज्यांनी एफ.सी.पी.एस. अर्धी पुरी केलेली असेल किंवा पूर्ण करीत आलेले असतील, असेच डॉक्टर्स शहरातल्या मोठ्या हॉस्पिटल्समध्ये नोकरी करायला येतील. भावी एफ.सी.पी.एस. अभ्यासाच्या काळजीतच असतात. त्यांच्या कामात त्यांनी थोडी हेळसांड केली तर कुणी काही म्हणत नसे; पण माझ्यासारख्या डॉक्टरांवर इंटर्नीप्रमाणे कामाचा ताण पडे. त्यालाही माझी काही हरकत नव्हती. पण कवी म्हणून माझं नाव झालेलं असल्यानं अभ्यासाच्या बाबतीत कुणी उदासीन म्हटलं की, मला खूप वाईट वाटे. इतर कुणी मला उदासीन म्हटलं नाही, तरी प्रोफेसर रशिदा खानम म्हणत. मी त्यांना पहिल्या दिवसापासूनच आवडत नव्हते. कारण काय, तर पहिल्याच दिवशी मला विभागात जाताना दोन मिनिटं उशीर झाला

होता. ही गोष्ट त्या विसरूच शकत नव्हत्या. एरवीही त्या सगळ्यांच्याच बाबतीत आणि सर्वच गोष्टींबद्दल कुरकुरत असत; मोठमोठ्यांदा कनिष्ठ डॉक्टरांवर ओरडत असत. आपल्यालाही विभागप्रमुख बायेस भुंईया यांच्याप्रमाणे मान मिळावा, असं त्यांना वाटे. बायेस भुंईया खूप चांगले गृहस्थ होते. त्यांना कधीही आवाज चढवण्याची गरज पडत नसे. त्यांच्या कामावरूनच त्यांचं मूल्य लोक ओळखीत. भेट झाली की ते मला माझं कुशल विचारीत, मी 'ठीक आहे' म्हणून झटकन त्यांच्यासमोरून दूर होई. आधी-आधी मला थोडा संकोचही वाटे, मी पोस्ट ग्रॅज्युएशन करीत नव्हते म्हणून. प्राध्यापकांच्या भोवती जे गर्दी करीत, ते बहुतेक पोस्ट ग्रॅज्युएशन करणारे असत किंवा पोस्ट ग्रॅज्युएशन पूर्ण केलेले असत. त्यामुळेच मी संकोचानं दूर राही. या संकोचामुळेच आपणही एफ.सी.पी.एस.चा अभ्यास सुरू करावा, अशी इच्छा जागृत झाली. आईसुद्धा म्हणे, 'आता बिस्मिल्ला म्हणून अभ्यासाला सुरुवात कर, तुझ्या बापालाही आनंद होईल!' बायेस भुंईया हे विभागातले प्राध्यापक असूनही माझी खूप खातिर करीत- पण त्याचं कारण माझी डॉक्टरी विद्या नसून माझं लेखन, हे होतं. विविध नियतकालिकांत प्रकाशित होणारं माझं लेखन ते वाचीत. अधूनमधून मला बोलावून माझा एखादा विशिष्ट लेख आवडला असं सांगत. माझ्या लेखनाचा विषय हॉस्पिटलमध्ये निघाला की, मला फार अवघडल्यासारखं वाटे. तरीही तो विषय निघेच. हॉस्पिटलमध्ये मी इतर कुठल्याही डॉक्टरप्रमाणे एक डॉक्टर असे. माझ्या अन्य कुठल्या परिचयानं हॉस्पिटलमधल्या माझ्या 'डॉक्टर' या परिचयाला गौण करून टाकावं, हे मला मुळीच आवडत नसे. मी एप्रन घालून आणि हातात स्टेथोस्कोप घेऊन हॉस्पिटलमध्ये जाई. ते पाहून आईला खूप आनंद होई. जेवताना आई आपल्या हातानं मला घास भरवी. कायम माझ्यासाठी काम करण्यात आई व्यग्र असे. पैसे साठवून एके दिवशी मी स्टेडियम मार्केटमधून एक छोटा, लाल रंगाचा फ्रिज विकत आणला. आई तो फ्रिज दिवसातून दोन वेळा आपल्या साडीच्या पदरानं स्वच्छ करी. लिलीला ती फ्रिजला हात लावू देत नसे. लिली चुकून त्याच्यावर कशाचा तरी डाग पाडील, अशी तिला भीती वाटे. मी उन्हातून घामाघूम होऊन घरी आले की, आई धावत जाऊन एक ग्लास थंडगार पाणी आणून देई. नवीन नवीन पदार्थ करून ते अनेक दिवस टिकवून खाता यावेत म्हणून फ्रिजमध्ये ठेवी. आमचा हा सुखाचा संसार चणचणीत, आनंदात छान चालला होता. इंटर्नी डॉक्टर्स फिरत फिरत माझ्या घरी येत, खाऊन-पिऊन, डॉक्टरी भाषेत गप्पा करून परत जात. माझा हा एकटीचा संसार सगळ्यांनाच खूप आवडे. आधी आमचं खाणंपिणं कार्पेटवर बसूनच चालत असे, नंतर घरी पाहुणे येऊ लागल्यानं स्वयंपाकघरात एक छोटं टेबल आणि दोन खुर्च्या आणून मांडल्या. एक छोटा टी.व्ही. आणि टेपरेकॉर्डरही आणला. आणखी

कशाची आवश्यकता होती का? आई म्हणाली, "नाही." आई मला 'जास्त खर्च करू नकोस' असं म्हणे. टेबल आणि खुर्च्या 'अवकाश'मधून आणता आल्या असत्या, तर तिला आनंद झाला असता. बापाच्या संपत्तीत तर मुलीचाही हक्क असतोच! तरीही बाप कुठलीही मदत करीत नाही म्हणून आई कुरकुर करी. बाबा मला मदत करीत नसले, तरी त्यांच्याबद्दल मला प्रेम वाटत असल्यानं मी मयमनसिंहला जाण्याआधी त्यांच्यासाठी शर्ट आणि बूट विकत घेतले. वडिलांची मदत घ्यावी असं मला वाटत नसे; उलट त्यांनाच आपण मदत करावी, असं वाटे. इच्छा खूप असत; पण उत्पन्न तेवढं नसे. उत्पन्न वाढवण्यासाठी आरमानीटोलाच्या घराच्या मुख्य दरवाजावर एक साईनबोर्ड लावला- डॉक्टर तसलिमा नासरिन, एम.बी.बी.एस., रुग्णांना भेटण्याची वेळ अमुक वाजल्यापासून अमुक वाजेपर्यंत. महिन्याचा पगार, रुग्णांवर उपचाराचा पैसा, लेखनाचा पैसा या तिन्हींमधून जे एकंदर उत्पन्न मला मिळे, त्याचा अगदी पैशान् पैशाचा हिशेब करून मी स्टीलच्या कपाटात ठेवी. बाबांसाठीचे शर्ट-बूट हिशेबाच्या बाहेर. खर्च वाढल्यामुळे अगदी साधं जेवण जेवावं लागे आणि ते मी आनंदानं जेवीसुद्धा.

मयमनसिंहमधले माझे नातेवाईक ढाक्याला काही कामानिमित्त आले की माझ्याच घरी उतरत. यामुळे मला खूप बरं वाटे. एकदा छोटकू आला. कार्पेटवर झोपला. पण त्यात काय! प्रेम असेल, तर फाटक्या चादरीवरही झोपण्यात सुख असतं. छोटकू स्वतःच म्हणाला की, बडोमामा, फकरूलमामा, झुनूखाला किंवा छोटोदाच्या घरी जाऊन आजवर त्याला कुठलंही समाधान मिळालं नव्हतं, ते मिळालं होतं माझ्याच घरी. असू दे घर छोटं, नसू देत काही गोष्टी; पण आपल्याला वाटेल तसं पाय पसरून बसता येतं. खुल्या गळ्यानं गाणं म्हणता येतं, काही खायची इच्छा झाली, तर मागून घेऊन खाता येतं. हे आपलं अगदी स्वतःचं घर आहे असं वाटतं.

माझा वेळ मी फक्त स्त्रीरोग विभागात काम करण्यात आणि स्तंभलेखन करण्यातच घालवी, असं नाही. अधूनमधून साहित्यिक अड्ड्यांवर जाई, साहित्यिक कार्यक्रमांनाही उपस्थित राही. मयमनसिंहचा जकारिया स्वप्न हा यास्मिनचा मानलेला भाऊ होता. त्यानं प्रकौशल विद्यापीठात आयोजित केलेल्या वादविवाद स्पर्धेची परीक्षक म्हणून मला आमंत्रित केलं. यापूर्वी मी कधीही कुठल्याही स्पर्धेची परीक्षक झाले नव्हते. परीक्षकाला जे गांभीर्य आवश्यक असतं, ते शक्य तितकं धारण करून परीक्षकाचं काम करून आले.

एकदा फरहाद मजहर यांनी मला 'उबिनिग' या आपल्या एन.जी.ओ. (नॉन गव्हर्न्मेंट ऑर्गनायझेशन- स्वयंसेवी संस्था)मध्ये येण्याचं आमंत्रण दिलं. त्या संस्थेसाठी यूनोकडून पैसे मिळत असत; पण ते स्वतः मात्र समाजवादी होते.

टी.एस.सी.मध्ये खूप पूर्वी त्यांचं गायन ऐकलं होतं. ते स्वतः गीतं लिहीत, त्यांना चाली लावीत आणि गातही. स्वतः हार्मोनिअम वाजवीत. त्यांनी एका खासगी मैफलीत गायलेलं 'सात ताडाताडि जाच्छि बाडी' हे गीत मला खूप चांगलं वाटलं होतं. कम्युनिस्ट विचारांच्या मजहर यांनी गायन सोडून दिलं आणि स्वतःचा कवितांचा संग्रह प्रकाशित केला. खूप सुंदर कविता लिहिल्या होत्या त्यांनी. मी अगदी मुग्धच झाले त्या कविता वाचून. तर, मी त्यांच्या आमंत्रणावरून तातडीनं त्यांच्या ऑफिसमध्ये गेले. फरीदा अख्तर नावाची एक हाडकुळी महिला फरहाद मजहर यांच्या खोलीतून बाहेर आली- अवतार असा की नुकतीच जणू झोपेतून उठलीय. मला बसायला सांगून ती आत त्यांना बोलवायला गेली. आतून बाहेर यायला त्यांना बराच वेळ लागला. मला वाटलं, झोपेतून उठून, अंगावर कपडे घालून ते बाहेर आले आहेत. चहा-बिस्किटं आली. गप्पा सुरू झाल्या- ते एकटेच बोलत होते. मी फक्त ऐकत होते. आपल्या स्वतःच्या कवितेबद्दल बोलले, त्यांच्या कवितांमधल्या काही अरबी भाषेतल्या शब्दांचा अर्थ मला समजला नव्हता, तो त्यांनी समजावून सांगितला. 'न समजणाऱ्या अरबी शब्दांचा वापर करण्याचं कारण काय' हा प्रश्न मी विचारण्याआधीच ते म्हणाले, ''या देशाची बंगाली भाषा ही इस्लामी बंगाली आहे आणि पश्चिम बंगालची बंगाली भाषा ही हिंदू बंगाली आहे. आपली संस्कृती ही इस्लामी संस्कृती आहे- त्यामुळे आपल्या भाषेत जास्तीत जास्त अरबी-उर्दू शब्द मिसळणं हे योग्य आहे. इत्यादी इत्यादी. मी कोड्यातच पडले- नवल वाटलं मला. ते मला आपल्या या वेड्या मोहिमेत सामील करून घ्यायला पाहत होते की काय? तसं नसेल, तर मग मला असं इथं बोलावून घेण्याचं कारण काय? खरोखरच त्यांना मला आपल्या दलात ओढायची इच्छा होती. आपले हे सगळे अजब विचार आपल्या 'चिंता' (चिंतन) या नियतकालिकात ते प्रकाशित करणार होते. त्यात मी लिहावं अशी त्यांची विनंती होती. फरहाद मजहर पूर्णपणे बदलून गेले होते. या देशात इस्लामी मूलतत्त्ववाद जेव्हा डोकं वर काढीत होता, तेव्हा काही व्यक्ती त्याविरुद्ध लढत होत्या. काही व्यक्ती बंगाली संस्कृती ही हिंदू, मुसलमान, बौद्ध, ख्रिश्चन अशा सगळ्यांची संस्कृती आहे असं म्हणत होत्या- त्यांचं हे मत मजहर पूर्णपणे अमान्य करीत होते. फाळणीच्या चुकीच्या निर्णयानं बंगालचे तुकडे केले, तरीही पूर्व आणि पश्चिम बंगालच्या भाषेत आणि संस्कृतीत मूलभूत असा कुठलाही फरक नाही, हे कुठलाही शहाणा माणूस मान्य करतो. पण फरहाद मजहर यांची ही काय अवस्था झाली- ते मूळचे विचारवंत; पण कम्युनिस्ट विचारसरणीशी फारकत घेऊन अचानक भांडवलशाही विचाराच्या देशाकडून मिळणाऱ्या पैशांवर त्यांनी एन.जी.ओ. उघडली होती आणि आता पुन्हा धर्माचं तुणतुणं वाजवायला लागले होते! 'एक गोड गाणं ऐकवतो'

म्हणून मला एका फकिराकडून ऐकलेलं गाणं त्यांनी ऐकवलं- 'दीनेर नबी मुस्तफा, हरिण एकटा बांधा छिलो गाछेरई तलाय' (गरिबांचा तारक मुस्तफा / हरीण एक बांधलेलं होतं झाडाच्या तळाशी!) अरब देशाच्या वाळवंटात झाडंही नसतात आणि हरणंही नसतात, तरीही कशा अशक्य कल्पनांचं मिश्रण आहे या गाण्यात! अशा गाण्यांना ते 'बांगलादेशची गाणी' असं म्हणत. रवींद्रनाथांची गीतं ही हिंदूंची गाणी आहेत; मुसलमानांची नव्हेत, असंही त्यांनी मला सांगून टाकलं! फरहाद मजहर यांच्या या मताच्या विरोधात मी माझ्या सदरामध्ये एक लेख लिहिला. त्याच लेखात शमसुर रहमान यांच्या कवितेतील उर्दू शब्दांच्या वापराचा आणि हुमायून आजाद यांच्या रवींद्रनाथविरोधी वक्तव्याचाही मी या लेखात निषेध केला होता, प्रतिवाद केला होता. माझ्या या भाषेसंबंधीच्या लेखावर नियतकालिकात बरेच दिवस विविध व्यक्तींचे लेख प्रकाशित होत होते. फरहाद मजहर यांनी स्वतःही प्रतिक्रिया लिहिली. त्यांच्या युक्तिवादात आणि 'इन्किलाब' नियतकालिकात प्रकाशित होणाऱ्या कुठल्याही मूलतत्त्ववाद्याच्या युक्तिवादात काहीच फरक नव्हता. त्यांच्या युक्तिवादाच्या विरोधात इतरही अनेक लेखकांनी लेख लिहिले, त्यांच्या मताचं खंडन केलं. पूरबी बसू नुकत्याच अमेरिकेतील मुक्काम संपवून पुन्हा बांगलादेशात परत आल्या होत्या. त्यांनी आल्याबरोबर फरहाद मजहर यांच्याविरुद्ध लिहिण्यासाठी लेखणी सरसावली. फरहाद मजहर यांचं चालचलन दिवसेंदिवस संशयास्पद होत चाललं आहे, हे अनेकांनी कबूल केलं.

भाषेसंदर्भात माझा लेख प्रकाशित झाल्यावर शमसुर रहमान यांनी माझ्या लेखाला प्रत्युत्तर म्हणून एक मोठा लेख लिहिला. तसलिमाला तस्लिम (नमस्कार) करून त्यांनी लेखाची सुरुवात केली होती. या लेखात त्यांनी स्वतःचंच समर्थन केलं होतं. बंगाली भाषेत अरबी, पारशी आणि उर्दू भाषांच्या अनधिकार प्रवेशाबद्दल माझं म्हणणं मांडताना मी शमसुर रहमान यांच्यावर ते उर्दू शब्द वापरतात म्हणून आरोप केला होता. जे शब्द बंगाली शब्दकोशांत आहेत आणि चांगले रुळलेले आहेत, प्रचलित आहेत, ते शब्द न वापरता मुद्दाम उर्दू शब्द वापरण्याची गरज काय? शमसुर रहमान यांनी यावर लिहिलं होतं, 'प्रत्येक भाषेमध्ये अतिथी शब्दांचा समावेश होतच असतो. पाहुण्याच्या तोंडावर दार बंद करणं हे शिष्टाचारात बसत नाही. दरवाजा उघडा ठेवायला हवा. अर्थात सर्वच पाहुणे आपल्याला हवेहवेसे असतील, असं नाही. नकोसे पाहुणे आपल्याकडे कुणी लक्ष देत नाही हे पाहून आपोआप निघून जातील..., अन्नदाशंकर राय मात्र बरेच उर्दू आणि हिंदी शब्द आपल्या लेखनात सहज वापरतात. ते शब्द मला कधीही दुर्बोध वाटले नाहीत. एका ठिकाणी त्यांनी 'चेनाजाना' (ओळखपाळख) या बंगाली शब्दाऐवजी 'जानपहचान' हा उर्दू शब्द वापरला आहे. त्यांचं एक वाक्य उद्धृत करतो- 'कमली नहीं छोडती।'

तसलिमा नासरिन, मी मात्र इतका पुढे जात नाही. आता यावर 'अन्नदाशंकर राय हे पश्चिम बंगालमध्ये बसून इस्लामी बंगाली तयार करताहेत' असं तुम्ही म्हणणार का? मी लिहिलं होतं, 'भाषेत नावीन्य आणण्यासाठी किंवा तिला समृद्ध करण्यासाठी इतर भाषांमधून शब्द उचलण्याची किंवा उसने घेण्याची गरज पडण्याइतकी काही बंगाली भाषा भिकारी झालेली नाही. आपल्या भाषेत जे आहे त्यावरच आपण संतुष्ट का राहत नाही? माझं तर असं म्हणणं आहे की शब्दभांडाराला समृद्ध करण्यापेक्षा साहित्याची गुणवत्ता वाढवण्यासाठी सगळ्या उत्तम साहित्यिकांनी आग्रह धरला पाहिजे....' याला उत्तर म्हणून त्यांनी लिहिलं, 'नाही तसलिमा, असं बोलणं आपणासारख्या व्यक्तीला शोभत नाही. आपला समाज एका ठिकाणी उभा आहे म्हणून काय त्याच्याबद्दल आपण संतोष मानायला हवा? त्याच्या परिवर्तनासाठी आपण प्रयत्न करायला नकोत का? बाहेरच्या दुनियेतल्या चांगल्या गोष्टी समाज बदलण्यासाठी आपण आयात करायला नकोत का? कुठलीही भाषा, मग ती कितीही प्रगत किंवा समृद्ध असली, तरी शब्दांचं ऋण घेण्यासंदर्भात संकोची किंवा प्रयत्न न करणारी नसते. ही गोष्ट आपणाला नक्कीच ठाऊक असावी.' मला हे आधी ठाऊक नसलं तरी आता ठाऊक झालं. शमसुर रहमान यांनी माझे डोळे उघडले. ते बंगाली लोकांच्या भाषेत हिंदू-मुसलमान भेद आणीत नाहीत. ते शंभर टक्के धर्मनिरपेक्ष व्यक्ती आहेत. फरहाद मजहर यांच्याप्रमाणे त्यांची इस्लामी बंगाली भाषा प्रचलित करण्याची इच्छा नाही. मी पुन्हा एकदा विचार करायला बसले. विचार केल्यावर मी शमसुर रहमान यांच्याशीच सहमत झाले, माझी स्वतःची चूक मला उमगली. खरं सांगायचं, तर 'इस्लामी भाषा' अशी कुठलीही भाषा नाही. भाषेला कुठलाही धर्म नसतो. अरबी भाषेला तरी इस्लामी भाषा कसं म्हणणार? अरबी भाषा बोलणारे लोक विविध धर्मांचे आहेत, पुन्हा त्यांच्यामध्ये कुठलाही धर्म न मानणारे लोकही अनेक आहेतच की! भाषा आपल्या गतीने चालत आलेली आहे आणि चालत राहणार- तिला कुठल्याही विशिष्ट धर्माच्या बंधनात अडकवणं योग्य नाही, खरं तर इस्लामी भाषेसंदर्भात मी उद्विग्न होण्याचं कारण एकच होतं-इस्लामपंथी लोक बांगलादेशाला एक इस्लामी देश बनवण्याची योजना करीत होते. हे लोक एके काळी बांगलादेशच्या स्वातंत्र्याच्या विरोधात होते आणि आता ते या स्वतंत्र बांगलादेशातून बंगाली भाषा आणि संस्कृतीला नष्ट करून जबरदस्तीने इस्लामी बांगला बनवण्याचं कारस्थान करीत होते. या शंकेतूनच मी तथाकथित इस्लामी भाषेला थोपवण्याचा प्रयत्न केला होता. पण मुश्कील होतं ते धर्मांध लोकांच्या संदर्भात. काही वाईट लोक वाईट हेतूनं बंगाली भाषेला नष्ट करून देशात इस्लामी झेंडा फडकवण्याचा विचार करीत होते. फक्त भाषेतच नव्हे, तर राजकारणातही मोठ्या प्रमाणात इस्लाम घुसडण्यात आला होता. अखेर हा देशच

जर इस्लामी विचारानुसार शासित झाला, तर मग भाषेतून उर्दू-अरबी काढून टाकून फायदा काय? माझी चिंता काही दूर होईना.

मी स्तंभलेखन तरी काय चांगलं करी? साहित्यातलं तरी कितीसं कळत होतं मला? बंगाली साहित्याचं अध्ययन करायची माझी इच्छा होती; पण बाबांनी मान धरून जबरदस्तीनं मला मेडिकल कॉलेजमध्ये घातलं. इतका काळ डॉक्टरकी शिकून साहित्यातलं बरंच काही शिकायचं राहूनच गेलं होतं. कविता लिहिण्याचा सराव होता खरा; पण त्यामुळे गद्यही चांगलं लिहिता येतं असं काही मला वाटत नसे. मी जे लेख लिहीत असे, त्यांची चांगली समीक्षा झाली, प्रशंसा झाली, तरी माझ्या मनातला संशय काही जात नसे. मनात न्यूनगंड वाटतच असे. पण गद्य असो वा पद्य, मी जे काही लिहीत असे, ते सगळं हृदयातून येई. जे वाचून लोक वाहवा करतील, आनंदित होतील, असं काहीतरी ओढूनताणून मी लिहीत नसे. जे माझ्या मनाला स्पर्श करीत नसे, डोळ्यांत अश्रू आणीत नसे, अशा गोष्टींबद्दल मला लिहिता येत नसे. खोकाबाबू एके दिवशी म्हणाले की, मी माझ्या सदरामधून जे लेख लिहिले, ते एकत्र करून एक पुस्तक प्रकाशित करण्याची त्यांची इच्छा आहे. हे ऐकून मी अवाक्च झाले! नियतकालिकांसाठी लिहिलेल्या या लेखांचा संग्रह प्रकाशित करायला ते म्हणजे साहित्य थोडंच होतं? मला खूप संकोच वाटला. मी म्हणाले, "म्हणताय काय? ते लेख रोजच्या अनुभवांबद्दल, बातम्यांबद्दल तर होते. काल काय झालं, आज काय झालं याबद्दल होते! काही दिवसांनंतर या छोट्या-छोट्या, तत्कालीन घटनांचं काहीच महत्त्व उरणार नाही."

खोकाबाबूंनी नकारार्थी मान हलवली. ते म्हणाले, "तसं नाही! सगळ्याच घटना काही एकसारख्या असत नाहीत. काही घटना तात्कालिक महत्त्वाच्या असतात; पण काही घटनांना सार्वकालिक महत्त्व असतं."

माझ्या हाताशी माझ्या ज्या लेखांची कात्रणं होती, ती दाखवून मी माझा मुद्दा खोकाबाबूंना पटवायचा प्रयत्न केला. भाषेच्या आणि विषयांच्या बाबतीतही कच्च्या असलेल्या लेखांचा संग्रह करायची अनुमती द्यायला माझं मन मुळीच तयार नव्हतं. खोकाबाबूंना मी नाना प्रकारे समजावण्याचा प्रयत्न केला. त्यांना म्हणाले, माझं पुस्तकच छापायचं असेल, तर मग कवितासंग्रह लिहून देते, तो छापा. दैनिक-साप्ताहिकांमध्ये प्रकाशित झालेल्या लेखांचा संग्रह छापायचं नको ते धाडस करू नका. आणखी एक कारण मी त्यांना सांगितलं- सदरांमध्ये लिहिलेल्या लेखांचं पुस्तक कुणी विकत घेणार नाही, कारण हे सगळे लेख लोकांनी आधीच वाचलेले आहेत. पण खोकाबाबूंची माझा लेखसंग्रह छापण्याची इच्छा इतकी प्रबळ होती की, त्यांनी स्वतः दैनिक-साप्ताहिकांच्या अंकातून माझे लेख एकत्र करायला सुरुवात

केली. लेखसंग्रहाला नाव काय द्यायचं असं त्यांनी मला विचारलं. मला एकही शीर्षक सुचेना. मी अखेर शहरयारला भेटले आणि शीर्षक सुचवायला सांगितलं. शहरयार म्हणाला, ''निर्वाचित कॉलम' (निवडक स्तंभलेखन) असं शीर्षक द्या.''

''निर्वाचित कॉलम' हे काय शीर्षक झालं? कॉलम म्हणजे स्तंभ किंवा सदरं ही तर नियतकालिकात लिहिलेली असतात. पुस्तकात प्रकाशित करायचे असतील, तर त्यांना 'स्तंभ, कॉलम' किंवा 'सदर' म्हणता येणार नाही, त्यांना 'निबंध' किंवा 'लेख' म्हणता येऊ शकेल.'' मी युक्तिवाद केला. पण मी सदरांसाठी म्हणून लिहिलेल्या या मजकुराला मला निबंध किंवा लेख म्हणण्याचंही धाडस होत नव्हतं. लेख खरं म्हणजे संशोधन करून लिहायचे असतात. ते वास्तवावर आधारित असावे लागतात. माझे सदरातले लेख हे हलकेफुलके होते, वजनदार नव्हते. ते इतर काहीही असले, तरी निबंध वा लेख असं त्यांना म्हणता येत नव्हतं. अखेर 'निर्वाचित कॉलम' हे शहरयारनं सुचवलेलं शीर्षकच खोकाबाबूंनी पसंत केलं. (बंगाली लिपीत हे शीर्षक 'निर्वाचित कलाम' असे लिहिलेले असले, तरी त्याचा उच्चार 'निर्वाचित कॉलम' असाच होतो. बंगालीत 'जॉन' हे नावही 'जन' असे लिहितात, उच्चार करताना 'जॉन' असा करतात- अनुवादक). हे लेख कॉलमसाठी- स्तंभासाठी किंवा सदरांसाठी लिहिलेले लेख म्हणून वाचकांच्या ओळखीचे असल्यानं बहुधा त्यांना पुस्तकाच्या नावात 'कॉलम' हा शब्द वापरावासा वाटला. मी या पुस्तकाच्या प्रकाशनाबद्दल उत्साह दाखवला नाही, तरीही खोकाबाबूंनी 'निर्वाचित कॉलम' हे पुस्तक प्रकाशित केलं. पुस्तक खूप वेगानं खपलं- एका ग्रंथजत्रेतच पहिली आवृत्ती संपली आणि पुनर्मुद्रण करावं लागलं. खोकाबाबूंच्या चेहऱ्यावरून स्मित काही जाईना- त्यांना याचा खूप आनंद झाला होता आणि आश्चर्यही वाटलं होतं. स्तंभलेखनाचं पुस्तक इतक्या मोठ्या प्रमाणावर खपेल, असं त्यांनाही वाटलं नव्हतं. त्यांनी मला आपल्या स्टॉलवर बसण्याची विनंती केली. त्यामुळे लोक स्वाक्षरी घेऊन माझी पुस्तकं विकत घेत. माझ्या कवितासंग्रहाचीही धूमधडाक्यानं विक्री झाली. त्याचीही दुसरी आवृत्ती छापून आणली खोकाबाबूंनी. 'आजवर कुठल्याही कवितासंग्रहाची इतकी विक्री झाली नाही,' असं ते म्हणाले. मला एक क्षणभर पाहण्यासाठी ढाक्याचे लोक तर स्टॉलवर येतच; पण ढाक्याबाहेरचेही लोक येत. माझी पुस्तकं विकत घेऊन त्यांच्यावर माझी स्वाक्षरी घेण्यासाठी स्टॉलवर अगदी जाम गर्दी असे. हे सगळं मला अद्‌भुत वाटे, अविश्वसनीय वाटे.

हॉस्पिटलमध्ये ड्यूटी नसेल तेव्हा किंवा एखाद्या संध्याकाळी वेळ मिळाला की, मी ज्या साहित्यिक अड्ड्यावर जाई, तो म्हणजे नीलखेत भागातला असीम साहा यांचा 'इत्यादी'चा अड्डा. तिथंच एका संध्याकाळी अचानक रुद्र दिसला.

आम्ही दोघांनी एकमेकांकडे पाहिलं. दोघांच्याही मनात कितीतरी गोष्टी साठल्या होत्या- त्या एकमेकांना सांगाव्यात असं आम्हाला वाटत होतं. आम्ही कितीतरी दिवसांपासून एकमेकांना ओळखत होतो; पण कोण कसं आहे याची काही खबर नव्हती. प्रत्येकाचं कसं चाललं आहे, हे आम्हाला ठाऊक नव्हतं. अड्ड्यातून उठून येण्याआधी मी रुद्रला विचारलं, "येणार माझ्याबरोबर?" कुठं जाणार, काय करणार हे काहीही न विचारता रुद्र म्हणाला, "येतो." रिक्षा करून आरमानीटोलाकडे निघालो. मार्गात रुद्र मला म्हणाला की, आपला कोळंबीचा व्यवसाय त्यानं गुंडाळला आहे. मिठेखालीला तो बरेच दिवस होता. नवीन कविता लिहिल्या आहेत, एक गीतही लिहिलं आहे. गीत त्यानं रिक्षातच मला गाऊन दाखवलं- 'भालो आछि, भालो थेंको / आकाशेर ठिकानाय चिठी लिखो.' (मी कुशल आहे, तू कुशल राहा / आकाशाच्या पत्त्यावर मला पत्र लिही.) गीताच्या प्रत्येक शब्दानं माझ्या हृदयाला स्पर्श केला. रुद्रला घेऊन आरमानीटोलाच्या घरात आल्यानंतर त्याच संध्याकाळी नईमनं दाराची कडी वाजवली होती.

रुद्रनं डोळे विस्फारून माझा सुखाचा संसार पाहिला. "काय, कसा काय वाटतोय माझा संसार?" मी रुद्रला हा प्रश्न विचारला, तेव्हा माझ्या मनात अहंकार होता.

रुद्र म्हणाला, "घर करून दाखवू शकलीस खरं!"

"शकणार कशी नाही? इच्छा असली की आपण काहीही करू शकतो. खूप पूर्वीच ही इच्छा माझ्या मनात यायला हवी होती. स्वतःचं घर. स्वतःचा पैसा. कुणीही मध्ये नाक खुपसणारं नाही. कुणीही हुकूम करणारं नाही. मी काय केलं, काय नाही याचं स्पष्टीकरण कुणाकडेही द्यायची गरज नाही. यापेक्षा मोठं सुख ते काय असणार, सांग!"

रुद्र माझ्या घरातच असताना, संध्याकाळनंतर मिनार एक प्रस्ताव घेऊन आला, तो एक गाडी मिळवून मयमनसिंहला चालला होता. माझी इच्छा असली, तर मीही जाऊ शकत होते. मिनार एके काळी कथा लिहीत असे, सध्या 'विचिन्ता' नावाचं एक साप्ताहिक चालवीत असे. कोण जाणे कुठून माहिती काढून त्यानं मला हॉस्पिटलमध्ये एके दिवशी फोन केला होता. काही वेळा अगदी खूप रात्री फोन करीत असे तो. नाइट ड्यूटीच्या वेळी तेव्हा रोगी नव्हते. रोगी नसले, तरी डयूटीवरच्या डॉक्टरांना झोपायला बंदी असते, त्यामुळे बसल्या-बसल्या मी त्याच्याशी बोलत असे. बरं वाटे गप्पा मारताना. मिनार समाज, राजकारण यांच्यावर कधीही चर्चा करीत नसे. फक्त विनोदी गोष्टी सांगे. 'हासिर गल्प' (हसवणाऱ्या गोष्टी) नावाचं एक पुस्तक आहे- ते मिनारला जवळजवळ तोंडपाठ होतं. मला भेटायला एका संध्याकाळी तो आरमानीटोलाच्या घरी आला होता. म्हणाला, "मी बरेच

दिवस परदेशात होतो. ब्राझीलला गेलो होतो. त्याचं कविता नावाच्या आपल्या सुंदर बायकोशी बिनसलं होतं. ती आता इस्कोटनला राहत होती, मिनारबरोबर राहत नव्हती. त्या मोहम्मद अली मिनारनं आपलं नाव बदलून आता 'मिनार महमूद' असं केलं होतं. पूर्वीपेक्षा आता त्याचं वजन वाढलं होतं, पूर्वीपेक्षा त्वचेचा वर्ण अधिक गोरा झाला होता.

"बऱ्याच वर्षांनी भेट झाली. कसे आहात?" मी विचारलं.

कार्पेटवर बसून चहा घेत घेत मिनार म्हणाला, "हो ना, खूप वर्षांनंतर. मी तर ठीकच आहे. तुम्ही हे घर छान सजवलंत हं!"

मी घरावर नजर फिरवली. हो, खरंच, सुंदर दिसत होतं घर.

मिनारचं आपली पत्नी कविता हिच्याशी बिनसल्याचं ऐकून मला वाईट वाटलं. त्यांचा संसार सुखानं चाललेला पाहायला मला बरं वाटलं असतं. का बरं बिनसलं? काही समस्या असेल तर चर्चा करता येईल- मिनार तसा प्रयत्न का करीत नाही?- मिनार काही समाधानकारक उत्तर देत नव्हता.

"भांडण मिटवून, कविताला घरी आणून परत संसार सुरू करा." मी सल्ला दिला.

माझा सल्ला मिनारनं कितपत स्वीकारला, ते काही मला समजलं नाही.

मिनारच्या मयमनसिंहला जाण्याच्या प्रस्तावाला मी राजी झाले. रुद्रला विचारल्यावर तोही राजी झाला. रुद्र आणि मिनार यांची भेटही खूप काळानंतर झाली होती. दोन्ही मित्र गाडीत पुढे बसले. मागे मी बसले. नंतर आम्ही झुनूखालालासुद्धा बरोबर घेतलं. रुद्रला झुनूखालानंही खूप दिवसांनंतर पाहिलं. मयमनसिंहला पोचल्यावर एकदा यास्मिनला भेटण्याची रुद्रची इच्छा होती. रस्त्यात एके ठिकाणी आमची गाडी एका मोठ्या खड्ड्यात पडता पडता वाचली. आम्ही सारे भीतीनं गारठलो होतो. मयमनसिंहला पोचल्यावर झुनूखालाला आम्ही नानीच्या घरी सोडलं. 'अवकाश'जवळ आलो तर दिसलं की, काळं फाटक आतून कुलूप लावून बंद केलं होतं. खूप रात्र झाली होती. इतक्या रात्री मोठ्यानं हाका मारून बाबांना झोपेतून उठवून, त्यांना कुलूप उघडायला लावून घरात जाणं योग्य झालं नसतं. ते धाडस मला काही झालं नाही. त्यात बाबांनी मी इतक्या रात्री का आले, कुणाबरोबर आले अशा चौकश्या करून बेजार करून टाकलं असतं आणि मुख्य म्हणजे गाडीत बसलेला रुद्र जर त्यांना दिसला असता, तर त्यांनी मला हातीपायी धड ठेवलं नसतं. म्हणून अखेर संकोचानं का होईना, आम्ही यास्मिनच्या सासरच्या घरी गेलो. तिथं रात्र काढून मी सकाळी 'अवकाश'मध्ये आले. संपूर्ण दिवस 'अवकाश'मध्ये काढला. संध्याकाळनंतर मिनार गाडी घेऊन 'अवकाश'समोर आला- ढाक्याला

परत जाताना तो मला त्याच गाडीतून परत नेणार होता. गाडीत बसायला गेले, तर रुद्र म्हणाला, ''मला यास्मिनला भेटायचंय.'' यास्मिन 'अवकाश'मध्येच होती. तिला जरा बाजूला नेऊन मी म्हटलं, ''रुद्र आलाय. तुला भेटायची इच्छा आहे त्याची.''

''कशासाठी?'' यास्मिननं विचारलं.

''कशासाठी म्हणजे? फाटकाजवळ उभा आहे बघ. जा. भेटून ये.''

''नाही, मी जाणार नाही.''

''नवल आहे! एवढा तो ढाक्याहून आलाय, वारंवार मला म्हणाला की मला यास्मिनला भेटायचंय, आणि तू भेटणार नाहीस? इतक्या जवळ उभा आहे, जरा ये की त्याच्याशी बोलून!''

यास्मिनला ढकललं तरी ती पुढे जाईना. शेवटी बाहेर जाऊन रुद्रला म्हणाले, ''यास्मिन येत नाहीय.''

''येत नाहीय? मला एकदा तिला भेटायचंय हे सांगितलंस?''

''सांगितलं. तरीही येत नाहीय.''

रुद्रला वाईट वाटलं. रुद्रला वाईट वाटल्यानं मलाही दुःख झालं. यास्मिननं रुद्रची विनंती अमान्य केली असं न सांगता मी 'यास्मिन घरात नाही' असं किंवा असंच काहीतरी सांगू शकले असते. ती या घरात नाही, असती तर भेटू शकली असती असं सांगितलं असतं तर रुद्रला नक्कीच वाईट वाटलं नसतं. परतीच्या मार्गावर आमच्यामध्ये फार काही बोलणं झालं नाही. रुद्रनं गाडीची खिडकी उघडून दोन वेळा ओकारी केली. मयमनसिंहमध्ये त्यानं आणि मिनारनं खच्चून दारू प्यायली होती. मिनार मला आणि रुद्रला माझ्या आरमानीटोलाच्या घराजवळ सोडून निघून गेला.

रुद्रला मी त्या रात्री माझ्या घरी मुक्काम करायला सांगितलं. त्याला मी माझ्या बिछान्यातच झोपू दिलं. त्यानं जेव्हा मला एका हातानं आलिंगन दिलं, तेव्हा मी त्याला आलिंगन देऊ दिलं. जेव्हा त्यानं आपले ओठ चुंबनासाठी माझ्या ओठांजवळ आणले, तेव्हा मी त्याला चुंबन घेऊ दिलं. त्यानं जेव्हा मला आणखी जवळ ओढू पाहिलं, तेव्हा मी त्याला जवळ ओढू दिलं. जेव्हा त्यानं अधिक घनिष्ठ होऊ पाहिलं, तेव्हा मी त्याला तेही करू दिलं. जणू तो पूर्वीचाच रुद्र होता आणि मीही पूर्वीचीच मी होते. जणू आमच्यात घटस्फोट झालाच नव्हता. जणू आम्ही पूर्वीप्रमाणेच रोज भेटत होतो, रोज मनानं आणि शरीरानं एक होत होतो. रुद्रच्या उष्ण निःश्वासांनी, थोड्या तापलेल्या शरीरानं माझ्या खूप दिवसांच्या शीतल शरीराला गरम केलं. रुद्रचं सारं शरीर, त्याच्या हालचाली माझ्या इतक्या परिचयाच्या होत्या! कधी तो जांभई देईल, कधी झोपेतून उठेल, आळोखेपिळोखे देईल, कधी तो

सिगारेट पेटवील, कुठल्या कुशीवर झोपेल, त्याला किती उश्या लागतात, बोलताना तो कुठला हात हलवील, कुठलं बोट- सगळं मला ठाऊक होतं. म्हणूनच तो आता माझा कुणीही लागत नाही असा विचार मी करू म्हटलं तरी करू शकत नव्हते. लग्न नावाचा प्रकार मला खरोखर अद्भुतच वाटतो. लग्न खरोखर एखाद्या व्यक्तीला आपलं बनवतं का किंवा काडीमोडानं एखादी व्यक्ती परकी होऊन जाते का? मला वाटलं, त्याला म्हणावं, 'वाटेल तितके दिवस राहा या घरी, या घराला स्वतःचंच घर समज.'

"कधीही इथं यावंसं वाटलं, तर येत जा." मी अगदी सहज आवाजात म्हणाले.

रुद्र भावहीन डोळ्यांनी पाहत राहिला.

"तुझं ते शिमुल नावाच्या मुलीशी प्रेमप्रकरण चालू होतं, ते अद्यापही चालू आहे?" मी विचारलं.

रुद्र कोरड्या आवाजात म्हणाला, "हो, चालू आहे."

"एवढ्यात तिच्याशी लग्न वगैरे करणार की नाही?"

"करीन."

म्लान हसू त्याच्या ओठांवर आलं आणि लगेचच मावळलं. रात्रीच मी रुद्रच्या उजव्या हाताचा अंगठा पाहिला होता. तो सडत चालला होता, त्याचा रंग काळा पडला होता. सकाळी हॉस्पिटलच्या सर्जरी विभागातल्या एका ओळखीच्या सर्जनकडून या अंगठ्यातून पू आणि सडलेलं रक्त बाहेर काढून, अंगठ्याला बँडेज करवून घेऊन आले. त्याच्या अंगठ्याला गँगरीन होण्याची लक्षणं दिसत होती. म्हणजेच तो अंगठा अधिकाधिक सडत जाणार की काय? मला तर वाटलं त्याचा संपूर्ण उजवा हातच कापून टाकावा लागणार. नाहीतर पेरिफेरल सर्क्युलेशनमध्ये अडचण येईल. रक्तात गाठ होऊन हृदयाची किंवा मेंदूची रक्तवाहिनी बंद पडली नाही म्हणजे बरं! काय सांगावं रुद्रला? तो पूर्वीपेक्षा खूप शांत दिसत होता. त्याच्याबद्दल खूप माया वाटली. त्याला आता आपला उजवा हात वापरता येत नव्हता. मी माझ्या हातानं त्याला जेवण भरवलं, तोंड धुऊन, ते टॉवेलने पुसून दिलं.

रुद्र जायला निघाला, तेव्हा त्याचा बँडेज बांधलेला हात धरून मी म्हणाले, "जर प्रकृतीच्या बाबतीत काही शंका आली, तर डॉक्टरकडे जा, नाहीतर माझ्याकडे ये. मी तुझ्यावरच्या उपचारांची व्यवस्था करीन. अशा प्रकारे अंगठा सडायला लागणं चांगलं नव्हे."

डॉक्टरांनी प्रिस्क्रिप्शन लिहून दिलं होतं. रुद्रला 'औषधं नियमित घेत जा,' असं मी वारंवार सांगितलं. विचारलं, "पैसे आहेत?"

रुद्रनं होकारार्थी मान हलवली. हातात बऱ्यापैकी पैसे असले की तो बोलून

सांगे, मान हलवीत नसे. मी त्याला पाचशे रुपये देऊ केले. संकोचानं त्याचा हात पुढे होईना.

पैशांकडे पाहत रुद्र म्हणाला, "तुला लागतील ना!"

"ते मी पाहीन. तू हे पैसे ठेव."

रुद्र गप्प झाला. त्याला शरम वाटत होती का? म्हणाले, "अरे, तू मला खूप दिलंस, मी एवढं थोडंसं देतेय!"

रुद्रनं पैसे आपल्या शर्टाच्या खिशात ठेवले आणि तो निघून गेला.

मागे उभ्या राहिलेल्या माझ्या डोळ्यांत पाणी आलं. आता त्याच्याशी पुन्हा कधी, कुठे भेट होणार, मुळात होणार की नाही, हे आमच्या दोघांपैकी कुणालाही ठाऊक नव्हतं.

घरमालकानं मला नोटीस पाठवली, 'घर सोडा' म्हणून. मला ही शंका आधीच आली होती. ज्या दिवशी नईमनं येऊन दरवाजावर धडका दिल्या होत्या, त्याच दिवशी मनात या शंकेची पाल चुकचुकली होती. तर, अखेर नोटीस आलीच! त्यामुळे मी पुन्हा घर शोधण्यासाठी विनंती करायला खोकाबाबूंकडे गेले. त्यांनी घर शोधायला सुरुवात केली. पुन्हा प्रत्येक ठिकाणी तीच समस्या उभी! एकटीच महिला राहणार, लग्नबिग्न झालेलं नाही? नवरा नाही? एकटी स्त्री कशी राहू शकणार घरात? स्त्री डॉक्टर आहे. डॉक्टर असली म्हणून काय झालं? बरोबर नवरा असायलाच हवा. नवरा नसलेली महिला- मग ती डॉक्टर असो की इंजिनिअर असो की वैज्ञानिक असो की पतिता असो- एकच! स्त्री म्हणजे जिवंत समस्या! खोकाबाबू माझ्यासाठी घर शोधताना घरमालकांचं तोंड वाकडं करणं, डोळे वटारणं, आकाशातून पडणं, भुवया उंचावणं, नाक मुरडणं, कपाळावर आठ्या घालणं, चुकचुकणं हे प्रकार पाहत राहिले, ऐकत राहिले.

भाड्याचं दुसरं एखादं घर मिळण्याआधीच दुर्घटना घडली. त्या रात्री आई माझ्या घरात नव्हती, ती होती मयमनसिंहमध्ये. त्या रात्री मिनार माझ्याकडे आला. त्यानं मला गाडी करून मयमनसिंहला नेलं होतं, त्याच्यासाठी आपणही काही करायला हवं, या भावनेतून मी त्याला त्या रात्री जेवायला बोलावलं होतं. तो येताना बरोबर बिअरचे तीन कॅन्स घेऊन आला. बिअर संपवल्यावर तो जेवणार होता. मिनार बिअरचे घुटके घेत होता आणि मी बिअर घेत नसल्यानं चहा घेत-घेत त्याच्या गप्पा ऐकत होते. या मिनारला पाहून हाच तो पूर्वीचा मिनार असं मला मुळीच वाटलं नव्हतं. तो पूर्वीपेक्षा खूप सभ्य, नम्र आणि गंभीर झाला होता. जणू तो एक नवीनच माणूस होता. मिनारचं बिअरपान अद्याप संपलं नव्हतं, तेवढ्यात दरवाजा वाजला. दारात बाबा आणि दादा उभे! दरवाजातूनच बाबांनी मिनारकडे

अशा खाऊ की गिळू नजरेने पाहिलं की, मी मिनारला निघून जायला सांगितलं. न जेवताच निघून गेला बिचारा. बाबा आणि दादाला बघून मला खूप आनंद झाला. अगदी प्रथमच ते दोघं माझ्या घरी आले होते. माझं स्वावलंबी जीवन बाबांना दाखवायची मला पहिल्यांदाच संधी मिळाली होती. ते काही कामासाठी आले असावेत का ढाक्यात? रात्र झाली म्हणून मयमनसिंहला परत जाऊ शकले नसावेत? की मलाच भेटायला आले असावेत? माझं कुशल आहे ना हे पाहायला, माझी नोकरीबिकरी कशी चाललीय हे पाहायला, माझं घर मी कसं सजवलंय हे पाहायला आले असावेत का? की मी एफ.सी.पी.एस. परीक्षेचा अभ्यास सुरू केला की नाही हे पाहायला? की मला आर्थिक चणचण तर नाही ना हे पाहायला? असली, तर मदत करायला तर आले नसावेत? बाबा काहीच बोलत नव्हते. त्यांचं बोलणं ऐकण्यासाठी मी उत्सुकतेनं बसून राहिले. लिलीला चटकन भात ठेवायला सांगितलं. भात झाल्याबरोबर टेबलावर त्यांना जेवायला वाढता येईल. पण दोघांपैकी कुणीच जेवणार नव्हतं. दोघांचेही चेहरे रुष्ट, नाराज दिसत होते. माझ्या कुठल्याही प्रश्नाला कोणीही काहीच उत्तर देत नव्हतं. बाबांनी विचारलं, "आत्ता जो माणूस घरात होता, तो कोण?" प्रश्न बाबांनी दादाला विचारला. दादानं माझ्याकडे पाहिलं. मी म्हणाले, "मिनार, 'विचिन्ता' साप्ताहिकाचा संपादक." बाबांनी दादाकडे प्रश्नार्थक नजरेने पाहिलं. दादा नरम आवाजात म्हणाला, "त्याचं नाव मिनार, 'विचिन्ता' साप्ताहिकाचा संपादक."

"या घरात कशासाठी आला होता?" बाबांनी पुन्हा दादाला प्रश्न केला. दादानं मला विचारलं, "तो माणूस कशासाठी आला होता?" मी बाबांकडे पाहत उत्तर दिलं, "असाच!" दादा बाबांना म्हणाला, "असाच!"

"या माणसाशी तिचा संबंध काय?" बाबांनी दादाला विचारलं.

दादानं मला विचारलं, "त्या माणसाशी तुझा संबंध काय?"

मी खांदे उडवून म्हणाले, "जस्ट फ्रेंड."

दादा बाबांना म्हणाला, "जस्ट फ्रेंड."

टेबलावर भात-भाजी गार होऊन गेली. बाबा व्हरांड्यात येरझारा घालीत होते. वारंवार दादाला बोलावून त्याच्याशी हळू आवाजात काहीतरी बोलत होते. काय बोलत होते ते समजणं मला शक्य नव्हतं. त्यांना कपडे बदलायचे असावेत का? पण दोघं तर रिकाम्या हातांनीच आले होते. लुंगी-बनियन वगैरे आणलं नव्हतं. माझी एखादी साडी द्यावी का त्यांना लुंगीसारखी घालायला?

बाबांनी दादाकडे पाहून नकारार्थी मान हलवली- नाही. त्यांना कपडे बदलायचे नाहीत. रात्री कॉटवरच्या गादीवर दादा आणि बाबांसाठी नवीन चादर अंथरून दिली. त्या बिछान्यावर मी झोपणार नाही असं बाबा म्हणाले. मग कुठं झोपणार? त्याचा

मी विचार करायची गरज नाही म्हणे. त्या बिछान्यावर झोपायला ते कुठल्याही प्रकारे राजी झाले नाहीत. एकटीच राणीसारखं कॉटवर झोपणं आणि बाबा-दादांना कार्पेटवर झोपायला सांगणं मला पटेना. त्यांना ढकलीत कॉटपर्यंत नेणंही शक्य नव्हतं. ते लोखंडासारखे कठोर होऊन आलेले दिसत होते- शरीरानं आणि मनानंही. कॉटवर दोन जादा उश्याही नव्हत्या त्यांना देण्यासाठी. बिछान्यावरची एक चादर मी खाली अंथरून दिली. पण बाबा झोपणार नव्हते. मग काय करणार होते रात्रभर? बसून राहणार होते. दादाही बसून राहणार होता बाबांच्याबरोबर.

बाबांच्या हातात 'सुगंधा' मासिकाचा अंक होता. 'सुगंधा'सारखं तिसऱ्या दर्जाचं मासिक बाबा केव्हापासून वाचू लागले कोण जाणे! 'सुगंधा' हे मूलतत्त्ववाद्यांच्या गटाचं मासिक होतं. याला-त्याला शिवीगाळ, लैंगिकता, खोट्या बातम्या, अफवा, फालतू मुलाखती-जे पीतपत्रकारितेत असतं, त्या सगळ्या गोष्टींचा दुर्गंध या 'सुगंधा' मासिकात असे. अखेर खूप रात्र झाल्यावर, बाबा-दादांना झोपण्याची विनंती करणं थांबवून मी झोपायला गेले.

सकाळी उठून जेव्हा मी हॉस्पिटलमध्ये जाण्यासाठी तयार होत होते, तेव्हा दिसलं की, बाबा आणि दादा कपडे घालून तयार होते. तेही निघणार होते. कुठं? मयमनसिंहला.

"आज मुक्काम केलात तर चालणार नाही का?" मी म्हणाले.

"नाही. चालणार नाही." ते म्हणाले.

"ठीक आहे."

"नाही, काहीही ठीक नाही." ते म्हणाले, "आत्ताच्या आत्ता तुला आमच्याबरोबर मयमनसिंहला यायला पाहिजे!"

"का बरं?"

"यायला पाहिजे. कसंही करून यायलाच पाहिजे,"

हे वेडे झालेत की काय? मला हसू आलं. हॉस्पिटलमध्ये स्त्रीरोग वार्डमध्ये माझी ड्यूटी होती. आज रुग्ण दाखल करून घेण्याचा दिवस होता. लगेच निघायला हवं होतं. बाबा म्हणाले, "नाही. जायचं नाहीस." म्हणजे? म्हणजे आता मी हॉस्पिटलमध्ये जायचं नाही, मी नोकरीबिकरी करायची नाही. मला लगेच, त्याच क्षणी त्यांच्याबरोबर मयमनसिंहला जायला हवं. 'मी येणार नाही,' असं म्हणून मी वळले. मात्र, बाबांनी चीत्कार करून वाघासारखी माझ्यावर झडप घातली. इतक्या जोरात माझ्या गालावर झापड मारली की, धडापासून माझं शिर वेगळं होऊन पडलं असं वाटलं. मिना पर्वतावर हाजी लोकांचे दगड पडावेत, तशा माझ्या तोंडावर बाबांच्या भयानक झापडांचा वर्षाव होऊ लागला. धक्का देऊन बाबांनी मला जमिनीवर पाडलं आणि माझ्या पाठीवर-पोटावर लाथा मारू लागले. पळत जाऊन

त्यांनी आतल्या टेबलावरची बियरची कॅन्स आणली आणि मला फेकून मारली. एक कॅन कपाळाला लागून कपाळाला खोक पडली. दुसरं कॅन ओठांना लागून ओठातूनही रक्त येऊ लागलं. माझ्याकडे धावत येऊन, माझे केस धरून उठवून बाबांनी पुन्हा मला धक्का देऊन स्टीलच्या कपाटाच्या दरवाजावर पाडलं. धाडकन माझं डोकं कपाटाच्या आरशावर आपटलं. आरशात मला स्वतःचा चेहरा दिसला, कपाळातून आणि ओठांतून रक्त वाहतंय असं दिसलं. बाबांना एवढं संतापायला कारण तरी काय झालं हे मला समजत नव्हतं. मी हतबुद्ध होऊन पाहत राहिले. थरथर कापत माझं शरीर शिथिल पडत चाललं- जणू मी बेशुद्ध होते आहे. बाबांनी तो 'सुगंधा' मासिकाचा अंक माझ्या दिशेनं फेकला. अंक माझ्या अंगावर पडला. दादानं उचलून तो उघडून माझ्या डोळ्यांसमोर धरला. म्हणाला, ''बघ! तुझी सगळी कहाणी लिहिलीय याच्यात. काय-काय चाळे करीत असतेस तू, ते सारं लिहिलंय!', कुणी माझी काय कहाणी लिहिलीय ते पाहायची मला मुळातच इच्छा नव्हती. मी मनाच्या बळावर उठून उभी राहिले. एप्रन हातात घेऊन दरवाजाकडे निघाले. बाबांनी पळत जाऊन दरवाजात मला अडवलं. ते दारात उभे राहिले.

''मला हॉस्पिटलमध्ये जायचंय. उशीर होतोय.'' मी कठोर आवाजात म्हणाले.

''आता तू कुठंही जायचं नाहीस!'' माझ्यापेक्षा दुप्पट कठोर आवाजात बाबा म्हणाले.

मी चीत्कार करीत म्हणाले, ''जाईन! मला जायला पाहिजे.'' बोलताना माझा आवाज कापत होता. रडण्यामुळे कापत होता.

बाबांच्या लाल झालेल्या डोळ्यांकडे मला पाहता येत नव्हतं. मी पुन्हा 'मला जाऊ द्या' म्हणून कातर आवाजात त्यांना विनवलं. बाबा मला हॉस्पिटलमध्ये ड्यूटीवर जायला मनाई करतील, माझा मार्ग अडवतील, अशी मी कधी कल्पनाही केली नव्हती. बाबा मला अडवताहेत याच्यावर माझा विश्वासच बसेना. 'तू नोकरी करायची नाहीस' हे शब्द बाबांच्या तोंडून ऐकावे लागतील, असं मला कधी स्वप्नातही वाटलं नव्हतं. डोळ्यांसमोर सगळाच अकल्पनीय प्रकार चालू होता. अचानक मला वाटलं, हे खरं नाहीय. अशी घटना खरोखर घडूच शकत नाही. हे नक्कीच दुःस्वप्न आहे. नक्कीच मी झोपेत आहे आणि स्वप्नात या अविश्वसनीय घटना पाहते आहे. झोपेतून जाग आल्याबरोबर मला दिसेल की स्वच्छ पांढऱ्या बिछान्यावर झोपलेली आहे, खिडकीतून चंद्राचं शुभ्र चांदणं माझ्या अंगावर पडलं आहे.

माझा कुठलाही विरोध टिकू शकला नाही. 'सुगंधा'मधला लेख खोटा आहे असं जितक्या वेळा मी सांगितलं, तितक्या वेळा बाबांनी मला धमकावलं. रात्री त्यांनी एका पुरुषाला माझ्या घरात पाहिलं होतं. यापेक्षा त्यांना आणखी काय पुरावा

हवा होता! अर्थात हा पुरावा मिळाला नसता, तरी काय करायचं हे ठरवूनच ते मयमनसिंहहून इथं आले होते. दादानं मला ओढत-फरफटत खाली उतरवलं. दाराला कुलूप लावून लिलीलाही खाली उतरवलं. कुलपाची किल्ली बाबांनी आपल्या खिशात ठेवली. खाली वाट पाहत असलेल्या एका भाड्याच्या गाडीत त्यांनी मला बसवलं. गाडी मयमनसिंहला पोचली. माझं मन मात्र ढाक्यातच राहिलं. माझ्या सुखाच्या संसारात राहून गेलं. नक्कीच माझ्या गैरहजेरीमुळे तिथं गोंधळ झाला असेल. स्त्रीरोग विभागाच्या सगळ्या डॉक्टरांना माझी अनुपस्थिती दिसली असेल. माझ्या नावावर गैरहजेरीची लाल खूण लागली असेल. माझ्यावर सगळे नाराज झाले असतील. मी इतक्या उत्साहानं हॉस्पिटलमध्ये काम करीत होते, त्यामुळे रोग्यांची सेवा तर होत होतीच, पण अनुभवामुळे माझी कुशलताही वाढत होती. शिकण्या-शिकवण्यातला हा उत्साहच मला एफ.सी.पी.एस.च्या दिशेनं घेऊन गेला असता. एफ.सी.पी.एस.चा अभ्यास संसर्गजन्य आजारासारखा होता, दुसरं कुणीतरी त्या परीक्षेचा अभ्यास करताना दिसला की, स्वतःलाही तो अभ्यास सुरू करावा असं वाटे. बाबा खरोखरच माझ्यातल्या सगळ्या शक्यतांचा, प्रगतीचा अंत करीत होते की काय? मी विचार करू शकत नव्हते.

'अवकाश'ला पोचल्यावर माझ्या मानेला धरून मला माझ्या खोलीत ढकलून देऊन बाबांनी दरवाजा बंद करून घेतला आणि बाहेरून कुलूप लावून टाकलं. बाहेरून ते मोठ्या आवाजात ओरडत म्हणाले, "आता तू जन्मभर अशीच या खोलीत राहा. तुझं बाहेर जाणं बंद! नोकरीबिकरी करायची गरज नाही. डॉक्टरी करायची नाही. फार पंख फुटलेत तुला! तुझे पंख आता मी जाळून टाकतो बघ!"

'सुगंधा' मासिकातल्या माझ्यावरच्या लेखाचं शीर्षक होतं 'तसलिमा नासरिन सध्या उडत फिरताहेत!' मी म्हणे आज याच्याबरोबर, तर उद्या त्याच्याबरोबर उडत फिरत असते- भटकत असते. आज मी सावळ्या, उंचेल्या तरुणाबरोबर रिक्षात फिरताना दिसले, तर उद्या म्हणे एका गोरटेल्या, लट्ठ तरुणाबरोबर दिसले. मी पुरुषांना नादी लावत फिरत असते, इत्यादी. 'सुगंधा'सारख्या मासिकातलं हे पीतपत्रकारितेत मोडणारं लेखन माझा सुखाचा संसार जमीनदोस्त करू शकत होतं, इतकं सामर्थ्य होतं त्यात. बाबांचा छापील अक्षरांवर प्रचंड विश्वास होता. कुठल्याही नियतकालिकात काहीही छापलेलं असो, बाबा त्याच्यावर पूर्ण विश्वास ठेवीत.

त्याच दिवशी ढाक्याला एक माणूस पाठवून आरमानीटोलाच्या घरात जे काही सामान होतं, ते सगळं ट्रकमध्ये भरून बाबांनी मयमनसिंहला आणलं. मी खिडकीतून पाहिलं, मी एवढ्या हौसेने विकत घेतलेल्या वस्तू अंगणातल्या चिखल आणि मातीत पडल्या होत्या. माझ्या बंद खोलीची किल्ली बाबांच्या खिशात होती. मला खायला द्यायचं असलं की, आई कुलपाची किल्ली बाबांच्याकडून घेऊन, कुलूप

उघडून, आत जेवण ठेवून बाहेर जाई, बाहेरून दाराला कुलूप लावून जाई. बाबांनी हा नियमच करून दिला होता. आत मला एक बादली दिली होती. प्रातर्विधी, लघवी, थुंकणं-जे काही करायचं असेल, ते त्या बादलीत करायचं. हे आवडत नसलं, तरी बाबांचा नियम आईला पाळावा लागत होता. दरवाजाबाहेरून सगळे जण मला उद्देशून संतापानं बोलत. आईसुद्धा आवाज चढवून म्हणे, 'चांगली राहत होतीस तिकडं, पोरांबरोबर फिरली नसतीस तर काही अडलं असतं का तुझं? मासिकात एवढं कसं छापून आलं मग? कितीतरी मुली आहेत, डॉक्टरकी करतात. चांगल्या राहतात; पण तुला काही तसं राहता आलं नाही. लग्न नसेल करायचं, तर ठीक आहे. नको करूस. कितीतरी स्त्रिया आहेत- त्यांनी लग्न केलेलं नाही किंवा नवरा मरून गेलाय- त्या एकट्या राहत नाहीत? त्यांच्याबद्दल तर असं काही छापून येत नाहा- तुझ्याबद्दलच का येतं? एवढं बायकांच्या बाजूनं लिहितेस, पुरुषांच्या विरोधात एवढं लिहितेस, मग त्यांच्याशिवाय राहता कसं येत नाही तुला? त्यांना दूर का ठेवता येत नाही?'

◆

गोल्लाछूटचा खेळ

बंदिवान जीवनातून मुक्तीचा एकही मार्ग दिसत नव्हता. एखाद्या दिवशी इथून मुक्तता मिळेल असं वाटत नव्हतं. स्वतःच्या घरातच बंदिवान होऊन राहण्याच्या खूप यातना होत होत्या. मी सगळ्या यातनांसहित एकटीच बसून राही. हॉस्पिटलमध्ये रजेचा अर्ज न देता मी अचानक गायब झाल्यानं तिथल्या डॉक्टरांना नक्कीच आश्चर्य वाटलं असेल. त्यांची कामंही मी नसल्याने खोळंबली असतील. पण मी तरी काय करू शकत होते? अचानक स्वतःचं जीवन स्वतःच्या हातातून निसटून गेलं होतं. माझ्या असहायपणामुळे मी जणू खूप क्षुद्र झाले होते. वेदनांनी आणि रडण्याच्या आवेगानं छाती दाटून आली होती. मला बोलायचं होतं, रडायचं होतं; पण मी काहीच करू शकत नव्हते. रात्रंदिवस केवळ पडल्यापडल्या कण्हत राही. मला आपण बकुलीसारखे आहोत असं वाटे- बकुली- बोलू न शकणारी बकुली. बकुली ही टिकाटुली गावची मुलगी. एके दिवशी तिची आई तिला हॉस्पिटलमध्ये घेऊन आली होती. यापूर्वी कधीच बकुली किंवा तिची आई हॉस्पिटलमध्ये आल्या नव्हत्या. हॉस्पिटलमध्ये उपचार घ्यायचे असतील तर काय करायचं असतं, कुणाकडे जायचं असतं हे त्या दोघींपैकी कुणालाही ठाऊक नव्हतं. सकाळी मी हॉस्पिटलमध्ये प्रवेश केल्याबरोबर दिसलं की, त्या दोघी बाह्यरुग्ण विभागाच्या व्हरांड्यात बसलेल्या आहेत. एकीचं वय असेल सोळा-सतरा वर्षांचं, दुसरीचं असेल तीसच्या आसपास. हॉस्पिटलच्या आवारात तर अशी कितीतरी माणसं बसलेली असतात. पण व्हरांड्यात नजर गेल्याबरोबर दिसलं की, ती लहान वयाची मुलगी मोठमोठ्या डोळ्यांनी माझ्याकडे पाहते आहे. का बरं पाहत असावी- मला ओळखते की काय? वाटलं, कधी काळी माझ्याकडे रुग्ण म्हणून आली असावी, म्हणून ओळखत असावी. मी स्त्रीरोग विभागाच्या बाह्यरुग्ण विभागात रोगी पाहायला गेले. दुपारी बाहेर आल्यावर दिसलं की, त्या दोघी जणी सकाळच्याच जागी, तशाच बसून आहेत. का कुणास ठाऊक, मी हळूहळू चालत त्या दोघींच्याजवळ गेले आणि विचारलं, "आजारी कोण आहे?"

''बकुली.''

''तिचं नाव बकुली आहे वाटतं!''

''हो, माझी मुलगी आहे ही. माझी मुलगी.'' त्या तीस वर्षं वयाच्या स्त्रीनं सोळा वर्षं वयाच्या मुलीच्या पाठीवर हात ठेवला.

''काय आजारपण आहे?''

''बकुली बोलत नाही.''

''आजारपण काय आहे? इथं कशासाठी आलात?''

''बकुली बोलत नाही.''

''बोलत नाही हे तर समजलं; पण आजारपण काय आहे? पोटाचं आजारपण आहे की दुसरं कुठलं? कुठल्या आजारपणात उपचार हवाय?''

''बकुलीची वाणी परत मिळवून द्या. बकुली पूर्वीसारखी बोलायला लागली पाहिजे.''

''कधीपासून बोलत नाहीय ती?''

''आज एक महिना झालाय. एक महिन्यापासून बोलत नाहीय ती.''

बकुली माझ्याकडे पाहत होती. मोठे-मोठे टपोरे डोळे. किती सुंदर डोळे होते तिचे! मनात म्हटलं, असे डोळे माझे असते, तर? तिचे केस मात्र विसकटलेले होते. कपाळावर घामानं भिजलेल्या काही बटा. अंगावर निळी, सुती साडी. कशीतरी नेसलेली.

''का बरं बोलत नाही ती?''

''ते तर काही ठाऊक नाही!'' महिलेनं नकारार्थी मान हलवली. नंतर बकुलीकडे पाहत म्हणाली, ''बकुली, बोल! सांग काय झालं ते. बोल, बकुली. ए बकुली, बोल ना! एकदा तरी बोल. बोल गं! बोल बकुली, बोल.''

''काय झालं तिला गप्प व्हायला? का बोलत नाहीय ती? एक महिन्यापूर्वी काही झालं का?''

बकुलीच्या आईनं इकडेतिकडे पाहिलं. उठून ती माझ्याजवळ आली. माझ्या कानांत, अगदी हळू आवाजात म्हणाली, ''ती नदीकाठी पडली होती. लोकांनी येऊन सांगितल्यावर मी जाऊन तिला घेऊन आले.''

''का बरं पडली होती?''

''कोण जाणे, कुणीतरी पळवून नेलं होतं. ती कामाला गेली होती. एका फॅक्टरीत काम करायची ती. कामावरून दोन दिवस परत आली नाही. नंतर ही खबर मिळाली.''

''नदीकाठी पडली होती, तेव्हा शुद्ध होती तिला?''

''हो, होती. शुद्ध होती. ती उठून माझ्याबरोबर घरी आली. मी किती विनवलं

तिला, 'काय झालं, सांग' म्हणून. पण बकुली काही बोललीच नाही. तेव्हापासून गप्पच आहे ती. अजूनही बोलत नाही.''

''वाईट असं काही घडलं का?''

''लोक म्हणत होते, त्या गुंडांनी तिची इज्जत लुटली.''

बकुलीची आई हुंदके देऊन रडू लागली. रडता-रडता सांगू लागली, ''एका आश्विन महिन्यात बकुलीचा जन्म झाला आणि पुढच्या आश्विनात तिचा बाप वारला...'' मला बकुलीच्या आईची कहाणी ऐकायला वेळ नव्हता. तिला थांबवून मी म्हणाले, ''उद्या सकाळी येऊन नाक-कान-घसा विभागात जाऊन तिथल्या डॉक्टरांना दाखवा. बहुधा घशाला काहीतरी झालं असावं बकुलीच्या.''

मी बाहेर पडले. रोजच मला लोकांच्या आजारपणाच्या, त्रासाच्या गोष्टी ऐकाव्या लागत. हजारो प्रकारच्या आजारपणांमधलं हेही एक आजारपण.

बकुलीच्या आईनं मला मागून हाक मारली, ''आपा, बकुली कधीच बोलू शकणार नाही का हो?''

''ठाऊक नाही.'' मी उत्तरले.

तिनं पुन्हा हाक मारली, ''आपा, जरा थांबा.''

थांबले.

''आपण खूप चांगल्या आहात. बकुली पुन्हा बोलायला लागेल, अशी व्यवस्था करून द्या. मुकी मुलगी घेऊन आता मी कुठं जाऊ, काय करू?''

''उद्या येऊन डॉक्टरांना दाखवा. डॉक्टर काय म्हणतात ते पाहा.'' मी चालता चालता म्हणाले.

हॉस्पिटलच्या दरवाजाजवळून मी रिक्षा केली आणि निघाले. तेव्हाही बकुली तशीच बसून होती. व्हरांड्यातून बकुलीची आई माझ्या दिशेनं पाहत होती. रस्ताभर माझ्या कानात बकुलीच्या आईचे शब्दच घुमत राहिले- 'बकुली, बोल! बोल बकुली, बोल!'

दुसऱ्या दिवशी बाह्यरुग्ण विभागाच्या व्हरांड्यात काल बकुली जिथं बसली होती, त्या दिशेनं माझी नजर वळली. अनेक रुग्णांची गर्दी होती; पण तिथं बकुली नव्हती, बकुलीची आईही नव्हती. नंतरच्या दिवशीही पाहिलं. नाही, बकुली नव्हती. बहुधा आली असेल, डॉक्टरांनी तिला पाहिलं असेल, म्हणाले असतील की, तिच्या घशात काहीच दोष नाही, काहीच आजारपण नाही. बकुलीची आई तेव्हा नक्कीच बकुलीला वारंवार म्हणाली असेल, 'बोल बकुली, बकुली, बोल गं!' तेव्हापासून मी मनातल्या मनात बकुलीला शोधू लागले. हॉस्पिटलमध्ये प्रवेश केल्याबरोबर बसलेल्या रुग्णांमध्ये मी बकुलीचा चेहरा शोधी. बकुली अखेर बोलू लागली की नाही हे माहीत करून घ्यावं, असं मला तीव्रपणे वाटू लागलं.

माझं 'निर्वाचित कॉलम' हे पुस्तक तिकडं धडाक्यात खपत होतं. खोकाभाई एकामागून एक आवृत्त्या छापत होते. इकडे मी बंदिवासात होते. तुरुंगातल्या गुन्हेगाराप्रमाणे बंदी. मला जितकी शिवीगाळ केली जात होती, तितकी तुरुंगातल्या गुन्हेगारालाही कधी केली गेली नसेल. घरात कुणी पाहुणा आला, तर तोही दरवाजाच्या फटीतून हळूच डोकावून माझी बंदीदशा पाहून जात असे. मीही दरवाजाच्या फटीतून घरातल्या कुत्र्या-मांजरांना पाहत असे. बदकं-कोंबड्या अंगणात फिरत असत. वाटे, वा! त्यांच्यासारखं स्वातंत्र्य मला मिळालं असतं तर! पारतंत्र्य, पराधीनपणा कशाला म्हणतात हे मला अगदी पुरेपूर समजत होतं. मी आरडाओरडा करी, तो सगळे ऐकत; पण कुणीही दार उघडत नसे. ज्या कपड्यांमध्ये मी आले होते, तेच कपडे माझ्या अंगावर होते- बदलण्यासाठी माझ्याजवळ कपडेच नव्हते. पाहावं म्हटलं तर टी.व्ही. नव्हता, ऐकावं म्हटलं तर टेपरेकॉर्डर किंवा रेडिओ नव्हता. बोलण्यासाठी कुणी माणूसही नव्हतं. वाचावं म्हटलं तर खोलीत एकही पुस्तक नव्हतं. फक्त पडल्या पडल्या छताकडे पाहत राहणं सोडून माझ्याकडे दुसरं काहीही करण्यासारखं नव्हतं. डोळ्यांतलं पाणी आटून गेलं होतं. दोन्ही गालांवर अश्रू सुकून सुकून डाग पडले होते. चिंता येऊन माझ्या शेजारी झोपे; दुःस्वप्नांच्या पेशी रक्तातल्या लाल-पांढऱ्या पेशींप्रमाणे माझ्या रक्तात फिरत. समोर घनदाट अंधाराशिवाय आता काहीही नव्हतं. अनेक दिवस अनुपस्थित राहिल्यानं माझी हॉस्पिटलमधली नोकरी नक्कीच जाईल. माझं उद्ध्वस्त झालेलं घर मी पुन्हा कसं उभं करणार? माझी सगळी स्वप्नं उद्ध्वस्त झाली होती. स्वप्नहीन, भविष्यहीन अशी मी मेलेल्या व्यक्तीप्रमाणे झोपून राही. या मला मी ओळखत नव्हते. या माझं नाव मला ठाऊक नव्हतं. जेव्हा दलित, व्यथित, वंचित, लांछित अशी मी धाडस गोळा करून उभी राहिले होते, स्वतःच्या पायांवर उभी राहिले होते, तेव्हाच मला पुन्हा चोळामोळा करून फेकण्यात आलं, बंदिवान करण्यात आलं. बाबांनी माझ्या आयुष्याचं किती मोठं नुकसान केलं आहे, हे बाबांना ठाऊक नव्हतं. त्यांच्यासारख्या माणसाला हे कधीच कळणार नाही. कधीच ते जवळ येऊन बघणार नाहीत, कुठं काही अडचण आहे का, असली तर काय अडचण आहे, याची विचारपूस करणार नाहीत. अशा पद्धतीनं आता मला किती दिवस बंदिवान करून ठेवणार आहेत? किती महिने? किती वर्षं? ही कुठल्या अपराधांची शिक्षा देताहेत ते मला? मी मुळातच काही अपराध केला आहे का? माझ्या लेखनाची प्रशंसा होत होती, त्याप्रमाणे निंदाही होत होती. त्याची हळूहळू मला सवय झाली होती. हलक्या दर्जाच्या नियतकालिकांमधून नेहमीच माझ्याविषयी काहीना काही लिहिलं जाई. माझ्यावर टीका केली जाई, मला त्यातून चावे घेतले जात. माझ्या लेखनाची समीक्षा न करता केवळ मी एक महिला आहे म्हणून माझ्या व्यक्तिगत जीवनावर

काही लोक शिंतोडे उडवीत. केवळ महिला असल्यानंच चारित्र्याला अगदी सहजपणे काळं फासलं जाई. काहीही छापलं की, ते खरंच असणार असं लोक समजत. महिलांच्याबद्दल उलटंसुलटं लिहिणं, अफवा उडवणं, गॉसिपिंग करणं लोकांना खूप आवडतं. काही लोक माझी मासिकांतून थट्टा-मस्करी करताहेत म्हणून मला बंदिवास सहन करावा लागणार का? यातून माझा, माझ्या आई-बाबांचा, भावा-बहिणींचा तिळभरही काही फायदा होणार आहे का?

'सुगंधा'मधल्या माझ्याबद्दलच्या लेखाचा मूळ उद्देश बाबांना ठाऊक नव्हता. मासिकातले लोक आपल्या मासिकाचा खप वाढवण्यासाठी खोट्यानाट्या गोष्टी तिखटमीठ लावून छापतात हे बाबांना ठाऊक नव्हतं, समजतही नव्हतं. माझ्या जीवनाबद्दल जाणून घेण्यासाठी बाबांनी मला विचारणं योग्य झालं असतं. माझ्या जीवनाबद्दल माझ्यापेक्षा 'सुगंधा'च्या लोकांना अधिक माहिती कशी असणार? मला बाबांचा संताप आला. खूप संताप आला. प्रचंड संतापानं मी तडफडू लागले. ही खोली एके काळी माझीच खोली होती; पण आता मात्र हीच खोली मला एखाद्या शवपेटीसारखी वाटू लागली. मला पूर्वी आपण खूप साहसी आहोत असं मनातून वाटत असे; पण आता मात्र आपण एखाद्या असहाय शिशूप्रमाणे आहोत असं वाटत होतं. पक्षिणी उडत फिरत होती, म्हणून तिला पकडून आणून बाबांनी या पिंजऱ्यात बंद करून टाकलं होतं. त्यांनी मला जन्म दिला होता आणि त्यांना वाटत होतं की, त्या अधिकारानं ते मला कसंही वागवू शकतात, माझं वाटेल ते करू शकतात. त्यांचं हे वर्चस्व, प्रभुत्व, त्यांचा निर्दयपणा, निर्बुद्धपणा मला आणखी किती काळ सहन करावा लागणार? जन्माचं ऋण मृत्यूच्या आधी फेडून होत नाही की काय? स्वतःचं जीवन स्वतःच्या इच्छेप्रमाणे जगण्याचा अधिकार मला नव्हता की काय? मी मोडून छिन्नभिन्न होऊन पडलेली होते. तोवरच्या आयुष्यात मला इतकं असहाय कधीच वाटलं नव्हतं. माझं लेखन वाचून बरेच जण म्हणत की मी साहसी आहे, मी महिलांना प्रेरणा देते, शक्ती देते. प्रत्यक्षात मी किती शक्तिहीन आहे, किती असहाय आहे, किती परतंत्र आहे, हे जर ते लोक पाहू शकले असते, तर!

जे आमचं 'अवकाश' हे घर माझ्या चेतनेत होतं, मधुर आठवणीत होतं, ज्या 'अवकाश'वर माझं प्रेम होतं, तेच 'अवकाश' आता मला नरकासारखं वाटू लागलं.

अखेर त्या 'अवकाश'मधून मी पळाले. सकाळी माझ्या खोलीचं कुलूप उघडून आईनं नुकताच मला नाश्ता दिला होता; तेवढ्यात स्वयंपाकघरात सुफीचं ओरडणं आणि भांडी पडल्याचा मोठा आवाज ऐकू आल्यानं आई कुलूप न लावताच स्वयंपाकघराकडे पळाली. तोवर बैठकीच्या खोलीत कुणाचाही पहारा सुरू झाला

नव्हता. बाबा घरात नव्हते. दादा फार्मसीत गेला होता. मी ज्या कपड्यांमध्ये जशी होते, तशीच पळत बाहेर पडले. नागमोडी गल्लीबोळांतून वेगानं चालत राहिले. ज्या गल्लीबोळांत मी जाईन असा कुणालाही संशय येणार नाही, अशा गल्लीबोळांतून चालत राहिले. पळणं शक्य नव्हतं. पळत जात असते, तर लोकांना संशय आला असता. मागून कुणी माझे केस धरून ओढीत परत नेण्यासाठी येतंय की काय हे पाहण्याची माझी इच्छा नव्हती. त्या क्षणी मला सर्वांत गरज होती एका रिक्षाची- कशीही का असेना, मला रिक्षा हवी होती. मिळाली- अखेर मला रिक्षा मिळाली! रिक्षावाल्याला मी आमच्या घराच्या मागच्या दिशेला, सुतियाखाली हाउसच्या बाजूला, जिकडे 'अवकाश'मधलं कुणीही जात नसे, तिकडे चलायला सांगितलं. मी पळाले आहे ही बातमी ऐकून घरातले कुणी मला शोधायला, धरायला पळत निघाले, तर ते सेरपुकुरच्या किंवा गोलपुकुरच्या दिशेनं जातील. सुतियाखाली गल्ली पार करून रिक्षा जेव्हा राजबाडी स्कूलजवळून जात होती, तेव्हा मी रिक्षावाल्याला टांगाईल शहराला जाणाऱ्या बसेस ज्या स्टँडवर थांबतात, त्या स्टँडवर चलायला सांगितलं; कारण बाबा मला धरायला गेले असते ढाक्याला जाणाऱ्या बसेसच्या स्टँडवर. टांगाईलला जाणारा बसस्टँड दुसरीकडे होता आणि तिथून निघणाऱ्या काही बसेस अगदी प्रत्येक स्टॉपवर थांबत-थांबत जात. मला बस मिळाली पण बसमध्ये बसल्यावरही माझ्या छातीची धडधड काही कमी झाली नाही. मी सामान्य बसमध्येच बसले होते. एक्स्प्रेस किंवा नॉनस्टॉप बसची वाट पाहत थांबणंही धोक्याचं होतं. एक्स्प्रेस बस कधी येणार हे काही सांगता येत नव्हतं. बसस्टँडवर एक्स्प्रेस बसची वाट पाहत थांबले असते, तर कुणीतरी मला ओळखून बाबांना खबर दिली असती किंवा बाबाच ढाक्याच्या बसस्टँडवर मी न दिसल्यानं मला शोधीत टांगाईलला जाणाऱ्या बसेसच्या या स्टँडवर आले असते. ते रेल्वेस्टेशनवरही जाऊ शकत होते, म्हणून मी तिकडे गेले नाही. ही सामान्य बस थांबत-थांबत, रडतखडत चालली होती. शहरातून बस लवकर बाहेर पडो, लवकर बाहेर पडो असं मला वाटत होतं. वारंवार माझी नजर खिडकीबाहेर जात होती. इच्छा असूनही छातीतली धडधड मी थांबवू शकत नव्हते. बस अगदी हळूहळू, प्रवासी घेत-घेत; प्रवासी उतरवीत-उतरवीत चालत होती. मी महिला असल्यामुळे मला कुठल्याही सामान्य सीटवर बसू देण्यात आलं नव्हतं. ड्रायव्हरच्या शेजारी जी सीट असते, जिथं इंजिनच्या उष्णतेनं अंगाला चटके बसतात, जिथं पाय ठेवायला जागा नसल्यानं ते मुडपून छातीजवळ घेऊन बसावं लागतं आणि कुठलीही हालचाल करता येत नाही, त्या 'स्पेशल' सीटवर मला बसावं लागलं. टांगाईलला पोचायला बसनं पूर्ण आठ तास घेतले. टांगाईलला उतरून, ढाक्याला जाणाऱ्या बसेस कुठून सुटतात याची चौकशी करून मी तिकडे गेले. ढाक्याच्या बसमध्ये बसून जेव्हा मी

ढाक्याला पोचले, तेव्हा वाजले होते रात्रीचे अकरा! इतक्या रात्री मी कुठं जाणार? माझं तर एकच घर होतं, आश्रय होता- आता तर तोही नाही. नातेवाइकांपैकी कोणीही मला आपलं वाटत नव्हतं. त्या सर्वांपासून मला दूर जावंसं वाटत होतं. ज्यांच्या दृष्टीनं मी भ्रष्ट होते, व्रात्य होते, त्यांना तोंड दाखवावंसं मला वाटत नव्हतं. त्यांच्याकडे जाऊन त्यांना बेचैन करावंसं मला वाटत नव्हतं. एखाद्या रेस्टॉरंटमध्ये गेले, तर किमान तिथला फोन वापरता येईल असं वाटलं. पोटात भुकेनं कावळे ओरडत होते. आता मला कुणाजवळ, कुणाच्या घरी आश्रय मिळू शकणार होता? मला चक्कर येऊ लागली होती. मला काहीच सुचत नव्हतं. मिनारचा फोन नंबर मला आठवत होता. त्याचा नंबर फिरवला. मिनार खबर ऐकून अवाक् झाला. त्यानं म्हणे एके दिवशी हॉस्पिटलमध्ये फोन केला होता, तर हॉस्पिटलमधून उत्तर मिळालं की, मी रजेवर गेले आहे. मी ही रजा, ही सुटी कशा प्रकारे घालवली हे काही मी त्याला सांगितलं नाही. फक्त या रात्री मी त्याच्या घरी राहू शकते का, एवढंच विचारलं. तो लगेच 'हो' म्हणाला.

मोटारसायकलवर येऊन मला तो आपल्या घरी घेऊन गेला. बैठकीच्या खोलीत पाहुण्यांसाठी असलेला एक जादा बिछाना त्यानं मला दिला. दुसरा दिवस पार पडला. कशा प्रकारे पार पडला हे मला काहीच आठवत नाही, कारण मी दिवसभर झोपले होते. खूप झोप साठली होती माझी. मनावरून जे वादळ गेलं होतं, ते शांत होण्यासाठी मला सलग सात दिवस विश्रांतीची गरज होती. पण त्यानंतरच्याच दिवशी मिनार मला म्हणाला की, अशा प्रकारे एका एकट्या मुलीचं आपल्या घरी राहणं योग्य नाही; लोक नावं ठेवतील, त्यापेक्षा मिनारनं माझ्याशी लग्न करावं. म्हणजे माझं इथं राहणं वैध ठरेल, असं त्याची आई म्हणाली. त्याच दिवशी ऐकलं की, एक माणूस एक हिरव्या रंगाची वही घेऊन आला होता, ती वही मिनार माझ्याकडे घेऊन आला माझी सही घेण्यासाठी. पुन्हा एकदा मी सही दिली. मी बोधबुद्धी नष्ट झालेल्या व्यक्तीप्रमाणे सही दिली. ही सही कशासाठी, याचा गूढ अर्थ काय हे विचारायला वेळ घेतला नाही. सही का केली, तर बाबांवर संतापून, त्यांचा राग आल्यानं! दुसरा कुठलाच आश्रय नसल्यानं! या दोन्हीपैकी एकही गोष्ट आता मी मानू शकत नव्हते. बाबांचा मला खूप राग आला होता. रागामुळे सही का केली, तर संतापून दाखवता आलं असतं की जे जीवन मी जगले होते, जगत होते, ते जीवन त्या प्रकारे जगण्याची शक्ती, साहस आणि धाडस माझ्यामध्ये आहे. कुठलाही आसरा नव्हता हे खरं होतं; पण आसरा शोधण्याचा प्रयत्न मी का केला नाही? हॉस्पिटलमध्ये डॉक्टरांसाठी होस्टेल नव्हतं- नसेना का; मान खाली घालून का होईना, नातेवाइकांच्या घरी का गेले नाही? गीताचे अत्याचार सहन करूनही का छोटोदाच्या घरी राहिले नाही? का बडोमामांच्या घरी, त्यांच्याकडे

जागेची चणचण असूनही जमिनीवर सतरंजी टाकून झोपण्याची व्यवस्था केली नाही? रात्री झोपण्यासाठीच ना? त्यापेक्षा मी वाट पाहिली असती, तर खोकाबाबूंनी माझ्यासाठी एखादं दुसरं भाड्याचं घर शोधून दिलं असतं. खोकाबाबूंना फोन न करता का मी मिनारला फोन केला?- इतक्या रात्री खोकाबाबूंचं दुकान उघडं नसतं, त्यांचा फोन नंबर मला ठाऊक नव्हता; पण मग दुसऱ्या दिवशी फोन करून का मी खोकाबाबूंना मदत मागितली नाही? की माझा स्वतःवरचा विश्वासच उडाला होता? की पतिहीन जीवनाचा खरोखरच मी धिक्कार करायला सुरुवात केली होती? की इतर चार स्त्रियांप्रमाणे आपणही नवरा-मुलांसहित संसार करावा अशी इच्छा झाली मला? की मी प्रेम करीत होते? नाही! प्रेम काही दोन-तीन भेटींत आणि दोन-तीनदा गप्पा मारल्यानं होत नाही. की मला पुरुषाचं घट्ट आलिंगन हवं होतं? स्पर्श हवा होता? ऊब हवी होती?- म्हणूनच एका छोट्याशा सहीच्या बदल्यात तो स्पर्श, ती ऊब यांच्यातून शरीराचा खेळ हवा होता? खूप दिवसांच्या अतृप्त शरीराला तृप्ती हवी होती, एका पुरुष शरीरासाठी आतून पूर आला होता का? की मला मी एखाद्या अनाथ, दलित अशा कीटकासारखी वाटत होते? म्हणूनच का मी हे जीवन कुणाच्या हाती गेलंय याचा विचार केला नाही? की तसा विचार करण्याचं काही कारण मला दिसलं नाही?- काय झालं ते काही मला समजत नव्हतं.

एका घरात राहण्यासाठी किंवा एका बिछान्यात रात्र घालवण्यासाठी सही करण्याची खूप आवश्यकता होती. सहीशिवाय जर एखाद्या तरुणाचा एखाद्या तरुणीशी शरीरसंबंध झाला, तर त्या तरुणाचा दोष होत नाही, त्याची चूक होत नाही; चूक होते, ती तरुणीची. दोष तिलाच दिला जातो. छिनाल, वेश्या, वाया गेलेली, वाईट इत्यादी शब्दांनी तिचा उल्लेख केला जातो. मिलनशी मीलन झाल्यानंतर मला समजलं की, सहीशिवायसुद्धा मीलन होणं, संभोग होणं शक्य असतं. खरं तर कुठल्याही सहीनं मला लग्नाचा अनुभव दिला नाही. मिनारचा मुखवटा दोन दिवसांतच गळून पडला आणि आधीचा मिनार, मुहम्मद अली मिनार, कविताचा नवरा त्यातून प्रकट झाला. कविताचा हा नवरा कवितासाठी व्याकूळ होऊन रडे, कविता दुसरं लग्न करतेय या दुःखानं तो रडे. जीवनात किती वाईट पडझड झाली होती! वाटे, काळाला परत मागे नेता यावं. वाटे, मिनार आणि कविता पुन्हा पूर्वीप्रमाणे एकमेकांवर प्रेम करताहेत असं पाहावं. दोघं जण सुखानं संसार करताहेत असं पाहावं.

हॉस्पिटलमधल्या माझ्या काही दिवसांच्या गैरहजेरीमुळे कुणालाच काही आश्चर्य वाटलेलं नव्हतं असं दिसलं. ज्या दिवशी बाबांनी मला आरमानीटोला भागातल्या घरातून उचलून नेलं, त्याच दिवशी त्यांनी हॉस्पिटलच्या स्त्रीरोग विभागाकडे माझ्या

वतीनं एक रजेचा अर्ज पाठवून दिला होता. हॉस्पिटलमधून खोकाभाईंशी फोनवरून संपर्क झाला. शांतिबाग भागात त्यांनी माझ्यासाठी एक भाड्याचं घर शोधून ठेवलंय असं ते म्हणाले. घरमालकाला त्यांनी सांगितलं की, माझी बहीण इथं राहील. ती डॉक्टर आहे, एकटी राहते. घरमालक सुशिक्षित आणि सुसंस्कृत, सभ्य गृहस्थ होते. ते राजी झाले. घर दुमजली आणि सुंदर होतं, स्वच्छ होतं. इकडे मिनारही घर शोधत होता. त्याला मोठं, अनेक बेडरूम्स असलेलं घर हवं होतं. असं घर त्याला आपल्या नातेवाइकांसाठी हवं होतं. मला शांतिबागेतलं घर भाड्यानं घ्यावंसं वाटलं- तेच मी घेतलं. मिनारला घेऊन शांतिबागेतल्या घरी राहायला आले. आमचं बरंचसं अलग-अलग असं जीवन सुरू झालं. तो त्याच्या कामात, मी माझ्या कामात. मी खूप सकाळीच हॉस्पिटलमध्ये निघून जाई. दिवसभर मिनारची माझी भेट होत नसे. मी हॉस्पिटलमध्ये गेल्यानंतर तो बाहेर जाई आणि बऱ्याच रात्री परत येई- एक तर मद्यधुंद अवस्थेत किंवा रोज हातात एक दारूची बाटली घेऊन. पूर्ण नाही, तरी अर्धी बाटली तो घरात बसून संपवी. दारू पिता-पिता तो 'विचिन्ता'साठी संपादकीय लिही. मिनार जे काही लिही, ते खूप वेगानं लिही. कुठंही खाडाखोड नसे, कधीही पेन बाजूला ठेवून त्याला काय लिहावं असा विचार करावा लागत नसे. दारू जणू त्याचं डोकं खुलं करी. पण तो जे काही लिही, ते चांगलं लिही. त्यानं ठरवलं असतं, तर तो खूप चांगला कथालेखक होऊ शकला असता. त्यानं आता कथालेखन का सोडून दिलंय, हे मला कळत नव्हतं. अचानक एके दिवशी मद्यपान करता-करता तो मला म्हणाला की, मी 'पूर्वाभास' मासिकासाठी लिहिणं बंद करून टाकावं. त्यात लेखन बंद करण्याचं कुठलंही कारण मला दिसत नव्हतं. अमक्या मासिकातला माझा लेख हा काही लेखच नव्हता, तमक्या मासिकातला तो लेख मी लिहिला नसता तरी चाललं असतं, असे त्याचे आरोप किंवा शेरे ऐकून मला वाटू लागलं की, मिनार माझ्यावर वर्चस्व गाजवून, मला क्षुद्र ठरवून मला आपल्या मुठीत ठेवू पाहतो आहे. शुद्धीवर असलेल्या मिनारला बाहेरच्या जगातले लोक पाहत; पण मला ती संधी फारशी मिळत नसे. मी जे पाही, ते मद्यधुंद मिनारलाच पाही. रोज रात्री त्याला दारू प्यायचीच असे. मनाई करूनही काही होत नसे. तो पिणार म्हणजे पिणारच. खूप रात्र झाल्यावर माझ्या शेजारी झोपायला येई. आमच्या संपर्कामध्ये संभोग सोडून दुसरं काहीही उरलं नव्हतं. संभोग ही काही क्षुद्र गोष्ट नव्हती. शरीराला संभोग हवा असे. रोज रात्री शरीर जागृत होई.

जी गोष्ट मला ठाऊक नव्हती पण लवकरच ठाऊक झाली, ती म्हणजे मिनारवर बऱ्याच वर्षांपासून असलेलं एका श्रीमंत महिलेचं प्रेम. ती महिला विवाहित होती. इस्काटनमध्ये मिनार ज्या घरात राहत होता, ते घर त्याच महिलेच्या मालकीचं होतं. त्या महिलेवरच्या प्रेमाला काही दिवस ओहोटी लागल्यामुळे मिनार

माझ्या दिशेनं झुकला. पण लवकरच त्याचं प्रेम पुन्हा जागृत झालं. पुन्हा त्यांच्या पूर्वीसारख्या भेटी सुरू झाल्या. मिनारला एक दिवसही मद्यपान केल्याशिवाय राहवत नसे. तो असाच होता. दारू पिऊन तो रात्री इकडेतिकडे फोन करी, मलाही हॉस्पिटलमध्ये फोन करी. मला फोनवर त्याच्या तोंडातील दारूचा वास येत नसे. वाटे, पलीकडून बोलणारी व्यक्ती खूप प्रेमळ आहे- घनश्याम श्रीकृष्णासारखी. पण हाय! कधी तो वेड्यासारखा खदाखदा हसे, कधी दारू पिऊन बेधडक आरडाओरडा करी, अर्वाच्य भाषेत शिवीगाळ करी, एखाद्या दिवशी पॅन्टचा बेल्ट काढून मला फटके मारी. विनाकारण मारी. त्याला वाटलं, म्हणून मारी. घरच्या दुसऱ्या मजल्याचे दोन भाग करण्यात आले होते. एका भागात मी आणि मिनार राहत होतो, तर दुसऱ्या भागात सोमा नावाची एक वीस-एकवीस वर्षांची तरुणी राहत असे. ती बऱ्याचदा माझ्याशी गप्पा मारायला येई. मद्यधुंद मिनारचं वागणं असह्य झालं की, रात्री-बेरात्री मला या सोमाकडे जाऊन उरलेली रात्र तिच्याकडे काढावी लागे. हा अहंकारी मद्यपी कुठल्या रात्री काय करील ते कुणालाही कळत नसे. तो रात्री चुंबनं घेणार की फटके मारणार, हे मला समजत नसे. त्या दारूड्यानं एकदा रात्री घरी आल्यावर, झोप लागलेल्या मला उठवून बेल्टने फटके मारायला सुरुवात केली. 'कशासाठी मारतोयस?' विचारलं, तर काहीही उत्तर नाही. उलट माझ्या गालांवर जोरजोराने मारून माझे गाल त्यानं लाल लाल करून टाकले. डोळ्यावर बुक्का मारून डोळ्यातनं रक्त काढलं. वर माझा गळा दाबला. त्याच्या मजबूत हातातून स्वतःला सोडवणं मला जमेना. नंतर एका क्षणी मला सोडून देऊन, हसत हसत, माझे केस धरून ओढीत-ओढीत त्यानं मला घराबाहेर काढलं आणि दार लावून घेतलं. जिन्यात बसून मला ती रात्र काढावी लागली. दुसऱ्या रात्रीही असंच झालं. मी जिन्यात बसले असताना त्या दारूड्यानं पुन्हा मला ओढीत घरात न्यायचा प्रयत्न केला, तेव्हा रक्ताक्त झालेल्या मी प्राण वाचवण्यासाठी पळत जाऊन घरमालकाच्या घरात आश्रय घेतला. शरमेनं मला मान वर करता येईना. लज्जा, घृणा, भीती, न्यूनगंड या भावनांनी मला घेरून टाकलं. मी तर एकटी-एकाकीच होते, आताही मी एकाकीच आहे, असं वाटू लागलं. आधी उपद्रव नव्हता; आता तर जिता-जागता उपद्रव माझ्या डोळ्यांसमोर होता- मिनार! छी छी छी! हे काय करून बसले होते मी! कुणाला मी माझा आश्रयदाता मानलं होतं! माझ्यासाठी मी स्वतः पुरेशी नव्हते का? मला कसला अभाव होता? मला माझी इतकी घृणा येऊ लागली की, धरती दुभंगावी आणि तिनं मला पोटात घ्यावं असं मला वाटू लागलं. मी स्वतःच स्वतःला इतकं हीन-दीन होऊ दिलं, इतकं अपमानित होऊ दिलं... मला काय गरज होती दुसऱ्याच्या आश्रयाची? 'पती' नावाच्या सुरक्षिततेची? काय गरज होती समाजाची इच्छा पूर्ण करण्याची? पती,

संतान, संसार इत्यादींच्या सामाजिक चिखलात किती अडकले आहे मी- जितकी बाहेर पडू पाहतेय, तितकी अधिकच त्या चिखलात खोल ओढली जातेय. सामाजिक चालीरीतींच्या जाळ्यात अडकून दुसऱ्याबरोबर स्वतःला बांधून घेतलं होतं मी! स्वतःच स्वतःच्या गळ्याला फास लावून घेतला होता मी- हा फास बघून लोकांना बरं वाटतं, म्हणून! मी आता बेबंद व्यक्ती नाही म्हणून! घाण्याच्या बैलासारखी फिरत होते मी. उगाचच 'लग्न' नावाचा एक कलंक माझ्या नावाला लागला. मला एकदा धडा मिळाला होता, तरीही मी मतिभ्रष्ट झाले. आता पुन्हा दुसऱ्यांदा धडा मिळाला, अक्कल आली. लग्न केलं तरी कलंक, नाही केलं तरी कलंक. कुठलातरी कलंक जर मला लावून घ्यायलाच हवा होता, तर मग लग्न हाच कलंक कशासाठी? हा धडा काय मला आधी मिळाला नव्हता? मग कशाला पुन्हा त्या जाळ्यात अडकायचं? पुरुषांना काय मी ओळखलं नव्हतं का? मग कशाला पुन्हा त्यांना ओळखायला जायचं? कशाला पुन्हा स्वप्नं पाहायची? एकानं जो त्रास मला दिला आहे, तसा त्रास दुसरा पुरुष बहुधा देणार नाही असं का समजायचं? अगं मूर्ख बुद्धू मुली, त्रास ते देणारच! एक प्रकारचा नाही, तर दुसऱ्या प्रकारचा! तू आता कुणावरही निर्भर राहू नकोस, अवलंबून राहू नकोस. कुणीतरी आपल्याला सुख देईल, अशी आशा मनात ठेवू नकोस. मी एकापेक्षा अधिक लग्नं केली, याचा अर्थ मी एकापेक्षा अधिक पुरुषांबरोबर झोपले हा कलंक मला माझ्या त्वचेप्रमाणे चिकटून राहिला. लोक माझी ही त्वचा पाहिल्यावरच मला 'कलंकिनी' म्हणतात. एवढंच काय, रुद्रसुद्धा! दरम्यानच्या काळात दोन वेळा रुद्रशी भेट झाली. पहिली भेट झाली 'इत्यादी' प्रिंटर्समध्ये. 'इत्यादी'तून बाहेर पडलो, तेव्हा मुसळधार पाऊस कोसळत होता. त्या पावसात रिक्षाही मिळत नव्हती, टॅक्सीही मिळत नव्हती. खूप वाट पाहिल्यावर एक टॅक्सी मिळाली, तेव्हा तिच्यात बसलो. मला शांतिबागेत उतरवून देऊन रुद्र इंदिरा रोडला जाणार होता. टॅक्सीत बसल्यावर दारूनं धुंद झालेल्या रुद्रनं माझ्या कंबरेभोवती हात टाकला आणि दाब देऊ लागला. म्हणाला, "तू मला खूप हवी आहेस." त्याला माझं शरीर हवं होतं. मी त्याचा हात माझ्या कंबरेवरून दूर केला, टॅक्सीवाल्याला टॅक्सी थांबवायला लावली आणि मालीबाग भागात भर पावसात खाली उतरले. गालांवर-चेहऱ्यावर पाण्याचे थेंब- त्यातले कोणते पावसाच्या पाण्याचे, कोणते डोळ्यांतल्या पाण्याचे- कळत नव्हतं. मनातल्या मनात रुद्रला म्हटलं, 'मला इच्छा झाली, तरच मी तुझ्याबरोबर झोपू शकते. आरमानीटोलातल्या घरी मला इच्छा झाली होती. आता मला इच्छा नाहीय. आजवर दुसऱ्याच्या इच्छेला महत्त्व दिलं, आता स्वतःच्या इच्छेला महत्त्व द्यायचा प्रयत्न करतेय.' यानंतर रुद्रशी भेट झाली साकुरात. साकुरात भेटायचं असं ठरलं होतं. रुद्र मला म्हणाला की, त्याला त्याचं समग्र साहित्य प्रकाशित व्हावं असं

वाटतंय. आजवर त्यानं जितकं लेखन केलं आहे, ते एकाच खंडात प्रकाशित व्हावं असं त्याला वाटत होतं.

"तू यात मला मदत कर!" तो म्हणाला.

"कशा प्रकारची मदत?"

"तू तुझ्या प्रकाशकाला सांगून माझं समग्र लेखन प्रकाशित करायची व्यवस्था कर."

आता माझी पुस्तकं चांगली चालत होती, म्हणून माझे प्रकाशक माझ्या सगळ्या मागण्या किंवा सूचना मान्य करतीलच असं नव्हतं. मी खोकाभाईंना काही वेळा म्हटलं,

"रुद्रचं समग्र साहित्य तुम्ही प्रकाशित कराल का? त्याची खूप इच्छा आहे."

"अशक्य! मला तर विक्रीची बाजूही पाहावी लागते ना!" ते म्हणाले.

"तुम्हाला 'समग्र रुद्र' प्रकाशित करायचा नसेल, तर मग त्याच्या राजकीय कविता, प्रेमकविता असं काहीतरी प्रकाशित करा."

याला खोकाभाई राजी झाले; पण समग्रला मात्र नाही. किमान त्यांनी रुद्रला एकदा भेटावं, अशी मी त्यांना विनंती केली- 'त्याला किमान भेटा तरी!' साकुराला रुद्र आणि मी दोघंही खोकाभाईंची वाट पाहत होतो. खोकाभाई आले. रुद्रनं स्वतःच्या तोंडानं आपली इच्छा खोकाभाईंना सांगितली. तेव्हा मी पुन्हा तेच म्हणाले, जे मी त्याची 'समग्र लेखन' प्रकाशित करण्याची इच्छा ऐकल्यावर म्हणाले होते- 'रुद्र, तुला समग्र लेखन कशासाठी प्रकाशित करायचंय? समग्र तर निधनानंतर प्रकाशित होत असतं.' पण रुद्र त्याच्या इच्छेवर ठाम राहिला. समग्र प्रकाशित करणारच! काही तास उलटले. शेवटपर्यंत निर्णय असा काही झालाच नाही. खोकाभाई काही 'समग्र रुद्र' प्रकाशित करायला राजी झाले नाहीत. रुद्रला मी वारंवार म्हणाले, "विद्याप्रकाश प्रकाशन तुझी पुस्तकं नक्की प्रकाशित करील; पण 'समग्र रुद्र' नव्हे. दुसरं काहीतरी प्रकाशित कर." हे रुद्रला मान्य नव्हतं. त्याला समग्रच प्रकाशित करण्याची इच्छा होती.

"नवल आहे! अरे, तुझं निधन थोडंच झालंय! किमान तू म्हातारा झालेला असतास, तरी या मागणीत काही अर्थ असता. कितीसं वय आहे तुझं? अद्याप पस्तीसही झालेलं नाही. मग एवढ्यात आपलं समग्र लेखन एका खंडात प्रकाशित व्हावं असं तुला का वाटतं?"

अखेर खोकाभाई निघून गेले. तेही आपल्या निर्णयावर ठाम होते. रुद्र खूप निराश झाला. त्याला वाईट वाटलं म्हणून मलाही वाईट वाटलं. साकुराहून तो आणि मी बाहेर पडलो. रस्ता हाच आता माझा पत्ता होता. घरातली मी आता रस्त्यावरची व्यक्ती झाले होते. रुद्रला चालण्याचा त्रास अद्याप तसाच होता.

चालताना त्याला वारंवार रस्त्यात थांबावं लागे. वाटलं, रुद्रला बरोबर घेऊन, त्याच्याबरोबर रिक्षातून शहरभर फिरावं. पूर्वीप्रमाणे टी.एस.सी.च्या मैदानावर बसून गप्पा माराव्यात, चहा-चिवडा खात खात कवितेबद्दल गप्पा माराव्यात. पूर्वीचे ते उत्कट प्रेमाचे दिवस पुन्हा परत यावेत. मधल्या काळातले मतभेद, ताटातूट, विषाद सारे नष्ट व्हावेत. रुद्रच्या विषण्ण डोळ्यांत पाहून मी म्हणाले, ''तू उगाच विचार करू नकोस. तुझं समग्र लेखन प्रकाशित करण्याबद्दल मी पुन्हा एकदा खोकाभाईंशी बोलेन.''

रुद्र निःश्वास टाकून म्हणाला, ''पण ते तर काही याला तयार होत नाहीयेत.''

''पाहते. मी माझं एक पुस्तक प्रकाशनासाठी देईन या अटीवर त्यांना राजी करता येतं का हे पाहीन. माणूस म्हणून ते चांगले आहेत. तुझं पुस्तक नक्कीच चांगलं खपेल, हे मी त्यांना पटवून देईन. तुझी लोकप्रियता काही कमी नाही. लोक नेहमी तुझ्या कवितांचं जाहीर वाचन करतात. सगळे प्रकाशक फक्त विक्रीचाच विचार थोडाच करतात? काही काही प्रकाशक तर ज्याची विक्री कमी होणार असली, तरी चांगलं काहीतरी छापतातच. खोकाभाई इतर प्रकाशकांप्रमाणे व्यावसायिक बाजूचाच फक्त विचार करीत नाहीत. ते आज राजी झाले नसले, तरी कधीतरी राजी होतील.''

रुद्रला थोडं बरं वाटलं. आम्ही काही अंतर एकमेकांबरोबर चालून नंतर दोन वेगवेगळ्या रिक्षा करून आपापल्या मार्गांनी गेलो.

ज्या रात्री मिनारनं मला बेल्टनं फटके मारले होते आणि मला घरमालकाच्या घरात आश्रय घ्यावा लागला होता, त्याच रात्री घरमालकाच्या पत्नी पारुल यांनी भीतीने थरथरणाऱ्या मला बरेच प्रश्न विचारले- मिनारशी माझा संपर्क कसा आला, का आला हे विचारलं. मी त्यांच्या एकाही प्रश्नाचं उत्तर देऊ शकले नाही. फक्त भिंतीकडे पाहत राहिले- न बोलता. पारुलनी मला बैठकीच्या खोलीत एका कोपऱ्यात झोपून राहायला सांगितलं. मी आडवी झाले खरी; पण रात्रभर भिंतीकडेच पाहत जागी राहिले. एका क्षणापुरतीही मला झोप काही आली नाही. मी मुकी झाले होते की काय? का मी काहीच बोलू शकत नव्हते? का मी रडू शकत नव्हते? का मी दगडासारखी होऊन गेले? का मी ओरडत नव्हते? का मी कुठलीच भिंत फोडू शकत नव्हते? का मी कुणाला शिव्या देत नव्हते? मला बकुलीची आठवण आली. मी बकुली बनत चालले होते की काय? बकुलीसारखी मुकी! जेव्हा बाबांनी माझं आरमानीटोलातलं सुंदर घर उद्ध्वस्त केलं, माझा कणा मोडून टाकला, तेव्हापासून आपण मुक्या झालो आहोत, असं मला वाटू लागलं. मी कुणाशीही काही बोलत नसे. स्वतःशीही मी काही बोलत नसे. भय आणि शरम यांनी माझा

कंठ रुद्ध करून टाकला होता. मी वारंवार पराजित झाले होते. जणू पराभूत होणं हीच माझी नियती होती. हा समाज, हे जग मला माझ्या इच्छेप्रमाणे जगू देत नव्हतं. माझी शक्ती, साहस, उद्यम, माझा स्वाभिमान, माझा क्रोध- सारं काही मी जणू कुणाकडेतरी, कुठेतरी ओलीस देऊन बसले होते. वाटत होतं, समोरची भिंत एकेक पाऊल टाकीत माझ्या दिशेनं पुढे येते आहे. चारीकडच्या भिंती पुढे येताहेत. डोक्यातून कवटी फोडून मेंदू जणू बाहेर येऊ पाहतो आहे. मला मोठमोठे श्वास घ्यावेसे वाटत होते- जणू खोलीतून सारी हवा बाहेर गेली होती. वारंवार मी स्वतःला म्हणत होते, 'आता तू स्वतःची कहाणी सांग, तुला काय म्हणायचं आहे ते सांग. इथून पुढे आता दुसऱ्याच्या सुखासाठी स्वतःचा सर्वनाश करून घेऊ नकोस. जरा आपल्या स्वतःकडे पाहा, एकदा स्वतःवर थोडं प्रेम करायचा प्रयत्न कर. खूप झालं, आणखी किती सोसणार आहेस? स्वतःचा आणखी किती सर्वनाश करून घेणार आहेस? माझे डोळे समोरच्या भिंतीवर. पांढऱ्या भिंतीवर. भिंत जणू एकेक पाऊल टाकीत माझ्या दिशेनं पुढे येते आहे. मी या कुशीवर- त्या कुशीवर होत होते. चारी बाजूच्या भिंती माझ्या दिशेनं येत होत्या. मी डोकं हलवत होते. डोकं हलवत होते आणि म्हणत होते, 'बोल, बकुली! बकुली, बोल! बोल, बोल...'

मुकी होऊन रात्रभर जागी राहिल्यानंतर जेव्हा सूर्य उगवला, तेव्हा मी बोलले. पारुलना म्हणाले, "या घरातून मिनारला निघून जायला सांगा. तो गेल्यावर मी माझ्या घरात जाईन."

"जुळवून घ्या, समझोता करा त्याच्याशी. पुरुष तर असं अधूनमधून वागतातच, तुम्ही थंड डोक्यानं पुन्हा एकदा विचार करून पाहा."

"मी यावर थंड डोक्यानंच विचार केला आहे. आधी जे काही केलं होतं, तेव्हा एकतर माझं डोकं ठीक नव्हतं किंवा डोकं गरम होतं."

घरमालकाच्या घरातून त्या पहाटेच मी बाहेर पडले. मी पुन्हा त्या शांतिबागेतल्या अशांतीमध्ये परत गेले नाही. मी माझी मैत्रीण पाखी हिच्या घरी आश्रय घेतला. पाखीनं माझ्यासाठी तिच्या फ्लॅटमधल्या एका खोलीत लेखनासाठी टेबल-खुर्ची दिली. हॉस्पिटलहून परत आल्यावर पाखीशी गप्पा मारण्यात वेळ जाई. लेखनापेक्षा लोकांच्या जीवनाबद्दलच्या गप्पा ऐकणंच मला अधिक महत्त्वाचं वाटे. पाखी ही माझ्या लेखनाची एक चाहती. ती शांतिबागेतल्या माझ्या घरी मला भेटायला येत असे. त्यामुळे आमची मैत्री झाली. पाखी दहाव्या मजल्यावरच्या एका फ्लॅटमध्ये राहत असे. एकटीच. नवऱ्याशी तिचा तलाक झाला होता. तिचा माजी नवरा अमेरिकेत राहत होता. पाखी दिसायला खूप सुंदर होती. मेकअप करून चेहऱ्यावरच्या सुरकुत्या अशा लपवी की, पाहून तिचं वय सांगता येत नसे. ती मला कधी

आईसारखी वाटे, तर कधी बहिणीसारखी. तिला एक मुलगीही होती. लग्न होऊन आता ती अरब देशात राहत असे. पाखी ढाक्यात एकटीच राहत असे. अर्थात तिचं उत्पन्न असं फार नव्हतं. अधूनमधून कपडे शिवून ते रेडिमेड कपड्यांच्या दुकानांमार्फत विकण्याचा ती प्रयत्न करी. नवऱ्याशी तलाक झाल्यानंतर ढाक्याच्या पल्लवी भागात एक घर होत- ते नवऱ्यानं तिच्या नावावर केलं होतं, ते विकून तिनं हा मोठा फ्लॅट विकत घेतला होता. बाकीचे पैसे बँकेत ठेवले होते. पाखीचं मनोबल पाहून मला तिचं कौतुक वाटे. पण ती म्हणे की, माझं लेखन वाचून तिला एकटीनं राहण्याचं धाडस आणि बळ मिळालं. माझं लेखन महिलांना इतकं मनोबल देतं हे मला ठाऊक नव्हतं. कुष्टिया गावाहून पाखीची थोरली बहीण आली होती, तीसुद्धा माझं लेखन वाची. मला पाहून तिचा आपल्या डोळ्यांवर विश्वासच बसेना की, मी खरोखर तिच्यासमोर बसलेली आहे! तिनं मला छातीशी धरलं. ती माझी इतकी प्रशंसा करू लागली की, मी किंकर्तव्यमूढाप्रमाणे तिच्यासमोर बसून राहिले. माझं लेखन वाचून लोकांच्या मनात माझी जी प्रतिमा तयार होत असे, ती म्हणजे मी प्रचंड साहसी आहे, मला पुरुष मुळीच आवडत नाहीत, पुरुष दिसला की मी त्याच्या गालावर झापड मारते किंवा त्याच्या कंबरेखाली लाथ मारून त्याला आडवा करते- पण प्रत्यक्षात मात्र मी तशी नाही हे पाहून काही काहींना नवल वाटत असे, काहींची निराशाही होत असे. मला पुरुषांकडून फटके खावे लागताहेत हे ऐकल्यावर तर त्या चाहत्यांना चक्करच आली असती! पाखी माझी एवढी चाहती असली, तरी तिच्या घरी राहताना मला अवघडल्यासारखं वाटे- स्वतःच्या असहायपणामुळे, निराश्रय असल्यामुळे. माझ्या लक्षात आलं की, पाखी मला 'कितीही दिवस माझ्याकडे राहा' असं म्हणत नाहीय. 'नवीन घर जोवर मिळत नाही, तोवर माझ्याच घरी राहा' असं म्हणत नाहीय. पाखीसमोर हात जोडून आणखी काही दिवस राहू देण्याची भिक्षा मागावी, असं मलाही वाटत नव्हतं. पाखीच्या घरात राहण्याची ठरलेली मुदत वेगानं संपली.

ढाका शहरात अनेक मित्र-मैत्रिणी, अनेक नातेवाईक होते; पण मी त्यांच्या घरी गेल्यावर कुणालाही आनंद होणार नाही, हे मला ठाऊक होतं. पाखीच्या घरून निरोप घेतल्यावर मी हॉटेलमध्ये राहण्याचा निर्णय घेतला. गुलिस्तान भागातल्या एका हॉटेलात माझं जीवन सुरू झालं. जेवण मी रेस्टॉरंटमध्ये करीत असे. दिवसभर हॉस्पिटलमध्ये काम करायचं आणि रात्री झोपायला हॉटेलमध्ये परतायचं. हॉटेलमध्ये राहणं सोपी गोष्ट नव्हती. घिंजी भागात असलेल्या स्वस्त हॉटेलांमध्ये कुठलाही पुरुष कुणा महिला नातेवाइकाला घेऊन उतरत नसे. 'मी हॉटेलमध्ये राहणार' म्हटल्यावर हॉटेलच्या मॅनेजरनंसुद्धा डोळे वटारले. इथंही खोकाभाई मदतीला आले. चांगल्या काळात अनेक जण जवळ येतात; पण वाईट काळात

फार कमी लोक जवळ येतात. माझ्या संकटाच्या काळात खोकाभाई खरोखर भावाप्रमाणे, वडिलांप्रमाणे, मित्राप्रमाणे जवळ राहत. माझी असहाय अवस्था पाहून इतरांप्रमाणे कधीही त्यांनी मला स्पर्श करण्याचा प्रयत्न केला नाही. खोकाभाई हॉटेलच्या मॅनेजरला बाजूला बोलावून म्हणाले, "आया-बहिणी तर सर्वांनाच असतात ना! त्यांची अडचण असेल, तेव्हा आपण त्यांना मदत करायला हवी. या डॉक्टर आहेत. मिटफोर्ड हॉस्पिटलमध्ये नोकरी करतात. सध्या राहण्याची जरा अडचण आहे म्हणून काही दिवस त्यांना हॉटेलमध्ये राहावं लागतंय.' मॅनेजर अखेर राजी झाले. केवळ राजी झाले एवढंच नाही, तर रात्री माझ्या खोलीबाहेर कुणी गोंधळ करू नये, याचीही काळजी घेऊ लागले. पण मला बऱ्याचदा रात्री हॉटेलच्या खोलीत झोप येत नसे. दरवाजा इतका लेचापेचा होता की, कुणीही एका लाथेत तो तोडून टाकू शकलं असतं. हे हॉटेल म्हणजे दारूड्या बदमाशांचा अड्डा होता- मी कशी काय इथं निश्चिंतपणे झोपू शकणार? शांतिबागेतल्या घराच्या मालकांनी जेव्हा मला कळवलं की त्यांनी नोटीस देऊन मिनारला घराबाहेर काढलंय, तेव्हा कुठं माझा हॉटेलमधला मुक्काम संपला. मिनार आपलं सामान घेऊन त्या घरातून निघून गेला होता. त्या घरात गेल्यावर मला पुन्हा तो आधीचा आनंद परत मिळाला. आरमानीटोलाच्या घरात जसा मी सुखाचा संसार उभा केला होता, तसा संसार या घरात उभारायचं स्वप्न मी पाहू लागले.

रिकाम्या घराच्या जमिनीवर झोपल्याबरोबर छान झोप लागली. स्वतःवरचा जो विश्वास हरवला होता, तो निःशब्दपणे, मलाही कळू न देता पुन्हा परत आला. आपण हीन-दीन कीटक आहोत असं वाटेनासं झालं.

◆

रुद्र गेला

एके दुपारी असीम साहा यांनी मला हॉस्पिटलमध्ये फोन करून सांगितलं की, रुद्र खूप आजारी आहे; त्याला होली फॅमिली हॉस्पिटलच्या २३१ नंबरच्या रूममध्ये ठेवलंय. खबर मिळाल्यावर मी उशीर न करता लगेच रिक्षा करून होली हॉस्पिटलकडे गेले. हॉस्पिटलच्या दारात उतरून, तिथल्या फुलांच्या दुकानातून रातराणीचा एक गुच्छ विकत घेतला. रुद्रला रातराणीची फुलं खूप आवडत. हॉस्पिटलमध्ये नर्सेसच्या रूममध्ये जाऊन मी एका नर्सला विनंती केली की, २३१ नंबरच्या रूममध्ये जाऊन माझं नाव रुद्रला सांगा; त्यानं परवानगी दिली, तर मी त्याला भेटायला जाईन. रुग्णांना त्यांच्या केबिनमध्ये जाऊन भेटायची परवानगी सरसकट सर्वांना मिळत नाही. मला अनुमती मिळेलच याची मला खात्री नव्हती. रुद्रच्या खोलीत त्याच्याशिवाय इतरही कुणी असू शकतं, त्यांना कदाचित माझी उपस्थिती आवडणार नाही. नर्स म्हणाली, "रुद्रनं तुम्हाला भेटायला अनुमती दिली आहे." मला ठाऊक होतं, माझं नाव ऐकल्याबरोबर रुद्र मला भेटायला बोलवील. रूममध्ये रुद्रची बहीण होती. मी फक्त रुद्रशीच बोलले. त्याच्याजवळ जाऊन उभी राहिल्यावर तो म्हणाला, "बस."

रातराणीचा सुगंध कसा घेणार तो? त्याच्या नाकात नळ्या घातलेल्या होत्या. गुच्छ मी टेबलावर ठेवला. रुद्रच्या उशाजवळ असलेल्या खुर्चीत बसून विचारलं, "काय झालंय तुला?"

"डॉक्टर म्हणाले, पोटात अल्सर झालाय." रुद्रला मान हलवता येत नव्हती. तो फक्त नजर इकडेतिकडे वळवून पाहत होता. त्याचा चेहरा खूप म्लान झाला होता.

"पोटातला अल्सर म्हणजे काही गंभीर बाब नाही, बरा होईल."

"बरा होईल?"

"नक्कीच! हा रोग ऐंशी टक्के लोकांना होतो. हा काय रोग झाला?"

"नाकात नळ्या घातल्यावर तुला कसं वाटतंय, सांग बरं!" थोडं थांबून मी

हसत विचारलं. मी माझ्या उजव्या हाताची बोटं रुद्रच्या केसांतून फिरवीत होते. डावा हात त्याच्या छातीवर ठेवला होता. "त्रास होतोय?" मी विचारलं.

"त्रास तर होतोच आहे."

"मुळीच चिंता करू नकोस. तू खूप लवकर बरा होशील."

"कोण जाणे! हे आजारपण माझं शेवटचं आजारपण ठरतंय की काय कोण जाणे!"

"उगीच काहीतरी बोलू नकोस."

यानंतर रुद्रनं मला त्याला कोणकोणते कवी-लेखक भेटायला आले होते, ते काय काय म्हणाले, त्यांनी काय काय केलं, हे हळू आवाजात सांगितलं. शिमुलबद्दलही सांगितलं.

"आजच आली होती शिमुल. चुपचाप बसली होती. चेहरा म्लान होता."

"का? म्लान का?"

"बहुधा ही माझी अवस्था पाहून तिला वाईट वाटलं असावं. काहीच बोलली नाही."

"लग्न कधी करणार तिच्याशी?"

"जरा बरा झालो..."

"बरा तर तू नक्कीच होशील."

शिमुलबद्दल बोलताना रुद्रचा म्लान चेहरा उजळून निघाला होता. शिमुलवर त्याचं खूप प्रेम आहे, हे मला जाणवलं. बराच वेळ तो शिमुलबद्दल बोलत होता.

"दूर बसली होती ती. जवळ येऊन बस म्हणालो; पण जवळ आली नाही ती."

"का बरं जवळ आली नाही?"

"राग आला होता तिला माझा. मी आजारपण ओढवून घेतलं म्हणून."

"छान! तिच्याशी लग्न झाल्यावर ती तुला चांगली शिस्त लावील!"

रुद्रच्या चेहऱ्यावर हसू झळकलं. मीसुद्धा हसण्याचा प्रयत्न केला. जणू रुद्रला दुसरीच्या हाती सोपवल्यामुळे मला मुळीच वाईट वाटत नाहीय.

रुद्रशी माझ्या व्यक्तिगत जीवनाबद्दल कधीच बोलणं झालं नाही. बहुधा त्याला लोकांकडून समजत असेल. मी एकटी राहते की कुणाबरोबर राहते, माझं कुशल आहे की नाही हे त्यानं कधीच मला विचारलं नाही. तो स्वतःबद्दल बोले- स्वतःच्या प्रेमाबद्दल, स्वतःच्या कवितेबद्दल, स्वतःच्या आजारपणाबद्दल, स्वतःच्या सुखदुःखांबद्दल.

"शिमुलवर काही कविता लिहिल्यास?"

"हो." रुद्रनं होकारार्थी मान हलवली.

''जवळ नाहीत?''

''जवळ? इथं हॉस्पिटलमध्ये?'' रुद्र म्लान हसला.

''नाहीत कशा? तुझी कवितेची वही तर नेहमीच तुझ्याजवळ असते. मग तू कुठेही अस!''

''आता आणखी काही बोलू नकोस! एकदाचा या हॉस्पिटलमधून बाहेर पडलो म्हणजे मिळवली!''

''उगाच वैतागू नकोस. आधी बरा हो, मग घरी तर जाशीलच. जेवणाआधी आणि जेवणानंतर घेण्यासाठी डॉक्टर काही औषधं लिहून देतील. ती सगळी नियमितपणे घे. बाहेर जाताना खिशात अँटासिडच्या गोळ्या ठेवत जा. ॲसिडिटीची शंका आली की गोळी घेत जा.''

''डॉक्टर म्हणताहेत ब्लडप्रेशर जास्त आहे.''

''ब्लडप्रेशर अधिक आहे? म्हणतोस काय? या वयात ब्लडप्रेशर का बरं वाढणार? नीट पाहिलं होतं ना डॉक्टरनी?''

''म्हणाले खरं!''

''मग तर तुला खूप जपून राहायला हवं. ब्लडप्रेशर कमी होण्याचं औषध दिलंय ना?''

''दिलंय.''

''काय म्हणाले डॉक्टर? सिगारेट, दारू-सगळं पूर्वीसारखंच चालू ठेवा असं म्हणाले?''

''या वेळी बहुधा या गोष्टी सोडायलाच लागणार.''

''सोडून दे. सोडून दे. नियमितपणे जेवत जा- बघ, पोटाचं दुखणं पुन्हा उपटणार नाही.''

त्या दिवशी रुद्रला वचन दिलं होतं, पुन्हा भेटायला येईन म्हणून. पण त्याला पुन्हा भेटायला जाणं काही झालं नाही. त्यानंतर यास्मिन आली माझ्या शांतिनगरच्या घरी, मिलन आला. मिलन ढाक्याला नोकरी करण्यासाठी आला होता. बसाबो भागात एका गल्लीत आपल्या बहिणीच्या घरी राहत होता, आता या घरी घेऊन आले. इतके दिवस लग्नाच्या कलंकामुळे मी तोंड लपवलं होतं. 'अवकाश'मध्ये गेले नव्हते. कुठल्याही नातेवाइकाला भेटले नव्हते. 'पूर्वाभास' नियतकालिकातल्या एका स्तंभाची समीक्षा करताना एका गृहस्थांनी लिहिलं होतं, 'ज्या व्यक्तीचा एक कान कापलेला असतो, ती व्यक्ती तो कापलेला कान लपवण्यासाठी रस्त्याच्या एका कडेने चालते आणि जिचे दोन्ही कान कापलेले असतात, ती रस्त्याच्या मधून चालते, कारण तिच्याकडे लपवण्यासारखं काही नसतं.' मी कापलेले दोन्ही कान घेऊन निर्लज्जाप्रमाणे रस्त्याच्या मधून चालत होते. मी निर्लज्ज असल्यामुळेच

माझ्या सदरांमध्ये असं काहीबाही लिहिते. माझा अपमान करण्यासाठीच त्या गृहस्थांनी हे लिहिलं होतं. आता लोक आपला अपमानच करताहेत, त्यामुळे मी रस्त्याच्या मधूनच चालण्याचा निर्णय घेतला होता. एकापेक्षा अधिक लग्नं केल्याची शरम, बदनामीची भीती यांच्यामुळे तोंड लपवून राहिले, तर इतरांचा फायदा होत असेल, माझा मात्र काहीच फायदा झाला नव्हता.

यास्मिनला घेऊन मी सुहृदला भेटण्यासाठी छोटोदाच्या घरी गेले होते, तर तिथं माझ्यासाठी फोन आला. त्याच्या घरी माझ्यासाठी फोन आल्यानं मला नवल वाटलं. हो; फोन माझ्यासाठीच होता. कॅरोलिन राइटनं फोन केला होता. कॅरोलिन राइट ही अमेरिकन कवयित्री होती. फुलब्राइट स्कॉलरशिप घेऊन बांगलादेशी महिला कवींच्या कवितांवर संशोधन करण्यासाठी इथं आली होती. माझ्या कवितांवरही ती संशोधन करीत होती, माझ्या काही कवितांचे अनुवादही तिनं केले होते. ती मुहम्मद नुरुल हुदांच्या मदतीनं माझ्या कवितांचे अनुवाद करीत होती, तेव्हा बांगला अकादमीत तिच्याशी दोन वेळा भेटही झाली होती. कॅरोलिन काही मला आवडली होती असं नाही. बांगलादेशमध्ये अगदी काही दिवस राहिल्याबरोबर असं काही दाखवू लागली की, जणू इथली संस्कृती, राजकारण, समाजकारण, अर्थकारण, साहित्य या सर्वांची तिला अगदी खडान्‌खडा माहिती आहे! ती दरम्यान मंजरुल इस्लामच्या प्रेमातही पडली- मंजरुल इस्लाम हे विद्यापीठात प्राध्यापक होते आणि कॅरोलिनला अनुवादकार्यात मदत करीत होते. कॅरोलिनला कुणाच्याही खासगी गोष्टीत नाक खुपसायची वाईट खोड होती- अगदी बेडरूममधल्या गोष्टींतही! मी किती लग्नं केली, कुणाकुणाशी केली याच्या चौकश्या करण्यात तिला फार उत्साह असे. ती विदेशी तरुणी असल्यानं कुणाच्या खासगी गोष्टीत नाक खुपशीत नसावा, असं मला आधी वाटत होतं. पण कवितेपेक्षा खासगी गोष्टींचं संशोधन करण्यात तिला अधिक रस होता, असं माझ्या लक्षात आलं. नंतर याच कॅरोलिनला, ती सुंदर बंगाली लिहीत असल्यानं मी टेलिव्हिजनवरच्या एका कार्यक्रमात कवितावाचन करण्याची संधी मिळवून दिली. टेलिव्हिजननं मला आमंत्रण दिलं होतं. मी आयोजकांना कॅरोलिनलाही त्या कार्यक्रमात कवितावाचन करू द्यावं, अशी विनंती केली आणि त्यांनी ती मान्य केली. कॅरोलिनला किती आनंद झाला! तिला चश्मा होता; पण चश्मा लावल्यावर आपण कुरूप दिसतो असं तिला वाटत असल्यानं ती बिनचश्म्याचीच कॅमेऱ्यासमोर आली. डोळ्यांवर चश्मा नसल्यानं तिला स्वतःच्या हस्ताक्षरातली कविता वाचण्यातही त्रास होत होता; पण तिनं कॅमेऱ्यासमोर चश्मा काही घातला नाही! मला मात्र चश्मा इतका आवडतो की, आपले डोळे खराब होऊन आपल्याला चश्मा लागावा, म्हणून लहानपणी मी मध्यान्हीच्या सूर्याकडे टक लावून पाहत असे. मला वाटे, यामुळे माझे डोळे बिघडतील, मग बाबा मला

डोळ्यांच्या डॉक्टरांकडे नेतील आणि डोळ्यांचे डॉक्टर माझे डोळे तपासून बाबांना म्हणतील, 'हिचे डोळे बिघडले आहेत. हिला अमुक नंबरचा चश्मा कायम वापरावा लागेल!'

तर, कॅरोलिन फोनवरून जड आवाजात मला म्हणाली, "रुद्र मुहम्मद शहीदुल्लाहचं निधन झालं, तुम्हाला समजलं?"

"काय म्हणालात?"

"रुद्रचं निधन झालं. तो गेला."

"रुद्र गेला? कधी?"

"आज सकाळी निधन झालं त्याचं."

"उगाच काहीतरी काय सांगताय? अहो, परवाच मी त्याला होली फॅमिली हॉस्पिटलमध्ये जाऊन भेटून आले. तो मरून जाईल, इतकं कुठलंही गंभीर आजारपण नव्हतं त्याला."

"पण मी तर ऐकलं की त्याचं निधन झालं."

"कुणी सांगितलं तुम्हाला?"

"सांगितलं एका कवींनी."

"नाव काय त्यांचं? सांगितलं असेल तर खोटं सांगितलं असेल त्यांनी."

"पण ते कवी काही खोटं बोलणार नाहीत. तुम्ही विचारून पाहा."

"हे पाहा कॅरोलिन, 'रुद्र हॉस्पिटलमध्ये आहे' असं तुम्हाला त्या कवींनी सांगितलं असेल. तुमची ऐकण्यात चूक झाली असेल."

"नाही, नाही. ते मला स्पष्ट म्हणाले, रुद्रचं निधन झालं."

"असं असेल, तर ज्यानं तुम्हाला सांगितलं त्याला पक्की माहिती नसेल. 'रुद्र आजारी आहे' असं त्यांनी कुणाकडून तरी ऐकलं असेल. स्वतःचा मसाला घालून त्यांनी 'तो मेला' असं तुम्हाला सांगितलं असेल. अफवा असेल ही."

"पण तुम्ही खात्री करून घ्या. मी स्पष्टच ऐकलं की रुद्र गेला."

कॅरोलिननं सांगितलेली बातमी खरी मानण्याचं कुठलंच कारण मला दिसत नव्हतं. तरीही यास्मिनला घेऊन मी होली फॅमिली हॉस्पिटलमध्ये गेले. हॉस्पिटलमध्ये रुद्र ज्या रूममध्ये होता, तिथं जाऊन पाहिलं, तर तिथं तो नव्हता. नर्सला विचारलं तर ती म्हणाली, "तो पेशंट कालच घरी गेला."

"म्हणजे तो बरा झाला?"

"हो, बरा झाला."

"पूर्ण बरा झाला की, पेशंटला इथं राहायची इच्छा नव्हती म्हणून नाकातल्या नळ्यांसहित घरी गेला?"

"आता पेशंट बरा झाल्याशिवाय डॉक्टर डिस्चार्ज देतील होय?" नर्स फणकारून म्हणाली.

नर्सनं रुद्रची फाइल बाहेर काढली आणि ती दाखवून म्हणाली, "पेशंट बरा झाला होता, म्हणूनच डॉक्टरांनी त्याला घरी जायला सांगितलं."

होली फॅमिलीतून रिक्षात बसले आणि संतापानं बडबडत राहिले, 'माणसाच्या तोंडाला काही लगाम नसतो. वाट्टेल ते बोलत असतात. रुद्र बरा होऊन छानपैकी घरी गेलाय आणि लोक म्हणताहेत तो मरून गेला!' असं म्हटलं खरं पण रिक्षावाल्याला रिक्षा इंदिरा रोडला घ्यायला सांगितली.

यास्मिन म्हणाली, "इंदिरा रोडला कशाला?"

"जाऊन बघू. रुद्र बरा होऊन आपल्या घरी गेलाय की नाही याची खात्री करून घेऊ. त्याची प्रकृती अधिकच बिघडली असती तर नर्सनंच सांगितलं असतं."

बातमी खरी नाही हे ठाऊक असूनही संपूर्ण रस्ताभर मी बेचैन होते. यास्मिन म्हणाली, "उगाच का चिंता करतेस? काहीही झालेलं नाही रुद्रला. निव्वळ अफवा होती ती!"

"हो, खरोखर अफवाच होती!"

"काय झालं होतं रुद्रला? का हॉस्पिटलमध्ये होता तो?"

"फार काही नाही. पोटात अल्सर झाला होता. मी परवा पाहून गेले होते. चांगली ट्रिटमेंट चालली होती. मरणार कसा? मरण्यासाठी काहीतरी तसंच कारण असायला हवं ना! जो पेशंट हॉस्पिटलमधून अल्सरवर ट्रिटमेंट घेऊन, बरा होऊन घरी गेला, तो मरणार कसा? यापेक्षा फालतू अफवा असू शकते का? एखादं सीरियस आजारपण असतं, तर वेगळी गोष्ट!"

आम्ही इंदिरा रोडला पोचलो; पण रुद्रच्या घराचा पत्ता ठाऊक नव्हता. झिनाईदहहून ज्या रात्री आले होते, तेव्हाचा रस्ता अंधूकसा आठवत होता. अंदाजानं पुढे जात राहिलो. अचानक दिसलं की, एका गल्लीच्या तोंडाशी पाच-सहा जण उभे आहेत. त्यांच्यापैकी दोघांना मी ओळखत होते- एक होते मोईनुल एहसान साबीर. अचानक माझ्या पोटात खड्डा पडला. रक्त जणू क्षणांत बर्फासारखं गार झालं. शरीर थरथरू लागलं. समोर अंधारल्यासारखं वाटू लागलं. डोळे बंद करून, दातांवर दात दाबून धरून, स्वतःच्या थरथरण्यावर ताबा मिळवीत म्हणाले, "यास्मिन, रुद्रचे हे मित्र इथं कसे काय? काय झालं असावं?"

यास्मिन काहीच बोलली नाही.

"म्हणजे बातमी खरी आहे की काय?"

यास्मिन गप्पच.

रिक्षा पुढे जात राहिली. आणखी माणसं जमलेली दिसली. त्यांच्यामध्ये बरेच

ओळखीचे चेहरे.

"नाही, बातमी खरी असू शकत नाही. आजारपण वाढलं असावं."

मी स्वतःची समजूत घालत होते. यास्मिनचा हात मी गच्च धरून ठेवला.

"बोल यास्मिन, बोल! बरोबर म्हणाले ना मी?"

यास्मिन काहीच म्हणाली नाही.

"इतकी माणसं का? सगळी इंदिरा रोडवरच का? एखादा कवितावाचनाचा कार्यक्रम असावा बहुधा या गल्लीत! की रुद्रकडे आले आहेत सगळे जण? पण इतकी माणसं एकदम कशाला येतील?" माझा कंठ दाटून येऊ लागला.

मी यास्मिनचा हात घट्ट दाबून धरला. तिनंही तो तसाच राहू दिला; मात्र काहीही बोलली नाही.

ज्या घरासमोर लोकांची गर्दी होती, त्या घरासमोर रिक्षा थांबवून, खाली उतरून गर्दीला दूर सारीत मी धावत दुसऱ्या मजल्यावर गेले. खोलीचा दरवाजा उघडा होता, आतल्या खोलीतून रडण्याचा आवाज येत होता. दरवाजापाशी असीम साहा उभे होते.

"असीमदा, काय झालं?" असं मी विचारल्याबरोबर त्यांना हुंदका फुटला. रडत रडत ते म्हणाले, "नासरिन, रुद्र गेला!"

माझ्या शरीरातून त्राण निघून गेलं. मला नीट उभं राहता येईना, मागच्या भिंतीला टेकले, तरी मला शरीर उभं ठेवता येईना. ते पाचोळ्यातल्या पानासारखं खाली पडू लागलं. सारं जग डोळ्यांभोवती गरगर फिरू लागलं, मला कुठलेही आवाज ऐकू येईनासे झाले. स्वतःच्या रडण्याचा, कण्हण्याचा आवाजही ऐकू येईना. असीम साहा यांच्या रडण्याचा आवाजही आता माझ्या कानांतून आत येईना. आसपासच्या माणसांचे चेहरेही आता मला ओळखीचे वाटेनात. सारी माणसं नानाविध आकार घेऊन पाण्यात तरंगताहेत असं वाटू लागलं. जणू सारे मासे आहेत. मी एक झाडाची सुकली फांदी होऊन पाण्याच्या तळाशी पडले आहे. सारे मासे निःशब्दपणे पाण्यात पोहताहेत. अशा प्रकारे किती वेळ गेला हे मला समजेना. काळ जणू चालता-चालता स्थिर झाला. घड्याळाचे काटे बहुधा टिक्-टिक् करीत फिरत होते. जग बहुधा जसं चाललं होतं, तसं चालत होतं. माझ्या जगात स्थिर अशा समयाप्रमाणे सगळंच निर्वाक्, निस्पंद होऊन गेलं होतं. मला आता मी माझ्यामध्ये आहे असं वाटत नव्हतं. मला आता कशाचाही अनुभव येत नव्हता. कुणी मला स्पर्श केला, तरी तो जाणवत नव्हता; कुणी हाक मारली, तरी ऐकू येत नव्हती.

मेलेल्या फांदीकडे एक मासा पुढे आला. प्रज्ञा लावणी हिचा आकार घेऊन माशानं मला स्पर्श केला. त्या स्पर्शानं मला कुठंतरी, कुठल्यातरी मासळी बाजारातल्या

प्रचंड कोलाहलामध्ये टपकन फेकून दिलं. चोहीकडच्या दरखोरीच्या आवाजांत, घामाच्या वासात आणि घाणीत मी मध्यभागी उभी राहिले. या सगळ्यामध्ये रुद्र किती निश्चिंतपणे झोपला होता. कुठलाही दुर्गंध, कुठलाही कोलाहल त्याला जाग आणीत नव्हता. रुद्र, तोच रुद्र, माझा प्रिय रुद्र- रात्रंदिवस मी ज्याची प्रतीक्षा करी, तो रुद्र. रुद्र झोपला होता. एका पांढऱ्या चादरीवर रुद्र झोपला होता. त्याच चादरीवर आम्ही दोघं कितीतरी रात्री एकत्र झोपलो होतो. कितीतरी रात्री आमच्या आनंदाच्या रसात ही चादर भिजली होती! कितीतरी रात्री या चादरीच्या जादूनं आम्हाला सप्तस्वर्गातून फिरवून आणलं होतं. कितीतरी रात्री माझ्या साऱ्या शरीराची चुंबनं घेत घेत, मला आलिंगनं देत देत याच चादरीवर रुद्र झोपला होता. आता त्या चादरीवर तो अप्पलपोट्यासारखा, स्वार्थी माणसासारखा एकटाच झोपला होता. मला शेजारी झोपायला बोलवत नव्हता. मी रुद्रच्या कानाजवळ तोंड नेऊन हळू आवाजात म्हणाले, ''एऽ, ही काय झोपायची वेळ आहे का? हे बघ, मी आले आहे. चल, कुठंतरी बाहेर जाऊ. इथं इतके लोक आहेत! चल, दोघं जण गुपचूप दूर निघून जाऊ! पूर्वी जसे आपण गर्दीपासून दूर जात असू, तसे! ऊठ! बाहेर जायचं नसेल तर नको; पण उठून तर बस बाबा! कविता ऐकव, नवीन काय लिहिलंस ते सांग. तुझ्या कुशीत डोकं ठेवून मी कविता ऐकेन. सगळ्यांना आपल्या कवितावाचनानं मुग्ध करून टाक!''

रुद्र काही उठला नाही. हळू आवाजात रडण्याचा आवाज ऐकू येत होता. आता ती रडणारी व्यक्ती मला रडत-रडत म्हणाली, ''काय पाहायला आलीस तू? कुणाला पाहायला आलीस? पाहून जा! डोळे भरून बघ माझ्या मुलाला! त्याला तू काही कमी त्रास दिला नाहीस. आता भेटायला आलीस होय?''

मी दगडासारखी रुद्रच्या जवळ उभी राहिले. आसपासच्या लोकांच्या बोलण्याचे आवाज मला जणू दंश करीत होते. कुणीतरी म्हणत होतं, 'लाश उठाओ, लाश उठाओ!' रुद्रला 'रुद्र' न म्हणता ते 'लाश' म्हणत होते! अरेरे! रुद्र, डोळे उघड, बघ, हा मोहन रायहान तुला 'लाश' म्हणतोय! बघ, तुला 'लाश' म्हणता म्हणता त्याच्या तोंडाला कसा फेस आलाय! तुला राग येत नाही त्याचा? मला त्यांनी कधी रिक्षात बसवलं मला जाणवलंच नाही. रिक्षा ट्रकच्या मागे-मागे चालली होती. ट्रकमध्ये रुद्र. रुद्र आता टी.एस.सी.त जाणार. तिथून मिठेखालीला.

''काय झालं होतं रुद्रला?'' दगडासारखी झालेली मी थोडी वितळू लागले.

''सकाळी उठल्यावर दात घासायला गेला होता. दात घासता घासता अचानक पडला. हार्ट ॲटॅक.''

''उगाच काहीतरी बोलू नकोस.'' मी यास्मिनवर ओरडले. यास्मिन गप्प झाली.

खूप वेळानंतर, भानावर येऊन मी विचारलं, ''यास्मिन, रुद्र खरोखरच गेला

का गं?''

यास्मिन काहीच बोलली नाही.

''बोल यास्मिन! बोल! सांग, खरं सांग की, तो मेला नाही. त्याला हार्ट ॲटॅक कशाला येणार? हार्टचा तर कुठलाच प्रॉब्लेम नव्हता त्याला. सांग की तो मेला नाही, सांग, तो तर झोपलाय.''

यास्मिन काहीच बोलली नाही.

नाही, कुठंच काहीही झालेलं नाही. मी आणि यास्मिन ढाका शहरात रिक्षातून फिरतो आहोत. यास्मिनशी माझी खूप दिवसांनी भेट झालीय. आम्ही दोघी जणी मयमनसिंहच्या रस्त्यांवर ज्याप्रमाणे फिरत असू, तशाच इथं फिरतो आहोत. आम्ही कुठंही गेलेलो नाहीत. कुठल्याही इंदिरा रोडला गेलेलो नाही, काहीही पाहिलेलं नाही. रिक्षात बसून झोपून जाण्याची मला सवय आहे, झोपेत मी बहुधा काहीतरी दुःस्वप्न पाहिलं. रिक्षाचं हूड उचलून मी म्हटले, ''चल, बेईली रोडवर जाऊ, साडी विकत घेऊ.''

''नको!''

''का बरं नको?''

''घरी चल!''

''कशाला? बाहेरच फिरू!''

''नाही, घरी चल बुबू!''

बराच वेळ गप्प बसल्यानंतर रिक्षावाल्याला मी टी.एस.सी.कडे न्यायला सांगितलं. यास्मिन म्हणाली, 'टी.एस.सी.त नको जायला.''

''गप्प बस!'' यास्मिनला मी जोरात म्हणाले, पण यास्मिन गप्प राहीना. मला गच्च धरून ती म्हणाली,

''बुबू, तू असं करू नकोस.''

''चल, टी.एस.सी.त जाऊ. तिथं रुद्र आहे.''

''नाही.''

''मी रुद्रजवळ जाणार.''

''बुबू, पुरे आता. तिकडे तू कुणालाही आवडत नाहीस. तू जाऊ नकोस टी.एस.सी.त.''

आता रुद्र नाही यावर विश्वास बसायला हवा होता. मी तसा प्रयत्न करीत होते. मी स्वतःला वारंवार सांगत होते की, रुद्र गेला. तो आता नाही. रुद्रचं फक्त शरीर पडलेलं आहे. त्या शरीरातलं हृदय थांबलेलं आहे, रक्ताभिसरण थांबलेलं आहे. दोन्ही फुफ्फुसं स्थिर झालेली आहेत. रुद्र श्वास घेत नाहीये, सोडतही नाहीये.

रुद्र आता कविता लिहिणार नाही. रुद्र आता हसणार नाही. रुद्र आता कुठल्याही मंचावरून कवितावाचन करणार नाही. सगळे आपापलं जीवन जगतील; रुद्र मात्र नाही. रुद्र खरोखर नाही यावर माझा काही केल्या विश्वास बसत नव्हता. रुद्र नाही हा विचार आल्याबरोबर सारं शरीर पोकळ आहे असं वाटे, श्वास घ्यायला मला त्रास होई. वाटे, जणू पृथ्वीवरची सगळी हवा संपून गेली आहे. वाटे, आसपासची माणसं ही माणसं नाहीत, गिधाडं आहेत. माझ्या डोळ्यांच्या खोबणीत डोळे नाहीत. माझ्या कवटीच्या आत मेंदू नाही. हा अनुभव माझ्या सगळ्या शरीरात एखाद्या संसर्गजन्य रोगासारखा पसरला होता. शांतिबागेतल्या घराजवळ रिक्षा कधी थांबली हे मला समजलं नाही. कधी रिक्षातून उतरून घरात आले, कधी भिंतीला टेकून बसले, हेसुद्धा समजलं नाही. अचानक कुणीतरी माझ्या खांद्यावर हात ठेवला आहे असं जाणवलं- डोळे वर करून पाहिलं, तर नईम होता. माझ्या डोळ्यांचा बांध फुटला.

मला आता क्षणभरही ढाक्यात राहणं अशक्य झालं. सारं ढाका शहर जणू काही स्मशान बनलं. स्मशानात एकाही माणसाचं चिन्ह नव्हतं. वाऱ्यात प्रेतांचा दुर्गंध. बातमी ऐकून छोटोदा गाडी घेऊन आला, मला 'मयमनसिंहला चल' म्हणाला. तोही बायको-मुलासहित मयमनसिंहला चालला होता. मी गाडीच्या खिडकीतून बाहेर पाहत होते- झाडंझुडपं, शेतं सारी तर जशी होती, तशीच होती! फक्त रुद्र नव्हता. रुद्र आता कुठल्याही मार्गावरून चालणार नाही. कुठल्याही फुलाचा सुगंध घेणार नाही, नदीचं रूप पाहणार नाही, नावाड्यांचं भाटियाली गाणं ऐकणार नाही. रुद्र आता चालणार नाही, गंध घेणार नाही, पाहणार नाही, ऐकणार नाही. का कुणास ठाऊक, मला वाटलं की रुद्र परत येईल. पुन्हा एकदा अचानक एके दिवशी परत येईल. म्हणेल, 'मिठेखालीला गेलो होतो, आज परत आलो.' जसा तो वारंवार परत येई, त्याचप्रमाणे. मी कुठल्याही अलौकिक गोष्टीवर विश्वास ठेवीत नाही; पण रुद्र परत येईल या गोष्टीवर विश्वास ठेवायला मला बरं वाटलं. तो परत येईल, पुन्हा हसेल, लिहील, विचार करील, प्रेम करील.

ढाका स्मशानासारखं वाटत होतं म्हणून मयमनसिंहला परतून पाहिलं, तर तेसुद्धा स्मशान बनलंय. बिछान्याखालून माझी ट्रंक ओढून काढली आणि उघडली. रुद्रच्या स्पर्शासाठी उघडली- मला कसंही करून रुद्रचा स्पर्श हवा होता. त्या ट्रंकेत रुद्रनं लिहिलेली पत्रं होती. मला रुद्रला स्मृती बनू द्यायचं नव्हतं. रुद्रची पत्रं वाचता-वाचता जुने दिवस डोळ्यांसमोर उभे राहिले. ते दिवस माझ्या इतके जवळ उभे होते की, मी त्यांना स्पर्श केला. त्या दिवसांमध्ये मी तरंगले, बुडाले, त्या दिवसांशी खेळले, त्या दिवसांना मी केसांत फुलांसारखं माळलं. कुणीतरी मला हाक मारली, तेव्हा ते दिवस अचानक अंधूक होऊन गेले. म्हणजे ते दिवस आता नाहीत! ते

प्रेमाचे दिवस! सगळ्या केवळ आठवणी! खूप एकाकी वाटू लागलं मला, खूप एकाकी. मी स्वतःला समोर घेऊन बसून राहिले. या जीवनाचं काय करावं मला कळेना. हे जीवन व्यर्थ आहे असं वाटू लागलं. जो माणूस माझ्यावर प्रेम करीत होता, तो आता नाही! ज्या माणसासाठी कितीतरी काळ मी स्वप्नं पाहिली, तो नाही! ज्या माणसाला सोडलं; पण सोडलं नाही, ज्याच्यापासून दूर झाले; पण दूर झाले नाही, तो नाही! या 'नाही'नं मला हमसून-हमसून रडवलं. स्फुंदून-स्फुंदून रडवलं. माझ्या रडण्याच्या आवाजानं घर थरकापलं. गल्ली थरकापली. काळ्या फाटकाजवळ लोकांची गर्दी जमली. बाबा घरातच होते. त्यांना बातमी समजली होती. त्यांनी माझ्या रडण्याकडे थोडंही लक्ष दिलं नाही. मला रडू दिलं. घरातल्या सगळ्यांनी मला मनसोक्त रडू दिलं.

ढाक्याला परतले. स्मशानवत ढाका मला सहन होईना. असीम साहांच्या घरी गेले. त्यांच्या पत्नी अंजना साहा यांनी मला सहानुभूतीनं आलिंगन दिलं. आम्ही रडण्यासाठी एकमेकांचे खांदे शोधीत होतो. खोलवरची दुःखं प्रकट करण्यासाठी आम्ही माणूस शोधीत होतो. रुद्रहीन अशा या निस्तरंग, निःसंग जगाच्या गोष्टी बोलत राहिलो आम्ही. एका क्षणी आमचं दुःख शब्दांतून प्रकट होईना. आमच्या अश्रूंचा प्रत्येक थेंब रुद्रसाठी होता. आमचा प्रत्येक निःश्वास रुद्रसाठी होता. रुद्र, तू जिथं कुठं असशील तर बघ- तुझं जाणं आम्ही मान्य करू शकत नाही. आम्हाला कुणालाही ते शक्य होत नाही.

जो माणूस धर्मावर विश्वास ठेवत नव्हता, त्याचा आता जनाजा निघणार, मृत्यूनंतरचे धार्मिक संस्कार होणार! ते थांबवता आले असते, तर किती बरं झालं असतं! रुद्रला परत आणण्याचं माझ्यात सामर्थ्य नव्हतं. सामर्थ्य नव्हतं धर्माला रुद्रजवळून दूर करण्याचं. माझी असहायता घेऊन मी सुन्न झाल्यासारखी बसून राहिले.

शहरयार हा 'आजकेर कागज' नियतकालिकाच्या साहित्य पृष्ठाचा संपादक होता. रुद्रसंबंधी काहीतरी लिहिण्याची त्याने मला विनंती केली. रुद्र नसल्याचं दुःख लेखनातून प्रकट झालं नाही. जर माझं हृदय उघडून दाखवू शकले असते तर...? पण कुणाला दाखवू? कुणालाही दाखवण्याची इच्छा वाटत नव्हती. माझं दुःख मी लपवून ठेवलं. फक्त स्वतःसाठीच जपून ठेवलं. आता रुद्रच नाही, तर मग ते पाहून दुसऱ्याचा काय फायदा होणार?

इसहाक खान नावाच्या रुद्रच्या एका मित्रानं आपल्या लेखात मला शिव्या दिल्या. माझ्यावर गरळ ओकलं, मी म्हणे रुद्रच्या मृत्यूला जबाबदार आहे, मी म्हणे

रुद्रचा खून केला! कसा काय खून केला, हे अर्थात त्यानं लिहिलं नाही. त्याचा लेख वाचून मला खूप वाईट वाटलं. इसहाकला मी बऱ्याच काळापासून ओळखत होते. बऱ्याचदा तो रुद्रकडे येई. घरची परिस्थिती गरिबीची होती; रुद्रचा हात उदार. तो इसहाकला आर्थिक मदत करी. जितक्या वेळा माझ्या इसहाकशी भेटी झाल्या, त्या प्रत्येक भेटीत मी त्याचं चांगलं आतिथ्य केलं. इसहाक खान कथालेखक होता. कथालेखन करून फारसे पैसे मिळत नव्हते, आता माझी निंदा करून पैसे मिळवत होता! तसलिमाबद्दलचं कुठलंही लेखन नियतकालिकं अगदी झडप घालून स्वीकारीत; मग माझ्याबद्दल काहीही का लिहिलेलं असेना! ते सारं अगदी डोळे झाकून छापीत. मला अगदी खात्री होती की, लोक इसहाकचा लेख वाचून रुद्रसाठी चुकचुकत असतील आणि मला छिनाल, रांड, डाकीण अशा शिव्या देत असतील. रुद्रचा एक मित्र एके दिवशी हसत म्हणाला, "आता रुद्र नाही, त्यामुळं फुकटची दारू प्यायला मिळत नाही ना इसहाकला, म्हणून त्याचं डोकं फिरलंय!" सगळीकडे रुद्रच्या नावाचा धंदा करण्याची धामधूम सुरू झाली. एके दिवशी सैफुल्लाह महमूद दुलाल नावाचा एक कवी माझ्याकडे येऊन मला म्हणाला, "रुद्रनं तुम्हाला लिहिलेली पत्रं द्या, मी ती पुस्तकरूपाने छापतो." मी त्याला स्पष्ट 'नाही' म्हटले. हा दुलालच रुद्रच्या ट्रकमध्ये बसून- मागून रिक्षाने येणाऱ्या मला घाणेरड्या शिव्या देत होता.

जे काम सर्वांत महत्त्वाचं होतं, ते मी हाती घेतलं. रुद्रचं समग्र लेखन प्रकाशित करायच्या उद्योगाला लागले. रुद्र हयात असताना कुणी ते छापलं नाही. म्हणूनच तो मेला की काय? मरून आपलं समग्र साहित्य प्रकाशित करायची संधी देऊन गेला? विद्याप्रकाश प्रकाशनाचे खोकाभाई आता रुद्रचं समग्र साहित्य छापायला तयार झाले. पुस्तकाची रॉयल्टी रुद्रच्या भावा-बहिणींना मिळणार होती. असीम साहा संपादनाचं काम करणार होते. मी प्रुफं पाहण्याची जबाबदारी घेतली. 'इत्यादी' प्रेसमध्ये छापलेल्या रुद्रच्या लेखनाची प्रुफं जेव्हा मी घरात बसून तपासत होते, तेव्हा वाटत होतं, आपण जणू प्रुफं पाहत नाही आहोत, रुद्रला पाहत आहोत. जणू रुद्र जवळ बसला आहे, मी त्याच्या कविता वाचते आहे, तो ऐकतो आहे. मी त्याच्या कविता वारंवार वाचीत होते, प्रत्येक ओळ, प्रत्येक अक्षर वाचीत होते. जमिनीवर बसून, प्रुफं तपासता तपासता, कधीतरी थकून मी त्या प्रुफांवरच डोकं ठेवून झोपी जाई. स्वप्नात रुद्र आणि मी हातात हात घालून, कवितेबद्दल बोलत बोलत फिरत असू.

'रुद्र कमिटी' स्थापन करून असीम साहा वगैरे काही जणांनी रुद्रच्या नावानं मेळा (जत्रा) आयोजित केला. त्या मेळ्यात पुस्तकांची आणि कुटीरोद्योगातल्या वस्तूंची विक्री ठेवली. या मेळ्यानंच अकाली निधन पावलेल्या एका प्रतिभावान

कवीचं दर वर्षी स्मरण करण्याची जबाबदारी घेतली.

रुद्रसंबंधीच्या कार्यक्रमात अनेक मोठमोठे लेखक मोठेमोठे निःश्वास टाकीत रुद्रचं स्मरण करीत होते- त्या लेखकांनी ठरवलं असतं, तर रुद्रला एखादी नोकरी मिळवून दिली असती. नोकरीसाठी रुद्रनं काही कमी वणवण केली नव्हती. 'भालो आछि, भालो थेको, आकाशेर ठिकानाय चिठि लिखो' (मी ठीक आहे, तू ठीक राहा; आकाशाच्या पत्त्यावर पत्र लिही) हे रुद्रचं गाणं टेलिव्हिजनवरच्या एका नाटकात वापरलं, तेव्हापासून ते सर्वांच्या ओठावर फिरू लागलं. जिवंत असता, तर रुद्रला याचा किती आनंद झाला असता! पण तो जिवंत असता, तर त्याचं गीत कुणी टेलिव्हिजनवर वापरून पाहिलं असतं का? कोण जाणे! आकाशाच्या पत्त्यावर मी रोज रुद्रला पत्र लिही. ते पत्र त्याला मिळो वा न मिळो, मी पत्र लिही.

◆

वैध-अवैध

आरमानीटोलाच्या घरातून माझ्या ज्या ज्या वस्तू बाबांनी मयमनसिंहला 'अवकाश'मध्ये नेल्या होत्या, त्या सगळ्या वस्तू मी आईला परत घेऊन यायला सांगितल्या. बैठकीच्या खोलीतल्या पुस्तकाच्या कपाटातली पुस्तकं तर आणच; पण ते कपाटही घेऊन ये, असं सांगितलं. मयमनसिंहला एक ट्रक भाड्यानं घेऊन आई सगळ्या वस्तू ट्रकमध्ये घालून ढाक्यातल्या शांतिबागेतल्या माझ्या घरी घेऊन आली. तेव्हा खूप रात्र झाली होती. सामान घरात आणून झाल्यावर दिसलं की, सगळं आलं आहे, फक्त पुस्तकाचं कपाट तेवढं नाही. आई खूप थकली होती, घामाघूम झाली होती. मी तिच्यावर ओरडून तिला आणखी घाम फोडला.

"बुकशेल्फ का आणलं नाहीस?"

"किती हट्ट केला; पण तुझ्या बापानं दिलं नाही."

बुकशेल्फ वडिलांचं होतं हे खरं होतं. पण मुलीनं आता घर भाड्यानं घेतलं आहे, बुकशेल्फ देता नसतं आलं?

"मी काय करणार? तुझ्या बापाला इतकं विनवलं. तुझ्या बापानं काही बुकशेल्फ दिलं नाही." आई रडू लागली.

"का दिलं नाही? बुकशेल्फमध्ये माझीच पुस्तकं होती ना! आता रिकाम्या बुकशेल्फमध्ये काय ते दगडधोंडे ठेवणार? सगळी पुस्तकं तर आणलीस. 'अवकाश'मध्ये कोण पुस्तकं वाचतं? तिथं कशाला बुकशेल्फ पाहिजे?"

"मी किती म्हणाले तुझ्या बापाला की हे द्या, मुलीनं मागितलंय, पुस्तकं ठेवीन म्हणतेय. पण तुझा बाप म्हणाला, 'हे कपाट मी बनवलंय. तिला वाटलं तर तिनं नवीन विकत घ्यावं!'" आई कपाळावरचा घाम पुसत-पुसत म्हणाली.

"त्यांनी दिलं नाही तर तू का बळजबरी करून आणलं नाहीस? ट्रकमध्ये वस्तू भरताना तेच तेवढं का घेतलं नाहीस? आता पुस्तकं सगळी आणली आहेस, ती कुठं ठेवू? सर्वांत अधिक गरज तर बुकशेल्फचीच होती! असला कसला बाप-

स्वतःच्या मुलीला साधं एक बुकशेल्फ देऊ शकत नाही!'' माझा संताप संताप झाला.

बाबांच्यावरचा राग मी आईवर काढू लागले. आई माझ्या शिव्या खाऊन व्हरांड्यातल्या अंधारात उभी राहून निःशब्दपणे रडू लागली. कुणाचंही रडणं मला सहन होत नाही.

दोन्ही बाजूंना साइडटेबलांसहित नरम स्पंजच्या गाद्या असलेली नवीन एक मोठी कॉट, लिहिण्याचं टेबल, खुर्ची, लाकडी सोफा विकत घ्यायचं सामर्थ्य नाही म्हणून वेताचा सोफा, चार डिझाईन केलेल्या खुर्च्यांसहित जेवण्याचं टेबल, कपडे ठेवण्यासाठी लाकडी कपाट, भांडीकुंडी ठेवायचं कपाट... असं सारं हळूहळू विकत आणून घर सजवलं. सगळं एकटीनं केलं. चांगल्या, परंतु फार महाग नसलेल्या या वस्तू मिळवण्यासाठी अनेक दुकानं फिरले. दुकानात हातगाडीवर वस्तू ठेवणं, हातगाडीबरोबर रिक्षातून येणं, वस्तू उचलून घरात ठेवण्याची व्यवस्था करणं, कुठल्या जागी कुठली वस्तू ठेवायची हे ठरवणं, हे सारं केलं. कुणीही मला यात मदत केली नाही. बुकशेल्फ 'अवकाश'मध्ये रिकामंच पडून राहणार, त्यामुळे ते तिकडून इथं आणून जमिनीवर पडलेली पुस्तकं त्यामध्ये ठेवावीत अशी माझी इच्छा होती; पण बाबांनी ते होऊ दिलं नाही. बाबा माझा संसार उद्ध्वस्त करण्यात उस्ताद होते; तो सजवत असताना मात्र ते ढुंकूनही पाहत नसत. ठीक आहे, न का बघेनात. त्यांना माझ्या जीवनातल्या कुठल्याच गोष्टीशी काहीही घेणं-देणं नाही. फक्त माझ्या जीवनात त्यांनी कधीही नाक खुपसायला येऊ नये म्हणजे झालं! माझं जीवन माझ्या इच्छेप्रमाणे चालेल; कुणाही आप्तेष्टाची मला गरज पडू नये म्हणजे झालं! माझी त्यांना गरज पडू शकते; पण त्यांची मला गरज पडू नये.

संपूर्ण वेळ मी माझ्या घराचा विचार करीत असे. आईनं आणलेली जुनी खाट मी दुसऱ्या खोलीत टाकली- कुणी पाहुणा किंवा नातेवाईक आला, तर तो त्या खोलीत राहील. भांडीकुंडी सगळी स्वयंपाकघरात ठेवली. लिलीची थोरली बहीण कुलसुम हिला आई शांतिबागेत घेऊन आली होती. कुलसुमला तिनं घरदार स्वच्छ कसं करायचं, स्वयंपाक कसा करायचा, हे सारं शिकवलं. इथलं स्वयंपाकघर काही 'अवकाश'मधल्या स्वयंपाकघरासारखं नव्हतं. इथं उभं राहून स्वयंपाक करावा लागे, तोही गॅसच्या शेगडीवर. 'अवकाश'मध्ये बसून आणि मातीच्या चुलीवर स्वयंपाक करावा लागे. इथं काही अंगणही नव्हतं उरलेलं अन्न कोंबड्या-बदकांना टाकायला, भांडी घासल्यावर पाणी झाडांना घालायला! इथं प्लॅस्टिकच्या बॅगेत किंवा बादलीत कचरा एकत्र करून तो बाहेर कचराकुंडीवर टाकून यावा लागे. मी माझ्या आवडीप्रमाणे घर सजवण्यात मग्न होते. स्वयंपाकघरात काम करायला मला वेळ नसे. तिथलं काम करीत आई आणि कुलसुम. मी जेवत असताना आई

जवळ उभी राहून मला जेवायला वाढी. मला कधी काय हवं आहे, हे ओळखून, मी मागायच्या आधीच आई वाढी. आई बऱ्याचदा मयमनसिंहला जाई, 'अवकाश'मधून डाळ, तांदूळ, तेल, कांदे जितकं शक्य होई तितकं घेऊन येई. माझ्या नकळतच हे ती करी. किराणा माल मी शांतिनगर बाजारातून आणी. बाहेरची कामं करायला मी बऱ्याचदा मिलनला बरोबर घेऊन जाई. मिलन आपल्या बहिणीचं घर सोडून आता माझ्या घरी राहायला आला होता. बाबांनी आपल्या एका मित्राला सांगून मिलनला एक नोकरी मिळवून दिली होती. मिलन इथं नोकरी करीत होता खरा; पण त्याचं मन असे मयमनसिंहमध्ये. यास्मिन मयमनसिंहमध्ये राहून बॉटनीत एम.एस्सी. करीत होती. मिलन आठवड्यातला सुटीचा दिवस कधी येतो याचीच वाट पाहत असे. शुक्रवारी साप्ताहिक सुटी असे. मिलन गुरुवारी ऑफिस सुटलं की, घरी न येता थेट मयमनसिंहला जाई. कधी कधी सुटीच्या दिवशी यास्मिन मयमनसिंहला येई. आईची ढाका-मयमनसिंह अशी पळापळ चालूच असे. मी अलीकडे मयमनसिंहला जात नसे, कारण मी व्यग्र असे माझ्या नोकरीत, लेखनात आणि घर सजवण्यात.

एके दिवशी हॉस्पिटलमध्ये एक फोन आला. मिनारचा फोन. तो म्हणाला की, काही तासांनंतर तो कायमसाठी अमेरिकेला जाणार आहे. मी एकदा येऊन त्याला भेटून जावं. त्यानं मला आपल्या घरचा पत्ता दिला. मी हॉस्पिटलमधून टॅक्सी करून त्याच्या घरी गेले. घरासमोर टॅक्सी ड्रायव्हरला मी परत येईपर्यंत 'थांबा' असं सांगून मिनारला भेटायला गेले. मिनार दारू पिऊन तर्र झालेला होता. त्याच्या गालांवर कुणातरी महिलेनं घेतलेल्या चुंबनांच्या (म्हणजे लिपस्टिकच्या) अनेक लाल खुणा होत्या. त्याला आपले डोळे उघडे ठेवणंसुद्धा धड जमत नव्हतं. मिनारच्या प्रेमप्रकरणांबद्दल, त्या श्रीमंत स्त्रीबरोबर असलेल्या संपर्काबद्दल मी कधीच त्याला प्रश्न विचारले नव्हते, त्या दिवशीही विचारले नाहीत. मिनार स्वतःच म्हणाला की, ती महिलाच त्याला अमेरिकेला पाठवते आहे. मिनारनं रुद्रचा विषय काढला. म्हणाला, ज्या दिवशी रुद्र गेला, त्या दिवशी दुपारी तो टी.एस.सी.त रुद्रचं अंत्यदर्शन घ्यायला गेला होता. रुद्रला स्पर्श करून तो रडला. वारंवार म्हणाला, 'रुद्र, मला क्षमा कर.' मिनार जसा निष्ठुर होता तसाच सहृदयही होता. मिनारचं कोणतं रूप खरं होतं ते मला कधीच समजलं नाही. तो कधीच मला जवळचा माणूस वाटला नाही, आपला माणूस वाटला नाही. मिनारला शेवटचं भेटून इथून निघावं असा विचार मी केला होता; पण त्यानं अचानक दरवाजा बंद करून मला बिछान्यावर ओढल्यानं मला तिथून निघून जाता आलं नाही. त्यानं मला बिछान्यावर का ओढलं? बलात्कार करण्यासाठी! मिनारच्या शरीराबद्दल मला कुठलंही आकर्षण नव्हतं. त्याच्या दृष्टीनं ही गोष्ट केवळ एक मजेचा खेळ होती. जीवनातल्या अनेक गोष्टी त्याच्या दृष्टीनं अगदीच चिल्लर असे खेळ होते. माझ्याशी मिनारचा संपर्क

हा मिनारसाठी किंवा माझ्यासाठी महत्त्वाची अशी गोष्ट नव्हती. त्याच्या दृष्टीनं सर्वांत महत्त्वाची गोष्ट होती त्याचं नियतकालिक 'विचिन्ता'. 'विचिन्ता' खूप चांगलं चाललं होतं; पण तोसुद्धा आता त्याच्या दृष्टीनं एक खेळच बनला होता- नदीकाठी वाळूचं घर तयार करण्याच्या खेळासारखा- संध्याकाळी लाथेनं ते वाळूचं घर पाडून घरी परत जाण्यासारखं करून मिनार निघून चालला होता. कदाचित 'विचिन्ता' छापण्यासाठी जो माणूस पैसे देत होता, त्यानं आता पैसे देणं थांबवण्याचा निर्णय घेतला असेल. कदाचित मिनारला आता संपादनात गोडी वाटणं बंद झालं असेल. कदाचित ही दोन्ही कारणं खरी नसतील- अमेरिकेला जाण्यासाठी तो उत्सुक झाला असेल, म्हणून तो 'विचिन्ता'ला आणि मातृभूमीला 'टाटा' करीत असेल. आजकाल बुद्धिवान लोक सगळीकडूनच अमेरिकेत चालले आहेत. या देशातले डॉक्टर्स, इंजिनिअर्स, गणितज्ञ, शास्त्रज्ञ सगळेच विदेशात जाऊन तिथल्या हॉटेल्समधली भांडी घासताहेत. तिथं या कामासाठी आठवड्याला किंवा महिन्याला डॉलर्समध्ये जो पगार मिळतो, त्याचं बांगलादेशच्या चलनात रूपांतर केलं, तर खूप मोठी रक्कम वाटते. बांगलादेशातील एका लोकप्रिय साप्ताहिकाचा संपादक मुहम्मद अली मिनार ऊर्फ मिनार महमूद यानं अमेरिकेत जाऊन टॅक्सी ड्रायव्हिंगचा व्यवसाय स्वीकारला. माझ्याशी दोन दिवस फोनवरून बोलला. मिनारनेच फोन केला होता, 'तलाकनाम्यावर सही कर' म्हणून! मी ज्या थंडपणे लग्नाच्या करारावर सही केली होती, तितक्याच थंडपणे तलाकनाम्यावरही सही केली. त्याचा एक दूत येऊन तलाकनाम्यावर माझी सही घेऊन गेला आणि त्या दूतानंच तो कागद अमेरिकेला पाठवून दिला.

एक गोष्ट माझ्या लक्षात आली. कुठल्याही व्यक्तीशी माझा एकदा संबंध तयार झाला की, तो संबंध किमान माझ्या बाजूनं तुटत नसे. मी कुणावरही जास्त दिवस राग धरू शकत नाही. कुणाबद्दलही मला घृणा वाटत नाही. कुणी एखादी चूक केली, तर ती चूक त्यानं का केली असावी, हे समजून घ्यायचा मी प्रयत्न करते. माझ्या स्वतःच्या चुकांबद्दलही माझी अशीच भावना असते. कुणाचा जर माझं नुकसान करण्याचा उद्देश असेल, तर मी त्या व्यक्तीपासून दूर राहते; पण संबंधात कडवटपणा येऊ देत नाही. माझा हा स्वभाव बराचसा माझ्या आईच्या स्वभावासारखा आहे. आई कुणाच्याही चुकीला अगदी लगेच माफ करते. आईच्या स्वभावातली ही गोष्ट मला मुळीच आवडत नाही पण आईचा नेमका हाच गुण नकळत माझ्यात उतरला आहे. मिनारनं जेव्हा मला भेटायला बोलावलं, तेव्हा त्याच्याबद्दल माझ्या मनात कुठलंही आकर्षण नाही, त्याच्याबरोबर मी कधीही राहू शकणार नाही, हे मला ठाऊक होतं; पण एके काळी तो माझा मित्र होता, एके काळी त्यानं मला थोडा का होईना, आनंद दिला होता, तो परदेशी जाताना का बरं

त्याला शुभेच्छा देऊ नयेत, याच विचारानं मी त्याला भेटायला गेले होते. मी कुठल्याही शत्रूचं वाईट चिंतीत नाही. बाबांनी माझ्याशी इतकं मोठं वैर धरल्यावरही बाबांचं कधीही कुठल्याही प्रकारे नुकसान व्हावं असं मला वाटत नाही. बाबांनी आईची सतत अवहेलना केली, तिला त्रास दिला, तरीही आई-बाबांचं कधीही अमंगल चिंतीत नाही. बाबांना साधा सर्दी-खोकला झाला, तरी लगेच बेचैन होऊन त्यांची सेवा करायला लागते ती. आईचं बाबांवर प्रेम आहे, हे एक कारण झालं. पण प्रेमाचा संपर्क नसला, तरी आईचं इतरांशी वागणं काही वेगळं नसतं. गीता आणि हसीना आईला मान देत नाहीत, तिचा अपमान करण्यात त्यांना काहीही वाटत नाही; पण तरीही आई त्यांच्यासाठी वेळ आली तर प्राणसुद्धा देईल. अब्दुस सलाम याच्या घरी आईनं आणलेली गाय मोठी झाली. एके दिवशी तो म्हणाला की, गाय हरवली. सलामच्या घरातल्या इतक्या जनावरांमधून फक्त आईचीच गाय तेवढी का हरवली, ही शंका आईच्या मनात आली होती. पण आजही सलाम घरी आला की, आई त्याला जेवायला देते. लिलीच्या आईला तिनं आज शिव्या दिल्या, तरी दुसऱ्या दिवशी तिला आपली एखादी जुनी साडी देईल. लिली किंवा कुलसुमचा राग आला, तर आई त्यांना एखादी झापड मारते; पण तासाभरातच तिचा राग उतरून जातो. हातात पैसे असले की, लगेच बाजारात जाऊन लिली किंवा कुलसुमसाठी एखादा ड्रेस किंवा सँडल विकत आणते. आईच्या स्वभावात कुठल्याही प्रकारची दृढता नाही, क्षणात तिची भावना बदलते. माझ्या स्वभावातही तोच गुण आला आहे. याचं कारण निःसंगता हे असावं का? असेलही! ज्याच्याकडे शारीरिक वा आर्थिक जोर असेल, त्यालाच कठोरपणा किंवा दृढता शोभते. ज्या नईमनं एके काळी माझं वाईट व्हावं यासाठी किंवा माझ्या कामात विघ्नं यावीत यासाठी वाट्टेल त्या गोष्टी केल्या, ज्याच्यामुळे आरमानीटोलाच्या घरमालकानं मला घर सोडण्याची नोटीस दिली, ज्या नईमनंच 'सुगंधा'मध्ये माझ्याबद्दल घाणेरडा लेख छापवून आणला आणि तो अंक माझ्या बाबांच्या हाती पडेल अशी व्यवस्था केली, त्या नईमशीही नंतर माझ्या भेटी झाल्या, त्याच्याशी गप्पा झाल्या. तो वारंवार माझ्या शांतिबागेतल्या घरी येई. नईम माझ्या एकट्या राहण्याच्या इच्छेचे बारा वाजवू इच्छित होता. माझ्या त्या इच्छेवरून दहा टन वजनाचा ट्रक गेला, माझ्या इच्छेचा त्यानं चुरा करून टाकला, तरीही माझी एकटं राहण्याची इच्छा काही मेली नाही. मी माझ्या इच्छेप्रमाणे जीवन जगते आहे, हे तो शांतिबागेतल्या माझ्या घरी येऊन पाहून गेला. माझं सुखी, सुरळीत असं जीवन डोळ्यांच्या कोपऱ्यांतून पाहून गेला. नईमला माझी प्रचंड ईर्ष्या वाटत असावी. मी स्तंभलेखन करावं अशी दैनिकांकडून-साप्ताहिकांकडून विनंतीपत्रं येत; पण नईमनं मात्र आपल्या 'भोरेर कागज'साठी लिहिण्याची मला कधीही विनंती केली नाही. मी आणखी प्रसिद्ध व्हावं असं त्याला

वाटत नव्हतं. अर्थात 'भोरेर कागज'मध्ये मी लिहीत नव्हते यानं माझं काहीच नुकसान होत नव्हतं, एरवीही मला इतर अनेक नियतकालिकांसाठी लिहायला वेळ पुरत नसे. नईमच्या चुकांमुळे म्हणा की त्याच्या नशिबानं म्हणा, तो इतका धूर्त आणि चतुर असूनही सगळं काही त्यानं ठरवल्याप्रमाणे चाललं नाही. 'भोरेर कागज'मधून त्याला डच्चू देण्यात आला. तरीही तो डगमगणारा नव्हता. त्यानं आता नवीन वृत्तपत्र नव्हे, तर न्यूज एजन्सी उघडली. खूप धुमधाम करून नईमनं लग्न केलं. मुलगी होती चट्टोग्रामची. बी.ए. पास. नीट पाहून-ऐकून-समजून-उमजून लग्न केलं त्यानं. ज्या मुलीत पतिव्रता होण्याचे गुण आहेत, अशा मुलीशीच लग्न केलं. मुलगी रांधील-वाढील, सासू-सासऱ्यांकडे लक्ष देईल, दीर-नणंदांची देखभाल करील, नवरा जे सांगेल तेच करील, अशी मुलगी. अशा मुलीशी लग्न केल्यावरही नईम माझ्या घरी येई. माझ्याशी लगट करायचा प्रयत्न करी. मी त्याला विरोध करीत नसे. अनेक दिवस पुरुषस्पर्शाशिवाय राहिलेलं माझं शरीर त्याच्या स्पर्शानं पुलकित होई. अनेक दिवस दाबून ठेवलेल्या माझ्या इच्छा फणा काढून वर येऊ पाहत, अनेक दिवस इतरांच्या इच्छेशी समझोता करून करून स्वतःच्या आत-आत एका इच्छेचा जन्म झाला. इच्छा माझी, इतर कुणाचीही नाही. इच्छेच्या हातावर हात ठेवून मी तिच्यासमोर बसे, स्वतःला म्हणे, 'हे माझ्या शरीरा, शरीराबद्दलचा कुठलाही निर्णय घेण्याची जबाबदारीसुद्धा माझी आहे.' शरीराची भूक शांत करण्याचा दुसरा काही मार्ग मला ठाऊक असता, तर नईमशी महिन्यातून एकदा किंवा दोनदा माझा जो शरीरसंबंध झाला, तो झाला नसता. त्यानंतरही झाला. माझी इच्छा होती म्हणूनच झाला. माझ्या शरीराला कुणी स्पर्श केला, तर मी भ्रष्ट होईन ही निर्बुद्ध समजही मी समाजात प्रचलित असलेल्या हजारो निर्बुद्ध नियमांप्रमाणेच नाकारली. पुरुष म्हणतात, स्त्रीची अमूल्य संपत्ती म्हणजे तिचं सतीत्व. पुरुषांनीच समाजासाठी हे नियम तयार केले आहेत. लग्नाआधी कौमार्य आणि लग्नानंतर सतीत्व जपण्यासाठी महिलांना भाग पाडलं आहे त्यांनी. विवाह नावाचा एक सामाजिक विधी महिलेच्या शरीराला आणि मनाला पुरुषाची संपत्ती बनवून टाकतो. या नियमाच्या जाळ्यात महिला अडकून पडलेल्या आहेत. 'निर्वासित अंतरे बाहिरे' (अंतर्बाह्य निर्वासित) या माझ्या पुस्तकाच्या पहिल्या पृष्ठावर मी लिहिलं होतं, 'शृंखला तोडली आहे मी, फेकून दिले आहेत सारे संस्कारांचे थर'. पण मी खरोखरच शृंखला तोडू शकले होते का? की शृंखला तोडण्याची फक्त इच्छाच तेवढी माझ्या मनात जपत होते मी? शृंखला तोडण्याची इच्छा हे केवळ शब्दांसाठी शब्द असू नयेत, जीवनात प्रत्यक्ष मला तसं करता यायला हवं होतं. कच्च्या वयात मला जेव्हा बुरखा घालण्याचा प्रयत्न झाला होता, तेव्हा मी तो बुरखा फाडून टाकला होता- संस्कार न मानण्याची सुरुवात त्याच

घटनेपासून झाली होती. रिक्षाचं हूड चेहऱ्यावर घुंघटासारखं घेऊन महिलांनी बसायला हवं, हा नियमही मोडून, रिक्षाचं हूड वर करून मी मयमनसिंहसारख्या छोट्या शहरात रिक्षातून फिरे. लोक अचंबित होऊन पाहत- पाहिनात का! मला 'वाईट' म्हणत, म्हणोत! मला तसं वाटलं, तशी इच्छा झाली म्हणून मी केलं, मला चांगलं वाटतं म्हणून केलं. सामाजिक निर्बंधांमागे मला कुठलंही पटेलसं कारण दिसलं नाही म्हणून मी असं वागले. साधी गोष्ट आहे. 'आई-वडील मुलीसाठी मुलगा पसंत करतील, मुलीनं त्याच्याशी लग्न करावं' हा नियमही मी मानला नाही. मुलींनी प्रेम करू नये म्हणे- मी प्रेम केलं. नवरा कसाही असो, त्याला सांभाळून घ्यावं असा नियम होता- हाही नियम मी पाळला नाही. परपुरुषाशी बोलणं, अड्डा जमवणं, घनिष्ठता वाढवणं या गोष्टी महिलांनी करू नयेत हा नियमही मी मान्य केला नाही, पाळला नाही. मला माझ्या नियमांनुसार जगायचं आहे. जे नियम मला पालन करण्याजोगे वाटतात, ते नियम मी स्वीकारते आणि जे नियम माझ्या अस्मितेला नष्ट करू पाहतात, ते नियम नाकारते. न पटणारे नियम, वाईट प्रथा इतरांनी पाळायच्या असतील तर पाळाव्यात, मी त्या पाळणार नाही.

लवकरच माझ्या लक्षात आलं की, नईम फक्त आपली वासना शांत करण्यासाठी माझ्याकडे येतो, माझं शरीर भोगतो. यात त्याचा फायदा होत असला, तरी माझा काहीही लाभ होत नाही. मला त्या संभोगातून कुठलीही तृप्ती मिळत नाही. याचं कारण मला एकच दिसत होतं- नईमसाठी माझ्या मनात कुठलंही प्रेम नव्हतं. एके काळी जेव्हा तो मला आवडत होता, तेव्हा मी तृप्त होत होते. प्रेमच जेव्हा संपतं, तेव्हा संभोग म्हणजे फक्त शारीरिक वेदना होऊन जातो. शरीर काही फक्त शरीरासाठीच उत्तेजित होत नाही. त्यासाठी प्रेमाचीही आवश्यकता असते. हळूहळू माझ्यामध्ये आणखी एका इच्छेचा जन्म झाला- ती इच्छा म्हणजे संभोगाच्या नावाखालील शारीरिक वेदना सहन न करण्याची इच्छा. हासुद्धा माझा एक निर्णयच होता. माझं शरीर हे पूर्णपणे माझं आहे, त्याच्याशी काहीही करण्याचा अधिकार माझ्याशिवाय दुसऱ्या कुणालाही नाही. त्याचं काय करायचं, ते चिखलात फेकायचं की पाण्यात, ते मीच ठरवणार. ते माझ्याच निर्णयानं होणार, इतर कुणाच्या निर्णयानं नव्हे. मी एकापेक्षा अधिक पुरुषांशी शरीरसंबंध केला आहे, हे कळल्यानं अनेक पुरुष माझ्याकडे लालसेच्या नजरेनं पाहत, जणू माझं शरीर खूप स्वस्त आहे, हात पुढे केला की मिळेल! ते मिळालं नाही की त्यांचे डोळे वटारले जात. इतर कुठल्याही महिलेपेक्षा मला अधिक अडथळे पार करावे लागत, कारण पुरुषांच्या नजरा वखवखलेल्या, जिभा बाहेर आलेल्या आणि डोळे लोलुप असत. नारी ही भोग्य वस्तू आहे हेच सगळ्यांच्या मनात ठसलेलं असे. एकापेक्षा अधिक

पुरुषांशी संबंध असल्यानं मी जणू कुणी दुसऱ्या प्रकारची स्त्री आहे, मी या वयातही पती आणि मुलांशिवाय एकटी जगते, माझं जीवन अस्वाभाविक आहे, मी काही त्यांच्या आई-बहीण-मावशी-आत्या यांच्यासारखी स्त्री नाही. म्हणूनच मला डोळे मारायला, हात धरायला, धक्के मारायला कुणालाही शरम वाटत नव्हती. त्यांच्या मनात असा विचार कधीही येत नव्हता की, पुरुषसुद्धा भोग्य वस्तू असू शकतो, स्त्रीसुद्धा पुरुषाला भोगू शकते आणि हे तर त्यांना मुळीच समजत नव्हतं की माझी इच्छा नसेल, तर माझं शरीर फक्त बलात्काराशिवाय कुणालाही मिळणं शक्य नाही.

माझ्या शांतिबागेतल्या घरी अचानक एके दिवशी शिप्रा उगवली. शिप्राच्या जीवनात काही बदल झाले होते. मानूशी संबंध तुटल्यानंतर तिनं अभ्यासात लक्ष घातलं होतं. त्यामुळे चांगलं झालं, तिनं आता पी.जी. (पोस्ट ग्रॅज्युएशन)ला प्रवेश घेतला होता. आता ती ढाक्यात पी.जी.च्या होस्टेलमध्ये राहून एफ.सी.पी.एस.चं शिक्षण घेत होती. मानूशी तिचे संबंध संपले, ही चांगली बातमी होती; पण ती नव्यानंच प्रेमात पडली होती. या नव्या प्रेमिकाचं नाव होतं हारून. गोरा वर्ण, मध्यम उंची, चांगला विद्यार्थी असल्यासारखा चेहरा. हारूनही पदव्युत्तर शिक्षण घेत होता. हारून शिप्रापेक्षा वयानं थोडा लहान होता. त्याच्याबद्दल शिप्रानंच मला सांगितलं. नंतर काही दिवसांनी त्याला घेऊन माझ्या शांतिबागेतल्या घरी हजर! आधी ते फक्त सोफ्यावर बसून एकमेकांशी कुजबुजत बोलले, नंतर दोघांनी बेडरूममध्ये जाऊन आतून दार बंद करून घेतलं. हारूनसुद्धा शिप्राला मानूइतका नसला, तरी थोडा आनंद देऊ शकत होता, असं खुद्द शिप्रानंच सांगितलं. शिप्रा आता हारूनला घेऊन वारंवार माझ्या घरी येऊ लागली. मिलननंही शिप्राचा हा प्रकार पाहिला. त्यानं पूर्वीही शिप्राची आपला भाऊ मानू याच्याशी जवळीक पाहिली होती आणि 'मानूच्या कुठल्याही वचनावर विश्वास ठेवू नकोस' असा इशाराही तिला दिला होता; पण शिप्रा तेव्हा मानूसाठी इतकी पागल झाली होती की तिनं मिलनच्या इशाऱ्याकडे दुर्लक्ष केलं. मिलनसमोर हारूनबरोबर वावरताना शिप्राला अवघडल्यासारखं वाटतं, हे माझ्या लक्षात आलं. पण लवकरच तिनं हे अवघडलेपण टिचकीनं एखादी गोष्ट उडवून लावावी, तसं उडवून लावलं. मी किंवा मिलन आम्ही दोघं शिप्राला तिच्या जुन्या अनुभवांची आठवण करून देत नव्हतो.

जुन्या गोष्टी शिप्रालाही आता आठवाव्याशा वाटत नव्हत्या. ती आपल्या नवीन जीवनात मग्न होती. एके दिवशी हारूनचं गुपित फुटलं. हारूनचं लग्न झालेलं होतं. हारून म्हणत असे की त्याचे त्याच्या बायकोशी संबंध बिघडले होते; पण शिप्राला एके दिवशी ते दोघं बागेत एकत्र फिरताना दिसले. हारून शिप्राला चोरून नेहमीच रात्री होस्टेलमधून सासुरवाडीला जात असे. बायकोबरोबर

रात्र घालवून सकाळी परत येत असे. त्यामुळे शिप्राची रात्रीची झोप उडाली. तिचं सहावं इंद्रिय कायम हारूनच्या हालचालींचा विचार करू लागलं. तो असा वारंवार आपल्या बायकोकडे का जातो-म्हणजे त्याचं आपल्या बायकोवर प्रेम आहे की काय? पण हारूननं तर शिप्राला स्पर्श करून सांगितलं आहे की, गेल्या दोन वर्षांपासून त्याचा आपल्या बायकोशी कुठलाही संपर्क नाही. त्याचा शारीरिक आणि मानसिक संपर्क कुणाशी असेल, तर तो फक्त शिप्राशीच आहे! त्याची बायको तिच्या माहेरी राहते. हारून अधूनमधून आपल्या मुलाला भेटायला जातो. पण शिप्राला वाटे, तो काही फक्त आपल्या मुलाला भेटण्यासाठी म्हणूनच जात नसावा. त्याचा खरा उद्देश बायकोबरोबर झोपणं हाच असणार. पुन्हा शिप्राच्या डोळ्यांत पाणी. पुन्हा ती उद्विग्न! पुन्हा संशयाचे शेकडो किडे तिच्या डोक्यात वळवळू लागले. मला शंका वाटू लागली की, या हारूनशीसुद्धा तिचा संपर्क तुटणार. लग्न झालेल्या, मूल असलेल्या पुरुषाशी तिचा संपर्क कसा कायम राहणार?

"हुमायून कुठाय?"

"नाव काढू नकोस त्याचं! त्याचं नाव ऐकलं की माझं डोकं सणकतं."

हुमायून राहत होता राजशाहीत. आनंद हुमायूनजवळ होता. शिप्राची आईसुद्धा राजशाहीला गेली होती. खूप थोडक्यात ही माहिती देऊन शिप्रा पुन्हा हारूनच्या विषयावर आली. हारूनचं तिच्यावर प्रेम नव्हतं की काय?

आता हारूनचं शिप्रावर प्रेम आहे की नाही हे मला कसं ठाऊक असणार? माझ्या निरुत्तर चेहऱ्याकडे पाहून शिप्रानं अचानक हुंदके देऊन रडायला सुरुवात केली.

"मी आता काय करू सांग ना! 'तुझ्यावर माझं प्रेम आहे' असं हारून मला खोटंच सांगतो का?"

"हारून तुझ्यावर प्रेम करतो की नाही हे तुलाच ठाऊक असणार, मला कसं काय ठाऊक असणार?"

"तो माझ्यावर प्रेम करतो असं मला वाटत होतं गं; पण आता वाटतंय की तो माझ्याशी खोटं बोलतोय!"

"जर तो खोटं बोलत असेल, तर मग तू संपर्क ठेवतेस कशाला त्याच्याशी?"

"जमत नाही गं त्याच्याशिवाय! बऱ्याचदा ठरवते की, त्याला विसरून जावं पण विसरू शकत नाही गं!"

"त्याला विसरायचा प्रयत्न केला होतास?"

"केला होता ना! अभ्यासात लक्ष घालण्याचा प्रयत्न केला होता; पण पुस्तक उघडून नुसती बसून राहते. मनात हारूनचेच विचार येतात."

"तो विवाहित आहे म्हणून हा गोंधळ होतोय. तुला प्रेमच करायचं असेल तर एखाद्या अविवाहित तरुणावर कर."

"माझ्या वयाचा कुठलाही तरुण आता अविवाहित राहिलाय का?"

"मग सोडून दे ना विचार करणं! हारूनने काय केलं, तो कुठं गेला, काय म्हणाला, खरं बोलला की खोटं बोलला याचा विचार कशाला करतेस?"

"विचार करू नको?"

"नको."

"मग काय फक्त शरीर..."

"तीच तर तुझी गरज आहे. बरोबर ना?"

"पण प्रेमाशिवायचा कुठलाही स्पर्श माझ्या शरीराला तृप्ती देत नाही."

शिप्राच्या डोळ्यांत डोळे घालून मी तिला गंभीरपणे विचारलं, "हारूनवर तुझं प्रेम आहे?"

शिप्रानं होकारार्थी मान हलवली. तिचं हारूनवर खरोखर प्रेम आहे. नसतं, तर मग हारून आपल्या बायकोकडे गेल्यावर तिला वाईट का वाटलं असतं?

शिप्राबद्दल मला माया वाटू लागली. मी तिला कुठल्याही प्रकारे सांत्वना देऊ शकत नव्हते. प्रेमाशिवाय शिप्रालाही कुठल्याही शरीराच्या संदर्भात उत्साह वाटत नव्हता. आम्हाला प्रेम हवं होतं, द्यायचंही होतं पण वारंवार पुरुषांनी आमची प्रतारणा केली; आम्ही त्यांच्या प्रतारणेच्या शिकार बनलो. तरीही आमची प्रेम करण्याची इच्छा मेली नाही. इतके आघात सहन केल्यावरही आम्ही हृदयाचं दार उघडून बसलो होतो. प्रेम ही गोष्ट एक प्रकारचं जाळं आहे- पुरुष हे स्त्रियांवर प्रेम करून, दास्यत्वाच्या शृंखला त्यांच्या पायात अडकवतात. कुठल्याही पुरुषाशी आता माझ्या प्रेमाचा संदर्भ नव्हता; पण त्यानं मला एक प्रकारच्या मुक्ततेचा आनंद मिळत होता. प्रेमहीन जीवन रंगीत नसलं, तरी शांततेचं असतं. मला आता शांतताच हवी होती.

त्यानंतर एके दिवशी खूप आनंदी चेहऱ्यानं शिप्रा माझ्याकडे आली. मला मिठी मारून तिनं आनंदानं मला सांगितलं की, आयुष्यात पहिल्यांदा तिला ऑरगॅझमचा (संभोगातल्या सर्वोच्च तृप्तीचा) स्वाद मिळाला. हारूनशी कधी आणि कुठं तिचा संभोग झाला हे विचारल्यावर तिनं नकारार्थी मान हलवली. हा आनंद तिला हारूननं दिला नव्हता. मग कुणी दिला- दुसऱ्या कुणावर तिचं प्रेम बसलं की काय? नाही, दुसऱ्या कुणीही नाही. कुणा पुरुषानं तिला हे सर्वोच्च सुख दिलं नाही. हा आनंद तिनं स्वतःच स्वतःला दिला. कसा काय? एका मध्यरात्री शिप्राची वासना जागी झाली. ती या कुशीवर-त्या कुशीवर तळमळू लागली, नंतर स्वतःच

तिनं ती घटना घडवून आणली. आपल्या तापलेल्या शरीराला शीतल करण्यासाठी आपण कसं हस्तमैथुन केलं, याचं अगदी तपशीलवार वर्णन शिप्रानं माझ्याजवळ केलं. हस्तमैथुन पुरुष करतात, हे मला ठाऊक होतं, शिप्रालाही ठाऊक होतं; पण तिनं स्वतःच्या शरीराशी जे काही केलं; त्यानं तिला एक नवीन स्वाद दिला- ऑरगॅझमचा स्वाद. पहिलाच स्वाद.

शिप्रानं सांगितलेला हस्तमैथुनाचा प्रकार मला आवडला नाही. त्याचं मला आकर्षणही वाटलं नाही. शिप्राप्रमाणे मी कुणाच्याही प्रेमात पडले नाही. लैंगिकता आता मी जणू माळ्यावर टाकून दिली. डॉक्टरकीच्या नोकरीव्यतिरिक्त मला जो वेळ मिळे, तो मी साहित्यजगतासाठी खर्च करी.

◆

घटनाच घटना

दरम्यानच्या काळात खूप काही घडून गेलं. विशेषतः देशाच्या राजकारणात.

देशव्यापी, विशाल स्वयंस्फूर्त स्वैराचारविरोधी जनआंदोलनानं राष्ट्रपती इर्शाद यांना खुर्ची सोडायला भाग पाडलं. हे आंदोलन इतकं प्रबळ होऊन या प्रकारे खुर्ची सोडावी लागेल, असं इर्शादना वाटलं नव्हतं. ते आपले आनंदात होते. त्यांना वाटत होतं, कुठलंही आंदोलन आपण अस्त्र आणि धर्म यांच्या आघातांनी मोडून काढू. जनतेला काय हवं आहे, काय नको याला महत्त्व न देता इर्शाद स्वतःला हवं ते करीत होते. देश कसा चालवायला हवा याचा सल्ला ते आटरशीच्या एका पिराकडून घेत असत. त्यासाठी ते वारंवार त्या पिराकडे जात असत. प्रत्येक राजकारण्याचा असा एकेक जण पीर असतो. देशातल्या मंत्र्यांच्या दया-दाक्षिण्यामुळे या पिरांची (पीर म्हणजे मुस्लिम साधुपुरुष, यांपैकी बरेच भोंदू असतात.) अवस्था अगदी छान झालेली होती. पिराकडे विनंती करून नोकरी मिळवता येई. मंत्रिपदही मिळवता येई. हाफेज्जी हुजूर नावाच्या एका पिरानं आपला पिराचा व्यवसाय सोडून देऊन, सर्वांना आश्चर्याचा धक्का देत थेट राजकारणाच्या धंद्यात प्रवेश केला. छाती ताणून तो १९८६ च्या निवडणुकीत उभा राहिला. या पीर लोकांना राजकारणाची फार हौस. आटरशीचा पीर, शर्षिनाचा पीर असे हरेक प्रकारचे पीर राजकारणातला हरेक प्रकारचा धंदा करून अगदी ऐशआरामाचं जीवन जगताहेत. ढाक्यात सध्या सईदाबादी पिराचा धंदा फार जोरात चालला आहे. हा इसम पूर्वी गुलिस्तान रस्त्याच्या कोपऱ्यावर उभा राहून जुने कपडे विकत असे आणि आता ढाक्यात एका प्रासादतुल्य बंगल्यात राहून पिराचा धंदा करीत असतो. मूल हवं असेल, नोकरी हवी असेल, कुणाचं वाटोळं करायचं असेल- काहीही हवं असेल, तर या पिराकडे हजारो लोक हातात अंडं घेऊन येत. लोक म्हणत, हा पीर कच्चं अंडं हातात घेऊन उबवतो! पिराची ही जादू तेव्हा टीकेचा विषय होती, तेव्हा खुद्द इर्शाद यांनी एक जादू दाखवली. इर्शादना मूलबाळ नव्हतं म्हणून अंधश्रद्धेचा पगडा असलेले लोक त्यांना 'निपुत्रिक, निःसंतान' म्हणून हिणवीत. ज्याला मुलाचा बाप होता येत नाही,

तो कसला पुरुष! अशा माणसाने देश चालवला तर देशातले लोक निपुत्रिक होतील अशा वावड्या उठू लागल्या. तेव्हा इर्शादनी एक अर्धवट नाटक केलं- बरंचसं कच्चं अंडं उबवण्यासारखं! अचानक एके दिवशी आपली पत्नी रोशन हिला लोकांसमोर आणून तिच्या मांडीवर एक मूल ठेवून म्हणाले, "अलीकडेच मी बाप झालो." अर्थात याच्यामुळे इर्शादविरोधी आंदोलन मुळीच कमी झालं नाही. जेव्हा हे आंदोलन आपल्या शिखरावर होतं, तेव्हा इर्शादनी पोलिसांना मोर्च्यांवर आणि सभांवर गोळीबार करण्याचे आदेश दिले. पोलिसांनी प्रचंड गोळीबार केला. अगणित माणसं मारली गेली. त्यामुळे लोकांमध्ये संतापाची भावना पेटली. त्यातल्या त्यात नूर हसन या तरुणाच्या मृत्यूनं या आंदोलनाला अनेक पावलं पुढे नेलं. नूर हसन हा खूप धाडसी तरुण होता. तो मोर्च्यामध्ये सर्वांच्या पुढे होता. सामान्य माणूस. व्यवसायानं टॅक्सी ड्रायव्हर. त्यानं कधीही कुठलंही राजकारण केलं नव्हतं. फारसा शिकला नव्हता. त्यानं छातीवर लिहिलं होतं, 'प्रजासत्ताक मुक्त होवो' आणि पाठीवर लिहिलं होतं, 'स्वैराचाराचा अंत होवो!' पोलिसांची गोळी 'प्रजासत्ताक मुक्त होवो'चा भेद करून आरपार गेली. नूर हुसेनचा मोर्च्यातच मृत्यू झाला. अखेर प्रजासत्ताकाला मुक्ती मिळाली; पण नूर हुसेनला मुक्ती पाहता आली नाही. प्रजासत्ताकाला मुक्ती देण्याची इर्शादची मुळीच इच्छा नव्हती. अखेर तीन वर्षांच्या प्रदीर्घ जनआंदोलनानंतर, १९९० च्या प्रचंड पुरामध्ये इर्शादची सत्ता वाहून गेली.

इर्शादच्या पतनानंतर काळजीवाहू सरकार स्थापून निवडणुका झाल्या. निवडणुकांमध्ये दोन मोठ्या पक्षांमध्ये स्पर्धा होती. अवामी लीग आणि बी.एन.पी. शेख मुजीब यांच्या कन्या शेख हसीना एकीकडे, तर दुसरीकडे बेगम खालिदा. हसीना आणि खालिदा इर्शादना पदच्युत करण्याच्या वेळी एकमेकींबरोबर होत्या, तरी इर्शाद पदच्युत होऊन निवडणुकांचा प्रचार सुरू झाल्याबरोबर त्या दोघींनी एकमेकींवर चिखलफेक सुरू केली. आपल्या कुटुंबातल्या सगळ्यांना १९७५ सालच्या १५ ऑगस्टला कसं मारून टाकण्यात आलं याचं हसीना रडत-रडत आपल्या भाषणांत वर्णन करीत, तर अवामी लीगच्या कारकिर्दीतल्या वाईट शासनपद्धतीचं खालिदा झिया वर्णन करीत. इस्लाम हा राष्ट्रीय धर्म असलेल्या आमच्या देशात धर्मसुद्धा अस्त्र बनला. खालिदा झिया जर धर्मासंदर्भात दोन शब्द बोलल्या, तर हसीना चार शब्द बोलत. अवामी लीग धर्माची पर्वा करीत नाही अशी आधी त्या पक्षाची वाईट ख्याती होती; कारण धर्मनिरपेक्षता हे अवामी लीगच्या चार कलमी कार्यक्रमातील एक कलम होतं. या वाईट ख्यातीतून बाहेर पडण्यासाठी हसीना जितकी मुक्ती शोधू पाहत, तितकी खालिदा त्या मुद्द्याची उजळणी करीत. हसीनांच्या पक्षाला बहुमत मिळेल अशी आशा होती; पण तसं घडलं नाही. अवामी लीग सरकारच्या कालखंडातील अराजकतेची आठवण असल्यानं अनेक मतदारांनी

अवामी लीगला मतं न देता इतर पक्षांना दिली. अवामी लीगचे एके काळी भारताशी चांगले संबंध होते, हे खालिदा झिया यांचं आणखी एक शस्त्र होतं. निवडणुकीत दोन मुद्द्यांनीच आपलं काम केलं- पहिला मुद्दा म्हणजे अवामी लीग निवडणुकीत जिंकल्यास देशात धर्म म्हणून काही राहणार नाही आणि दुसरा मुद्दा म्हणजे हसीना आपला देश भारताला विकून टाकतील. दोन्ही मुद्दे जनतेनं स्वीकारले किंवा दोन्ही अपकीर्तींचा योग्य उपयोग झाला, असं म्हणता येईल. अवामी लीगला मतं मिळाली; पण बहुमत मिळालं नाही. खालिदा झिया यांनी निवडणूक जिंकून आपल्या मर्जीतल्या काही कार्यकर्त्यांना मंत्री बनवलं आणि स्वतः पंतप्रधान झाल्या. अब्दुर्रहमान विश्वास नावाच्या एका कार्यकर्त्याला राष्ट्राध्यक्षपदी बसवलं. जमाते इस्लामीनं १८ सीट्स जिंकून समारंभपूर्वक संसदेत प्रवेश केला. 'हसीना देश भारताला विकतील' हा अपप्रचार खोडून काढण्यासाठी शेख हसीना यांनी भारतविरोधी विधानं करायला सुरुवात केली. 'धर्माला हसीना महत्त्व देणार नाहीत' हा अपप्रचार खोडून काढण्यासाठी धार्मिक सभांना जाऊन दोन हात वर उचलून अल्लाची प्रार्थना करू लागल्या. मक्केला जाऊन हज करून आल्या. खरं तर प्रथमच देशाच्या पंतप्रधानपदी एक महिला आहे, विरोधी पक्षाचं नेतृत्वही एका महिलेकडे आहे यामुळे मला जो आनंद वाटत होता, त्या आनंदाच्या अंगावर चढू लागला एक अजगर, अंगाचा थरकाप उडवणारा एक आतंक.

खालिदा झिया यांनी सत्तेवर आल्यावर इर्शादना शस्त्रास्त्र घोटाळ्याच्या मामल्यात अडकवून तुरुंगात पाठवलं. परंतु इर्शादसारखंच स्वैराचारी आचरण खालिदाच्या सरकारनंही दाखवणं सुरू केलं. प्रसारमाध्यमांना निरपेक्ष, स्वायत्त ठेवण्याचं ठरलं होतं; इतरही काही आश्वासनं होती; पण कुठलंच आश्वासन पाळावं असं सत्ता मिळाल्यावर कुणालाही वाटेना. राज्यघटनेतील राष्ट्रधर्माचं कलम रद्द करून देशाला धर्मनिरपेक्ष करायचं तर कुणी नावही काढीना! राजकारण हे देशाच्या नागरिकांच्या कल्याणासाठी नव्हतं, हे राजकारण केवळ सत्तेचं राजकारण होतं, सत्तेसाठीचं राजकारण होतं. सत्तेचा आनंद उपभोगणं, हाच प्रत्येक राजकारण्याचा मूळ उद्देश होता. देशातल्या या असल्या राजकारणामुळे मला खूप चिंता वाटू लागली.

स्त्रीरोग विभागात गाढवासारखं काम करून लेखनासाठी मुळीच वेळ मिळेना, म्हणून मी स्त्रीरोग विभागातून ॲनेस्थेशिया (भूल) विभागात बदली करून घेतली. स्त्रीरोग विभागातलं वातावरणही आता पूर्वीसारखं राहिलं नव्हतं. नवीन इंटर्नी आले होते. जुने निघून गेले होते. प्राध्यापक बायेस भुंईयासुद्धा बदली झाल्यानं दुसऱ्या हॉस्पिटलमध्ये निघून गेले होते. माझ्या युनिटमध्ये नवे सी.ए. आले होते. त्यात पुन्हा रात्रंदिवस ड्यूटी, लिहिण्यासाठी तेवढा वेळ मिळत नसे. पूर्वीपेक्षा लेखनाचं काम खूप वाढलं होतं; पण लिहिण्यासाठी वेळ तर पाहिजे ना! वेळ कुठं होता?

ॲनेस्थेशिया विभागात काम कमी होतं असं नव्हतं, शिवाय रात्री ड्यूटी नाही असंही नव्हतं. सगळंच होतं; पण इथं दोन हात पुरेसे होते, दहा हातांची दुर्गादेवी असण्याची गरज नव्हती. स्त्रीरोग विभागात दहा हातांनी काम न केल्यास त्याला कुणी काम म्हणत नव्हतं. इतर कुणाला असले, तरी मला काही जादा आठ हात नव्हते आणि मी पोस्ट ग्रॅज्युएशनच्या मार्गाला गेलेली नसल्यानं कशाला इतका त्रास घ्यायचा? शिवाय जे शिकायचं होतं, ते शिकून झालं होतं. ही विद्या घेऊन आयुष्यभर स्त्रीरोगांची डॉक्टर म्हणून काम करता येईल. ॲनेस्थेशिया विभागात स्त्रीरोग विभागाप्रमाणे चोवीस तास राबावं लागत नसे. स्वच्छ, निर्मळ, कामातल्या मधल्या वेळात चहा-सामोसे, गप्पांचे अड्डे असं तिथं वातावरण होतं. त्या विभागातले प्राध्यापक मुजीबुर रहमान आणि मानस पाल हे दोघंही स्वभावानं खूप चांगले होते. मित्रांसारखे. बाकी दोन डॉक्टर्स शमीमा बेगम आणि देवव्रत वणिक यांच्याशीही माझे सूर पहिल्या दिवसापासूनच खूप चांगले जुळले. विशेषतः शमीमा हिच्याशी. पहिल्या दिवशीच दोन-तीन वेळा पाहून, ॲनेस्थेशिया (भूल) कसा द्यायचा असतो ते मी शिकून घेतलं. दुसऱ्या दिवसापासून मी स्वतःच रुग्णांना भूल द्यायला सुरुवात केली. अधूनमधून इथंही खूप काम असे- विशेषतः जेव्हा स्त्रीरोगासंदर्भातल्या ऑपरेशन थिएटरमध्ये पळापळ करावी लागे, तेव्हा. कधी कधी संपूर्ण रात्रभर काम असे- अगदी दोन मिनिटंसुद्धा फुरसत मिळत नसे. एकामागोमाग एक ऑपरेशन्स चालत. आता मी हातात कात्री आणि सुरी घेऊन उभी राहत नसे, माझ्या हातात भूल देण्याचं औषध, ऑक्सिजन आणि कृत्रिम श्वासोच्छ्वास सुरू करण्याची उपकरणं असत. रुग्णाला भूल देणं, ऑपरेशन संपल्यावर त्याची भूल उतरवणं, हे खूप सोपं वाटत असलं तरी सोपं नसतं. भूल देण्याचं औषध, स्नायू बधिर होण्याचं औषध दिल्यानंतर कृत्रिम श्वास सुरू केला नाही, तर रुग्ण श्वासच घेणार नाही. फुफ्फुसं थांबण्याचा एक ठरावीक काळ असतो, तो ठरावीक काळ संपल्यावर रोग्याला श्वास घेणं शक्य होत नाही. मी रुग्णाला भूल देत असे, ऑपरेशन संपल्यावर रुग्णाची टेबलावरच भूल उतरवून त्याला पोस्ट ऑपरेटिव्ह रूममध्ये पाठवीत असे. तिथंही त्याचा श्वासोच्छ्वास, ब्लडप्रेशर इत्यादी सगळं ठीक आहे की नाही हे पाहत असे. माझ्या हातून कधीही कुणा रुग्णाची गैरसोय झाली नाही. माझ्या सगळ्याच रुग्णांना छानपैकी भूल पडे आणि छानपैकी त्यांची भूल उतरे. फक्त एकदाच तेवढी गैरसोय झाली- तीसुद्धा माझ्यामुळे नव्हे, तर स्वतःला शहाण्या समजणाऱ्या शिष्ट मलीहामुळे. ती एका तरुणीचं सिझेरियन ऑपरेशन करायला तयार झाली होती. मी त्या तरुणीला भूल देण्याचं इंजेक्शन देऊन नाकात नळी घालीत तिची श्वासनलिका शोधीत होते- दोन वेळा प्रयत्न करूनही मला ती सापडली नाही. तिसऱ्या वेळी प्रयत्न करीत असताना मलीहानं आपल्या हातातली

सुरी-कात्री टाकून, ग्लोव्हज् काढून, माझ्या हातातून ती नळी हिसकावून घेऊन मला कोपरानं धक्का देऊन बाजूला केलं आणि ती माझ्या जागी उभी राहिली. तिला वाटलं आपण एफ.सी.पी.एस. पार्ट फर्स्ट पास झालेल्या आहोत, त्यामुळे आपण तसलिमापेक्षा अधिक हुशार आहोत. पण रुग्ण तरुणीची श्वासनलिका मलीहाला सापडली तर नाहीच, उलट मध्येच तिनं त्या रुग्ण महिलेचा सर्वनाश केला. तिनं डॉक्टर देवव्रत वणिक यांना बोलावून आणण्यासाठी एक माणूस पाठवला. डॉक्टर वणिकसुद्धा एस.सी.पी.एस. पूर्ण पास झाले नसले, तरी अर्धी पास झाले होते. त्यांनासुद्धा त्या महिलेची श्वासनलिका सहजपणे सापडली नाही- आठ-नऊ वेळा प्रयत्न केल्यानंतर अखेर एकदाची सापडली. श्वासनलिकेत नळी घालता-घालता डॉक्टर वणिकना घाम फुटला. ऑपरेशन झालं. रुग्ण होता वणिकांच्या हातात. त्यामुळे ऑपरेशन थिएटरमध्ये त्या शिष्ट मलीहासमोर मला उभं राहावंसं वाटेना. मी बाहेर गेले. दुसऱ्या दिवशी डॉक्टर वणिकनी मला सांगितलं की, त्या रुग्ण महिलेची भूल ते उतरवू शकले नाहीत. ती तरुणी आपल्या पहिल्या संतानाला जन्म दिल्यानंतर जागी झालीच नाही. मला हे ऐकून खूप वाईट वाटलं. वणिक यांनी रुग्णाला पी.जी.मध्ये पाठवून दिलं होतं. तिथं प्रयत्न करूनही तिला वाचवता आलं नाही. सगळा दोष माझ्याच माथी पडला. मलीहानंच मला दोष दिला. स्वतःच्या अरेरावीची गोष्ट तिनं धूर्तपणे लपवून ठेवली. जेव्हा मी मलीहानं काय काय अरेरावी केली होती हे डॉक्टर वणिक यांना सांगितलं, तेव्हा त्यांनी उलट मलाच जबाबदार धरून विचारलं, ‘‘तुम्ही का तुमची पेशंट तिच्या हाती दिलीत?’’

‘‘मलीहानं तर धक्का मारून मला दूर सारलं!’’

‘‘पण तुम्ही का दूर सरकलात? पेशंटला भूल देणं ही तुमची जबाबदारी होती. मलीहाची जबाबदारी ऑपरेशन करण्याची होती.’’

‘‘तिला ट्राकिया शोधायची होती. माझ्या हातातून ती ट्यूब घेऊन गेली. इन्ट्यूबेशन ती करील असं म्हणाली.’’

‘‘तुम्ही दिलीत कशाला? इन्डोटूकियल इन्ट्यूबेशनमधलं तिला काय कळतं? काही अनुभव आहे तिला? त्या पेशंटची ट्राकिया मिळणं फार अवघड होतं; तुम्हाला ट्राकिया सापडली नाही, तेव्हा लगेच ऑक्सिजन चालू करून मला बोलवायचं ना!’’

‘‘ऑक्सिजन कसा काय देणार? मला तर ती पेशंटजवळ जाऊच देत नव्हती!’’

‘‘तुम्ही तिला धक्का देऊन बाजूला का केलं नाहीत?’’

हे बरोबर होतं. मी का बरं मलीहाला धक्का देऊन बाजूला केलं नाही? काही रात्री मला झोप आली नाही. सतत मला ती तरुण पेशंट आठवे- तिचा गोरा चेहरा,

सुंदर डोळे, खरं तर मी कुणालाही धक्का देऊ शकत नाही. योग्य ते बोलण्यात, योग्य ते करण्यात मला एवढं का द्विधा वाटतं, का एवढा संकोच वाटतो, डोळ्यांसमोर एखादी व्यक्ती चुकीचं वागत असेल तर का मी तोंड बंद ठेवते! मला माझ्या स्वतःचाच याबद्दल खूप राग येई. माझ्या लक्षात आलं की माझ्याकडून बऱ्याचशा गोष्टी होत नसत किंवा मला तसं वागता येत नसे. मी कामात असताना एखादा पाहुणा आला आणि माझा उगाच वेळ घेऊ लागला, तर 'मी आता कामात आहे, तुम्हाला वेळ देऊ शकत नाही' असं मी म्हणू शकत नाही. आतल्या आत धुमसत राहते, फक्त 'नाही' हा शब्द तेवढा तोंडातून बाहेर पडू शकत नाही. माझी ही नकार देण्यामधली अक्षमता माझ्यात लहानपणापासूनच आहे. कुणी माझ्या छातीच्या दिशेनं हात पुढे केला, तर त्याचा हेतू लक्षात येऊनसुद्धा मी चटकन माझं पेन किंवा वही त्याच्या हाती देऊन म्हणे, 'हेच पाहिजे होतं वाटतं तुम्हाला!' जणू, 'हो, हेच पाहिजे होतं' असं म्हणणं त्या माणसाला भाग पडावं. मी लगेच अशा लंपट माणसापासून दूर जाई किंवा अगदी वेगळ्या मुद्द्यावरची गोष्ट सुरू करी- उदाहरणार्थ, 'तुमच्या बहिणीचं अलीकडेच लग्न झालं, तिचं नवऱ्याशी पटत नाही म्हणे!' त्या इसमाच्या तोंडात झापड किंवा वहाण मारणं या तर धाडसाच्या गोष्टी होत्या, मी साधी 'नीघ इथून हरामजाद्या!' किंवा 'किती हा बेशरमपणा!' ही वाक्यंसुद्धा खूप इच्छा असूनही बोलू शकत नसे. मला त्या इसमाचा हेतू समजला आहे हे मी त्याला समजू देत नसे- त्याचा हेतू माझ्या लक्षात आला आहे हे कळल्यावर त्याला शरम वाटली तर!- असा मी विचार करी. सारी शरम मी स्वतःच धारण करी. पुरुषांच्या जगात मला असंच अंग चोरून वावरावं लागे. त्यांचं डोळे मारणं, धक्का मारणं, हाताला स्पर्श करणं, थट्टामस्करीसाठी संधी शोधणं यामागचे त्यांचे हेतू मला समजले नाहीत असं खोटंच दाखवावं लागे. जणू काहीच घडलं नाही, जणू मी त्यांना ज्या प्रकारचे सभ्य गृहस्थ समजते, त्याच प्रकारचे ते सभ्य गृहस्थ आहेत, त्यांनी कधीही वाईट हेतू प्रदर्शित केलेला नाही, कधीही त्यांनी माझ्याशी लगट करण्याची संधी घेतली नाही.

एफ.सी.पी.एस. न केल्यानं बहुधा असंच होत असावं. शिष्ट डॉक्टर तुम्हाला कमी समजतात, दूर दूर ढकलतात. माझा हात चांगला आहे, ऑपरेशन्स चांगली करते, ॲनेस्थेशिया चांगला देते, हे कुणी लक्षात घेणार नाही. मी काही चूक केली, तर लोक म्हणतील, 'तिचं शिक्षण जास्त झालेलं नाही म्हणून चूक केलीय, ठाऊक नाही म्हणून चूक केलीय.' आणि एफ.सी.पी.एस. डॉक्टरनं जर चूक केली, तर ती दुसऱ्या कुठल्या तरी कारणानं झाली, असं म्हणतील. लिव्हर कापण्याऐवजी किडनी कापली, तर दोष देतील सुरीला; डॉक्टरला नव्हे. सुरी नक्कीच वाकडी होती. हॉस्पिटलमध्ये एफ.सी.पी.एस. डॉक्टरांसमोर नेहमीच मान खाली घालून उभं

राहावं लागे, ते चालत असतील तर त्यांना रस्ता द्यावा लागे. ते जेव्हा डॉक्टरी विद्येसंबंधी काही बोलत असतील, तेव्हा गुपचूप ऐकावं लागे, ते जेव्हा वेडेपणा करतील, तेव्हा 'जिनियस लोक अधूनमधून असं वागतातच' असा विचार करावा लागे. बाबांचंही वागणं मी पाहिलं होतं- घरी अगदी एखाद्या अत्याचारी राजाच्या भूमिकेत आणि मेडिकल कॉलेजमध्ये अगदी एखाद्या शामळू प्रजाननासारखे! अगदी घाबरत घाबरत ते एफ.सी.पी.एस. किंवा एफ.आर.सी.एस. पास झालेल्या प्राध्यापकांशी बोलत. त्यांना पाहिल्याबरोबर एखाद्या श्रद्धावानासारखं हसू उमटे बाबांच्या चेहऱ्यावर. बाबांना संकोच वाटे- आपण एका गरीब शेतकऱ्याचा मुलगा आहोत, यापेक्षा आपण एफ.सी.पी.एस. केलं नाही याची त्यांना अधिक शरम वाटे. ती परीक्षा दिली नाही, तरी ज्यूरीस्प्रूडन्समध्ये अधिक अभ्यास करून त्यांनी एक डिप्लोमा मिळवला होता. अधूनमधून म्हणत, संसार सांभाळावा लागत असल्यानंच मी एफ.सी.पी.एस. करू शकलो नाही. ते बरोबर होतं, बाबांनी मनात आणलं असतं, तर ते ही डिग्री मिळवू शकले असते. मी साधारण प्रकारची विद्यार्थिनी होते; पण बाबा मात्र मेडिकल कॉलेजमधल्या चांगल्या विद्यार्थ्यांपैकी पहिल्या क्रमांकाचे विद्यार्थी होते. बाबांच्यापेक्षा वाईट विद्यार्थी असलेले आता मोठमोठ्या पदव्या मिळवून बाबांसमोरून छाती पुढे काढून फिरत. बाबांचे स्वतःचे अनेक विद्यार्थी आता बाबांपेक्षा खूप मोठे झाले होते. मीसुद्धा बाबांसारखीच बनत चालले होते का? मलासुद्धा बाबांप्रमाणेच स्वतःच्या अस्तित्वाबद्दल खूप अवघडल्यासारखं वाटे. मोठ्या डॉक्टरांसमोर बाबांना दबकून वागत असताना पाहून मला कधीच बरं वाटत नसे.

परंतु, ज्या डॉक्टरांची पावलं अहंकारामुळे कधी जमिनीवर पडत नसत, अशा डॉक्टरांसमोर बाबांना मी ताठ मानेनं उभं केलं. त्याचं असं झालं की, राष्ट्राध्यक्ष इर्शाद यांनी ढाक्यात आशिया कविता उत्सवाचं आयोजन केलं. मला आमंत्रण देण्याची त्यांची इच्छा होती. इर्शाद यांचे आरोग्यमंत्रीही कवी होते. ते माझा शोध घेऊ लागले. मी मयमनसिंह मेडिकल कॉलेजमध्ये शिकत होते, एवढीच माहिती त्यांना होती. त्यांनी मयमनसिंह मेडिकल कॉलेजचे प्राचार्य मुफख्खरुल इस्लाम यांना फोन करून प्रेसिडेंट इर्शाद यांचं आमंत्रण तातडीनं माझ्यापर्यंत पोचवण्याची जबाबदारी सोपवली. आरोग्यमंत्री आणि आरोग्य सचिव यांच्याकडून थेट आदेश किंवा विनंती येणं ही कुणा एका मेडिकल कॉलेजच्या कुणा एका प्राचार्य मुफख्खरुल इस्लाम यांच्यासाठी कल्पनेपल्याडची गोष्ट होती. माझा पत्ता मिळवण्यासाठी मुफख्खरुल इस्लाम अनेकदा विनम्रपणे माझ्या बाबांच्या दाराशी आले. बाबा तेव्हा विनम्र अशा मुफख्खरुल इस्लाम यांच्यासमोर ताठ मानेनं उभे राहिले. त्या दृश्याची कल्पना करून मला खूप बरं वाटलं, मनाचं समाधान झालं. बाबांनी मला ढाक्याला फोन करून खूप प्रसन्न आवाजात ही बातमी सांगितली. इर्शादच्या आमंत्रणावरून

जरी मी आशिया कविता उत्सवात भाग घेणार नव्हते, आशिया कविता उत्सवाच्या विरोधात लोकशाहीवादी कवींच्या राष्ट्रीय कविता उत्सवात भाग घेणार होते, तरी इर्शादच्या आमंत्रणानं मला एक आगळाच आनंद दिला. आनंद मला यासाठी झाला की, या आमंत्रणामुळेच आरोग्य सचिवांनी मुफख्खरुल इस्लाम यांना फोन केला- या मुफख्खरुल इस्लामनीच एका निनावी पत्रावर विश्वास ठेवून एके काळी माझा घोर अपमान केला होता. माझ्यासारखी असहाय व्यक्ती त्या अपमानाचा कधीच बदला घेऊ शकली नाही; पण आरोग्यमंत्री किंवा आरोग्य सचिव इर्शादच्या सांगण्यावरून आमंत्रण देण्यासाठी माझा शोध घेत होते, या घटनेनं मुफख्खरुल इस्लामना किमान एवढं तरी दाखवून दिलं की मी काही अगदीच नगण्य व्यक्ती नव्हते. हाच माझा बदला होता. यापेक्षा चांगला सूड आणखी कुठला असू शकतो! झापडीच्या बदल्यात झापड मारणं मला आवडत नाही. शारीरिक वेदनेपेक्षा मानसिक वेदना अधिक पीडा देते. आरोग्य सचिव इमरान नूर यांनी मुफख्खरुल इस्लाम यांच्याकडून माझा फोन नंबर घेऊन मला फोन केला. फोनवरून त्यांनी मला विनंती केली की, राष्ट्राध्यक्षांच्या आमंत्रणाचा मी मान राखावा. मी मान राखला नाही.

शांतिबागेतलं माझं घर मी खूप सुंदर सजवलं होतं. आरमानीटोलातल्या घराशी या घराची तुलनाच होऊ शकत नव्हती. ते घर होतं अगदी खेड्यातल्या घरासारखं. हे घर होतं आधुनिक. झकपक. ड्रॉइंग कम डायनिंग. दोन बाथरूम्स. दोन बेडरूम्स. व्हरांडा. आधुनिक स्वयंपाकघर. घर जसं सुंदर, तसाच परिसरही सुंदर. आरमानीटोलाच्या तुलनेत शांतिबागेतला संसार अधिक खर्चिक होता. अर्थात त्यासाठी परिश्रमही अधिक करावे लागत होते. पगारात घरभाडंच भागत नव्हतं, त्यामुळे स्तंभलेखन करून पैसे मिळवावे लागत. लेखनातून डॉक्टरकीच्या नोकरीपेक्षा अधिक पैसे मिळत असले, तरी लेखनापेक्षा डॉक्टरकीच्या नोकरीत वेळ अनेक पट अधिक जात असे. पण लेखन लोक आज मागत आहेत, उद्या कदाचित मागणार नाहीत! त्यामुळे नोकरीवरच भरवसा होता. त्यामुळे नोकरी मी प्रामाणिकपणे करीत असे. तिथं कामात हेळसांड करीत नसे. एका लेखाचे कधी तीनशे, तर कधी पाचशे रुपये मिळत असत, महिन्यात दहा लेख लिहिले की, त्यांच्या मानधनातून घरभाडं, लाइटबिल देता येत असे. पगाराच्या पैशातून बाजारखर्च आणि रिक्षाभाडं देता येत असे. दहापेक्षा अधिक लेख लिहिले, तर नाटक-सिनेमे पाहता येत, पुस्तकं विकत घेता येत. छान भागत असे. पण नेहमीच असं सुरळीत चालत असे, असं नाही. कधी एखादं मासिक बंद पडत असे, एखाद्या मासिकाचा मालक बदलत असे, नवीन मालकाला माझं लेखन नको असे किंवा मासिकाची आर्थिक स्थिती बिघडे, किंवा 'पैसे देऊ' म्हणूनही कुणी पैसे देत नसे. पण तरीही मी मागे हटत नसे. हार मानत नसे. कुणालाही शरण जात नसे. मिलनही अधूनमधून बाजार करी आणि आई

स्वयंपाकघर सांभाळताना खूप काटकसर करी. शांतिबागेत सगळं चांगलं होतं, फक्त मिटफोर्ड हॉस्पिटल तिथून खूप लांब पडे, एवढीच समस्या होती. आरमानीटोलातून चालतच हॉस्पिटलला जाता येई. इथून रिक्षा करावी लागे. रिक्षा गुलिस्तानच्या ट्रॅफिक जॅममध्ये अडकली की अर्धा-एक तास निश्चिंती!

शांतिबागेच्या घरी पाहुणे खूप येत. कविमित्र, डॉक्टरमित्र, माझ्या लेखनाचे चाहते, नातेवाईक, कुणीना कुणी असेच. शांतिबागेतलं घर म्हणजे खरोखर 'होम, स्वीट होम' होतं. आधी 'अवकाश'ची सतत ओढ वाटे; पण या शांतिबागेतल्या शांतीनं माझी 'अवकाश'बद्दलची ओढ खूप कमी झाली. त्याशिवाय एक आव्हान होतंच- मी स्वावलंबी होईन आणि एकटी राहीन, कुणीही 'नवरा' नावाचा, वर्चस्व दाखवणारा पुरुष माझ्या आसपास राहणार नाही, माझ्यावर फक्त माझंच नियंत्रण असेल, मला जशा पद्धतीनं जगायचं आहे तशाच पद्धतीने मी जगेन, कुणीही मला 'हे कर, ते कर' असं सांगणार नाही. मला कुणालाही उत्तर असं द्यावं लागणार नाही. अगदी असंच तर जीवन मला हवं होतं. संपूर्ण स्वावलंबी आणि स्वतंत्र असं जीवन! वडिलांच्या, नवऱ्याच्या वर्चस्वापासून मुक्त असं जीवन! हे जीवन मिळवण्यासाठी मला कमी अंतर कापावं लागलं नाही. नवरा-मुलांसहित संसार करण्याचं स्वप्न मी आता सहज सोडून देऊ शकत होते. शेवरीसारखं उडून गेलं ते स्वप्न! ते स्वप्न माझ्यासाठी नव्हतं. हे स्वप्न जपत मी स्वतः काही कमी हाल सोसले नाहीत. हे स्वप्ना, आता तू वाहत जा नदीच्या पाण्यात, आता मला तुझी मुळीच गरज नाही! हे स्वप्ना, तुला मी मातीखाली गाडून टाकलं आहे, तू मरून जा. स्वप्ना, तू माझ्या अंगणातून निघून जा, माझ्या हृदयातून निघून जा. पुन्हा कधीही मला त्रास द्यायला, माझा नाश करायला येऊ नकोस. एक स्वप्न निघून गेल्यावर दुसरं स्वप्न आलं. स्वप्नं तर कितीतरी प्रकारची असू शकतात! माझं आता वेगळ्या प्रकारचं स्वप्न होतं- बाकीचं जीवन स्वावलंबीपणे, स्वातंत्र्यात घालवण्याचं स्वप्न. आता अगदी हलकं-हलकं वाटत होतं, सगळ्या दुःस्वप्नांपासून मुक्ती मिळाल्यासारखं वाटत होतं. जणू दुःस्वप्नांची एक प्रदीर्घ रात्र संपून आता चोहीकडे लख्ख प्रकाश पडला आहे. जणू मी झोपले होते. झोपेत अनेक वाईट घटना घडल्या. आता जागी झाले आहे. प्रदीर्घ काळ जणू एका अंधाऱ्या गुहेत अडकून पडले होते, अंधकार माझ्या जीवनावर आणि स्वप्नांवर नियंत्रण करीत होता. प्रकाश कुठे आहे हे मला ठाऊकच नव्हतं. मी स्वतः शोधून शोधून प्रकाश बाहेर काढला- मला आता जे अंधारात होते, त्यांनाही प्रकाश द्यायचा होता. जे अंधारातलं जीवन जगत होते, त्यांच्या दिशेनं मला हात पुढे करायचा होता. हा हात धरून तेही प्रकाशाच्या राज्यात येऊ शकतील. माझा हात तेवढा मजबूत होता का? मजबूत नसला, तरी हात तर होता ना! एरवी असा हात तरी कोण पुढे करतं?

माझ्या जीवनात काही अनपेक्षित घटना घडत होत्या. बांगलाबाजारचे प्रकाशक माझ्या घरी गर्दी करीत होते. सगळ्यांचा प्रश्न एकच असे- 'विद्याप्रकाश'शिवाय इतर प्रकाशकाला पुस्तकं प्रकाशनासाठी द्यायची नाहीत, असा मी निश्चय केला होता का? असा काही निश्चय किंवा पण मी नक्कीच केला नव्हता. खोकाभाई माझी पुस्तकं प्रकाशित करीत होते; पण मी अन्य प्रकाशकांना पुस्तके प्रकाशनासाठी द्यायची नाहीत, असा कुठलाही करार आमच्यामध्ये झाला नव्हता. मग तुमची पुस्तकं आमच्याकडे प्रकाशनासाठी द्या. आजच द्या. नवल आहे! कुठून देऊ पुस्तकं? सध्या मी कविता लिहीत होते. 'विद्याप्रकाश'नं बाकी सारं लेखन प्रकाशित करून टाकलं होतं. नियतकालिकांमध्ये जी सदरं लिहिली होती, तीसुद्धा सगळी पुस्तकरूपानं प्रकाशित झाली होती. प्रकाशक म्हणत, 'मग नवीन लिहा! कादंबरी लिहा!' कादंबरी? मी म्हणे, 'वेड लागलंय की काय? कादंबरी कशी लिहितात हे मला ठाऊक नाही. आजवर कधी कादंबरी लिहिली नाही.' प्रकाशक म्हणत, 'आजवर लिहिली नसेल, तर आता लिहा!' प्रकाशक खोकाभाईंकडेही त्यांचे प्रकाशक मित्र विनंती करीत- 'तसलिमांना आमच्याकडे पुस्तकं प्रकाशनासाठी द्यायला सांगा' म्हणून. खोकाभाईही एके दिवशी मला म्हणाले, ''अनन्या प्रकाशनीच्या मुनीर यांना एक पुस्तक प्रकाशनासाठी द्या.'' एकदा ते 'शिखा प्रकाशनी'च्या गृहस्थांना घेऊन आले, त्यांनाही पुस्तक द्या! पुन्हा एके दिवशी 'अफसर ब्रदर्स'च्या प्रकाशकांना घेऊन आले- त्यांनाही काही ना काहीतरी द्यायला हवं. कादंबरी नाही देता आली तर कथासंग्रह द्या, तेही नाही जमलं तर कविता, फार देता आल्या नाहीत, तर किमान दहा कविता तरी द्या, दहा नसतील तर पाच द्या, चित्रकाराकडून त्यांच्यासाठी चित्रं काढून घेऊन कविता-कार्डसचं पॅकेट होईल. प्रकाशक आता मला ॲडव्हान्स रक्कमही देऊ लागले. रॉयल्टीचे पैसे मिळण्याची मला कधीच सवय नव्हती. खोका हे माझे जणू भाऊ, मित्र, हितचिंतक होते. माझ्याकडे कधीही रिकाम्या हातांनी येत नसत. विविध प्रकारची फळं, मिठाई, बिस्किटं, फरसाण घेऊन येत. मी जर आर्थिक अडचणीत असले, तर काही पैसे ठेवून जात. माझ्या आवडीनिवडींचंही ते भान ठेवीत. लिहिण्याच्या टेबलाजवळ बसण्यासाठी एक सुंदर खुर्ची मी पसंत केली होती; पण तितके पैसे जवळ नसल्यानं मी ती विकत घेऊ शकले नव्हते. खोकाभाईंनी एके दिवशी ती खुर्ची विकत घेऊन माझ्या घरी पाठवून दिली. पण रॉयल्टीचा हिशेब मला ते कधीही देत नसत. मलाही तो नको असे. संकोचामुळे मी तो मागत नसे. त्याशिवाय खोकाभाईंशी माझा संपर्क हा हिशेबासाठीचा संपर्क नव्हता. माझ्या कुठल्याही अडचणीच्या वेळी मी द्विधा न होता त्यांना बोलावू शकत असे; तेही हातातलं काम बाजूला ठेवून मदतीला धावून येत.

अशी सहानुभूती काही पैसे देऊन विकत घेता येत नाही. रॉयल्टीच्या पैशांचा मामला खरोखर खूप नाजूक आणि संकोचाचा होता. जेव्हा अनन्या आणि शिखा प्रकाशनीच्या लोकांनी माझ्या रॉयल्टीचा दर वाढवला, तेव्हा माझे कान-नाक क्षणात लाल झाले. पैसे हातात घेतानाही मला इतका संकोच वाटत होता की, मी हात मागे बांधीत असे. प्रकाशक पैसे टेबलावर ठेवीत किंवा माझ्याकडे देण्यासाठी खोकाभाईंच्याकडे देत. ॲडव्हान्स रॉयल्टीचे पैसे. अर्थात प्रकाशकांनी मला पैसे देण्याआधी मी त्यांना खूपदा सांगे, पैसे देऊ नका, पुस्तक तर काही मी अद्याप लिहिलेलं नाही. पुस्तक लिहिलं नाही याला कुणाचीही हरकत नसे. 'पैसे राहू द्या. पुस्तक लिहून झाल्यावर सांगा, आम्ही हस्तलिखित घेऊन जाऊ' असं ते म्हणत. 'लिहायला एक वर्ष लागलं तर? किंवा जर पाच वर्षं लागली, तर?' त्यातही त्यांचं नुकसान नसे. 'मला पैशांची गरज नाही.' 'गरज नसली तरी पैसे ठेवून घ्या.' आधी पुस्तक लिहिते, ते छापून होऊ द्या, खपतंय की नाही हे पाहा, नंतर रॉयल्टी द्या.' हे माझं म्हणणं प्रकाशक ऐकत नसत. म्हणत, 'पुस्तक प्रकाशित झाल्यावर रॉयल्टी मिळेलच, त्याच्या आधीही हे पैसे राहू द्या.' मी पैसे ठेवून घेई. एकरकमी इतके पैसे मी याआधी कधीही पाहिले नव्हते. बांगलादेशमध्ये फक्त हुमायून अहमद यांनाच पुस्तक लिहिण्याआधी रॉयल्टीचे पैसे दिले जात, असं मी ऐकलं होतं. आता मलाही! मला जुन्या दिवसांची आठवण झाली. 'शिकडे विपुल क्षुधा' या माझ्या पहिल्या पुस्तकाच्या वितरणाची जबाबदारी 'नसास प्रकाशनी'कडे देण्यात आली होती. त्यांनी पुस्तक वितरण करण्यात काहीही उत्साह दाखवला नाही. दोन वर्षांनंतर त्यांच्या गोदामातून मी माझ्या पुस्तकाच्या प्रतींचे वाळवी लागलेले गठ्ठे घरी घेऊन आले होते. माझं दुसरं पुस्तक प्रकाशित करण्यासंदर्भात ज्या 'अनिंद्य प्रकाशनी'चे नजमुल हक तयारी दाखवीत नव्हते, ते नजमुल हक हेच आता माझं पुस्तक छापण्यासाठी उत्सुक होते. आज जे प्रकाशक मला माझी पुस्तकं आपल्याकडे प्रकाशनासाठी देण्यासंदर्भात मला हात जोडून विनंती करीत होते, तेच एके काळी माझं नाव ऐकलं की नाक मुरडीत होते, हे मला चांगलं ठाऊक होतं. आता मला प्रकाशकांच्या आग्रहामुळे लिहावं लागत होतं. हॉस्पिटलमध्ये, ऑपरेशन थिएटरमध्ये बसून रुग्ण तपासण्याच्या मधल्या वेळात मी लिहीत असे. घरी पाहुणे आले की त्यांना वेळ द्यावा लागे. घरात कधी अमुक असे तर तमुक नसे, त्याकडेही लक्ष द्यावं लागे... शेकडो कामांच्या मधून वेळ काढून काढून मी लिही. लेखन खरोखर चांगलं झालंय की नाही हे एकदा वाचून पाहण्याआधीच प्रकाशक येऊन झडप घालून ते घेऊन जात. जवळजवळ रोजच तगादा लावीत- कुठपर्यंत लिहून झालंय, बघू! 'होतंय-होतंय, होईल-होईल'करीत मी वेळ मारून नेई. 'समय प्रकाशना'चे फरीद माझ्या घरी येऊन वारंवार विनंती करून गेले होते की, मी 'अपरपक्ष' नावाची

कादंबरी प्रकाशनासाठी त्यांना द्यावी. अनन्याला 'शोध' (अर्थ : सूड, बदला) नावाची कादंबरिका दिली. स्त्रीरोग विभागात आणि ॲनेस्थेशिया विभागांमध्ये काम करून करून तिथल्या कामांमध्ये मी पारंगत झाले होते खरी; पण कादंबरीलेखनात मात्र मुळीच पारंगत झाले नव्हते. संकोचत-संकोचत, भीत-भीत मी कादंबऱ्या लिही. मनात चुटपुट लागून राही. पण माझ्या लेखनातून मी किमान एक भूमिका, वक्तव्य प्रकट करू शकले ते म्हणजे, स्त्रीचं शरीर आणि हृदय ही फक्त तिच्याच मालकीची असतात, ती इतर कुणाचीही खासगी संपत्ती नसते. एकेका महिलेच्या जीवनाचं वर्णन करून मी माझी ही भूमिका मांडली होती. खोकाभाईंना मी दोन पुस्तकं प्रकाशनासाठी दिली. स्तंभातील लेखांचा संग्रह 'नष्ट मेयेर नष्ट गद्य' आणि 'बालिकार गोल्लाछूट' नावाचा एक कवितासंग्रह. माझ्या कवितेतही फक्त स्त्रीचीच व्यथा मी मांडलेली असे. स्त्रीच्या सुख-दुःखांच्या गोष्टी, तिच्या पायाखालच्या जमिनीची कथा, शृंखला तोडण्याची कथा, समाज-राष्ट्र-कुटुंब यांनी तयार केलेले नियम तोडून बाहेर येण्याची कथा. मानवी अधिकारांसाठी झगडण्याची, ते मिळवण्याची कथा. जीवनात ठेचा खात खात मी जीवनाचं जे भयानक रूप पाहिलं, जीवनात जे स्वप्नभंग पाहिले, ती स्वप्नं भंगल्यानंतरही जी स्वप्नं रचली, पुन्हा कशी उठून उभी राहिले आणि क्लान्त, रक्तानं भिजलेल्या जीवनाचे जे अनुभव जीवनाच्या महामार्गावर, मार्गावर, गल्लीबोळात घेतले, ते सारे माझ्या कविता, लेख, कादंबऱ्या या सगळ्या लेखनातून माझ्या नकळतच रक्ताप्रमाणे पेनच्या निबमधून झरत राहिले.

माझे दिवस अद्‌भुतपणे बदलत होते, जीवन बदलत होतं. अधूनमधून मला संशय वाटे. ही खरोखर मीच आहे ना! ब्रह्मपुत्रेच्या किनाऱ्यावरची घाबरट, लाजरी किशोरीच ना! अधूनमधून माझा अनेक गोष्टींवर विश्वासच बसत नसे. टेलिव्हिजनवरील निर्माती माझ्या घरी येऊन गीत लिहवून घेऊन गेली आणि ते शृंखला तोडण्याचं गीत देशातील लोकप्रिय गायिका समिना नबीनं टी.व्ही.च्या कार्यक्रमात गायिलं यावर विश्वास बसला नाही माझा! अर्थात हे पहिलंच गीत नव्हतं, माझ्या आधीच्या कवितांचंही टी.व्ही.वर गायन होई. त्यांना यास्मिननं चाली लावल्या होत्या. आपल्या साथीदारांसह यास्मिननं त्या सगळ्या कवितामंचावरून गायल्या; पण ते मयमनसिंहमध्ये. ढाका शहरात आणि त्यातही जिथं सामान्य माणसांना प्रवेश बंद असतो अशा ढाक्याच्या टेलिव्हिजनवरून माझ्यासारख्या सामान्य व्यक्तीची कविता किंवा गीत दाखवलं जाईल, याची मी कधी कल्पना तरी केली होती का! प्रख्यात गायक फकीर आलमगीर यानं माझ्याकडे 'गाणी लिहून द्या' म्हणून तगादा सुरू केला. त्याच्यासाठीही मला गाणी लिहावी लागली. विद्यापीठातल्या इंग्रजीच्या प्राध्यापिका माझ्याकडे आल्या. माझ्या कविता इंग्रजीत अनुवादित करून त्यांचा

एक मोठा संग्रह प्रकाशित करण्याचा त्यांचा विचार होता. ब्रिटिश कौन्सिलनंही मला कवितावाचन करण्यासाठी आमंत्रित केलं. महिला संस्थांच्या अध्यक्ष मला त्यांच्या कार्यक्रमांमध्ये सहभागी होण्यासाठी आमंत्रण देण्यासाठी येऊ लागल्या. 'अनन्या' मासिकानं वर्षातील दहा सर्वोत्तम महिलांची निवड केली आणि त्यांचा एका सुंदर कार्यक्रमात सत्कार केला- त्या सर्वोत्तम दहा महिलांमध्ये माझा समावेश होता. ढाक्याबाहेरूनही वेगवेगळ्या साहित्यिक कार्यक्रमांमध्ये, पुस्तकजत्रांमध्ये सहभागी होण्यासाठी, भाषणांसाठी मला आमंत्रण देण्यासाठी लोक येत. टेकनाफ गावाहून डॉ. मोहित कमाल मला भेटायला ढाक्याला आला. टेकनाफ गावात त्याचे दोन प्रिय लेखक इमदादुल हक मिलन आणि तसलिमा नासरिन यांचा सत्कार करण्याची मोहितची इच्छा होती. टेकनाफच्या 'कचिकांचा मेला' (नवोदितांची जत्रा) या संस्थेचा तो अध्यक्ष होता. त्या संस्थेतर्फे सत्कार करण्यात येणार होता. मोहित हा साहित्यप्रेमी आणि माझ्याच वयाचा होता. त्याची खोकाभाईंशी ओळख झाली, हळूहळू मैत्री झाली. टेकनाफला जाऊन खोकाभाईंशी पत्रव्यवहार करून मोहितनं हा कार्यक्रम ठरवला. खोकाभाई मला आणि मिलनला घेऊन टेकनाफला गेले. देशाच्या कानाकोपऱ्यात पाहण्यासारखं कितीतरी आहे. मी तर देशाचा बराचसा भाग पाहिलेला नाही. दूर कुठंतरी जाण्यासाठी मी अगदी एका पायावर तयार असते. टेकनाफ हे देशाच्या अगदी दक्षिणेला असलेलं गाव. तिथं पोचून मला खूप आनंद झाला. आम्ही सगळे मोहितच्या घरीच पाहुणे म्हणून उतरलो. कार्यक्रमात आम्हा दोन लेखकांचा सत्कार करण्यात आला. सत्कार घेण्याची मला सवय नव्हती. संपूर्ण वेळ संकोचानं मान खाली घालून बसले होते. आम्हा दोघांना संस्थेतर्फे वार्षिक पुरस्कारही देण्यात आला. कार्यक्रमानंतर मोहितनं आम्हाला सेंट मार्टिन आणि महेशखाली या बेटांवर फिरवून आणण्याची व्यवस्था केली होती. फार भीतिदायक प्रवास होता तो. आम्ही मासे धरण्याच्या ट्रॉलरमध्ये बसलो होतो. उधाणलेल्या समुद्राचा एक प्रवाह आम्हाला बुडवून टाकी, दुसरा प्रवाह वरती फेकी. अशा प्रकारे सेंट मार्टिन या प्रवाळ बेटावर पोचलो. खूप सुंदर बेट आहे ते. उंच उंच बांबूच्या घरांत काही माणसं तिथं राहतात. चोहीकडे अपरिचित झाडं आणि वनस्पती. समुद्राचं स्वच्छ हिरवं पाणी पाहत पाहत, त्याला स्पर्श करीत आम्ही फिरलो. सेंट मार्टिनहून महेशखाली बेटावरही जाऊन आम्ही तिथल्या मच्छीमारांचं जीवन पाहिलं. पाणीच त्या मच्छीमारांना जगवीत होतं आणि पाणीच त्यांना मारीत होतं. त्यांचं पाण्यावर प्रेम होतं आणि पाण्याशीच संघर्ष करीत ते जगत होते. समुद्रकिनारी छान वेळ घालवून मी ढाक्याला परतले. टेकनाफमध्ये मिलन होता, सामान्य लेखक-मित्रासारखाच तो होता. मिलनसाठी वेगळी अशी कुठलीही भावना मला जाणवली नाही. काश्मीरच्या काही सुखद स्मृती होत्या, हे खरं; पण आठवणी

या आठवणींसाठीच असतात. त्यानंतरचं आमंत्रण आलं सिलेटहून. सिलेटच्या पुस्तकजत्रेत. या वेळीही खोकाभाईंनीच सिलेट प्रवासाची व्यवस्था केली. मी, खोकाभाई आणि असीम साहा सिलेटला गेलो. समय प्रकाशनाचे फरीद आपल्या पत्नीसह आमच्याबरोबर आले. सिलेटमध्ये वेळ खूप चांगला गेला. पुस्तकजत्रेत स्वाक्षरी घेणाऱ्यांच्या गर्दीत मी अगदी गुदमरून गेले- इतक्या दूर, सिलेटमध्येही लोक माझं लेखन वाचतात, हे पाहून मी अगदी भारावून गेले. सिलेटमध्ये चहाच्या मळ्यांत फिरून, तामाबिल इथं शिलाँग पहाडावरून येणाऱ्या झऱ्याचं पाणी नदीत पडत होतं, त्या नदीच्या स्वच्छ सुंदर पाण्यातल्या दगडांवरून अनवाणी पायांनी चालत चालत मी निसर्गाचं अपूर्व रूप पाहिलं. पलीकडच्या तीरावर होता भारत- अगदी हात पुढे केला, तर स्पर्श करता येईल इतक्या अंतरावर! तरीही मध्ये काटेरी तारेचं कुंपण घातलेलं. ते पाहून मनात वेदना उठली. इथल्या झाडांची पानं-फुलं उडून तिकडच्या मैदानात पडतात. तिकडचे पक्षी उडत येऊन इकडच्या झाडांवर बसतात; फक्त माणसांना मात्र दोन पावलं पुढं जाण्याचा अधिकार नाही. आपण या पृथ्वीची लेकरं आहोत, आपण का बरं आपल्याला वाटेल तितकं पुढं चालत जाऊ शकत नाही या पृथ्वीवरच्या जमिनीवरून; का पार करून शकत नाही हवी ती नदी किंवा समुद्र? माणसानंच माणसासाठी तयार केल्या आहेत असंस्कृत शृंखला. सीमेवरच्या काट्यांतला एक काटा माझं हृदय विंधून गेला.

मला इतरही मोठ्या शहरांमधून, मोठमोठ्या साहित्यिक कार्यक्रमांसाठी आमंत्रणं येऊ लागली. माझे सत्कार होऊ लागले. मला प्रमुख पाहुणीचा मान देण्यात येऊ लागला. रंगमंचामागच्या मोठ्या पडद्यावर मोठ्या अक्षरांत माझं नाव लिहिलेलं असे. ढाक्याच्या 'नाट्यसभा' संस्थेनं मला साहित्य पुरस्कारही दिला. तो मला आणि शमसुर रहमान यांना देण्यात आला. शहिदुल हक यांनी पुरस्कार वितरणाचं आयोजन राष्ट्रीय वस्तुसंग्रहालयातल्या सभागृहात केलं. शहिदुल हक नाटककार, नाट्यदिग्दर्शक आणि 'नाट्यसभा' संघटनेचे अध्यक्ष आहेत. प्रतिभावंत आहेत. लोक म्हणत ते फार शिष्ट आहेत; पण माझ्याशी मात्र ते खूप आत्मीयतेनं वागतात.

माझ्या घरी बरेच कवी-साहित्यिक येत. आलं घातलेला चहा घेत घेत सारी संध्याकाळ त्यांच्याशी गप्पा मारण्यात रंगे. शमसुर रहमान यांच्याशी माझी घनिष्ठता वाढली. बराच वेळ त्यांच्याशी साहित्य आणि राजकारण यांच्यावर गप्पा होत. लेखक रशीद करीम हे शमसुर रहमान यांचे खास मित्र. ते मला आणि शमसुर रहमान यांना अनेकदा आपल्या घरी साहित्यचर्चा करण्यासाठी बोलावीत. साहित्याबरोबरच धर्माबद्दलही चर्चा होई. मी आणि शमसुर रहमान हे धर्महीनतेच्या बाजूचे होतो, तर रशीद करीम धर्माच्या बाजूचे होते. धर्माच्या बाजूने असले, तरी ते अत्यंत

सुसंस्कृत, सुशिक्षित असे साहित्यिक होते. देशातले मोठमोठे साहित्यिक माझ्यावर स्नेह करीत, ते मी (त्यांच्या वयाच्या तुलनेत) लहान, सुंदर (!) तरुणी म्हणून नव्हे, तर माझ्या लेखनामुळेच. माझ्या कवितांमध्ये, गद्यलेखनात त्यांना नवीन पिढीची, नव्या युगाची एक चांगली शक्यता दिसे, म्हणून ते माझ्यावर स्नेह करीत. माझं लेखन ते वाचीत, त्याची समीक्षा करीत, आणि मी खरोखर काहीतरी सकस असं लिहिते, असं म्हणत. माझ्या समवयस्क साहित्यिकांपेक्षा माझ्यापेक्षा वयाने दुप्पट-तिप्पट असलेल्या साहित्यिकांबरोबर माझी अधिक ऊठबस होत असे. कला-साहित्य-समाज-संस्कृती या गोष्टी तर असतच, माणुसकीचा भागही या स्नेहात कमी महत्त्वाचा नसे. रशीद करीम अचानक खूप आजारी झाले आहेत असं ज्या दिवशी मला शमसुर रहमान यांनी कळवलं, तेव्हा मी तातडीनं हॉस्पिटलमधून त्यांच्याकडे जाऊन, त्यांना सुहरावर्दी हॉस्पिटलमध्ये दाखल केलं. रशीद करीम वाचले खरे; पण मेंदूत रक्तस्त्राव झाल्यानं त्यांना अर्धांगवायू (पॅरालिसिस) झाला. हॉस्पिटलमधून ते घरी गेल्यावरही त्यांना भेटण्यासाठी, त्यांच्यासोबत बसण्यासाठी, त्यांना उभारी देण्यासाठी मी आणि शमसुर रहमान दोघंही त्यांच्याकडे जात असू. शमसुर रहमान यांच्याशी पन्ना कैसर या लेखिकेची चांगली मैत्री होती. पन्ना कैसर यांच्या घरीही मी आणि शमसुर रहमान आमंत्रणावरून खाण्या-पिण्यासाठी आणि साहित्यचर्चा करण्यासाठी जात असू. पन्ना कैसर आणि मी जशोर गावी साहित्यसभेसाठी गेलो होतो. पन्ना कैसर या लेखक शहीदुल्लाह कैसर यांच्या पत्नी होत्या. त्या कादंबऱ्या लिहीत, राजकीय सभांमध्ये भाषणं देण्याचीही त्यांना सवय होती. जशोर गावी त्यांनी खूप छान भाषण केलं. नवीन शहरं पाहणं, नवनवीन माणसांशी परिचित होणं मला आवडे; पण जेव्हा मला मंचावरून भाषण करायला सांगितलं जाई, तेव्हा मात्र मी प्रेक्षक किंवा श्रोते यांना मुळीच मंत्रमुग्ध करू शकत नसे. वक्तृत्व मला जमतच नसे. भाषण करताना मोठमोठे, जड शब्द वापरावे लागतात, ते आत्मसात करणं मला कधीच जमलं नाही.

बोईली रोडवर 'सागर पब्लिशर्स' या एम. आर. अख्तर मुकुल यांच्या पुस्तकांच्या दुकानात पुस्तकं विकत घ्यायला गेल्यावर बऱ्याचदा शौकत उस्मान तिथं बसलेले दिसत. माझ्याशी अघळपघळ गप्पा मारीत. देशातले ते एक खूप मोठे साहित्यिक होते. एके दिवशी त्यांनी माझ्या नावाचा अर्थ सांगितला. नंतर दिसलं की, माझ्यावर लिहिलेल्या आपल्या एका कवितेच्या फोटोकॉपीज काढून ते मित्रांना वाटताहेत. 'नासरिन नावाचा अर्थ वन्य गुलाब/कमी होत नाही म्हणून सुगंधाचा ताप.' मिळण्याचीही एक मर्यादा असते पण मला खूप-खूप मिळालं. अगदी मर्यादेबाहेर मिळालं.

देशातील लोकप्रिय कवी निर्मलेंदू गुण यांच्याशी माझी खूप चांगली मैत्री

झाली. हळूहळू ते घरातल्या व्यक्तीप्रमाणेच आत्मीय बनले. गुण यांच्या स्वभावाचं एक वैशिष्ट्य म्हणजे ते फार फटकळ होते. कुठलीही अप्रिय पण सत्य गोष्ट बोलताना ते मागेपुढे पाहत नसत, लोक काय म्हणतील याचा विचार करीत नसत. आणि ते फक्त बोलतच नसत, तर त्याप्रमाणे करूनही दाखवीत. गुण यांची 'पकडवॉरंट' ही कविता वाचून इतर वाचकांप्रमाणेच मलाही वाटलं की, एखाद्या राजकीय बाबतीत त्यांच्यावर पकडवॉरंट निघालं असेल. एके दिवशी मी त्यांना विचारलंसुद्धा, ''पकडवॉरंट' जारी झाल्यावर तुम्ही कसे भूमिगत झालात? शेवटी पोलिसांच्या हाती पडलात की नाही?' त्यांच्याकडून तेव्हाच्या बंदी घातलेल्या डाव्या पक्षांच्या संदर्भात किंवा पाकिस्तानी सरकारविरुद्धच्या कारवायांबद्दल काहीतरी रोमहर्षक ऐकायला मिळेल म्हणून मी अगदी तयार बसले, तेव्हा गुण यांनी अत्यंत शांतपणे सांगितलं की, एका दरोड्याच्या संदर्भात त्यांच्यावर पकडवॉरंट निघालं होतं. कुठलाही संकोच न बाळगता त्यांनी ती घटना सांगितली. नेत्रकोनातल्या एका गावात ते खरोखर एका दरोडेखोरांच्या टोळीत सामील होऊन एका रात्री दरोडा घालायला गेले होते. कशासाठी? साधं उत्तर : पैशांची चणचण होती. त्यांना सतत पैशांची चणचण असे. ते आनंदमोहन कॉलेजमध्ये होते, तेव्हा होस्टेलचे कॅप्टन होऊन ते बाजार करण्याच्या पैशांमधून पैसे चोरीत. अशा चोरलेल्या पैशांतून त्यांनी नवा शर्ट विकत घेतला होता. होस्टेलच्या खोलीत रोज रात्री ते जुगार खेळत. पकडले गेल्यानंतर त्यांना कॉलेजमधून काढून टाकण्यात आलं होतं. जेव्हा त्यांनी ढाक्यात राहायला सुरुवात केली, तेव्हा कविता लिहून जे पैसे मिळत, त्यात भागत नसे. उपाशीपोटी फिरत, खिशात पैसे नसत. अनेकदा खिशात पैसे नसताना रेस्टॉरंटमध्ये जाऊन ते जेवण करीत, त्यानंतर मार खाण्याच्या भीतीने ते तिथून पळून जात- कसे? तर हात धुण्याचा बहाणा करून पाण्याचा ग्लास घेऊन व्हरांड्यात जात आणि ग्लास तिथेच फेकून जोरात पळून जात. रेस्टॉरंटचे लोक त्यांच्यामागे पळाले, तरी ते लंबूटांग असल्यामुळे त्यांना कुणी पकडू शकत नसे. हे सांगताना गुण यांना खरोखर कुठलाही संकोच वाटत नसे. त्यांचा हा गुण मला मुग्ध करी. कुठलाही अहंकार न बाळगता स्वतःवरच इतके विनोद करताना त्यांच्याआधी मी कुणालाही पाहिलं नव्हतं. मी दहा वर्षं वयाची होते, नवीन इयत्तेत गेले होते, बाबांनी अद्याप मला त्या इयत्तेची सगळी पुस्तकं विकत आणून दिली नव्हती. इकडे शिकवणं तर सुरू झालं होतं. वर्गातल्या मुली नवीन नवीन पुस्तकं घेऊन येत. माझ्यापेक्षा त्यांच्याकडे अधिक पुस्तकं असत. एकदा शाळा सुटल्यावर दिसलं की, आभा रुद्र नावाची माझ्या वर्गातली एक मुलगी आपलं बंगाली पुरवणीवाचनाचं पुस्तक वर्गातच विसरून घरी गेली आहे. वर्गातून मीच शेवटी बाहेर पडले. आभा रुद्रचं बेंचवर पडून राहिलेलं पुस्तक हातात घेऊन, इकडेतिकडे

पाहून, पुस्तकाचा लोभ टाळता न आल्यानं मी ते पुस्तक माझ्या पायजम्यात खुपसलं. वर्गातून बाहेर पडले खरी पण छातीत धडधड होत होती. पोटावर पुस्तक. माझ्या कपड्यांच्या आतलं पुस्तक माझ्याकडे पाहणाऱ्या सगळ्यांना दिसतंय, असं मला वाटत होतं. गेटजवळ मुली उभ्या होत्या, त्यांच्यामध्ये आभा रुद्रसुद्धा होती. तिचं पुस्तक माझ्या पोटावर होतं. मला वाटलं, पुस्तक बाहेर काढून तिला देऊन टाकावं. पण भर मैदानात ते पुस्तक कपड्यातून काढायचं कसं! मी तशीच घरी परतले. छातीतली धडधड अद्याप थांबलेली नव्हती. मी ते पुस्तक बिछान्याखाली लपवून ठेवलं होतं- कुणाला मी पुस्तक चोरून आणलंय हे समजू नये यासाठी. ते पुस्तक मी लपवून बाथरूममध्ये नेऊन, गच्चीवर नेऊन दुसऱ्याच दिवशी वाचून पूर्ण केलं. दोन दिवसांनंतर बाबांनी मला बाकीची पाठ्यपुस्तकं विकत आणून दिली- अर्थात त्यात ते पुरवणीवाचनाचं पुस्तकही होतंच. शाळेत आभा रुद्रला पाहून मला खूप वाईट वाटलं. हरवलेल्या त्या पुस्तकासाठी ती रडत होती, तिचं पुस्तक कुणी पाहिलं का, असं प्रत्येक मुलीला विचारीत होती. तिला मी पुस्तक परत देऊ शकत नव्हते. परत दिलं असतं, तर तिनं मलाच 'पुस्तक चोरलं' म्हणून शिव्या दिल्या असत्या. इकडे मला खूप वाईट वाटत होतं, आपण चोर आहोत असं सतत वाटत होतं. रात्री मला झोप येत नव्हती, मी फक्त या कुशीवर-त्या कुशीवर होत होते. ते सुंदर पुस्तक माझ्या मानेवर एखाद्या पहाडासारखं बसलं होतं- अखेर मी एकदा सकाळीच ते पुस्तक कपड्याआत लपवून शाळेत गेले आणि कुणी आमच्या वर्गात प्रवेश करण्यापूर्वीच तिथं जाऊन आभाच्या डेस्कवर तिचं पुस्तक ठेवून ते ओझं काढून टाकलं. नंतर आभाशी माझी चांगली मैत्री झाली. तिला मी पुस्तकचोरीची गोष्ट कधीच सांगितली नाही. तिचं पुस्तक गुप्तपणे परत देऊनही चोरी केल्याच्या अपराधबोधापासून मी मुक्त झाले नाही. पण निर्मलेंदू गुण अशा प्रकारच्या अपराधाची गोष्ट सहज सांगू शकले असते. निर्मलेंदू गुण यांची चोरी, दरोडेखोरी, जुगार खेळणं हे मला आवडत नसलं, तरी त्यांचा कबुलीजबाब मला आवडला. एवढं करूनही त्यांनी अनेक कविता लिहिल्या, स्वतःचं वेश्यागमनही त्यांनी गुप्त ठेवलं नाही. नीरा लाहिडी या मेडिकलच्या विद्यार्थिनीशी गुण यांनी लग्न केलं होतं. कवी आणि भावी डॉक्टर यांचा सुखाचा संसार. त्यांना मृत्तिका नावाची कन्याही झाली. कवी अर्थार्जन करण्यात मग्न, तर भावी डॉक्टरीण अभ्यासात मग्न. मृत्तिकाची काळजी घेण्यासाठी नेत्रकोनाहून गीता नावाच्या एका तरुणीला आणण्यात आलं. गीताला स्वतःचं एकही मूल नव्हतं, ती मृत्तिकेला खूप प्रेमानं सांभाळी. दरम्यान, नीरानं अचानक गुणशी संबंध तोडले- घटस्फोट घेतला. घटस्फोट घेऊन नीरा मृत्तिकाला घेऊन निघून गेली. निर्मलेंदू गुण गीताबरोबर एकटेच राहिले. मयमनसिंहहून येऊन तिथल्या एका वस्तीत आता ते फक्त गीताच नव्हे, तर तिच्या

सगळ्या कुटुंबीयांना घेऊन राहू लागले. तिच्या सगळ्या कुटुंबीयांची जबाबदारी त्यांनी घेतली. नीरानं नीट पाहून, चौकशी करून एका डॉक्टर तरुणाशी लग्न केलं. मृत्तिका नीराच्या थोरल्या बहिणीकडे राही. गुण मृत्तिकाजवळच्याच एका वस्तीत राहतात. एका गरीब वस्तीत राहण्याबद्दल किंवा गीताच्या कुटुंबीयांना सांभाळावं लागत असल्याबद्दल गुण यांना मी कधीही कुरकुरताना किंवा तक्रार करताना पाहिलं नाही. ते सुखात होते. चणचण होती; पण तिची बोच नव्हती. जीवनातल्या प्रत्येक क्षणाचा ते आनंद घेत होते. मनमोकळेपणानं हसत होते, मनापासून प्रेम करीत होते, लेखन करीत होते. धनदौलतीचा मुळीच मोह नव्हता. ऐशआरामाची कुठलीच इच्छा नव्हती. मोठ्या बंगल्यात, छान डायनिंग टेबलावर उत्तम पक्वान्नांचा आस्वाद घेऊ शकत होते आणि तितक्याच तृप्तीनं मातीच्या अंगणात बसून माशांना वारीत आणि कुत्र्यांना हाकलीत शिळा वरणभातही खाऊ शकत होते. निर्मलेंदू गुण ज्या डोळ्यांनी जग पाहत, ते डोळे कुठलाही मोह नसलेले, तरीही अनुभवी नजर असलेले डोळे होते. जीवनाचा रस घेण्यात ते कुठलीही कसर सोडीत नसत. माझ्या घरी गप्पा मारता मारता एकदा खूप रात्र झाली. त्या दिवशी मिलन, आई कुणीही घरी नव्हतं, जादा खोली होती, बिछाना होता, मी गुण यांना म्हणाले, ''राहा रात्री इथंच.'' ते राहिले. पहाटेच गीता येऊन हजर. दादा रात्री घरी परतले नाहीत, म्हणून रात्री सारं शहर शोधून, शेवटी माझा पत्ता मिळवून गुण इथे आहेत की नाही हे पाहायला ती आली होती.

गुण यांना पाहिल्याबरोबर गीता म्हणाली, ''दादा, कसले हो तुम्ही! मी तिकडे काळजीनं मरायला टेकले होते! रात्री घरी येणार नाही हे कळवता येत नव्हतं?''

गुण हसत हसत म्हणाले, ''मी इथं आहे हे कळलं कसं तुला?''

गीताचा जीव आता भांड्यात पडला होता. ती म्हणाली, ''असीमदा म्हणाले की दीदीच्या घरी असू शकतील.''

''रिक्षा करून आलीस की चालत?'' गुण यांनी विचारलं.

''चालत काय इतक्या लांब येऊ? रिक्षा केली.''

''भाडं दिलंस?''

''नाही. रिक्षाला गेटजवळ थांबवून आलेय.''

''शाळेत जायचंय ना कामाला?''

''हो, जायचंय. चला, घरी चला. मला शाळेत जायला उशीर होतोय.''

निर्मलेंदू गुण चहा-नाश्ता करून गीताला घेऊन निघून गेले. गुण यांनी त्यांच्या 'काव्यसमग्र' ग्रंथाचा पहिला खंड कवी शमसुर रहमान यांना अर्पण केला होता तर दुसरा खंड अर्पण केला होता या गीताला. गीता गांडीना दासी हिला. गीता अजिमपूरच्या एका शाळेत प्यून म्हणून काम करी. आता काही ती धुणीभांडी

करणारी मोलकरीण राहिली नव्हती. तिचं शरीर समर्थ होतं, मान ताठ होती. गीता आपल्या धाकट्या बहिणींनाही आपल्याकडे घेऊन आली. 'त्यांच्यापैकी एकीला तुमच्या घरी काम करायला पाठवीन' असं गुण मला म्हणाले होते. कुलसुम घरातून पळून गेल्यावर मी गीताची छोटी बहीण बेबी हिला घरकामासाठी माझ्या घरी आणलं. ती माझ्याकडे फार दिवस टिकली नाही. नंतर ती एका तयार कपड्यांच्या कारखान्यात कामाला लागली. महिना तीनशे रुपये पगारावर.

निर्मलेंदू गुण यांच्या कुटुंबाचे घनिष्ठ लोक हेच होते. गुण यांच्या तोंडून मी त्यांच्या अनेक गोष्टी ऐकल्या होत्या. एकदा मी गुण यांना म्हणाले होते, 'का ती झोपडपट्टी सोडीत नाही, का एखाद्या चांगल्या भागात घर भाड्यानं घेऊन राहत नाही?' यावर ते मला म्हणाले होते, त्यांच्यासाठी चांगली जागा झोपडपट्टीच होती. तिथंच ते आनंदानं राहतात. जोरात शिवीगाळ करता येते, आपल्याला वाटेल, त्याप्रमाणे राहता येतं. मध्यमवर्गीय चांगल्या ठिकाणी अशा प्रकारचं झोपडपट्टीतलं वागणं शेजाऱ्यांना सहन होत नाही. घर भाड्यानं मागायलं गेलं, तर गीताशी आणि गीताच्या बहिणींशी संबंध काय, नातं काय हा प्रश्नही विचारतीलच. झोपडपट्टीत हे प्रश्न कधीही कुणीही विचारीत नाही. समाजाचे कठोर नियम फक्त मध्यमवर्गीयच पाळतात हे बरोबर आहे. उच्चवर्गीय आणि निम्नवर्गीय लोक कुठल्याही नीती-रीतीची चर्चा करीत नाहीत, त्यांना महत्त्व देत नाहीत. हे केलं तर इज्जत जाईल, ते केलं तर मान जाईल- हे सगळे मध्यमवर्गीयांचे चोचले. निर्मलेंदू गुण यांचा सगळ्या वर्गांतल्या लोकांमध्ये मुक्त संचार होता. स्वतः ते वर्गहीन व्यक्ती होते. बरेचसे राजहंसासारखे. अजिमपूरची घाण त्यांच्या अंगाला लागत नसे, त्याचप्रमाणे गुलशन भागातली चमकदमकही त्यांना स्पर्श करीत नसे.

निर्मलेंदू गुण कधीही जुगारात जिंकले नाहीत. त्यांचं जुगार खेळायला बसणं म्हणजे जुगारात हरणं. तरीही ते जुगार खेळतच असत. मी त्यांना म्हटलं, "सोडून द्या बरं हे! कशाला खेळता जुगार? वेळेचा नाश, पैशांचाही नाश!"

खूप उदास चेहऱ्यानं ते म्हणाले, "काय करू सांगा! खेळल्यावाचून तर काही उपाय नाही!"

"का बरं?"

गुण आपल्या खेळातल्या सवंगड्यांना दोष देत म्हणाले, "मी खेळलो नाही, तर ते मला 'हरामजादा' म्हणून शिवी देतात."

'हरामजादा' ही शिवी आवडत नसे, म्हणून ते जुगार खेळत, बरं का!

जीवनासंदर्भात ते कितीही विनोद करीत असोत, राजकारणाच्या संदर्भात मात्र ते खूप गंभीर होते. परंतु १९९१ च्या निवडणुकांत त्यांनी त्याची थोडी मजा केली. त्यांना निवडणुकीत उभं राहण्याची खूप इच्छा होती. ते अवामी लीगचे कट्टर

समर्थक असल्यामुळे अवामी लीग त्यांना उमेदवारी देईल, अशी त्यांना पक्की खात्री होती. पण अवामी लीगनं त्यांना उमेदवारी दिली नाही. पण म्हणून काय झालं? काहीही झालं, तरी ते निवडणूक लढवणारच होते. मगर हें चिन्ह घेऊन ते अपक्ष उमेदवार म्हणून निवडणुकीत उभे राहिले. अवामी लीगचं नौका हे चिन्ह नशिबात नव्हतं; पण मगर हे चिन्ह तर होतं! नेत्रकोनात सगळीकडे त्यांची पोस्टर्स लागली, पूर्ण शक्तीनं ते निवडणूक प्रचारात उतरले. कवितावाचन करणारा त्यांचा गळा घोषणा देऊन देऊन, भाषणं देऊन देऊन अगदी खराब झाला. त्यांचा आवाज बसला. प्रचार करीत करीत त्यांनी नेत्रकोना पिंजून काढलं. यातून अर्थात त्यांना निवडणुकीचा अनुभव खूप आला; पण निवडणूक जिंकता काही आली नाही. त्यांना एकूण फक्त पाच मतं मिळाली!

शेख मुजीब यांच्यावर फक्त निर्मलेंदू गुण यांनीच सर्वांत अधिक आणि हृदयस्पर्शी कविता लिहिल्या होत्या. जो अवामी लीग पक्ष निर्मलेंदू गुण यांच्या मुजीब यांच्यावरील कविता आपल्या प्रत्येक कार्यक्रमात वापरी, त्या पक्षानं अनेक सोम्यागोम्यांना उमेदवारी दिली; गुण यांना मात्र दिली नाही. शेख मुजीब यांच्याबद्दल कुणालाही काहीही बोलायचं धाडस होत नव्हतं. त्यांचं समर्थन करायचं साहस होत नव्हतं. तेव्हा कुणाचीही पर्वा न करता, कुणालाही न घाबरता गुण यांनीच प्रथम त्यांच्यावर कविता लिहिल्या आणि जाहीर सभेत प्रथम त्यांनीच निर्भयपणे त्या कविता वाचल्या. 'मुजीब माने आर किछु ना, मुजीब माने मुक्ति, पितार साथे संतानेर ना लेखा प्रेम चुक्ति/मुजीब माने आर किछुना/मुजीब माने शक्ति/उन्नत शिर वीर बांगालीर चिरकालेर भक्ती' (मुजीब म्हणजे दुसरं काही नाही/मुजीब म्हणजे मुक्ती/पित्यासंगे संतानाचा अलिखित प्रेमाचा करार/मुजीब म्हणजे शक्ती/ताठ मानेच्या वीर बंगाल्यांची चिरकालाची भक्ती). गुण यांच्या कविता ही अवामी लीगची मोठी संपत्ती होती. रेसकोर्स मैदानावर १९७१ मध्ये मुजीबुर रहमान यांनी केलेल्या भाषणाचा 'कविता' आणि मुजीब यांचा 'कवी' असा उल्लेख करून गुण यांनी 'स्वाधीनता शब्दटि की भाबे आमादेर होलो' ('स्वातंत्र्य' हा शब्द कशा प्रकारे आमचा झाला) या नावाची कविता लिहिली. झिया उर रहमान यांनीच स्वातंत्र्याची घोषणा केली, असा दावा जेव्हा बी.एन.पी.ने केला, तेव्हा मुजीब यांच्या महान भूमिकेची अवामी लीगनं वारंवार आठवण करून दिली. आपादमस्तक मुजीबभक्त असलेल्या कवी निर्मलेंदू गुण यांना सभांमध्ये आमंत्रित करून मुजीबकन्या हसीना त्यांना मुजीब यांच्यावर लिहिलेल्या कविता वाचायला सांगत. याचा हसीना यांना खूप अभिमान वाटे. अगदी टाचणी पडली तर ऐकू येईल अशा शांततेत गुण आपल्या गंभीर आवाजात कविता वाचीत :

'तुम्हा सगळ्यांप्रमाणेच मलाही गुलाबाचं फूल खूप आवडतं
रेसकोर्स पार करताना त्या गुलाबांमधला एक गुलाब
काल मला कानात हळूच म्हणाला
की मी कवितेतून शेख मुजीब यांची गोष्ट सांगावी
मी त्यांची गोष्ट सांगायला आलो आहे
नवीनच फुललेला एक पळस
काल मला कानात म्हणाला
की मी कवितेतून शेख मुजीब यांची गोष्ट सांगावी
मी त्यांची गोष्ट सांगायला आलो आहे
शाहबाग ॲव्हेन्यूतला एक खळाळता झरा माझ्या कानात म्हणाला
की मी कवितेतून शेख मुजीब यांची गोष्ट सांगावी
मी त्यांची गोष्ट सांगायला आलो आहे
मी आज त्या गुलाबाची विनंती मान्य केली आहे
त्या पळसाची विनंती मान्य केली आहे
मी आज कुणाचंही रक्त मागायला आलेलो नाही
मी माझ्या प्रेमाची कथा सांगायला आलो आहे.'

त्यानंतरही निर्मलेंदू गुण यांनी अवामी लीगशी संबंध तोडले नाहीत. हसीना यांच्याशी त्यांचे पूर्वीप्रमाणेच चांगले संबंध होते. हसीना विरोधी पक्षाच्या नेत्या म्हणून मिंटो रोडवरच्या सरकारी निवासस्थानात राहायला गेल्यावर प्रथेप्रमाणे त्यांनी एका विशाल इफ्तार पार्टीचं आयोजन केलं होतं. हसीना यांच्या इफ्तार पार्टीचं मला आमंत्रण आलं. मी आणि गुण हसीना यांच्या आमंत्रणानुसार पार्टीला गेलो. गुण यांनी अमेरिकेहून आणलेली डव्ह क्रीमची एक बाटली हसीना यांना भेट द्यायला बरोबर घेतली होती. मी मोकळ्या हातांनी निघाले होते, डोळ्यांत राजनैतिक इफ्तार पार्टी कशी असते याबद्दलचं कुतूहल घेऊन. मिंटो रोडवरच्या शेख हसीना यांच्या घरासमोरच्या मैदानावर विशाल मंडपाखाली जेवणासाठी टेबल-खुर्च्या मांडलेल्या. माईकवरून कुराणपाठ चाललेला. रोजे पाळलेल्या अवामी नेत्यांनी सायरन वाजल्याबरोबर 'बिस्मिल्ला' म्हणून, पाणी पिऊन रोजा सोडला. हसीना डोक्यावरून पदर घेऊन प्रत्येक टेबलापाशी जाऊन पाहुण्यांशी बोलत होत्या. आज त्यांनी सर्वांना सांगितलं की, अवामी लीगसुद्धा बी.एन.पी. किंवा जमाते इस्लामी या पक्षांप्रमाणेच धर्मभीरू, धर्म पाळणारा पक्ष आहे. धर्म आणि राजकारण यांचं हे मिश्रण मी खूप घाबरलेल्या, वेदनार्त डोळ्यांनी पाहत राहिले.

या देशात धर्मावर आधारित राजकारण पूर्वी निषिद्ध होतं. आता मात्र ते निषिद्ध नाही, हे सिद्ध झालं. जमाते इस्लामीचे जे खुनी लोक देश स्वतंत्र झाल्यावर बिळात लपून बसले होते, तेच आता या देशाच्या संसदेचे माननीय सदस्य होते, खासदार होते. दिवस किती भयानकपणे बदलले होते! बी.एन.पी. आणि अवामी लीगचा आश्रय मिळाला नसता, तर तो पक्ष, ते लोक आज या जागी पोचू शकले नसते. १९७१ मध्ये लोकांची हत्या करणारे गुलाम आझम बांगलादेशला परत येऊन जमाते इस्लामीचे सरदार बनले होते. घातक दलाल आता मान ताठ करून या देशात फिरत होते. 'एक्काहत्तरचे घातक दलाल निर्मूलन कमिटी' नावाची एक समिती मुक्तियुद्धाच्या बाजूच्या काही लोकांनी स्थापन केली होती. जहानारा इमाम या समितीचं नेतृत्व करीत होत्या. 'एक्काहत्तरेर दिनगुली' (एक्काहत्तरचे दिवस) नावाचं एक संस्मरणात्मक पुस्तक त्यांनी लिहिलं आहे. त्या भयावह दिवसांचं वर्णन या पुस्तकात आहे. युद्धात कशा प्रकारे त्यांचे पती आणि त्यांचा मुलगा यांना त्यांनी गमावलं, हे त्यांनी लिहिलं आहे. जहानारा इमाम यांच्या घरी एके दिवशी मला खोकाभाई घेऊन गेले होते. जहानारा इमाम तेव्हा गुलाम आजम यांना शिक्षा व्हावी, यासाठी नागरिकांच्या सह्या जमवीत होत्या. माझ्यावरही त्यांनी सह्या गोळा करण्याची जबाबदारी सोपवली. या समितीच्या वतीने सुहरावर्दी उद्यानात ज्या दिवशी जनअदालत बोलावून गुलाम आझम यांचा न्यायनिवाडा केला गेला, तेव्हा तिथं उपस्थित हजारो लोकांमध्ये मीसुद्धा होते. लोकांच्या न्यायालयात गुलाम आझम यांना फाशीची शिक्षा सुनावण्यात आली. पण फाशी कोण देणार त्यांना! लोकांचं न्यायालय उधळून लावण्याकरिता सरकारनं पोलीस पाठवले होते. पोलिसांनी येऊन स्वयंप्रेरणेनं भरलेल्या या न्यायालयाला उधळून लावलं, तिथले माईक काढून टाकले, मंच मोडून टाकला. गुलाम आझम यांनाही तुरुंगात टाकण्यात आलं- फक्त लोकांना दाखवण्यासाठी. पाकिस्तानी पासपोर्टवर या देशात येऊन व्हिसाची मुदत संपल्यावरही ते इथे राहिलं- या किरकोळ आरोपावरून त्यांना तुरुंगात टाकण्यात आलं, पण १९७१ च्या युद्धात त्यांनी पाकिस्तानी लष्कराला पाठिंबा देऊन हजारो बंगाल्यांची हत्या केली, खून केले, या त्यांच्या गुन्ह्याबद्दल सरकारच्या तोंडून एक अक्षरही फुटत नव्हतं! मला शंका वाटे की, परिस्थिती शांत झाल्यावर कदाचित गुलाम आझमला तुरुंगातून मुक्त करतील, कदाचित त्यानं या देशाच्या नागरिकत्वासाठी केलेला अर्ज मान्य करून त्याला नागरिकत्वही दिलं जाईल. असं होऊ नये असं मला वाटे. तसं जर झालं, तर हा देश तेव्हा कसा असेल! तो राहण्यायोग्य तरी राहिलेला असेल का? ज्या प्रमाणात धर्म हा राजकारणाचा मुख्य भाग होत चालला होता, ते पाहून वाटे की, कदाचित या देशाची सत्ता हळूहळू जमाते इस्लामीच्या हाती तर जाणार नाही?

कुलसुम शांतिबागेत परत आली. पळून ती काही फार दूर जाऊ शकली नाही. आपण मयमनसिंहमधल्या आपल्या गावातल्या घराकडे जाऊ. तिथं आपल्या आई-बहिणीबरोबर राहू अशी तिची जी इच्छा होती, ती काही पूर्ण झाली नाही. शांतिबागेतल्याच एका घरात तिनं काही दिवस काम केलं; पण तिथं इतकी अशांती होती की, तिथून पळून ती पुन्हा माझ्या घरीच येऊन राहिली. कुलसुम तेरा-चौदा वर्षं वयाची किशोरी होती. या वयातच ती पाच वेळा नमाज पढे, सगळे रोजे ठेवी, डोक्यावरून ओढणी ढळू देत नसे. तिनं पीरबाडीला बरेच दिवस काम केलं होतं, तिथूनच डोक्यात हा कचरा भरून आणला होता तिनं. एके दिवशी मी कुलसुमला विचारलं, "तू हे जे नमाज आणि रोजे करतेस, त्याचा फायदा काय तुला?"

कुलसुम फरशी पुसत होती. पुसता पुसता म्हणाली, "स्वर्गात जाऊ शकेन मी."

"स्वर्गात काय आहे?" मी विचारलं.

कुलसुमनं फरशी पुसणं थांबवलं आणि ती गोड हसली. तिचे डोळे चमकत होते. म्हणाली, "स्वर्गात माशाचं काळीज खायला देईल मला अल्ला!"

"माशाचं काळीज? तुला माशाचं काळीज खावंसं वाटतंय? मी तुला माशाचं काळीज खाऊ घालीन. शांतिनगर बाजारातून उद्याच मी माशाचं काळीज विकत आणीन." बाजारातल्या माशाचं नाव ऐकून कुलसुमनं नाक मुरडलं, ओठ वाकडे केले आणि कपाळाला आठ्या घातल्या.

कुलसुमनं ओढणी चेहऱ्यावर आणखी ओढून घेतली आणि म्हणाली, "या दुनियेतल्या माशाचं काळीज कडू असतं, स्वर्गातल्या माशाचं काळीज गोड असतं."

मी 'हा हा हा' करून हसले. माझ्या हसण्याकडे नापसंतीच्या नजरेनं पाहून कुलसुम बाहेर निघून गेली. मला ती नक्कीच वेडी किंवा पक्की मूर्ख समजत असणार!

◆

तसलिमाला पिसा!

'पूर्वाभास' मासिकाच्या कार्यालयावर हल्ला झाला. रात्रीच्या अंधारात गुंडाच्या एका टोळीनं ऑफिसात घुसून तिथल्या सगळ्या वस्तूंची मोडतोड करून टाकली. याचं कारण त्या मासिकात प्रसिद्ध होणारं माझं लेखन. माझं लेखन बऱ्याच जणांना आवडत नसे. धार्मिक मूलतत्त्ववाद्यांनी 'पूर्वाभास' मासिकाविरुद्ध खटलासुद्धा भरला होता. मी एके दिवशी जाऊन ऑफिसची दुरवस्था बघून आले. मनाला खूप वाईट वाटलं. इतकं वाईट वाटलं की, लेखन सोडून देण्याचे विचार मनात येऊ लागले. डॉक्टरी करीत होते, हॉस्पिटलमधल्या नोकरीनंतर मिळणाऱ्या वेळात एखाद्या खासगी क्लिनिकमध्ये काम केलं तर छान भागेल. निर्णय घेऊन मी लेखन बंद करून टाकलं. पण मुजम्मल बाबू यांना माझा निर्णय मान्य झाला नाही. ते माझं लेखन मागतच राहिले. त्यांनी मला तातडीनं बोलावणं पाठवलं. मी त्यांना भेटायला गेल्यावर ते म्हणाले, "आपा, आपण लेखन बंद करून कसं चालेल? लिहा. आजच एक लेख द्या."

हुमायून आजाद यांनीही तेव्हा मला फोन केला. तेसुद्धा 'पूर्वाभास' मासिकात स्तंभलेखन करीत. मी लेखन सोडून दिलंय असं मुजम्मल बाबू यांनी त्यांना कळवलं होतं. हे ऐकून त्यांनी मला फोन केला. माझ्या निर्णयावर ते मला म्हणाले, "हे पाहा, लेखन सोडू नका. आपलं लेखन खूप चांगलं असतं. लेखन चालू ठेवा. काही गुंड लोकांनी काय केलं, ते काय म्हणाले याचा मुळीच विचार करू नका."

हुमायून आजाद यांच्याप्रमाणे इतरही अनेकांनी मला सल्ला दिला की, मी नियतकालिकात लिहिणं पुन्हा सुरू करावं. कुणी कुणी म्हणाले, 'धर्मासंदर्भात इतकं कठोर भाषेत लिहिलं नाही तर काहीही त्रास होणार नाही.'

मी लेखन सुरू केलं, कारण लेखनाशिवाय मी राहू शकत नव्हते. काही दिवस लेखन बंद करून पाहिलं, तर जाणवलं की, मनात सांगण्यासारख्या गोष्टींचा पहाड उभा राहिला आहे. हुमायून आजाद हे 'पूर्वाभास'मध्ये नवीन पद्धतीचे लेख लिहू लागले. पूर्वी ते राजकारण, समाज यांच्यावर विनोदी लेख लिहीत. आता त्यांनी

महिलांच्यावर लेख लिहिणं सुरू केलं- महिलांचा उपहास नव्हे, तर कौतुक करणारे, महिलांच्या गुणांचं वर्णन करणारे लेख ते आपल्या सदरात लिहू लागले. हुमायून आजाद यांचे लेख मी तोवर वाचले नव्हते; पण या दिवशी निर्मलेंदू गुण मला म्हणाले, ''हुमायून आजादांना लोकप्रिय व्हायचंय, म्हणून तुमच्या लेखनाची नक्कल करीत त्यांनीही लिहिणं सुरू केलंय!'' तेव्हा मी त्यांचे लेख वाचून पाहिले. गुण बरोबरच म्हणाले होते. ज्या गोष्टी मी खूप पूर्वीच लिहिल्या होत्या, त्याच गोष्टी ते नव्यानं लिहीत होते. ते अनेक पुस्तकांतून उदाहरणं देत- मी कुठलंही पुस्तक न पाहता माझ्या मनात जे असे तेच लिही- एवढाच त्यांच्या आणि माझ्या लेखनात फरक होता.

पुस्तकजत्रा सुरू झाली होती. या वेळच्या जत्रेत माझी बरीच पुस्तकं प्रकाशित झाली. फजलुल आलम यांनी माझ्या कवितांचा इंग्रजीमध्ये अनुवाद करून 'लाइट अप ॲट मिडनाइट' नावाचं एक हस्तलिखित तयार केलं होतं. आता ते पुस्तक कोण प्रकाशित करणार? 'विद्याप्रकाश प्रकाशन' पुढे आलं. फजलुल आलम यांच्याशी माझा प्रथम परिचय झाला आरमानीटोलातल्या घरात. त्या घरीच मला चकित करीत फरिदूर रेजा सागर आपल्या लंडनला राहणाऱ्या या काकांना घेऊन आले होते. सागर यांची प्रतिभा बहुमुखी होती. ते लेखिका राबिदा खातून यांचे गुणी पुत्र होत. ते स्वतःही साहित्यिक होते. त्यांनी लहान मुलांसाठी अनेक पुस्तकं लिहिली होती. टेलिव्हिजनवर लहान मुलांच्या कार्यक्रमांचे दिग्दर्शन करीत. व्यवसायातही त्यांना चांगलं यश मिळालं होतं. एका गार्मेंट्स फॅक्टरीचे ते मालक होते. 'आजकेर कागज' आणि 'खबरेर कागज' या दैनिकांचे ते अर्धे मालक होते. एरवीही सागर साहित्यिक अड्ड्यांमध्ये मुळीच दिसत नसत. ते आपल्या व्यवसायात मग्न असत. स्टेडियमजवळ त्यांचं 'खाबार दाबार' नावाचं एक खूप चांगलं रेस्टॉरंट होतं. ते रोज पाच वेळा नमाज पढत असत. शांतिनगरमधल्या आपल्या विशाल ऑफिसमध्ये त्यांनी खास नमाजासाठी एक वेगळी खोली बांधून घेतली होती. रोज्यांच्या महिन्यात तीस रोजे ठेवीत. एकांतात लेखन करीत. गाजावाजा न करता छापीत. सतत कामात असत. हे व्यस्त गृहस्थ आपल्या काकांना त्यांच्या विनंतीवरून मला भेटायला घेऊन आले होते. माझं घर शोधीत शोधीत आले होते. देशात फिरायला आल्यावर पहिली गोष्ट म्हणजे माझ्याशी परिचय करून घ्यायचा, असं फजलुल आलम यांनी ठरवलंच होतं. लंडनमध्ये बसून वृत्तपत्रातले माझे लेख वाचूनच त्यांना माझ्याशी परिचय करून घेण्याची इच्छा झाली होती. फजलुल आलम आनंदी स्वभावाचे गृहस्थ होते. खरं आणि फटकळ बोलणारे. इंग्लिशमध्ये म्हण आहे ना, त्याप्रमाणे फावड्याला फावडं म्हणणारे; मग लोकांना काय वाटायचं ते वाटो.

गृहस्थ दिसायला मैद्याच्या पोत्यासारखे; कानानं जरा कमी ऐकू येणारे, मोठ्या आवाजात बोलणारे, थोड्याशा गोष्टीवर 'खो खो' करून मोठ्याने हसणारे. सागर यांच्याशी माझा आधीच परिचय होता. त्यांच्या घरी बऱ्याचदा त्यांच्या निमंत्रणावरून मी भोजनालाही गेले होते. याशिवाय कधी उदास वाटलं, तरी बऱ्याचदा मी त्यांच्या घरी जाई. सागर नसेनात का, त्यांची पत्नी असे, आई असे, त्यांच्याशी मी गप्पा करी. सागर यांच्या आई राबिया खातून मला बोलावून साहित्यावर गप्पा मारीत. माझ्या लेखनाबद्दल गप्पा निघाल्या की, मी त्यांना सांगे, मला लेखन कसं करतात हे ठाऊक नाही, जे काही मी लिहिते, त्याला साहित्य म्हणावं की नाही हे मला कळत नाही. कादंबरी कशी लिहितात हे मी एकदा त्यांना विचारलं. त्या म्हणाल्या, 'त्यासाठी खूप एकाग्रता लागते.' हा गुण माझ्यात नाही हे मी स्पष्टपणे मान्य केलं. त्यांचे वडील कशा प्रकारे त्यांच्या आईला सोडून गेले, तिनं कशा प्रकारे गरिबीतून घर वर काढलं, कशा प्रकारे तिनं एका पळवून वाममार्गाला लावल्या गेलेल्या मुलीला वाचवून तिचं लग्न लावून दिलं- हे सारं सागर यांनी अगदी आत्मीयतेनं मला सांगितलं होतं. सागर यांच्या घरातली सगळीच माणसं मला खूप आपली, खूप जवळची वाटत. फजलुल आलम हेसुद्धा माझे खूप जवळचे स्नेही बनले. तेसुद्धा लंडनच्या बंगाली नियतकालिकांमध्ये बऱ्याच काळपासून लेखन करीत. देशातल्या 'खबरेर कागज'मध्येही स्तंभलेखन करीत. मीच त्यांना त्यांचे लेख एकत्र करून एक पुस्तक प्रकाशित करायला सांगितलं. त्यांनी खूप उत्साहानं आपले लेख एकत्र केले. दोघांनी मिळून पुस्तकाला नाव काय द्यायचं हे ठरवलं. आता माझी जबाबदारी होती प्रकाशक शोधणं. माझ्या ओळखीचे प्रकाशक म्हणजे फक्त खोकाभाईच होते- त्यांनाच मी विनंती करू शकत होते. ते अशा, फारसं नाव नसलेल्या लेखकाचं पुस्तक कशासाठी छापणार? अखेर माझ्या विनंतीवरून त्यांनी ते पुस्तक प्रकाशित करायचं मान्य केलं. मुखपृष्ठ मीच तयार करून दिलं. फजलुल आलम यांना इतका आनंद झाला! त्यांनी आपलं लंडनला जाणं पुढे ढकललं. या वेळच्या पुस्तकजत्रेत त्यांचं पुस्तक असणार, मग ते इथं नसून कसं चालेल?

'बोईमेला' (पुस्तकजत्रा) सुरू झाली. संपूर्ण फेब्रुवारी महिना ही पुस्तकजत्रा चालते. पुस्तकजत्रेचा महिना हा लेखकांचा असतो. लेखक संपूर्ण वर्षभर या महिन्याची वाट पाहत असतात. 'देशाची राष्ट्रभाषा बंगाली करावी' या मागणीसाठी आंदोलन करीत असताना रफीक सलाम बरकत यांनी या महिन्यात प्राण दिला होता. हा महिना बंगाली भाषेचा महिना असतो. बंगाली भाषा, बंगाली गाण्यांचा उत्सव असतो. या जत्रेत साहित्यिक विषयांवर गप्पाष्टकं रंगतात, चर्चा रंगतात. १९९२ च्या फेब्रुवारीत माझा आनंदही काही कमी नव्हता. माझी एकापेक्षा अधिक पुस्तकं जत्रेत प्रकाशित झाली होती, शिवाय त्यांची विक्रीही खूप होत होती. जत्रेतच

पहिली आवृत्ती संपली होती, दुसरी आवृत्ती छापण्यासाठी प्रकाशक छापखान्याकडे धाव घेत होते. 'हुमायून अहमद, इमदादुल हक मिलन आणि तसलिमा नासरिन या तिघांची पुस्तकं सर्वांत अधिक खपताहेत' अशी बातमी प्रकाशित झाली. इमदादुल हक हे खूप पूर्वीपासून लोकप्रिय लेखक होते. हुमायून अहमद त्यांच्या 'नंदित नरके' या पुस्तकासाठी बांगला ॲकॅडमीचा पुरस्कार मिळवून अमेरिकेला निघून गेले होते. तिथून परत आल्यावर त्यांनी पुन्हा लेखन सुरू केलं होतं आणि लोकप्रियतेच्या शिखरावर पोचले होते. अगदी काही वर्षांपूर्वी मी पाहिलं होतं, ते हाताची घडी घालून एकटे एकटेच पुस्तकजत्रेत फिरताहेत. तेव्हाच हुमायून अहमद यांच्याशीही ओळख झाली होती. आम्ही भावंडं त्यांची पुस्तकं घरी कशी वाचत असू- एक जण मोठ्याने वाची आणि बाकीचे ऐकत, हे मी त्यांना सांगितलं, तेव्हा त्यांना खूप आनंद झाला. म्हणाले, ''माझ्या घरीसुद्धा पुस्तकं अशाच पद्धतीने वाचली जात.'' हुमायून अहमद मयमनसिंहच्या मोहनगंजमध्ये मोठे झाले होते, त्यांच्या बोलण्यात मयमनसिंहचा हेल असे. त्यानंतर पुस्तकजत्रेत मला शोधून जुन्या दिवसांच्या आठवणी सांगत. मला ते 'कवयित्री' म्हणून हाक मारीत. 'काय कवयित्री, काय खबर? चला कवयित्री, चहा घेऊ!' असं बोलत. ते इतक्या सुंदर शैलीत गप्पा मारीत की तास न् तास त्यांच्या गप्पा ऐकत बसावं, असं वाटे. हुमायून अहमद यांच्या गप्पा ऐकायला खूप आवडे. ते अगदी ओळखीच्या जीवनाच्या गोष्टी सांगत. स्वतःच्या, आपल्या भावा-बहिणींच्या, शेजारच्या लोकांच्या गोष्टी सांगत. ग्रामीण भागातल्या त्या लोकांच्या गोष्टी ऐकताना आपण त्या सगळ्या लोकांना पाहतो आहोत, जणू ते आपलेच नातेवाईक आहेत, असं वाटे. टेलिव्हिजनवर जेव्हा त्यांचं नाटक दाखवीत, तेव्हा ते नाटक पाहण्यासाठी ते आपल्या मित्रांना घरी बोलवीत. हुमायून अहमद तेव्हा अजिमपूरच्या एका छोट्या फ्लॅटमध्ये राहत. तिथं मी आणि निर्मलेंदू गुण यांनी त्यांचं 'एका' (एकटा) हे नाटक पाहिलं होतं. नाटकाचं प्रसारण सुरू होण्यापूर्वी ते बेचैन होऊन खोलीत येरझारा घालीत. त्यांना नाटकाच्या प्रयोगाआधी खूप टेन्शन येई. त्यांची राहणी अगदी साधी होती. अमेरिकेत ते अनेक वर्षं राहून आले होते; तरी वाटे की नुकतेच खेड्यातून शहरात आले आहेत. खेड्यातल्या हिमूभाईसारखेच होते ते- अलिप्त, वाचनवेडे, गप्पिष्ट, कुणाच्या अध्यात ना मध्यात. भरभर पायऱ्या चढणारे. खरोखर अनेक पायऱ्या चढून गेले होते ते- खूप प्रगती झाली होती त्यांची साहित्याच्या क्षेत्रात. आता त्यांच्याशी पूर्वीसारख्या भेटी आणि गप्पा होत नसत, कारण त्यांची लोकप्रियता. टेलिव्हिजनवरच्या नाटकांनी त्यांना अशी गगनचुंबी लोकप्रियता मिळवून दिली होती की, आता ते पुस्तकजत्रेत एकट्यानं फिरू शकत नव्हते. जत्रेत असत, तोवर त्यांच्याभोवती स्वाक्षरी घेणाऱ्यांचा वेढा असे. मी जेव्हा स्तंभलेखन करीत होते,

तेव्हा एकदा हुमायून अहमद मला बोलावून म्हणाले होते की, आपल्या तीन मुलींबाबत त्यांना खूप चिंता वाटू लागली आहे; कारण मुलींचं आणि महिलांचं जीवन इतकं असुरक्षित असतं, याची त्यांना माझ्या लेखनामुळे पूर्वीपेक्षा अधिक तीव्रपणे जाणीव झाली आहे. हुमायून अहमद यांच्या लेखनाची मी अगदी पहिल्यापासून भक्त होते, चाहती होते. अनेक जण म्हणतात की, त्यांचं लेखन काळाच्या कसोटीवर उतरणारं नाही, 'क्लासिक' नाही, कादंबऱ्या हलक्याफुलक्या आहेत, त्यातली पात्रं प्रभावी वाटत नाहीत... पण कुणी काहीही म्हणो, मला मात्र त्यांचं लेखन हृदयाला स्पर्श करणारं वाटे. वाचकांना काय हवं आहे हे त्यांना चांगलं कळे, ते वाचकांची तहान भागवीत. जे लोक एरवी पुस्तक वाचत नसत किंवा ज्यांना पुस्तकं वाचावीशी वाटत नसत, असे लोकही त्यांची पुस्तकं वाचत. त्यांची सर्वांत मोठी कामगिरी, मोठं योगदान म्हणजे त्यांनी अनेक लोकांना वाचनाकडे वळवलं, वाचकांची संख्या वाढवली.

खोकाभाईंनी पुस्तकजत्रेत 'विद्याप्रकाश'च्या स्टॉलवर रोज संध्याकाळी बसण्याची मला विनंती केली. इतर प्रकाशकांनीही मला मी काही वेळ तरी त्यांच्या स्टॉलवर बसावं, अशी विनंती केली. कुठंही मला अधिक वेळ बसून राहावंसं वाटत नसे. जत्रेत फिरावं, माणसं पाहावीत, लेखकमित्रांबरोबर चहाच्या स्टॉलवर चहा घ्यावा असं वाटे. अनेक जण पुस्तकं चाळून, त्यांची किंमत बघून, ती परवडणारी नसल्यामुळे पुस्तकं परत ठेवून परत जात. त्यांना पुस्तकं मोफत द्यावीत, असं मला वाटे. काही जणांना मी पुस्तकं अशा प्रकारे दिलीसुद्धा. तेव्हा खोकाभाईंनी 'काय करताय हे?' अशा नजरेनं माझ्याकडे पाहिलं, तेव्हा मी म्हणाले, ''या मी माझ्या कॉम्प्लिमेंटरी प्रतींमधून दिल्या.'' पुस्तकांचा पैशांशी संबंध मला खूप दुःखी करी, बेचैन करी. खोकाभाई म्हणत, ''एवढं मोठ्या मनाचं असून कसं चालेल? तुम्ही आता व्यावसायिक लेखिका आहात!''

''हे काय म्हणताय? भाई, मी डॉक्टरकी करते- माझा व्यवसाय तो आहे. लेखन हा माझा छंद आहे.''

खोकाभाई हे मान्य करीत नसत. ते पुस्तकविक्री करून आपला संसार चालवीत. स्टॉलवर खोकाभाईंबरोबर त्यांची पत्नी, मेहुणा, मेहुणी सारे असत. उत्तेजित फजलुल आलम वारंवार स्टॉलवर येऊन आपली पुस्तकं कुणी विकत घेतंय का, याची चौकशी करीत. ओळखीचं कुणी भेटलं की, त्याला धरून आपलं पुस्तक दाखवायला आणीत. एकदा हुमायून आजाद आले. 'लाइट अप ॲट मिडनाइट' हे पुस्तक चाळून म्हणाले, ''सात सकाले खड कुडोते गिये । आमार झुडी उपचे गेछे फुले' (अगदी पहाटे फुलं तोडायला गेलो, तेव्हा माझी परडी फुलांनी ओसंडून वाहिली.) ही कविता नाही का यात? फजलुल आलम म्हणाले,

"नाही, ती कविता नाही!"

हुमायून आजाद म्हणाले, "ती कशी असणार? चांगली कविता आहे ना ती!"

मी हसून म्हणाले, "माझी कविता आणि चांगली?"

आजाद या कानापासून त्या कानापर्यंत ओठ विस्फारून हसत म्हणाले, "नक्कीच! तुमच्या अनेक कविता मला चांगल्या वाटतात."

"मग परवा एका मासिकासाठीच्या मुलाखतीत तुम्ही म्हणाला होतात की, तसलिमा ही म्हणे कवयित्रीच नाही, तिच्या कविता मी वाचीत नाही. तिची सदरं मी वाचीत नाही, कारण ती पोरकट असतात! हे कसं काय?" यावर काहीही उत्तर न देता ते तिथून निघून गेले. हे हुमायून आजादच 'खबरेर कागज'मधलं माझं लेखन लोकप्रिय झालं, त्यामुळे प्रचंड संतापले होते. हे हुमायून आजादच 'पूर्वाभास'च्या ऑफिसमध्ये फोन करून 'तुमचं लेखन मला खूप आवडतं' असं म्हणाले होते. हुमायून आजाद मला अगदी एखाद्या लहान मुलासारखे वाटत. ते विद्यापीठात प्राध्यापक होते, संशोधक होते, अत्यंत ज्ञानी होते, खूप चांगलं लिहीत, त्यांच्या कविता, त्यांचं गद्य खूप उच्च पातळीवरचं असे. पण अंगी इतके गुण असताना ते असे चमत्कारिक वागत. बरेच जण म्हणत, ही सगळी त्यांची स्टंटबाजी असते. लोकांचं लक्ष वेधून घेण्यासाठी केलेल्या गोष्टी असतात. ते सगळ्या लेखकांना आणि कवींना शिवीगाळ करीत फिरत. बरोबर आपले काही चेलेचपाटे घेऊन पुस्तकजत्रेत फिरत. हे चेलेचपाटे उठता-बसता त्यांची स्तुती करीत राहत. हुमायून आजाद यांना हे खूप आवडे.

फजलुल आलम लंडनच्या रीतीरिवाजांप्रमाणे वागणारे गृहस्थ होते; इथं कसं वागावं हे त्यांना कळत नसे. ते जत्रेत सतत माझ्याबरोबर राहू पाहत, मी बसले की ते बसत, उभी राहिले की उभे राहत. मी स्टॉलवर येऊन बसले की तेही स्टॉलवर येऊन बसत. चहा घ्यायला निघाले की तेही माझ्याबरोबर चहा घ्यायला निघत. या प्रकाराचा मला राग आला. मी म्हणाले, "दुलालकाकू, तुम्हाला एकट्याने फिरता येत नाही का?" (बंगालीत 'काका'साठी 'काकू' असे संबोधन आहे आणि काकूला बंगालीत 'काकी' म्हणतात.) याचं वाईट वाटून फजलुल आलम यांनी माझ्याबरोबर फिरणं सोडलं. जत्रेत ते एकटेच फिरू लागले. त्यात त्यांचं पुस्तकही विकलं जात नव्हतं- नाहीतर जरा बरं वाटलं असतं त्यांना. जत्रेत ज्याच्याशी गप्पा माराव्यात, असा कुणी मित्र किंवा ओळखीचा माणूसही त्यांना भेटेना, त्यांना देण्यासाठी माझ्याकडेही वेळ नव्हता. त्यांना ऐकू कमी येत असल्यानं कुठल्याही प्रश्नाचं उत्तर ते अगदी मोठ्या आवाजात देत- ते आणखीच त्रासदायक होतं. पुस्तकजत्रा सुरू होण्याआधी इनायतुल्लाह खान यांच्या घरी त्यांनी मला एका पार्टीसाठी नेलं होतं. मला तिथं मुळीच चांगलं वाटलं नाही. कुणीही माणूस जिव्हाळ्याचं वाटलं नाही.

श्रीमंत पतींच्या सुंदर पत्नी तिथं पतीबरोबर आल्या होत्या आणि स्वतःची ओळख मिसेस शहाबुद्दीन, मिसेस खान अशी सांगत होत्या. कुठल्याही महिलेला स्वतःची अशी काही वेगळी ओळख असलेली मला दिसली नाही. मला हे सगळं विचित्रच वाटत होतं. धनदौलत, पैकाअडका, गाडीघोडे यांच्याशिवाय दुसऱ्या एखाद्या विषयावर चर्चाच होत नव्हती तिथं! ती झगमगाटी पार्टी तशीच सोडून मी बाहेर पडले. यानंतर फजलुल आलम यांचा आणखी एकदा मला राग आला होता. मला मयमनसिंहला जायचं आहे असं म्हटल्यावर ते सागरच्या गाडीत मला घेऊन निघाले; पण ते इतक्या वेगानं गाडी चालवीत होते की, कुठल्याही क्षणी अपघात झाला असता. लंडनमध्ये ते ज्या गतीनं गाडी चालवीत, त्याच गतीनं ते बांगलादेशमध्येही गाडी चालवीत होते. मी ओरडून त्यांना 'गाडी हळू चालवा' म्हणून सांगत होते; पण गाडी हळू कशी चालवायची हे त्यांना ठाऊक नव्हतं किंवा ठाऊक असलं, तरी ते विसरून गेले होते. ट्रकला, बैलगाड्यांना, रिक्षाला, बसला धक्के बसत होते, एवढंच काय, माणसंही धक्का बसता-बसता वाचत होती- हे पाहून त्यांना नवलच वाटत होतं.

ती १७ फेब्रुवारीची संध्याकाळ होती. पुस्तकजत्रेत एक दबलेली उत्तेजना जाणवत होती. ही उत्तेजना का, कशासाठी हे काही मला कळत नव्हतं. एक प्रचंड मोठा बॅनर घेऊन एक मोर्चा 'विद्याप्रकाश'च्या स्टॉलवरून पुढे गेला. पुस्तकजत्रेत बॅनर घेऊन मोर्चा? हा काय प्रकार आहे? पूर्वी तर कधी असा प्रकार पाहिला नव्हता मी! तो मोर्चा कशासाठी होता, कुणाचा होता या माझ्या प्रश्नांना कुणाकडूनच उत्तर मिळत नव्हतं. अचानक दिसलं की, खोकाभाई टेबलावरून माझ्या पुस्तकांच्या प्रती वेगानं उचलून खाली लपवताहेत. पुस्तकांच्या फळ्यांवरून त्यांचे मेहुणेही माझी पुस्तकं खाली उतरवताहेत. याच वेळी अचानक मुहम्मद नूरुल हुदा आणि रफीक आजाद यांनी मला स्टॉलमधून बाहेर काढलं आणि मला घेऊन ते बांगला ॲकॅडेमीच्या मुख्य दालनात आले- एकदम महासंचालकांच्या (डायरेक्टर जनरल यांच्या) केबिनमध्ये. मामला काय होता? मग समजलं की, माझ्या विरोधात पुस्तकजत्रेत मोर्चा आला होता. 'तसलिमा नासरिन पेषण कमिटी' (पेषण म्हणजे पिसणे, मारहाण करणे, उपद्रव देणे) या नावाच्या कमिटीने हा मोर्चा आणला होता. लैंगिक लेखन करणारी लेखिका तसलिमा नासरिन हिला पिसून काढण्यासाठी हा मोर्चा आणला होता. माझी पुस्तकं पुस्तकजत्रेत कुठंही विक्रीसाठी ठेवण्यात येऊ नयेत, अशी धमकी या कमिटीच्या सदस्यांनी स्टॉलधारकांना दिली होती. 'ठेवलीत, तर आम्ही स्टॉल जाळून टाकू किंवा त्याचं नुकसान करू,' असं ते म्हणाले होते. त्यामुळे ताबडतोब माझी पुस्तकं स्टॉलवरून काढून टाकण्यात आली. मी शांतपणे

बसले होते. माझ्याबरोबर इतरही लेखक बसलेले होते. फजलुल आलमही उठून माझ्या मागे मागे आले. त्यांच्या चेहऱ्यावर काळजी दिसत होती. प्रमुख संचालकांच्या केबिनमध्ये याच विषयावर चर्चा चालू होती. मोर्चा का आला, कुणी आणला, पुस्तकजत्रेतली गडबड कशी बंद करता येईल, बॅनरवर काय लिहिलेलं आहे यावर लेखकांमध्ये कुजबुज चालू होती. महासंचालकांनी अचानक मला प्रश्न केला, ''हा मोर्चा का आला? तुमच्याविरुद्ध काय आक्षेप आहे त्यांचा?''

''काय आरोप आहे हे तर काही मला ठाऊक नाही.''

महासंचालक गंभीर आवाजात म्हणाले, ''खूप अश्लील मजकूर लिहिलेला होता त्या बॅनरवर. असं ते का करताहेत- तुम्हाला काय वाटतं?''

''बहुधा माझ्या लेखनामुळे.''

''लेखन तर अनेक जण करतात. इथं हे इतके लेखक आहेत- ते सारेच पुस्तकं लिहितात. त्यांच्याविरुद्ध तर काही पुस्तकजत्रेत मोर्चा येत नाही. तुमच्याच विरुद्ध का येतो?''

फजलुल आलम यांचा आवाज चढला, ''का येतो म्हणजे? त्यांना कसं काय कळणार मोर्चा का येतो हे, अं? आणि तसलिमा नासरिन यांचं लेखन सगळ्यांनाच पटणार कसं? त्या रोखठोक लिहितात, कुठलीही तडजोड करीत नाहीत इतरांप्रमाणे!''

लेखकांमध्ये पुन्हा कुजबुज सुरू झाली. म्हणजे आम्ही तडजोड करून लिहितो असं फजलुल आलम यांना म्हणायचंय का? कुजबुज थांबवून महासंचालकांनी भुवया आकुंचित करून माझ्याकडे पाहिलं, ''महिला असूनही तुम्ही पुरुषांसारखं लिहिता कशासाठी? त्यामुळेच तर झमेला होतो!''

मी ताडकन उत्तर दिलं, ''मी कशाला पुरुषांसारखं लिहायला जाऊ? मी माझ्याप्रमाणे लिहिते!''

सगळे लेखक जरा सावरून बसले.

''सगळ्यांना सगळंच काही आवडत नाही, पटत नाही हे तुम्ही समजू शकत नाही का?'' महासंचालकांच्या ओठांच्या कोपऱ्याशी थोडं हसू उमटलं होतं.

''तुमचं लेखन मी वाचलं आहे. कुठलीही महिला तुम्ही लिहिता, त्या भाषेत लिहिते का?''

मी गप्प.

''नाही, लिहीत नाही.''

महासंचालकांच्या मतावर लेखकांनीही होकारार्थी माना हलवल्या. 'नाही, लिहीत नाही.'

''तुमचं लेखन खूप अश्लील असतं.''

आता मी दातांवर दात आवळून म्हणाले, ''माझं लेखन काहींना अश्लील

वाटतं, काहींना तसं वाटत नाही.''

मुहम्मद नूरुल हुदा बाहेर जाऊन माईकवर घोषणा देऊन आले- 'पुस्तकजत्रेत कुठलाही मोर्चा आणू नये. त्यामुळे इथलं वातावरण नष्ट होतं. कुणाचे जर काही आरोप असतील, तर त्यांनी ते पुस्तकजत्रा समितीच्या सदस्यांना सांगावेत.' त्यांनी मोर्च्यातल्या लोकांना शांत होण्याचं, शांत राहण्याचं आवाहन केलं.

अचानक पुस्तकजत्रेत 'आग! आग!' अशा किंकाळ्या उठल्या. केबिनमध्ये बसलेल्यांपैकी काही जण काय झालं हे पाहण्यासाठी खिडकीच्या दिशेनं धावले. जत्रेच्या मैदानात पुस्तकं जाळली जात होती. जिथं जिथं माझी पुस्तकं दिसली, तिथून ती उचलून मोर्चातल्या लोकांनी मैदानाच्या मध्यभागी गोळा करून पेटवून दिली होती. खोकाभाई महासंचालकांच्या ऑफिसच्या व्हरांड्यात उभे होते. मी उठून खोकाभाईजवळ गेले. खोकाभाईंना अचानक घडलेल्या या घटनेने धक्का बसला होता, त्यांना घाम येत होता. त्यांनीही ओठांवर ओठ दाबून धरले होते.

''हा मोर्चा कुणी काढला खोकाभाई? काही ठाऊक आहे?''

खोकांनी मान हलवली. त्यांना ठाऊक नव्हतं.

महासंचालक पुस्तकजत्रा समितीचे सदस्य असलेल्या बांगला ॲकॅडमीच्या उपसंचालकांशी चर्चा करून मला म्हणाले, ''तुम्ही इथून पुढे पुस्तकजत्रेत आला नाहीत तर बरं होईल.''

''हे काय? का बरं मी येऊ नको?''

फजलुल आलमही म्हणाले, ''का बरं त्यांनी येऊ नये? त्यांची काय चूक आहे?''

''त्या आल्या की जत्रेत गडबड होते, म्हणून त्यांनी येऊ नये.''

मला ते म्हणाले, ''जत्रेत जर तुमच्यावर आक्रमण झालं किंवा तुम्हाला उपद्रव दिला गेला, तर त्याची जबाबदारी समिती घेऊ शकणार नाही. त्यामुळे तुमच्या सुरक्षिततेसाठी तुम्ही पुस्तकजत्रेत न आलेलंच चांगलं. तुमच्यामुळे इथलं वातावरण बिघडावं, जत्रा अयशस्वी व्हावी, हे आम्हाला नको आहे.''

फजलुल आलम डोळे वटारून त्यांना म्हणाले, ''तुम्ही जत्रा समितीचे सदस्य आहात. तुम्ही त्यांच्या संरक्षणाची व्यवस्था करा.''

फजलुल आलम यांच्याकडे महासंचालकांनी कपाळाला आठ्या घालून पाहिलं. त्यांच्या नजरेत प्रश्न होता, 'हा कोण माणूस इथं ओरडतोय? याला तर काही मी ओळखत नाही!'

''काही जणांनी माझ्याविरुद्ध मोर्चा आणला म्हणून माझं पुस्तकजत्रेतलं येणं कसं बंद होणार? अनेकांना माझं लेखन आवडतं, ते...''

माझा कुठलाच युक्तिवाद महासंचालकांनी मान्य केला नाही. शेवटपर्यंत

काहीच निर्णय झाला नाही. महासंचालक आपल्या विधानावर ठाम होते. मी इथून पुढे पुस्तकजत्रेत येणं योग्य होणार नाही, असा त्यांचा मला सल्ला होता. मी स्त्री असूनही पुरुषांसारखं लिहिते, माझं लेखन अश्लील असतं, माझं लेखन हे मुळातच चांगलं लेखन नसतं, त्यामुळे पुस्तकजत्रेत माझ्याविरुद्ध मोर्चा येणं हे काही अस्वाभाविक नाही, लोक मला मारहाण करण्यासाठी पुढे यावेत, हीसुद्धा काही नवलाची गोष्ट नाही. त्यामुळे मी माझ्या संरक्षणापेक्षा जत्रेतलं वातावरण नीट राहावं यासाठी इथं येऊ नये.

पोलीस व्हॅनमध्ये बसवून मला घरी पाठवण्यात आलं.

पुस्तकजत्रा जोरात चालू होती. मला मात्र तिथं जायला बंदी होती. माझ्या लेखनाबद्दलचा लोकांचा क्षोभ मी पाहिला होता. यापूर्वीच्या पुस्तकजत्रेत एकोणीस-वीस वर्षं वयाच्या तरुणांची एक टोळी, हातात माझ्या कवितांचं एक पुस्तक घेऊन माझ्याजवळ आली आणि माझी 'विपरीत खेला' (विपरीत खेळ) ही कविता दाखवून मला त्यांच्यातला एक जण म्हणाला, "मी दहा रुपयांत विकला जायला तयार आहे. मला विकत घ्या!" आधी मला वाटलं होतं, तो गंमत करीत असावा. पण लगेच तो डोळे वटारून, मोठ्या आवाजात दरडावला- "आत्ताच्या आत्ता मला विकत घ्या!" तेव्हा मी घाबरले आणि अवंढा गिळून मऊ आवाजात म्हणाले, "ही कविता आहे. खरोखरं विकत घेण्यासाठी नाही लिहिलेलं!" आणि थोडं मागे सरकले. खोकाभाईंनी हा प्रकार पाहिला. ते स्टॉलमधून बाहेर आले आणि त्या मुलांना बोलावून म्हणाले, "विकला जायला तयार आहेस ते ठीक आहे; पण कवितेत पुढे ज्या अटी दिल्या आहेत त्या मान्य करू शकशील ना? संपूर्ण कविता वाचून मग विकला जाण्यासाठी ये."

माझी ती कविता अशी होती :

'मला आता दहा-पाच रुपयांत पुरुष विकत घ्यावासा वाटतोय
त्याला विकत घेऊन, उद्ध्वस्त करून
पाठीवर-छातीवर लाथा मारून म्हणेन,
'जा, स्साल्या!'
पुरुष विकत घेऊन त्याच्या अंडकोशावर लाथ मारून म्हणेन,
'जा स्साल्या!'...

ही कविता मी लिहिली होती रमना पार्कसमोर संध्याकाळच्या सुमाराला उभ्या असलेल्या दरिद्री महिलांना पुरुष रिक्षात घेऊन जाताना पाहून. कुठे घेऊन जात असावेत त्यांना? काय करतात त्यांच्याशी? मला कुतूहल वाटे. एके दिवशी मी

रमना भागाजवळून जात होते. एक फुटका आरसा समोर घेऊन, तेल न लागलेल्या केसांमध्ये कंगवा फिरवून आणि धूळ लागलेल्या चेहऱ्यावर पावडर लावत असलेल्या महिलांजवळ थांबून मी विचारलं, ''का सजताय इथं बसून?''

माझ्या प्रश्नाकडे कुणीच लक्ष दिलं नाही.

पुन्हा एकदा तोच प्रश्न विचारल्यावर एक महिला म्हणाली, ''पोटाचा धंदा करते, बईन! पोटाचा धंदा!''

विसकटलेले केस, उन्हाने रापलेली त्वचा, गालांवर-दंडांवर चावल्याचे डाग, कुणाचे डोळे सुजलेले, कुणाचं कपाळ सुजलेलं, जिचं कपाळ सुजून लाल झालेलं आहे, अशी एक अल्पवयीन मुलगी उदास चेहऱ्याने रेलिंगला टेकून उभी होती. मी विचारलं, ''कपाळावर काय झालंय?''

माझ्याकडे एकदा पाहून त्या मुलीनं नजर दुसरीकडे वळवली. जणू मी म्हणजे एक उपद्रव आहे, दुसरं काही नाही. कपाळावर काय झालंय हे सांगण्याची तिला गरज वाटत नव्हती. तरीही मी तिथं उभीच राहिले. ऊन्ह आणि वाऱ्याने कोरडे केस उडून चेहऱ्यावरच्या घामाला चिकटून राहिले. ते केसही त्या मुलीनं मागे केले नाहीत. मला वाटलं, माझ्या हाताने तिचे केस दूर करावेत, तिला घरी नेऊन अंघोळ घालून चांगलं जेवायला देऊन मग विश्रांतीसाठी बिछाना द्यावा. त्या मुलीच्या डोळ्यांवर झोप दिसत होती. कितीतरी रात्री ती झोपली नसावी. अचानक ती म्हणाली, ''नशिबाचा दोष म्हणून कपाळ फुटतं, कपाळ जळतं, कपाळातून रक्त येतं.''

आपली नजर माझ्याकडे वळवून ती म्हणाली, ''मारतात हो ते, मारतात!''

''का मारतात?''

''त्यांना मारावंसं वाटतं, म्हणून मारतात!''

''किती पैसे मिळतात? किती पैसे देतात ते?''

''दहा रुपये. पाच रुपये. कधी दोन रुपये. एखाद्या दिवशी काहीच पैसे देत नाहीत. लाथा देतात, लाथा!''

कडवट हसून ती मुलगी दूर गेली. बाकीच्या मुलीही आपली प्रसाधन सामग्री घेऊन वेगानं पळून गेल्या. पोलीस येत होते. पोलीसही शेवटी पुरुषच ना! पोलीसही त्यांना भोगतात! भोगलं नाही, तर पैसे वसूल करतात. या मुलींच्या दहा-पाच रुपयांतूनही आपला हप्ता घ्यायला त्यांना शरम वाटत नाही. अट : मारणार नाही, तुरुंगात टाकणार नाही. जे लोक या मुलींचा दर ठरवून त्यांना रिक्षात बसवून नेतात, त्यांना तुरुंगात टाकावंसं पोलिसांना वाटतं का? नाही. त्या लोकांना कुणी वाईट म्हणतं का? नाही. म्हणत नाही. स्वतःलाच प्रश्न विचारीत, स्वतःलाच उत्तरं देत देत मी चालले होते. मनावर दुःखाचा, वेदनेचा दगड घेऊन चालत होते.

पुस्तकजत्रेत माझ्या येण्यावर बंदी घालण्यात आली आहे, या बातमीनं खोकाभाई खूप हताश झाले. पुस्तकांचा व्यवसाय, पुस्तकांची छपाई, विक्रीचा हिशेब करणं कशातच त्यांचं मन लागेना. एवढंच काय, त्यांनी पुस्तकजत्रेत जाणंही बंद करून टाकलं. ते रात्रंदिवस 'तसलिमा नासरिन पेषण कमिटी'ची खडा न् खडा माहिती जमवण्यात व्यस्त झाले. हे लोक कोण आहेत, काय करीत असतात, त्यांचा हेतू काय आहे, त्यांची एखादी टोळी आहे की काय, त्यांच्यामागे एखादा राजकीय पक्ष आहे काय, याची ते माहिती काढू लागले. कमिटीचा अध्यक्ष हा बी.एन.पी.चा एक कार्यकर्ता आहे हे समजल्यावर, खोकाभाईंनी त्याच्याशी तडजोड करायचं ठरवलं. खोकाभाईंचे एक आतेभाऊ बी.एन.पी.तले एक नेता होते, त्यांची यात मदत घ्यायची खोकाभाईंनी ठरवलं. तडजोड काही फक्त चर्चेनं होत नाही. पैसेही ओतावे लागतात. खोकाभाईंचे किती पैसे यात गेले हे काही मला समजलं नाही. पण पैसे खाऊनही प्रतिपक्षाचा संताप कमी झाला नाही, तेव्हा समोरासमोर बोलण्याची खोकाभाईंनी व्यवस्था केली. विरोधी पक्ष विरुद्ध मी. खोकाभाईंनी वारंवार विनंती केल्यावर अखेर मी राजी झाले. खोकाभाईंनी मला वारंवार बजावून सांगितलं की, मी उत्तेजित होऊन चालणार नाही, तर त्या पक्षाचा अध्यक्ष जे प्रश्न विचारील, त्याला मी डोकं थंड ठेवून उत्तरं द्यायला हवीत. प्रश्नोत्तरांची बैठक होईल खोकाभाईंच्या घरी. मला बांगला ॲकॅडमीच्या महासंचालकांनी पुस्तकजत्रेत येण्यास बंदी घातली होती, तेव्हापासून फजलुल आलम जे संतापलेले होते, ते अद्यापही संतापलेलेच होते. मी 'पेषण कमिटी'च्या नेत्याला भेटायला जाणार ही गुप्त बातमी ऐकल्यावर त्यांनी हट्ट धरला की मीही येणार. त्यांना वाटत होतं, ते लोक माझ्यावर पुन्हा आक्रमण करतील. माझ्यावर जर काही संकट आलं, तर फजलुल आलम त्यांच्यावर झडप घालून मला वाचवतील. पण त्या बैठकीत फजलुल आलम यांच्या उपस्थितीला खोकाभाई राजी झाले नाहीत. 'पेषण कमिटी'च्या नेत्याला फक्त माझ्याशी बोलायचं होतं. जर तिसरी कुणी व्यक्ती त्या खोलीत थांबू शकत होती, तर ती व्यक्ती म्हणजे खोकाभाई; पण नेत्यांच्या प्रश्नांना खोकाभाईंनी उत्तरं दिलेली चालणार नव्हती. उत्तरं फक्त मीच द्यायची होती. खोकाभाई शांत स्वभावाचे होते, परिस्थिती हाताबाहेर चालली, तर ते सांभाळून घेण्याचा प्रयत्न करतील. फजलुल आलम यांच्या गरम डोक्याला त्यांनी शेजारच्या खोलीत पंख्याखाली ठेवून दिलं. अशा वेळी डोकं थंड असायला हवं, गरम डोक्यानं काहीही अघटित होऊ शकतं, असं खोकाभाईंना वाटत होतं. ज्या विद्यापीठातल्या विद्यार्थ्यांनी मला मारून टाकण्यासाठी टोळी तयार केली होती, त्यांच्याच नेत्याच्या समोर मी बसले. तो नेता शरीरानं मजबूत नव्हता. त्याच्या चेहऱ्यावर व्रण होते,

घृणा होती. तो माझ्याकडे डोळे वर करून पाहत होता- त्याच्या डोळ्यांमधून मला मारून टाकण्याची हिंसक भावना बाहेर पडत होती. आता औपचारिकपणे आरोप ऐकण्याची पाळी माझी होती. तर तो मुलगा, काय नाव होतं त्याचं- हरून किंवा हमीद किंवा हसन असंच काहीतरी असावं- म्हणाला,

"आपण आमच्या आयाबहिणींचा सर्वनाश करताहात."

"कसा काय सर्वनाश करतेय?"

"तुम्हाला ठाऊक नाही कसा सर्वनाश करताय ते?"

"मी तर महिलांच्या बाजूने लिहिते, मी कशाला त्यांचा सर्वनाश करायला जाऊ?"

"त्यांना घराबाहेर पडायला सांगता तुम्ही, त्यांनी संसार सोडून बाहेर पडावं असं सांगता."

"असं तर मी कुठंही म्हटलेलं नाही."

"आपण आपल्या 'बालिकार गोल्लाछूट' कवितेत- 'आपल्याभोवती आखलेल्या सीमा ओलांडून बाहेर या' असं आपण महिलांना उद्देशून म्हटलंय."

त्या हमीद की हसननं माझा तो कवितासंग्रह उघडून माझ्यापुढे धरला- ती कविता मला दाखवली.

"वाचा, कविता पुन्हा एकदा वाचा. काय मनात ठेवून ही कविता लिहिलीत, सांगा मला!" त्याच्या आवाजातला हुकूम आणि धमकीचा स्वर माझ्या हृदयाला विष लावलेल्या बाणासारखा विंधून गेला.

"आम्ही बालिका जो खेळ खेळण्यासाठी दुपारी
मैदानात उतरत असू,
त्याचं नाव गोल्लाछूट.
...मला पुन्हा वाटतं तो खेळ खेळावा
अजूनही अधूनमधून पायांची जोटं सळसळतात
धुळीत बुडू पाहतो पायाचा घोटा
वाटतं, जावं-
पृथ्वीच्या सगळ्या बालिकांनी बंधनाबाहेर पडावं."

जणू मी कोर्टातल्या पिंजऱ्यात उभी आहे, 'खरं तेच सांगेन, खोटं सांगणार नाही' म्हणून मला या प्रश्नाचं उत्तर द्यायला हवं. द्यायला हवं, कारण हा नेता दिसायला कितीही किरकोळ दिसत असला, दोन झापडीत तो आडवा झाला असता, दिसायला तो दुर्बल वाटत असला, तरी त्याच्यात प्रचंड शक्ती आहे. एक

टोळी तयार करण्याची शक्ती, सामर्थ्य त्याच्यात आहे, त्याहीपेक्षा मोठी गोष्ट म्हणजे आपल्या टोळीच्या साह्यानं मला मारहाण करून ठार करण्याचं सामर्थ्य त्याच्यात आहे.

"सगळ्या वयात आलेल्या मुलींना तुम्ही बंधनं तोडायची प्रेरणा देत आहात. आमच्या आयाबहिणींनी संसार तोडून बाहेर पडावं असं तुम्हाला वाटतं. आपण या समाजाचं किती मोठं नुकसान करता आहात, याची जाणीव आहे आपल्याला?"

"ही 'गोल्लाछूट' या खेळावरची कविता आहे. ज्या मुली लहानपणी गोल्लाछूट खेळ खेळायच्या, त्या आता मोठ्या झाल्यावर तो खेळ खेळू शकत नाहीत. पण मनात खेळायची इच्छा तर असते, या कवितेत मी माझ्या त्या इच्छेबद्दल लिहिलंय."

"ऊं हूं!" हाफिज की हबीबनं नकारार्थी मान हलवली.

"आपण इथं सगळ्याच मोठ्या मुलींबद्दल लिहिलंय, फक्त आपल्या स्वतःच्या इच्छेबद्दल नव्हे!"

"सगळ्याच मुलींच्या मनात अशी इच्छा असते. सर्वांनाच आपल्या बालपणात परत जावंसं वाटतं. वाटतं की नाही? नक्कीच वाटतं! मी जेव्हा स्वतःचं मनोगत सांगते, त्याच वेळी मला वाटतं की हे इतर मुलींचं, इतर महिलांचंही मनोगत आहे. या कवितेत मी मुलींच्या इच्छेबद्दल लिहिलं आहे..."

"सगळ्याच मुलींना काही असं वाटत नाही..."

"अनेक जणींना वाटतं."

"नाही, अनेक जणींना वाटत नाही. तुम्हाला वाटतं असं म्हणा."

यावर काय बोलावं हे मला नीट समजेना.

तो हबीब की हरून आता धारदार नजरेनं माझ्या डोळ्यांत पाहत म्हणाला, "'गोल्ला' शब्दातून आपल्याला महिला पती आणि मुलांबरोबर जो संसार करतात, त्याच्याकडे संकेत करायचा आहे."

मी हळूच खोकाभाईंकडे पाहिलं. खोकाभाईंच्या नजरेत व्याकूळता होती. जणू ते नजरेतून म्हणत होते, 'मी तुम्हाला पुन्हा एकदा पुस्तकजत्रेत नेणारच. तुम्ही सांगा की मला संसार अभिप्रेत नव्हता; फक्त खेळच अभिप्रेत होता.' मी म्हणणार होते, 'विचार केला तर तो संसारही असू शकतो; महिलांसाठी समाजानं जे नियमांचं जाळं पसरलेलं असतं, तेही असू शकतं,' पण मी तसं बोलले नाही. मी तसं बोलण्याआधीच तो हसन की हाफिज म्हणाला, "इतर मुलींची इच्छा तुम्हाला कशी काय समजली?"

हातातल्या पुस्तकाची पानं उलटता उलटता मी म्हणाले, "तसं मला वाटलं."

"कुणाला विचारलं होतं का लिहिण्याआधी की, खरोखर तुम्हाला बंधनातून बाहेर पडावंसं वाटतं का-अं?" त्या नेत्याच्या नजरेतून जणू ठिणग्या बाहेर पडत

होत्या. त्यामुळे मला मान वर करता आली नाही.

पुस्तक टेबलावर ठेवून मी म्हणाले, "नाही, मी तसं गृहीत धरीत नाही."

"इतर महिलांची अशी इच्छा असते असं तुम्हाला वाटलं. पण तुम्हाला पक्कं ठाऊक नाही- हो ना?"

आता त्या नेत्याच्या डोळ्यांना डोळे भिडवून मी म्हणाले, "मला जे वाटलं ते मी माझ्या कवितेत लिहिलं- त्यात दोष कुठला?"

"दोष आहे. नक्कीच आहे."

"काय दोष आहे?"

खोकाभाई अगदी नरम आवाजात म्हणाले, "लेखन म्हटलं, म्हणजे लेखकांना जे चांगलं वाटतं, तेच ते लिहितात. आता सर्वच लोकांना सर्वच लेखकांचं सगळंच लेखन चांगलं वाटत नाही. लेखकांची सगळीच मतं सगळ्या वाचकांना पटत नाहीत. पण मला वाटतं की, तसलिमा नासरिन यांना फक्त गोल्लाछूट या खेळाबद्दलच त्या कवितेत सांगायचं आहे. अनेक जणांचा ती कविता वाचून गैरसमज होऊ शकतो."

खोकांच्या विधानावर मान हलवून मी म्हणाले, "हो, अनेक जणांचा गैरसमज होतो. उदाहरणार्थ 'विपरीत खेला' ही कविता घ्या! या कवितेत मला काय खरोखर पुरुष विकत घ्यायचे होते का? ही कविता म्हणजे एक प्रतिवाद होता!"

"मग ही गोष्ट तुम्ही त्यांना समजावून का सांगत नाही?" खोकाभाई मला म्हणाले.

"मी तर समजावून सांगतेच आहे. मला असं म्हणायचंय की एका लेखनाचे, कवितेचे अनेक जण अनेक प्रकारे अर्थ लावतात. लेखकाला एक अर्थ अभिप्रेत असतो, तर वाचक कदाचित वेगळाच अर्थ लावतात."

त्या विद्यार्थी नेत्यानं मला ठार मारण्यासाठी एक मोठी टोळी तयार केली होती. मला विवस्त्र करून पुस्तकजत्रेत सर्वांसमक्ष मारहाण करून ठार मारण्याची त्यांची योजना होती. अशा नेत्याला मी आता नव्यानं काय समजावून सांगणार? त्याला पक्की शंका होती की, मी समाज बिघडवतेय, त्याचं नुकसान करतेय. आयाबहिणींची डोकी फिरवतेय आणि असं केवळ त्या हसन की हमीदलाच नव्हे, तर अनेक जणांना वाटत होतं. त्याच्या डोळ्यांत पाहून मला नक्की समजत नव्हतं की, माझ्या कवितेचा मी सांगितलेला साधा अर्थ त्याला मान्य झाला आहे की नाही! पुन्हा मी खोकाभाईंकडे पाहिलं. त्यांच्या नजरेवरूनही त्यांना काय म्हणायचंय ते मी समजू शकले नाही.

त्या नेत्यानं मला 'जय बांगला' या कवितेवर प्रश्न विचारला. "जय बांगला ही कविता आपण का लिहिलीत?"

माझं साधं उत्तर होतं, "जय बांगलावर माझा विश्वास आहे म्हणून!"

"या कवितेत तर तुम्ही ज्यांचा जय बांगलावर विश्वास नाही, त्यांना मृत्यू येवो असं म्हटलंय. माझा तर काही 'जय बांगला'वर विश्वास नाही. मग तुम्ही मला कमनशिबी का म्हणता? जे 'जय बांगला' मान्य करीत नाहीत, त्यांच्याबद्दल काहीही का बोलता?"

"आपला बांगलादेशच्या स्वातंत्र्यावर विश्वास नाही?"

"नाही कसा? विश्वास आहेच!"

माझ्या आवाजात आता खरोखर उत्तेजना आली, "जर विश्वास आहे, तर मग 'जय बांगला'वर विश्वास न करण्याचं काहीच कारण नाही! बांगलादेश स्वतंत्र झाल्यावर आपण सर्वांनी कोणती घोषणा दिली होती? सगळे जणच 'जय बांगला!' म्हणाले होते. आपण सारेच जय बांगलाचं गाणं गायलो होतो." नेत्याच्या क्रुद्ध चेहऱ्यावरून माझी नजर खोकाभाईंकडे वळवून मी म्हणाले, "काय खोकाभाई, एक्काहत्तर साली आपण 'जय बांगला!' म्हणालो नव्हतो? फक्त रजाकार आणि अलबदर हेच तेवढे 'जय बांगला' म्हणाले नाहीत. मी त्यांनाच या कवितेत कमनशिबी, दुर्भागी म्हटलं आहे."

"जय बांगला ही अवामी लीगची घोषणा आहे!" नेता कठोर आवाजात म्हणाला. त्याच्या नाकपुड्या संतापानं फुगल्या होत्या.

"जय बांगला ही फक्त अवामी लीगची घोषणा कशी असू शकते? ती तर सर्वांची आहे. 'जय बांगला' म्हणजे बांगलाचा विजय, जय बांगला म्हणजे स्वतंत्र बांगला. मुक्तियोद्धे तर कधीच अवामी लीगमध्ये नव्हते- ते नेहमी 'जय बांगला' हीच घोषणा देत नसत? या 'जय बांगला' घोषणेमुळेच तर त्यांना शत्रूविरुद्ध लढण्याची प्रेरणा मिळत होती."

खोकाभाई हसले आणि नेत्याला म्हणाले, "आपला तर बहुधा तेव्हा जन्मही झालेला नसणार. आपला जन्म बहुतेक युद्धानंतरचा, बरोबर ना?"

नेत्याची मान नकारार्थी हलायला जाऊनही हलली नाही.

खोकाभाई मला म्हणाले, "आपण रागावता कशाला? मुक्तियुद्धात काय झालं, हे बहुधा त्यांना ठाऊक नाही. ठाऊक असलं, तरी आठवत नसावं. 'जय बांगला' ही घोषणा नंतर अवामी लीगने स्वतःची घोषणा केली हे बरोबर आहे. अवामी लीगचा तर काहीच हक्क नाही जय बांगला..."

मी मान हलवून म्हणाले, "अवामी लीगने ती घोषणा स्वतःच्या मालकीची केली म्हणून काही खरोखर तसं होत नाही. 'जय बांगला' घोषणेवर कुठल्याही विशिष्ट राजकीय पक्षाचा मालकी हक्क नाही. ती कुठल्याही पक्षाची खासगी मालमत्ता नाही. मी तर अगदी एक्काहत्तर सालापासून 'जय बांगला!' म्हणते आहे.

मी काही अवामी लीगची सभासद नाही. मी तर निरपेक्ष आहे- कुठल्याही पक्षाची नाही. मी राजकारण करीत नाही. अवामी लीगच्या अनेक गोष्टी मला आवडत नाहीत.''

प्रश्नोत्तर पर्व संपल्यावरही समाधान न झालेल्या त्या हसन की हबीब की हाफिज याच्याशी खोकाभाईंची आणखी एकदा बैठक झाली. इच्छा नसूनही खोकाभाईंनी चेहऱ्यावर गोड हसू आणून सगळा जुलूम सहन केला; कारण काहीही करून २१ फेब्रुवारी रोजी मला पुस्तकजत्रेत नेण्याची त्यांची इच्छा होती. पुस्तकजत्रेत पुस्तक विक्री हा त्यांच्यासाठी काही मोठा मुद्दा नव्हता, मला माझा पुस्तकजत्रेत जाण्याचा अधिकार मिळवून देणं, हीच गोष्ट आता त्यांच्या दृष्टीनं सर्वांत महत्त्वाची होती. पण अशा प्रकारे मनाला शांती मिळते का? नेहमी एक तणाव मनावर जाणवत नाही का? 'पेषण कमिटी'च्या अध्यक्षानं वचन दिलं होतं की, सध्या तरी ते माझ्यावर आक्रमण करणार नाहीत; पण इथून पुढे मी खूप सावधपणे, काळजी घेऊन लिहावं. जर मी अश्लील लिहिलं, आयाबहिणींचं नुकसान करण्यासाठी लिहिलं, जर समाजाचं अनिष्ट करण्यासाठी लिहिलं, तर 'पेषण कमिटी' खूप कठोर पाऊल उचलील. हे त्या टोळीतला एक जण म्हणाला होता; पण त्या टोळीतले बाकीचे लोक सध्या तरी माझ्यावर हल्ला करायचा नाही, ही गोष्ट मान्य करतील का? खोकाभाईंनी मला सांगितलं की, त्या कमिटीतल्या इतरांनीही हे मान्य केलं आहे. पण त्यानंतरही कुठून कोणास ठाऊक; खोकाभाईंनीही काही मजबूत शरीरयष्टीचे लोक जमा केले- त्यांचं काम होतं मला पुस्तकजत्रेत घेऊन जाणं आणि जत्रेची वेळ संपल्यावर मला घरी सोडणं. त्या अनोळखी लोकांच्या संरक्षणात २१ फेब्रुवारीच्या दिवशी मी पुस्तकजत्रेत गेले खरी; पण काही केल्या पूर्वीचा तो आनंद वाटेना. तरीही खोकाभाईंबद्दलच्या कृतज्ञतेनं माझं मन भरून आलं. कुणीही लेखक मला मदत करण्यासाठी पुढे आला नाही. पुस्तकजत्रा कमिटीनं माझ्याकडे पाठ फिरवली. अशा वेळी खोकाभाईंनी ही व्यवस्था केली नसती, तर मला घोर निराशेत माझ्या घरी बसून राहावं लागलं असतं. जे दोन दिवस मी पुस्तकजत्रेत गेले, ते दोन्ही दिवस मी 'विद्याप्रकाश'च्या स्टॉलवरच बसून होते. जत्रेत फिरण्याची आणि चहाच्या स्टॉलवर जाऊन चहा घेण्याची प्रबळ इच्छा होऊनही तसं काही करू शकले नाही. स्टॉलवरसुद्धा फार वेळ बसणं झालं नाही, तास-दोन तासांनंतर घरी परत यावं लागलं. पण काहीही करून मी पुस्तकजत्रेत पुन्हा गेलेच, हीच मोठी गोष्ट होती. मनात सतत शंकेची पाल चुकचुकत होती. खोकाभाईंचे डोळे भीतीनं सतत इकडेतिकडे भिरभिरत असले, तरी विजयाची थोडी तरी शांती, थोडं तरी समाधान त्यांच्या मनात होतं. फजलुल आलमसुद्धा मनात उत्कंठा आणि संशय घेऊन सुरक्षित अंतरावरून जत्रेत फिरत. पुस्तकजत्रेचे पदाधिकारी कपाळावर आठ्या

घालून माझ्याकडे पाहत. जिवंत उपद्रवाकडे बघणं त्यांना बरं वाटत नसे. माझ्यासारखी एक समस्या जत्रेत उपस्थित असताना कधी काय होईल कोण जाणे, असं त्यांना वाट- जत्रेत जर जाळपोळ सुरू झाली, तर? त्यापेक्षा मला एकटीला कुठंतरी नेऊन जाळून टाकलं, तर किमान जत्रा तरी वाचेल! जत्रेतल्या स्टॉल्सवर माझी पुस्तकं नव्हती. माझ्या पुस्तकांच्या बऱ्याचशा प्रती 'पेषण कमिटी'च्या लोकांनीच हिसकावून नेल्या होत्या. बऱ्याचशा जाळून टाकल्या होत्या. काही-काही स्टॉल्सवर माझी पुस्तकं होती; पण ती टेबलाखाली लपवून ठेवण्यात आली होती.

दर वर्षीप्रमाणे याही वर्षी बांगला ॲकॅडमीनं कविसंमेलनाचं आयोजन केलं होतं. गेल्या वर्षीच्या कविसंमेलनासाठी मला आमंत्रण देण्यात आलं होतं; या वर्षी मात्र मी आमंत्रित नव्हते.

एकीकडे मला टाळण्याचं, मारहाण करून ठार करण्याचं कारस्थान चालू होतं, तर दुसरीकडे अनेक वाचक मला फक्त एकदा पाहण्यासाठी पुस्तकजत्रेत येत होते. जवळ येऊन मुग्ध नजरेनं पाहत आणि म्हणत, 'एकदा आपणाला स्पर्श करून पाहावा, असं वाटतंय!' कुणी 'तुमचं लेखन हे जणू लेखन नाही, खरोखर जीवन आहे!' असं म्हणून रडू लागे. कुणी म्हणे, 'जे मला सांगायचं होतं पण सांगू शकले नाही, ते आपण आपल्या लेखनातून सांगितलंय!' कुणी आपल्या मुलीला बरोबर घेऊन येई आणि तिला माझ्या पायांना हात लावून प्रणाम करायला सांगे. कुणी-कुणी वाचक सिलेट, चट्टोग्राम, बगुडा अशा दूरदूरच्या शहरांमधून ढाक्याच्या पुस्तकजत्रेला फक्त एकच उद्देश ठेवून येत- जवळून शक्य झालं नाही, तर निदान लांबून तरी मला एकदा पाहून आपलं स्वप्न पूर्ण करावं.

माझ्याबद्दल लोकांना वाटणारी घृणा आणि प्रेम दोन्हीही मला रडवीत.

◆

आनंदधारा

शांतिनगरच्या घरात माझ्या हितचिंतकांचं येणं-जाणं वाढलं. इतर अनेकांप्रमाणे राका आणि अल्ताफ हे चाहते मला भेटायला आले आणि लवकरच मित्र बनले. दोघांनाही रवींद्रसंगीत गाण्याचा छंद होता. अल्ताफ स्वतः कवीसुद्धा होता. दोघांनीही उशिरा लग्न केलं होतं आणि मुलाबाळांशिवायचं जीवन जगत होते. दोघांचं आधी लग्न झालं होतं, वेगळी वेगळी मुलं-मुली होती, सटीसहामाशी आपल्या मुला-मुलींना भेटण्याशिवाय त्यांचं विशेष काही कर्तव्य नव्हतं. दहा ते पाच नोकरी करूनही त्यांच्या हाताशी बराच वेळ असे- विशेषतः संध्याकाळी. बहुतेक रोज ते संध्याकाळी माझ्या घरी येत. गायन-कवितावाचन यांनी शांतिबागेतलं घर प्रसन्न होत असे. एकदा मी म्हटलं "चला, शांतिनिकेतनचा वसंतोत्सव पाहून येऊ." रवींद्रनाथांचं साहित्य तर मला जीव की प्राण होतं. राका आणि अल्ताफ या प्रस्तावानं आनंदित झाले. शांतिबागेत आल्यापासूनच माझी शांतिनिकेतनबद्दलची ओढ वाढली होती. या वेळी काही पैसे उसने घ्यावे लागले नाहीत- प्रकाशकांच्या कृपेमुळे आता माझ्याकडे पुरेसे पैसे होते. दोन दिवसांच्या आतच राका आणि अल्ताफही पुरेसे पैसे जमवून आणि सुटकेसेस भरून तयार झाले. मी नेता असल्यानं जबाबदाऱ्या खूप होत्या. बिलाल चौधुरी यांच्याकडून आम्हा तिघांच्या पासपोर्टसवर भारताचे व्हिसा करून घेतले. बिलाल चौधुरी हे भारतीय वकिलातीमध्ये 'भारत विचित्रा' मासिकाच्या संपादनाचं काम करीत. 'भारत विचित्रा'मध्ये माझ्या बऱ्याच कविता त्यांनी छापल्या होत्या. भेट झाली की लेखन मागत. बऱ्याचदा भेटी होत. मी आरमानीटोला भागात राहत होते, तेव्हा मोकळा वेळ असला की, त्यांच्या ऑफिसमध्ये जाऊन त्यांच्या गप्पा ऐकत वेळ चांगला जाई. शांतिबागेतल्या अशांतीच्या काळातही बऱ्याचदा मी 'भारत विचित्रा'त जात असे. बिलाल चौधुरींना गप्पांचा अड्डा रंगवायला आवडे. त्यांच्याकडे सांगण्यासारख्या खूप खूप गोष्टी होत्या. चांगला श्रोता मिळाला की, या गोष्टींचं भांडार ते उघडं करीत. जुन्या काळच्या साहित्य जगतामधील गोष्टी, कोलकात्यातल्या साहित्यरथींच्या छोट्या-

छोट्या वैयक्तिक गोष्टी खूप मजेदार शैलीत सादर करीत. बराच काळ ते कोलकात्यात होते, म्हणून कोलकात्यातल्या लेखकांशी त्यांची चांगली मैत्री होती. कोलकात्यात कोण कसं आहे, कोण पागल, कोण उदार, कोण उदास हे ऐकता-ऐकता, कोलकात्याच्या या गल्लीच्या-त्या गल्लीच्या नाना प्रकारच्या गोष्टी ऐकता ऐकता मनातल्या मनात मी कितीतरी वेळा कोलकात्यात पोचले होते! बिलाल चौधुरी कविता लिहीत; पण त्यांच्या कवितांपेक्षा आवडत, त्या त्यांच्या गप्पा! खूप एकाकी गृहस्थ होते बिलाल चौधुरी. खूप मनमोकळे, खूप आंतरिक. खूप उदासीन. थोड्याच दिवसांत ते माझे जणू भाऊ बनून गेले- मी त्यांना 'दादा' म्हणून हाक मारी. त्यांनीच मला एके दिवशी गिरींद्रशेखर बसूंच्या 'लाल कालो' (लाल मुंग्या-काळ्या मुंग्या) पुस्तकाची गोष्ट सांगितली. लहान मुलांसाठी इतकं छान पुस्तक बंगालीत दुसरं नसेल. बिलालदादा म्हणाले, ''ते पुस्तक आता कुठंच मिळत नाही याचं फार वाईट वाटतं. कुणीही प्रकाशक त्याचं पुनर्मुद्रण करीत नाही.'' 'लाल कालो'ची गोष्ट ऐकल्यावर मला ते पुस्तक वाचावं, असं वाटू लागलं. बिलाल चौधुरींच्याजवळच एक जीर्ण, वाळवी लागलेली अशी 'लाल कालो'ची प्रत पानं उलटून उलटून पाहिली. एके दिवशी ते पुस्तक घरी घेऊन आले. ते पुस्तक वाचून मी अगदी मुग्ध झाले आणि त्याच्या पुनर्मुद्रणाचा संकल्प केला. त्यासाठी खोकाभाईंकडे गेले. खोकाभाईंनी माझी विनंती मान्य केली. त्यांनी 'लाल कालो' पुस्तक छापायला घेतलं. मी स्वतः प्रुफं दुरुस्त केली. बिलाल चौधुरींकडून त्या पुस्तकाला एक प्रस्तावना लिहून घेतली. पुस्तकात मुंग्यांची रंगीत चित्रं पाहून खोकाभाई म्हणाले होते, ''पुस्तकात मजकूर असला म्हणजे झालं, चित्रांची काय गरज आहे?'' मी म्हणाले, ''आहे. लहान मुलांसाठीच्या पुस्तकात चित्रं असणार नाहीत, हे कसं काय? मजकूर वाचण्यापेक्षा मुलं चित्रं अधिक 'वाचतात'!'' खोकाभाईंनी अगदी मुळाबरहुकूम आणि चित्रांसहित 'लाल कालो' हे पुस्तक छापून दिलं. खूप महत्त्वाचं काम केलं त्यांनी. मलासुद्धा अगदी स्वतःचं पुस्तक प्रकाशित झाल्यावर होतो, तसा आनंद 'लाल कालो'च्या प्रकाशनामुळे झाला. खरं तर त्याहीपेक्षा अधिक आनंद झाला. कारण स्वतःचं पुस्तक प्रकाशित झाल्यावर माझं संशयी मन तो आनंद नष्ट करून टाकी. माझं नवीन पुस्तक हाती आल्याबरोबर मी त्यात किती आणि कुठे-कुठे मुद्रणदोष झाले आहेत, ते पाहायला सुरुवात करी. वाक्यरचनेच्या आणि मुद्रणाच्या चुका मी मोजायला बसे- संख्या जसजशी वाढे, तसतसं मला अधिकाधिक वाईट वाटू लागे. अशा वेळी आता आपणाकडून इथून पुढे लेखन होणार नाही, याबद्दल माझ्या मनात शंका राहत नसे.

मी शांतिनिकेतनला वसंतोत्सव पाहण्यासाठी जाते आहे हे ऐकल्यावर बिलाल चौधुरींनी आपण पाहिलेल्या वसंतोत्सवाचं सुंदर वर्णन केलं. वर्णन संपल्यावर ते

म्हणाले, ''लाल कालो' पुस्तकाची एक प्रत श्रीपांथ यांना द्या. (श्रीपांथ हे बंगालीतील एक प्रख्यात लेखक आहेत.) श्रीपांथ कोलकात्याच्या 'आनंदबाजार पत्रिके'त या पुस्तकाच्या प्रकाशनाची बातमी देतील.'' त्यांनी मला श्रीपांथ यांचं संपूर्ण नाव आणि पत्ता दिला. 'श्रीपांथ' हे त्यांचं टोपणनाव. मूळ नाव निखिल सरकार. पत्ता आनंदबाजार पत्रिका, ६, प्रफुल्ल सरकार स्ट्रीट, कोलकाता. शांतिनिकेतनमध्ये 'सुवर्णरेखा' नावाचं पुस्तकाचं दुकान आहे, त्या दुकानाचे मालक इंद्रनाथ मजुमदार यांनाही भेटायला सांगितलं. ''इंद्रनाथ अगदी लाखात एक गृहस्थ आहेत!'' असंही बिलाल म्हणाले. या दोन्ही विनंत्या मी मान्य केल्या व त्या पाळण्याचं वचन दिलं.

आम्हा तिघांचं दल आनंदात कोलकात्याला पोचलं. आधी मी पश्चिम बंगाल माहिती केंद्रात सौमित्र मित्र यांचा शोध घेतला. शहरयार एकदा मला म्हणाला होता, सौमित्र मित्र हे कोलकात्याचे ईश्वर आहेत. कुठलंही अवघड काम ते मिनिटात सोपं करून देऊ शकतात. सौमित्र मित्र यांनीच आमच्या राहण्याचं ठिकाण ठरवून दिलं. किड्स स्ट्रीटवरचं सरकारी गेस्ट हाउस. तिथं केवळ राहण्याचीच व्यवस्था नव्हती, तर खाण्याचीसुद्धा व्यवस्था इतर ठिकाणांपेक्षा पावपट दरात होती. 'आम्ही शांतिनिकेतनमधला वसंतोत्सव अजून पाहिलेला नाही, तो पाहण्यासाठी आम्ही आलो आहोत,' हे आम्ही सौमित्र मित्र यांना सांगितलं. सौमित्र मित्रही आपल्या मित्रपरिवाराबरोबर शांतिनिकेतनला जाणार होते. ते म्हणाले, ''तुमचीही आमच्याबरोबरच शांतिनिकेतनला जाण्याची व्यवस्था करतो.'' आम्ही सारे शांतिनिकेतनमधला वसंतोत्सव पाहायला निघालो. शांतिनिकेतन एक्स्प्रेसचं एक कंपार्टमेंटच रिझर्व केलं होतं, खास पाहुण्यांसाठीचं कंपार्टमेंट. खिडक्यांना पडदे, खुर्च्यांवर कुशन्स, लाकडी सामानावर सुंदर नक्षीकाम. रेल्वेचं कंपार्टमेंट इतकं सुंदर असू शकतं हे मला ठाऊकच नव्हतं. सौमित्र मित्र म्हणाले की, खुद्द रवींद्रनाथ या कंपार्टमेंटमध्ये बसून कोलकाता-बोलपूर प्रवास करीत. माझा आनंद मनात मावेना- हृदयात रवींद्रनाथच होते. सौमित्र मित्र यांच्याबरोबर अशेष, गोना आणि नृत्यांगना रेखा मैत्र असे तिघं जण होते. अशेष आणि मोना जवळपास माझ्याच वयाचे होते. रेखा मैत्र वयानं थोड्या मोठ्या होत्या. माझ्याबरोबर होते राका आणि अल्ताफ. अल्ताफ थोडासा संकोची आणि भावुक असला, तरी राका चलाख, बुद्धिमान, धाडसी आणि हिशेबी होती. राका राजशाहीची तरुणी होती; शब्दाला पक्की. अल्ताफ हळू चाले, उभा राहताना त्रिभंग मुद्रेत उभा राही, कमी बोले; पण बोले तेव्हां चांगलं बोले. दोघंही माझ्यापेक्षा दहा-बारा वर्षांनी मोठे होते. खरंतर वय महत्त्वाचं नव्हतं. लहान आणि मोठ्या व्यक्तींमध्येही चांगली मैत्री होऊ शकते. मला वाटलं होतं, आम्ही सात जण मिळून छान गप्पा मारीत मारीत प्रवास पूर्ण करू. पण कसं कोण जाणे, आम्ही

वेगवेगळे झालो- आम्ही बांगलादेशचे एका बाजूला, तर पश्चिम बंगालचे एका बाजूला. आम्ही तिघं बांगलादेशी सौमित्र मित्र यांच्या दलाची धमाल पाहत बराच वेळ चुपचाप बसून राहिलो. आम्हा बांगलादेशींना पश्चिम बंगालचे रीतीरिवाज, त्यांच्यासारखं बोलणं चटकन आत्मसात करता येत नाही. आमचे बंगालीचे उच्चार पश्चिम बंगालमधील बंगालीच्या उच्चारांपेक्षा वेगळे असतात. ते थोडे ग्रामीण वाटतात पश्चिम बंगालमध्ये. आमचे उच्चार, ग्राम्यता, अज्ञता कोलकात्याच्या महानगरी संस्कृतीशी जुळत नाहीत. पश्चिम बंगालचे लोक आम्हाला यावरून हसतात. त्यामुळे मी माझं तोंड शक्यतो बंदच ठेवत होते. जर बोलायचंच असेल, तर मग फक्त माझ्या दोन सहकाऱ्यांशीच बोलत होते. मी पूर्वी एकदा शांतिनिकेतनमध्ये येऊन गेले होते, त्यामुळे शांतिनिकेतनमध्ये आल्यावर मी माझ्या बांगलादेशी मित्रांना एखाद्या विशेषज्ञाप्रमाणे रवींद्रनाथांचं शांतिनिकेतन दाखवू लागले. रवींद्रनाथांचं घर पाहिलं, आमराईतून फिरलो. सौमित्र मित्र यांनी आमच्या राहण्याची व्यवस्था केली. शेजारी शेजारी असलेल्या खोल्यांपैकी एका खोलीत अल्ताफ आणि राका, एका खोलीत मोना आणि अशेष, एका खोलीत रेखा मैत्र आणि मी, एका खोलीत एकटे सौमित्र मित्र. पहाटे गाण्याच्या आवाजानं झोप मोडली. 'ओरे गृहवासी खोल द्वार खोल/लागलो जे दोल/जले स्थले बोनोतले लागलो जे दोल' गाणं ऐकून माझ्या हृदयात वसंतोत्सव सुरू झाला. मी उठले, सगळं आवरून पिवळ्या रंगाची साडी नेसले. राका खूप आधीच तयार होऊन बसली होती. पश्चिम बंगालवाले अद्यापही झोपेतच होते. बऱ्याच रात्रीपर्यंत त्यांचा गेस्ट हाउसच्या गच्चीवर मद्यपानाचा कार्यक्रम चालला होता. पण आम्हा बांगलादेशींना मात्र वसंतोत्सव अगदी पहिल्यापासून अखेरच्या क्षणापर्यंत पाहायचा होता. मी बेचैन होऊन व्हरांड्यात येरझारा घालू लागले. हाका मारल्यानंतर सौमित्र मित्र उठले, अंघोळ आटोपून, नाश्ता करून ते आमच्याबरोबर बाहेर पडणार होते. मला हा उशीर सहन होत नव्हता. उत्सवाचा आनंद बघून मन प्रसन्न झालं होतं. बसंती रंगाच्या साड्या नेसलेल्या मुली उत्सवाच्या आनंदात रंगून गेल्या होत्या. मंचामंचावरून रवींद्रसंगीत गायलं जात होतं, कुठं रवींद्रनाथांचं नृत्यनाट्य चालू होतं, तर कुठं कवितांचं वाचन. मी सगळीकडे पळत होते. गायन चालू होतं. सगळे एकमेकांच्या अंगावर गुलाल उधळीत होते. यापूर्वी इतक्या मनापासून मी कधीच वसंत ऋतू उपभोगला नव्हता. यापूर्वी कधीच वसंतातला उन्मत्त वारा इतका छान वाटला नव्हता. पृथ्वीवरचा प्रकाश, वारा, माती आणि माणसं यांच्यावर यापूर्वी इतकं प्रेम मी केलं नव्हतं. मैदानात, आम्रकुंजात, कलाभवनात, संगीतभवनात सगळे जण एकमेकांच्या अंगावर गुलाल उधळत होते, गाणी म्हणत होते, नृत्य करीत होते. शांतिनिकेतनचा असा एक वेगळाच सुगंध आहे- तो मी प्राण भरून हुंगत होते. मी रवींद्रनाथांमध्ये, गुलालामध्ये बुडून

गेले होते. इतक्या जवळून रवींद्रनाथांना पाहून एक वेगळाच, नवलाईचा अनुभव येत होता. माझ्या अनुभवांच्या अबिरानं मला रंगवून टाकलं. मला रंग खेळण्याचा सराव नव्हता, मी कुणाच्याही अंगावर रंग टाकीत नव्हते, तरी माझ्या अंगावर अनोळखी माणसं रंग टाकत होती. एरवी मला याचा प्रचंड राग आला असता; त्या दिवशी मात्र राग आला नाही. आणखीही काही कवी रंगात भिजून गेलेले दिसले. सुनील गंगोपाध्यायसुद्धा. अल्ताफ आणि राका गर्दीत कुठं हरवले समजलंच नाही. तरीही मी काही एकाकी राहिले नाही. अनेक जण स्वतःहून माझ्याजवळ आले आणि माझी त्यांनी ओळख करून घेतली. रात्री गाण्याच्या उत्सवात शरीफ, गौतम घोष दस्तिदार आणि चैताली चट्टोपाध्याय या तीन तरुण कवींशी ओळख झाली. चैतालीच्या कविता मी अनेक वर्षांपूर्वी 'सेंजुती' या माझ्या नियतकालिकात छापत असे. खूप रात्रीपर्यंत आम्ही रिक्षा करून शांतिनिकेतनच्या आसपास भटकत होतो. कोपाई नदीच्या काठावर बसून आम्ही पौर्णिमेच्या या रात्रीचं मोहक सौंदर्य पाहिलं. ढाका शहरात पौर्णिमा कधी येते आणि कधी जाते, हे कधी कळतच नाही. ढाक्याच्या बाहेर, दूर बोलपूरला मला जणू माझं किशोरवय परत मिळालं. शरीफ, गौतम, गौतमची प्रेमिका ऊर्मिला आणि मी जेव्हा फिरत होतो, तेव्हा सौमित्र मित्र आपल्या दलाबरोबर तारापीठ मंदिराकडे फिरायला गेले होते. सौमित्र मित्र धर्मावर विश्वास ठेवतात या विचारानंच मला नवल वाटत होतं. माझ्या कोलकात्याच्या स्नेह्यांपैकी कुणीही आस्तिक नाही, हे तर मी गृहीतच धरलं होतं. अर्थात आस्तिक नसल्यानं मंदिर पाहण्यासाठी जाता येत नाही, असं काही नाही. मी स्वतःसुद्धा कितीतरी मंदिरं आणि मशिदी पाहायला गेले आहे- अर्थात त्यांच्या आत काय-काय चालतं, हे पाहणं माझा मुख्य उद्देश असे. कोण कुठल्या हेतूनं मंदिर किंवा मशीद पाहायला जाईल, हे सांगणं अवघड आहे. कुणाच्या मनात काय असेल हे कुणाला समजणार? ढाक्यातसुद्धा असंच अधूनमधून एखाद्या व्यक्तीचा धर्मावर विश्वास आहे असं ऐकून मला भीतीच वाटे. अल महमूद यांच्यासारखा सामर्थ्यशाली कवीसुद्धा खूप धार्मिक आहे, असं मी एके दिवशी ऐकलं. पन्ना कैसर मूलतत्त्ववादविरोधी आंदोलनाशी संबंधित असल्या, तरी भक्तिभावानं कुराण वाचतात. बुद्धिजीवी मुन्तसिर मामून दर शुक्रवारी जुम्म्याची नमाज पढायला मशिदीत जातात.

मध्यरात्रीनंतर शांतिनिकेतनच्या त्या गेस्ट हाउसमध्ये माझी झोप मोडली. कुणीतरी पुरुष दबल्या आवाजात रेखा मैत्रशी बोलत होता. बिछान्यात हालचालींचे आवाज येत होते. मी डोळे मिटून पडून राहिले- मी जागी आहे हे कुणालाही समजू नये, माझ्यामुळे कुणीही डिस्टर्ब होऊ नये, यासाठी. एका क्षणी ते दोघं जण बाहेर गेल्याचा आवाज आला. मी निःशब्दपणे उठून दरवाजा आतून बंद करून घेतला. उरलेली रात्र मी झोपू शकले नाही. किती अद्भुत, रहस्यमय आहे हे जग! दिवस

उजाडल्यावर सगळं पुन्हा स्वच्छ झालं. माणसं खूप ओळखीची वाटू लागली. नवीन झालेले स्नेहसंबंध आणखी प्राणवंत झाले. शांतिनिकेतनहून कोलकात्याला परत गेल्यावर शरीफशी बऱ्याचदा भेटी झाल्या. कोलकात्याचे लोक ओळख झाल्यानंतर इतक्या लवकर आपल्या जवळ येतात की त्यांच्याशी आपली खूप जुनी मैत्री आहे असं वाटू लागतं. कोलकात्याची माणसं नवीन ओळख झाल्यावर बोलताना खूप लवकर 'आपण'वरून 'तुम्ही'वर आणि 'तुम्ही'वरून 'तू'वर येतात, त्यामुळे असं वाटतं. 'तू' संबोधनाच्या खांद्यावर बसून एका उडीत दोनशे किलोमीटर्सचं अंतर पार करता येतं. शरीफ किड्स स्ट्रीटपासून फार दूर राहत नव्हता. एका अनेक मजली बाजाराच्या अगदी वरच्या मजल्यावर एका छोट्या खोलीत तो राही; मार्केटच्या सिक्युरिटी ऑफिसरची नोकरी करी. एके दिवशी तो मला मैदान भागात त्याच्या थोरल्या भावाच्या घरी घेऊन गेला. मी पार्क सर्कसच्या घिंजी भागात पूर्वी कधी गेले नव्हते. कोलकात्याचं एक नवीन रूप मला दिसलं. शरीफ मुस्लिम होता. मुस्लिम असल्यामुळे त्याला आणि त्याच्या नातेवाइकांना काय सहन करावं लागतं हे त्यानं मला सविस्तर सांगितलं. सैयद मुस्तफा सिराज हे बंगालीतले एक थोर लेखक. पण त्यांना ज्या प्रकारे वर चढवण्यात आलं होतं, त्याच प्रकारे खालीही आपटण्यात आलं होतं. आनंदबाजार प्रकाशनाला कुठलाही एक मुसलमान लेखक आपल्या पदरी असला की चालतं, म्हणूनच मुस्तफा सिराज यांना बाजूला करून अबुल बशार यांचा सध्या 'उदो उदो'चालू होता. त्यांनी 'फूलबऊ' नावाची एक कादंबरी लिहिली होती. त्या कादंबरीची प्रसिद्धीही खूप झाली. शरीफनं मला अंदर की बात सांगितली- मुस्तफा सिराज यांना बाजूला सारण्यासाठीच अबुल बशार यांना पुढे आणण्यात आलं होतं. काही दिवसांनी अबुल बशार आवडले नाहीत, तर त्यांनाही बाजूला सारण्यात येईल. बांगला साहित्याच्या आकाशात कोणती नक्षत्रं चमकावीत, कोणत्या नक्षत्रांना विझवून दूर फेकण्यात यावं, हे 'देश' साप्ताहिक आणि 'आनंदबाजार' प्रकाशनाचे मालक ठरवतात. ही एक प्रकारची गटबाजीच. शरीफच्या निराशेच्या गुहेतून क्षोभ बाहेर पडत होता. मी शमसुर रहमान यांच्या घरी एकदा गेले होते. शमसुर रहमान हे प्रसिद्ध कवी आहेत. त्यांचाही हिंदू बुद्धिजीवी लोकांवर राग आहे असं दिसलं. मी कोलकात्यात जितक्या हिंदू आणि मुस्लिम साहित्यिकांना भेटले, त्यांच्यापैकी कुणीही धर्म मानत नव्हते. पण तरीही हिंदू साहित्यिकांच्या दादागिरीमुळे आपण डावलले जात आहोत, असं मुस्लिम साहित्यिकांना वाटे- आणि हे केवळ साहित्याच्या विश्वातच नव्हे, तर समाजातील साधारण लोकांमध्येही मला हेच चित्र दिसलं. बहुसंख्याक हिंदू हे अल्पसंख्याक असलेल्यांना मुळीच सभ्य माणसं मानीत नाहीत. शरीफनं केलेलं परिस्थितीचं वर्णन ऐकल्यावर मला बांगलादेशमधल्या हिंदूंची आठवण येत राहिली. भारतात मुसलमान आणि

बांगलादेशमध्ये हिंदू एकाच प्रकारच्या वेदना भोगत आहेत. माझ्या दृष्टीने कोण हिंदू, कोण मुसलमान हा कधीच महत्त्वाचा विषय नसतो. कुठलंही मूल जेव्हा जन्म घेतं, तेव्हा ते कुठलातरी विशिष्ट धर्म घेऊन जन्म घेत नाही. कुठल्याही माणसाला आई-वडिलांचा धर्म हाच आपला धर्म मानावा लागतो. कोणे एके काळी मृत्यूच्या भयामुळे, अनिश्चिततेच्या शंकेमुळे, सत्तेच्या लोभामुळे काही बुद्धिहीन आणि काही कुबुद्धीच्या लोकांनी धर्म नामक एक गोष्ट तयार केली. धर्म एका गोत्रातून दुसऱ्या गोत्रात, एका समाजातून दुसऱ्या समाजात, एका देशातून दुसऱ्या देशात पसरला. माणसांनी नेहमी स्वेच्छेनेच एखादा धर्म स्वीकारला असं नाही, जोरजबरदस्ती करून काही माणसांवर धर्म लादण्यात आला. धर्मामुळे युद्धं झाली, लाखो माणसं त्या युद्धांत मरण पावली. भारतवर्षात हिंदू, इस्लाम, ख्रिश्चन हे धर्म भारताच्या बाहेरून आले. खूप प्राचीन काळी काही लोक भारतवर्षात शिरले, त्यांनी वेदांची रचना केली. बसल्या बसल्या त्यांनी काही असभ्य (असांस्कृतिक) नियम तयार केले, श्रेणी-भेद तयार केले, समाजाला जाती आणि वर्ण यांच्यामध्ये विभागलं, माणसांच्या मनात घृणा निर्माण केली, महिलांना हीन लेखायला सुरुवात केली, तशा आशयाचे नियम तयार केले. कितीतरी सहस्रकं उलटली आहेत; पण अद्यापही भारतातील लोक त्या नियमांचं श्रद्धापूर्वक पालन करताहेत. कितीतरी अजाण लोक अद्यापही ‘वरच्या जातीचे’ आणि ‘खालच्या जातीचे’ म्हणून लोकांमध्ये भेद करतात. या जातिभेदांच्या घाणीमुळे धर्माचा रोग आणखी पक्का होऊन गेलाय. अखेर एके काळी खालच्या जातीच्या हिंदूंनी वरच्या जातीच्या हिंदूंच्या अत्याचारांना कंटाळून इस्लाम किंवा ख्रिश्चन धर्म स्वीकारला. मुसलमान बंगाल्यांपैकी (विशेषतः पश्चिम बंगालमधले) काही काही जण म्हणतात की, आम्ही अशरफ (म्हणजे वरच्या जातीचे) आहोत, अतरफ (हलक्या जातीचे) नाही. अशरफ हे उच्च जातीचे, मध्य आशियातून आलेल्या मुसलमानांचे वंशज. त्यामुळे अशरफ लोकांपैकी अनेक जण फारसी किंवा उर्दू भाषेत बोलण्याचा प्रयत्न करतात. जे मुसलमान बंगाली बोलतात, ते इस्लाम धर्म स्वीकारलेले मूळचे हलक्या जातीचे हिंदू असतात. त्यामुळे मुसलमानांमधील उच्च जातीच्या लोकांची बंगालीत बोलायला खूप हरकत असते. मला मात्र, मी अतरफ म्हणजे निम्नवर्ण हिंदू आहे, हिंदू जमीनदार किंवा राजाच्या अत्याचाराला कंटाळून माझ्या पूर्वजांनी कधी काळी हिंदू धर्म सोडून इस्लाम धर्म स्वीकारला, असं सांगण्यात कुठलाही संकोच वाटत नाही. बंगाली ही माझी भाषा आहे, माझी संस्कृती आहे. माझ्या बंगालीपणाचा मला अभिमान आहे. भारतातली बरीचशी माणसं इतिहास चाळून पाहत नाहीत. त्यांनी इतिहासाचा अभ्यास केला असता, तर माणसामाणसांमध्ये धर्मावरून आणि जातीवरून भेदभाव करण्यासारखे जंगली प्रकार खूप पूर्वीच नष्ट झाले असते. या भारतातीलच

एक संत रामकृष्ण परमहंस म्हणून गेले- 'सबार उपर मानुष सत्य ताहार उपरे नाही.' माणूस हाच सर्वश्रेष्ठ आहे, त्यापेक्षा थोर कुणीही नाही. दोनशे वर्षांपूर्वी निरक्षर असलेला लालन फकीर जातिभेदांना तुच्छ मानून मानवतेची गीतं गाऊन गेला आणि आज कॉलेज, विद्यापीठातून शिकून बाहेर पडलेले लोक एकमेकांच्या जातीच्या चौकश्या करतात, जातींना महत्त्व देतात! मला तर हे पाहून आश्चर्यच वाटतं! पुराणं अज्ञान, अशिक्षितपणा आणि अंधकार यांना कवटाळून त्यांना काय सुख मिळतं कुणास ठाऊक!

शरीफच्या संतापाशी कुठल्याही अत्याचारिताच्या संतापाचं साम्य होतं. किड्स स्ट्रीटवरच्या घरात व्हरांड्यात बसून अंधारातल्या कोलकात्याकडे मी पाहत राहिले. पहाट झाल्याबरोबर कोलकाता आळोखेपिळोखे देऊन जागं होईल. कोलकता इतकं सुंदर शहर आहे, माणसं इतकी प्रेमळ आहेत इथली, कोलकात्यावर माझं इतकं प्रेम आहे; पण एक गोष्ट ऐकून मला खूप वाईट वाटलं, ती म्हणजे हिंदू आणि मुसलमान शेजारशेजारच्या घरांमध्ये राहत नाहीत. बरेचसे मुसलमान एका विशिष्ट भागात राहतात. हिंदू जर घरमालक असेल, तर तो कधीही मुसलमानाला भाडेकरी म्हणून ठेवीत नाही. बांगलादेशमध्ये मात्र असं नाही. हिंदू-मुसलमानांसाठी शहरात वेगवेगळे भाग नसतात. कुठल्याही धर्माच्या व्यक्तीला शहराच्या कुठल्याही भागात राहण्याचा अधिकार आहे. ढाका शहरात मोठमोठ्या अनेक मजली इमारती उभ्या राहिल्या आहेत. एकाच इमारतीत दुसऱ्या मजल्यावर हिंदू, तिसऱ्या मजल्यावर मुसलमान, चौथ्या मजल्यावर बौद्ध, पाचव्या मजल्यावर ख्रिश्चन राहतात. यात कुणालाही काहीही वावगं वाटत नाही किंवा कुणीही कुणाबद्दल धर्मावरून हरकत घेत नाही. बांगलादेशच्या कुठल्याही हिंदू व्यक्तीला मुस्लिमांचे सगळे रीतीरिवाज, धार्मिक कार्यक्रम, सणवार ठाऊक असतात. मुसलमानांनाही हिंदूंचे सगळे सण आणि रीतीरिवाज ठाऊक असतात. कारण हिंदू-मुसलमान हे एकमेकांचे शेजारी असतात. कोलकात्यातल्या मुसलमांनाना हिंदूंच्या सणवारांची आणि रीतीरिवाजांची माहिती असली, तरी हिंदूंना मात्र मुसलमानांच्या सणांची आणि रीतीरिवाजांची माहिती नसते. कोलकात्यात अनेक जण एक प्रश्न विचारतात, 'तुम्ही मुसलमान की बंगाली?' जणू मुसलमान हा बंगाली नसतोच आणि बंगाली म्हणजे तो हिंदूच असणार! कोलकात्यात अनेक अबंगाली मुसलमान राहतात, हे बरोबर आहे; पण बंगाली मुसलमानांची संख्याही काही कमी नाही. मुसलमान नाव बघूनच एखाद्याला बंगाली समजण्याची वृत्ती अशिक्षित हिंदूंमध्ये मोठ्या प्रमाणात दिसते. मिळूनमिसळून न राहिल्यामुळे असंच होतं. बांगलादेशमध्ये ज्यांचं एकमेकांकडे जाणं-येणं असतं, जे बंगाली हिंदू मुसलमानांच्या संपर्कात असतात, ते ही चूक बहुधा करीत नाहीत. तरीही मला असं दिसलं की, कोलकात्यातल्या मुसलमानांच्या मनात प्रचंड क्षोभ

आहे. क्षोभाचं कारण मी समजले. अल्पसंख्याक म्हणून जगताना हजारो समस्या येतात. बांगलादेशमधल्या अल्पसंख्याक हिंदूंना काय कमी यातना भोगाव्या लागतात! तुलना केली, तर मी म्हणेन की, बांगलादेशमधल्या बंगाली हिंदूंपेक्षा पश्चिम बंगालमधले बंगाली मुसलमान खूप आरामात राहताहेत! अनेक वर्षांपासून डाव्या पक्षांचं शासन पश्चिम बंगालमध्ये आहे. त्या सरकारनं अल्पसंख्याक मुसलमानांच्या सुरक्षिततेची सगळ्या प्रकारची व्यवस्था केलेली आहे.

परंतु बांगलादेशात सरकार अल्पसंख्याकांना दुसऱ्या दर्जाचे नागरिक समजतं. बांगलादेश सरकारनं अल्पसंख्याकांच्या सुरक्षिततेसाठी कुठलीही व्यवस्था केलेली नाही. बांगलादेश धार्मिक, सांप्रदायिक कलहापासून मुक्त असा देश होऊ शकला असता, कारण देशात हिंदू-मुसलमान शेजारी-शेजारी राहतात, कारण मुसलमानांच्या 'कुराण' या धर्मग्रंथात काय लिहिलं आहे हे बांगलादेशातल्या नव्व्याण्णव टक्के मुसलमानांना ठाऊक नाही, कारण त्यांची भाषा बंगाली आहे; अरबी नाही आणि ठाऊक नाही म्हणूनच परधर्मीयांची अवहेलना करा, त्यांची कत्तल करा असं जे कुराणात सांगितलं आहे हे त्यांना ठाऊक नाही; कारण शेजारी-शेजारी राहिल्यानं परस्परांबद्दल आपुलकी तयार होते, कारण इथं हिंदू-मुसलमानांसाठी वेगवेगळी अशी शाळा-कालेजं नाहीत, कारण हिंदू-मुसलमानांत रोटी-बेटी व्यवहार होतात, कारण हिंदू-मुसलमानांत बांगलादेशात मैत्री होते, कारण ते बंगाली आहेत, कारण त्यांची भाषा एक आहे, कारण त्यांची संस्कृती एक आहे, कारण कुठल्या अबंगाली मुसलमानाची संस्कृती बंगाली मुसलमानांवर लादली गेलेली नाही, कारण बंगाली मुसलमानांचे पूर्वज हे निम्नवर्णी हिंदू होते, कारण फाळणीनंतर पूर्व बंगालमध्ये राहिलेले हिंदू हे जमीनदार नव्हते, तर जमीनदारांची कुळं होती. राजा आणि प्रजा, किंवा जमीनदार आणि कुळं यांच्यापेक्षा कुळाकुळांमध्ये त्यांच्या परिस्थितीमुळे अधिक साम्य असतं, कारण बांगलादेशमधले बरेचसे हिंदू हे गरीब आहेत किंवा हिंदू-मुसलमान असा धर्मभेद न मानणारे आदर्शवादी लोक आहेत. इतकी सगळी कारणं असतानाही वारंवार मुसलमान हिंदूंच्याविरुद्ध उठतात, लुटालूट, बलात्कार सतत चालू असतात. याचं कारण काय? कारण नक्कीच आहे. कारण सर्प बिळामधून बाहेर आला आहे. धर्मांधतेचा सर्प. १९७१ च्या युद्धात ज्या सर्पांना बांगलादेशात पाकिस्तानची सत्ता कायम व्हावी असं वाटत होतं, ज्या सर्पांच्या पूर्वजांनी धर्माच्या नावावर भारताची फाळणी व्हावी, अशी मागणी केली होती, तेच सारे विषारी सर्प. एक सर्पच शंभर माणसांना मागे हटवू शकतो. संख्येनं किती असतील ते? फार नसतील पण त्यांची संख्या वाढतेय. त्यांची संख्या वाढत असल्याचा आवाज मला येतो आहे. वातावरणात त्यांच्या फूत्कारांचे आवाज मला

ऐकू येत आहेत.

मी भारताची फाळणी पाहिली नाही. फाळणीच्या वेदनांनी माझ्या मनात घर करण्याचा प्रश्न येत नाही; पण त्यांनी माझ्या मनात घर केलं. धर्म नावाच्या एका असत्यासाठी एका विशाल देशाचे तुकडे होण्याच्या वेदना मी मनात जपते आहे. जेव्हा मी पूर्व बंगालमध्ये आपली संपत्ती आणि घरं सोडून आलेल्या, निर्वासित बंगाल्यांना पश्चिम बंगालमध्ये पाहिलं, तेव्हा त्या वेदना अधिकच गहिऱ्या झाल्या. अनेक जण १९४७ मध्ये फाळणीच्या वेळी पश्चिम बंगालमध्ये आले होते आणि नंतर पुन्हा पूर्व बंगालमध्ये परत गेले नव्हते. मासे असलेली पुकुरं, धान्यानं भरलेल्या कणग्या, क्षितिजापर्यंत पसरलेल्या आमराया या सर्वांच्या फक्त आठवणीच त्यांच्या मनात राहिल्या होत्या. कोलकात्याच्या गर्दीच्या शहरी वस्तीत पूर्व बंगालच्या स्मृती त्यांना नक्कीच मधुर वाटत असणार. पण जे तिकडेच राहिले, दारिद्र्य किंवा आदर्शामुळे जे तिकडून इकडे आले नाहीत, ते कसे आहेत याचा किती जण विचार करतात? हा विचार करण्याची जबाबदारी आता बांगलादेश नावाच्या नवीन देशाच्या नव्या माणसांवर आहे. केवळ विचार करायची जबाबदारी नाही, तर करण्यासारखं बरंच कामही आहे त्यांच्यासाठी. माझ्या पहिल्या भारत प्रवासानंतरच भावनावेगानं मी दोन्ही बंगालमधल्या साम्यावरती, काटेरी कुंपणाच्या निर्ममतेवरती, भारताच्या फाळणीवरती काही कविता लिहिल्या होत्या. 'धर्म! धर्म!' करीत भारताची फाळणी झाली, मुसलमानांसाठी पाकिस्तान नावाच्या दोन तुकड्यांच्या देशाची निर्मिती झाली; पण मुसलमान तर काही एका अखंड देशात राहू शकले नाहीत! १९७१ च्या युद्धात पाकिस्तान तोडून बांगलादेशची निर्मिती झाली, ही गोष्टच भारताची फाळणी करण्याचा निर्णय चुकीचा होता, हे सिद्ध करते! माझ्या त्या कविता छापल्या गेल्याबरोबर त्या विषारी सर्पांच्या गटाने मला 'देशद्रोही' म्हणायला सुरुवात केली. मूलतत्त्ववाद्यांच्या नियतकालिकांतून नेहमीच मला शिवीगाळ केली जाई. माझ्या विरोधात लेख छापून येत. कधी मी ते वाची, कधी नाही. ज्याला जे वाटेल ते त्यानं लिहावं, त्यात माझं काहीच जात नव्हतं. मी माझ्या अनुभवांच्या गोष्टी लिहीत राहीन. मी माझ्या मनातल्या विषादाबद्दल, वेदनांबद्दल लिहीत राहीन. मी माझ्या स्वप्नांबद्दल निःसंकोचपणे लिहीत राहीन. मी माझ्या मनातल्या मनात अखंड भारतवर्षाचं स्वप्न पाहत असते; ते शक्य झालं नाही, तर किमान अखंड अशा बंगालचं स्वप्न माझ्या मनात तरळत असतं.

कोलकात्यात आल्या आल्या मी ओळखीपाळखीच्या मित्रांसाठी आणलेल्या भेटवस्तू त्यांच्या घरोघरी जाऊन देऊन आले. मित्रांच्या भेटवस्तू द्यायला मला खूप छान वाटतं. सुभाष मुखोपाध्याय यांना मी फतुवा (अर्ध्या बाह्यांचा, खिसे असलेला, बंडीसारखा अंगरखा) भेट दिला, तेव्हा त्यांना अगदी छोट्या मुलासारखा आनंद

झालेला पाहून मला खूप आनंद झाला. हा भेटवस्तू देण्याचा गुण माझ्यामध्ये आईकडून आला आहे, असं मला वाटतं. आई मला आवडत नसली, तरी रक्त म्हणून काही असतंच ना! माझ्या रक्तात तिचे गुण थोडे का होईना, आहेत. आईलाही स्वतःकडे जे काही आहे, ते दुसऱ्यांना वाटून आनंद होतो. तिचं स्वतःचं असं काही फारसं नाही तिच्याकडे. ना पैकाअडका, ना दागदागिने, ना सुंदर साड्या; पण तरीही स्वतःकडे जे असेल, ते ती वाटून टाकी. आईची ही देण्याची सवय पाहून मी वारंवार तिच्यावर रागावे. समजा आईला मी एखादी साडी घेऊन दिली की, आई दोन दिवस खूप आनंदाने ती साडी घाली आणि काही दिवसांनी ती साडी जरीच्या आईच्या अंगावर दिसे. 'तिला धड अशी साडी नव्हती, म्हणून माझी साडी तिला देऊन टाकली,' असं आई म्हणे. यास्मिनच्या अंगी हा देण्याचा गुण होता. पण आईइतकं निःस्वार्थी मला किंवा यास्मिनला होता येत नव्हतं. दादा आणि छोटोदांना बाबांचा स्वभाव मिळाला होता- ते अगदी एकेक पैशाचा हिशेब ठेवीत. त्या बाबतीत तर ते बाबांच्यापेक्षाही वरचढ होते. बाबा किमान गरीब रुग्णांची मोफत चिकित्सा करीत. खरं तर चिकित्सा करणं, उपचार करणं ही बाबांची एक नशाच होती. फी मिळणार नाही किंवा कमी मिळेल म्हणून प्रिस्क्रिप्शन लिहिण्यापासून ते अंग चोरीत नसत. शहरातल्या श्रीमंत-गरीब सगळ्याच रुग्णांना बाबांच्या चिकित्सेचा, उपचारांचा चांगला गुण येत असे, अद्यापही येत होता; पण बाबांच्या चेंबरमध्ये रुग्णांची गर्दी आता पूर्वीपेक्षा खूप कमी असे. बरेचसे रुग्ण हे दूरवरून आलेले, गरीब, अनवाणी असे असत. मयमनसिंह शहरात नवीन नवीन विशेषज्ञ डॉक्टर आल्यानंतर श्रीमंत रोगी त्यांच्याकडेच जात. जुने रुग्ण बाबांच्याकडे येत; पण विशेषज्ञांच्या उपचारांचा गुण आला नाही, तरच. दीर्घ काळच्या अनुभवाचं मोल मोठं असतं. बाबा रुग्णाचा चेहरा पाहूनच सांगू शकत क्षय झालाय; एक्सरे करायची गरज पडत नसे. बाबा मेडिकल कॉलेजमध्ये प्राध्यापक म्हणून नोकरी करीत, चेंबरमध्ये रात्री रोगी पाहण्याचं काम, त्यानंतरही वेळ मिळाला की, ते आपली जुनी मेडिसीनची पाठ्यपुस्तकं वाचीत. ज्या दिवशी कॉलेजमध्ये त्यांचे तास असत, त्याच्या आधीच्या रात्री दोन-तीन वाजेपर्यंत ते जे शिकवायचं आहे, त्याचा अभ्यास करीत. बाबांचं हे व्यस्त जीवन, त्यांचा कामसूपणा मला नेहमीच मुग्ध करी. मीसुद्धा माझं जीवन आळसात न घालवता कामात घालवायला सुरुवात केली होती, कामात मला आनंद मिळत होता- हे गुणही बाबांच्याकडूनच मिळालेले होते. आई आणि बाबांच्या स्वभावातले हे गुण अजाणताच आमच्या चारित्र्यात, स्वभावात मिसळून गेले आहेत. माझ्या स्वतःच्या स्वभावाचाच मला अनेकदा अन्वय लावता येत नाही. एके काळची लाजरी मुलगी, जी मुलगी अनोळखी व्यक्ती पाहिल्याबरोबर लपत असे, ती आज नवीन नवीन माणसांशी परिचित होते आहे; आधी अगदी

अबोल असलेली मुलगी आता चांगली बोलघेवडी झाली आहे. आधीची ती आणि आताची मी मला अगदी वेगवेगळ्या वाटतात. त्यांच्यामध्ये मला काहीच साम्य दिसत नाही. कोलकात्यात माझ्या ओळखीच्या व्यक्तींची संख्या वाढत होती. कोलकता शहरही मला ढाक्याप्रमाणे आपलं वाटू लागलं. मोठमोठ्या लेखक-कलाकारांशी माझ्या ओळखी झाल्या होत्या; पण सामान्य माणसांशी बोलताना मला अधिक मोकळेपणा वाटे, विशेषतः संवेदनशील व्यक्तींशी बोलताना. इंद्रनाथ मजुमदारांच्या चेहऱ्यावरचं साधंभोळं हास्य पाहून ते मला खूप जवळचे वाटू लागले. माणूस म्हणून इंद्रनाथबाबू खूप चांगले आहेत. कोलकात्यात कॉलेज स्ट्रीटवर 'सुवर्णरेखा' नावाचं त्यांचं एक पुस्तकांचं दुकान आहे. ते दुकान शोधून काढायलाच मला खूप वेळ लागला. दुकान सापडलं पण ते इतकं छोटं होतं की, उभं राहायलासुद्धा त्यात जागा नव्हती. जुन्या पुस्तकांनी ठासून भरलेलं होतं ते दुकान. इंद्रनाथबाबू जुनी पुस्तकं विकत. नवीन पुस्तकंही छापीत पण आलतू-फालतू पुस्तकं नव्हेत, तर अगदी दर्जेदार अशीच पुस्तकं प्रकाशित करीत. व्यवसायापेक्षा आदर्शाचं पारडं जड ठरे. एखादं चांगलं पुस्तक मिळालं, तर मग ते अधिक खपणार नसेल, तरी ते पुस्तक इंद्रनाथबाबू छापत. ज्या दिवशी दुपारी मी त्यांना भेटायला गेले, तेव्हा ते मला घेऊन दुपारच्या भयानक उन्हात बाहेर पडले. म्हणाले, "तुम्ही मोठमोठ्या हॉटेलांमध्ये जेवला असाल पण चला, आज एका खूप चांगल्या ठिकाणी तुम्हाला घेऊन जातो." खूप छान ठिकाण म्हणजे एक टपरीवजा हॉटेल होतं. तिथं बसून आम्ही केळीच्या पानावर मासळीभात खाल्ला. खूप कमी पैशांत खूप चांगलं जेवण झालं. त्या जेवणानं मला जो आनंद, जे समाधान वाटलं, ते मोठमोठ्या रेस्टॉरंटमधील खाण्यानंही कधी वाटलं नव्हतं.

कोलकात्यात सांस्कृतिक कार्यक्रम सतत होतच असत. रवींद्रसदनात, शिशिरमंचात, कलामंदिरात, अॅकॅडमीत काही ना काही चालूच असे. रवींद्रसदनात एके दिवशी कविसंमेलन झालं. सौमित्र मित्र यांनी अल्ताफ हुसेन यांना आणि मला कोलकात्याच्या कवींबरोबर मंचावर कवितावाचनासाठी बसवलं. कोलकात्याच्या मंचावर यापूर्वी मी कवितावाचन केलं होतं, त्यामुळे अवघडलेपणा तितकासा नव्हता. अल्ताफ हुसेन यांची मात्र कोलकात्यात कविता वाचण्याची ती पहिलीच वेळ होती. ते नीट आवाजही लावू शकले नाहीत. बांगलादेशच्या कवींचं कोलकात्यात खूप चांगलं स्वागत होतं. मुस्लिम माणसं दुसऱ्या देशातून येऊन बंगाली भाषेत बोलताहेत, बंगालीत कविता वाचताहेत याचंच बऱ्याच जणांना अप्रूप वाटे. काही जण करुणेनं अशा कवींकडे पाहत. बिचाऱ्या बांगलादेशींना 'चालू द्या, काही वाईट नाही' अशा आशयाची स्नेहाची दाद मिळे. काही जणांना मात्र बांगलादेशाबद्दल फारच प्रेम असतं. बांगलादेशहून धूळ, माती, पाणी, चिखल आणून त्यांना दिला,

तरी ते प्रेमानं स्वतःच्या अंगाला माखून घेतील! 'पश्चिम बंगालमधली कुठलीच गोष्ट चांगली नाही, जे जे चांगलं आहे ते सारं बांगलादेश नावाच्या देशातच आहे' असंही हे लोक प्रेमाच्या उमाळ्यानं म्हणतात. एरवी पश्चिम बंगालमधील माणसं ही आम्ही बांगलादेशी माणसं म्हणजे थोडी जनावरं, थोडी माणसं, साधी भोळी, आतिथ्य करणारी, सढळ हातानं खर्च करणारी, बेहिशेबी, आळशी, आरामप्रिय, पैसेवाली, अक्कल थोडी कमीच असलेली अशी माणसं आहेत, असं समजतात. त्या कार्यक्रमात सौमित्र मित्र यांनी अनेक नवीन कवींशी आणि आवृत्तिकारांशी ('आवृत्तिकार' म्हणजे इतर कवींच्या कवितांचं प्रभावी वाचन करणारे कलाकार) माझा परिचय करून दिला. जय गोस्वामींसारख्या प्रतिभाशाली कवींशी थोड्या का होईना, गप्पा करता आल्या. अगदी सडपातळ शरीरयष्टीचे, एखाद्या संन्याशासारखे दिसणारे जय गोस्वामी आजकाल किती सुंदर कविता लिहीत आहेत! पण प्रतिभा शरीरात नसते, ती असते मेंदूत आणि ती जन्मजातच असते. माझ्या नापीक मेंदूला मी कितीही खतपाणी घातलं, तरी जय गोस्वामींच्या प्रतिभेच्या एक शतांश प्रतिभासुद्धा त्याच्यात उगवणार नाही. प्रतिभा ज्याला मिळते, त्याला मिळते; सगळ्यांनाच मिळत नाही. सगळ्यांनाच मिळत असती, तर सगळेच कवी झाले असते. त्यासाठी शरीर कमावण्याची किंवा वजन कमी करण्याची गरज पडत नाही. सुनील गंगोपाध्याय यांच्यासारखे स्थूल गृहस्थही प्रतिभेमुळे देखणे वाटतात. हडकुळे जय गोस्वामीसुद्धा हडकुळे वाटत नाहीत. स्वतःच्या आजारपणाची त्यांना कितीही खंत वाटत असली, तरी तेच सगळ्यांपेक्षा निरोगी वाटतात, ते त्यांच्या प्रतिभेमुळेच.

सौमित्र मित्र आपादमस्तक पश्चिम बंगालचे असूनही वेळ नसला, तरी बांगलादेशी स्नेह्यांसाठी ते आवर्जून वेळ काढतात. त्यांच्याशी मैत्री नसती, तर कोलकात्यात सहजपणे फिरता आलं नसतं. पूर्ण वेळ आमच्याबरोबर राहता आलं नाही, तरी ते कुठल्या कामासाठी कुठं जायलं हवं, हे सांगतात. एकट्यानं पायी फिरत फिरत रस्ते चुकत आणि परत योग्य रस्ता धरीतच शहर ओळखता येतं; गाडीच्या खिडकीतून पाहून शहराची खरी ओळख पटत नाही. गर्दीतून फिरायला, अरुंद गल्लीबोळांतून फिरत लोकांचं जीवन पाहायला, रस्त्यावरच्या नळाखाली अंघोळ करणारी माणसं पाहायला मला आवडतं. फुटपाथवर उभं राहून मातीच्या भांड्यातून चहा प्यायला (कोलकात्यातल्या चहाच्या टपऱ्यांवर चहा कपातून देत नाहीत, कपाएवढ्याच आकाराच्या मातीच्या भांड्यातून देतात. त्याला 'भांड' असं म्हणतात. चहा पिऊन झाल्यावर ते फेकून द्यायचं असतं. आपण प्लॅस्टिकचे कप उपयोगानंतर फेकतो, त्याप्रमाणे) आवडतं, कॉलेज स्ट्रीटवर फिरत फिरत तिथल्या पुस्तकांच्या दुकानांतून पुस्तकं विकत घ्यायला, गाडियाहाटच्या फुटपाथवर साड्या विकत घ्यायला आवडतं. कोलकात्यात किती किती आणि काय काय करण्यासारखं

असतं! आपल्या इच्छा पूर्ण होण्याआधीच तिथला वेळ संपून जातो. मी काही फक्त शांतिनिकेतन पाहायला आणि रवींद्रसदनातलं कविसंमेलन ऐकण्यासाठी आले नव्हते पश्चिम बंगालमध्ये; काही जबाबदाऱ्याही पार पाडायच्या होत्या. बिलाल चौधुरींनी मला 'लाल कालो' हे पुस्तक श्रीपांथ यांच्याकडे द्यायला सांगितलं होतं, तर 'निर्वाचित कॉलम'ची प्रत शंकरलाल भट्टाचार्य यांच्याकडे द्यायला सांगितलं होतं. शंकरलाल भट्टाचार्य 'सानन्दा' पाक्षिकात नोकरी करीत होते. एकदा ढाक्याला आले होते. माझ्या आधीच्या कोलकाता भेटीत त्यांच्याशी एकदा भेट झाली होती. तर, मी ती दोन पुस्तकं घेऊन प्रफुल्ल सरकार स्ट्रीटवरच्या 'आनंदबाजार'च्या कार्यालयात राका आणि अल्ताफ यांना घेऊन गेले. तिथंच श्रीपांथ आणि शंकरलाल भेटणार होते. शंकरलाल भट्टाचार्य यांनी आधीच्या भेटीत माझ्याशी साहित्यिक विषयावर खूप गप्पा केल्या होत्या, त्यातला बराचसा भाग माझ्या डोक्यावरून गेला होता. फक्त एकच समजलं होतं की, त्यांनी विदेशी साहित्य खूप वाचलेलं आहे आणि ते खूप विद्वान आहेत. प्रचंड वाचन असलेले लोक कोलकात्यात जितके पाहिले, तितके ढाक्यात मात्र मी पाहिले नाहीत. बंगाली हिंदूंना वाचनाचं वेड खूप पूर्वीपासूनच होतं. विद्याभ्यासाच्या बाबतीत, ज्ञानाच्या बाबतीत बंगाली हिंदू हे बंगाली मुसलमानांपेक्षा शंभर वर्षं पुढे आहेत. काफिरांची भाषा शिकणार नाही आणि वाचणारही नाही, असा बंगाली मुसलमानांनी अहंकारापोटी पण केला होता. हिंदूंनी तो केला नव्हता. याचा थोडासा प्रभाव तर असणारच. व्हरांड्यात फिरणाऱ्या एका माणसाला 'श्रीपांथ कोणत्या केबिनमध्ये बसतात?' हे विचारून त्यांची केबिन शोधली. घाबरत घाबरत मी त्यांच्या केबिनचा दरवाजा ढकलून प्रवेश केला- घाबरत यासाठी की, गंभीर चिंतनात मग्न असणाऱ्या ज्ञानी लोकांची समाधी तर आपल्याकडून भंग होणार नाही ना, असं वाटत होतं. केबिनमध्ये प्रवेश केल्यावर गोल चेहऱ्याचे एक गृहस्थ आम्हाला म्हणाले, ''बसा.'' खोलीत तीन व्यक्ती होत्या. म्हणून मी विचारलं, ''इथं श्रीपांथ नावाचे कुणी आहेत का?'' विचारल्याबरोबर त्या तिघांपैकी एकानं लिहिणं थांबवून, माझ्याकडे पाहत म्हटलं, ''मी श्रीपांथ.''

''मी ढाक्याहून आले आहे. बिलाल चौधुरींनी आपणासाठी एक पुस्तक पाठवलंय.''

''कुठलं पुस्तक?''

''लाल कालो.''

''लाल कालो?''

मी पुस्तक त्यांच्या हातात दिलं. मला वाटलं होतं, पुस्तक दिल्यानंतर ते 'ठीक आहे, धन्यवाद!' म्हणून आम्हाला निरोप देतील. पण तसं काही न करता 'अरे वा! बसा, बसा!' म्हणून त्यांनी राका आणि अल्ताफ यांनाही बसायला

सांगितलं. पुस्तक मिळाल्यानं श्रीपांथ यांना खूप आनंद झालेला दिसला. पुस्तकाची पानं उलटत चित्रं पाहताना त्यांच्या चेहऱ्यावर हसू उमटलं. ते म्हणाले, ''कोलकात्यात तर 'लाल कालो'चं पुनर्मुद्रण झालं नाही, अखेर बांगलादेशमधूनच निघालं म्हणायचं पुस्तक!'' माझ्या सदरात मी या पुस्तकाबद्दल बातमी देईन. 'आनंदबाजार पत्रिका' दैनिकात श्रीपांथ कोलकात्यातल्या घडामोडींवर एक सदर लिहीत. 'तुमचं नाव काय, घर कुठं आहे, काय करता?' इत्यादी प्रश्नांच्या उत्तरादाखल मी 'तसलिमा, मयमनसिंह, डॉक्टरकी' अशी नम्रपणे उत्तरं दिली. राका आणि अल्ताफ यांचाही परिचय करून दिला.

चहा आला. दूध घातलेला चहा. चहा घेता घेता श्रीपांथ म्हणाले की, त्यांचंही घर मयमनसिंहमध्येच होतं. फाळणीनंतर ते भारतात निघून आले.

''मयमनसिंहमध्ये कुठं घर होतं आपलं?'' मी विचारलं.

''धोबाउडा.''

धोबाउडा सोडून ते जे इकडं आले, ते परत कधीच आपल्या मूळ गावी गेले नाहीत. फाळणीनंतर पूर्व बंगालहून जे लोक भारतात निघून आले, त्यांच्यातील अनेकांप्रमाणेच श्रीपांथसुद्धा पुन्हा कधी आपल्या जन्मभूमीत परत गेले नाहीत. आपल्या देशात परत जाऊन देश कसा आहे हे पाहून यावं, असं सगळ्यांनाच वाटतं; पण सर्वांनाच काही पुन्हा बांगलादेशला जाणं जमत नाही. बांगलादेशमधून आलेल्यांचं पश्चिम बंगालमधले काही लोक खूप आतिथ्य करतात. श्रीपांथ यांनीही आमचं खूप चांगलं आतिथ्य केलं, खातिर केली. खातिर करणं म्हणजे बसायला सांगणं, नाव-गाव विचारणं, घर कुठं आहे, काय करता हे विचारणं, चहा पाजणं. आता निरोप घेण्याची वेळ आली. मी श्रीपांथ यांचा निरोप घेताना त्यांनी विचारलं, ''तुम्ही लेखन वगैरे करता की काय?''

ऐकून संकोचानं माझे कान लाल झाले. मी लेखन करीत होते खरी; पण ते श्रीपांथ यांच्यासारख्या विद्वानाला सांगण्याइतपत उल्लेखनीय मुळीच नव्हतं. मी लेखन करते असं काही मला स्वतःच्या तोंडानं सांगता आलं नाही. ''या लेखन करतात. बांगलादेशमध्ये तर खूप प्रसिद्ध आहेत त्या!'' अल्ताफ म्हणाला.

''असं?''

श्रीपांथ ऊर्फ निखिल सरकार कौतुकानं हसले.

मी संकोचानं खाली पाहू लागले.

''जवळ एखादं पुस्तकबिस्तक आहे की नाही?''

''पुस्तक?''

''तुम्ही लिहिलेलं एखादं पुस्तक आहे का तुमच्याजवळ?''

माझ्या पिशवीत 'निर्वाचित कॉलम'ची एक प्रत होती; पण ती शंकरलाल

भट्टाचार्य यांना देण्यासाठी मी आणली होती. खूप संकोचानं मी ते पुस्तक निखिल सरकार यांना पाहण्यासाठी दिलं. त्यांनी ते चाळलं आणि म्हणाले, ''राहू द्या हे माझ्याकडे.''

मी नम्रपणे म्हणाले, ''पण मी हे शंकरलाल भट्टाचार्य यांच्यासाठी आणलं आहे.''

''आमच्या 'सानन्दा'मधलाच शंकर ना? त्याला नंतर द्या दुसरी प्रत!''

त्यांनी ऑफिसमधूनच एका फोटोग्राफरला बोलावलं आणि म्हणाले, ''या मुलीचा एक फोटो काढून द्या बरं! बांगलादेशची मुलगी आहे, तिच्या पुस्तकाची बातमी देईन माझ्या सदरात!''

मी छोटी-छोटी लाल फुलं असलेली पांढऱ्या रंगाची टसरची साडी नेसले होते, कपाळावर लाल बिंदी, चेहऱ्यावर उदास हसू अशा अवतारातच- 'क्लिक!' कोलकात्याच्या 'आनंदबाजार पत्रिका' या प्रसिद्ध दैनिकात माझ्या पुस्तकाची बातमी छापून येणार आणि तीसुद्धा माझ्या फोटोसहित! आनंद आणि आश्चर्य यांनी मी अगदी अवाक् झाले. बांगलादेशच्या कवी-लेखकांसाठी कोलकात्याचं 'देश' साप्ताहिक अगदी आकाशकुसुम होतं- हाती न येणारं! कधी 'देश' साप्ताहिकात एखाद्याची कविता छापून आली की, त्या कवीला असा गर्व वाटे की बस्स! तो कवी पुन्हा सामान्य अवस्थेत येण्यासाठी एक वर्षाचा कालावधी लागे! अशी परिस्थिती असताना, माझ्यासारखी नवीन लेखिका आश्चर्यानं अवाक् का बरं होणार नाही?

त्या दिवशी मी आश्चर्यानं जितकी अवाक् झाले होते, त्यापेक्षा हजारपट मोठं आश्चर्य कोलकात्याहून ढाक्याला परत आल्यावर काही दिवसांनंतर माझी वाट पाहत होतं. परत आल्यावर हॉस्पिटलमधली ड्यूटी, नियमितपणे चार-पाच नियतकालिकांसाठी स्तंभ लिहिणं, अधूनमधून प्रकाशकांच्या तगाद्यावरून कादंबऱ्या लिहिण, असं सगळं चालू होतं. अचानक 'आनंदबाजार पत्रिका' प्रकाशनाकडून पत्र आलं. 'निर्वाचित कॉलम' पुस्तकासाठी १९९२ सालचा 'आनंद पुरस्कार' मला जाहीर झाला होता. माझा स्वतःच्या डोळ्यांवर विश्वास बसत नव्हता. मी पुन्हा एकदा ते पत्र वाचलं. त्यानंतर पुन्हा. हे पत्र मला चुकून तर आलेलं नाही ना? पण पत्रावर तर माझंच नाव लिहिलेलं होतं. मी स्वप्न तर पाहत नाही ना? नाही, स्वप्नालाही मर्यादा असते. माझी स्वप्नं कधीही इतकी मर्यादा सोडून पुढे गेली नव्हती. आनंदानं मी जोरात ओरडूही शकत नव्हते. मी मूक, अवाक् झाले होते. विस्मयानं जणू माझं रक्ताभिसरण थांबून गेलं होतं. बंगाली साहित्यविश्वातला सर्वोच्च पुरस्कार म्हणजे 'आनंद पुरस्कार'. सर्वांत नामी, सर्वांत दामी. आजवर बांगलादेशमधल्या कुणाही लेखकाला हा पुरस्कार मिळाला नव्हता. आणि मी- अलीकडेच लेखन करू लागलेली, तेही छंद म्हणून! छंद म्हणून कविता लिही,

गरज म्हणून स्तंभलेखन करी- मला हा पुरस्कार कसा काय मिळाला! कसं शक्य झालं हे! अगदी अशक्य, अविश्वसनीय अशी घटना होती ही! आता मी काय करायला हवं हे मला नीट उमजेना. एकदा बसे, एकदा उभी राही. एकदा आरशासमोर जाऊन अवाक् नजरेनं स्वतःकडे पाही. ही नक्की मीच ना? डोकं गरगरू लागलं. घरात फक्त मिलनच होता, त्यालाच धापा टाकीत मी म्हणाले, "मिलन, मला आनंद पुरस्कार मिळालाय!" आनंद पुरस्कार ही काय गोष्ट आहे, हे त्याला ठाऊक नव्हतं. 'आनंद पुरस्कार' हा बंगाली साहित्यविश्वातला सर्वोच्च पुरस्कार आहे हे मी मिलनला समजावून सांगितल्यावर तोही अवाक् झाला. मिलन हा माझ्या बहिणीचा नवरा असला, तरी माझ्यासाठी माझ्या धाकट्या भावासारखाच होता. ते पत्र हातात घेऊन मी त्याला म्हणाले, "ताबडतोब तयार हो!" मिलननं ताबडतोब बाहेर जाण्याचे कपडे घातले. आम्ही प्रथम खोकाभाईंच्या घरी गेलो. खोकाभाईंना मी उल्हसित आवाजात सांगितलं, "आनंद पुरस्कार, खोकाभाई! मला आनंद पुरस्कार मिळालाय!" खोकाभाई म्लानपणे हसले. ते असे उदासपणे का हसले हे मला समजलं नाही. त्यांनी खरं तर आनंदानं वेडं व्हायला हवं होतं! माझ्या कुठल्याही यशाच्या वेळी त्यांना सर्वाधिक आनंद होई. तेच खोकाभाई आज असे कसे? त्यांच्या चेहऱ्यावर उदासी का? का असं निस्तेज हसू त्यांनी मला भेट दिलं? मी आकाशाला स्पर्श केला आहे, त्यामुळे माझ्यापुढे ते खूप छोटे दिसताहेत असं तर त्यांना वाटत नाहीय ना? मी आता त्यांच्या आवाक्यात राहिले नाही असं खोकाभाईंना वाटतंय का? का कुणास ठाऊक! खोकांच्या अलिप्तपणामुळे मला खूप वाईट वाटलं. मला आनंद पुरस्कार जाहीर झाल्याची चांगली बातमी बिलाल चौधुरींना सांगण्यासाठी मी अधीर झाले होते. दुसऱ्या दिवशीपर्यंत मला वाट पाहावीशी वाटत नव्हती. खूप रात्र झाली होती; पण तरीही मी बिलाल चौधुरींचं घर शोधून काढलं. मला पाहून त्यांना खूपच नवल वाटलं, कारण यापूर्वी कधीच मी त्यांच्या घरी गेले नव्हते. इतक्या रात्री घाईघाईनं मी त्यांच्या घरी का आले होते, हे त्यांना समजत नव्हतं.

"बिलालभाई, मला आनंद पुरस्कार जाहीर झालाय. पत्र आलंय. माझा विश्वासच बसत नाहीय यावर. कसंतरीच वाटतंय!"

मी पत्र बिलाल चौधुरींच्या हाती दिलं. त्यांनी ते वाचून आनंद प्रकट केला. आपल्या पत्नीला त्यांनी माझं तोंड गोड करायला सांगितलं. त्यांच्या पत्नीनं मला मिठाई खायला दिली. पण माझं मन काय आता मिठाईत लागणार होतं! माझा आनंद बिलालभाईंसोबत वाटून घेतल्यानं मला हलकं वाटलं. कधीही कुठल्याही आनंदाचा भार मला एकटीला सहन होत नसे. "मी खरंच या इतक्या मोठ्या पुरस्कारासाठी लायक आहे का, बिलालभाई?"

"नक्कीच! नक्कीच! तुम्ही चांगलं लिहिता. तुम्ही नक्कीच या पुरस्कारासाठी लायक आहात. त्यांनी तर काही तुमचा चेहरा पाहून पुरस्कार जाहीर केलेला नाही! आनंद पुरस्कार मिळणं हे बंगाली लेखकांसाठी एक स्वप्न असतं. आनंद पुरस्कार म्हणजे बंगालचं नोबेल प्राइझ!"

खोकाभाईंच्या अलिप्तपणामुळे मला वाटलेलं दुःख बिलाल चौधुरींनी दाखवलेल्या आनंदामुळे नष्ट झालं. घरी परतल्यावर रात्रभर मला झोप आली नाही. बरीच रात्र मी एकटीच जागी बसून होते. आज जर रुद्र हयात असता तर! रुद्रला नक्कीच माझा अभिमान वाटला असता. 'पूर्वाभास' मासिकात प्रकाशित झालेला माझा एक लेख वाचून रुद्रनं मला पत्रात लिहिलं होतं, 'तो माझ्याशी जे काही वागला, त्याबद्दल मी त्याला क्षमा करावी आणि समस्त पुरुषजातीलाही क्षमा करावी.' रुद्र! मी एकही वाक्य तुझ्यावर रागावून लिहिलेलं नव्हतं. मी समस्त पुरुषजातीविरुद्ध लढत नाही. माझा लढा आहे फक्त समाजातल्या अन्याय्य नियमांच्या विरुद्ध- जे नियम स्त्रीला दासी बनवतात, भोगवस्तू म्हणून वापरतात, अशा नियमांविरुद्ध. स्त्रीला एक माणूस म्हणून प्रतिष्ठा देत नाही म्हणून समाज, राष्ट्र आणि धर्माच्या कारस्थानाचा मी प्रतिवाद करते, विरोध करते. लिहिताना मी रडते, माझ्यासाठी नव्हे- सूफिया खातूनसाठी- तिच्यावर बलात्कार करून काही नराधमांनी तिला जिवंत पुरून टाकलं होतं, मी रडते फरिदासाठी- प्रेमाच्या प्रस्तावाला राजी झाली नाही म्हणून तिच्या गल्लीतल्या एका तरुणाने ॲसिड फेकून तिचा चेहरा जाळून टाकला होता, मी रडते सकिना बानूसाठा- तिच्या वडिलांनी लग्नात पुरेसा हुंडा दिला नाही म्हणून तिच्या नवऱ्यानं तिचे हात-पाय तोडले आणि तिला तलाक दिला; मी रडते शरीफा खातूनसाठी- तिनं मुलीला जन्म दिला म्हणून तिच्या नवऱ्यानं कोयत्यानं तिचा खून केला, मी रडते नूरजहानसाठी- परपुरुषाशी बोलली म्हणून लोकांनी तिला दगड मारले; मी रडते फुलमतीसाठी- प्रेम केल्याच्या अपराधामुळे लोकांनी तिला जिवंत जाळलं. मी तर ठीकच आहे. शहरातल्या मोठ्या हॉस्पिटलमध्ये डॉक्टरकी करते, स्वतःच्या पायावर उभी आहे, माझा प्रत्येक निर्णय मी स्वतः घेते, माझ्या आवडीप्रमाणे जगते. माझ्याप्रमाणे किती महिला जगत असतील? पण मी कधीही विसरत नाही की मीसुद्धा अखेर सूफिया खातून, नूरजहान आणि सकिना बानू यांच्याप्रमाणेच एक स्त्री आहे. त्यांच्यावर जे अत्याचार झाले, ते माझ्यावरही होऊ शकले असते.

पुरस्कार स्वीकारण्याचं या वेळचं आमंत्रण एकदम खास होतं. जाण्या-येण्याच्या प्रवासाचं तिकीट, कोलकात्यात राहण्याची व्यवस्था ही सगळी जबाबदारी 'आनंदबाजार' संस्थेनं घेतली होती. आनंदामुळे माझे पाय जमिनीवर पडत नव्हते. पण या आनंदात असतानाच माझ्या त्या पुस्तकातल्या दोन लेखांची आठवण येऊन मी घाबरलेच. कुणीतरी जणू माझ्या अहंकाराच्या फुगलेल्या फुग्याला टाचणी

लावून फोडून टाकलं. माझ्याकडे वेदांचे सगळे खंड असले, तरीही वेदांसंबंधी माझ्या स्तंभामध्ये लिहिताना मी वेद-विशेषज्ञ सुकुमारी भट्टाचार्य यांच्या वेदांवरील पुस्तकातून वेदांसंबंधी मजकूर घेतला होता. त्या पुस्तकाचं नाव 'प्राचीन भारत ओ वैदिक समाज.' मी त्या पुस्तकातून वाक्यंच्या वाक्यं जशीच्या तशी माझ्या लेखात घेतली होती. त्या पुस्तकानं मला इतकं प्रभावित केलं होतं की, त्या पुस्तकातून उद्धरणं घेण्यापासून मी स्वतःला परावृत्त करू शकले नाही. मी त्या लेखांमध्ये सुकुमारींचीच मतं मांडली. सुकुमारींच्या पुस्तकातून मी वेदांचे अनुवाद घ्यायला हरकत नव्हती; पण त्यांच्या मतांची चोरी मी का केली? चोरी मी यासाठीच केली की, त्यांच्या मतांशी माझी मतं हुबेहूब जुळत होती. त्यांनी वेदांवर इतकं सुंदर भाष्य केलं आहे की, ते पुस्तक मी वाचलं नसलं तरी माझ्या मनात अगदी तशाच मतांचा उद्‌भव झाला असता. माझी मतंच जणू सुकुमारींनी मी मांडण्याआधी मांडली होती. माझे वेदांवरचे ते दोन लेख स्तंभात छापून आल्यावर माझ्या मनाला ग्लानीनं, अपराधीपणानं ग्रासलं. तो प्रकार बादलीभर चांगल्या दुधात दोन थेंब चुना टाकून ते नासवण्यासारखा होता. आनंद पुरस्काराची बातमी समजल्यावर मला आधी मी केलेल्या या चोरीची आठवण झाली नाही. अचानक जेव्हा मला याची आठवण झाली, तेव्हा ग्लानी आणि शरम यांनी मी जणू आकसून गेले. स्वतःबद्दल मला घृणा वाटू लागली, स्वतःकडे पाहावं अशी इच्छा होईना. त्या रात्रीच मी टेलिफोन ऑफिसमध्ये कोलकात्याला एक तातडीचा फोन करण्यासाठी गेले. निखिल सरकार यांना फोन करून मी म्हणाले की, माझं 'निर्वाचित कॉलम' हे पुस्तक आनंद पुरस्कारासाठी लायक नाही, कारण त्या पुस्तकातल्या दोन लेखांमध्ये बराचसा मजकूर मी सुकुमारी भट्टाचार्य यांच्या पुस्तकातून वापरला आहे. माझी ही कबुली ऐकून जर ते म्हणाले असते की, 'ही गोष्ट मी पुरस्कार समितीला सांगतो आणि तुम्हाला पुरस्कार देण्यात येऊ नये अशी शिफारस करतो', तर मला हलकं वाटलं असतं. पण माझ्या या चोरीबद्दल ते फार काळजी करताहेत असं काही मला त्यांच्या बोलण्यावरून वाटलं नाही. अर्थात अनेक जण वाङ्मयचौर्य करतात, हे मला ठाऊक आहे. प्रसिद्ध लेखक सैयद शमसुल हक हे स्वतःच म्हणाले होते की, त्यांचा पहिला लेख हा त्यांनी वाङ्मयचौर्य करूनच लिहिला होता. वाङ्मयचौर्य करताना त्यांनी अगदी विरामचिन्हंसुद्धा सोडली नव्हती. पण हा तर काही माझा पहिला लेख नव्हता. माझं लेखिका म्हणून चांगलं नाव झाल्यानंतर केलेली चोरी होती. मी स्वतःच स्वतःला क्षमा करू शकत नव्हते, मग इतर लोक कशी क्षमा करणार! पुरस्कार मिळाल्यावर माणसाला आनंद होतो; मला मात्र शरम वाटत होती. निखिल सरकारना वस्तुस्थिती सांगितल्यावर त्यांनी काहीही प्रतिक्रिया दिली नाही असं जाणवल्यावर शरमेसोबतच मला भयसुद्धा वाटू लागलं. म्हणजे पुरस्कार

मला घ्यावाच लागणार की काय? कसं काय तोंड दाखवणार मी लोकांना! कशी झाकणार ही शरम? माझ्या चेतनेच्या दरवाजावर मोठ्यानं आवाज होऊ लागला, इतका मोठा पुरस्कार मिळावा, अशी लेखिका आहे का मी? आजवर ज्यांना 'आनंद पुरस्कार' मिळाला होता, ते माझ्यापेक्षा लाख पटींनी चांगले साहित्यिक होते. ते ज्ञानाचे सागर होते, तर त्यांच्यापुढे मी फक्त एक बिंदू पाणी होते. माझ्या अंगी त्यांच्याइतके गुणही नव्हते. बांगलादेशातल्या कुणा साहित्यिकाला हा पुरस्कार द्यायचा होता, तर तो इतर कुणाला द्यायला हवा होता, मला तो देण्याचा प्रश्नच येत नव्हता! बांगलादेशात इतके थोर लेखक होते, कवी होते, त्यांच्या साहित्याशी मी लिहीत असलेल्या गद्याची आणि पद्याची तुलनाच होऊ शकत नव्हती; किंबहुना ती तुलना हास्यास्पदच ठरली असती. शौकत उस्मान, रशीद करीम, सैयद शमसुल हक, हसन अजीजुल हक, अख्तरुज्जमान इलियास, सेलिना हुसेन, राहत खान, रशीद अल हिलाल यांच्या पायाच्या धुळीइतकीही योग्यता नव्हती माझी. शमसुर रहमान, अल महमूद, महादेव साहा, निर्मलेंदू गुण, रफीक आझाद, अबू जफर वैदुल्लाह यांच्या कवितांच्या जवळपासही माझी कविता जाऊ शकत नव्हती. तरीही या पुरस्कारासाठी माझी निवड का झाली? पुरस्कार समितीचं डोकं नक्कीच फिरलं असावं किंवा त्या समितीला बांगलादेशातल्या लेखकांच्याबद्दल पुरेशी माहिती नसावी, नाहीतर पुरस्कारासाठी त्यांनी माझी निवड केली नसती. समितीवर खूप मोठमोठे बुद्धिजीवी होते म्हणे- हाच का त्यांच्या बुद्धीचा नमुना! जिल्लुर रहमान सिद्दिकी, अनीसुज्जमान, सिराजुल इस्लाम चौधुरी, रफीकुल इस्लाम, हुमायून आझाद यांच्यासारख्या थोर निबंधकारांना जर हा पुरस्कार मिळालेला नसेल, तर कुठल्या तोंडानं मी हा पुरस्कार स्वीकारू? छंद म्हणून मी कविता लिहिल्या, दैनिक-मासिकांतून स्तंभलेखन केलं- असं लेखन तर कितीतरी जण करतात. साहित्यिक जगातील अनेकांशी माझा व्यक्तिगत परिचय होता; पण म्हणून काही मी साहित्यिक ठरत नाही! तसं म्हणण्याचं धाडसही मी करीत नसे. कोलकात्यातल्या कितीतरी मोठमोठ्या लेखकांना अद्याप हा पुरस्कार मिळालेला नाही आणि मला स्वतः उपस्थित राहून स्वहस्ते हा पुरस्कार स्वीकारायचा होता! पुरस्काराच्या घोषणेनं जणू स्पष्टपणे मला मी किती क्षुद्र आहे, किती अपात्र आहे, लेखक म्हणून मी किती तुच्छ आहे, हे दाखवून दिलं! मी स्त्रीस्वातंत्र्यासाठी लिहीत होते; पण मी तर काही नवीन लिहिलं नव्हतं, कितीतरी व्यक्ती महिलांच्या अधिकारासाठी लिहीत होत्या! मला तर काही कुठलाही त्याग करावा लागलेला नव्हता, मोठं दुःख भोगावं लागलं नव्हतं, रस्त्यावर उतरावं लागलं नव्हतं, संघर्ष करावा लागला नव्हता, अनेक जणांनी तर किती संघटना उभारल्या होत्या, अन्यायग्रस्त महिलांना मदत करण्यासाठी! स्वयंसेवी संघटना उभारल्या होत्या, शाळा स्थापन केल्या होत्या,

स्वतःचं सारं काही महिलांच्या कल्याणासाठी देऊन टाकलं होतं. मी तर काहीही केलं नव्हतं. अजूनही मी घरच्या कामकरी मुलींच्या गालांवर चापट मारण्याची, पाठीत बुक्के घालण्याची सवय मोडू शकले नव्हते. सुफीची दीड वर्ष वयाची मुलगी खूप रडते म्हणून सुफीच्या पाठीमागे मी तिच्या मुलीचा हात संतापाने पिरगाळला होता. माझा हा कलंकित, कलुषित हात इतक्या मोठ्या पुरस्काराचं प्रतीक होणं मला पटत नव्हतं. ज्या सगळ्या आदर्शांच्या गोष्टी ऐकून मी वारंवार मुग्ध झाले होते, त्यांच्यापैकी किती आदर्शांचं मी अनुकरण केलं होतं? समाजवादी रूपरेषा वाचून मी प्रेरित झाले होते पण प्रत्यक्षात त्याप्रमाणे वागण्याचा उत्साह मात्र मला कधीही वाटला नव्हता. देशातले ऐंशी टक्के लोक दारिद्र्यरेषेखालचं जीवन जगत असताना मी मात्र माझे ऐशआराम कमी केले नव्हते. हजारो लोक फुटपाथवर झोपत असतानाही मी मात्र नरम गादीवर झोपण्याचा मोह सोडू शकले नव्हते. काही लोक उपाशीपोटी राहतात हे ठाऊक असूनही मी मात्र तीन वेळा जेवत असे. समाजवाद म्हणून जे काही माझ्या मनात होतं, तो सगळा मध्यमवर्गीयांचा रोमँटिकपणा होता. स्वतःवर थुंकून मी स्वतःलाच म्हणाले, महिलांसंबंधी मी आजवर जे काही लिहिलं, ते एकतर पैसे कमवण्यासाठी, नाहीतर नाव कमवण्यासाठी. लेखक म्हणून मी जितकी निकृष्ट होते, तितकीच माणूस म्हणूनही निकृष्ट होते.

हे सगळं उमगत असूनही मी कोलकात्याला रवाना झाले. पुरस्कार जाहीर झाल्याचं पत्र मिळाल्याबरोबर तो पुरस्कार स्वीकारण्याच्या संमतीचं पत्र मी 'आनंदबाजार'ला पाठवलं होतं. पण म्हणून काय झालं? 'मी या पुरस्कारासाठी योग्य नाही, मी हा पुरस्कार स्वीकारणार नाही,' असं काय मी म्हणू शकले नसते? पुरस्कार नाकारण्यासाठीसुद्धा जे धाडस आवश्यक असतं, ते धाडस माझ्यात का नव्हतं? आजवर आयुष्यात धाडस करून बऱ्याच गोष्टी केल्या आहेत की! मग माझ्या मनात पुरस्काराबद्दलचा लोभ तर नाही? मी जरी 'माझ्या मनात लोभ नाही' असं स्वतःशी म्हणत असले, तरी मनातल्या खूप आत-आत मला सूक्ष्म अशा वासनेचा गंध आला. शरम, भय या सर्वांच्या तळाशी खूप आत-आत लोभ मला दंश करीत होता. अपराध्याप्रमाणे मी एका चुकीच्या दिशेनं जात राहिले, डोळे आणि कान बंद करून मी एका उधाणलेल्या नदीत जणू उडी घेतली, स्वतःला सावरण्याचं काहीही सामर्थ्य माझ्यात नव्हतं. निर्लोभ होण्यासाठी मी असहायपणे जोरजोरानं श्वास घेऊ लागले. मी अश्लील लिहिते, मी लैंगिक वर्णनं करणारी लेखिका, नगण्य लेखिका, लेखनातलं मला काहीही कळत नाही, मी कुणीही नाही अशी माझ्यावर सतत टीका होत असल्यानं, मला जर थोडा जरी सन्मान मिळाला, तर माझ्या टीकाकारांना हा सन्मान दाखवण्याची संधी मी का सोडावी? माझ्या पायाखालची जमीन जितकी मजबूत झाली, त्यापेक्षाही अधिक मजबूत करायला हवी महिलांना

उठून उभं राहण्यासाठी. माझ्या पात्रतेचा पुरावा पुरुषांना जितका द्यायला हवा, त्यापेक्षाही अधिक देऊनच महिलांना उभं राहता येईल म्हणूनच माझ्या 'स्त्री' या परिचयाला मला अहंकाराची जोड देण्याची इच्छा होती- तो अहंकार मला कुणाच्याही धक्क्यामुळे पडण्यापासून वाचवील, हाकलण्यापासून वाचवील, निंदानालस्तीपासून वाचवील आणि माझं ज्या साहित्याच्या जगात विचरण आहे, संचार आहे, त्या पुरुषप्रधान असलेल्या साहित्याच्या जगात मला स्थान देईल. मी निर्लोभी होऊ शकत नव्हते.

कोलकात्याला गेल्यावर दिसलं की, माझ्यासाठी एका सुंदर हॉटेलात खोली बुक केली आहे. 'आनंद पब्लिशर्स' संस्थेत मला बादल बसू यांनी बोलावलं. 'आनंद पब्लिशर्स' माझं 'निर्वाचित कॉलम' हे पुस्तक प्रकाशित करणार होतं. ही तर माझ्यासाठी खूप मोठी गोष्ट होती! बादल बसू दिसायला एखाद्या काळ्या पहाडासारखे; त्यांच्या गंभीर चेहऱ्याकडे पाहूनच भीतीनं घशाला कोरड पडे. बादल बसूंनी गंभीर चेहऱ्यानं, गंभीर आवाजात मला पुस्तक प्रकाशनाच्या संदर्भातल्या नाना प्रकारच्या कागदपत्रांवर सही करायला सांगितलं. इतक्या सह्या करण्याची मला सवय नव्हती. ढाक्यात जेव्हा माझी पुस्तकं प्रकाशित होत, तेव्हा अशी कुठलीही लिखापढी होत नसे. सगळा तोंडी व्यवहार. लेखकाला किती टक्के रॉयल्टी दिली जाणार, प्रकाशकाला किती टक्के मिळणार, याचा कधीही उल्लेख केला जात नसे. इथं मी रॉयल्टीच्या टक्केवारीच्या आकड्यांच्या कॉलमकडे पाहिलं नाही. जिथं जिथं मला सह्या करायला सांगितल्या, तिथं तिथं निमूटपणे सह्या केल्या. अनेक कलमं होती त्या करारपत्रात. माझं पुस्तक प्रकाशित होणार होतं बंगाली साहित्याच्या सर्वांत मोठ्या प्रकाशन संस्थेकडून- हे सुखच माझ्यासाठी खूप मोठं होत- मी रुपये-पैशाचा तपशील कशासाठी पाहू? आनंद पुरस्काराची रक्कम पूर्वी पन्नास हजार असे, या वर्षीपासून ती एक लाख रुपये करण्यात आली होती. त्या रकमेसाठीही 'आनंदबाजार पत्रिके'च्या सुबीर मित्र यांनी माझ्या काही कागदपत्रांवर सह्या घेतल्या. मला एक लाख रुपयांचा धनादेश मिळणार होता. मी आजवर इतकी रक्कम एकरकमी कधीही पाहिली नव्हती. पण तरीही एक लाख रुपये रक्कम माझ्यासाठी अगदी गौण होती. पुरस्काराचं मूल्यच माझ्यासाठी सर्वांत अधिक होतं. रकमेवरून या पुरस्काराचा विचार केला जाऊ शकत नाही. पैसा पडून राहतो पैशांसारखा.

मी प्रकाशनासंदर्भातल्या कागदपत्रांवर शेवटची सही केली, तेवढ्यात बातमी आली की, सत्यजित राय यांचं निधन झालं. बादल बसू ताबडतोब बाहेर पडले. माझं सारं शरीर शोकानं अवश होऊन गेलं. चित्रपट पाहणं हे माझं एक वेड आहे. आयुष्यात मी जेवढे चित्रपट पाहिले आहेत, त्यांत सत्यजित राय यांचे चित्रपट मला

सर्वांत अधिक आवडले आहेत. एकटा 'पथेर पांचाली' हा चित्रपटच मी पंधरा वेळा पाहिला होता. तरीही माझं मन भरलं नव्हतं. जितक्या वेळा तो चित्रपट पाहिला होता, तितक्या वेळा दुर्गासाठी रडले होते, तितक्या वेळा अपूबद्दल माया वाटली होती, तितक्या वेळा इंदिरा ठाकरूनसाठी दुःख झालं होतं. ढाक्यातले अनेक लेखक-कवी कोलकात्याला येऊन सत्यजित राय यांना भेटून गेले होते. मी मात्र आजवर कुठल्याही मोठ्या लेखक-कलाकाराशी स्वतः होऊन ओळख करून घेण्यासाठी गेले नव्हते. मला तेवढं धाडसच झालं नव्हतं. सत्यजित राय यांना मी प्रत्यक्ष पाहिलं, ते जेव्हा 'नंदन' चित्रपटगृहात फुलांच्या बिछान्यावर निष्प्राण अवस्थेत पडले होते, तेव्हाच. आता ते चित्रपट तयार करणार नाहीत, कॅमेऱ्यातून पाहणार नाहीत. आता ते चित्रं काढणार नाहीत, कथा लिहिणार नाहीत. पृथ्वीवर मृत्यूसारखं भयानक दुसरं काहीही नाही. एके दिवशी जर अचानक मरूनच जायचं असेल, तर जीवनाचा अर्थ काय? सत्यजित राय यांच्या निधनामुळे आनंद पुरस्कार वितरणाचा कार्यक्रम एक दिवस पुढे ढकलण्यात आला.

कोलकात्याच्या ग्रॅण्ड हॉटेलच्या बॉल रूममध्ये आनंद पुरस्कार वितरणाच्या सोहळ्याचं आयोजन करण्यात आलं होतं. मंच जुईच्या फुलांनी सजवण्यात आला होता. मागच्या भिंतीवर काळ्या पडद्यावर जुईच्या फुलांनी लेखणीचं डिझाईन तयार केलं होतं. इतका सुंदर मंच मी याआधी कधीही आणि कुठंही पाहिला नव्हता. फुलांच्या सुगंधानं संपूर्ण हॉल भरला होता. आमंत्रित रथी-महारथी आसनस्थ झाले. पंडित, विद्वान, मोठमोठे लेखक, कवी आणि कलाकार यांनी हॉल भरला होता. आनंद पुरस्कार दर वर्षी तीन जणांना मिळतो. या वेळी तो फक्त दोघांना मिळणार होता. लेखक बिमल कर यांना आणि मला. मंचावर 'आनंदबाजार'चे संपादक-प्रकाशक अभीक सरकार, 'देश'चे संपादक सागरमय घोष आणि कवी वीरेंद्रनाथ चक्रवर्ती बसले होते. दुसऱ्या बाजूला बसले होते बिमल कर. मलाही त्यांच्याजवळ बसावं लागलं. अयोग्य मी, कुंठित मी, लज्जित मी ना डोळे उघडून मंच पाहू शकत होते, ना रागोरच्या प्रेक्षकांकडे पाहू शकत होते. पुरस्कार स्वीकारल्यानंतर मला छोटंसं भाषण करायचं होतं, ते लिहिलेला कागद माझ्या मुठीत होता. तो घामानं भिजला होता. ते भाषण मी आधीच्या रात्री लिहून ठेवलं होतं. मंचावर एकामागोमाग एक मोठे वक्ते बोलत होते. काही वेळानंतर मला बोलावं लागणार! माझ्या छातीत धडधडू लागलं. बोलताना माझे पाय थरथरणार तर नाहीत ना? माझा आवाज तर कापणार नाही ना? भीतीनं मला चक्कर तर येणार नाही ना? कोण जाणे! जेव्हा माझं नाव पुकारण्यात आलं, तेव्हा हातातला तो घामानं भिजलेला, चोळामोळा झालेला कागद उघडून मी भाषण वाचलं- अगदी पहिला 'नमस्कार' हा शब्दही मला कागदावर पाहून वाचावा लागला. कापणारा आवाज स्थिर करताना

माझ्या उच्चारातल्या चुका मला थांबवता आल्या नाहीत. पायांचं थरथरणं थांबवताना कागदावरचे शब्द एकमेकांना धक्का देऊ लागले. मी वाचीत होते- जणू अल्लातालाच्या आदेशानं पुलसिरातवर उभी राहून बेहश्तवासीयांना उद्देशून भाषण देत होते. (पुलसिरात म्हणजे पृथ्वी आणि स्वर्ग यांना जोडणारा तरवारीच्या धारेसारखा अत्यंत अरुंद मार्ग. तो फक्त पुण्यवानच पार करू शकतात. बेहश्त म्हणजे स्वर्ग) मला अनेक जण म्हणतात की, मी खूप आकाशकुसुमासारख्या कल्पना करते. सगळी अशक्यप्राय कोटीतली स्वप्नं पाहते. उकाडा सहन होत नाही म्हणून नेपच्यून ग्रहावर जाण्याचा विचार करते. घरात बसून, आकाशात उडत असल्याची स्वप्नं पाहते. माझ्या आवाक्याबाहेरची अशी नाना प्रकारची स्वप्नं मी पाहते. पण मला अचानक एके दिवशी 'आनंद पुरस्कार' मिळेल, असं स्वप्न मी कधीही पाहिलं नव्हतं. जाणकारहो, मी आनंदित झाले आहे, भारावून गेले आहे. ज्या पुस्तकाची आनंद पुरस्कारासाठी निवड करण्यात आली आहे, त्या पुस्तकात मी स्त्रीवर धर्म, समाज आणि राज्यव्यवस्था यांच्याकडून होणाऱ्या अन्यायांबद्दल आणि अत्याचारांबद्दल परखडपणे लिहिलं आहे. शास्त्रे आणि समाज आपल्याला अशी शिकवण देतो की, स्त्रीला कुठल्याही प्रकारचं स्वातंत्र्य देण्यात येऊ नये. पण जी स्त्री शरीरानं आणि मनानं पूर्णपणे स्वतंत्र नसते, ती माणूस म्हणून संपूर्ण नसते. माणसाची प्रमुख गरज असते स्वातंत्र्य. स्त्रीच्या या स्वातंत्र्याला राष्ट्र अवरुद्ध करतं, तिच्या स्वाभाविक विकासात धर्म अडथळा आणतो. धर्माच्या शृंखलांमुळेच बऱ्याचशा स्त्रिया आज निरक्षर आहेत, वारसाहक्कापासून वंचित आहेत, बऱ्याचशा महिला बालविवाह, बहुविवाह, तलाक आणि वैधव्य यांच्या शिकार होताहेत. पुरुषांनी स्वार्थ साधण्यासाठी नारीत्व, सतीत्व, मातृत्व इत्यादींच्या संज्ञा आणि माहात्म्यं तयार केली आहेत. या संज्ञा टिकवून ठेवल्यास समाजात नारीचं मूल्य अधिक असतं. म्हणजेच लोक तिला अस्पृश्य समजत नाहीत, हीन समजत नाहीत. पृथ्वीवरच्या अनेक धर्मांत स्त्रीनं आपल्या सतीत्वाचं पालन करणं हा अत्यंत महत्त्वाचा विषय असतो; पण कुठल्याही धर्मानं पुरुषासाठी मात्र कुठल्याही प्रकारे सतीत्वाची व्यवस्था केलेली नाही. याचा अर्थ एकच- एकगामिता (म्हणजे फक्त एकाच जोडीदाराशी एकनिष्ठ राहणे) हा गुण फक्त स्त्रीनंच पाळण्यासाठी आहे; पुरुषांसाठी नाही. पुरुषाला वेश्यांकडे- गणिकांकडे जायची पूर्णपणे मुभा असते- पुरुषासाठी इस्लाममध्ये चार लग्नं करण्याची परवानगी आहे, त्याला भोगासाठी घरातली दासीसुद्धा वैध आहे असं म्हटलेलं आहे. पुरुषानं स्त्रीला बंधनात ठेवण्यासाठी कुटुंब, समाज आणि राष्ट्र या संस्था निर्माण केल्या, ईश्वराची निर्मिती केली, प्रेषित आणले, धर्मग्रंथ, तत्त्वज्ञानं, काव्यं-महाकाव्यं लिहिली, समाजशास्त्र, मानसशास्त्र आणि इतरही अनेक शास्त्रं तयार केली. एकोणिसाव्या शतकात बंगालमध्ये स्त्रीशिक्षणाची जी

परंपरा सुरू झाली, तिचं उद्दिष्ट स्त्रीला स्वतंत्र आणि स्वायत्त करणं हे नव्हतं, तर वरच्या प्रतीची शय्यासंगिनी तयार करणं, हे होतं. स्त्रीशिक्षणामागेही पुरुषाचाच स्वार्थ होता. विवाह हा इथं महिलांचा पेशा आहे. स्त्रीचं कल्याण शुभविवाहात असतं, सुखी संसारात पतीची मांसल बाहुली होणं यालाच स्त्रीजीवनाची सार्थकता मानतात स्त्रिया. ज्यू, ख्रिश्चन आणि मुस्लिमांच्या मते स्त्रीचा जन्म हा पुरुषाच्या बरगडीच्या हाडातून झाला. पतीच्या पायांच्या खाली पत्नीचा स्वर्ग असतो असं मुस्लिम महिला मानतात. पतीला आनंदात ठेवलं म्हणजे स्वतः अल्लाताला खूश होतो असं महिलांना सांगून, त्यांना बेहश्तचा- म्हणजे स्वर्गाचा लोभ दाखवून एक प्रकारच्या लबाडीनं, फसवणुकीनं स्त्रीला पतीची चरणसेवा करण्यासाठी जुंपलं जातं. ही लबाडी असते धर्माची आणि समाजाची. बंगाली महिला पतीचं उष्टं अन्न खाऊन पुण्य मिळवतात- यात पतीची सेवाही होते आणि धर्माचं रक्षणही होतं; पण महिलांच्या शरीराचं पोषण मात्र होत नाही. पोषणाच्या अभावामुळेच बऱ्याच बंगाली महिला स्वास्थ्यहीन, निस्तेज आणि थोड्या मेधाहीनही असतात. स्त्रीला केवळ पुरुषाची भोगसामग्री समजलं जातं. इस्लाम धर्मात स्त्रीच्या गुप्तांगाची काळजी घेण्याबद्दल सांगितलं आहे. असंही सांगितलं आहे की, स्त्री ही पुरुषाचं शस्यक्षेत्र- पेरणीची जमीन असते, पुरुष आपल्याला हवं त्याप्रमाणे त्यात विचरण करू शकतो. नारीला हवी तशी भोगण्याची गोष्ट तर सारेच धर्म सांगतात. मूल्यवान 'वस्तू' म्हणून- नजराणा म्हणून स्त्री दुसऱ्याला पेश करणं, युद्ध क्षेत्रात पराभूत प्रदेशातील स्त्रियांना भोगवस्तू बनवणं, हे सर्वच धर्मांमध्ये स्वीकृत आहे. बंगाली महिला कपाळावर बिंदी लावून, भांगेत सिंदूर भरून, हातांमध्ये शंखाच्या बांगड्या घालून सवाष्णीची चिन्हं अंगावर मिरवतात. पुरुष मात्र विवाहाचं कुठलंच चिन्ह आपल्या शरीरावर मिरवत नाहीत. वैधव्याचं चिन्हसुद्धा फक्त नारीच वहन करते. विधवा महिलेला नाना व्रतांचं पालन करावं लागतं. पोशाखात आणि आहारात आमूल परिवर्तन आणावं लागतं; पण विधुर झालेल्या पुरुषाला आपल्या विधुरपणाचं कुठलंही चिन्ह आपल्या अंगावर बाळगावं लागत नाही की व्रतवैकल्यंही करावी लागत नाहीत. विधवांना मांसाहार करू देत नाहीत. त्यामुळे त्यांची शरीरप्रकृती मजबूत राहत नाही, त्यांचं सौंदर्य लवकर लोप पावतं, त्यांच्या लैंगिक इच्छा क्षीण होतात- पुरुषांना मात्र असं कुठलंही पथ्य सांगितलं जात नाही. संस्कृतीच्या सुरुवातीपासून समाज आणि धर्म हे माणसावर नियंत्रण गाजवत आहेत. समाज आणि धर्माचे प्रमुख युगानुयुगांपासून पुरुषच आहेत. समाज आणि राष्ट्र यांच्यापेक्षा धर्मच स्त्रीची सर्वांत अधिक अप्रतिष्ठा करतो, तिला अपमानास्पद वागणूक देतो. सामाजिक, आर्थिक आणि राजनैतिक बाजूंनी नारीवर ज्या प्रमाणात अत्याचार होत आहेत ते पाहिल्यावर मला वाटतं की, संपूर्ण समाजव्यवस्था, राष्ट्रीय व्यवस्था

यांचा ढाचा बदलल्याशिवाय, त्यांच्यामध्ये परिवर्तन आणल्याशिवाय स्त्रीला ज्याप्रमाणे मुक्ती नाही, त्याचप्रमाणे धर्माच्या शृंखला तोडून बाहेर आल्याशिवायही स्त्रीला मुक्ती मिळणं अशक्य आहे. मुख्यतः हेच माझे लेखनाचे विषय आहेत. मी समाजातल्या शोषित, पीडित, असहाय अशा महिलांसाठी लिहिते. माझा हा क्षीण आवाज माझ्या देशाच्या सीमा पार करून या बंगालच्या काही माणसांच्या कानी पोचला हे पाहून मी भारावून गेले आहे. कारण स्त्रीचा आवाज सहसा कुणाच्या कानी पडत नाही; एवढंच काय, दुसऱ्या स्त्रियांच्याही कानी पडत नाही. म्हणूनच मला एकाच वेळी आश्चर्यही वाटतं आहे. पश्चिम बंगाल हा मला कधीच एक वेगळा देश वाटत नाही. आपण सारे एकाच भाषेचे आणि संस्कृतीचे पाईक आहोत, एकाच प्रकारच्या वातावरणात राहणारे आहोत, एकाच नदीच्या तीरावर आपली गावं वसली आहेत. इथं आल्याबरोबर माझ्या हृदयात एक तीव्र असं दुःख जागं होतं- फाळणीचं दुःख. आपल्या हृदयांमध्ये कुठलंही काटेरी तारांचं कुंपण नाही. आपण सारे बंगाली आहोत. बंगाली ही आपली भाषा आहे. आपण सारे आमचे आत्मीय आहात, नातेवाईक आहात.

"आज या आनंदाच्या दिवशी आपणापुढे मी माझी एक छोटी कविता सादर करते :

'अगदी पहाटे फुलं वेचायला गेले,
माझी परडी फुलांनी गच्च भरली.
इतकी मला अपेक्षाही नव्हती!
आता मी कुठं ठेवू, कुठं बसू, कुठं जाऊन रडू!
सारं जीवन शून्य होतं, शून्य होतं!
कुणाचंही ऋण फेडता येणार नाही
तुम्ही मला भरभरून दिलंत, जवळ घेतलंत मला
इतकी माझी अपेक्षाही नव्हती!'

मला क्षमा करा."

अगदी क्षुद्र असूनही मी एक खूप मोठा सन्मान स्वीकारण्याचं धाडस दाखवलं, म्हणून मी क्षमा मागितली. मी क्षमा मागितली माझ्या धाडसासाठी, ज्या धाडसासाठी योग्य नसूनही इतका मोठा पुरस्कार मी स्वीकारला. कुणी मला क्षमा केली की नाही मला ठाऊक नव्हतं. आनंद पुरस्कार सोहळ्यात अनेक लेखक-कवींनी माझं अभिनंदन केलं. अनेक थोर लोकांशी बोलता आलं- त्यांच्याशी आपल्याला बोलायला मिळेल, अशी कल्पनाही मी कधी केली नव्हती. दुसऱ्या दिवशी 'आनंदबाजार

पत्रिका' दैनिकात पहिल्या पृष्ठावर बातमी प्रकाशित झाली- 'कार्यक्रम जिंकला तसलिमा आणि भीमसेन यांनी.' चोहीकडे माझ्या यशामुळे उत्सव सुरू झाला. मला 'आनंद पुरस्कार' मिळाल्यानं सौमित्र मित्र यांना खूपच आनंद झाला होता. ते मला घेऊन याच्या-त्याच्याकडे जात होते. एके दिवशी प्रख्यात रवींद्रसंगीत गायिका कणिका बंदोपाध्याय यांच्याकडे नेऊन मला त्यांनी चकित केलं. मी कणिकादींची फॅन होते. त्यांना डोळ्यांसमोर पाहून माझ्या मनात आनंदाचा निर्झर वाहू लागला. वसंत उत्सवातले मित्र अशेष आणि मोना मला भेटायला हॉटेलमध्ये आले. माझ्याबरोबर पटपट काही फोटो काढून घेऊन गेले. अचानक मी एक खूप मूल्यवान व्यक्ती होऊन गेले. 'आनंदबाजार पत्रिके'च्या ऑफिसच्या व्हरांड्यात मला आता अवघडल्यासारखं चालावं लागत नव्हतं. मी कोण आहे ते सगळे जण आता ओळखत होते. 'देश'चे संपादक सागरमय घोष यांनी मला 'देश' साप्ताहिकासाठी क्रमशः कादंबरी लिहिण्याचा प्रस्ताव दिला. तो प्रस्ताव ऐकून मला इतका संकोच वाटला की, वाटलं, जमीन दुभंगावी आणि तिनं मला पोटात घ्यावं. मी कादंबरी लिहू शकत नाही असं म्हटल्यावर ते हसले. आपली मागणी त्यांनी मागे घेतली नाही. निखिल सरकार यांनी त्यांच्या सॉल्टलेक भागातल्या घरी आमंत्रण दिलं. मला त्यांनी आपलं शिफारसपत्र देऊन काही थोर व्यक्तींना भेटण्यासाठी पाठवलं. मोठा पुरस्कार मिळवलेली छोटी लेखिका ते पत्र घेऊन मोठ्या संकोचाने त्या थोर-थोर व्यक्तींना भेटायला गेली. महाश्वेतादेवी, मीरा मुखोपाध्याय... आकाशात पोचल्यावर आकाशातल्या नक्षत्रांशी सौजन्यभेटी घेणं ही बहुधा सभ्यता. पण मी खरोखरच आकाशात पोचले होते का? की पाताळातली मी जिथल्या तिथंच होते? नक्षत्रांच्या समोर मी आपला अंधार घेऊन उभी राही. कोलकात्यातल्या गुरुजनांना, विशेषतः लेखक-कलाकारांना सगळे जण पायांना हात लावून प्रणाम करीत. मी आपली एखाद्या बांबूसारखीच सरळ उभी राही. मला एखाद्याच्या पायांना हात लावून नमस्कार करायची सवय नाही. त्यामुळे मी तसा नमस्कार करू शकत नसे. 'कदमबूसी' (पायांचं चुंबन घेणं) नावानं बंगाली मुसलमानांमध्ये जो प्रणाम प्रचलित आहे, तोही मी करू शकत नसे, कारण त्याचीही मला सवय नव्हती. समोरच्या व्यक्तीबद्दल मनात खूप आदर असूनही माझा हात प्रणामासाठी त्या व्यक्तीच्या पायांकडे जात नसे. हे वयोज्येष्ठ गुरू, आदरणीय व्यक्ती मला एक उद्धट, बेअदब मुलगी म्हणून कदाचित मनातल्या मनात शिव्या देत असतील; पण मी तरी काय करू शकत होते? मला जर कुणी अचानक म्हणालं, 'चल, शेतात नांगर चालव,' तर मी अचल होऊनच उभी राहणार ना? जी गोष्ट मी कधीही केली नाही, ती माझ्याकडून कधी होणारही नाही, हे मला ठाऊक होतं. शेतात नांगर चालवू शकत नव्हते; पण खेडवळ स्वभाव चांगल्या अर्थानं माझ्या अंगातच भिनलेला होता.

ढाक्याहून आणलेल्या छोट्या-मोठ्या भेटवस्तू कोलकात्यातल्या अनेकांना देताना मला आनंद होत होता. अभीक सरकार यांनी मला आनंद पुरस्कार दिला होता, त्याच्या बदल्यात त्यांनाही एक भेटवस्तू मी दिली पाहिजे, हा गावाकडचा शिष्टाचार पाळण्यासाठी मी जी साडी नेसून पुरस्कार स्वीकारला होता, त्या नाना रंगांच्या सुंदर साडीचा पदर फाडून पार्क स्ट्रीटवरच्या एका फ्रेम-मेकरकडून सर्वोत्तम फ्रेममध्ये त्याला फ्रेम करवून घेऊन उत्साहात मी ज्या दिवशी तो देण्यासाठी 'आनंदबाजार'मध्ये गेले, तेव्हा माझं हे धाडस पाहून निखिल सरकार यांनी जीभ चावली. मला एवढं साधं कळलं नव्हतं की, अभीक सरकार यांच्यासारख्या उच्च अभिरुचीच्या कलारसिकाच्या घरात भारतातल्या कुणा एका चित्रकाराचं चित्र असू शकेल, तर ते फारतर एम. एफ. हुसेन यांनी काढलेलं, शिवाय सर्व नामवंत पाश्चिमात्य चित्रकारांची चित्रं त्यांच्या घरी असतील. माझ्या जामदानी साडीचा पदर कितीही का सुंदर असेना, तो त्यांच्या घरी शोभला नसता. मनातल्या मनात मी म्हटले, ज्या महिलेनं ही सुंदर साडी विणली असेल, तीसुद्धा मोठीच कलाकार म्हणायला हवी. पण श्रीमंत आणि रसिक लोक अशा छोट्या गोष्टींना महत्त्व देत नाहीत. ही जामदानी चित्रकला भेट देण्यासाठी मी आधीच अभीक सरकार यांच्या घरी गेले नाही, हे बरं झालं. निखिल सरकार मला म्हणाले, "ही भेटवस्तू तुम्हाला द्यायचीच असेल, तर तुम्ही ती अभीक सरकार यांच्या पत्नीला द्यावी." अखेर संकोच बाजूला ठेवून मी माझी तुच्छ भेटवस्तू अभीक सरकार यांच्या पत्नीला देऊन विशाल आनंदबाजारच्या विशाल अभीक सरकार यांना विशाल अशा अपमानाच्या हातून वाचवलं.

बांगलादेशच्या वकिलातीच्या अधिकाऱ्यांनी काही लेखकांना आपल्या घरी आमंत्रण दिलं होतं; मलाही आमंत्रण दिलं. कारण होतं माझा सत्कार. मी तिथं गेल्यावर कोलकात्यातले लेखक-कवी माझ्याभोवती बसले. एक-एक जण मला प्रश्न विचारू लागला. नाना विषयांच्या संदर्भात प्रश्न- रेनासान्स, रेव्होल्यूशन, फेमिनिझम, बॅकलॅश, मॉडर्निझम, पोस्ट मॉडर्निझम, माझी साहित्यिक भूमिका, राजकीय आदर्श, वर्ग संघर्ष, इत्यादी इत्यादी. सर्वांच्या नजरा माझ्याकडे उत्सुकता, उत्साह, उत्तेजना, अपेक्षा यांनी एकटक अशा लागल्या होत्या. मीही त्या विद्वान लोकांकडे चकित होऊन पाहत होते. त्यांचे प्रश्न मला खूप अवघड वाटले. माझी चकित नजर पाहून ते एकमेकांकडे पाहू लागले. संकोचामुळे मी अगदी अवघडून, आकसून गेले. मला जर इथून अदृश्य होता आलं तर! असा विचार मनात येऊ लागला. मला वाटलं, त्यांना म्हणावं, मला कुठलाही प्रश्न विचारू नका, मला कुठल्याच प्रश्नाचं उत्तर ठाऊक नाही. त्यापेक्षा मला रहिमा बेगमची गोष्ट सांगायला सांगा. मुलीला जन्म दिला म्हणून किती हताशपणानं, वेदनेनं, घृणेनं हुंदके देत, चीत्कार करीत रडली होती रहिमा! मला सांगा, मी तुम्हाला तिच्यासारखं रडून

दाखवीन. मी काही जाडी जाडी पुस्तकं वाचून पृथ्वीचा इतिहास, भूगोल, राजकारण, समाज, साहित्य-संस्कृती यांचं ज्ञान मिळवलं नाही. मी वक्ता नाही. मी चांगलं भाषण करू शकत नाही. मी जे काही थोडंफार लिहिते, ते रहिमा बेगमचा आर्त नाद मला रडवतो, म्हणून लिहिते. अशा मोठमोठ्या समारंभांमध्ये मोठमोठी भाषणं देण्याची योग्यता माझ्यात नाही. मी मयमनसिंहच्या एका साधारण कुटुंबात साधारण प्रकारे मोठी झालेली एक साधारण महिला आहे. मला गंभीर तत्त्वविवेचन फारसं समजत नाही. ते माझ्या डोक्यात शिरत नाही.

◆

समर्थक-विरोधक

आनंद पुरस्कार मिळाल्यानंतर लेखक आणि विचारवंतांपैकी अनेकांनी माझं अभिनंदन केलं. काही जणांनी घृणा प्रकट केली. मूलतत्त्ववाद्यांचा गट प्रचार करीत होता की, मी इस्लामच्या विरोधात लिहिते, म्हणून 'आनंदबाजार' या हिंदू मूलतत्त्ववाद्यांच्या गटानं मला मोठ्या आनंदानं पुरस्कार दिला. 'आनंदबाजार पत्रिका' हे दैनिक हिंदू मूलतत्त्ववाद्यांचं दैनिक आहे हे याआधी मी कधी ऐकलं नव्हतं. आजवर मी 'आनंदबाजार पत्रिका' या दैनिकात आणि त्याच प्रकाशन संस्थेच्या 'देश' या साप्ताहिकात जितके लेख वाचले होते, त्यांपैकी कुठल्याही लेखात हिंदू मूलतत्त्ववाद्यांच्या बाजूनं मुद्दे मांडलेले मी पाहिले नव्हते; उलट हिंदू मूलतत्त्ववाद्यांच्या विरोधातच या नियतकालिकांमध्ये लिहिलं जाई. कुणी कुणी म्हणालं, 'कधीकाळी 'आनंदबाजार'ची भूमिका मुस्लिमविरोधी होती. त्या 'कधी काळी' माझा जन्मही झाला नसणार, मग त्याची जबाबदारी मी कशी काय घेऊ? संपादक बदलतात, प्रकाशक बदलतात, वार्ताहर बदलतात, त्याचबरोबर नियतकालिकाचं स्वरूप आणि धोरणही बदलतं. बांगलादेशात जे दैनिक पूर्वी देशाच्या स्वातंत्र्याविरोधात लिहीत असे, तेच आता देशाच्या स्वातंत्र्याच्या बाजूनं लिहीत होतं, कारण जुन्या काळची तिथली सगळी माणसं जाऊन आता नवीन काळातली माणसं आली होती. दैनिकाचं नाव तेच होतं, पत्ता तोच होता; पण धोरण मात्र पूर्वीपेक्षा वेगळं होतं. माझ्यावरचा दुसरा आरोप होता, तो म्हणजे मी 'रॉ'ची एजंट आहे. अफवेसारखी वेगानं पसरणारी दुसरी गोष्ट नसते. 'इन्किलाब' दैनिकानं मी 'रॉ'ची एजंट आहे असं लिहिल्यावर दुसऱ्या दिवशी दहा दैनिकांनी बातमी दिली की मी 'रॉ'ची एजंट आहे!

'रॉ' काय आहे? हा प्रश्न मला पडला. मी पहिल्यांदाच हे नाव ऐकत होते. मी मिलनला विचारलं, "'रॉ' हा काय प्रकार आहे रे?"

मिलन म्हणाला, "दीदी, तुम्हाला 'रॉ'चा अर्थ माहिती नाही? रॉ म्हणजे..."

"रॉ म्हणजे काय?"

"उदाहरणार्थ, समजा 'रॉ' चहा. दूध न घातलेला चहा म्हणजे 'रॉ' चहा.

उदाहरणार्थ आमच्या कंपनीत रॉ माल येतो-म्हणजे कच्चा माल. त्याच्यावर प्रक्रिया करून केमिकल प्रॉडक्ट्स तयार होतात.''

''पण रॉची एजंट म्हणजे काय?''

''मला वाटतं, विदेशातून रॉ माल आणण्याच्या व्यवसायातला एजंट.''

''पण मी तर काही रॉ माल आणण्याच्या व्यवसायातली एजंट नाही.''

''वाट्टेल ते लिहितात, दुसरं काय! तुमच्याबद्दल अलीकडे कितीतरी जण मनाला येईल ते लिहीत असतात!''

''पण मिलन, मला 'रॉ'ची एजंट अशी शिवी का देतात? लोक तर विदेशातून कितीतरी वस्तू आणतात, त्यांना तर काही कुणी शिव्या देत नाही!''

''तुम्हाला शिव्या देतात, कारण त्यांना वाटत असावं की तुम्ही बंदी असलेला, निषिद्ध असा रॉ माल आणीत असाल.''

''निषिद्ध माल?''

''जरा समजून घ्या ना दीदी! विदेशातला सगळा माल बांगलादेशात लीगल ठरतो का? काहीतरी निषिद्ध माल असणारच!''

''उदाहरणार्थ?''

''उदाहरणार्थ, फेनसिडिल- खोकल्यावरचं औषध. ते औषध लोक नशेसाठी वापरतात. भारतातून लोक चोरून फेनसिडिल आणतात. आता जर तुम्ही फेनसिडिल आणलंत, तर ते निषिद्ध नाही का?''

''पण फेनसिडिल हे तर काही रॉ मटेरिअल नाही- ते तयार केलेलं औषध आहे. बाटलीतलं औषध.'

''ते फेनसिडिल तयार करण्याचा माल जर आणला तर तो 'रॉ'च असणार. मग ते घरी तयार करून विकत असणार एजंट!''

''असं असतं, तर मग मला ते 'बेकायदा व्यापारी'- इललिगल व्यावसायिक म्हटलं असतं. 'रॉ'चा एजंट का म्हणतात?''

''मला वाटतं तुमचा एखादा ग्रुप असावा. तो ग्रुप रॉ माल आणत असावा. तुमचा त्या ग्रुपशी संबंध असावा.''

''पण माझा तर अशा कुठल्याही ग्रुपशी संबंध नाही.''

''पण म्हणून काय झालं? लोकांना तुम्हाला फक्त विरोध करायचा आहे, तुमच्याविरुद्ध लिहायचं आहे. असं लिहिल्यावर लोक तुमच्या विरोधात जातील असं त्यांना वाटतं. त्यांना लोकांना तुमच्याविरुद्ध भडकवायचंय, म्हणून ते असं लिहिताहेत.''

मनातून रॉ काही जात नव्हतं. मी म्हणे 'रॉ'ची एजंट. माझ्याबरोबर ज्यांची ऊठबस आहे, त्यांच्यापैकी कुणीही असा व्यवसाय करीत नाही. मग का मला लोक

'रॉ'ची एजंट म्हणतात? मी अनेक दिवस या 'रॉ'च्या विषयामुळे विषण्ण बसून होते. एक महिन्यानंतर खसरू आला. त्यालाच विचारलं, "अच्छा खसरूभाई, हे 'रॉ' काय प्रकरण आहे?" खसरूशी माझी ओळख झाली होती शिप्राच्या माध्यमातून. खसरू उद्योजक होता. आपल्या दोन इंजिनीअर मित्रांबरोबर त्यानं 'एनर्जी पॅक' नावाचा जनरेटर्स तयार करायचा कारखाना सुरू केला होता. मोतीझील भागात त्याचं ऑफिस होतं. नेहमी माझ्या घरी येत असे. माझी विचारपूस करीत असे.

"'रॉ'चा अर्थ हवाय होय? प्रकार काय झाला?"

"लोक म्हणताहेत की मी म्हणे 'रॉ'ची एजंट आहे."

खसरू मोठ्यानं हसला.

"लोक तुम्हाला 'रॉ'च्या एजंट म्हणतात आणि तुम्हाला स्वतःलाच रॉ म्हणजे काय हे ठाऊक नाही? नवल आहे!"

मिलन काय म्हणाला होता ते मी सांगणार होते; पण त्याआधीच खसरू म्हणाला, "रॉ म्हणजे इंडियाची इंटेलिजन्स एजन्सी- 'रीसर्च अॅण्ड अॅनालिसिस विंग'चा शॉर्टफॉर्म म्हणजे रॉ. अमेरिकेची जशी सी.आय.ए. आहे, तशी भारताची 'रॉ' ही संस्था आहे."

मी चकित होऊन बसून राहिले. "असं होय!"

"तुम्हाला नक्कीच ठाऊक असणार."

"नाही, मला हा अर्थ खरोखर ठाऊक नव्हता."

"म्हणता काय? आणि तुमच्यामागे स्पेशल ब्रँचचा माणूस फिरत असतो, ते ठाऊक आहे? सतत तुमचा पाठलाग करीत असतो."

"नाही! मी तर काही पाहिला नाही. म्हणजे पोलिसांची स्पेशल ब्रँच ना? सांगतोस काय?"

"जा, बघा जरा तुमच्या घरासमोर एक जण फिरतोय. तुमच्या घरी कोण येतंय, घरातून कोण बाहेर जातंय, या सगळ्यांवर पाळत ठेवतोय तो."

माझ्या अंगावर भीतीनं शहारा आला. मी अशी काय चूक केली, काय अपराध केला म्हणून लोक मला 'रॉ'ची एजंट म्हणताहेत, पोलिस माझ्यावर पाळत ठेवताहेत? मी विचार करीत राहिले- मी काय चूक केली असावी? मला कुठलीच अशी चूक सापडेना. या देशाचं राजकारण चालतं भारताच्या द्वेषावर. जो भारताबद्दल जितका अधिक द्वेष दाखवतो, त्याला तितकी अधिक मतं मिळतात. देशातल्या जनतेचा विचार करणारा इथं एकही नेता नाही असं म्हटलं तरी चालेल. माझ्यापाठीमागे एक गुप्तहेर लागलेला आहे, हे मी भारतीय वकिलातीच्या कार्यक्रमाला जातानाच मला जाणवलं होतं. एक पांढरी कार माझ्या रिक्षाचा संपूर्ण मार्गभर पाठलाग करीत होती. माझ्या हालचालींची, मी काय काय करते याची सरकार नोंद ठेवीत होतं.

मी शांतिनगरच्या भाजी बाजारात फुलकोबी आणि मासे आणायला गेले, तरी मागे सरकारचा गुप्तहेर असे. मला मानेवर कुणाचे तरी निःश्वास जाणवत. मला भीती फारशी वाटत नसे. मी कोणी फार महत्त्वाची व्यक्ती नाही, हे मला ठाऊक होतं. मी डॉक्टरकी करते, फावल्या वेळात लेखन करते. मी काही फार मोठी डॉक्टर नव्हते किंवा फार मोठी लेखिकाही नव्हते. मोठी डॉक्टर व्हायचं असेल, तर एफ.सी.पी.एस. पास व्हावं लागतं, मोठी लेखिका व्हायचं असेल तर बंगाली साहित्याचं उत्तम ज्ञान असावं लागतं. मी एफ.सी.पी.एस. पास झाले नव्हते. मला बंगाली साहित्याचं उत्तम ज्ञान नव्हतं.

'विचित्रा' नियतकालिकानं सविस्तर बातमी छापली 'सुकुमारी भट्टाचार्य यांच्या पुस्तकातून चोरी.' माझ्या पुस्तकातील लेख हे माझे नाहीत, दुसऱ्याच कुणाचे आहेत. सुकुमारींच्या साहित्यातून मजकूर चोरल्याबद्दल मला जी शिक्षा मिळायला हवी, ती भोगण्यासाठी मी पूर्णपणे तयार होते. पण चोरी विशारदांनी म्हणायला सुरुवात केली की, 'निर्वाचित कॉलम' पुस्तकात मी इस्लामला शिव्या दिल्या आहेत. मी पुरस्कार स्वीकारला हे योग्य केलं नाही; मला शिक्षा होणंच योग्य आहे. जे लेखन माझं नाही असं ते म्हणतात, त्यासाठी मी का शिक्षा भोगायची? ते लेखन तर दुसऱ्याचं आहे ना! पण ते माझ्यासाठी शिक्षेची मागणी करीत होते आणि तेव्हा त्यांना एवढंसुद्धा कळत नव्हतं की, ज्या लेखनासाठी ते मला शिक्षा व्हावी अशी मागणी करीत होते, ते लेखन माझं स्वतःचं नव्हे, तर दुसऱ्याचं असू शकतं. अशा परिस्थितीत तर त्यांनी माझ्याऐवजी त्या दुसऱ्या व्यक्तीला शिक्षा व्हावी, अशी मागणी करणं योग्य होतं ना! पण नाही, ते मलाच शिक्षा देणार! ग्लानीत, उदासीत बुडालेल्या मला जणू कुणीतरी हाक मारली. कुणीतरी जणू माझ्या कानात म्हणू लागलं, वेदांबद्दलची मतं तुझी स्वतःची नसली, तरी इस्लामबद्दलची मतं तर तुझी स्वतःची आहेत! मुळात पुस्तक वेदांबद्दल आहे की, मुसलमान समाजातल्या स्त्रीच्या अवस्थेबद्दल लिहिलेलं आहे? मी क्षीण आवाजात म्हणाले, 'हे लेखन तर माझ्या आसपासच्या जीवनाबद्दलचं आहे.' माझ्या कानात कुणीतरी म्हणालं, 'या कारणासाठी शिक्षा ते तुलाच देऊ इच्छितात, सुकुमारीला नव्हे.' मी हाक ऐकून उठले खरी पण माझ्या विस्मित डोळ्यांकडे पाहून माझ्यासमोरचं उज्ज्वल वातावरण कोण जाणे कुठं नाहीसं झालं. पूर्वी जे लोक माझ्या लेखनाची स्तुती करीत, 'तुम्ही खूप चांगलं लिहिता'असं म्हणत, 'उत्तम लिहिता' असं म्हणत, तेच आता माझ्या लेखनात दोष आणि उणिवा काढू लागले होते. कारण मला पुरस्कार मिळाला होता. पुरस्कार मिळणाऱ्या लेखकाच्या लेखनाचा दर्जा तर उच्च असतो; माझ्या लेखनाचा दर्जा मुळात तसा आहे की नाही याचा आता टीकाकार विचार करू

लागले होते. न्यायनिवाडा करू लागले होते. आनंद पुरस्कारानं मला एका अद्‌भुत आणि अनोळखी अशा विश्वात 'टप्' करून फेकून दिलं होतं. जणू मला आणि आनंद पुरस्काराला कुणीतरी एका हवाबंद पेटाऱ्यात बंद करून टाकलं होतं. मला श्वास घ्यायला त्रास होत होता.

कोलकात्यात जेव्हा माझ्याबद्दल खूप उत्सुकता होती, 'निर्वाचित कॉलम' पुस्तक प्रकाशित झाल्याबरोबर मोठ्या प्रमाणात खपत होतं, तेव्हाच बातमी प्रकाशित झाली की, मी वाङ्‌मयचौर्य करून हे पुस्तक लिहिलं आहे. वाङ्‌मयचौर्याची ही बातमी एका देशातून वादळाच्या वेगानं दुसऱ्या देशात पोचली. 'विचित्रा'मधली बातमी जशीच्या तशी कोलकात्याच्या दैनिकांमध्ये प्रकाशित झाली. 'आनंदबाजार'विरोधी दैनिकांच्या हाती एक आयतं कोलीत मिळालं. 'सुकुमारींच्या पुस्तकातून चोरी' संदर्भात कोलकात्यात मोठं नाही, तरी छोटं वादळ उठलंच. स्त्रीवादी लेखिका मैत्रेयी चट्टोपाध्याय माझ्याविरोधात उभ्या राहिल्या. मी का हे वाङ्‌मयचौर्य केलं, सुकुमारींचा ऋणनिर्देश माझ्या पुस्तकात मी का केला नाही, असे प्रश्न त्यांनी उपस्थित केले. पंडित शिवनारायण राय यांनी मैत्रेयींचा प्रतिवाद करीत लिहिलं, दैनिकांमधल्या स्तंभलेखनात ऋणनिर्देश करण्याची गरज नसते; तसलिमांचं पुस्तक हा एखादा संशोधनात्मक ग्रंथ किंवा प्रबंध असता, तर गोष्ट वेगळी. शिवनारायण राय यांनी 'आनंदबाजार पत्रिका' दैनिकात एक लेखही लिहिला. त्यांनी लिहिलं, 'खोटा आळ घेऊन तसलिमांच्या धारदार लेखणीला बोथट करता येणार नाही.' कोलकात्यातली टीका थोडक्यातच थंड पडली; पण बांगलादेशमध्ये मात्र आणखी काही दिवस मला 'चोर! चोर!' म्हणून शिव्या देऊन माझ्या पुस्तकात मी कुराण हदीसबद्दल कुठं कुठं काय-काय लिहिलं आहे याची चर्चा होत राहिली. माझ्या प्रकाशकांविरुद्ध खटला भरण्यात आला. मी ज्या-ज्या नियतकालिकांमधून स्तंभलेखन करीत होते, त्या सगळ्या नियतकालिकांच्या संपादक-प्रकाशकांच्या विरुद्धही खटले भरण्यात आले. माझ्या त्या पुस्तकांची जाहीर होळी करण्यात आली. 'तसलिमांची पुस्तकं विकलीत तर तुमची डोकी फोडू' अशी सगळ्या पुस्तकविक्रेत्यांना धमकी देण्यात आली. 'इन्किलाब' दैनिकात एकानं लिहिलं, 'तसलिमाला फाशीच व्हायला हवी.' फाशी! ही काय नवीन मागणी! खरं तर राजकारणात खोटेपणे वागणाऱ्यांना फाशी व्हायला हवी, अशी मागणी करायला हवी. शिवाय आजकाल फाशीची शिक्षा एखाद्याला ठोठावली, तरी खरोखर फाशी क्वचितच होते. मनातला राग 'फाशी द्यायला हवी!' या शब्दातून प्रकट करण्याची लोकांना सवय लागली आहे- मी स्वतःच स्वतःची समजूत घातली. पण कुठं कोण जाणे, एक काटा सलत राहिला, खुपत राहिला.

महिलांवरच्या अत्याचाराबद्दल मी लिहिलं, तेव्हा लोकांनी माझी वाहवा केली.

पण महिलांवरती अत्याचार कशामुळे होतात, याचं विश्लेषण करताना जेव्हा धर्माबद्दल लिहिलं तेव्हा दिसलं की, आता मला वाहवा मिळत नाहीय. मी काही मूलतत्त्ववाद्यांबद्दल बोलत नाहीय, तर जे दिवसातून पाच वेळा नमाज पढत नाहीत, रोजे ठेवत नाहीत, दाढी सफाचट करून, सूट-बूट परिधान करून स्वतःला 'प्रगतिवादी' म्हणवत मिरवतात आणि ज्या महिला बेशरमपणे इकडेतिकडे फिरतात, सहजपणे परपुरुषांशी संबंध ठेवतात, 'कल्चर'च्या नावाखाली गाणं-बजावणं वगैरे करतात आणि सर्वांत महत्त्वाची गोष्ट म्हणजे ज्या महिला युगानुयुगांपासून स्त्रीमुक्तीसाठी आंदोलन करीत असतात, त्याही कपाळाला आठ्या घालून 'तिचं धाडस बघा! धर्माला बदनाम करतेय!' असं म्हणत होत्या. 'मूलतत्त्ववाद्यांच्या कारनाम्यांबद्दल लिहिलं, ते एक वेळ ठीक आहे; पण धर्माला का मध्ये ओढलंत? धर्मानं काय चूक केलीय?' असं मला हे लोक विचारीत होते. माझे समर्थकसुद्धा माझे विरोधक बनले. जे धर्मनिरपेक्ष होते, स्त्री-पुरुष समतेवर ज्यांचा विश्वास होता, जे पुराणमतवादी नव्हते, अशा लोकांनीच फक्त माझं समर्थन केलं. अर्थात अशा लोकांपैकीही सगळ्यांनीच नव्हे. लेखक आणि विचारवंत म्हणून प्रसिद्ध असलेले अहमद छफा माझी बदनामी करायला सरसावले. माझ्या विरोधात ते दैनिकांमध्ये लेखांमागून लेख लिहू लागले. अहमद छफांना मी रुद्रच्या माध्यमातून ओळखत होते. रुद्र छफांचा खूप चाहता होता. छफा हे दिसायला बरेचसे एखाद्या मामदो भुतासारखे दिसत. (मुसलमान व्यक्तीच्या भुताला बंगालीत 'मामदो भूत' म्हणतात. -अनुवादक) मामदो भूत मी कधीही पाहिलं नव्हतं; पण लहानपणी जेव्हा मी मामदो भुतांच्या गोष्टी ऐकत असे, तेव्हा अगदी महमद छफांसारखी दिसणारी पण माणूस नसणारी एक आकृती माझ्या डोळ्यांसमोर उभी राहत असे. मी पहिल्यांदा जेव्हा छफांना पाहिलं, त्याच दिवशी रुद्रला म्हणाले होते, "तुझे हे छफाभाई दिसायला असे कसे रे?" रुद्रने विचारलं, "असे कसे म्हणजे?" मी म्हणाले होते, "कसेतरीच दिसताहेत- अगदी एखाद्या मामदो भुतासारखे." माझ्या या फटकळ शेऱ्यावर रुद्र म्हणाला होता, "छफांसारखे ज्ञानी लोक या देशात खूप कमी आहेत." छफांच्याबद्दल रुद्रला श्रद्धा वाटत असे. त्यामागे एक कारण होतं. रुद्रचं पहिलं पुस्तक छफांच्या मदतीमुळे प्रकाशित झालं होतं. रुद्र छफांचा भक्त होता. मग छफा दिसायला कसे का असेनात! छफा लिबियाकडून पैसे घेऊन 'इस्लाम! इस्लाम!!' असा जप करतात असं सगळीकडे बोललं जात होतं. रुद्र अशा गोष्टींकडे लक्ष देत नसे.

आमच्या राजाबाजारच्या घरी छफा दोन दिवस मुक्कामालाही आले होते. त्या रात्री जेव्हा त्यांनी आपल्या बेसूर आणि भेसूर आवाजात गायला सुरुवात केली, तेव्हा मला भीती वाटली होती. भीती वाटली असली, तरी भक्ती किंवा श्रद्धा ही संसर्गजन्य असते. रुद्रची छफाभक्ती लवकरच माझ्याही मनात रुजली. छफा

कसेही दिसत असले, तरी मीसुद्धा त्यांची चाहती बनले. अविवाहित राहिलेले छफा अनेक महिलांबद्दल गोष्टी करीत. कोलकात्यातली इंदिरा नावाची एक सुंदर तरुणी छफांच्या प्रेमात पागल झाली होती- त्या प्रेमाची कहाणी मामदो भुतासारख्या आपल्या तोंडानं छफांनी आम्हाला सांगितली. नंतर या इंदिरेशीच लग्न करून माझ्यासमोर आला मृदुल चक्रवर्ती. 'इत्यादी'च्या अड्ड्यावर तो अधूनमधून येत असे. तो गायन करीत असे, तसेच विद्यापीठातही शिकत असे. शिक्षकाची नोकरी करीत असे. छफांचा विविध देशांच्या वकिलातींशी संपर्क होता. विशेषतः जर्मन वकिलातीशी. एके दिवशी त्यांनी गटेच्या 'फाउस्ट'चा अनुवाद पूर्ण केला. रुद्रशी मी संबंध तोडल्यावरही छफांशी माझी अधूनमधून भेट होत असे- मुख्यतः 'इत्यादी'च्या अड्ड्यावर. एकदा त्यांनी माझ्या कवितांचे अनुवाद करायला सुरुवात केली. मला त्यांनी आपल्या घरी निमंत्रण दिलं. 'फाउस्ट'चे अनुवादक माझ्या कवितांचे अनुवाद करीत होते! माझ्या कवितांची अफाट स्तुती करून मला अगदी अवघडल्यासारखं केलं त्यांनी. माझ्या कवितेबद्दल ते म्हणाले होते, 'अशी कविता आजवर बंगाली साहित्यात लिहिलीच गेलेली नाही!' माझ्या कविता जगातल्या साऱ्या भाषांमध्ये अनुवादित व्हायल्या हव्यात, साऱ्या जगात पोचायला हव्यात. माझ्या कवितांच्या इंग्रजी अनुवादाचं पुस्तक छापण्याची त्यांची इच्छा होती. अशी ज्यांची माझ्याबद्दलची मतं होती, ते अचानक असे कसे बदलले? माझी स्तुती करणं थांबवून निंदा का करू लागले, हा प्रश्न होता खरा. मला आनंद पुरस्कार मिळाला, त्यामुळे त्यांच्या पोटात एवढं दुखायचं कारण काय होतं? छफांना एकदा मी माझ्या आरमानीटोलातल्या घरी जेवायला बोलावलं होतं. मिटफोर्ट हॉस्पिटलमधून घरी परतले, तर दिसलं की लिली घरी नाहीय. दरवाजा सताड उघडा! घरातल्या सगळ्या वस्तू होत्या पण घरकाम करणारी मुलगी नव्हती. कुठं गेली होती कोण जाणे! मी सगळा परिसर शोधला, नातेवाइकांच्या घरी शोधलं, रस्त्यांवर शोधलं. अखेर पोलिस ठाण्यावर लिली हरवल्याची तक्रार देऊन परतले, तेव्हा समजलं की, वॉचमनच्या केबिनमध्ये दोन तास बसून राहून, माझी वाट पाहून अहमद छफा निघून गेले होते. अहमद छफांना हे सगळं सांगून त्यांची क्षमा मागण्याआधीच त्यांनी एका दैनिकात आपल्या सदरात लेख लिहून माझी निंदा केली. मला आनंद पुरस्कार मिळाल्यावर तर त्यांची निंदा आणखी विखारी झाली. बेलगामपणे ते माझ्याविरुद्ध लिहू लागले. 'आनंदबाजार' आणि 'देश'नं आधी बांगला ॲकॅडमीला पुरस्कार देण्याची इच्छा प्रदर्शित केली होती, तर 'बांगला ॲकॅडमी तो पुरस्कार स्वीकारणार नाही' असं ॲकॅडमीनं कळवलं होतं. त्यानंतर जेव्हा मला पुरस्कार जाहीर झाला, तेव्हा अहमद छफांनी लिहिलं, 'खरं तर तसलिमा नासरिन कुणीच नाही- ती नगण्य आहे, असभ्य वर्तणूक करणारी आणि वाङ्मयचौर्य करणारी अशी एक व्यक्ती आहे. ती मुस्लिम

समाजाविरुद्ध लिहिते, म्हणून 'आनंदबाजार'नं तिला लाइमलाइटमध्ये आणलं आहे... एखाद्या गावातले दोन मातब्बर लोक दर वर्षी एकमेकांच्या विरोधात निवडणुकीला उभे राहत. एकदा काय झालं, एका मातब्बर इसमानं आपल्या प्रतिस्पर्ध्याची प्रतिमा क्षुद्र करण्यासाठी आपल्या मोलकरणीला त्याच्या विरोधात उभं केलं. 'आनंदबाजार'ने जो उद्योग केला, तो मला त्याच प्रकारचा वाटला. बांगला ॲकॅडमीनं पुरस्कार नाकारला, म्हणून संतापलेल्या 'आनंदबाजार'नं बांगला ॲकॅडमीच्या थोबाडीत मारण्यासाठी तसलिमाला पुरस्कार दिला.'

छफा काय होते आणि काय झाले! माझ्यावर दैनिकांमध्ये लेख लिहून छफांचं समाधान झालं नाही, म्हणून माझ्याविरुद्ध त्यांनी एक पुस्तकच लिहिलं! अहमद छफांचा प्रतिवाद करण्यासाठी एके दिवशी विरुपाक्ष यांनी एक लेख लिहिला. त्यांनी लिहिलं, 'अहमद छफा यांच्यासारख्या ज्येष्ठ आणि विद्वान साहित्यिकानं ज्या प्रकारची उपमा वापरली (मातब्बर असामी विरुद्ध मोलकरीण) त्या उपमेतून त्यांचा ईर्ष्येमधून निर्माण झालेला संताप आणि अधीरपणा सर्वांना दिसला. तरुणपणात पुरस्कार मिळण्याचे अनेक तोटे असतात; पण यासारख्या अपवादात्मक गोष्टीसाठी अनेक जण बहुधा मानसिकदृष्ट्या तयार नसतात. पुरस्कार मिळाल्यानंतर तसलिमांनी आपल्या मुलाखतीत अनेक गोष्टी सांगितल्या आहेत. अहमद छफा यांच्या मते- या सगळ्या गोष्टीतून तसलिमांना पुरेसं ज्ञान आहे असे दिसत नाही. पण फक्त तसलिमांनाच दोष देऊन काय फायदा! अनेक तथाकथित पंडित वर्तमानपत्रातल्या आपल्या सदरलेखनातून बऱ्याच फालतू आणि बकवास गोष्टी लिहीत असतात, छफासाहेबांसाठीही आम्ही कुठले शब्द वापरावेत, यावरसुद्धा छफासाहेबांनी थोडा विचार करून पाहावा. तसलिमा नासरिन जे बोलतात, त्यामधून अहमद छफांना तसलिमांच्या ज्ञानाचा परिचय होत नाही; कारण तसलिमा जे बोलतात, ती त्यांची स्वतःची मतं असतात आणि ती मतं त्या धाडसानं लोकांपुढे मांडतात. त्या कासवांसारख्या असणाऱ्या इतर दहा बुद्धिवंतांप्रमाणे सुरक्षितता दिसली, तरच आपल्या कवचामधून टोकं बाहेर काढीत नाहीत, त्यांचं डोकं नेहमीच कवचाच्या बाहेर असतं. आपल्याला जे म्हणायचं आहे, ते त्या न घाबरता लोकांपुढे मांडतात. म्हणूनच अनेक साहित्यिकांना वाटतं की, त्यांना बोलण्यातली पोच जरा कमीच आहे. अनेक प्रकारच्या बातम्या माझ्या कानावर येत होत्या. कवी रफीक आजाद म्हणे माझ्यासारख्या तुच्छ लेखिकेला आनंद पुरस्कार मिळाल्याने खूप संतापले होते. रफीक आजाद हे माझ्यावर खूप स्नेह करतात, असंच मला वाटत होतं. त्यांची पहिली पत्नी आदिला बकुल ही अधूनमधून माझ्याकडे गप्पा मारण्यासाठी येत असे, हे समजून त्यांना बरं वाटलं होतं. मी तिच्याशी मैत्री करावी, तिला उभारी द्यावी असं त्यांनी मला सांगितलं होतं. आदिलानं मला आपल्या दुःखाच्या अनेक

गोष्टी सांगितल्या होत्या. कविता लिहीत असती, तर आदिला ही रफीक आजाद यांच्यापेक्षाही मोठी कवयित्री झाली असती; पण साधीभोळी, सहनशील अशी आदिला आपल्या पतीला सतत देतच गेली. ती खंक झाल्यावर मात्र रफीक आजाद तिला सोडून निघून गेले. असं असलं, तरी रफीक आजाद हे खूप मोठे कवी होते हे खरं आहे. माझ्यासारख्या छोट्या कवीला चुकून एखादा पुरस्कार मिळाल्याने त्यांची थोरवी तर काही कमी होत नाही!

मूलतत्त्ववादी आणि दुर्मुखलेल्या लेखकांच्या वाग्बाणांनी जेव्हा मी नेस्तनाबूद होत होते, तेव्हा रफीक आजाद यांच्यापेक्षा खूप मोठे, देशातले सर्वांत मोठे कवी असलेल्या शमसुर रहमान यांनी लिहिलं, 'तसलिमांच्या लेखणीच्या तोंडात साखर पडो!' त्यांनी लिहिलं, 'सध्या आमच्या सांस्कृतिक क्षेत्रात तसलिमा नासरिन हे एक गाजणारं नाव आहे. स्तंभलेखिका म्हणून त्या प्रसिद्ध आहेत. त्यांच्या कीर्तीनं देशांच्या सीमा ओलांडल्या आहेत. स्तंभलेखनासाठी त्यांना विदेशात पुरस्कार मिळाला आहे. त्या अनेक जुन्या प्रथांच्या विरोधात बोलतात, त्यांच्या लेखांमध्ये अनेक धाडसी विधानं असतात. तसलिमा नासरिन यांच्या धाडसाची प्रशंसाच करायला हवी. त्यांनी आमच्या प्रतिगामीपणाला, प्रगतीविरोधी वृत्तीला वारंवार फटकारलं आहे, पुरुषप्रधान समाजव्यवस्थेवर घणाघाती टीका केली आहे, अचलपणाला धक्के दिलेले आहेत. धार्मिक अंधविश्वास, अंधश्रद्धा, संकीर्णता आणि अमानुषतेच्या विरुद्ध परखडपणे बोलताना त्या मुळीच कचरलेल्या नाहीत. त्यांच्या लेखनात कुठल्याही प्रकारचा कचखाऊपणा नाही, झाकपाक नाही. किमान मी तरी तसलिमा नासरिन यांच्याइतका साहसी नाही, हे मी मोकळ्या मनानं मान्य करतो. ज्या गोष्टींवर माझा अंतःकरणपूर्वक विश्वास आहे, अशा अनेक गोष्टी मला बोलाव्याशा वाटतात पण जन्मांध समाज आणि अंधारात राहणं आवडणाऱ्या मध्ययुगीन विचारसरणीच्या घातक लोकांच्या भीतीनं मी त्या गोष्टी बोलू शकत नाही. यामुळे माझं व्यक्तिमत्त्व संकुचित होतं, स्वतःच्या या मर्यादांबद्दल मला संकोच वाटतो. मी तसलिमा नासरिन यांचं मनःपूर्वक कौतुक करतो, त्यांना शाबासकी देतो.

माझ्या कवितासंग्रहांची समीक्षा करताना त्यांनी लिहिलं, 'आपल्या समाजातील अनेक जण स्त्रीच्या व्यक्तिमत्त्वाला विकसित होऊ देत नाहीत. तशी त्यांची इच्छा नसते. महिलांच्या संदर्भात चोहीकडून निषेधाच्या तर्जन्या उठत असतात आणि छी छी आवाज उठत असतात. स्त्री ही एक माणूस असते, ही जाणीव अजूनही समाजमनाला झालेली दिसत नाही. ही परिस्थिती मान्य करता येत नाही म्हणूनच तसलिमा विद्रोही झाल्या, स्वतःच्या पायातली बेडी त्यांनी तोडून टाकली, इतर महिलांनाही आपल्या पायातील बेड्या तोडून फेकून देण्याचे त्या आवाहन करीत असतात.' फक्त शमसुर रहमानच नव्हेत, तर बांगलादेशमधील जहानारा इमाम,

रशीद करीम, नजीम महमूद, मजहरुल इस्लाम यांच्यासारख्या विद्वानांनी माझ्या बाजूनं लेख लिहिले. भारतातील पश्चिम बंगालमधील शंखो घोष, भवतोष दत्त, केतकी कुशारी डाईसन, शिवनारायण राय, आनंद बागची, मैत्रेयी चट्टोपाध्याय, विजया मुखोपाध्याय, सुतपा भट्टाचार्य यांच्यासारख्या थोर-थोर लेखकांनी माझ्या लेखनावर समीक्षात्मक लेख लिहिले. कोणी लिहिलं 'उत्तम', कुणी लिहिलं, 'धाडसी लेखन', कुणी म्हणालं, 'फटकळ', कुणी म्हटलं, 'असं लेखन फार दुर्मीळ!' राजशाही विद्यापीठातल्या प्रा. सनतकुमार साहांनी लिहिलं, 'तसलिमा नासरिन या आजच्या सर्वांत महत्त्वाच्या लेखिका आहेत. त्यांचं 'निर्वाचित कॉलम' हे आजचं सर्वांत उल्लेखनीय पुस्तक आहे. या पुस्तकामुळेच समाजातल्या पुराणमतवाद्यांनी त्यांच्या विरोधात टीका सुरू केली आहे.' हे सारं माझ्यासाठी अनपेक्षित होतं. ही अपेक्षेपेक्षा अधिक प्राप्ती होती. राजशाही विद्यापीठाच्या 'स्वनन आवृत्ती संघा'नं मला आमंत्रित केलं. 'स्वनन' संस्थेशी संबंधित असलेल्या लेखक-बुद्धिवंतांच्या पैकी सनतकुमार साहा हे एक होते. माझा 'स्वनन'तर्फे सत्कार करण्यात आला. विख्यात लेखक हसन अजीजुल हक यांनी पुष्पगुच्छ देऊन माझं अभिनंदन केलं, भाषणात माझी स्तुती केली, कौतुक केलं. मी तर मंचावर बसून प्रशंसेच्या पुरात जणू वाहून जात राहिले. मला जेव्हा बोलण्याची विनंती करण्यात आली, तेव्हा धन्यवादपर दोन-तीन वाक्यं बोलून झाल्यावर जाणवलं की माझं डोकं ब्लँक झालं आहे. मला काहीच बोलणं सुचेना. माझ्या जिभेवर शब्दच येईनात. साहित्य, संस्कृतीसंदर्भातही काही बोलणं सुचेना. श्रोते मात्र माझ्याकडून जहाल असं भाषण ऐकण्याची वाट पाहत होते, हे मला जाणवत होतं. पण सगळ्यांना हताश करून मला विमूढ असं उभं राहावं लागलं.

परंतु ज्या दिवशी मी विद्यापीठाच्या मैदानात, 'शाबाश बांगलादेश' नावाच्या मुक्तियोद्ध्याच्या विशाल पुतळ्यासमोर कवितावाचन केलं, तेव्हा मात्र माझा आवाज अगदी खुला होता. कुठलीही जडता जाणवत नव्हती. राजशाही विद्यापीठात बुद्धिवंतांचा अभाव नव्हता, त्याप्रमाणे इस्लामी छात्र शिबिरांचाही अभाव नव्हता. त्या शिबिरातले लोक प्रगतिशील विद्यार्थी व प्राध्यापकांचे थंड डोक्यांनी खून करीत, त्यांच्या हाता-पायांच्या रक्तवाहिन्या कापून टाकीत. मला सतत मागून जणू सापाचा हिस्-हिस् आवाज ऐकू येई, सतत भीती वाटत राही; कुणीतरी कुठल्याही क्षणी आपल्यावर हल्ला करील, आपला खून करील असं वाटे. सुदैवानं कुणी माझ्यावर हल्ला केला नाही. कवितावाचन करून मी धड शरीरानं मंचावरून खाली उतरले. जितके दिवस मी राजशाही शहरात होते, तितके दिवस नजीम महमूदच्या घरी मुक्कामाला होते. खूप उत्साही तरुण होता नजीम महमूद. माझ्याबद्दल, माझ्या कवितेबद्दल त्याच्या मनात अपार कौतुक होतं. एरवी तो मस्तराम माणूस होता.

काही माणसांचं जणू वय वाढत नाही. काही माणसं जन्मभर किशोरवयीनच राहून जातात- मग ती कितीही का म्हातारी होवोत! नजीम महमूदनं मला सगळं विद्यापीठ फिरून दाखवलं. अनेकांच्या घरी निमंत्रणावरून जेवायला नेलं. अभिनंदनाचा जणू पूरच आला पण सनत यावरही संतुष्ट झाले नाहीत. त्यांनी लिहिलं, 'तसलिमांच्या नजरेत ज्या निरोगी समाजाचं स्वप्न आहे, त्यासाठी आपण सर्वांनी त्यांचं कृतज्ञ राहिलं पाहिजे. त्यांचं आम्ही पुरेसं अभिनंदन करू शकलो नाही.' पण मला मात्र आपल्याला कमी स्नेह मिळाला असं मुळीच वाटलं नाही. उलट मी वारंवार मनाशी म्हणत राहिले, 'इतकं काही मिळेल असं मला वाटलं नव्हतं. खरंच का इतक्या स्नेहावर आपला हक्क आहे?' हो, मला जेव्हा शिव्यांच्या लाखोल्या वाहिल्या जातात, तेव्हा मी त्या शिव्या खाण्यासाठी तयार असते. जणू या शिव्याच मला मिळणार होत्या, त्यांच्यावरच माझा हक्क होता. पण कुणी माझी स्तुती केली की मी चमके. मनात कसंतरीच होई. ही प्रशंसा मला कुंठित करतेय, अवघडवून टाकतेय, संकोच वाटायला लावतेय, असं वाटे. प्रशंसेसाठी मी मनातल्या मनातसुद्धा तयार नसते.

माझ्या बाजूनं आणि विरुद्ध असे लेख प्रकाशित होतच होते. पण माझ्या समर्थनापेक्षा मला विरोध करणारे लेखच अधिक होते, त्या लेखांची भाषा अधिक जहाल, अधिक धारदार होती, त्यांच्यामध्ये अधिक क्षोभ होता. माझ्या नावाआधी 'लोकप्रिय' या विशेषणाऐवजी आता 'वादग्रस्त' हे विशेषण लावलं जाई. माझ्या लेखनावर वाद होतात, इतका वाद इतर कुठल्याही लेखकाच्या लेखनावर होत नाहीत. मी काहीही का लिहीना, ते लेखन माणसांना हसवी, रडवी, विचार करायला लावी- काही ना काही नक्कीच करी. त्या लेखनावर कुणी ना कुणी काहीतरी बोलेच. लेखनाची सीमा सोडून आता अनेकांच्या लांब-लांब जिभा, धारदार नखं माझ्या शरीराच्या दिशेनं येऊ लागली. 'बांगलार वाणी' नियतकालिकात मीर नुरुल इस्लाम यांनी माझ्यासंदर्भात लिहिलं, 'ज्यांच्याबद्दल इतकं लिहिलं जातंय, त्या तसलिमा नासरिन यांना मी कधीच पाहिलेलं नाही. त्यांच्या विरोधात खूप अश्लाघ्य गोष्टी मी ऐकत असतो. त्या गोष्टींमध्ये श्लेष असतात, विषारी वाग्बाण असतात. फक्त त्यांच्या काव्यप्रतिभेची समीक्षा तेवढी दिसत नाही. शारीरिक तत्त्वांची चर्चा भडकपणे केली जाते- जणू एखाद्या स्त्रीचं शरीर कापून, त्याचे कबाब करून मांसाहारी लोकांसाठी ते एखाद्या सजवलेल्या टेबलावर खाण्यासाठी ठेवले आहेत. पण या मानसिकतेच्या विरोधातच तसलिमा नासरिन लिहीत असतात. समाजाच्या या हिंस्रतेच्या आणि पाशविकतेच्या विरोधातच प्रतिपक्षाला जागृत करण्यासाठी त्या लिहीत असतात.'

माझ्या बाजूने प्रकाशित होणाऱ्या लेखांपेक्षा माझ्या विरोधात प्रकाशित होणारे

लेख मी काळजीपूर्वक वाची. 'संग्राम', 'इन्किलाब', 'दिनकाल', 'मिल्लत', 'बांगलाबाजार पत्रिका' ही दैनिकं तर माझ्या विरोधात कंबर कसून उभी होती. 'संग्राम', 'इन्किलाब', 'मिल्लत' ही मूलतत्त्ववाद्यांची दैनिकं होती. 'बांगलाबाजार पत्रिका' या दैनिकाचे संपादक-प्रकाशक मतिउर रहमान हे मूलतत्त्ववादी नसले, तरी माझ्या संदर्भात मात्र ते मूलतत्त्ववाद्यांची बाजू घेत. मतिउर रहमान चौधुरींना माझा विरोध कधीच नव्हता; पण जेव्हा त्यांनी 'कोलकात्याच्या 'देश' या नियतकालिकावर बांगलादेशमध्ये बंदी घालावी' अशी मागणी करायला सुरुवात केली, तेव्हा मात्र मी त्यांना विरोध करू लागले. 'देश' साप्ताहिकात नीरद चौधुरींचा एक लेख प्रकाशित झाला होता आणि त्या लेखात त्यांनी बांगलादेशाचा उल्लेख 'तथाकथित बांगलादेश' असा केला होता. नीरद चौधुरी यांच्याशी काही वर्षांनंतर या विषयावर मी बोलले होते. ते बांगलादेशाला 'तथाकथित बांगलादेश' असं का म्हणतात हे विचारल्यावर ते हसून म्हणाले होते, 'पूर्व-पश्चिम, उत्तर-दक्षिण असा बंगाली प्रदेश मिळून बांगलादेश तयार झाला आहे. पूर्व बंगालला 'बांगलादेश' या नावावर हक्क सांगण्याचा कुठलाही अधिकार नाही. पश्चिम बंगाल आजही 'पश्चिम बंगाल' म्हणूनच ओळखला जातो.' नीरद चौधुरींचा युक्तिवाद मी ऐकला होता. मतिउर रहमान यांच्या मते नीरद चौधुरींनी 'तथाकथित बांगलादेश' असं म्हणून बांगलादेशच्या सार्वभौमत्वाचा अपमान केला होता, सार्वभौमत्व नाकारलं होतं. हेसुद्धा मी मान्य केलं होतं. पण त्यानंतर मतिउरनी जो प्रकार सुरू केला, तो मात्र मी मान्य करू शकले नाही. कोलकात्याहून बांगलादेशमध्ये 'देश' साप्ताहिक येण्यावर कायमची बंदी घालावी, अशी मागणी घेऊन त्यांनी प्रचंड आरडाओरडा सुरू केला. 'देश'च्या संपादकांनी 'तथाकथित' हा शब्द वापरल्याबद्दल क्षमा मागितल्यानंतरही मतिउरनी ही मागणी सोडली नाही. सरकारमध्ये मतिउर रहमान यांच्या ओळखी असल्यानं अचानक एके दिवशी 'देश'च्या सगळ्या प्रती जप्त करण्यात आल्या आणि 'देश'वर बांगलादेशमध्ये बंदी घालण्यात आली. 'देश'चे बांगलादेशातील वाचक यामुळे खूप दुःखी झाले. 'देश' हे उच्च दर्जाचं साहित्यिक नियतकालिक आहे. त्याच्यावर बंदी आणल्यानं दर आठवड्याला वाचण्यासाठी कुठलंही उत्तम साप्ताहिक माझ्यासारख्या वाचकांसाठी राहिलं नाही. बंगालची फाळणी झाली. बांगलादेशाचं राजकारण आता भारतविरोधी राजकारण होतं. जो नेता भारताला जितक्या अधिक शिव्या देई, तो तितका अधिक लोकप्रिय होई. एक पक्ष दुसऱ्या पक्षाला दोष देताना म्हणे, 'दुसरा पक्ष आपल्या देशाला भारताच्या हाती विकून टाकील.' शेजारी देशाच्या असं सतत मागे लागल्यानं या देशाचा खरोखर काही फायदा होतो का? कुठं भारत आणि कुठं बांगलादेश! हत्तीबरोबर मच्छरानं भांडल्यासारखा प्रकार! दोन्ही बंगाल एक होत नसतील तर जाऊ द्या; पण निदान साहित्यिक-सांस्कृतिक

संपर्क तरी दोघांमध्ये राहू शकतो ना! त्यामुळे दोन्ही बंगालच्या लोकांचं भलंच होईल! 'तथाकथित' शब्दाच्या तथाकथित अपराधामुळे 'देश' साप्ताहिकावर बंदी घातल्यानं या देशातल्या कुणाला काय मिळालं ते मी समजू शकत नाही. 'देश' साप्ताहिकावर बंदी घातल्याचा मला इतका संताप आला की, या बंदीच्या विरोधात मी एका दैनिकात एक लेख लिहिला. 'देश' साप्ताहिकावर मतिउर रहमान इतके का संतापले याचं मूळ कारण शोधून काढून मी लिहिलं की, त्यांना 'बांगलाबाजार पत्रिके'त शारदीया 'देश'ची जाहिरात हवी होती; पण 'देश'नं त्यांना जाहिरात न देता 'इत्तेफाक' आणि 'इन्किलाब' या दैनिकांत आपली जाहिरात दिली, त्यामुळे मतिउर रहमान संतापानं पेटून उठले. मूळ कारण जाहिरात न मिळणं हे होतं, 'तथाकथित' हा शब्द नव्हतं. माझा लेख छापून आल्यावर मतिउर यांचा विषारी फणा माझ्या दिशेनं वळला. 'बांगलाबाजार पत्रिके'त रोज माझ्या विरोधात दोन लेख छापले जाऊ लागले. नंतर जेव्हा मतिउर यांचं दिवाळं निघालं आणि त्यांनी 'बांगलाबाजार पत्रिका' हे दैनिक याह्या खान यांना विकलं, तेव्हा त्या दैनिकाचं स्वरूप जरा बदललं. याह्या खान माझ्या लेखनाचे चाहते होते. मिनारच्या माध्यमातून माझा याह्या खान यांच्याशी परिचय झाला होता आणि अधूनमधून आमच्या भेटी होत असत. ते माझ्या लेखनाचे चाहते असल्यामुळे मला मदत करण्यासाठी ते तयार असत. मला काही गरज नसली, तरी निर्मलेंदू गुण यांना 'बांगलाबाजार'च्या साहित्य संपादकपदी घ्यावं, अशी मी त्यांना विनंती केली आणि ती त्यांनी मान्य केली. निर्मलेंदू गुण यांच्यासारखा मोठा कवी साहित्य संपादक म्हणून मिळणं, ही भाग्याची गोष्ट होती. मी काही चुकीची विनंती केली नव्हती.

माझ्याविरुद्ध एकामागोमाग एक इस्लाम रक्षक लिहीतच होते. ते माझ्या मुद्द्यांचं खंडन न करता थेट कुराण हदीसच्या सनातन सत्याला पुढं उभं करीत. कुराण हदीसच्या वक्तव्यात मुद्दा नसला, तरी अबू फैजल यांनी लिहिलं, 'कुटुंबाचं रक्षण करण्यासाठी इस्लामच्या व्यतिक्रमी विधानाचा आधार घेऊन महिलांच्या बाबतीत इस्लामचा दृष्टिकोन काय आहे यावर भाष्य करणं ही ॲकॅडेमिक ऑनेस्टी नाही. नासरिन यांनी ही ॲकॅडेमिक डिसऑनेस्टी बहुतेक सर्वच ठिकाणी केली आहे. नासरिन आपल्या लेखनाद्वारा समाजात भ्रांती पसरवीत आहेत. त्यांच्या लेखनामुळे इस्लामचं कोणतंही नुकसान होणार नाही. इस्लामवर यापेक्षा अनेक मोठे हल्ले झाले आहेत आणि त्यांचा मुकाबला करण्यात इस्लामचे पंडितगण सक्षम होते आणि आहेत.' इस्लामचं काहीही नुकसान होणार नाही असं म्हणत असले, तरी इस्लामपंथी लोक मला विसरू मात्र शकत नव्हते. माझ्यावर ते आपल्या लेखांमधून असं काही आक्रमण करीत होते की, जणू मी इस्लामचा शिरच्छेद करून ते शिर कुठंतरी फेकून दिलं आहे. मला आवरलं नाही, तर इस्लामचा मृत्यू नक्की आहे,

असं त्यांना वाटत होतं.

'कुराण वाचून ज्यांचं डोकं फिरतं अशांना उद्देशून' या शीर्षकाचा डॉ. गुलाम मुआज्जम यांचा एक लेख प्रकाशित झाला. हे गृहस्थ काळानुसार कुराणावर भाष्य करण्यात अगदी उस्ताद होते. आधुनिक विज्ञानातले सगळे सिद्धान्त कुराणात आहेत, असं ते दाखवून देऊ शकत. विज्ञानात आज जे शोध लागताहेत, ते पूर्वीच कुराणात लिहिलेले त्यांना सापडत. ते म्हणत, 'अल्लानं तर या गोष्टी खूप पूर्वीच सांगितल्या आहेत, पण गंमत म्हणजे, वैज्ञानिक शोध लागण्यापूर्वी त्यांना कुराणातले हे शोध सांगता येत नसत. शास्त्रज्ञांनी आधी ब्लॅक होलबद्दल सांगितलं की, त्यानंतर या गुलाम मुआज्जम यांना ती गोष्ट कुराणात सापडे; त्याआधी नव्हे. आणि सापडली नाही, तरी कुराणातल्या एखाद्या आयतावर ते असं काही भाष्य करीत की, आकाशातला अल्ला ब्लॅक होलबद्दलच बोलतो आहे. कुराणात लिहिलं आहे, सूर्य पृथ्वीभोवती फिरत असतो, डोंगर हे पृथ्वी हलू नये म्हणून खिळ्यांप्रमाणे वापरलेले आहेत. आजपर्यंत हे सगळं मान्य करीत आलेले असूनही आता विज्ञान माहीत असलेले मुसलमान कुराणात असं लिहिलेलं आहे हे स्वीकार करणार नाहीत. स्पष्ट अरबीचा काहीतरी गोलमाल अनुवाद करून म्हणतील, 'खरं तर 'पृथ्वी स्थिर आहे' या विधानातून अल्लाला दुसरंच काहीतरी सांगायचं होतं. अल्लाला कुठं काय सांगायचं होतं हे प्रत्यक्ष अल्लापेक्षा या धुरंधर विद्वानांना अधिक समजतं! गुलाम मुआज्जम यांनी लिहिलं, 'पृथ्वी स्थिर आहे असं कुराणात कुठंही म्हटलेलं नाहीय. कुराण हे विज्ञानाचं पाठ्यपुस्तक नाही. मनुष्याला धर्म समजावून सांगण्यासाठी अल्लानं निसर्गातल्या अनेक गोष्टींची उदाहरणं दिली आहेत आणि त्यात जे सांगितलं आहे ते विज्ञानाच्या सीमेत येतं. बायबल माणसानं लिहिलेलं असल्यानं, त्यात विज्ञानासंबंधीच्या अनेक चुका आढळतात. अलीकडे मॉरिस बुकाईली यांनी आपल्या प्रख्यात ग्रंथात स्पष्टपणे म्हटलेले आहे की, कुराणात कुठलीही गोष्ट चुकीची सांगितलेली नाहीय, कारण कुराण माणसानं लिहिलेलं नाही. अल्लाच्या हुकमानुसार सूर्य-चंद्र आपापल्या कक्षेत फिरत असतात, असं कुराणात म्हटलेलं आहे- हे वैज्ञानिक सत्य आहे. 'पृथ्वी डगमगू नये म्हणून पहाडांना खिळ्यासारखं वापरलं आहे' हे विधान म्हणजे कुराणातील चूक आहे असं म्हणून लेखिकेनं उद्धटपणा दाखवला आहे. पृथ्वीच्या पडण्याची गोष्ट कुराणात उल्लेखलेली नाही. लेखिकेचा चलाखपणा म्हणजे तिचा मूर्खपणा आहे. तिची पोरकट आणि अज्ञानातून आलेली शेरेबाजी ही निव्वळ हास्यास्पद आहे. त्यामुळे तिच्यासारख्या कमी ज्ञान असलेल्या व्यक्तीनं विज्ञानाची चर्चा न करणंच उत्तम. अर्थात कुणीही नियतकालिकांमध्ये इस्लामविरोधी चुकीचे लेख छापले, तरीही इस्लामच्या पवित्र अंगावर कुठलाही डाग पडणार नाही. मुसलमान लोक कुराण हदीसमध्ये सांगितल्याप्रमाणे नीट

आचरण करीत नसल्यानंच आज जगात ते मागे पडले आहेत. परंतु इस्लाम तसंच अल्लाच्या अंतिम पुस्तकात कुठलीही चूक नाही, हे मुस्लिमेतरांनाही मान्य करणं भाग पडलं आहे. जे हे मान्य करीत नाहीत, ते इतर कुणीही असले तरी मुसलमान नाहीत. त्यांनी इस्लाम आणि कुराण यांच्या विरोधात लिहिण्याआधी आणखी थोडा अभ्यास करणं आवश्यक आहे. नाहीतर ते केवळ हास्यास्पद ठरतील. या प्रकारचे अविश्वासी मुसलमान लोक केवळ 'मुस्लिम' नाव धारण करून या देशातील सगळ्या सोई-सुविधा भोगत आहेत, हीसुद्धा एक मोठी प्रतारणा आणि फसवणूक आहे.'

'आमच्या सौर जगताशी अल्लातालाच्या सौर जगताचं कोणतंही साम्य नाही' असं मी लिहिलं होतं, म्हणून गुलाम मुआज्जम उत्तरादाखल म्हणाले, "विसाव्या शतकाच्या शेवटच्या दशकात बांगलादेशमध्ये या प्रकारचे अवैज्ञानिक लेख छापले जातात, हे पाहून खूप दुःख होतं आणि या देशातल्या शिक्षणाचा, विशेषतः विज्ञान शिक्षणाचा दर्जा किती खालावलेला व मध्ययुगीन आहे लक्षात येतं."

'मिल्लत' दैनिकात 'फरिश्ता'नं आपल्या सदरात लिहिलं की, आमच्या देशातील एका महिला स्तंभलेखिकेचा असा समज आहे की, पुरुषांनी तयार केलेल्या या पुरुषप्रधान समाजरचनेच्या स्वार्थासाठीच चलाख पुरुषांनी धर्म तयार केला, त्या धर्मातला ईश्वरही स्त्रीद्वेष्टा आहे. बायबल, त्रिपिटक, वेद, उपनिषदं, एवढंच काय पवित्र कुराण शरीफातूनही काही काही असंलग्न श्लोक आणि आयतसमूह उद्धृत करीत अलीकडेच एका दैनिकात एक लेख लिहून त्यांनी आपल्या या विकृत विचारांच्या विषवृक्षाला पाणी घालून धर्माच्या सर्व बंधनांमधून स्त्रीला मुक्त करण्याचा चुकीचा प्रयत्न केला आहे. अर्थात याआधीही या लेखिकेनं अनेकदा एखाद्या कावळ्याप्रमाणे समाजदेहानं परित्यक्त केलेला मैला चिवडून समस्त परिवेश दुर्गंधयुक्त करण्याचे प्रयत्न केले आहेत. धार्मिक नियमांबद्दलचा त्यांचा द्वेष आणि पुरुषांबद्दलचा त्यांचा संताप मी तेव्हापासून पाहत आहे. ती लेखिका सुशिक्षित असून पेशानं डॉक्टर आहे असं मी ऐकलं आहे. शिवाय ती कवयित्रीसुद्धा आहे. धर्मविरोधी आणि पुरुषद्वेष्ट्या अशा या महिला कवीच्या एका तथाकथित कवितेकडे माझ्या नात्यातील एका महिलेनं माझं लक्ष वेधलं. त्या तथाकथित कवितेत तिनं एके ठिकाणी लिहिलं आहे, 'पुरुषाचा हात धरल्याबरोबर मरण.' मला वाटतं की, आपल्या लहानपणापासून या लेखिकेला कुणाचा तरी हात धरण्याची प्रबळ इच्छा होती; पण बऱ्याचदा बऱ्याच पुरुषांचे हात धरून त्यांच्याकडे जो अनुभव संचित झाला आहे, त्यामुळे आता नवीन कोणा पुरुषाचा हात धरण्याची त्यांची हौस नष्ट झाली आहे की काय कोण जाणे! पण जितके दिवस हा जळ्ळा देह आहे, तोपर्यंत कुणाचा ना कुणाचा तरी हात हा धरावाच लागेल! शिवाय

चिखलात किंवा खड्ड्यात पडल्यावर त्यातून वर येण्यासाठी कुणाचा तरी हात धरूनच वरती यावं लागतं! स्तंभलेखिका बाईसाहेबांची अवस्था पाहून मला तर आता खात्रीनं असं वाटू लागलं आहे की, त्या आता खरोखर नाकापर्यंत दुर्गंधीयुक्त चिखलाच्या डबक्यात पडलेल्या आहेत आणि त्यातून बाहेर येण्यासाठी त्यांना कुणाचा तरी हात धरावाच लागेल. हात धरण्याला त्या कितीही वाईट समजत असल्या, तरी योग्य हात धरल्यास तो हात त्यांना केवळ डबक्यातूनच बाहेर काढणार नाही, तर त्यांचा जीवही वाचवील.

'...योग्य हात तुम्ही खरोखरच धरू शकलात, तर नारीमुक्ती आंदोलनामध्ये आपलं लेखन आणखीच समृद्धी आणील. या समाजातील स्त्रीचे हाल पाहून तुम्हाला खरोखरच दुःख होतं आहे असं मला वाटतं. तुमची निरीक्षणं योग्य आहेत आणि तुमची लेखनशैलीही आकर्षक आहे. तुम्ही एक चांगल्या लेखिका आहात. आपण धार्मिक विषयासंदर्भातही एककल्लीपणा धरला नसता, तर खूप चांगलं झालं असतं.'

कोलकात्यातील मुसलमान मूलतत्त्ववादीही काही गप्प बसलेले नव्हते. 'साप्ताहिक कलम' आणि 'मीजाने'मध्ये माझ्या विरोधात लेख लिहिले जात होते. स्त्रीस्वातंत्र्य या नियतकालिकांना मान्य नव्हतं. निसर्गातलं उदाहरण देऊन एकानं लिहिलं होतं, 'सूर्य हा पुरुष आहे, तर चंद्र ही स्त्री आहे. अल्लानं स्त्रीला क़मनीयता दिली आहे. तर पुरुषाला काठिण्य, कठोरपणा दिला आहे. दोघांच्या पूरकतेने समाज आणि कुटुंब सार्थक आणि सौंदर्यमंडित होतं. या दोघांच्या स्पर्धेमुळे मात्र द्वंद्व, संघर्ष, अशांती, अकल्याण या गोष्टी जन्मतात. तसलिमांना स्त्री-पुरुषांची परिपूरकता नको आहे; त्यांना प्रतिद्वंद्विता, स्पर्धा हवी आहे. त्यामुळे पावलोपावली संघर्ष होतो. मूलतत्त्ववाद्यांना दोष देऊन वाटेल ते लिहिता येतं; पण मूलतत्त्ववाद्यांसारखं निष्कलंक चारित्र्य आणि नैतिकता यांचं उदाहरण स्थापन करता येत नाही. मूलतत्त्ववादी हे इस्लामच्या तत्त्वज्ञानानं प्रेरित झालेले आहेत, तर त्यांचे शत्रू प्रवृत्तीच्या ताडनेमुळे उन्मत्त झालेले आहेत.' माझ्या विरोधात पश्चिम बंगालमधल्या दैनिकांमध्ये जो-जो लेख छापून येई, तो-तो लेख बांगलादेशमधले मूलतत्त्ववादी आपल्या वृत्तपत्रांमध्ये गौरवानं पुनर्मुद्रित करीत.

भारताच्या बाहेर असलेले अनेक वाचक माझं लेखन वाचीत. परदेशामध्येसुद्धा देशातल्याप्रमाणेच माझ्या लेखावर वादविवाद होत, तर्कवितर्क होत. लंडनहून गुलाम मुर्शिद हे लेखक आपला व्हिडिओ कॅमेरा घेऊन माझी मुलाखत घ्यायला आले. शफीक अहमद आणि त्यांच्या पत्नीही लंडनला राहत, साहित्य-संस्कृतीसंदर्भातले चांगले जाणकार, तेही बांगलादेशला आल्यावर मला भेटले. बोस्टनला राहणारी मेघनाही स्वदेशात आल्यावर मला भेटून गेली. खूप खूप प्रेम देऊन गेली. एकीकडे

प्रेम, तर दुसरीकडे घृणा; मध्ये मी. प्रेम आणि घृणा-दोन्हीही मला आंदोलित करीत. पण प्रेम माझ्यावर काबू करू शकत नसे. घृणाही काबू करू शकत नसे. मी त्या दोन्हींपासून अलिप्त राहत असे. माझ्या लेखनाबद्दल एखाद्या व्यक्तीला पराकोटीचं प्रेम किंवा पराकोटीची घृणा वाटत असे, ती जर त्या व्यक्तीनं माझ्याजवळ व्यक्त केली, तर मी अवघडून जात असे. काय करावं हे मला कळत नसे.

एकदा टांगाईलहून एक मुलगी माझ्याकडे आली. तिनं पदवीपर्यंतचं शिक्षण घेतलं होतं. आता तिला विद्यापीठात पदव्युत्तर शिक्षण घ्यायची इच्छा होती; पण घरातल्या सगळ्यांचाच तिच्या पुढील शिक्षणाला विरोध होता. ती मुलगी पळून माझ्याकडे आली होती. जणू मीच तिचं आश्रयस्थान होते. जणू आता तिनं काय करायला हवं, हे मलाच ठाऊक होतं. माझं लेखन आवडतं म्हणून त्या मुलीला घरी मार खावा लागला होता, शिव्या खाव्या लागल्या होत्या. पण तरीही तिनं आपला मुद्दा सोडला नव्हता. ती घरच्यांना ठामपणे म्हणाली होती, 'माझ्या जीवनात तसलिमांशिवाय मोठं कुणीही नाही- ना बाबा, ना आई, ना भाऊ-बहिणी, ना नातेवाईक. भगवान किंवा अल्ला जर कुठं असलाच, तर तोही तसलिमांपेक्षा मोठा नाही.' फक्त अल्पवयीन मुलीच नव्हेत, तर मध्यमवयीनही माझ्याकडे गर्दी करीत. पंधरा ते पंचाहत्तर वर्षं वय असलेल्या, सगळ्या पेशांच्या सगळ्या श्रेणींतल्या महिला माझ्याकडे येत. सगळ्याच आपल्या जीवनातल्या सगळ्या गोष्टी मोकळेपणानं मला सांगत. मी दुःखाची विविध रूपं, विविध रंग पाही. अनेक जणींना माझ्याकडून सामर्थ्य हवं असे, साहस हवं असे. मी कुठलं सामर्थ्य किंवा साहस देऊ शकत होते, मला समजत नसे! अनेक जणी हताश होऊन परत जात. कुणी कुणी जायचं नावच घेत नसत. विद्यापीठात कायद्याचं शिक्षण घेणारी नाहिद नावाची एक तरुणी मला भेटायला आली. भेटायला आल्यावर बोलणं झालं की, निरोप घ्यायचा असतो. पण ही पठ्ठी काही परत जाईच ना! एकदाची गेली, तर पुन्हा काही दिवसांनी भेटायला आली. झुनू नावाची, राजकारण करणारी एक तरुणी भेटायला आली. तिला 'बसा' म्हणाले, चहापाणी झालं. त्यानंतरही ती बसूनच राहिली. मला जरा स्पर्श करून पाहण्याची इच्छा होती म्हणे तिच्या मनात! मितुल आली, निशा आली- दोघी बुद्धिमान आणि सुंदर किशोरवयीन मुली, व्हिकारुन्निसा स्कूलच्या विद्यार्थिनी. त्या अगदी नियमितपणे माझ्या शांतिबागेतल्या घरी येत. मामून आणि अनू या तरुण जोडप्यांचंही नेहमी येणं होई. अनू एका दुकानात सेल्सवूमन म्हणून नोकरी करी, मामूनला नोकरी नव्हती. फार गरिबीचा संसार होता त्यांचा. एके दिवशी 'भोरेर कागज' दैनिकाच्या संपादकांना पत्र लिहून मी मामूनला त्यांच्याकडे पाठवलं. 'शक्य असेल तर या तरुणाला नोकरी द्या' म्हणून. मामूननं लिहिलेली काही पत्रं पाहून माझ्या लक्षात आलं होतं की, त्याचं हस्ताक्षर खूप सुंदर आहे.

'भोरेर कागज'मध्ये मामूनला नोकरी मिळाली. हॉस्पिटलचं काम, संसार, लेखन, अड्डा आणि चाहत्यांशी संपर्क यांच्यात माझे दिवस उलटत होते. गुरूसारखं आचरण करणं माझ्या स्वभावात नसल्यानं माझी चाहतेमंडळी माझ्या स्नेह्यांसारखी, घरातल्या माणसांसारखी होऊन जात. त्यांना हवं तेव्हा ती माझ्या घरी येत.

आजकाल मुल्ला किंवा मुन्शी दिसले की, मी वेगानं त्यांच्यापासून दूर जाई. त्यांना टाळी. त्यांचा आविर्भाव पाहून मला वाटे, हे जणू मला कच्ची खाऊन टाकतील. पण तरीही अचानक काही अविश्वसनीय असे प्रकार घडत. एके दिवशी एक दाढीवाला, लुंगी-झब्बा घातलेला इसम सरळ माझ्या घरात घुसला. कुणीतरी येता-जाताना बहुधा घराचा दरवाजा उघडा ठेवला असावा. घरातले सगळे माझ्या बेडरूममध्ये माझ्याशी गप्पा मारीत बसले होते. अचानक एका अनोळखी इसमाला माझ्या बेडरूममध्ये घुसताना पाहून मी भीतीनं ओरडायचंही विसरले. काय पाहिजे होतं या इसमाला? इथं का आला तो? माझ्या हतबुद्ध चेहऱ्याकडे पाहून तो माणूस म्हणाला, "भिऊ नका, मी कुठल्याही वाईट हेतूनं इथं आलेलो नाही. तुमचं एक क्षणभर दर्शन घेण्यासाठी आलो आहे. तुम्हाला एकदा प्रत्यक्ष पाहावं अशी माझी खूप दिवसांची इच्छा होती. आज माझं जीवन सार्थक झालं."

नको असलेल्या त्या आगंतुकाला लगेच घराबाहेर काढण्यात आलं. तो माणूस खरंच का स्वतःचं जीवन सार्थक करण्यासाठी असा मांजरीसारखा माझ्या घरात घुसला होता?

◆

मनासारखं जीवन

मी खरोखर प्रेम केलं होतं की ते प्रेम खरं आहे अशी माझी भावना होती, धारणा होती?- हा एक अद्‌भुत प्रश्न मी स्वतःलाच विचारायला सुरुवात केली. रुद्रशी माझा जो संपर्क होता, त्याला कोणकोणत्या कारणांमुळे प्रेम म्हणता येईल आणि कोणकोणत्या कारणांमुळे प्रेम म्हणता येणार नाही, याचा हिशेब करून पाहिला, तेव्हा दिसलं की, रुद्रबद्दल मला तीव्र आकर्षण वाटत होतं खरं, तो कसाही वागत असला, तरी त्याच्या त्या गैरवर्तणुकीनं मी फार काळ त्याच्यापासून दूर गेले नाही; पण यामागचं कारण प्रेम नव्हतं, दुसरं काहीतरी होतं. दुसऱ्या काहीतरीमध्ये होती निःसंगता, प्रेम करण्याची इच्छा आणि प्रेमाबद्दलची माझी धारणा. प्रेम केल्यावर जे सामाजिक आचरण माणूस करतो, ते मला ठाऊक होतं म्हणून तसं आचरण मी केलं. ते आचरण मी शिकले होते. ते आचरण माझं स्वतःचं असं नव्हतं. रुद्रच्या काही कविता मी साप्ताहिकांमध्ये वाचल्या होत्या, एवढंच. यानंतर मी संपादित करीत असलेल्या 'सेंजुती' या लघू नियतकालिकासाठी रुद्रनं कविता पाठवल्या, तेव्हा त्या कवितांसोबत त्यानं मला पाठवलेलं एक पत्र मिळालं. त्याच्या उत्तरादाखल मी त्याला पत्र लिहिलं. अशा प्रकारे फक्त पत्रांद्वाराच सुरुवातीला संपर्क होता. ज्याला कधीच पाहिलं नव्हतं, ज्याच्याबद्दल काहीही ठाऊक नव्हतं, मी त्याच्या प्रेमात पडले! दिसायला रुद्र कुठल्याही अर्थानं देखणा नव्हता. रुद्रच्या कविता मला आवडत; पण तसं पाहिलं तर इतरही अनेक कवींच्या कविता मला आवडत. मी खरं तर प्रेम या भावनेच्याच प्रेमात पडले होते.

किशोरवयात मी आणि चंदना चित्रपट अभिनेता जाफर इकबालच्या प्रेमात पडलो होतो. जाफर इकब़ालच्या देखणेपणानं आम्हाला आकर्षित केलं होतं. आकर्षणासाठी काही ना काही असावं लागतं. रूप किंवा गुण. पण आकर्षण म्हणजे काही खऱ्या अर्थानं प्रेम नव्हे. किशोरवयात असं होतंच. जाफर इकबालशी आमची पत्रमैत्री झाली होती. एवढंच काय, चंदनाशी भेट झाल्यावर जाफर इकबालनं तिच्यापुढे लग़्नाचा प्रस्तावही ठेवला होता. जाफरशी कधीतरी आपली

प्रत्यक्ष भेट व्हावी, असं आमचं स्वप्न होतं. हे स्वप्न मी दीर्घ काळ जपलं होतं. ढाक्यात जाफर इकबालच्या नया पलटन भागातल्या घरासमोरून मी छोटोदाच्या घरी जात असे; पण कधीही जाफरच्या घरात डोकावले नाही. होईल कधीतरी भेट, असं वाटत असे. पण नाही, भेट झाली नाही आणि कधी होणारही नाही. देशातला हा सर्वांत देखणा नायक अकालीच एके दिवशी सकाळी मरण पावला. कुठलाही आजार नाही, काही नाही. निरोगी, सुस्वभावी असा जाफर मरून गेला! किती अविश्वसनीय बातमी होती ती! सोनिया नावाच्या एका तरुणीशी जाफरनं लग्न केलं होतं. तिच्याशी त्याचं मनोमीलन होऊ शकलं नाही. सोनिया जाफरला सोडून निघून गेली होती. म्हणूनच बहुधा, विरहाच्या दुःखानं, एकाकीपणानं, अतिरिक्त मद्यपानानं त्यानं मृत्यूला जवळ केलं.

जेव्हापासून मी हिंदी चित्रपट पाहू लागले, तेव्हापासून अमिताभ बच्चनसाठी पागल झाल्यासारखं वाटे आणि अमिताभ जेव्हा रेखाशी पडद्यावर प्रेम करी, ते पाहायलाही छान वाटे. रेखाबरोबर अमिताभ खूप शोभत असे. मी स्वतःला रेखा समजून अमिताभचं प्रेम स्वीकारी. पण प्रत्यक्षात तर काही मी रेखा नव्हते; मी तसलिमाच होते. माझ्यावर प्रेम करण्यासाठी कुणीही देखणा तरुण कुठंही माझी वाट पाहत नव्हता. मीच केवळ बसल्या बसल्या एखाद्या देखण्या, सुंदर तरुणाची वाट पाही. किशोरवय उलटल्यावर अफजल हुसेनबरोबर खूप प्रेम करावं, असं मला वाटे. खरं सांगायचं, तर माझी ही इच्छा कधीही नष्ट झाली नाही. अफजल हुसेन हा खूप देखणा तरुण होता. टी.व्ही. आणि रंगमंचावरचा तो खूप लोकप्रिय अभिनेता होता. स्वतः नाटकं लिही, खूप चांगल्या प्रेमकथा लिही, कादंबऱ्या लिही. 'विद्याप्रकाश' त्याचे प्रकाशक होते. खोकाभाईच तगादा लावून अफजलकडून कथा-कादंबऱ्या लिहून घेत. अफजलला मी प्रथम पुस्तकजत्रेत पाहिलं होतं. तो इतका उंच होता की, त्याच्या उंचीची रेडिमेड पँट मिळतच नसे. तरीही, घोट्याच्या वर येणारी पँट घालून तो पुस्तकजत्रेत फिरत होता. अफजल रुद्रला ओळखत होता. अफजलला हाक मारून रुद्रनं त्याच्याशी गप्पा मारल्या. यानंतरही दोन दिवशी त्याच्याशी थोडा थोडा वेळ भेट झाली. नाट्यअभिनेत्री सुवर्णा हिच्याशी अफजलचे प्रेमसंबंध होते. पण ते संबंध अखेर तुटले. अफजल एकाकी झाला. त्यानं 'मात्रा' नावाची एक जाहिरात संस्था उघडली- अगदी छोटोदाच्या नया पलटन भागातल्या घरामागेच. छोटोदाच्या घरी जाताना-येताना मला 'मात्रा'चं ऑफिस दिसे. रुद्रशी माझा संपर्क होता, त्या काळात संस्कारांमुळे माझ्या मनातला अफजल मोह दबलेला होता. रुद्रशी संबंध तुटल्यावर अनेकदा मला 'मात्रा'मध्ये जाऊन अफजलपाशी प्रेम निवेदन करावं असं वाटलं. आरशासमोर उभी राहून, स्वतःच्या

सौंदर्याशेजारी अफजलची कल्पना करून पाही- वाटे, खूप चांगले शोभतो आम्ही एकमेकांना. पण तरीही मी 'मात्रा'मध्ये प्रवेश करू शकले नाही, 'माझं तुझ्यावर प्रेम आहे' असं मी त्याला म्हणू शकले नाही. प्रत्येक वेळी मी माझ्या आवेगाला लगाम घाली. खूप वर्षांपूर्वी दोन कवी- शफिकुल इस्लाम सलीम हे अताउल करी सफीक, अफजल हुसेन आणि इमदादुल हक मिलनला घेऊन मयमनसिंहमध्ये कार्यक्रम करायला आले होते. महाकाली शाळेत कार्यक्रम होता. सलीम आणि सफीक यांच्या विनंतीवरून तिथं मला कथावाचन करायला जावं लागलं. तेव्हा मी 'संवाद' नियतकालिकाच्या महिला विभागासाठी काही लघुकथा लिहिल्या होत्या. 'माधवीर जीवनकथा' ही कथा मी प्रमाणभाषेत लिहिली होती. ही कथा माझ्या मते माझी सर्वश्रेष्ठ कथा आहे. अनेकांनी कथाकथन केल्यानंतर अगदी शेवटच्या पाहुण्याच्या कथावाचनाआधी माझं कथावाचन होतं. पण मी कथावाचनासाठी उभी राहिल्यावर प्रेक्षकांनी गोंधळ सुरू केला. कुणालाही माझं कथावाचन ऐकायची इच्छा नव्हती. त्या गडबडीत कथावाचन अर्ध्यावरच सोडून मला स्टेजवरून खाली उतरावं लागलं. श्रोत्यांनी गोंधळ केला होता तो माझं वाचन आवडलं नाही म्हणून की पाहुण्या कलाकाराचं वाचन ऐकण्यासाठी अधीर झाल्यामुळे, हे काही मला समजलं नाही. कारण काहीही असलं, तरी त्या रात्री अफजल किंवा मिलन कुणाशीही बोलायला मला तोंड नव्हतं. त्या दिवशीच्या गोंधळाची आठवण झाली की, 'मात्रा'मध्ये जाऊन अफजलसमोर प्रेम निवेदन करण्याची कल्पना मी हवेत उडवून देई. 'मात्रा'मध्ये मी एकदा गेले होते खरी; पण अफजलसाठी नव्हे, मिलनसाठी. तेव्हा मी आणि मिलन भारतात प्रवासासाठी जाणार होतो. मिलन संध्याकाळी 'मात्रा'मध्ये गप्पा मारण्यासाठी जात असे. मिलनने मला 'मात्रा'मध्ये येऊन भेट असं सांगितलं होतं. 'मिलन इथं नाही' असं अफजल मला सांगू शकत होता; पण त्यानं मला दारातून आपल्या खोलीत नेलं. बसवलं. चहा पाजला. बराच वेळ जाहिरात, नाटक, कादंबऱ्या या विषयांवर गप्पा मारल्या. एक मोठी इंग्रजी कादंबरी मला भेट म्हणून दिली. मी निघाले, तेव्हा दरवाजापर्यंत मला सोडवायला आला. 'पुन्हा ये' असं म्हणाला. एवढ्या आतिथ्याची, अगत्याची मी त्याच्याकडून अपेक्षा केली नव्हती. त्या दिवशी एक सुंदर अशी सुखाची शिरशिरी मी दिवसभर अनुभवत होते. अफजलबरोबर माझी शेवटची भेट खोकाभाईंच्या घरी झाली. खोकाभाईंनी मला जेवायला बोलावलं होतं. एके दिवशी संध्याकाळी त्यांचा फोन आला, "लगेच माझ्याकडे या."

"कशासाठी?"

"रात्री माझ्याकडेच जेवा. माझ्या बायकोनं स्वयंपाक केलाय."

मी रिक्षा करून खोकाभाईंच्या घरी गेले. मला वाटलं होतं की, खोकाभाईंनी

फक्त मला एकटीलाच जेवायला बोलावलं असावं. पण त्यांच्या घरात प्रवेश केल्यावर चमकलेच! दिसलं की अफजलही आपल्या पत्नीबरोबर आला आहे. नवीनच लग्न केलं होतं, पत्नीला बरोबर घेऊन आला होता. अफजलनं लग्न केलं तरी, त्याला आता पत्नी होती तरी, माझा अफजल मोह काही दूर झाला नाही. पण माझा सगळा आवेग मी दाबून ठेवला. प्रकाशकांनी आपल्या दोन लेखकांना भोजनासाठी बोलावलं होतं. लेखक अफजलबरोबर लेखिका तसलिमाचं ज्या प्रकारे सौजन्यपूर्ण बोलणं व्हायला हवं होतं, त्याच प्रकारचं बोलणं आणि गप्पा झाल्या. तेव्हा मी प्रेक्षकांच्या हुल्लडबाजीमुळे मंचावरून कथावाचन न करताच खाली उतरावं लागलेली तसलिमा नव्हते, तर देशातील लोकप्रिय लेखिका, 'आनंद पुरस्कार'विजेती तसलिमा होते. पण त्या अहंकारामुळे काही मी शिष्ट झाले नव्हते. ज्या माणसाबद्दल मनातल्या मनात ओढ असते, त्याच्यासमोर आल्यावर सगळा अहंकार काचेच्या पात्रासारखा भंगून जातो.

स्वप्नातला पुरुष स्वप्नातच राहून जाणंच बहुधा उत्तम असतं. रोजच्या धकाधकीत त्या स्वप्नाला आणून धुळीनं मलिन न करणंच बहुधा चांगलं असतं. स्वप्न कायम आपल्या आवाक्याच्या बाहेर असावं, स्वच्छ असावं, चकचकीत, सुंदर असावं, आपल्याला त्याला स्पर्श करता येऊ नये, इतक्या दूर अंतरावर असावं. आयुष्यभर स्वप्नांचा पतंग आकाशात उडवावा, कधीही तो काटला जाऊ नये. स्वप्नापासून आपल्याला आनंद मिळावा, असा विचार करीत-करीतच मी स्वप्नाला स्वतःच्या दुःखापासून, काळिम्यापासून दूर ठेवलं होतं. स्वतःला मात्र धूळ, चिखल लागू दिला, काजळीनं माखून घेतलं. शरीराच्या गरजेमुळे काही पुरुषांशी शरीरविनिमय झाला. शारीरिक सुखाच्या आविष्काराची पहिली उत्तेजना मिळाली रुद्रबरोबरच्या संबंधातून. रुद्र गेल्यानंतर एकेक करीत मिलन, नईम, मिनार यांच्याशी झाला शरीराच्या स्पर्शाचा खेळ. या खेळात मला सुख मिळालं, तरी त्यांचं सुखच प्रमुख होतं. कोलकात्यात शरीफबरोबरही तीन रात्री संभोग झाला. एका संध्याकाळी येऊन त्यानं जीवनाची कहाणी सांगितली होती. रात्रभर मी त्याची कहाणी ऐकली होती- कसं त्याचं एका तरुणीवर प्रेम बसलं, त्यांचं लग्न झालं, ते लग्न अयशस्वी झालं, बायको त्याला सोडून गेली... त्याला एकाकीपण छळत होतं. मद्यपान करीत तो आपली कहाणी सांगत होता. पहाटेआधी मद्यपान झाल्यावर त्यानं माझंच आपादमस्तक पान करायला सुरुवात केली. मी नकार दिला नाही. नकार दिला नाही याचं कारण मी नाही म्हणू शकत नव्हते असं नाही, तर मला नकार द्यावा असं वाटलं नाही, म्हणूनच मी त्याला नाही म्हटलं नाही. शरीफ माझ्या प्रेमात पडलेला नव्हता, त्याचं प्रेम होतं एका नवोदित कवयित्रीवर. शरीर तर झालं पण शरीर हीच काही अंतिम गोष्ट नसते. बासरीवर प्रेम नसेल, तर बासरी फार काळ वाजत नाही. मला आनंद

पुरस्कार मिळाल्याच्या बातमीनं शरीफला आनंद झाला होता; पण आनंद स्वच्छ नव्हता. त्याच्या डोळ्यांमध्ये मला थोडी ईर्ष्या जाणवली. पुरस्कार समारंभानंतर मी परतल्यावर तो म्हणाला, ''तू तुझ्या भाषणात 'यौन' (लैंगिकता) हा शब्द फार वेळा वापरलास!'' अर्थात तो म्हणाला की, हे त्याचं मत नव्हतं, तर समारंभात त्याच्या शेजारच्या खुर्चीत बसलेल्या माणसाचं मत होतं. पण शरीफनं हे मला का सांगितलं? त्याच्याही मनात बहुधा तेच असावं. शरीफ लैंगिकतेला गुप्तपणे रात्रीसाठी लपून ठेवू इच्छित होता, लैंगिकतेच्या इच्छेनं कुणा तरुणीच्या घरी एकट्यानं जाऊन, स्वतःची करुण कहाणी ऐकवून, तिला कातर करून, तिच्यावर झडप घालून स्वतःची लैंगिक इच्छा पूर्ण करू इच्छित होता. पण दिवसाच्या उजेडात लैंगिकतेसंदर्भातला कुठलाही प्रसंग, मग तो प्रसंग श्लील असला, तरी जिभेवर आणणं ही त्याच्या दृष्टीनं अश्लीलता होती. पश्चिम बंगालमधल्या मुसलमानांना मुसलमानांचं शहर असलेल्या ढाक्यात फिरायची फार आवड असते, हौस असते. शरीफ ढाक्याला फिरायला आला असताना माझ्या घरी उतरला. अर्थात मी काही त्याच्याबरोबर फिरू शकले नाही. तो एकटाच शहरात फिरला, त्याच्या ओळखीपाळखीच्या लोकांना भेटला. शरीफच्या कुठल्याही गोष्टीमुळे आता मला सहानुभूती वाटली नाही. खरं तर मला त्याच्या गोष्टी ऐकायला वेळच नव्हता. माझ्या घरी तो अंघोळ करी, जेवण करी, बाहेर जाई, परत येई. त्याच्या आतिथ्यात कुठलीही त्रुटी नव्हती. त्रुटी नसली, तरी अलिप्तता होती. शरीफला जर वाटलं असेल की, माझं शरीर त्याला सहजपणे मिळेल, तर त्याच्या या समजावर मात्र हातोडीचा घण पडला होता. रात्री मी माझ्या खोलीचा दरवाजा आतून नीट बंद करून घेई. शरीफ मिलनच्या खोलीत जाऊन कधी झोपी जाई, कधी उठे याकडे मला कधीच लक्ष देता येत नसे. मला अगदी सकाळीच हॉस्पिटलमध्ये जावं लागे. दिवसा किंवा रात्री त्याला द्यायला माझ्याकडे मुळीच वेळ नसे. कोलकाता आणि ढाका एक नव्हतं. कोलकात्याला मी गेले होते सुटी घेऊन. ढाक्यात मी सतत कामात असे. शरीराला पुरुषाचा स्पर्श नसला, तरी शरीर वाट्टेल त्या पुरुषासाठी जागं होत नसे. अनेक वर्षं पुरुषाच्या स्पर्शाशिवाय राहण्याची माझ्या शरीराला सवय होती. त्याशिवाय थोडं का होईना, मन हवं असे. खूप रात्री, खूप आवेगानं खूप शुक्राणूंच्या आक्रमणानं मी माझा ऋतुस्राव बंद करून बसले असते आणि नईमनं येऊन त्याला स्वतःचा पराक्रम समजून गर्भपातासाठी मदत केली असती, तर त्यात नईमचा सूड घेणं झालं असतं, माझ्या शरीराला किंवा मनाला कुठलंही सुख मिळालं नसतं. शरीफ म्हणे, 'तू खूप बदलून गेली आहेस.' बदलून गेली असेन बहुधा, कारण तेव्हा मी मनानं कैंसरमध्ये गुंतले होते.

जीवनात आता मी पुन्हा कुठल्याही पुरुषाच्या प्रेमात पडणार नाही किंवा

कुठल्याही पुरुषाबरोबर हे जीवन पुन्हा बांधून घेणार नाही असं मला वाटत असलं, तरी मी एकाच्या बाबतीत मनानं गुंतलेच- बरीचशी जाणूनबुजूनच गुंतले. स्वतःचा संसार, डॉक्टरकी, साहित्य-संस्कृती यांच्यासोबत बाकीचं जीवन छानपैकी घालवू असा मी विचार केला होता. पुरुषाची आता मला कुठलीही गरज या जीवनात भासणार नाही असंही मला वाटलं होतं. पण एके दिवशी खूप देखण्या अशा एका तरुणाला पाहून मला नजर दुसरीकडे वळवावीशी वाटेना. त्या तरुणाची रुंद छाती, मोठमोठे डोळे, सरळ, धारदार नाक, गुलाबी ओठ, गोड हास्य यांच्याकडे वारंवार माझी नजर जात होती. ज्या तहानल्या नजरेनं पुरुष एखाद्या सुंदर रमणीकडे पाहतात, त्याच नजरेनं मी कैसरचं रूप पाहत होते. देखण्या तरुणांसाठी मला सततच ओढ वाटते. ती काही कमी होत नाही. माझं हृदय कैसरची कामना करू लागलं- अर्थात मनातल्या मनात. पण मनातली गोष्ट फार दिवस मनातच राहिली नाही. कोलकात्याच्या 'आजकाल' दैनिकाचा वार्ताहर बहारुद्दीन एकदा आपला जयदेवपूरचा मित्र कैसर याला घेऊन माझ्या घरी आला. तेव्हाच मी कैसरला प्रथम पाहिलं. कैसर कुणी डॉक्टर नव्हता की, लेखकही नव्हता. माझं एकही पुस्तक त्यानं वाचलेलं नव्हतं. बहारुद्दीन कोलकात्याला परत गेला; पण कैसर मात्र वारंवार माझ्या घरी येत राहिला. कैसरच्या आणि माझ्या जगात कुठलंही साम्य नव्हतं. एका जगातल्या माणसाशी तर खूप संपर्क झाला, आता जरा दुसऱ्या जगात डोकावून पाहू या ना- ते जग कसं आहे! एक वर्षापूर्वी मी टेलिफोन मिळावा म्हणून अर्ज केला होता; पण अद्याप टेलिफोन काही मिळाला नव्हता. कैसर म्हणाला, "मी तुम्हाला टेलिफोन मिळावा म्हणून प्रयत्न करीन; पण तुम्हाला एकदा टेलिफोन मंत्र्यांच्या घरी यावं लागेल." मला तो एके दिवशी टेलिफोन मंत्र्यांच्या घरी घेऊन गेला. घरी जाणं म्हणजे चहा होणं, मंत्री जे म्हणतील ते मनापासून ऐकणं आणि हसून निरोप घेणं! कैसरच्या विनंतीवरून मंत्रिमहोदयांनी माझ्या अर्जाकडे लक्ष दिलं. त्यामुळेच मला टेलिफोन मिळाला. कैसरच्या ओळखीशिवाय टेलिफोन मिळाला असता की नाही कोण जाणे! मयमनसिंहच्या घरी मी स्वतःच टेलिफोन घेतला होता, मला कुठल्याही मंत्र्याच्या घरी जावं लागलं नव्हतं. अर्ज केला, फोन मिळाला! पण ढाका हे काही मयमनसिंह नव्हतं, त्यामुळे फक्त अर्जानं काम होण्यासारखं नव्हतं. आजकाल देशात भ्रष्टाचार इतका वाढला आहे की, मोठमोठ्या रकमा लाच म्हणून दिल्याशिवाय तुमचा अर्ज एका टेबलावरून दुसऱ्या टेबलावर जात नाही. वरती ओळख असेल, तरच तुमचं काम होतं. कैसरच्या ओळखीमुळे टेलिफोन आल्यानं माझ्या घरात त्याची कदर वाढली होती. इर्शादच्या अमलात कैसर हा गाजीपूर उपजिल्ह्याचा चेअरमन होता. या पदामुळे त्याला प्रचंड अहंकार वाटत असे. कैसरच्या जगाबद्दल जेव्हा मला आणखी समजलं, तेव्हा लक्षात आलं

की, त्याचं जग हे सत्तेचं, राजकारणाचं आणि व्यापारी सौदेबाजीचं जग आहे. कैसर कुणी सत्तेच्या समुद्रातला मोठा मासा नव्हता, घरासमोरच्या पुकुरातला अगदी छोटा मासा असावा, तसा होता. मोठा मासा होण्याची त्याला खूप इच्छा होती. कैसर जेव्हा दर्पयुक्त भाषेत आपण किती थोर आहोत हे सांगे, मी अमुक मंत्र्याला ओळखतो, तमुक मंत्री माझा मित्र आहे, अमुक नेता माझा नातेवाईक आहे, तमुक नेता मला फार मानतो असं बोले, तेव्हा मला ते फार घृणास्पद वाटे, किळसवाणं वाटे. माझं जीवन आणि कैसरचं जीवन पूर्णपणे वेगळं आहे हे माझ्या लक्षात आलं. शिवाय तो विवाहित आणि दोन मुलींचा बाप होता. एका मुलीचं नाव होतं अनन्या आणि दुसरीचं नाव होतं सुख. 'सुख' नाव किती छान होतं! मला जर कधी मुलगी झाली, तर तिचं नाव मी 'सुख' ठेवीन असं मी ठरवलं होतं. कैसरची बायको हनू ही गोरीपान, गुबगुबीत महिला होती. हनूशी माझी फक्त एकदाच भेट झाली, तीसुद्धा निर्मलेंदू गुण यांच्यामुळे. हनूला गाडीतच बसवून ठेवून कैसर मला भेटायला आला होता. गुण यांना माझ्याकडे येताना ती गाडी दिसली. घरात शिरल्यावर त्यांनी विचारलं, "गाडीत कोण बसलंय, कैसरची बायको वाटतं!" एका क्षणात कैसरचा चेहरा पांढराफटक पडला. यानंतर मीसुद्धा कैसरला आणि गुणला घेऊन कैसरच्या बायकोला पाहण्यासाठी खाली गेले. आपल्या बायकोबद्दल कैसर माझ्याजवळ बोलत नसे. मी विचारलं की, तो कौशल्यानं विषय बदलीत असे. हनूबद्दल, एवढंच काय, आपल्या दोन मुलींबद्दलही त्याच्या अवघडलेपणाला अंत नसे, जणू घरी फक्त तो, त्याची आई आणि भाऊ असतात, पत्नी-मुली वगैरे कुणी नसतं हे जर तो सिद्ध करू शकला असता, तर जणू त्याला बरं वाटलं असतं. पण जेव्हा कैसर मुग्ध नजरेनं माझ्याकडे पाहत असे किंवा माझा हात हातात घेऊ पाहत असे, तेव्हा त्याच्या पत्नी आणि मुलींबद्दल माझ्या मनात कुठलाही अवघडलेपणा वाटत नसे. जेव्हा तो माझ्या ओठांच्या दिशेनं आपले ओठ पुढे करी, तेव्हा माझे ओठ सहजच त्याच्या ओठांजवळ जात. ही कैसरपेक्षा माझीच अधिक गरज होती. हळूहळू कैसरचा संकोचाचा बर्फ वितळत गेला. मला शरीराची गरज होती, तर त्याला मनाची गरज होती. कैसरचं शरीर मला आनंद देत होतं, तर माझी तृप्ती त्याला तृप्ती करत होती. कैसरबरोबर माझं कुठलंही बंधन तयार झालं नाही. आमचा संपर्क मुक्त स्वरूपाचा होता. या संपर्कात कुणीही दुसऱ्याच्या वैयक्तिक जीवनात नाक खुपशीत नव्हतं. हा संपर्क केवळ प्रयोजनापुरता होता किंवा कदाचित त्यासाठीही नव्हता. हा संपर्क कशासाठी, असा आम्हापैकी कुणीही प्रश्न विचारीत नव्हतं, संपर्क टिकून राहिला, त्यामुळे कुणाचंच नुकसान नव्हतं म्हणून टिकून राहिला. कैसर नसला तरी मला चालत असे; पण तो आला नाही, तरी त्याची आठवण येत असे. माझ्या घरी त्याचं येणं माझ्या सवयीचं झालं होतं. कधी दोन

आठवडे तो येत नसे. त्यानंतर अचानक तो आल्यानं मला आनंद वाटे. मिलन त्याला म्हणे, "काय कैसरभाई, तुम्ही तर बेपत्ता झाला होता! या घराचा रस्ता विसरलात की काय? खिराजबिराज आजकाल मिळतेय की नाही?"

"उगाच काहीतरी फालतू बोलू नकोस, मिलन!" कैसर गंभीर व्हायचा प्रयत्न करी.

कैसर आता चेअरमन नव्हता. जयदेवपूरहून रोज ढाक्याला येऊन वेगवेगळ्या ऑफिसांमध्ये तो जाई. त्याच्या उत्पन्नाचा स्रोत काय असावा याचं काही मी अनुमान करू शकत नव्हते. तो मला सांगे की त्याचा व्यवसाय आहे, पार्टनर्स आहेत, पार्टनर्सबरोबर चर्चा करण्यासाठी तो ढाक्याला येत असतो. कैसरच्या जीविकेबद्दल प्रश्न आला, तेव्हा मिलन म्हणाला, "अहो बुबू, तुम्हाला समजत कसं नाही, कैसरभाई खिराज खातात."

"खिराज?"

"हो, खिराज खातात."

खिराज हा शब्द माझ्यासाठी पूर्णपणे नवीन होता. खिराज म्हणजे काय असं मिलनला विचारल्यावर तो म्हणाला,

"दुसरं काय! तुमची इंडस्ट्री माझ्या इलाख्यात आहे, तर मला काही पैसे द्या, मी तुमची इंडस्ट्री सांभाळण्याचा प्रयत्न करीन. कुणीही वाईट माणसं तुमच्या इंडस्ट्रीचं नुकसान करू शकणार नाहीत. चेअरमन असताना कुणाला बहुधा व्यवसाय उभा करायला मदत केली असेल. त्यांच्याकडून आता वसुली करतात! थोडक्यात, प्रोटेक्शन मनी किंवा खंडणीसारखाच प्रकार."

कैसर आल्यावर मी त्याला विचारलं, "काय रे, तू खिराज खातोस म्हणे?" यावर कैसरनं स्मितहास्य केलं. 'खिराज' शब्दामुळे त्यालाही हसू आलं. मी त्याचा विचार करते आहे या गोष्टीनंच त्याला आनंद वाटे. कैसरचं स्मितहास्य काही ओठांवरून जाईना.

आम्हा दोघांचा संपर्क हा कुठल्याही अर्थानं प्रेमिक-प्रेमिकेचा संपर्क नव्हता. अर्थात तो तसा असावा असं कैसरला मनापासून वाटत होतं. पण कैसरला प्रेमिक समजणं हे मला शक्य होत नव्हतं. कैसर हा माझ्यासाठी मित्रासारखा, घरच्या माणसासारखा होता. माझी कामवाली मुलगी कुलसुम घरात नव्हती, काही दिवसांपासून घराची फरशी पुसली गेली नव्हती. अखेर कैसरच बूट-पँट काढून फरशी पुसू लागला. माझ्या प्रत्येक आदेशाचं तो अक्षरशः पालन करी. मी त्याच्या प्रेमात पडलेली नाही हे त्याला समजत होतं. माझा प्रेमिक होण्यासाठी तो अधीर झाला होता. मी त्याला 'सुंदर दिसतोस' असं म्हणाले की, आनंदानं त्याचा चेहरा चमकू लागे. 'वर्षापूर्वी तर मी आणखीच सुंदर होतो' असं तो गर्वानं म्हणे. अधूनमधून

मला कैसर अगदी दोन वर्षं वयाच्या शिशूसारखा वाटे. तो एखाद्या शिशूसारखा वागे. एवढंच नव्हे, तर अधूनमधून त्याचं आचरण एखाद्या हिंसक प्रेमिकासारखंही होई. माझ्या घरी कुणीही माणूस आला की, तो त्या माणसाकडे संशयाच्या नजरेनं पाही. माझं कुणावरतरी गुप्तपणे प्रेम आहे, असा त्याचा संशय असे. कैसरचा हा संशय पाहून मला हसूही येई आणि रागही येई. त्याच्या या संशयाची मी पर्वा करीत नसे. त्याला महत्त्व दिलं की तो आनंदानं नाचे. महत्त्व दिलं नाही की तो वेडापिसा होई. मी त्याला सोडून देतेय असं त्याला वाटे. त्याला सोडून देण्याची, त्याच्याशी संपर्क तोडण्याची कुठलीही इच्छा माझ्या मनात नव्हती. पण कुठल्याही कारणामुळे त्यानं माझ्या कामात अडथळा आणावा, असं मला वाटत नसे. जेव्हा तो अशा फालतू चौकश्या करी, तेव्हा त्याला मी घराबाहेर काढी. माझ्या जीवनात कुणीही माझ्यावर सत्ता गाजवू नये असं मला वाटे. 'हा खसरू कोण आहे? इथं का येतो? त्याला काय हवं आहे? आलमगीर नावाच्या माणसाला मी माझ्या घरात का येऊ देते? रशीदशी तुझा काय म्हणून संपर्क आहे?' हे सगळे प्रश्न विचारताना त्याच्या लक्षात येई की, त्याची ही फुकटची भुणभुण मला सहन होत नाहीय. उद्धटपणा त्यानं दुसरीकडे कुठंही दाखवावा, माझ्यासमोर नाही! माझ्या घरात कुणी यावं, कुणी येऊ नये, मी कशा पद्धतीने जगावं ते पाहायला मी समर्थ आहे. त्यात दुसऱ्याने नाक खुपसू नये.

कैसर स्वतःच्या संपत्तीच्या गप्पा नेहमीच मारी. त्याच्याकडे म्हणे अमाप पैसा होता. ढाक्यात तो घर बांधत होता. नवीन कार घेतली होती. एके दिवशी मिलन, यास्मिन आणि मी कैसरच्या घरी जाण्यासाठी तयार झालो. खूप उत्साहात आमचा प्रवास सुरू झाला. कैसरच्या घरी त्याची आई आणि इतर नातेवाईक होते; पण त्याची बायको नव्हती, दोन मुलीही नव्हत्या. म्हणूनच बहुधा त्यानं आम्हाला आपल्या घरी नेलं होतं. जयदेवपूरला त्याचं एक छोटं दुमजली घर होतं. ते घर त्याचं नव्हतं, त्याच्या वडिलांचं होतं. घरात श्रीमंतीचं काहीच चिन्ह दिसत नव्हतं. कैसरनं आमचं खूप चांगलं आतिथ्य केल्यानंतरही मिलनचं समाधान झालं नाही. हताश होऊन तो म्हणाला, "काय बुबू, बाता तर काय केल्या होत्या कैसरभाईनं! मला तर वाटलं होतं सातमजली घर असणार त्याचं! प्रत्यक्षात काय, तर पोपडे उडालेल्या भिंती! फुटक्या टेबल-खुर्च्या. त्याची फक्त ती गाडीच तेवढी आहे मोठेपणा मिरवण्यासाठी. ती गाडीही बहुतेक खंडणीच्या पैशांतून विकत घेतलेली असणार." आपण मोठे धनकुबेर आहोत हे सिद्ध करण्याचा कैसर जितका प्रयत्न करी, तितका आमचा त्याच्याबद्दलचा आदर वाढण्याऐवजी कमी होई. हळूहळू आमच्या दृष्टीनं तो एक हास्यास्पद प्राणी बनला. त्याच्या बाता, त्याचे हातवारे- साऱ्या गोष्टी आम्हाला दुपारच्या चहाबरोबर चिवड्यासारखा आनंद देत. आम्हाला

कैसर सर्कसमधल्या एखाद्या जोकरसारखा वाटे. पण तरीही जेव्हा मी कैसरला आत घेऊन माझ्या बेडरूमचा दरवाजा बंद करी, तेव्हा मला त्याच्याबद्दल प्रेम वाटे. तो मला आनंद देई. खूप खूप आनंद देई. पुरुषाला सुख देण्यासाठी त्याच्या शरीराखाली एक वस्तू किंवा मांसपिंड म्हणून मी स्वतःचा वापर होऊ देत नसे. माझ्या शरीराला भरती आली आहे की नाही याचा कुठल्याच पुरुषानं यापूर्वी अंदाज घेतला नव्हता. अंदाज न घेताच तो माझ्यावर झडप घाली. कैसरही असा अंदाज घेत नव्हता. मी त्याला तसा अंदाज घेत जायला सांगितलं, 'चंद्र होऊन मला भरती आण' असं सांगितलं. कैसरही तसं करू लागला. मला आनंद देण्यात त्याला आनंद मिळे. हळूहळू माझा आनंद हाच प्रमुख बनला. माझ्या सुखासाठीच मी हे करी. मीच कैसरला भोगत असे. मला इच्छा होई, तेव्हा. ज्या प्रकारे वाटे, त्या प्रकारे. मला त्याची गरज भासते, याचाच कैसरला अभिमान वाटे. कैसर मला आणखीही नाना प्रकारे आनंद देऊ पाही. मला घेऊन दूर ड्रायव्हिंगला जाई. माझ्यासाठी वेळोवेळी भेटवस्तू आणी. आवाक्यात असलेल्या गोष्टी तर तो माझ्यासाठी करीच; पण आवाक्याबाहेरच्याही काही गोष्टी करी. जेव्हा माझी ढाक्याच्या मिटफोर्ड हॉस्पिटलमधून अचानक जमालपूरला बदली करण्यात आली, तेव्हा मी कैसरच्या गाडीनं जमालपूरला जायचं ठरवलं. तो अगदी आनंदानं मला घेऊन जमालपूरला निघाला. जमालपूरच्या सिव्हिल सर्जनच्या ऑफिसमध्ये जाऊन, तिथली नोकरी स्वीकारून, रजा घेऊन दुसऱ्या दिवशी परत यायचं, असं ठरलं होतं. जमालपूरचा प्रवास खूप छान झाला. मार्गात आम्ही मयमनसिंहला थांबलो. 'अवकाश'मध्ये रात्र काढून दुसऱ्या दिवशी पुन्हा जमालपूरकडे रवाना झालो. ढाक्याच्या घाईगर्दीतून दूर असं मला बरेच दिवस जायला मिळालं नव्हतं. कैसर गाडी चालवता-चालवता मला आपल्या आयुष्यातल्या अनेक गोष्टी सांगत होता. त्याच्या लहानपणच्या, किशोरवयाच्या गोष्टी, आमची बालपणं इतकी सारखी होती की, कैसर माझ्यापेक्षा दहा वर्षांनी मोठा असूनही तो मला माझा समवयस्क वाटू लागला. तो दिसेही कमी वयाचा. शहराच्या धबडग्यातून दूर, झाडांनी वेढलेली मातीची घरं पाहत पाहत, विस्तीर्ण हिरवीगार शेतं पाहत, शांत-शांत गावं पार केली. दूर कुठंतरी जाता आलं की मला नेहमीच चांगलं वाटतं. जमालपूरच्या सर्किट हाउसवर आमची राहण्याची व्यवस्था होती. सिव्हिल सर्जननं दोन खोल्यांची व्यवस्था करायचं ठरवलं होतं; पण मी म्हणाले, "आम्हाला एकच खोली चालेल."

"ते आपले पती आहेत का?"

"नाही."

"मग दोन खोल्या..."

"नको, आम्हाला एकच खोली चालेल."

माझं वय त्या दिवशी कमी होऊन सोळा वर्षांचं झालं होतं. माझं उत्तेजित शरीर रात्रभर जणू सातव्या स्वर्गात विहार करीत होतं. कैसरला इतका आनंद झालेला मी याआधी कधी पाहिला नव्हता. मी त्याला अशी एकटी कधी मिळत नसे. ढाक्याच्या व्यवस्थेतून खूप दूरवर फक्त दोघांनाच असा एकांत करण्याची संधी मिळणं म्हणजे त्याला अगदी स्वर्ग हाती आल्यासारखंच होतं; ढाक्यात मला कैसरला देण्यासाठी पुरेसा वेळ मिळत नसे. पण त्याच्यासाठी मला जितका वेळ काढता येई, त्यात त्याचं समाधान झालं नाही, तरी माझं समाधान होई. काही दिवस कैसरची वारंवार भेट होई, मग काही दिवस तो गायब होऊन जाई, तेव्हा माझं मन त्याच्यासाठी हुरहुर करी. कैसरबरोबर केवळ साध्यासुध्याच नव्हेत, तर गंभीर चर्चासुद्धा होत. ''काय रे, तुझ्याकडे एखादी नोकरीबिकरी आहे का? एक नोकरी दे बरं माझ्या आतेभावाला!'' कैसरची एक सवय चांगली होती- तो कधीही, कशालाही 'नाही' म्हणत नसे. त्याचं सामर्थ्य नसलं, तरी 'मी व्यवस्था करीन' असं आश्वासन तो देई. तो प्रयत्न करी. खूप काही करण्याचा प्रयत्न करी. बरीचशी आश्वासनं तो पूर्ण करू शकत नसे. माझा आतेभाऊ मुतालिब हा बऱ्याच दिवसांपासून बेरोजगार होता. माझ्याकडं बऱ्याचदा येई नोकरी मागण्यासाठी. आमच्या या गरीब आणि भ्रष्टाचारग्रस्त देशात पदवीधरांनाही लवकर नोकरी मिळत नाही. कुणाचीही आर्थिक परिस्थिती जरा बरी झाली की, त्याच्याकडे त्याच्या गरीब नातेवाइकांची गर्दी वाढते. कुणी आर्थिक मदत मागण्यासाठी येतं, तर कुणी नोकरीसाठी येतं. माझं स्वतःचं तर काही कुणाला नोकरी देण्याचं सामर्थ्य नव्हतं. त्यामुळे माझ्या विनंतीवरून कैसरनंच आपल्या मित्राला सांगून त्याच्या बेकरीत बी.एस्सी. पास मुतालिबला नोकरी मिळवून दिली. यामुळे माझी कैसरबद्दलची कृतज्ञता वाढली. त्याला हेच हवं असे. आपण कुणी क्षुद्र व्यक्ती नाही, आपलंही काही सामर्थ्य आहे, हे त्याला दाखवायचं असे. कैसर आपल्या लाल कारमध्ये मला आपल्या शेजारी बसवून, त्याच्या श्रीमंत मित्रांकडे नेऊन माझ्यावर प्रभाव टाकण्याचा प्रयत्न करी. पण त्यामुळे काही माझ्यावर प्रभाव पडत नाही, हे त्याला दिसे. एकदा रस्त्यात त्याच्या गाडीला एका रिक्षाचा धक्का लागला. गाडी थांबवून, धावत त्या रिक्षाजवळ जाऊन तो त्या रिक्षावाल्याला बेदम मारू लागला. गाडीतून मोठ्यानं ओरडूनही मी त्याला यापासून परावृत्त करू शकले नाही. अखेर तिथं जमलेल्या गर्दीतून त्याच्यापर्यंत जाऊन त्याला ओढीत-ओढीत पुन्हा गाडीत आणावं लागलं. त्याचं हे अमानुष वागणं पाहून मला इतका संताप आला की, मी काही दिवस त्याला माझ्या घरात येऊच दिलं नाही. हळूहळू त्याला उमगलं की, मला त्याची शारीरिक शक्ती आणि चेअरमनगिरीचं सामर्थ्य मुळीच आवडत नाही. माझं मन जिंकण्यासाठी मग तो माणुसकीच्या गोष्टी करू लागला. तो म्हणे, जयदेवपूरचे गरीब लोक त्याच्याकडे

मदत मागण्यासाठी येत आणि तो त्यांना हे-ते देऊन मदत करी. माझ्या पाठीमागे तो कसा वागतो हे काही मला ठाऊक नव्हतं; पण माझ्यासमोर आल्यावर त्याला मवाळ व्हावंच लागे. आवेगानं एके दिवशी त्यानं कविता लिहायला सुरुवात केली. त्याच्या सगळ्या कविता मला उद्देशून लिहिलेल्या असत. मी जेव्हा लेखक किंवा पत्रकारांशी बोलण्यात मग्न असे, तेव्हा तास-दोन तास माझी वाट पाहत कैसर त्या कविता लिही. 'वा! तू चांगलंच लिहितोस की!' असं म्हटल्यावर त्याला अभिमान वाटे, थोडा संकोचही वाटे. आपणही लिहू शकतो हे तो मला दाखवू पाही. आयुष्यात ज्यानं कधी अवांतर पुस्तकं वाचली नव्हती, तो आता पुस्तकं वाचू लागला.

कैसरशी माझा सहज, अनियमित पण स्थिर संपर्क चालू राहिला. त्यामुळे मला कुठलाही त्रास होत नव्हता की माझा वेळही वाया जात नव्हता. त्या संपर्काला खतपाणी घालून तो वाढवण्याचा प्रयत्न करावा लागत नव्हता. त्या संपर्काची परिणती काय होणार असाही विचार करावा लागत नव्हता. त्याच्याशी असलेल्या संपर्कानं माझी चिंता नष्ट केली. पुरुषहीन एकाकीपणाची वेदना नष्ट केली. कैसर माझ्यासाठी कधी तरुण असे, तर कधी शिशू असे. कधी तो दृश्यमान असे, तर कधी अदृश्य. पण जितका वेळ तो माझ्यासमोर असे, तितका वेळ तो माझा आणि फक्त माझाच असे. माझं दुःख, माझा राग, माझ्या वेदना, माझं सुख- सारं मी त्याच्याजवळ व्यक्त करू शके. राग आला की मी त्याला रक्तबंबाळ करीत असे, दुःख झालं की रडत असे, सुख वाटलं की हसे- हे सारं तो निःशब्दपणे स्वीकार करी. कधी त्याला छातीशी धरी, कधी संतापून घराबाहेर काढी. मी त्याला झापडा किंवा लाथा मारल्या, तरी तो रागावत नसे. मी पुन्हा त्याला छातीशी धरीन हे त्याला ठाऊक असे. त्याच्यासाठी माझ्या मनात एक प्रकारचं प्रेम आहे हे बहुधा त्याला ठाऊक होतं. बाहेरच्या हजार प्रकारच्या कामांनंतर दिवसाच्या शेवटी आपलं कुणीतरी माणूस आपल्याजवळ असावं, मग तो मित्र असला तरी चालेल पण गाणूस असावा, असं वाटे. नाहीतर प्रेम मला माझ्या बाहुलीबद्दलही वाटत असेच की! कैसर माझी माणसाची गरज पुरी करीत असे. कैसर माझ्यावर प्रेम करतो ही गोष्ट मला सुख देई. सुरक्षितता देई, मुक्ती देई. मला कामात व्यस्त होऊ देई. कैसरची मला खूप गरज भासे. त्याला बरोबर घेऊन मी कुठंही जाऊ शके. त्याच्याबरोबर मला कुठलंही अवघडलेपण जाणवत नसे. मी माझ्या साहित्यिक मित्रांकडे त्याला बरोबर घेऊन जाई किंवा ते माझ्याकडे आल्यावर त्याला माझ्या घरात चुपचाप बसलेला पाहत. 'हा कोण, याच्याशी तुमचा संबंध काय?' असे प्रश्न मला कुणीही विचारीत नसे. ते स्वतःच त्याचा माझ्याशी काय संबंध असावा याचं अनुमान करीत असावेत, असा मी निष्कर्ष काढला. यामुळे काही काही जणांचे

डोळे मोठे होत. पण त्याकडे मी मुळीच लक्ष देत नसे. त्यामुळे त्यांचे डोळे पुन्हा सामान्य होत.

घरात माझी बहीण असे, तिचा नवरा असे, एवढंच काय, आईसुद्धा असे आणि मी कैसरला माझ्या बेडरूममध्ये नेऊन दरवाजा आतून बंद करून घेत असे. याबद्दल कुणीही मला काहीही बोलत नसे, अगदी आईसुद्धा. मी बेडरूममधून बाहेर आल्यावर मी नव्हे, तर आईच स्वतःला कुठंतरी लपवून घेई- मला आईमुळे संकोच वाटू नये, यासाठी. माझ्या सुखात ती अडथळा म्हणून उभी राहत नसे. आई मला सुखी पाहू इच्छित असे, तृप्त पाहू इच्छित असे.

आई माझी इतकी काळजी करी की, मला आर्थिक चणचण नसली, तरी ती माझ्या खर्चाची चिंता करी. ती मयमनसिंहला जाऊन डाळ, तांदूळ जे शक्य असेल, ते घेऊन येई. ते धान्य लवकर संपू नये, म्हणून ती पुन्हा गावाकडे जाई. जाण्याआधी अर्थात कुलसुमला घर कसं सांभाळावं, माझी कशी काळजी घ्यावी हे शिकवून जाई. मी बाबांसारखी तर होत चालले नव्हते? माझा प्रताप बाबांसारखाच होता. घर माझ्या पैशांवर चालत होतं, माझ्याच सांगण्यावरून सारी कामं होत. शांतिबागेच्या घरात ज्याप्रमाणे सगळे जण माझ्या मनाप्रमाणे वागत, त्याप्रमाणेच 'अवकाश'मधली माणसंही आता मला समजून घेऊन माझ्याशी बोलत. बाबाही आता माझ्याकडे संतापानं न पाहता नरम आवाजात म्हणत, "नोकरी देऊ शकेल असं तुझ्या ओळखीचं कुणी आहे का? असलं, तर मंजूला एक नोकरी मिळवून दे ना!" मंजू इमान हा माझा चुलतभाऊ. कमी शिकलेला, बाबा ज्याप्रमाणे त्यांच्या नांदाईलच्या घरातल्या सगळ्यांच्या शिक्षणाची, नोकरीची व्यवस्था करीत, तशीच आता मलाही करावी लागे. खसरूला सांगून मी मंजूला एक नोकरी मिळवून दिली. खसरूचा जनरेटर्स तयार करण्याचा कारखाना होता, त्या कारखान्यात कमी पगारावर कामगाराची नोकरी. ज्याच्याकडे संकटकाळी मदत मागण्यासाठी जावं, असा माझा कुणीही मामा किंवा काका कुठंही वरच्या पदावर नव्हता. नातेवाइकांमध्ये कुणाला यश, ख्याती मिळाली असेल, तर ती फक्त बाबांनाच. त्यानंतर जे काही थोडं यश मिळालं, ते मला. मंजू आणि मुतालिब यांना खसरू आणि कैसर यांच्या मदतीनं नोकऱ्या मिळवून दिल्यानं कुटुंबात बाबांप्रमाणेच मला स्थान प्राप्त झालं. कैसरला घेऊन मी 'अवकाश'मध्ये गेले होते; पण 'हा माणूस कोण, याचा परिचय काय,' असं बाबांनी एकदाही मला विचारलं नाही. खरं तर मी आता या सगळ्या प्रश्नांच्या वरती होते. हे मी स्वावलंबी होते म्हणून झालं का? की दुसऱ्या कुठल्या कारणामुळे? मी जबाबदार होते, म्हणून? यास्मिन आणि मिलन यांची जबाबदारी घेतली, म्हणून? किमान त्यांच्या राहण्या-खाण्याची सोय मी माझ्या घरी केली होती की मी वयानं मोठी झाले होते म्हणून? पण माझं वय तरी कितीसं होतं?

तीसही झालं नव्हतं. की माझं नाव झालं होतं म्हणून? नाव तर जेव्हा बाबा मला मानेला धरून, मला बंदिवान करण्यासाठी मयमनसिंहला घेऊन आले होते, तेव्हाही झालेलंच होतं की! की आता माझं अधिक नाव झालं होतं म्हणून? कुठलंही का कारण असेना; पण आता कुणी माझ्या कामात, वागण्यात नाक खुपसत नसे, यानं मला बरं वाटे.

स्वातंत्र्याची खरी चव मी उपभोगत होते.

मित्र, हितचिंतक, कवी, साहित्यिक कुणी ना कुणी रोजच माझ्या घरी येत असे. साहित्य, संस्कृती, राजकारण व समाज या विषयांवर खूप चर्चा होई. वारंवार चहा होई. दुपारच्या किंवा रात्रीच्या जेवणाची वेळ असेल, तर अशा पाहुण्यांना मी जेवणाचाही आग्रह करी. पाहुण्यांच्या आतिथ्याच्या बाबतीत मला आईचा स्वभाव मिळाला होता. कोलकात्याहून सुनील गंगोपाध्याय, शरत मुखोपाध्याय आणि विजया मुखोपाध्याय ढाक्याला आले असताना मला भेटून गेले. कुणाचंही मी आतिथ्य करू शकेन, मित्रांपैकी कुणालाही त्याला हवे तितके दिवस माझ्या घरी राहू शकेल, असं निरोगी आणि सुंदर वातावरण मी हळूहळू माझ्या घरात तयार केलं. मला अगदी जसं हवं होतं, तसं माझं घर, संसार, जग आणि जीवन सजवलं होतं. नातेवाइकांपेक्षा माझा मित्रपरिवारच मला अधिक मोठा, अधिक जवळचा वाटत होता. मला फुरसतीचा वेळ मिळाला, तर तो मी माझ्या मित्रपरिवारासाठीच राखून ठेवी.

काळ्या पहाडासारखे दिसणारे बादल बसू माझ्याकडे नवीन प्रकाशित झालेल्या माझ्या 'नष्ट मेयेर नष्ट गद्य' पुस्तकाच्या प्रती घेऊन आले. बादल बसूंना जवळून ओळखल्यावर ते मुळीच अरसिक नाहीत, हे समजतं. त्यांच्या चेहऱ्यावर हसू फुटतं आणि खूप छान फुटतं. पण त्यांच्या चेहऱ्यावर हसू फुटत असलं, तरी 'नष्ट मेयेर नष्ट गद्य'मध्ये जेव्हा पानापानावर प्रचंड मुद्रणदोष दिसले, तेव्हा माझ्या चेहऱ्यावरचं हसू मात्र मावळलं. ''हे काय? पुस्तकाचं प्रूफरीडिंग झालं नव्हतं की काय?'' बादल बसू पुस्तक चाळून पाहत विषण्ण चेहऱ्याने म्हणाले, ''वाईट झालं! प्रूफरीडिंग झालं नाही!''

''मग पुस्तकाची विक्री थांबवा!''

बादल बसूंसारख्या वजनदार गृहस्थांना मी त्यांनी छापलेल्या माझ्या पुस्तकाच्या पाच हजार प्रतींची विक्री बंद करायला सांगितलं. उत्तम मुखपृष्ठ असलेलं पुस्तक हातात घेतल्यावर आनंद वाटण्याऐवजी माझं मन दुःखी झालं. बादल बसू म्हणाले, ''आता छपाई झालीच आहे, तर विक्री होऊन जाऊ द्या. पुढच्या आवृत्तीत सगळ्या चुका दुरुस्त करता येतील.'' पण जे वाचक हे पुस्तक विकत घेतील, ते तर फसवले जातील ना! पुस्तकात त्यांना एकही वाक्य शुद्ध छापलेलं दिसणार नाही!

त्यांना वाटेल, बहुधा मीच असं चुकीच्या शुद्धलेखनात लिहिलं आहे. इतक्या मोठ्या प्रकाशनानं स्वतःच्या चुकीचं प्रायश्चित्त घेतलं नाही, माझ्या विनंतीनंतरही पुस्तकाची विक्री थांबवली नाही. बांगलादेशचे प्रकाशक 'आनंद पब्लिशर्स'पेक्षा खूप छोटे आहेत; पण मी जर एखाद्या छोट्या प्रकाशकाला प्रूफरीडिंग झाल्याशिवाय आणि त्यानुसार दुरुस्त्या झाल्याशिवाय पुस्तक बाजारात आणू नका असं सांगितलं असतं, तर त्यानं नक्कीच माझं म्हणणं मान्य केलं असतं. 'आनंद पब्लिशर्स'नं मात्र मला अनेक दिवस विषादात ठेवलं.

पण विषाद तरी किती दिवस मानायचा! जीवनात संताप, मनस्ताप, विषाद, पीडा, पश्चात्ताप यांना तर काही अंत नसतो. विषाद बाजूला ठेवून नव्या उत्साहानं नव्या कामात स्वतःला गुंतवून घ्यावं लागतं. चोहीकडे माझ्याबद्दलच्या अफवा पसरत असताना, लोकांना माझ्याबद्दल ईर्ष्या वाटत असताना, माझ्याविरुद्धच्या त्यांच्या भावनांच्या चिखलाच्या वर मला माझ्या पाठीचा कणा ताठ ठेवून चालायला हवं, हे मला समजत होतं. नाहीतर मी ठेच खाईन याचीही मला जाणीव होती. निग्रह ठेवला नाही, तर मी मोडून पडेन- मला पाडण्यासाठी अनेक जण टपलेलेच होते. लोकप्रियतेचे जितके फायदे असतात, तितकेच तोटेही असतात. फायद्यांचं म्हणायचं झालं, तर आता मला लेख देण्यासाठी मासिकांच्या ऑफिसमध्ये जावं लागत नसे, त्यांचाच माणूस माझ्याकडे लेख नेण्यासाठी येई. मी जे लिही, जसं लिही, तसंच्या तसं ते छापलं जाई. प्रकाशक घरी येऊन पैसे देऊन जात. मी अपेक्षाही केली नव्हती, इतके पैसे प्रकाशक माझ्या टेबलावर ठेवून जात. अर्थात प्रसिद्धीचे तोटेही अनेक होते. माझ्या व्यक्तिगत जीवनात लोक नाक खुपसू लागले, चर्चा करू लागले. एकापेक्षा अधिक लग्नं केली याचा अर्थ एकापेक्षा अधिक पुरुषांबरोबर मी झोपले. (माझ्या नवऱ्यांच्या यादीत मी जन्मात ऐकली नाहीत, अशीही अनेक नावं होती.) मी बेशरम, निर्लज्ज, वाईट चारित्र्याची आहे. सुनील गंगोपाध्याय यांच्याशी मैत्री होती म्हणून म्हणे त्यांनी मला आनंद पुरस्कार दिला! (आनंद पुरस्कार निवड समितीवर सुनील गंगोपाध्याय होते; पण मला आनंद पुरस्कार देण्याच्या विरोधात त्यांनी एकट्यानंच आपलं मत नोंदवलं होतं, असं मी ऐकलं.) मी पुरुषांचा द्वेष करणारी आहे, मी धर्माचा द्वेष करणारी आहे. मी 'रॉ'ची एजंट आहे. माझं लेखन हे लेखन नाहीच, ते प्युअर पोर्नोग्राफी आहे- अश्लीलपणानं भरलेलं आहे, इत्यादी इत्यादी. माझ्या मित्रांची संख्या जितकी वाढत होती, त्याच्या दुपटीनं शत्रूंची संख्या वाढत होती.

शत्रू वाढले, तरीही कितीतरी प्रकारची माणसं माझ्याकडे येत. विविध वयाच्या महिला आपल्या नाना प्रकारच्या समस्या सांगण्यासाठी माझ्याकडे येत. उदाहरणार्थ, पसंत नसलेल्या मुलाशी घरच्यांनी लग्न ठरवलंय, नवऱ्याचा दुसऱ्या स्त्रीशी संबंध

आहे, नवरा मारहाण करतो, नवऱ्यानं तलाक दिलाय, नवरा पुढचं शिक्षण घेऊ देत नाहीय, त्याला फक्त शरीर पाहिजे असतं. ज्या गोष्टी इतर कुणापुढे त्या सांगू शकल्या नसत्या, त्या गोष्टी मला सांगून त्यांच्या मनावरचा ताण थोडातरी कमी होई, असं मला जाणवे. माझी 'निमंत्रण' नावाची एक कादंबरी प्रकाशित झाली. छोटीशी गोष्ट होती- शीला नावाची सोळा-सतरा वर्षं वयाची मुलगी एका देखण्या तरुणाच्या प्रेमात पडते. पण म्हणून काय झालं- त्या देखण्या तरुणाच्या मनात तर काही तिच्याबद्दल प्रेम नसतं. तो तरुण एके दिवशी तिला निमंत्रण देतो. तिला वाटतं, तो आपल्यावर प्रेम करतो आहे. ती त्यानं बोलावलेल्या ठिकाणी जाते. तो तिला एका रिकाम्या घरात नेतो आणि त्याच्यासहित त्याचे तीन-चार मित्र तिच्यावर बलात्कार करतात. या अतिशय करुण कथेला लोक 'अश्लील, अश्लील' म्हणू लागले. कादंबरी वाचवत नाही असं म्हणू लागले. मी बलात्काराचं तपशीलवार वर्णन कादंबरीत केलं होतं, म्हणून ती कादंबरी अश्लील होती, पोर्नोग्राफी होती. समाजात अशा घटना घडत असतात; पण त्या लिहिलेल्या चालत नाहीत. लिहिल्या की, 'छी-थू'होते. लोक लेखक किंवा लेखिकेला बहिष्कृत करतात. एके दिवशी एक मध्यमवयीन महिला माझ्याकडे 'निमंत्रण' कादंबरीबद्दल बोलण्यासाठी आल्या. त्यांनी ही कादंबरी एकापेक्षा अधिक वेळा वाचली होती आणि आपल्या दोन किशोरवयीन मुलींनाही आग्रहानं वाचायला लावली होती. त्या महिला म्हणाल्या, ''ही कादंबरी प्रत्येक किशोरवयीन मुलीनं अवश्य वाचली पाहिजे. आता माझ्या मुली बाहेर अधिक सावधपणे वावरण्याचा प्रयत्न करतील. कुणीही त्यांना आमिष दाखवून असं एखाद्या निर्जन ठिकाणी किंवा रिकाम्या घरात घेऊन जाऊ शकणार नाही.'' हे पुस्तक लिहिल्याबद्दल त्या बाईंनी मला खूप धन्यवाद दिले आणि अशी पुस्तकं आणखी लिहिण्याची विनंती केली. त्यामुळे इतरांनी केलेली या कादंबरीवरची टीका मी विसरून जाऊ शकले. बाहेरच्या शंभर जणांनी केलेली 'छी-थू'मी घरातल्या एका छोट्या रुमालानं पुसून टाकली.

मला ढाक्याहून दुसरीकडे टाकण्याचं कारण काय असावं? बऱ्याच जणांना वाटलं, याचं कारण माझं लेखन. माझं लेखन काही सरकारी अधिकाऱ्यांना आवडत नसे. बी.एन.पी.च्या 'दैनिक दिनकाल'मध्ये माझ्यावर कठोर टीका होई. अश्लीलता आणि अधर्म यांच्यामध्ये बुडून मी वाटेल ते लिहीत असते, असं माझ्याबद्दल त्या दैनिकात लिहिलं जाई. मला माझ्या नोकरीच्या जागेवरून ढाक्याहून उचलून लांब कुठंतरी टाकून देणं, हेच बुद्धिमानांचं काम होतं. मला वाटे, या सापकिरडांच्या दंशापासून स्वतःला वाचवण्यातच माझं जीवन जाणार; मी पुन्हा हातात लेखणी धरू शकणार नाही. जमालपूरच्या लहान गावात जाऊन नोकरी करणं मला जमणार नाही; माझी बदली ढाक्यातच कुठंतरी करण्यात यावी, ढाक्यात शक्य नसेल, तर

ढाक्याच्या आसपास कुठंतरी करण्यात आली तरी चालेल, अशी विनंती असलेला माझा अर्ज आरोग्य सचिव मंजरूल करीम यांची स्वाक्षरी घेऊन मी आरोग्य विभागाच्या कार्यालयात गेले. मंजरूल करीम हे स्वतःसुद्धा एक कवी होते. कवी म्हणूनच त्यांनी सही केली. मंजरूल करीम हे 'इमरान नूर' या नावानं कविता लिहीत. त्यांच्या सल्ल्यानं काहीतरी होईल या आशेनं निर्मलेंदू गुण मला शेख हसीना यांच्याकडे घेऊन गेले. मला खात्री नसली, तरी निर्मलेंदूंना खात्री होती की, मनावर घेतलं, तर हसीना माझी बदली रद्द करण्यात मदत करू शकतील. हसीना यांच्याशी गुण यांची खूप दिवसांपासून ओळख होती. ते दोघं ढाका विद्यापीठात बरोबरच शिकले होते. विद्यार्थी अवस्थेत गुण यांनी हसीनांना उद्देशून काही प्रेमकविताही लिहिल्या होत्या.

हसीनांच्या मिंटो रोडवरच्या घरी यापूर्वी मी दोन वेळा गेले होते. पहिल्यांदा रमजान रोजांच्या वेळी इफ्तार पार्टीसाठी- त्या दिवशीच गुण यांनी माझा हसीनांशी परिचय करून दिला होता. त्यानंतर हसीनांशी भेट झाली होती शेख मुजीब यांच्या जयंतीच्या दिवशी त्यांच्या धानमंडीतील बत्तीस क्रमांकाच्या घरी. त्या घरी मी पहिल्यांदाच गेले होते. जिथं शेख मुजीब उभे असताना त्यांचा खून झाला, ती जागा पाहून हृदय जणू फाटून गेलं. १९७५ सालचा १५ ऑगस्ट. किती भयंकर दिवस होता तो! शेख मुजीब यांच्या कुटुंबातल्या सोळा जणांचा त्या दिवशी खून करण्यात आला. आज मुजीब यांचे खुनी मोकाट फिरत आहेत. त्यांनी 'फ्रीडम पार्टी' नावाचा एक राजकीय पक्ष स्थापन केला आहे, त्यांच्या विद्यार्थी संघटनेचं नाव आहे 'युव कमांड'. शेख हसीना आणि त्यांच्या भगिनी रेहाना या त्या दुर्दैवी दिवशी घरी नव्हत्या म्हणूनच वाचल्या. जमाते इस्लामीप्रमाणेच खुन्यांची ही फ्रीडम पार्टी देशभर आतंकवादी हल्ले करीत असते. आज मी हसीनांच्या चेहऱ्यात शेख मुजीब यांचा चेहरा पाहत होते. घोर अंधारात प्रकाशाचा एक क्षीण किरण माझ्या हृदयात स्वप्न तयार करीत होता. हसीनांच्या बरोबर आणखी एकदा माझी मिंटो रोडच्या घरी एका कविसंमेलनाच्या निमित्तानं भेट झाली होती. त्यांनी काही कवींना एके दुपारी जेवायला बोलावलं होतं. शमसुर रहमान, सुनील गंगोपाध्याय, सैयद शमसुल हक, बिलाल चौधुरी आणि मी. हसीना बराच वेळ आपल्या पतीच्या गोष्टी सांगत होत्या- आपला नवरा कसा पाजी आहे, याचं अगदी तपशीलवार वर्णन करीत होत्या. जरा वेळ मिळाला की, तो खालिदा झियाशी फोनवर गुलुगुलु गप्पा मारतो, असंही त्यांनी सांगितलं. राजकारण किंवा साहित्य या विषयावर त्यांनी कुठलीही गंभीर चर्चा केली नाही. खाणं-पिणं, घर-संसार याबद्दल त्या एकट्याच बराच वेळ बोलत होत्या. मी चुपचाप बसून शेख हसीनांना पाहत होते. त्यांच्या गप्पांनी मला मुळीच मुग्ध केलं नाही. मी काही अवामी लीगची सभासद नव्हते की काहीही नव्हते. हज

करून आल्यानंतर हसीना डोक्याला काळी पट्टी बांधीत- एकही केस कुणाच्या नजरेला पडू नये, हा उद्देश. महिलांच्या केसांइतकी असभ्य आणि घाणेरडी दुसरी वस्तू नाही म्हणून केस झाकण्याचा एवढा आटापिटा. हसीनांच्या डोक्यावरची ती काळी पट्टी पाहून मला खरोखरच राग आला. तरीसुद्धा, देशातले प्रगतिवादी लोक मोठ्या आशेनं हसीना यांच्याकडे पाहतात, हे मला ठाऊक होतं- स्वातंत्र्याच्या शत्रूंच्या हातून, मूलतत्त्ववाद्यांच्या हातून, सांप्रदायिकतेच्या चाव्यापासून देशाला त्याच वाचवू शकतील, अशी प्रगतिवादी लोकांना आशा होती.

शेख हसीना माझ्यासमोर येऊन बसल्या, तेव्हा निर्मलेंदू गुणच म्हणाले, "तसलिमाची तर बदली करून टाकलीय. आपण आता तिला ढाक्याला आणायची व्यवस्था करावी."

हसीना म्हणाल्या, "मी तर काही आता सत्तेवर नाही. सत्तेवर असते, तर शक्य झालं असतं. मी तर काही करू शकणार नाही."

"तरीही पाहा. खालिदा सरकार तर तिला खूप छळतंय. अजूनही पासपोर्ट देत नाहीय आणि अशा ठिकाणी बदली... तिचं लेखन त्यांना आवडत नाही म्हणूनच हे सारं करताहेत."

हसीना म्हणाल्या, "तिचं लेखन तर मलाही आवडत नाही."

निर्मलेंदू गुण यांच्याशी माझा नेत्रसंकेत झाला. गुण यांनी हसीनांना विचारलं, "का? का बरं आवडत नाही?"

"तिनं धर्माबद्दल लिहू नये असं मला वाटतं. इस्लाममध्ये स्त्री-पुरुषांना समान अधिकार आहेत, इस्लाममध्ये स्त्रियांना सर्वांपेक्षा अधिक मान दिला जातो या गोष्टी तर ती मान्य करीत नाही."

हसीना या विरोधी पक्षाच्या नेत्या होत्या. चोवीस तास त्या कार्यमग्न असत. माझ्यासाठी थोडा वेळ देऊन त्या कामामुळे म्हणा की, इतर कुठल्या कारणामुळे म्हणा, उठून गेल्या. जाताना आपल्या पक्षाच्या एका सभासदाला 'हिच्या मामल्यात लक्ष घाला' असं सांगून गेल्या. त्या सभासदानं मी कुठं नोकरीला होते, सध्या कुठं बदली करण्यात आलीय, या गोष्टी लिहून घेतल्या. माझ्या मामल्यात लक्ष घालण्यात मिंटो रोडच्या कुणालाही फारसं स्वारस्य मला दिसलं नाही.

माझ्या बदलीसंदर्भात काय झालं आहे किंवा काही होणार आहे की नाही याची खबर घेण्यासाठी मी रोज आरोग्य विभागाच्या कार्यालयात जाई. एखाद्या डाकूसारख्या दिसणाऱ्या मानू नावाच्या बांगलादेश मेडिकल असोसिएशनच्या नेत्याला ढाक्याहून डॉक्टरांच्या बदल्या करण्याचे आणि इतर ठिकाणाहून डॉक्टरांच्या ढाक्याला बदल्या करण्याचे अधिकार दिलेले होते. मानूनं ज्या अगत्यानं माझ्याकडे पाहिलं त्यावरून

मला जाणवलं की, त्याला माझं नाव ठाऊक आहे, माझं लेखन तो वाचतो; पण ते त्याला आवडतं की नाही ते काही मला समजलं नाही. ज्या दिवशी मानू ती लिस्ट फायनल करणार होता, त्या दिवशी त्यानं मला आपल्या ऑफिसात बोलावलं. मी तिथं जाण्याची गरज आहे की नाही हे ठाऊक नसताना मी त्या दिवशी मानूच्या ऑफिसमध्ये गेले. मानूनं एका निर्जन खोलीत मला नेऊन ती लिस्ट दाखवली. ढाका मेडिकल कॉलेज हॉस्पिटलमध्ये एक रिक्त पद होतं, तिथं मला नियुक्ती देता येईल किंवा कसं याचा मानू विचार करीत होता. मानू बसलेला होता, त्याच्या खुर्चीजवळ उभी मी आनंदानं बहरून गेले. आपली बदली पुन्हा ढाक्याला होणार, या विचारानं. पण माझी नेमणूक कुठे होणार हे पूर्णतः त्याच्यावर अवलंबून आहे असं म्हणून जेव्हा मानू उठून माझ्या दिशेनं एक-एक पाऊल पुढे येऊ लागला, तेव्हा मी पांढरीफटक पडले. तो पुढे येत होता, मी मागे सरकत होते. मागे सरकत सरकत मी भिंतीला टेकले. मानूनं मला भिंतीच्या कोपऱ्यात अडकवून टाकलं होतं. काय हेतू होता त्याचा? या निर्जन ऑफिसमध्ये मला भोगायचा हेतू होता का त्याचा? चांगल्या जागी नेमणूक द्यायचं आमिष दाखवून? भीतीनं मी दगडासारखी झाले होते. मानूच्या तोंडावर घृणेनं थुंकावं, असं मला वाटत होतं. पण त्यानं काय फायदा झाला असता? तो काहीही करून आपला हेतू साध्य करू पाहील. त्याच्या अंगात माझ्यापेक्षा चौपट बळ होतं. त्याच्याशी लढायला गेले, तर मी सफल होणार नाही. अशा वेळी वाचण्याचा एक मार्ग होता तो म्हणजे त्याच्या तावडीतून सुटणं आणि दूर पळून जाणं. भिंतीच्या कोपऱ्याजवळच दरवाजा होता. माझं धाडस पाहून माझ्याकडे दात खात संतापानं पाहणाऱ्या मानूला मागे टाकून मी वेगानं दरवाजा उघडून बाहेर पडले. पळत पळत आरोग्य विभागाच्या ऑफिसचा व्हरांडा पार केला. पळत पळत खालच्या मजल्यावर उतरले. पळत गर्दीत मिसळले. पळत रिक्षात. छातीची धडधड थांबली; पण अपमानामुळे डोळ्यांत पाणी भरून आलं. नाही मिळाली तर नाही ढाक्याला बदली- काही गरज नाही मला चांगल्या पोस्टिंगची.

'मी लैंगिकतेची राणी आहे, मला गर्भाशयाचं स्वातंत्र्य हवं आहे,' असा माझ्याबद्दलचा प्रचार काही कमी होत नव्हता. त्यामुळेच बहुधा, अनेकांना वाटत होतं की मी त्यांना सहज प्राप्त होऊ शकेन. कुठल्यातरी जंगलात मला नोकरीचं पोस्टिंग देण्यात येईल, या शंकेचे शेकडो किडे मला रात्रंदिवस चावत होते. त्यांची संख्या दिवसेंदिवस वाढत होती. शेवटी माझ्या हाती एके दिवशी बदलीचं पत्र आलं. माझी बदली ढाका मेडिकल कॉलेजच्या हॉस्पिटलमध्ये झाली होती. माझ्या विस्मयाची होडी मला घेऊन आनंदाच्या समुद्रात तरंगू लागली.

◆

कबंधाचं युग

६ डिसेंबरच्या दुपारी मी ढाका मेडिकल कॉलेज हॉस्पिटलच्या ऑपरेशन थिएटरमध्ये रोग्यांना भूल देण्याचं काम करीत होते. पण माझं मन थाऱ्यावर नव्हतं. सकाळपासूनच विचार करीत होते की, माझ्या कामाची जबाबदारी कुणावरतरी सोपवून हॉस्पिटलमधून बाहेर पडेन; पण दुपार उलटून गेली तरी तशी संधी मिळत नव्हती. या हॉस्पिटलमध्ये नोकरीला येऊन फार दिवस झाले नव्हते, त्यामुळे अद्याप कुणाशी तेवढी घनिष्ठता तयार झाली नव्हती. इथल्या नोकरीच्या पहिल्या दिवसापासून अगदी वेळेवर हॉस्पिटलमध्ये येणं, ऑपरेशन थिएटरमध्ये प्रवेश करणं, एकामागोमाग एका रुग्णाला भूल देणं, ऑपरेशननंतर भूल उतरवणं सलग चालूच असे. दुपार उतरून हळूहळू संध्याकाळ होई; पण तरीही माझं रुग्णांना भूल देण्याचं काम चालूच असे. काटेकोरपणे सकाळी हॉस्पिटल सुरू व्हायच्या वेळी काम सुरू केलं, तरी ते संपायचं नाव घेत नसे. कधी संपणार, ते काही सांगता येत नसे. ठरलेले रुग्ण तर असतच, अचानकही काही रुग्ण येत. इमर्जन्सी रुग्ण. अचानक येणारे आणि तत्काळ ऑपरेशन केल्याशिवाय वाचण्याची शक्यता कमी, अशा प्रकारचे रोगी असत. सकाळी आठपासून दुपारी दोनपर्यंत काम केल्यावर सुटी, अशी परिस्थिती नसे. त्यानंतरही दुपारची ड्यूटी असे, रात्रीचीही असे. अगदी श्वास घ्यायला उसंत नसे. मिटफोर्ड हॉस्पिटलमध्ये इतकी ऑपरेशन्स होत नसत; अधूनमधून थोडी उसंत मिळे. पण ढाका मेडिकल शहराच्या मध्यभागी होतं, त्यामुळे इथं फुरसत नावाचा प्रकारच नव्हता. ढाका मेडिकलमध्ये नोकरी करण्याची संधी फार कमी डॉक्टरांना मिळते, त्यामुळे माझ्या नशिबाला मी मुळीच कमी लेखत नव्हते आणि म्हणूनच मला नेहमी सावध, सतर्क राहावं लागे. सकाळी आठ वाजायच्या आत हॉस्पिटलमध्ये प्रवेश करावा लागे. संध्याकाळचे पाच वाजले तरी बाहेर पडता येत नसे. पण नसेना का! मी सुपरिचित असल्यानं, लोक मला ओळखत असल्यानं तर मला आणखीच सावध राहावं लागे. माझ्या चाहत्यांच्या संख्येपेक्षा माझ्या शत्रूंची आणि हितशत्रूंची संख्या मुळीच कमी नव्हती. मी लेखन

करते म्हणजे नक्कीच हॉस्पिटलच्या कामात हयगय करीत असणार, अशी धारणा या हॉस्पिटलमधील स्टाफची होऊ नये यासाठी मी सुरुवातीपासून प्रयत्न करीत आले होते. मी कामात हयगय करीत नाही, हे सिद्ध करण्यासाठी इतर डॉक्टरांपेक्षा मला दुप्पटच काय, तर तिप्पट काम करावं लागत होतं. इतर डॉक्टरांनी हॉस्पिटलच्या वेळा पाळल्या नाहीत तरी कुणी बोलत नसे; पण मी जर वेळा पाळल्या नाहीत, तर ते बोलतील याची मला खात्री होती. हे अनुभव मला मिटफोर्ड हॉस्पिटलमधून मिळाले होते. या अनुभवांचा मी चांगला वापर करीत असल्यानंच मी इतकी सावध असे. पण आज मात्र मला नियम तोडल्यावाचून चालणार नव्हतं. आज माझं मन थाऱ्यावर नव्हतं. पण मोकळं होण्यासाठी कुणाकडून परवानगी मिळणार? डॉक्टरांच्या कठोर चेहऱ्याकडे खूप नरम नजरेनं पाहूनही कुणाच्या हृदयाला पाझर फुटला नाही. घड्याळाकडे पाहत होते पण घड्याळाकडे पाहून काय फायदा! एक रोगी टेबलावरून उतरला की दुसरा टेबलावर येत होता. ॲनॅस्थेसिऑलॉजीत डिप्लोमा घेतलेल्या एका डॉक्टरशी दोन-तीन वेळा बोलणं झालं होतं- तेव्हा तो तेवढा कठोर वाटला नव्हता. म्हणूनच त्याला म्हणाले की, आज मला लवकर गेलंच पाहिजे; आज काही मला नियम पाळता येणार नाही. त्याला सांगितलं की, माझी बहीण हॉस्पिटलमध्ये आहे, कुठल्याही क्षणी प्रसूत होणार आहे. पण म्हणून काय झालं! बहिणीची प्रसूती होणार आहे, ही काही ऑपरेशन थिएटर सोडून जाण्यासाठी पटणारी सबब नव्हती हे मला ठाऊक होतं. त्यामुळे थाऱ्यावर नसलेलं मन काहीही सबब सांगायला सांगत होतं. सबब सांगताना आवाज कापत होता. 'कुठंय तुमची बहीण?' असं त्या डॉक्टरने विचारलं. 'मयमनसिंहमध्ये' सांगितल्यावर 'इतक्या दूर जायची गरज नाही' असं तो म्हणेल म्हणून मी 'पी.जी.'त असं सांगितलं. अवंढा गिळून आवाजाचा कंप नियंत्रणात ठेवीत म्हणाले, ''जाते, तिला पाहून लगेच परत येईन. एक तासही लागणार नाही.''

डॉक्टर रशीद गप्पच आहेत असं दिसल्यावर मी आणखी वाढवून म्हणाले, ''सिझेरियन होतंय पण बहिणीची प्रकृती तेवढी चांगली नाहीय.'' माझा आवाज अद्यापही कापत होता.

'काही वेळासाठी तुम्ही माझं काम सांभाळा' अशी मी कातर आवाजात विनंती केली. डॉ. रशीद नाही म्हणाले असते, तर मला बाहेर पडताच आलं नसतं; पण ते शांतपणे म्हणाले, ''ठीक आहे, जा.'' मी लगेच पळाले. मिळालेली पहिली रिक्षा घेऊन तडक शांतिबागेत. शांतिबागेत शांती नव्हती, कारण कैसर नव्हता. कैसरला मी सकाळीच माझ्या घरी ये असं सांगून ठेवलं होतं. बिचारा येऊन परत गेला होता. पण आता मी मयमनसिंहला कशी जाणार? बसनं किंवा ट्रेननं कसंही करून जायलाच हवं होतं. जिना उतरू लागले, तेव्हा दिसलं की कैसर वर येतो आहे.

कैसरच्या दंडाला धरून उडी मारून खाली उतरले. थेट गाडीत. थेट मयमनसिंहला. थेट हॉस्पिटलमध्ये. थेट प्रसूती विभागात. यास्मिन नाही. कुठंय ती? पोस्ट-ऑपरेटिव्ह रूममध्ये. माझं शरीर थंडगार पडलं. विचार केला होता, लेबर रूममध्ये तिचं बाळंतपण होईल, तेव्हा मी जवळ थांबेन. विचार केला होता, यास्मिनच्या अंगावर हात फिरवीत-फिरवीत मी तिला धीर देईन. तिला जर कुणाचे हात घट्ट धरायचे असतील, तर माझे हात देईन. पण ती संधी काही मला मिळाली नाही. मी येण्याच्या एक तास आधीच तिचं बाळंतपण झालं होतं. सिझेरियन झालं होतं. तिची अवस्था खरोखरच चांगली नव्हती. नॉर्मल डिलिव्हरी होण्यासाठी खूप प्रयत्न झाले होते; पण ते शक्य झालं नाही. फोर्सेप्सचा प्रयत्न झाला; पण बाळाची अवस्था आत चिंताजनक असल्यानं ऑपरेशनचा निर्णय घेण्यात आला. सिझेरियनलाही खूप वेळ लागला. बाळाचं वजन पंधरा पौंड. बाळाला इन्क्युबेटरमध्ये ठेवलं होतं. यास्मिनची भूल अद्याप उतरली नव्हती. तिच्या एका हाताला रक्ताची बाटली, तर दुसऱ्या हाताला सलाईनची बाटली लावली होती. हे सगळं मी पोस्ट-ऑपरेटिव्ह रूमजवळ विषण्णपणे उभ्या असलेल्या मिलनकडून ऐकलं. मी आत जाऊन अद्याप भूल न उतरलेल्या यास्मिनला पाहिलं. सगळीकडे सुन्नपणा होता. काय फायदा झाला पळत येऊन? काहीच मदत झाली नाही माझी! असं येण्याची काय गरज होती? मी तर काही परकी नव्हते! मी सुरुवातीपासून अखेरपर्यंत थांबेन असं मी वचन दिलं होतं. हॉस्पिटलमधलं चमत्कारिक वातावरण नसतं, तर एक दिवसाची रजा घेण्याचं धाडस केलं असतं. मला स्वतःचाच राग आला. का रजा घेतली नाही मी? मी जवळ असावं असं यास्मिनला खूप वाटत होतं; पण मला काही तिच्याजवळ थांबता आलं नाही. एखाद्या सामान्य परिचित व्यक्तीप्रमाणे मी तिचं बाळंतपण झाल्यावर तिला भेटायला आले- बहिणीसारखी आले नाही. अशा व्यक्तीला काय बहीण म्हणतात?

हॉस्पिटलमधून मी ढाक्याला परतले. ढाक्याच्या वातावरणात तणाव जाणवला. लोक गटागटांनी उभे होते, कसलीतरी चर्चा करीत होते. मग बाजाराजवळ एक मोठा मोर्चा दिसला. कशाबद्दल मोर्चा, कुणाचा मोर्चा हे काही मला समजू शकलं नाही. ट्रॅफिक पोलिसांनी आमची गाडी थांबवून दुसऱ्या रस्त्यानं जायला सांगितलं. मोठ्या रस्त्यांवरून गाड्या जाऊ देत नव्हते. गाडी थांबवून, खिडकीतून मान बाहेर काढून मी ट्रॅफिक पोलिसाला विचारलं, ''काय, झालंय काय? मोर्चा का निघालाय?'' मला काहीच उत्तर मिळालं नाही. मी कैसरला विचारलं, ''तुला काय वाटतं, काय झालं असावं शहरात?'' कैसरही काही अंदाज करू शकला नाही. मलाही काही समजेना. दुसरा मोर्चा दिसल्यावर काय झालं होतं हे समजलं. गगनभेदी आवाजातल्या घोषणांमधून दोन शब्द मला समजले- 'बाबरी मशीद'. बाबरी मशिदीबद्दल आता

पुन्हा काही झालं की काय- कारण १९९० मध्ये बाबरी मशीद पाडली अशी अफवा पसरवून हिंदूंच्यावर हल्ले झाले होते- आताही तसंच काही झालं की काय?

मला घरी सोडून कैसर निघून गेला. मी टी.व्ही. लावून बसले. सी.एन.एन. चॅनेल लावल्याबरोबर एक भयानक दृश्य दिसलं. बाबरी मशिदीवर भगवे कपडे घातलेले हिंदू मूलतत्त्ववादी उड्या घेत होते, हल्ला करीत होते. बातम्यांत सांगितलं, बाबरी मशीद नष्ट झाली आहे. हृदयाची भिंत जणू कुणीतरी हातोडी मारून पाडून टाकली आहे आणि खिडक्या-दरवाजे उघडून माझ्या हृदयातल्या रक्ताचा प्रवाह बाहेर वाहू लागला आहे, असं वाटलं. काय होणार आता? आता काय होणार याचा अंदाज बांधणं मला शक्य नव्हतं. ही झाली माझी ६ डिसेंबरची दैनंदिनी.

त्यानंतर ७ डिसेंबर. ७ डिसेंबरनंतर ८ डिसेंबर, त्यानंतर ९-१०. कसे होते ते दिवस! ते दिवस कसे होते याचं तपशीलवार वर्णन मी जर कथाकार असते, तर करू शकले असते. पण मी काही चांगली कथाकार नाही. मी फक्त आतून अनुभवते. शब्दांत समजावून सांगू शकत नाही. ७ डिसेंबर या तारखेला सकाळच्या वर्तमानपत्रांत पहिल्या पानावर फक्त एकच प्रमुख बातमी होती- 'बाबरी मशीद ध्वस्त, उद्ध्वस्त!' नव्वद सालच्या ऑक्टोबरमध्ये बाबरी मशीद उद्ध्वस्त झाली नसतानाच 'इन्किलाब' दैनिकानं दिलेल्या एका चुकीच्या बातमीमुळे जुन्या ढाक्यात हिंदूंची मंदिरं जमीनदोस्त करण्यात आली होती, हिंदूंची घरं आणि दुकानं लुटण्यात आली होती, लूट केल्यानंतर जाळून टाकण्यात आली होती, हे मी पाहिलं होतं. त्या दिवशीसुद्धा मी अशीच मयमनसिंहहून ढाक्याला परतले होते. मी तेव्हा आरमानीटोला भागात राहत होते. रात्रभर व्हरांड्यात उभी राहून दंगलीचे, जाळपोळीचे आवाज ऐकत होते. रात्रभर चीत्कारांचे आणि रडारडीचे आवाज येत होते. मंदिरांना आणि घरांना लावलेल्या आगींच्या ज्वाळा लकलक करीत आभाळाला पोचत होत्या, हे पाहिलं होतं. मी पाहत होते आणि वेदनेनं, हताशपणानं, क्रोधानं, क्षोभानं एकटीच मोडून पडत होते. बाहेर जाऊन तो आगडोंब थांबवणं माझ्या सामर्थ्याबाहेरचं होतं. दुसऱ्या दिवशी हॉस्पिटलमध्ये जाताना आगीत जळून गेलेल्या घरांचे, पडलेल्या घरांचे अवशेष दिसले. हॉस्पिटलमधून बाहेर पडल्यावर शांखारी बाजार, सुत्रापूर, नबाबपूर, नया बाजार, बाबू बाजार, इस्लामपूर, ठांटारी बाजार, सदरघाट हे भाग फिरत फिरत अगणित जळालेली घरं, दुकानं, मंदिरं पाहून मी हतबुद्ध होऊन बसले होते. जळून गेलेलं ढाकेश्वरी मंदिर पाहून डोळे दुसरीकडे वळवावे लागले. या रानटीपणाला काय म्हणावं हे मला समजेना. जन्मापासून पाहत आलेल्या शेजाऱ्याचं घर माणूस कसं काय जाळून टाकू शकतो? कसा काय असा विध्वंसाचा खेळ खेळू शकतो? ज्या दुकानाच्या उत्पन्नावर दुकानदार संसार

चालवतो, ते दुकान त्याचे शेजारी कसे काय लुटू शकतात? नृशंसतेचीसुद्धा एक सीमा असते- ती सीमा या देशाचे लोक का पाळत नाहीत? काय शिरलंय यांच्या डोक्यात? या देशातल्या हिंदूंना बाबरी मशीद कुठे आहे, ती कशी दिसते हेसुद्धा ठाऊक नाही- ते कसे काय ती मशीद पाडतील? आणि जर त्यांनी मशीद पाडली नसेल, तर ती पाडल्याचा दोष त्यांच्यावर कशाला? आपल्या जळून गेलेल्या घरांच्या अवशेषांजवळ बसलेल्या माणसांचं रडणं मी फक्त पाहिलं; त्यांच्यासाठी काहीही करू शकले नाही. त्यांना मी कशी काय मदत करू शकणार? माझ्या सामर्थ्यापलीकडची गोष्ट होती ती. मी फक्त दार बंद करून अश्रू ढाळत होते.

खोट्या बातमीनंच जर एवढा उत्पात होऊ शकतो, तर जेव्हा खरोखरच हिंदू मूलतत्त्ववाद्यांनी बाबरी मशीद पाडलीय, तेव्हा काय होईल आज! शंकेनं माझ्या मनात पाल चुकचुकू लागली. सकाळी हॉस्पिटलला जाताना मार्गात 'जलखाबार' नावाचं हॉटेल जाळून टाकलेलं दिसलं. त्या हॉटेलमध्ये मी अनेकदा खाल्लं होतं. ज्या दिवशी सकाळी नाश्ता तयार झालेला नसे किंवा माझं मन खूप आनंदात असे, चांगलं काही खाण्याची इच्छा होई, तेव्हा मी 'जलखाबार'मध्ये खाण्यासाठी जाई किंवा तिथून खाण्याचे पदार्थ बांधून आणी- लुची, शाकाहारी अल्पोपाहार, हलवा. मार्गात आणखीही दुकानांची राख झालेली दिसली. लुटली गेलेली, जळालेली दुकानं पाहून मला समजलं की ही सारी हिंदूंची दुकानं होती. कुठलं दुकान हिंदूचं, कुठलं मुसलमानाचं याची नोंद मी किंवा माझ्यासारखे अनेक जण ठेवत नसले, तरी काही काही जण ठेवीत. हॉस्पिटलमध्ये पोचून ऑपरेशन थिएटरमध्ये जाऊन निःशब्दपणे मी रोग्यांना भूल देत राहिले. माझ्या मनातली संशयाची पाल चुकचुकतच होती. काय होणार कोण जाणे, ही शंका. सरकारनं अजूनही हिंदूंच्या संरक्षणाची व्यवस्था केली नाही का? जर केली नाही, तर? वातानुकूल खोलीत असूनही मी घामानं चिंब झाले.

दुपारी डॉक्टर्स कँटीनमध्ये चहा घ्यायला गेले, तर तिथं डॉक्टरांचं बोलणं ऐकलं, इमर्जन्सीत कॅज्युअल्टीच्या रोग्यांची खूप गर्दी होत आहे. ती नियंत्रणात ठेवणं मुश्कील झालंय. अचानक एका शंकेनं मला वादळासारख्या झपाट्यानं धक्का दिला आणि माझा हात थरथरून कप हलवून माझी जीभ गरम चहानं पोळवली. चहा तसाच अर्धवट ठेवून मी लगबगीनं इमर्जन्सीत गेले. डोकं फुटलेल्या, पाय कापलेल्या, पाठ मोडलेल्या रोग्यांची गर्दी. स्ट्रेचरवरून रुग्णांना वार्डमध्ये आणलं जात होतं. वॉर्ड भरल्यावर रुग्णांना व्हरांड्यात ठेवावं लागत होतं. व्हरांड्यातल्या काही रुग्णांना मी नावं विचारली- त्यांची नावं होती विश्वनाथ, सुधीर, गोपाल, करुणा, पार्वती. इमर्जन्सीत जाऊन तीन डॉक्टरांना म्हणाले, ''इथं तर आणखी डॉक्टर्स लागतील. इतके पेशंट्स कसे काय मॅनेज करणार?'' डॉक्टर

म्हणाले, ''आणखी काय करता येणार? इथं तर काही एक्स्ट्रॉ डॉक्टर्स मिळणार नाहीत. सगळ्यांनाच आपापली ड्यूटी आहे.''

''ओ.टी.मध्ये माझे दोन पेशंट्स आहेत. त्यांचं काम आटोपून मी येते इथं.''

मी वेगानं दुसऱ्या मजल्यावर गेले. त्या दोन पेशंट्सना भूल दिली. ऑपरेशन्स झाल्यावर भूल उतरवली. आता इमर्जन्सीतून सर्जरी वार्डमधून ऑपरेशन थिएटरमध्ये नवीन रुग्ण यायला सुरुवात झाली होती. भूल देण्याचं काम करण्यासाठी दुपारच्या ड्यूटीचे डॉक्टर आले होते. आता माझी ड्यूटी संपली होती. मी त्या डॉक्टरांना म्हणाले, ''मी इमर्जन्सीत आहे, तुम्हाला एकट्याला हे रुग्ण मॅनेज करता आले नाहीत, तर मला बोलावून घ्या.'' इमर्जन्सीत मघापेक्षा आता अधिकच गर्दी झाली होती. मी एक्स्ट्रॉ डॉक्टर म्हणून रुग्णांची सेवा करू लागले. ज्यांना सलाईनची गरज असते, त्यांना सलाईन लावीत राहिले; कुणाला रक्ताची गरज भासली, तर रक्त आणण्यासाठी धावू लागले. कुणाच्या अंगावर कुदळीचा आघात झालेला होता, कुणाचं डोकं फुटून रक्त वाहत होतं, कुणी डोक्यावर मार बसल्यानं बेशुद्ध पडलेला होता, कुणाला बंदुकीची गोळी लागली होती, तर मार बसल्यानं कुणाच्या पाठीचा कणा तुटला होता. संध्याकाळ होत आली, तशी रोग्यांची गर्दी अधिकच वाढली. डॉक्टरांना श्वास घ्यायची फुरसत नव्हती. मला घड्याळाकडे पाहायलाही वेळ नव्हता. दिवसभर मी काहीच खाल्लं नव्हतं- कॅंटीनमध्ये जाऊन चहा-सामोसा खाऊन यावं म्हटलं, तर त्यालाही वेळ मिळाला नव्हता. ऑपरेशन थिएटरमध्येही रोगी घेऊन जावं लागत होतं, तिथं भूल देण्यासाठी एक्स्ट्रॉ डॉक्टर म्हणून कामाला लागले. ऑपरेशन करता करता सर्जन म्हणाले, ''आज संपूर्ण रात्रभर दंगलीचे पेशंट्स येणार.''

''दंगल? दंगल कुठं झाली?'' मी विचारलं.

''पाहिलं नाहीत? हे सगळे रोगी दंगलीचेच आहेत!''

''पण सगळेच हिंदू आहेत! दंगल झाली असती, तर काही मुसलमानही आले असते जखमी होऊन. हिंदू-हिंदूंमध्ये तर काही कुठं मारामारी झालेली नाही. मुसलमानांनीच हिंदूंना मारलंय.''

सर्जन यावर काहीही बोलले नाहीत.

मी जेव्हा हॉस्पिटलमधून घरी निघाले, तेव्हा रात्रीचे दहा वाजले होते. घरी पोचले तेव्हा इतकी थकले होते की 'आजकेर कागज' दैनिकाच्या फक्त मथळ्यांवरून नजर फिरवली. उग्रपंथी हिंदू मूलतत्त्ववाद्यांच्या हातून बाबरी मशिदीचे नुकसान. उत्तर प्रदेश सरकार आणि राज्यसभा रद्द. भारतात विरोधाचे वादळ. संपूर्ण भारतात कडक सुरक्षा व्यवस्था. पश्चिम बंगालमध्ये डाव्या आघाडीचा २४ तासांचा बंद. बाबरी मशीद प्रकरणामुळे बांगलादेशात विक्षोभ. पंतप्रधानांनी उद्वेग प्रकट केला. हसीना

यांनी या प्रकाराची निंदा आणि विरोध केला. पाच पक्षांनी निंदा आणि विरोध केला. सी.सी.पी.कडून निंदा. हिंदू साधूंचा मंदिर बांधण्याचा प्रयत्न. राव सरकार संकटात.

दुसऱ्या दिवशी ८ डिसेंबर. सकाळी उठून चहा घेताना दैनिकांतल्या बातम्या पाहिल्या. बाबरी मशीद पाडल्यामुळे भारतात दंगे आणि रक्तपात. दोनशेहून अधिक मृत, हजारो जखमी. आर.एस.एस., शिवसेना यांच्यासह मूलतत्त्ववादी संघटनांवर बंदी. लोकसभेतील विरोधी पक्षनेते अडवाणी यांचा पदत्याग. पहिल्या जागीच मशीद पुन्हा बांधण्याचा निर्णय. बाबरी मशिदीवरील हल्ल्याच्या विरोधात समन्वय समितीच्या आवाहनावरून देशभरात दिवसभर बंद. शांतता भंग करण्याचा परिणाम चांगला होणार नाही. बाबरी मशीद ध्वस्त केल्याच्या घटनेमुळे राजधानी ढाक्यासह संपूर्ण देशात क्षोभ व हिंसक संघर्ष. तीनशेहून अधिक जखमी. २५ जण गोळीबारात जखमी. धार्मिक सलोखा आणि शांतता भंग करू नका- शेख हसीना. मंत्रिमंडळाची विशेष बैठक- नागरिकांना शांतता राखण्याचे आवाहन. बाबरी मशीद पाडल्याच्या विरोधात चट्टोग्राम गावी जमाते इस्लामने अनेक मंदिरे पाडली, लुटली आणि त्यांना आगी लावल्या. परिस्थिती प्रक्षोभक. डाव्या पक्षांनी धार्मिक सलोख्याचे आवाहन केले. सविस्तरपणे बातम्या वाचायला वेळ नव्हता, हॉस्पिटलमध्ये पळावं लागलं. बाबरी मशीद पाडल्याच्या विरोधात आज संपूर्ण देशभर हरताळ होता. एखाददुसरी रिक्षा धावत होती. शांतिबागेतून चालत जाऊन मालिबागमध्ये एक रिक्षा केली. इतक्या सकाळी पिकेटिंग करणारे रस्त्यावर उतरले नव्हते, म्हणून विनासायास हॉस्पिटलमध्ये जाऊ शकले. हॉस्पिटलच्या इमर्जन्सीमध्ये कालपेक्षा आज रुग्णांची अधिक गर्दी होती. हे सारे रुग्ण मार बसलेले, गोळी लागलेले, सुरामारीमुळे जखमी झालेले, आगीत भाजलेले असे होते. हरताळ असला, तरी गर्दीत काहीही घट नव्हती. लोक पायी चालत, रुग्णांना खांद्यावर घेऊन येत होते. आजही मी ऑपरेशन थिएटरमधलं काम झाल्यावर इमर्जन्सीत कामासाठी गेले. एकेका माणसाची एकेक कहाणी. एकेक जीवन. जे बोलू शकण्याच्या अवस्थेत होते, त्यांना मी विचारी- कशा प्रकारे हल्ला झाला तुमच्यावर? कसे काय निरपराधी लोकांवर दंगलखोर लोक लाठ्या, कुऱ्हाडी, सुरे घेऊन तुटून पडले हे विचारून घेतलं. सुबोध मंडल बेशुद्ध होता. त्याच्या डोक्यावर कुदळीचा घाव पडला होता. डोक्यातून रक्त वाहत होतं.

सुबोधच्या डोक्यावरची जखम अँटिसेप्टिकनं पुसून, बँडेज बांधून, लगेच एक अँटिटिटॅनस इंजेक्शन देऊन, दोन्ही हातांना सलाईनच्या आणि रक्ताच्या बाटल्या लावून, नाकाला ऑक्सिजन लावून, स्ट्रेचरवर घेता घेता मी विचारलं, ''कुणी ही अवस्था केली, कुणी?'' जवळ सुबोधची पत्नी गायत्री उभी होती.

"कोण होते ते? ओळखता त्यांना?" माझ्या कपाळावर घाम जमला.

गायत्री म्हणाली, "ओळखणार नाही कशी? ते आमच्याच पाड्यातले लोक होते- अबुल, रफीक, हलीम, शहिदुल..."

"का मारलं तुम्हाला? काय आरोप होता त्यांचा? काय तक्रार होती?"

गायत्री हळू आवाजात म्हणाली, "आम्ही म्हणे मशीद पाडली." एवढं बोलून हुंदके देत, माझे दोन्ही हात दाबून धरीत म्हणाली, "दीदी गं, आम्ही मुळीच मशीद पाडली नाही. विश्वास ठेवा दीदी, आई कालीची शपथ घेऊन सांगते, आम्ही मशीद पाडली नाही."

"कुठली मशीद पाडल्याबद्दल बोलत होते ते, ठाऊक आहे?"

"कोण जाणे कोणती मशीद! ठाऊक नाही. रिक्षा करून जेव्हा सीताच्या बापाला घेऊन इथे येत होते, तेव्हा कितीतरी मशिदी पाहिल्या- एकही मशीद पाडलेली दिसली नाही."

"बाबरी मशिदीचं नाव ऐकलं नाही?"

गायत्रीनं नकारार्थी मान हलवली. ते नाव तिनं ऐकलेलं नव्हतं.

बाबरी मशीद कुठे आहे हे ठाऊक आहे की नाही विचारलं, तर गायत्रीला तेही ठाऊक नव्हतं. गायत्री हात जोडून फक्त एकच विनंती करीत होती- 'माझ्या नवऱ्याला वाचवा, दीदी!' तिचा नवरा बाबू बाजारात भाजीविक्रीचा व्यवसाय करी. नवरा वाचला नाही, तर गायत्रीला आपल्या दोन मुलांबरोबर उपाशी मरावं लागेल. प्रयत्न करूनही डॉक्टरांना गायत्रीच्या नवऱ्याला वाचवता आलं नाही. माझ्या डोळ्यांसमोर गायत्री आपल्या नवऱ्याचा देह घेऊन निश्चल बसून राहिली. ती फार वेळ बसू शकली नाही. आणखीही रुग्ण येत होते. गायत्रीला व्हरांडा रिकामा करून द्यावा लागला.

रुग्णांपैकी काही जणांना प्रथमोपचार करून सोडून देत होते. काहींना मेडिसीन वार्डमध्ये पाठवीत होते, तर काहींना सर्जरी वॉर्डमध्ये. ब्लड बँकेतून रक्त आणून रक्त चालू करून देत होते. सगळीच औषधं काही हॉस्पिटलमध्ये नव्हती, गरीब रुग्णांच्या नातेवाइकांकडे पैसेही नव्हते. माझ्या एप्रनच्या खिशात जे काही पैसे होते, ते सारे मी दोन-तीन गरीब रुग्णांना औषधं विकत आणण्यासाठी दिले. 'संधानी'मधून औषधं आणून ज्यांच्याकडे औषधासाठी पैसे नव्हते, अशा रुग्णांना दिली. रुग्णांकडून काय झालं, कसं झालं याचं वर्णन ऐकण्यासाठी मला वेळ नव्हता. हे सारं कांड कसं झालं हे एव्हाना मला समजून चुकलं होतं. मंत्रिमंडळाच्या बैठकीत कोण कोण मंत्री काय काय म्हणाले हे जाणून घेण्याची आता मला गरज नव्हती. वाटलं, रुग्णांच्या शरीरातून वाहणारं रक्त या राजकारण्यांच्या तोंडाला लावावं. आज माझी ड्यूटी रात्रीची होती. रात्रीची ड्यूटी सुरू होई रात्री आठ वाजता. रात्रीची ड्यूटी असली की, मी साधारणपणे दुपारी घरी येऊन, थोडी विश्रांती घेऊन

पुन्हा रात्री आठ वाजता हॉस्पिटलमध्ये जात असे. आज मात्र मला दुपारी घरी जाता आलं नाही. मी सकाळपासूनच कामाला सुरुवात केली होती. दुपार उलटली, संध्याकाळ उलटली, संपूर्ण रात्रभर पुराच्या पाण्याप्रमाणे रुग्ण येत होते, संपूर्ण रात्रभर इमर्जन्सीच्या डॉक्टरांना काम करावं लागलं. पहाटेच्या वेळी इमर्जन्सीतल्या एका अनोळखी डॉक्टरनं मला विचारलं, 'आपण हिंदू आहात का?' खरं तर माझी ड्यूटी इमर्जन्सीत नव्हती, तरीही मी इथं जादा काम करीत होते, रुग्णांना वाचवण्याचा प्रयत्न करीत होते; मी नक्कीच हिंदू असणार, म्हणूनच मला स्वधर्मीयांच्या बद्दल एवढी आपुलकी आहे, असं डॉक्टरला वाटत होतं.

त्या डॉक्टरच्या प्रश्नाचं मी आधी काहीच उत्तर दिलं नाही. त्यानं पुन्हा तोच प्रश्न विचारल्यावर मी दातांवर दात आवळीत म्हणाले, "मी माणूस आहे."

रात्री ड्यूटी असली की दुसऱ्या दिवशी सुटी असे. थकलेल्या शरीरानं आणि उद्‌ध्वस्त मनाने मी सकाळी घरी परत आले. बाबरी मशीद पाडल्याची देशभर निंदा आणि विरोध चालू होता. त्याचबरोबर जातीय सलोखा टिकवण्याचं आवाहनही करण्यात येत होतं. डाव्या पक्षांनी सलोखा टिकवण्यासाठी एक होण्याचं आवाहन केलं होतं. अवामी लीगसुद्धा म्हणाला होता, बांगलादेशात उग्र धार्मिक राजकारणाला स्थान नाही. मुक्तियुद्धाच्या चेतनेनं देश प्रेरित व्हायला हवा. मुक्तियुद्धाच्या बाजूच्या पक्षांना ऐक्य करण्यासाठी सांगण्यात आलं होतं. विद्यार्थी संघटना धार्मिक सलोखा टिकवण्यासाठी आज शहरात शांती मोर्चा काढणार होत्या. बरंच काही होत होतं पण तरीही संपूर्ण देशभर हिंदूंच्यावर अत्याचार चालूच होते. भुकेनं माझ्या पोटात कावळे ओरडत होते, खाऊन थोडी विश्रांती घेण्याचा मी विचार करीत होते. खाणं झालं; पण झोप काही झाली नाही. रिक्षा करून मी बाहेर पडले. रिक्षा शांतिनगर पार करून पलटन (कँप)च्या दिशेनं गेली, तिथून मोतीझीलकडे जाता जाता दिसलं की, कम्युनिस्ट पार्टीचं ऑफिस पूर्णपणे जाळून टाकण्यात आलं आहे, थोडं पुढं गेल्यावर दिसलं की, शापला मैदानाजवळचं इंडियन एअरलाइन्सचं ऑफिसही पाडून टाकलेलं. रस्त्यात विटांचे ढिगारे, जळालेली लाकडं पडलेली होती. आणखीही काही दुकानं फोडलेली, जाळलेली. जुन्या ढाक्याकडे गेले, तर तिथंही घरं जळताना दिसली, राख होताना दिसली. आणखी फिरावं आणि पाहावं असं वाटत होतं; पण पाहून काय फायदा? देशात काय चाललंय हे माहीतच होतं! मृत-जखमी माणसं आणि पडलेली, जळालेली घरं, मंदिरं पाहण्याची आता गरज काय? गोल टोपीवाल्यांचा एक मोठा मोर्चा गेला, ते चीत्कार करीत होते, 'बाबरी मसजिद ध्वंस कॅनो, भारत सरकार जबाब दाओ!' (बाबरी मशीद ध्वंस का, भारत सरकार- जबाब द्या!) नक्की याच लोकांनी मंदिरांना, घरांना आणि दुकानांना आगी लावल्या असणार, हेच लोक हिंदू व्यक्ती दिसली की, तिच्यावर हल्ला करीत

असणार. हे लोक म्हणजे मला माणसं वाटत नव्हती. माणसाचं रूप घेतलेला एक-एक नरभक्षक प्राणी वाटत होता. रिक्षाला मी पलाशीकडे न्यायला सांगितलं. पलाशीच्या वस्तीत उतरून रिक्षा सोडून दिली आणि त्या वस्तीत राहणाऱ्या निर्मलेंदू गुण यांच्या घराच्या दरवाजावर टक्-टक् केलं. दरवाजा अगदीच लेचापेचा होता. कुणी एक लाथ मारली असती, तर दरवाजा मोडून पडला असता. रस्त्यावरचं त्यांचं जुनाट घर उभं होतं. कदाचित हे घरसुद्धा 'ते' लोक पेटवून देतील, अशी मला भीती वाटली. देशातल्या सर्वांत लोकप्रिय कवी निर्मलेंदू गुण यांना कदाचित कुठल्याही क्षणी जळून राख व्हावं लागेल. गुण घरी होते, बिछान्यावर पाय ठेवून बसले होते. मी त्यांच्याशेजारी बसले पण बराच वेळ काहीच बोलू शकले नाही. कशाला आले होते मी? सांत्वन करायला? कुठल्या शब्दांत सांत्वन करू मी त्यांचं? तरुणांचं एक टोळकं रस्त्यावर घोषणा देत होतं- 'एक-दोन हिंदू धरा— सकाळ-संध्याकाळ नाश्ता करा!' घोषणांचा आवाज कमी झाल्यावर गुण म्हणाले, ''मी पाय खाटेखाली सोडले नाहीत, वाटतं, पाय जमिनीवर ठेवल्याबरोबर ते लोक मला धरून नेतील!'' गुण यांची विनोदबुद्धी खूप चांगली होती. या भयानक प्रसंगीसुद्धा ते मला हसवू पाहत होते. खरंच हसवू पाहत होते की ही गुण यांच्या मनातली खरी भीती होती? जमिनीवर पाय ठेवायला त्यांना खरंच भीती वाटत होती? हो, मला ठामपणे वाटत होतं की, त्यांना भीती वाटत होती. निर्मलेंदू गुण यांच्यासारख्या निर्भय, कुणाचीही पर्वा न करणाऱ्या बलवान, समर्थ आणि धाडसी माणसाच्या डोळ्यांत मला भय आणि आतंक दिसत होता. मग ते तो लपवण्याचा कितीही प्रयत्न करीत असोत! या समाजात स्त्रीला मुळीच सुरक्षितता नसते, तरीही मला आज सुरक्षित वाटत होतं, कारण माझं नाव हे एक मुस्लिम नाव होतं आणि देशातला एक मोठा कवी असूनही, पुरुष असूनही, धाडसी असूनही, राजकारणाचा जाणकार असूनही निर्मलेंदू गुण यांना सुरक्षित वाटत नव्हतं. ते आता माझ्यापेक्षाही खूप असहाय होते.

''गुणदा, माझ्या घरी चला.'' निःश्वासाबरोबर माझ्या तोंडून एक वाक्य बाहेर पडलं.

नाही, ते माझ्या घरी येणार नव्हते. त्यांच्या घरी अनेक कुटुंबीय होते. पत्नी गीता आणि तिच्या काही बहिणी. सगळ्यांना सोडून ते फक्त स्वतःसाठी सुरक्षित ठिकाणी जाणार नव्हते.

मी विचारलं, ''असीम साहा, महादेव साहा कसे आहेत?'' गुणना कोण कसं आहे याची माहिती नव्हती. फक्त आपण जिवंत आहोत, एवढंच त्यांना ठाऊक होतं आणि त्याचं कारण म्हणजे ते एखाद्या मुसलमान मौलवीसारखे दिसत होते असं त्यांना वाटत होतं. उंच, दाढीवाला, झब्बा-पायजमा घालणारा हा माणूस

मौलवीच असणार, असं त्यांच्या वस्तीतल्या मुसलमानांना वाटत होतं. पण या प्रकारे काही लोक फसू शकतात, सगळे लोक थोडेच फसणार? घरात, जमिनीवर गीताची बहीण कल्याणी हिचा चार वर्षं वयाचा मुलगा बसला होता. कल्याणीचं लग्न एका मुसलमान तरुणाशी झालं होतं. त्यांचा हा मुलगा- सुमन! सुमनकडे निर्देश करून गुण म्हणाले, ‘‘हा तर अर्धा मुसलमान आहे. तो आहे म्हणूनच आम्हा सर्वांना भरवसा वाटतोय. त्याला याच खोलीत बसून राहायला सांगितलं आहे. कुणी जर हल्ला करायला आला, तर मी सरळ म्हणेन, ‘‘या घरात एक मुसलमान आहे, त्यामुळे सावधान! कुठल्याही प्रकारे कुणालाही इजा करू नका!’’

मी हसले. निर्मलेंदू गुण हसले नाहीत. वाटलं, त्या चार वर्षांच्या मुसलमान मुलामुळे ते वाचतील, गीता आणि गीताचे नातेवाईक वाचतील असं त्यांना खरोखरच वाटतंय. गुण म्हणाले, ‘‘सुमनला तर आता चांगलं खायला-प्यायला देतोय. खूप लाड होताहेत त्याचे. तोच आम्हा सर्वांचा रक्षणकर्ता झाला आहे. सुमनच्याही हे लक्षात आलंय. मलाही तो अधूनमधून धमकी देऊन बोलतोय!’’

मी खूप जोरानं हसले. गुण गंभीर होऊन म्हणाले, ‘‘असीम कसा आहे हे पाहण्यासाठी त्याच्या घरी जावं, असा विचार करतोय. सुमनला घेऊन जाईन. सुमन पुढे-पुढे चालेल, मी त्याच्या मागे-मागे. बरोबर एक मुसलमान असल्यावर भीती जरा कमी वाटेल.’’

आता मात्र मला हसू आलं नाही. डोक्यात झिणझिण्या आल्यासारखं वाटलं. एक खूप वाईट अशी असहायता मला एखाद्या किड्याप्रमाणे दंश करीत राहिली. मी स्वतःचं आणि त्याचबरोबर गुण यांचंही सांत्वन करण्याचा प्रयत्न केला. म्हणाले, ‘‘उद्या सांप्रदायिक शक्तींच्या विरोधात मानवी साखळी तयार करणार आहेत. बहादूरशाह पार्कपासून संसद भवनापर्यंत. अवामी लीग शांती मोर्चा काढणार आहे. बी.एन.पी.सुद्धा. आजसुद्धा छात्र ऐक्य संघटनेचा शांती मोर्चा आहे. जमात शिबिराला कुठल्याही प्रकारे थांबवण्याचा प्रयत्न चालला आहे.’’ गुण ऐकत होते. यावर त्यांची काहीही प्रतिक्रिया नव्हती. एरवी राजकीय विषय निघाला की, ते भरभरून बोलत. आज जणू त्यांचा बोलकेपणा आकाशापल्याड निघून गेला होता. ते वर्तमानपत्रं वाचतात का असं मी विचारलं. नाही. सध्या ते कुठलंही वर्तमानपत्र किंवा मासिक वाचीत नाहीत. टी.व्ही.सुद्धा पाहत नाहीत. फक्त बिछान्यावर बसून राहतात. बिछान्यावरच जेवण करतात. बाथरूमला जायचं असल्यास पळत बाथरूमला जाऊन येतात आणि परत बिछान्यावर बसून राहतात. रात्री झोपत नाहीत, बसून राहतात. बिछान्यावर आडवंही पडत नाहीत. आडवं पडलं, तर झोप लागेल आणि ‘झोपेत कुणी खून केला तर,’ अशी भीती वाटे त्यांना. झोपत नाहीत, कारण झोप लागली, तर चार वर्षं वयाच्या मुसलमान मुलाला सांभाळण्याची जबाबदारी त्यांनी

घेतली आहे हे सांगून हल्लेखोरांपासून वाचण्याची संधी वाया जाईल, असं त्यांना वाटे. एक छोटं मूल- नाकातून शेंबूड वाहतोय, अंगावर धूळ साचली आहे; पण ते मूलच आता घरातली सर्वांत शक्तिमान व्यक्ती आहे, असं गुण यांना वाटत होतं. मलाही वाटलं, सुमन हाच या घरातल्या सर्व मोठ्या माणसांपेक्षा अधिक शक्तिमान आहे. तोच या घरातला सर्वांत मूल्यवान जीव आहे.

गुण यांच्या घरातून मी बाहेर पडले, तेव्हा माझ्या मनात विषाद भरलेला होता. बाहेर पडल्यावर मी असीम साहा यांच्या घरी गेले, महादेव साहांच्याही घरी गेले. ते काही गुण यांच्याप्रमाणे चंद्रमौळी घरात राहत नव्हते. पण तरीही सर्वांच्या मनात एकाच प्रकारचं भय होतं. सगळे निस्तेज पडून होते. सर्वांगात भीती. दरवाजा आतून घट्ट लावून घेऊन आपल्या मुलाबाळांना बरोबर घेऊन बसले होते. कधी बाहेर पडता येईल, मुळात बाहेर पडता येईल की नाही, हे काहीच त्यांना माहीत नव्हतं. असीम साहांचा 'इत्यादी' प्रेस बंद होता. महादेव साहा 'इत्तफाक' दैनिकात नोकरी करीत. सध्या ते ऑफिसला जात नव्हते. मी कुणाशीच सांत्वनाचे शब्द बोलू शकले नाही. उद्या सांप्रदायिकतेविरुद्ध मानवी साखळी तयार करण्यात येणार आहे, ही बातमी कुणाच्याही मनातलं भय आणि आतंक दूर करू शकत नव्हती. घरी परतण्याच्या मार्गावर मी विचार करीत होते. देशातल्या मोठमोठ्या कवींनाच जर असं घराच्या कोपऱ्यात लपून राहावं लागत असेल, तर सामान्य हिंदू या देशात कसे जगत असतील, कसे दिवस काढीत असतील! निर्मलेंदू गुण, असीम साहा, महादेव साहा हे सारेच अगदी पूर्णपणे, आपादमस्तक नास्तिक होते. त्यांची नावं हिंदू आहेत, म्हणूनच केवळ आज त्यांनाही भीतीनं घरात लपून राहावं लागतंय. माझं नावही हिंदू नाव असू शकत होतं, माझाही जन्म एखाद्या हिंदू घरात होऊ शकत होता. मग आज माझं काय झालं असतं! मी घराबाहेर पडून रस्त्यावरून फिरू शकले असते का? बहुधा माझ्यावर बलात्कार झाला असता. कदाचित मला जाळून टाकण्यात आलं असतं. माझं घर पाडून टाकण्यात आलं असतं, मला कफल्लक करून टाकण्यात आलं असतं!

दहा तारखेला मी सकाळी-सकाळीच हॉस्पिटलमध्ये पोचले. अद्याप ऑपरेशन थिएटरमध्ये कुणी रुग्ण आणण्यात आला नव्हता. कँटीनमध्ये चहा-सामोसा घेता घेता टेबलावर दोन दिवसांपूर्वीचा 'इन्किलाब' दैनिकाचा अंक दिसला. पहिल्या पानावरची हेडलाइन होती- 'बाबरी मशिदीच्या ठिकाणी हिंदू मंदिराचे बांधकाम, हिंदू उग्रवाद्यांचा आनंद, दोनशेहून अधिक ठार, एक हजार जखमी.' मी ते दैनिक उलटं करून ठेवलं. हिंदूंच्यावर हल्ले करण्यामागे 'महान' भूमिका या देशात याच दैनिकाची आहे, याबद्दल मला संशय नव्हता. जवळच्या टेबलावरच्या डॉक्टरांमध्ये

चाललेली चर्चा कानावर पडली- भारतात बी.जे.पी.चे अध्यक्ष जोशी आणि अडवाणी यांच्यासह एकूण आठ जणांना अटक करण्यात आली आहे आणि आपल्या देशात काय चाललंय? हिंदूंची मंदिरं, घरं, दुकानं लुटली जाताहेत, त्यांना आगी लावल्या जाताहेत. हिंदूंचा जमीनजुमला बळकावला जातो आहे. पोलिसांनी बऱ्याच जणांना अटक केली आहे. कुठं कुठं १४४ कलम लावण्यात आलं आहे. सांप्रदायिक शक्तींना विरोध करण्यासाठी डावी आघाडी, अवामी लीग, विद्यार्थी संघटना घोषणा देत आहेत, निवेदनं देत आहेत, बैठका घेत आहेत, मोर्चे काढत आहेत. धार्मिक सलोख्यासाठी मुक्तियुद्धाच्या बाजूच्या शक्तींना एक होण्यासाठी आवाहन केलं जात आहे. दंगलींसाठी 'जमात शिबिर' पक्षाला मुख्य दोषी मानलं जात आहे. बांगलादेश टी.व्ही.वर बाबरी मशीद पाडण्याचं दृश्य दाखवण्याचं बंद करण्यात आलं आहे. विरोधी पक्षाचे आणि सत्ताधारी पक्षाचे लोक दंगलग्रस्त भागाची पाहणी करायला गेले आहेत. बरंच काही होत आहे; पण तरीही हिंदूंना सुरक्षित वाटत नाहीय, हिंसाचार बंद होत नाहीय.

त्या रात्री मी 'अवकाश'मध्ये, आमच्या घरी फोन करून विचारलं, "आपल्या शेजाऱ्यांवर हल्ला झाला की काय?" आमचा आमलापाडा हा हिंदूबहुल भाग आहे. आमचं घरच पहिलं मुसलमान घर त्या भागातलं. त्यानंतर हळूहळू आणखी काही मुसलमान त्या भागात राहायला आले. १९७१ सालच्या आधी आणखीही हिंदू तिथं राहत होते; पण युद्धानंतर अनेक जण भारतात आश्रयासाठी गेले आणि परत आले नाहीत. त्यांच्या घरांमध्ये आता मुसलमान येऊन राहू लागले आहेत; पण अद्यापही त्या भागात हिंदूंचीच संख्या अधिक आहे. आई म्हणाली की, हिंदूंपैकी अनेक जण घर सोडून दुसरीकडे गेले आहेत; अनेक जण घरी आहेत पण कुणावरही हल्ला झाल्याचं ऐकिवात नाही. परिसरात सन्नाटा आहे. कुणीही घराबाहेर पडत नाहीय. मी आईला सांगितलं की, आपल्या घरात कुणी आश्रय मागायला आलं, तर त्यांना परत पाठवू नकोस. आईनं आणखी एक बातमी मला सांगितली. त्या बातमीनं मला वाईट वाटलं; पण बरंही वाटलं. आमच्या भागात भूलन नावाचा एक प्रचंड हिंसक तरुण राहत होता- कुणाचाही खून करायला न कचरणारा. तो महापालिकेच्या कमिशनरपदाच्या निवडणुकीसाठी उभा राहिला आहे. म्हणूनच मतांच्या आशेनं त्यानं हिंदूंच्या सुरक्षिततेची व्यवस्था केली आहे. हिंदूंनी भूलनला वचन दिलंय की ते त्यालाच मतं देतील. भूलनसारख्या अतिरेक्यावर आज आमलापाडातले असहाय लोक अवलंबून आहेत.

अचानक मला आपण डॉली पॉलसारखे, गायत्री मंडलसारखे, गौतम विश्वाससारखे आहोत असं वाटू लागलं. आपण हिंदू आहोत असं मला वाटू लागलं. माझ्या सर्वांगावर भीतीनं शिरशिरी उठली. माझ्या दोन्ही मुठींमध्ये क्रोध संचारला, माझा

श्वास जोरजोरात होऊ लागला. मी एका खोलीतून दुसऱ्या खोलीत अस्वस्थपणे येरझारा घालू लागले. शेवटी निर्मलेंदू गुण यांच्याप्रमाणे बिछान्यावर पाय पोटाशी घेऊन बसले. आपण हिंदू असल्यामुळे आपल्याला मारून टाकतील, असं मला वाटत राहिलं.

दुसऱ्या दिवशी हॉस्पिटलमध्ये बसले असतानाच बातमी समजली की, चट्टोग्राममध्ये सातशे घरं भस्मीभूत झाली. भोला गावातला हिंदू इलाखा आता राखेमध्ये परिणत झाला आहे, असंही समजलं. हजारो घरं जाळून टाकण्यात आली. दहा हजार कुटुंबं बेघर होऊन खुल्या आकाशाखाली बसली होती; तर भोलाचा खासदार अवामी लीगचा तोफायेल अहमद बसला होता ढाक्यात! का? त्याची जबाबदारी नव्हती आपल्या मतदारसंघात थांबायची, तिथल्या लोकांच्या रक्षणाची काळजी घ्यायची, मूलतत्त्ववादी, सांप्रदायिक शक्तींना विरोध करण्याची? मला वाटत राहिलं की, बी.एन.पी.च्या विरोधात आंदोलन करता यावं, म्हणून हिंदूंवर अत्याचार व्हावेत असं अवामी लीगलाही वाटत असावं. या मुद्द्यावर सरकारच्या विरोधात आंदोलनासाठी मैदानात उतरता येईल. मला राजकीय पक्षांचा संताप आला. नेत्यांच्या वर्तणुकीची मला घृणा वाटू लागली. इच्छा असती, तर या दंगली नक्कीच थांबवता आल्या असत्या. भारत सरकारनं वेगानं पावलं उचलून अनेक ठिकाणचे दंगे थांबवले. भारतात दंगे होतात, तेव्हा मुसलमानही हिंदूंवर हल्ले करतात; पण बांगलादेशमध्ये दंगे होत नाहीत, अत्याचार होतात. मुसलमान लोक हिंदूंवर अत्याचार करतात. हॉस्पिटलमधली ड्यूटी संपवून मी जुन्या ढाक्याच्या दिशेनं निघाले. जमाते इस्लामीचा मोर्चा भारतीय वकिलातीकडे निवेदन देण्यासाठी चालला होता. सांप्रदायिकताविरोधी विद्यार्थी मोर्चात घोषणा देत होते 'गुलाम आजम-अडवाणी भाई-भाई/दोघांनाही फाशी हवी.' मूलतत्त्ववाद्यांचं धोरण प्रत्येक देशात सारखंच असतं. आता या दोन मूलतत्त्ववादी नेत्यांना फाशी दिल्यानं समस्या सुटेल का? माझं मन म्हणत होतं, नाही. नाही, कारण नवीन नेते त्यांची जागा घेतील. धार्मिक शिक्षणाची व्यवस्था, सडलेली जुनाट समाजव्यवस्था मूलतत्त्ववाद वाढण्यासाठी नेहमीच मदत करील. मूलतत्त्ववादी जेव्हा मोकाट फिरत असतात, तेव्हा फक्त दोन-तीन शांती मोर्चे काढल्यानं किंवा बंधुभावाच्या घोषणा दिल्यानं काहीही काम होत नाही. म्हणूनच तर एकीकडे मानवी साखळी तयार होत होती, तर दुसरीकडे मानवांवर अत्याचार चालू होते. जुन्या ढाक्याचा प्रत्येक भाग मी फिरून पाहिला. जेव्हा तारापद राय आपल्या पत्नीला घेऊन कोलकात्याहून ढाक्याला पर्यटनासाठी आले होते, तेव्हा त्यांच्या विनंतीवरून मी त्यांना ढाकेश्वरी मंदिर दाखवायला घेऊन गेले होते. आज तेच मंदिर भग्न आणि जळालेलं होतं, त्याच्या अवशेषांजवळ काही पोलीस बसले होते. पोलीस बसवायचे होते, तर मग ते सहा तारखेच्या रात्रीच का बरं बसवले

नाहीत? माझ्या या प्रश्नाचं उत्तर कोण देणार? इलाख्यात जेवढी म्हणून मंदिरं होती, त्या सगळ्या मंदिरांवर हल्ले झाले होते, हिंदूंचं एकही घर किंवा दुकान अखंड राहिलेलं नव्हतं- सगळी फोडलेली, पाडलेली! उद्ध्वस्त. तांतिबाजारात रिक्षातून उतरून मी चालत राहिले. चालता चालता एका अरुंद बोळीत शिरून पाहिलं, तर एका जळालेल्या घराच्या राखेच्या ढिगाऱ्यावर एक माणूस बसलेला दिसला. अंगणभर जळालेली लाकडं, जळालेली पुस्तकं, जळालेले कपडे पडले होते. जवळ जाऊन त्या माणसाला नाव विचारलं, तर त्यानं काहीच उत्तर दिलं नाही. मी कोण आहे, कशासाठी इथं आले इत्यादी कुठल्याही गोष्टीत त्याला काहीच रस दिसला नाही. एखाद्या जळालेल्या ओंडक्याप्रमाणे बसून तो आपल्या जळालेल्या घराकडे पाहत होता. सगळं गमावल्यावर डोळ्यांमध्ये जी एक शून्यता असते, ती शून्यताही आता त्याच्या डोळ्यांमध्ये दिसत नव्हती. बराच वेळ मी त्या उद्ध्वस्त घराच्या अवशेषांजवळ उभी राहिले. जवळून जाणाऱ्या एका माणसानं माझ्याकडे उत्सुकतेनं पाहिलं. त्यालाच मी विचारलं, ''इथं हा जो माणूस बसलेला आहे, त्याचं नाव ठाऊक आहे का तुम्हाला?''

''तो तर सतीपद आहे. सतीपद दास.''

संध्याकाळ आता उतरू लागली होती. प्रकाश मंद होऊ लागला होता. चालत चालत ती बोळ पार करून मी मोठ्या रस्त्यावर आले. मला वाटलं होतं, सतीपदच्या खांद्यावर हात ठेवून त्याचं सांत्वन करावं, त्याला म्हणावं, 'मानवी साखळी होतेय, धार्मिक सलोख्यासाठी फेरी निघतेय, मोहल्ल्या-मोहल्ल्यात शांती ब्रिगेड उभारण्याचा संकल्प होतो आहे. वृत्तपत्रांमधून विचारवंत कडक शब्दांत अतिरेक्यांविरुद्ध, दंगलखोरांविरुद्ध लेख लिहिताहेत, धार्मिक अतिरेक्यांच्या विरोधात बांगलादेश उभा राहील, तुम्ही मुळीच चिंता करू नका. आता कुणीही कधीही तुमचं काही वाईट करणार नाही.' पण मी बोलू शकले नाही. एक प्रकारच्या शरमेनं मला वेढून टाकलं आहे, असं मला तीव्रपणे जाणवलं. माझ्या मुसलमान नावामुळे मी शरमेनं मान खाली घातली. माणसांनी माणसांशीच केलेल्या या पाशवी वर्तनामुळे मला शरम वाटली. विसाव्या शतकाच्या अखेरीस संस्कृती-ज्ञान-विज्ञान एकत्रितपणे मानवतेच्या अकल्पनीय अशा विकासात व्यग्र असताना, एक माणूस दुसऱ्या माणसावर एखाद्या कसायासारखा तुटून पडतो आहे- का, तर त्या दुसऱ्या माणसाचा धर्म वेगळा आहे...

त्या रात्री मी एक क्षणभरसुद्धा झोपू शकले नाही. रात्रभर मी आणि माझे निःश्वास जागे होतो. पहाटेच्या सुमाराला मी माझ्या शरमेची कथा लिहिली. सतीपदला सांत्वनेचा स्पर्श करू न शकल्याची शरम.

माझी शरम कमी होत नव्हती. ती शरम घेऊनच मी आणखी दोन दिवस

निर्मलेंदू गुण यांच्या घरी गेले, ते कसे आहेत हे पाहण्यासाठी गेले. दिसलं की, फाटक्या चादरीनं चेहरा झाकून ते झोपले आहेत. चेहरा का झाकलात असं विचारल्यावर ते म्हणाले, "काहीही बघावं लागू नये, म्हणून चेहरा झाकून घेत असतो मी." निर्मलेंदू गुण यांना अशा अवस्थेत पाहणं मला बरं वाटलं नाही. वाटे, त्यांनी पुन्हा पूर्वीप्रमाणे शहरात फिरावं. अजिमपूरला स्वतःचा छापखाना नसला तरी कंपोज दिला होता, तिथं बसून स्वतःचं लेखन करावं, फुरसतीच्या वेळात बुद्धिबळ खेळावं, संध्याकाळी 'इत्यादी'मध्ये बसून गप्पांचा अड्डा जमवावा. कविसंमेलनाची आमंत्रणं आल्यास तिथं जाऊन कविता वाचाव्यात. जी गोष्ट निर्मलेंदू गुण कधीही करणार नाहीत असं वाटलं होतं, ती गोष्ट ते करणार होते- मृत्तिकाला ते कोलकात्याला पाठवणार होते. मी गुण यांना म्हणाले, "हा काय विचार करताय? मृत्तिका तिकडे गेल्यावर तुम्ही इथं एकटे कसे काय राहणार?"

गुण आणि नीता लाहिडी यांचे संबंध तुटल्यावर त्यांची एकुलती एक कन्या होती मृत्तिका. आपल्या कन्येवर गुण यांचा खूप जीव होता. मृत्तिका आपल्या आत्याकडे राहत असे; पण गुणच तिचा खर्च करीत. एक दिवस जरी मृत्तिकाची भेट झाली नाही, तरी ते बेचैन होत. रोज तिला शाळेत नेऊन सोडण्याचं आणि परत आणण्याचं काम तेच करीत. नीता लाहिडी कुमिल्ला गावी नोकरी करीत, कधीतरी येऊन मृत्तिकाला भेटून जात. गुण मुलीजवळ असत, तिच्या रोजच्या विनंत्या, रोजचे हट्ट पूर्ण करीत. एका घरात राहत नसले, तरी बापलेकींचा संपर्क खूप घट्ट होता. गुण आपल्या उत्पन्नाचा मोठा भाग मृत्तिकासाठी खर्च करीत असत आणि उरलेल्या रकमेतून काटकसरीनं आपला आणि गीताच्या कुटुंबाचा निर्वाह करीत. मुलीला स्नेहानं, लाडानं वाढवणं, उत्तम शिक्षण देणं हेच त्यांच्या जीवनाचं लक्ष्य होतं. आता आता ते तिला कोलकात्याला पाठवायचा विचार करीत होते! मी आश्चर्यानं अवाक् झाले. नंतर म्हणाले, "नाही, गुणदा, मृत्तिकाला कुठंही पाठवू नका. का बरं दुसरीकडे पाठवता? हा आपला देश आहे. मृत्तिकाचाही हाच देश आहे. ती का बरं देश सोडून जाणार?" दुःखामुळे माझा आवाज क्षीण झाला होता, शोकार्त झाला होता.

माझी शरम जात नव्हती. समजलं की, सिल्हेटमध्ये मूलतत्त्ववाद्यांनी चैतन्यदेवांचं घर जाळून टाकलं. चारशे वर्षांपूर्वीचं ग्रंथालयसुद्धा आगीपासून वाचू शकलं नाही. हुंदके देऊन रडावंसं वाटलं. माणसाच्या या मनुष्यहीनतेसाठी स्वतःची 'माणूस' ही ओळखच मला वेडावून दाखवू लागली. माझ्या ओळखीच्या अनेक लोकांनी भोला गावच्या अत्याचारितांना पाहून आल्यावर माझ्याजवळ त्यांच्या अवस्थेचं वर्णन केलं. बीभत्स जंगलीपणाचं, हजारो अत्याचारितांच्या हाहाकाराचं, आक्रोशाचं. मी तळमळत राहिले. जणू मी स्वतःच भोला

गावच्या माळावर बसलेली एक बेघर आहे, माझं जे काही होतं ते लुटलं गेलं आहे, जाळलं गेलं आहे, असहाय अत्याचारितांपैकी मीही एक आहे, असं मला वाटत राहिलं. दंगली संपल्यानंतरही हा अनुभव माझ्या मनात राहूनच गेला. हिंदू लोक देश सोडून जाताहेत, अशा बातम्या ऐकल्या. कुणी कुणी म्हणत होतं, 'त्यांची ही कृती योग्य नाही, त्यांनी देशात राहूनच लढणं योग्य होतं.' मी स्वतःला हिंदूंच्या जागी ठेवून समजून घेण्याचा प्रयत्न केला- असुरक्षिततेची भावना किती तीव्र झाल्यावर माणूस देशत्यागासारखा भयंकर निर्णय घेतो किंवा घेऊ शकतो? मला वाटत राहिलं, मी तांतिबाजारात राहणारा एक हिंदू नावाचा तरुण आहे, सुरंजन दत्त- मी धर्म मानीत नाही, मी प्रगतिशील आंदोलनाशी संबंधित आहे, माझे बरेचसे मित्र धर्महीन आहेत, माझं माझ्या देशावर खूप प्रेम आहे, देशाच्या भल्याचा मी रात्रंदिवस विचार करतो; पण हा धार्मिक उन्माद आणि त्यातून येणारे अत्याचार यांनी मला ध्वस्त करून टाकलं आहे, माझे आदर्श कोसळून पडले आहेत. माझं देशासाठीचं प्रेम, ओढ सारी विझून गेली आहे, मी सगळ्यांच्याकडे संशयाच्या नजरेनं पाहतो आहे, मला भीती वाटते कुठल्याही क्षणी मुसलमान लोक मला मारायला येतील, दंगल थांबली असली तरी माझ्या मनातली असुरक्षिततेची भावना नष्ट झालेली नाही. मला भीती वाटते आहे कुठल्याही दिवशी, कुठल्याही निमित्तानं माझ्यावर आक्रमण होईल. अखेर इच्छा नसतानाही, स्वतःशी खूप युक्तिवाद करूनही, असुरक्षितता मला देश सोडण्याचा निर्णय घ्यायला भाग पाडते. मी डोळे मिटून एका दृश्याचा विचार करीत होते- तांतिबाजारातलं दोन खोल्यांचं एक छोटं घर, आई-वडील-बहीण असा संसार... विचार करीत होते... विचार चालू असतानाच मी कागद-पेन घेऊन, बिछान्यावर पालथी पहुडून लिहू लागले- 'सुरंजन बिछान्यावर पडून होता. माया वारंवार त्याला टोकीत होती, ''दादा, ऊठ; काहीतरी व्यवस्था कर.'' सात तारखेपासून तेरा तारखेपर्यंतचे सुरंजनचे दिवस माझ्या विचारांच्या लाटांमध्ये हेलकावत राहिले. घरी बसून लिहिण्यासाठी मला वेळ नव्हता. हॉस्पिटलमध्ये ड्यूटीसाठी धावावं लागे. ऑपरेशन थिएटरमध्ये रुग्णाच्या शिरेत थायरोपेंटल सोडियम आणि साकसामेथोनियम सोडून, नाकाला नायट्रस ऑक्साईड आणि ऑक्सिजनचा वास देऊन रुग्णाला भूल देऊन, त्याची नाडी आणि रक्तदाब पाहून ऑपरेशन सुरू करण्याची सर्जनला खूण करी. कृत्रिम श्वासोच्छ्वासासाठी मिटफोर्ड हॉस्पिटलमध्ये आधुनिक यंत्रसामग्री नव्हती. तिथं रुग्णाच्या उशाशी बसून यंत्राचा बलून दाबत-दाबत रुग्णाच्या फुफ्फुसात ऑक्सिजन पाठवावा लागे. इथं मात्र आधुनिक यंत्र असल्याने हातांचा वापर

करावा लागत नसे; यंत्रच दाब देण्याचं काम करी. त्यामुळे मला भूल दिलेल्या रुग्णाजवळ तसं काही करण्यासारखं राहत नसे. अधूनमधून नाडी, रक्तदाब आणि श्वासोच्छ्वासाची गती पाहणं आणि दीर्घ काळ चालणारं ऑपरेशन असेल, तर भूल देण्याचं इंजेक्शन देणं एवढंच करावं लागे. रुग्णाच्या जवळ बसून मी सुरंजनची कथा लिहीत राही. सर्जन जेव्हा ऑपरेशन संपलं असं सांगत, तेव्हा उठावं लागे आणि इंजेक्शन देऊन रुग्णाची भूल उतरवावी लागे. शुद्धीवर आलेल्या रुग्णाला खाली उतरवून नवीन रोगी टेबलावर घेतला जाई. कागद-पेन माझ्या खिशातच असत. ऑपरेशन चालू असताना भूल देणं आणि उतरवणं यांच्यामधला वेळ मी सुरंजनची कथा लिहिण्यासाठी वापरी.

पूरबी बसू मला एके दिवशी फोनवर म्हणाल्या, ''सगळे जण लेख लिहिताहेत, तुम्ही मात्र या सांप्रदायिकतेबद्दल काहीही लिहीत नाही, हे कसं?'' मी खूप बेचैन होते. माझ्याकडून या विषयावर लेख लिहून झालाच नाही. काय लिहावं हेच ठरवता येत नव्हतं आणि मला जे काही म्हणायचं होतं, ते इतरांनी लिहून टाकलं आहे असं दिसत होतं.

''पूरबी दी, मी लेख लिहिला नाही खरा; पण या विषयावर मोठं असं काहीतरी लिहायचा प्रयत्न करतेय. वास्तवावर आधारित असं लेखन.''

वास्तवावर आधारित लेखन लिहिण्यासाठी माहिती कुठून मिळणार? जुन्या ढाक्यातल्या गल्लीबोळांतून फिरत 'एकता' दैनिकाच्या ऑफिसात जाऊन देशात कुठं कुठं हिंदूंवर अत्याचार झाले, याचा सगळा तपशील घेऊन आले. 'एकता' हे कम्युनिस्ट पार्टीचं दैनिक, त्यामध्ये देशात कुठं काय घडलं हे सविस्तर छापण्यात आलं होतं. 'संवाद', 'आजकेर कागज', 'भोरेर कागज' या दैनिकांमध्येही बऱ्याच बातम्या आल्या होत्या. ही झाली मला मिळालेली माहिती आणि स्वतःच्या डोळ्यांनी पाहिलेलं ढाक्यात आणि ढाक्याच्या आसपासच्या भागांत झालेलं तांडव. त्यांच्यावर आधारित लेखन मी करणार होते.

खूप कमी शब्दांत, कमी वर्णनात, मूलतः वास्तवाच्या साह्यानं हिंदूंच्या अवस्थेचं वर्णन करणारं हे जे लेखन मी केलं होतं, त्याला ना कथा म्हणता येत होतं, ना कादंबरी! पुस्तकाला मी नाव दिलं 'लज्जा'. (मराठीत 'शरम' या शब्दात या शीर्षकाचा आशय अधिक नेमकेपणानं व्यक्त होतो.) फेब्रुवारी महिना जवळ आला होता. बांगला बाजारातले सगळे प्रकाशक पुस्तकं छापण्यात मग्न होते. 'पर्ल पब्लिकेशन'चे मालक अल्ताफ हुसेन मिनू मला आगाऊ पैसे देऊन गेले होते. त्यांना एक पुस्तक फेब्रुवारीत नक्कीच मिळणार होतं. खूप चांगली अशी एक रसभरित कादंबरी मिळण्याच्या आशेनं आलेल्या मिनू यांना मोठ्या द्विधेनं, संकोचानं

मी 'लज्जा'चं हस्तलिखित दिलं. हस्तलिखित हाती पडल्यावर मिनूंचा चेहरा उजळला. त्यांनी विचारलं,

"हे काय आहे- कादंबरीच ना?"

"नाही, अगदी कादंबरी म्हणता येणार नाही."

"मग काय आहे हे- कथासंग्रह?"

"नाही. कथासंग्रहसुद्धा नाही."

"मग काय आहे हे?"

"सांप्रदायिकतेच्या विरोधात लिहिलेलं एक पुस्तक."

"लेखांचं पुस्तक?"

"नाही. अगदी लेखही नाहीत."

"मग आहे काय हे?"

"हे असं काही नाही. खूप घाईनं हे लेखन केलंय मी. हिंदूंवर डिसेंबरमध्ये जे अत्याचार झाले, त्यांच्याबद्दलचं हे लेखन आहे."

मिनूचा उजळलेला चेहरा क्षणात काळवंडला. ते म्हणाले, "हे पुस्तक तर काही चालणार नाही."

मी मोठ्या संकोचानं म्हणाले, "हे पुस्तक चालणार नाही हे मला ठाऊक आहे. पण सध्या हे छापा. कारण माझ्याकडे दुसरं कोणतंही लेखन तयार नाही. मी शब्द देते, मी तुम्हाला एक कादंबरी लिहून देईन."

'कादंबरी देणार' या माझ्या वचनामुळे मिनू खूश झाले.

त्यांनी अगदी उत्सुकतेने विचारलं, "कधी देणार?"

"जितक्या लवकर शक्य होईल, तितक्या लवकर देईन."

"पुस्तकजत्रेत प्रकाशित करता येईल?"

"प्रयत्न करीन."

"खरं बोलताय ना?"

"खरं, अगदी खरं!"

'लज्जा'चं हस्तलिखित घेऊन मिनू निघाले, तेव्हा त्यांच्या व्यवसायाच्या तोट्याचा विचार मनात येऊन मला वाईट वाटलं. मी खिन्न स्वरात म्हणाले, "या पुस्तकाकडून फार आशा ठेवू नका. हे पुस्तक चालण्यासारखं नाही. अधिक प्रती छापण्याची गरज नाही. थोड्याच प्रती छापा. तुमचा तोटा होऊ नये म्हणजे झालं!"

मला उभारी देत म्हणाले, "झाला तर होऊ द्या तोटा, आता तुम्ही लिहिलंच आहे, तर मी छापतो. नंतर तुमची एक कादंबरी छापून या पुस्तकाने होणारा तोटा भरून काढीन!"

◆

पासपोर्ट जप्त

मला कोलकात्याला जायचं होतं. 'आवृत्तिलोक' संस्थेनं मला कविसंमेलनात कवितावाचन करण्यासाठी आमंत्रण पाठवलं होतं. स्वतः भेटून ढाक्याच्या काही कवींना आमंत्रण देण्यासाठी सौमित्र मित्र स्वतः आले होते. कुणाकुणाला आमंत्रण द्यायचं, हे माझ्या घरी बसूनच ठरवण्यात आलं. सौमित्र मित्र यांनी काही कवींना स्वतः आमंत्रणाचं पत्र दिलं, बाकी कवींना आमंत्रणपत्रं देण्याची जबाबदारी त्यांनी माझ्यावर सोपवली. मला ते कानात म्हणाले, "या वर्षीच्या कविसंमेलनाचं मुख्य आकर्षण आहात तुम्ही!" मुख्य आकर्षण असण्यापेक्षा मला अधिक आनंद झाला, तो माझं प्रिय कोलकाता शहर पाहायला मिळेल, याचा. उत्तेजनेनं मी कुठंही स्थिर उभी राहू शकत नव्हते. कोलकात्यातला कार्यक्रम संपला की दार्जिलिंगला जाण्याची, शांतिनिकेतन फिरून येण्याची, पूर्ण दोन आठवडे थांबण्याची माझी मनातली इच्छा होती. दोन आठवड्यांसाठी कॅज्युअल लीव्ह घेता येत नव्हती. डॉक्टर रशीद यांनी अर्न लीव्ह घेण्याचा सल्ला दिला. मी अर्न लीव्हसाठी अर्ज करून टाकला.

निर्मलेंदू गुण देशात नव्हते. कैस नावाच्या गुण यांच्या एका चाहत्यानं त्यांना अमेरिकेला पर्यटनासाठी नेलं होतं. असीम साहा यांनी कोलकात्याला येण्यासाठी प्रथम होकार दिला; पण नंतर काही अज्ञात कारणांमुळे नकार दिला. मी शमसुर रहमान यांच्या घरून त्यांचा पासपोर्ट आणि व्हिसाच्या अर्जावर सही घेऊन त्यांचा व्हिसा करून आणला. माझाही व्हिसा आणला. तिकिटंही आणली. सलग एक आठवडा बेईली रोडच्या दुकानांमधून प्रिय व्यक्तींसाठी जामदानी साड्या आणि नक्षीदार झब्बे विकत घेतले, बोईपाड्याहून कुणाकुणासाठी पुस्तकं विकत घेतली, बाजारातून कुणासाठी मिठाई, कुणासाठी 'कांथा' म्हणून ओळखली जाणारी वॉल-हँगिंग्ज आणली आणि संपूर्ण कोलकात्यासाठी खूप खूप प्रेम अर्थात ते कुठल्याही सुटकेसमध्ये मावणारं नव्हतं.

जाण्याच्या दिवशी कैसरच्या गाडीतून शमसुर रहमान यांना त्यांच्या घरून बरोबर घेऊन विमानतळावर गेले. जणू सौमित्र मित्र यांचा काहीच कार्यक्रम नव्हता,

'आवृत्तिलोक'चाही नव्हता, जणू तो कार्यक्रम फक्त माझा होता! जणू कोलकाता माझंच शहर होतं आणि त्या शहरात मी इथल्या निवडक कवींना अभिमानानं घेऊन चालले होते. माझाच उत्साह सर्वांपेक्षा अधिक होता. विमानतळावर बिलाल चौधुरी आणि आर्किटेक्ट-कवी रबीउल हुसेन आमची वाट पाहत होते. सुटकेसेस चेक-इन पार करून, बोर्डिंग कार्ड घेऊन मोठ्या आनंदानं मी पुढे जात राहिले. मोठ्या आनंदातच मी माझा पासपोर्ट इमिग्रेशनच्या माणसाच्या हातात दिला. शमसुर रहमान आणि मी पुढे होतो, आमच्या मागे बाकीचे सगळे कवी. मला तेव्हा आपण कधी एकदा डमडमला पोचू, कधी एकदा चौरंगी, पार्क स्ट्रीट, कॉलेज स्ट्रीट, गडियाहाट, चितपूर भागात मजेनं फिरू, कधी एकदा प्रिय-प्रिय कवींबरोबर गप्पांचा अड्डा रंगवू याची घाई होती. इमिग्रेशनच्या माणसानं माझ्या पासपोर्टवरून नजर उचलली आणि माझ्याकडे पाहिलं. पुन्हा पासपोर्टकडे नजर आणि पुन्हा माझ्याच चेहऱ्याकडे. त्यानंतर खिशातून एक छोटा कागद बाहेर काढून एकदा कागदाकडे नजर, एकदा पासपोर्टकडे. तो माणूस माझा पासपोर्ट हातात घेऊन लगबगीनं इमिग्रेशनच्या कुणा वरच्या अधिकाऱ्याच्या केबिनकडे गेला. तो अधिकारी आणि हा कर्मचारी केबिनच्या दरवाजासमोर उभे राहून हळू आवाजात काहीतरी बोलले. काय बोलले कोण जाणे! माझ्या पासपोर्टबद्दल काय बोलण्यासारखं असणार? काय बोलू शकणार? पासपोर्टवर जो फोटो होता तो माझाच होता, जो नाव-पत्ता होता तोही माझाच होता. मग कशासाठी त्यांची आपसात कुजबुज चालू होती? तो कर्मचारी परत येऊन मला म्हणाला, ''तुम्ही नोकरी करता का?''

''हो, करते.''

''कुठे?''

''ढाका मेडिकलमध्ये.''

''परदेशी जायची परमिशन आहे तुमच्याकडे?''

''परदेशी जायला आणखी कुणाची परमिशन लागते की काय?''

कुणाची परमिशन लागते हे काही त्या कर्मचाऱ्यानं मला सांगितलं नाही. फक्त म्हणाला, ''परवानगी नसेल, तर तुम्हाला जाता येणार नाही.'' आम्ही वरच्या अधिकाऱ्याच्या केबिनमध्ये जाऊन मामला काय आहे हे विचारलं. मामला काय आहे हे त्यांनी समजावून सांगितलं नाही. त्या अधिकाऱ्यांसमोरच्या तीन खुर्च्यांवर आम्ही बसलो. मी, शमसुर रहमान आणि बिलाल चौधुरी. रबीउल हुसेन मागे उभे होतो. दरवाजाबाहेर बाकीचे कवी. त्या अधिकाऱ्याला बहुधा माझी कीव आली असावी. किती चोर, बदमाश, गुंडांना आपण जाऊ देतो; पण जी व्यक्ती एका गटाबरोबर कविसंमेलनाला चालली आहे, तिला आपल्याला थांबवावं लागतंय, अडवावं लागतंय असं त्याला वाटत असणार. माझ्याकडे एक टेलिफोन देऊन ते

अधिकारी म्हणाले, ''वरतून कोणी फोनवरून ऑर्डर दिली तर आम्ही तुम्हाला सोडून देऊ.'' टेबलावर दोन टेलिफोन्स होते. दुसरा टेलिफोन वारंवार वाजत होता. ते अधिकारी रीसिव्हर उचलून वारंवार बोलत होते, 'जी सर, इथेच आहेत, जी सर, माझ्यासमोरच आहेत, जी सर, त्यांना आम्ही जाऊ देत नाही, जी सर, ठीक आहे.' ते अधिकारी पलीकडच्या अधिकाऱ्याशी माझ्याबद्दलच बोलत होते की काय? मला संशय वाटला की, ते नक्की माझ्याबद्दलच बोलताहेत. त्यांच्या त्या सरांनी नक्कीच मला जाऊ देऊ नये, असा आधीच आदेश देऊन ठेवला असावा.

इकडे बिलाल चौधुरी आणि शमसुर रहमान एकेक करून वरच्या अधिकाऱ्यांना शोधीत होते. आमचे तर अगदी श्वास रोखले गेले होते. बिलाल चौधुरी म्हणाले, ''हेल्थ सेक्रेटरी माझे मित्र आहेत. ते एकदा भेटले की काहीच समस्या येणार नाही.'' पण वारंवार फोन करूनही हेल्थ सेक्रेटरी काही फोनवर भेटले नाहीत. बिलाल चौधुरींनी आय.जीं.च्या नंबरवर फोन केला, तेही नव्हते. शमसुर रहमान यांनी आपल्या एक मंत्री-मित्रमहोदयांना फोन केला, तर ते ढाक्याच्या बाहेर होते. वेळ वेगानं चालला होता. सगळे प्रवासी विमानात जाऊन बसले होते. फक्त कवींचं दलच तेवढं विमानात जायचं बाकी राहिलं होतं. मी मनाला समजावत होते, 'शांत हो, स्थिर हो, संकट आत्ता निघून जाईल,' पण मन काही केल्या स्थिर होत नव्हतं. वेळ धावत होता, निर्दय वेळ माझ्यावर मुळीच दया करीत नव्हता. अखेर टेलिफोनवर कवी इमरान नूर सापडले. ते हेल्थ सेक्रेटरी होते. वरचे अधिकारी. आम्ही सुटकेचा निःश्वास टाकला. आमच्या ओठांवरून पळालेलं हसू पुन्हा परत आलं. शमसुर रहमान म्हणाले, ''आम्ही कोलकात्याला चाललो आहोत; पण तसलिमाला जाऊ देत नाहीत, आपण इमिग्रेशन ऑफिसरना सांगा की, तसलिमांना जाऊ द्यावं. आपण म्हटल्यासरशी काम होईल!''

इमरान नूर यांना मोठ्या अधिकाऱ्याशी बोलायचं होतं. ते काय बोलले हे आम्हापैकी कुणालाच समजलं नाही. सांकेतिक भाषेत ते काहीतरी बोलले. मोठ्या अधिकाऱ्यांनी बोलणं संपल्यानंतर रीसिव्हर शमसुर रहमान यांच्याकडे दिला. इमरान नूर त्यांना म्हणाले, ''तसलिमाला जाता येणार नाही.''

''का जाता येणार नाही?''

''देशाबाहेर जायचं असेल, तर सरकारची परवानगी लागेल.''

''ती व्यवस्था आपण करून द्या ना. आपण आत्ता इथल्या अधिकाऱ्यांना सांगितलं तर काय काम होणार नाही?''

''नाही, होणार नाही.''

''मुळीच होणार नाही का? पाहा, जरा प्रयत्न करून पाहा काम होतंय की नाही.''

"नाही. होणार नाही."

शमसुर रहमान यांचा चेहरा पांढरा पडला. बिलाल चौधुरी डोक्याला हात लावून बसले. इमिग्रेशन ऑफिसरची खोली, ऑफिसच्या भिंती माझ्याभोवती गरगर फिरू लागल्या. सारा विमानतळ जणू झोके घेऊ लागला, माझं स्वप्न झोके घेऊ लागलं. उरलेल्या प्रवाशांनी ताबडतोब विमानात चढावं अशी घोषणा झाली. बिलाल चौधुरी विषण्ण मुखानं म्हणाले, "मी थांबतो, मी आणि तसलिमा नंतर येतो." शमसुर रहमान त्यांना म्हणाले, "नाही, तुम्ही जा, मी थांबतो. इथला गोंधळ निस्तरून संध्याकाळच्या फ्लाइटनं आम्ही येतो." त्यांच्या या शब्दांनी माझ्या डोळ्यांत पाणी आलं. मी जड आवाजात म्हणाले, "माझ्यासाठी तुम्ही का उशीर करता? तुम्ही सारे जा. मी येते नंतर."

बाकीचे कवी अधीर झाले होते. त्यांच्यापैकी काहींचे चेहरे विषण्ण होते, तर काहींचे चेहरे प्रसन्न होते. सरकारी नोकरी करणाऱ्या इतर कोणत्याही कवीला अडवण्यात आलं नाही की सरकारची परमिशन मागण्यात आली नाही. फक्त मला एकटीलाच सरकारची परमिशन मागण्यात आली. आमच्यापैकी रफीक आजाद हे शमसुर रहमानांचा हात धरून त्यांना ओढीत म्हणाले, "चला बरं, विमान निघायला लागलं." बिलाल चौधुरी मला म्हणून गेले, "आत्ता तुम्ही इमरान नूरच्या ऑफिसमध्ये जा, काय करायला सांगतात ते पाहा, ते करून संध्याकाळच्या फ्लाइटनं या कोलकात्याला. आज जर शक्य झालं नाही, तर काहीही करून उद्या सकाळच्या फ्लाइटनं या."

मला मागे ठेवून दलातले सगळे जण विमानाच्या दिशेनं पुढे जाऊ लागले. असहायपणे मागे उभ्या राहिलेल्या माझ्याकडे शमसुर रहमान वारंवार मागे वळून करुण नजरेनं पाहत होते. दलातली शेवटची व्यक्ती जेव्हा अदृश्य झाली, तेव्हा विमानतळावरच्या सगळ्या लोकांसमोर मी हुंदके देऊन रडू लागले. त्यांच्या निघून जाण्याकडे पाहून माझ्या हृदयात इतकं मोठं वादळ येईल, हे मला ठाऊक नव्हतं. माझ्या स्वप्नांचं घर एखाद्या काचेच्या घराप्रमाणे फोसळून पडलं. पूर्ण विमानतळानं त्या पडण्याचा आवाज ऐकला, माझ्या आर्त रडण्याचा आवाज ऐकला.

माझा पासपोर्ट मला परत देण्यात आला नाही. हातात एक कागद देऊन सांगण्यात आलं, 'हा कागद दाखवून एस.बी. ऑफिसमधून तुमचा पासपोर्ट परत घ्या.'

"कधी देतील पासपोर्ट?"

"आज दुपारी चारच्या सुमाराला गेलात, तर लगेच मिळेल. तेव्हा जर नाही मिळाला, तर उद्या सकाळी तर नक्कीच मिळेल."

विमानाच्या पोटातून नंतर माझ्या दोन सुटकेसेस बाहेर आल्या. त्या सुटकेसेस

समोर घेऊन बराच वेळ मी सुन्न बसून राहिले. अचानक कसं काय झालं- सारंच जणू एखादं दुःस्वप्न! एवढी मर्मान्तक अशी घटना खरोखरच घडून गेली आहे यावर माझा अद्यापही विश्वास बसला नव्हता.

कैसर बहुधा रोज सकाळी विजयनगरला त्याच्या एका मित्राच्या ऑफिसात जाऊन बसे. तिथं त्याला फोन करून विमानतळावर यायला सांगितलं. कैसर आल्यावर, घरी न जाता थेट सचिवालयात इमरान नूर यांना भेटायला गेले. मला एका वेगळ्या खोलीत नेऊन, माझ्यासमोर बसून ते म्हणाले, ''तुमच्यासाठी काही करण्याचा मला काहीच अधिकार नाही.'' का अधिकार नाही हे सांगण्याची त्यांची इच्छा नव्हती. 'बांग्लादेशच्या बाहेर जायचं असेल तर तसा तुम्हाला अर्ज करावा लागेल' एवढंच त्यांनी सांगितलं. रजा घेण्यासंदर्भात असा काही नियम आहे हे मला ठाऊक नव्हतं. डॉक्टरलोक परदेशी जाताना मी नेहमी पाही; पण कुणालाही कधी असा अर्ज करावा लागला नव्हता. माझ्या वेळी मात्र कायद्याचे सात प्रकारचे पेच उभे केले जात होते. कायदा मानायला माझी काहीच ना नव्हती. सचिवालयातून मी थेट हॉस्पिटलमध्ये गेले. अर्ज लिहून ढाका मेडिकल कॉलेज हॉस्पिटलच्या अधिकाऱ्यांची परवानगी घेऊन थेट आरोग्य विभागाच्या मुख्य कार्यालयात. तिथं महासंचालकांच्या हाती तो अर्ज दिल्यावर त्यांनी तो अर्ज पाहिला. वाचला आणि म्हणाले, ''उद्या या.''

''उद्या कशासाठी? आजच सही द्या.''

''नाही. आज ते काम होणार नाही.''

''का बरं? मला आजच आपली सही हवी आहे.''

''असेल हो; पण आज हे काम होणार नाही.''

घरी परत आले. सौमित्र मित्र यांनी फोन केला. त्यांनी विचारलं,

''आज संध्याकाळपर्यंत तुम्हाला येता येईल का?''

''आज काही येता येणार नाही.''

''उद्या?''

''प्रयत्न करीन.''

दुसऱ्या दिवशी मालिबागच्या स्पेशल ब्रँच ऑफिसमध्ये पासपोर्ट परत आणण्यासाठी गेले. मला काही पासपोर्ट परत देण्यात आला नाही. आरोग्य विभागाच्या ऑफिसात माझ्या बांगलादेशच्या बाहेर जाण्यासाठी केलेल्या अर्जाचं काय झालं हे पाहण्यासाठी गेले आणि 'काहीही झालं नाही' हे समजल्यानं निराश होऊन परत आले. कोलकात्याहून सौमित्र मित्र माझ्या येण्याचा मामला कुठपर्यंत आलाय याची वारंवार फोनवरून चौकशी करीत होते. म्हणत होते, ''सगळे जण इथं तुमची वाट पाहताहेत. तुम्ही आला नाहीत तर गोंधळ होईल.'' आता त्याला मी काय करणार? मला तर

पासपोर्टच परत देत नव्हते. त्याच्या दुसऱ्या दिवशी गेले, त्याच्याही दुसऱ्या दिवशी. मला काहीच देण्यात आलं नाही- ना पासपोर्ट, ना रजा.

मला काही कोलकात्याला जाता आलं नाही.

कोलकात्याला गेलेले कवी परत आल्यावर त्यांना विचारलं, "कसं झालं कविसंमेलन, कुणी कुणी कविता वाचल्या, कसं आहे कोलकाता, 'नंदन'मध्ये काय चाललंय, रवींद्रसदनात काय चाललंय, शिशिर मंचात काय..." त्यांनी मला सांगितलं; पण त्यानं काही माझी इच्छा पूर्ण झाली नाही. फक्त ऐकून काही माझं समाधान झालं नाही.

पुस्तकजत्रा सुरू झाली. गेल्या वर्षी 'तसलिमा नासरिन पेषण कमिटी' या माझ्याविरुद्धच्या कमिटीनं मोर्चा काढला होता, माझी पुस्तकं जाळण्यात आली होती, पुस्तकजत्रेच्या संचालकांनी मला पुस्तकजत्रेत यायला बंदी घातली होती. या वर्षीच्या जत्रेतही सगळे लेखक-कवी जात होते, फक्त मीच तेवढी घरी बसून होते. पण माझं मन मात्र घरी बसत नसे. ते पंख पसरून पुस्तकजत्रेत जात असे. एके दिवशी माझ्या दुर्दम्य इच्छेनं मला पिंजऱ्याच्या बाहेर काढलं- काहीही होवो, मी पुस्तकजत्रेत जाणारच. मला कुणाची भीती? मी तर काही कुठला अपराध केलेला नाही. पुस्तकजत्रेत जाण्याचा अधिकार कुणालाही आहे. मग मला का नसावा? माझं किमान स्वातंत्र्य मी संचालकांच्या अन्याय्य आदेशापुढे का विसर्जित करावं? जत्रेत जाण्याचा माझा विचार खसरूला सांगितल्यावर 'माझे दोन मित्र बरोबर घे' असा सल्ला त्यानं मला दिला. एकटी जाण्याचा तर प्रश्नच येत नव्हता, बरोबर कुणालातरी घेऊनच जावं लागणार होतं. टक्कल पडलेले, डोळ्यांना चश्मा असलेले, एखाद्या तत्त्वज्ञासारखा चेहरा असलेले शहिदुल हक खान माझे अंगरक्षक म्हणून पुढे आले. ते टी.व्ही.वर कार्यक्रम करीत, खूप सुंदर बोलत, खूप बोलत. त्यांच्या कार्यक्रमात एकदा त्यांनी मला बोलावलं होतं. आमंत्रण मी नाकारलं होतं; पण त्यांनी दिलेला 'नाट्यसभा' पुरस्कार मात्र मी स्वीकारला होता. त्यांच्याशी माझी एक प्रकारची मैत्री तयार झाली होती. माझ्या घरी भेटता भेटता खसरू आणि शहिदुल यांच्यामध्ये मैत्री तयार झाली. खसरू आपल्या मित्रांसाठी शक्य ते सारं करीत असत. 'इत्तफाक' दैनिकाचा बातमीदार असलेल्या आलमगीरशी त्यांची माझ्या घरी मैत्री झाली, काही दिवसांनीच त्यांनी आलमगीरला आपल्या व्यवसायात भागीदार करून घेतलं. मला जर कधी गाडीची गरज लागली, तर स्वतः ते जरी व्यस्त असले, तरी माझ्यासाठी गाडी पाठवून देत. एके दिवशी मला एक कॉम्प्युटर भेट देऊन त्यांनी मला चकितच केलं. खसरू श्रीमंत होते खरे; पण त्यांचं वागणं हे देशातल्या इतर श्रीमंतांप्रमाणे नव्हतं. कितीतरी मुक्तियोद्धे मी पाहत होते- स्वतःपुरतं पाहत आणि आराम करीत- मग देशाला गिधाडं चोची मारताहेत की

कोल्हे खाताहेत याची त्यांना चिंता नसे. खसरू मुक्तियोद्धा होते; आपले आदर्श त्यांनी कुणाकडे गहाण टाकले नव्हते. मुक्तियुद्धाच्या पक्षाच्या लोकांना ते यथाशक्ती मदत करीत. अवामी लीगचे लोक त्यांच्याकडे आर्थिक मदत मागायला जात. कुणालाही ते रिकाम्या हातांनी परत पाठवत नसत.

माझ्या एका बाजूला खसरू आणि दुसऱ्या बाजूला शहिदुल हक अशी मी पुस्तकजत्रेच्या दिशेनं निघाले. आनंद आणि शंका या दोन्ही भावना माझ्या मनात होत्या. जत्रेत इकडेतिकडे फिरणं चालणार नाही. कुठल्यातरी एका स्टॉलवर काही वेळ बसून, जत्रेचा स्वाद घेऊन, इच्छा पूर्ण करून परत फिरायला हवं- हा होता माझ्या हितचिंतकांचा निर्णय. पर्ल पब्लिकेशनच्या स्टॉलवर गेल्याबरोबर मिनू मला पाहून उत्साहानं जणू नाचू लागले. बऱ्याच लोकांनी माझी पुस्तकं विकत घेतली, ते वारंवार स्वाक्षरीसाठी येताहेत असं समजलं. जत्रेचं ते प्रकाशित मैदान, लेखक-वाचकांच्या या मिलनकेंद्राचं उत्सवासारखं वातावरण पाहून, गाण्यांच्या सुरांत आणि कवितेच्या शब्दांत, माझ्यावर संकट येऊ शकतं हे मी क्षणात विसरून गेले- जणू मला इतर सगळ्या लेखकांप्रमाणेच पुस्तकजत्रेत थांबण्याचा, फिरण्याचा पूर्ण अधिकार आहे, असं मला वाटू लागलं. संपूर्ण देशातले सर्वांत सभ्य, सुशिक्षित, सुशील, सदाचारी, सज्जन आणि स्वतंत्र विचारांचे साहित्यिक-सांस्कृतिक क्षेत्रातील लोक ज्या ठिकाणी एकत्र होतात, त्या ठिकाणी जर सुरक्षितता नसेल तर दुसरीकडे कुठे? माझ्यासाठी मशीद सुरक्षित नाही, कुठल्याही पुराणमतवादी माणसाचं घर, अंगण सुरक्षित नाही, कुठलीही अंधारी गल्ली, निर्जन वाट सुरक्षित नाही, कुठलाही अतिरेक्यांचा अड्डा, दारुड्यांचा ठिकाणा सुरक्षित नाही, कुठलाही धार्मिक कार्यक्रम, जमात शिबिराचा आखाडा, खलपुरुषांचा इलाखा माझ्यासाठी सुरक्षित नाही. स्वतःच्या घराच्या बाहेर जर माझ्यासाठी सुरक्षित असं दुसरं कुठलं ठिकाण असेल, तर ते म्हणजे ही पुस्तकजत्राच! ही जत्रा माझ्या खूप ओळखीची, माझ्या हृदयस्पंदनाबरोबर असणारी, दीर्घ शोकानंतरच्या निर्मळ आनंदासारखी! मिनू म्हणाले, "'लज्जा'ची खूप विक्री होतेय, काही दिवसांतच पहिलं मुद्रण संपलं, आता पुनर्मुद्रण चालू आहे, लवकरच तिसरी आवृत्ती काढावी लागेल, याची खात्री आहे." काही दिवसांतच 'लज्जा'च्या हजारो प्रती विकल्या गेल्या. मला नवलच वाटलं. 'लज्जा' लोक कशासाठी विकत घेतात? काय आहे 'लज्जा'मध्ये? ती काही प्रेमकथा नव्हती, रहस्यकथा नव्हती. जी गोष्ट सर्वांनाच ठाऊक होती, तीच गोष्ट मी थोडक्यात लिहिली होती आणि तीही वास्तवावर आधारित. वाचकांना साधारणतः अशी पुस्तकं आवडत नाहीत. मी पर्ल पब्लिकेशनच्या स्टॉलवर बसल्याबरोबर लोकांनी रांग लावून पुस्तकं विकत घ्यायला सुरुवात केली. सगळे जण केवळ 'लज्जा'साठी 'लज्जा' विकत घेत होते असं नाही. नवीन पुस्तक विकत घेण्याच्या

हेतूनं विकत घेत होते. स्टॉलवर येऊन ते विचारीत, 'तसलिमा नासरिन यांचं नवीन पुस्तक आलं का?' नवीन पुस्तक 'लज्जा'. 'लज्जा'ची एक प्रत द्या. 'लज्जा'च्या दोन प्रती द्या. तीन प्रती द्या. आधी मला वाटलं होतं, बहुधा हिंदू वाचक 'लज्जा'च्या प्रती विकत घेताहेत. पण स्वाक्षरी देताना अनेक जण आपलं नाव लिहायला सांगत- ती नावं हिंदू नसत. 'लज्जा'ची विक्री वाढत होती आणि माझ्या मनात धाकधूक होऊ लागली होती, भीतीही वाटू लागली होती- जे लोक हे पुस्तक विकत घेताहेत, त्यांना दोन पृष्ठं वाचल्यानंतर नक्कीच ते चांगलं वाटणार नाही. तसलिमाच्या लेखनाचे चाहते म्हणून ते हे पुस्तक विकत घेताहेत की, 'लज्जा'मध्ये काय आहे हे ठाऊक असल्यानंच पुस्तक विकत घेताहेत, हे काही मला समजत नव्हतं. विकत घेणाऱ्यांना तसं विचारण्याची संधीही मिळत नव्हती. 'लज्जा'साठी गर्दी वाढत राहिली. स्वाक्षरीसाठी गर्दी. माझ्या पेनला क्षणभराचीही उसंत देऊ शकत नव्हते. शहिदुल माझ्या शेजारी बसले होते. खसरू दरवाजाजवळ उभे होते आणि त्यांचे बलदंड मित्र आसपासच कुठंतरी होते. इतके लोक माझ्यावर प्रेम करतात, माझी पुस्तकं वाचतात; मग मला या जत्रेत संरक्षणाचा अभाव कसा असणार? खसरूंनाही बहुधा असंच वाटलं असावं, म्हणून ते 'जरा फिरून येतो' म्हणून गर्दीत हवा खायला गेले.

याच्या अगदी नंतरच घटना घडली. कुणालाही आधी तिचा अंदाज आला नाही. स्टॉलसमोरच्या मोकळ्या भागात माणसं उभी होती. स्टॉलमध्ये बसलेल्या, उभ्या अशा माणसांच्या अचानक लक्षात आलं की, त्या मोकळ्या भागात उभ्या असलेल्या माणसांमागे एकदम तीनशे-चारशे माणसं येऊन उभी राहिली. स्टॉलला प्रचंड गर्दीनं घेरलं होतं; पण कुणालाही पुस्तकं विकत घ्यायची नव्हती आणि कुणी तिथून हलतही नव्हतं. गर्दीतल्या लोकांना स्टॉलमधल्या एकानं ओरडून विचारलं, "काय पाहिजे तुम्हाला? इथं उगाच का उभं राहिला आहात? ग्राहकांना पुढे यायला जागा का देत नाही?" या प्रश्नाचं त्याला काहीच उत्तर मिळालं नाही. फक्त 'है! है!' असे आवाज गर्दीतून येत राहिले. काही वेळ अशी हुल्लड चालली. हा प्रकार पाहून मिनू यांनी हळू आवाजात मला माझी खुर्ची मागे घ्यायला सांगितली, कारण गर्दीचा उद्देश चांगला दिसत नव्हता. गर्दी आणि मी यांच्यामध्ये फक्त दीड हात अंतर होतं. मध्ये एक लांब टेबल आडवं ठेवलेलं होतं. मी खुर्ची मागे घेऊन बसले. अचानक गर्दीतल्या लोकांनी वेडेवाकडे आवाज करायला सुरुवात केली. त्यांच्यामधून काही जण 'धरा-धरा! मारा मारा!' अशा घोषणा देऊ लागले. 'डोकं फोडा! कपडे फेडा! हात तोडा!' अशाही घोषणा त्या आवाजांमधून ऐकू येऊ लागल्या. स्टॉलचा एक जण 'पोलिस! पोलिस कुठे आहेत?' असं ओरडू लागला. मिनू यांनी त्याला पोलिसांना बोलावून आणायला सांगितलं. पण पोलिसांना बोलावून आणण्यासाठी

बाहेर जायला वाटच राहिली नव्हती. स्टॉलमधून बाहेर पडायला अगदी सुताएवढीही जागा नव्हती. अचानक एक दगड आला. एकामागोमाग एक दगड येऊन माझ्या अंगावर लागायला सुरुवात झाली. एखादा दगड कानाजवळून जाई, एखादा मानेला लागे, एखादा छातीला लागे, हाताला लागे. तोवर शहिदुल आणि मिनू मला संरक्षण देण्यासाठी पुढे उभे राहिले. मी अवाक् झाले, माझा चेहरा पांढरा पडला. स्टॉलमधल्या पुस्तकांच्या शेल्व्हज्वर मोठमोठे दगड मारले जाऊ लागले, पुस्तकं धडाधड खाली पडू लागली. एक दगड विजेच्या बल्बला लागला. बल्ब फुटून त्याच्या काचा माझ्या अंगावर पडल्या. संपूर्ण स्टॉल अंधारात बुडाला. हळू आवाजात स्टॉलच्या लोकांनी आपसात घाईनं काहीतरी बोलून घेतलं. प्रत्येक जण घामानं चिंब झाला होता. यानंतर तीनशे लोकांनी एकदम स्टॉलला धक्का दिला. त्यामुळे टेबलाचा जो आडवा अडथळा होता, तो मोडून पडला. पोलिस खांबांसारखे दूर उभे होते, एक पाऊलही पुढे येत नव्हते. पोलिसांची वाट पाहण्यासाठी आता वेळ नव्हता. माझ्या दिशेनं धावत येणाऱ्या लोकांनी कुठल्याही क्षणी मला मारून टाकलं असतं. मला वाचवण्यासाठी स्टॉलच्या लोकांना त्याच क्षणी काहीतरी करायलाच हवं होतं. स्टॉल तयार केल्यानंतर जादा उरलेले बांबू, लाकडं स्टॉलमध्ये पडली होती, ती स्टॉलच्या माणसांनी आपल्या हातात हत्यारासारखी घेतली आणि एकत्रपणे ते मोडलेल्या टेबलावर उभे राहिले, 'धरो! धरो!' म्हणून हल्लेखोरांवर हल्ला करू लागले. गर्दी यामुळे थोडी मागे सरकल्याबरोबर दोन पोलिस घारीच्या वेगानं माझ्याकडे झेपावले आणि त्यांनी मला स्टॉलच्या बाहेर काढलं. दोन बाजूंनी दोन पोलिसांनी माझे दोन्ही दंड घट्ट धरले आणि ते वेगानं पळू लागले. मागून आणखी काही पोलिस मला पुढे ढकलू लागले. माझी हँडबॅग कुठंतरी पडून गेली, पायातल्या चपला कुठंतरी निसटल्या, साडी सुटून झुलू लागली. त्या अवस्थेत मला पळवत त्यांनी ॲकॅडमीच्या वरच्या मजल्यावर नेलं. मला आत घुसवून पोलिसांनी लोखंडी दरवाजा बंद करून टाकला. स्टॉलहून ॲकॅडमीच्या इमारतीत येण्याच्या मार्गाच्या दोन्ही बाजूंना उभे राहून लोकांनी हे सारं दृश्य पाहिलं. दृश्य नक्कीच पाहण्यासारखं होतं. खोलीत बसले, तेव्हा माझे दोन्ही पाय थरथर कापत होते. पोलिस ॲकॅडमीच्या डायरेक्टरसाहेबांशी बोलत होते. डायरेक्टर मला बोलावून कठोर आवाजात म्हणाले, "तुम्ही आता चुकूनही कधी पुस्तकजत्रेत येऊ नका. बांगला ॲकॅडमीच्या पुस्तकजत्रेत तुमच्यावर आयुष्यभरासाठी आम्ही बंदी घालत आहोत."

ज्या प्रकारच्या काळ्या गाडीत पोलीस चोर-गुंडांना पकडून ठाण्यात घेऊन जातात, तशा प्रकारच्या गाडीत बसवून पोलिसांनी मला माझ्या शांतिबागेतल्या घरी पोचवून दिलं. मार्गात एक पोलिस म्हणाला, "धर्माबद्दल लिहिता कशाला?

धर्माबद्दल लिहिलं की असा प्रकार होणारच!'' आणखी एक जण म्हणाला, ''आम्ही जर वाचवलं नसतं, तर तुम्ही आज जिवंत घरी पोचू शकला नसता.''

थोड्या वेळानंतर खसरू, शहिदुल हक खान आणि मिनू माझ्या घरी आले. सगळेच त्या अचानक घडलेल्या घटनेमुळे हबकलेले होते. सगळ्यांनी आधी फ्रिजमधून गार पाणी काढून प्यायलं. मिनू म्हणाले की, त्यांचा स्टॉल पूर्णपणे मोडून टाकण्यात आला. सगळी पुस्तकं लुटली गेली. शहिदुल हक येरझारा घालत म्हणाले की, हुमायून आजाद आणि आणखीही काही लेखक दूर उभे राहून त्या वेळी चहा घेत होते आणि हा प्रकार पाहत होते. खसरू म्हणाले की, ते गर्दीमुळे पुन्हा स्टॉलपर्यंत येऊ शकले नाहीत. पोलिसांना त्यांनी 'काहीतरी व्यवस्था करा, हुल्लड थांबवा' असं विनवलं; पण पोलीस हलायला मुळीच तयार नव्हते.

मी स्तब्ध बसले होते. डोळ्यांसमोर वारंवार मघाची दृश्यं येत होती आणि अंगावर शहारा येत होता. स्टॉलमधून मी अचानक पळाले नसते, तर काय अवस्था झाली असती असं मी विचारलं. कुणीच काही उत्तर दिलं नाही. काय झालं असतं, याचा त्यांनीही अंदाज केला असणार.

२१ फेब्रुवारीच्या आधीच्या रात्री शहीद मिनार लाल सूर्य रंगवलेल्या एका पडद्यानं सजवला होता. माझ्यावर आक्रमण होण्याच्या तासभर आधी मिनारावरचा तो लाल सूर्य कुणीतरी जाळून टाकला! शहीद मिनारावरचा सूर्य जाळणाऱ्या लोकांनीच स्टॉलपुढे गर्दी केली होती का? त्यांनीच बल्ब फोडून स्टॉलमध्ये अंधार केला होता का? माझ्या मुक्त, स्वतंत्र जीवनातही त्यांनीच अंधार केला होता का?

◆

निर्लज्जपणा

तसलिमा नासरिन यांची 'लज्जा' कादंबरी जप्त

काल, शनिवारी एका निवेदनाद्वारा जाहीर करण्यात आले की, लोकांच्या मनात संभ्रम निर्माण करणे, विभिन्न संप्रदायाच्या व धर्माच्या लोकांमध्ये गैरसमज निर्माण करणे, लोकांच्या धार्मिक भावना दुखावणे आणि राष्ट्रविरोधी असे चिथावणीखोर लेखन प्रकाशित केल्यामुळे तसलिमा नासरिन लिखित 'लज्जा' (पहिली आवृत्ती १९९३, पर्ल पब्लिकेशन्स, ३८/२, बांगलाबाजार, ढाका-११०० द्वारा प्रकाशित) हे पुस्तक फौजदारी कायद्याच्या कलम ९९-क (९९-ए) नुसार सरकारद्वारा जप्त करण्यात आले आहे. या पुस्तकाच्या सर्व प्रतींच्या विक्रीवर, वितरणावर आणि संरक्षणावर बंदी घातल्याची घोषणा करण्यात आली आहे.

११ जुलै १९९३

रविवारच्या दैनिकाच्या पहिल्याच पृष्ठावर ही बातमी छापण्यात आली होती. या बातमीनं मी चकित झाले, चमकले, सुन्न झाले आणि विचलितही झाले. 'लज्जा' पुस्तकानं धार्मिक सलोख्यामध्ये विघ्न आणलं, दोन धर्मांच्या लोकांमध्ये वितुष्ट आणलं असा आरोप मी कधीही कुठंही ऐकला नव्हता. पुस्तकाचं गद्य चांगलं नाही, पुस्तकाला कादंबरी म्हणता येत नाही, पुस्तकात अनेक वेळा येणारी माहिती एकाग्रता नष्ट करते, हे सारं ऐकलं होतं. ते मला मान्यही होतं. प्रकाशकाच्या तगाद्यामुळे पुस्तकाच्या या बाबींकडे लक्ष देण्यासाठी मला वेळच मिळाला नाही. पण इतर काहीही आरोप करा, या पुस्तकामुळे धार्मिक सलोखा संकटात आला असा दोष तुम्ही देऊ शकत नाही. माननीय सरकार! देशात धार्मिक सलोखा नाही म्हणूनच तर मी हे पुस्तक लिहिलं, धार्मिक सलोखा वाढावा, कुठल्याही माणसावर तो वेगळ्या धर्माचा आहे म्हणून अत्याचार होऊ नयेत, म्हणून तर मी हे पुस्तक लिहिलं! शरीराला एक मोठी जखम झालीय, ती जखम उघडी करून दाखवण्याचा हेतू एकच, तिच्यावर उपचार केले जावेत. याचा अर्थ मी जखमेची गोष्ट सांगून

शरीराचा अपमान केला, असा थोडाच होतो? माझं 'निर्वाचित कॉलम' जर आज जप्त केलं असतं, तर मला एवढं आश्चर्य वाटलं नसतं. जर 'नष्ट मेयेर नष्ट गद्य' पुस्तकावर बंदी घालण्यात आली असती, तर मला नवल वाटलं नसतं. कारण या दोन पुस्तकांमध्ये माझी धर्माबद्दलची मतं मी व्यक्त केली होती- ती मतं या देशातल्या बहुतांश लोकांना सहन होणारी नव्हती. 'लज्जा'मध्ये मी धर्माबद्दल कुठलंही मत व्यक्त केलं नव्हतं. उलट सर्व धर्मांच्या व्यक्तींना आपला धर्म पाळण्याचा अधिकार आहे आणि तसा अधिकार असणं उचित आहे, हेच सांगितलं होतं. हिंदूंवर अत्याचार होताहेत, त्यांच्यावर कुठे आणि कसे अत्याचार होताहेत, त्यांना असुरक्षित का वाटतं, का ते आपला देश सोडून दुसऱ्या देशात निघून जाताहेत, त्यांच्या वेदनेच्या कथा, त्यांच्या यातनांच्या कथा मी त्यांच्यापैकी एक होऊन अनुभवण्याचा प्रयत्न 'लज्जा'मध्ये केला होता.

'लज्जा' जप्त झाल्यावर काही दिवसांनी एक दीर्घ पत्र माझ्या हाती आलं. पत्राच्या सुरुवातीलाच 'गोपनीय' असं लिहिलेलं होतं. ते पत्र गृह मंत्रालय आणि माहिती मंत्रालयाच्या सचिवांना पाठवण्यात आलं होतं आणि ढाका येथल्या सैन्य दलाच्या ऑफिसकडून पाठवण्यात आलं होतं. आर्मीच्या महानिदेशकांच्या वतीनं ब्रिगेडियर एम. ए. हलीम यांनी ते पत्र लिहिलं होतं. सैन्यामध्ये दोन गट आहेत असं मी ऐकलं होतं. एक गट धार्मिक जहालपंथी, तर दुसरा गट नरमपंथी, मवाळ. जहालपंथी गटानंच हे पत्र सरकारला पाठवलं होतं. पत्राची भाषा ही आदेश वाटत नसली, तरी तो आदेशच होता. सैन्य दलाच्या असीम सामर्थ्याबद्दल माझ्या मनात शंका नव्हतीच. स्वतंत्र बांगलादेशच्या सत्तेवर सर्वांत अधिक काळ सैन्यच होतं. नागरी अशा काही सरकारांच्या मागे सैन्याची बंदूक रोखलेली असे, हेही मला ठाऊक होतं. कुठल्याही क्षणी आपण बंदुकीच्या बळावर देशाची सत्ता हाती घेऊ शकतो आणि देशाचं शोषण करू शकतो, हे सैन्य दलाला ठाऊक होतं. ज्या पंतप्रधान सध्या सत्तेवर होत्या, त्याही सैन्याच्या कृपेनंच पंतप्रधान झाल्या होत्या. देशाला, जनतेला सैन्यापासून मुक्ती नव्हती, मग मला कशी असणार? सैन्य दलानंच 'लज्जा'वर बंदी घालण्याचा निर्णय घेतला होता, त्यामुळे 'लज्जा'वर बंदी यायलाच हवी होती. देशातील सर्व गोष्टींबद्दल निर्णय घेणारे राज्यकर्ते सेनेपुढे हतबलच होते!

त्या पत्राच्या सुरुवातीला 'लज्जा'ची गोष्ट संक्षेपात वर्णन करून आणि 'लज्जा'मधून काही उद्धरणं देऊन शेवटी, शेवटच्या पृष्ठावर लिहिलं होतं, 'पृथ्वीच्या या भागातील देशांपैकी बांगलादेशमध्ये सांप्रदायिक सलोखा सर्वांत अधिक घनिष्ठ आहे. धार्मिक भावना दुखावल्यामुळे दोनेक फुटकळ संघर्षाच्या घटना झाल्या असतील; पण त्यांचा अर्थ असा नव्हे की, देशात सांप्रदायिक सलोखा नाही.

अल्पसंख्याक हिंदूंना नोकऱ्यांमध्ये तसंच इतरही सर्व क्षेत्रांत त्यांच्या संख्येच्या प्रमाणात योग्य त्या संधी मिळतात; व्यवसाय-व्यापारामध्येही हिंदूंचं स्थान चांगलं आहे. पण महोदया तसलिमा नासरिन यांनी आपल्या पुस्तकात हिंदूंवर अन्याय होताहेत, अत्याचार होताहेत असं काल्पनिक चित्र उभं केलं आहे. नोकरीसंदर्भात चुकीची माहिती दिली आहे. पुस्तकाच्या माध्यमातून लेखिका तसलिमा नासरिन यांनी हिंदूंना जोरदार चिथावणी दिली आहे. एका मुसलमान लेखिकेच्या या असल्या लेखनामधून आंतरराष्ट्रीय समुदाय बांगलादेशमध्ये हिंदूंच्या नागरी अधिकारांचे हनन आणि त्यांच्यावरच्या अत्याचारांच्या खोट्या धारणेला सत्य मानेल. त्याशिवाय या पुस्तकामुळे बांगलादेशातील विभिन्न संप्रदायांमध्ये गैरसमज तयार होऊन ऐक्याच्या भावनेला धक्का पोचेल.'

'कुणीही लिहिलेल्या पुस्तकांमुळे देशातील सांप्रदायिक सलोखा नष्ट होणार असेल आणि विभिन्न संप्रदायांमध्ये गैरसमज निर्माण होणार असतील, तर अशी पुस्तकं प्रकाशित न होऊ देणंच श्रेयस्कर. जनाबा तसलिमा नासरिन यांनी 'लज्जा' हे पुस्तक लिहून विभिन्न संप्रदायांच्या लोकांमध्ये एकमेकांबद्दल गैरसमज तयार होण्यास इंधन पुरवलं असल्यामुळे या पुस्तकावर बंदी घातली जाऊ शकते आणि या पुस्तकाच्या सर्व प्रती जप्त करण्याची व्यवस्था केली जाऊ शकते.

आपण या दृष्टीने यथायोग्य कार्यवाही करालच.

संरक्षण गुप्तहेर कार्यालयाकडून । १३००/१६४/डी./सी.आय.बी./तारीख, आषाढ, १४००/०३ जुलै १९९३.'

वरील पत्र लिहिलं गेल्यानंतर सातच दिवसांमध्ये 'लज्जा'वर बंदी घालण्यात आली. बंदी घातल्यानंतर ढाक्याच्या पुस्तकांच्या दुकानांमधल्या 'लज्जा'च्या सगळ्या प्रती पोलिसांनी जप्त करून नेल्या. फक्त एवढंच नव्हे, तर स्पेशल ब्रँचच्या विशेष पथकानं बांगलाबाजारात मोहीम चालवून 'लज्जा'च्या जेवढ्या प्रती होत्या, त्या सगळ्या ट्रकमध्ये भरून नेल्या; एवढंच काय, ६ नंबर, वॉल्टर रोडवर बुक-बाईंडिंगच्या दुकानात जाऊन अर्धवट बाईंडिंग झालेल्या आणि बाईंडिंग न झालेल्या 'लज्जा'च्या प्रतीसुद्धा सोडल्या नाहीत. फक्त ढाक्यातल्याच नव्हे, तर देशातल्या सगळ्या पुस्तकांच्या दुकानांवर अचानक छापे घालून पोलिसांनी 'लज्जा'च्या जितक्या म्हणून प्रती मिळाल्या, त्या सगळ्या जप्त केल्या. पुस्तक प्रकाशित झालं होतं फेब्रुवारी महिन्यात. प्रकाशनाच्या पाच महिन्यांनंतर पुस्तकावर बंदी घालण्यात आली. या पाच महिन्यांत 'लज्जा'च्या साठ हजार प्रती विकल्या गेल्या होत्या. सातवी आवृत्ती चालू होती आणि आता पुस्तकावर बंदी घालण्यात आली! हे पुस्तक कुणालाही वाचू न देण्याची सरकारची इच्छा होती! स्वैराचारी सरकारचे

अत्याचार असह्य झाल्यानं नागरिकांनी वर्षांमागून वर्षं रक्त सांडून आंदोलनं केली आणि स्वैराचाराचा निःपात करून लोकशाहीची स्थापना केली, त्या लोकशाही सरकारचा हाच का खरा चेहरा!

कवी शमसुर रहमान यांनी 'लज्जा'च्या जप्तीचा प्रतिवाद केला. दैनिकांत निवेदन देऊनच आपली जबाबदारी संपली असं त्यांनी मानलं नाही. 'भोरेर कागज'मध्ये त्यांनी लिहिलं, 'तसलिमा नासरिन या प्रतिक्रियावाद्यांचे लक्ष्य बनल्या आहेत. अनेक दिवसांपासून त्यांच्यावर आक्रमणं होत आहेत. एक-दोन इस्लामी संघटनांनी त्यांना फाशी द्यावी अशी मागणी केली आहे व त्यांना अटक करावी असं सरकारला आवाहन केलं आहे. सरकारनं त्यांना अटक केली नाही; पण त्यांची 'लज्जा' ही लोकप्रिय कादंबरी जप्त केली आहे. 'लज्जा' ही कादंबरी मी संपूर्ण वाचली. शैलीच्या दृष्टीनं काही त्रुटी जाणवल्या; पण मला त्या कादंबरीतला कुठलाही भाग आक्षेपार्ह वाटला नाही. तसलिमांनी जे सत्य आहे तेच लिहिलं आहे आणि सत्य वाचकांसमोर मांडणं, हेच लेखकाचं प्रमुख कर्तव्य असतं. तसलिमा नासरिन या स्वतंत्र बुद्धीच्या, असांप्रदायिक लेखिका आहेत. कुठल्याही प्रकारच्या सांप्रदायिकतेला चिथावणी देण्याची प्रवणता त्यांच्यामध्ये असूच शकत नाही. त्या नेहमीच वाचकांना भरकटवण्यापासून स्वतःला दूर ठेवतात. त्यांना फावड्याला फावडं म्हणणंच आवडतं. जे काही सांगायचं आहे, ते त्या रोखठोकपणे, स्पष्ट भाषेत सांगतात; काहीही लपवून ठेवत नाहीत. काही दिवसांपूर्वी एका युवकानं मला कळवलं की, 'लज्जा' वाचल्यानंतर आपण स्वतःच त्या कादंबरीचा नायक सुरंजन आहोत असं त्याला वाटलं. अशा प्रकारचं पुस्तक जप्त करणं सयुक्तिक आहे का? डॉक्टर अहमद शरीफ यांनाही त्या पुस्तकात काही आक्षेपार्ह वाटलेलं नाही. त्यांनी म्हटलं आहे की, 'लज्जा'मध्ये कुठलीही चुकीची माहिती दिलेली नाही.

'जनतेनं निवडून दिलेलं सरकार देशात लोकशाही व्यवस्था उभी करण्याच्या सर्जनशील गप्पा नेहमीच मारतं. मतस्वातंत्र्य आणि अभिव्यक्तीचं स्वातंत्र्य या लोकशाहीच्या प्रमुख अटी असतात, हे कुणाला ठाऊक नाही! तरीही सरकारनं एका लेखिकेचं पुस्तक जप्त करून अभिव्यक्तीच्या स्वातंत्र्याचं हनन केलं आहे, हरण केलं आहे. परंतु साधारण लोकांना तसलिमा नासरिन यांची हत्या करण्यासाठी प्रवृत्त करणारं पुस्तक बाजारात मुक्तपणे विकलं जात आहे. एखाद्या व्यक्तीची हत्या करण्यासाठी चिथावणी देणं हा एक मोठा गुन्हा आहे. त्या पुस्तकाकडे सरकारची नजर का जात नाही? ते मूलतत्त्ववाद्यांचं पुस्तक आहे म्हणून?

'व्यक्तिगतपणे मी कुठल्याही पुस्तकावर बंदी घालण्याच्या विरोधात आहे, कारण एखादं विशिष्ट पुस्तक समाजाचं नुकसान करू शकतं असं मला वाटत नाही. अर्थात जे पुस्तक एखाद्या व्यक्तीचा खून करण्यासाठी चिथावणी देतं,

फॅसिझमची प्रशंसा करतं, अशा पुस्तकाची गोष्ट अलाहिदा. ज्या देशात औषधांमध्येसुद्धा भेसळ केली जाते, लाचखोरी चाललेली असते, अन्नधान्य भेसळ करून विषारी बनवलं जातं, ज्या देशात गुंड मोकाट फिरत असतात, त्या देशात एका सत्यान्वेषी, स्वतंत्र विचारांच्या लेखिकेच्या पुस्तकावर बंदी का म्हणून घातली जाते? एखादा लेखक किंवा लेखिका निरुपद्रवी, असहाय असते म्हणूनच का? लेखकाच्या स्वातंत्र्यावर विश्वास ठेवणारे आम्ही 'लज्जा' कादंबरीवरील बंदी उठवावी, अशी सरकारकडे मागणी करतो. सरकार 'लज्जा'वरील बंदी उठवून ते अभिव्यक्ति-स्वातंत्र्य आणि लोकशाहीवर विश्वास ठेवणारे आहे हे सिद्ध करील, अशी आशा आहे.'

१९ जुलै १९९३ च्या 'भोरेर कागज'मध्ये वरील निवेदन प्रसिद्ध झालं. त्याच्या दुसऱ्याच दिवशी माजी न्यायाधीश के. एम. सुबहान यांचा लेख प्रकाशित झाला. बाजारातून 'लज्जा'च्या प्रती जप्त करण्यासाठी सरकारनं ज्या प्रचंड संख्येनं पोलिस दल देशभर उतरवलं, ते पाहून त्यांनी लिहिलं, 'ही पोलीस उतरवण्याची तत्परता जर गेल्या डिसेंबरमध्ये सांप्रदायिक अत्याचाऱ्यांच्या विरोधात दाखवली असती, तर बहुधा 'लज्जा' हे पुस्तक लिहिण्याची गरजच पडली नसती. वाचक जर त्या अत्याचाऱ्यांपैकी एक जण असेल किंवा अत्याचाऱ्यांबद्दल सहानुभूती असलेला नसेल, तर पुस्तकातील विभिन्न धर्मांबद्दल जे काही वक्तव्य आहे, ते कुठल्याही वाचकाला चिथावणीखोर वाटणार नाही.'

के. एम. सुबहान यांनी 'सरकारचे 'लज्जा'धर्मीय अतिरेकी' या शीर्षकानं आणखी एक लेख लिहिला. एका बाबतीत स्वैराचारी इर्शाद सरकारबरोबर सत्ताधारी जातीयतावादी पक्षाचं पूर्णपणे साम्य आहे, असं त्यांनी लिहिलं. 'स्वैराचारी सरकारवर असलेल्या मूलतत्त्ववादी अतिरेक्यांच्या प्रभावामुळे व त्यांच्या चिथावणीमुळे सांप्रदायिक अत्याचार करण्यात आले. स्वैराचारी सरकारच्या इतर कार्यांबद्दल सरकारी पक्ष नाराज असला, तरी हे काम (अत्याचार) त्यांना आवडलं, कारण स्वैराचाऱ्यांशी आता त्यांच्या मताचं पूर्णपणे साम्य आहे. म्हणूनच 'ग्लानी' या कथासंग्रहावर बंदी घालण्यात आली. म्हणूनच 'लज्जा'वर बंदी घालण्यात आली.'

के. एम. सुबहान यांनी पुढे लिहिलं होतं, 'सध्याचं सरकार स्वतःला लोकशाहीवादी म्हणवतं; पण लोकशाही मार्गानं निवडून आल्यानंच काही लोकशाहीवादी होता येत नाही.'

सरकारनं अचानक पुस्तकावर बंदी घातली आणि गेल्या महिन्यातच परराष्ट्रमंत्री विश्व मानवाधिकार संमेलनात भाषण देऊन आले की, 'आमचा देश संयुक्त राष्ट्रांच्या (युनोच्या) सनदेचं पालन करतो आणि म्हणूनच त्या सनदेचा भाग

असलेल्या मानवाधिकारासंबंधीच्या धोरणांचंही आमचं सरकार पालन करतं. हा आमच्या संस्कृतीचा आणि राज्यघटनेचा भाग आहे. आमच्या देशात लोकशाही आहे आणि आमच्या कारभारामध्ये संपूर्ण स्वच्छता व पारदर्शकता आहे. सरकार नागरिक आणि संसदेला जबाबदार आहे. प्रेस पूर्णपणे स्वतंत्र आहे आणि विरोधी पक्ष आपल्या स्थानावर दृढ आहे. त्यामुळेच आम्ही धोरण म्हणून मानवाधिकारांचं पालन करू...' हा काय मानवाधिकार पालन करण्याचा नमुना! या सरकारच्या बोलण्यात आणि वागण्यात काही मेळ होता का? राज्यघटनेत तर अगदी स्पष्ट लिहिलेलं आहे- प्रत्येक नागरिकाला विचारस्वातंत्र्य आणि अभिव्यक्तिस्वातंत्र्य हे अधिकार आहेत म्हणून! पण ते कोण मानतं? कोण पाहतं राज्यघटना उघडून? सत्ताधारी पक्षाला वाटत होतं की, राष्ट्रावर आपण ताबा मिळवलेला आहे. राज्यकर्त्यांना वाटत होतं, देशाशी आपण वाटेल तसं खेळू शकतो, जनतेला वाटेल तसं खेळवू शकतो, धोरणं वाटेल तशी बदलू शकतो. राज्यघटनेला नागडं करून एखाद्या सोंगाप्रमाणे वाटेल तेव्हा रस्त्यावर उभं करू शकतो. के. एम. सुबहान यांनी संतापानं लिहिलं होतं, 'देशाचा सर्वोच्च कायदा असलेल्या राज्यघटनेत विचारस्वातंत्र्याची आणि अभिव्यक्तिस्वातंत्र्याची तरतूद असूनही सरकारच्या एका विभागानं मूलतत्त्ववाद्यांच्या आणि अतिरेक्यांच्या चिथावणीमुळे 'लज्जा' हे पुस्तक जप्त केलं आहे. हा मूलतत्त्ववादी पक्ष आणि धार्मिक अतिरेकी सिंदबादच्या पाठीवरील भुताप्रमाणे सरकारच्या पाठीवर बसले आहेत. जगातला प्रत्येक देश आज या मूलतत्त्ववादी आणि धार्मिक अतिरेक्यांच्या विरोधात कारवाई करीत आहे. त्याला अगदी मुस्लिम देशसुद्धा अपवाद नाहीत. इजिप्त, तुर्कस्तान, अल्जीरिया, ट्यूनिशिया, मोरोक्को- सर्वत्र त्यांच्या विरोधात यथायोग्य पावलं उचलली जात आहेत; फक्त बांगलादेशचा सत्ताधारी पक्ष सत्तेवर येण्यासाठी, त्यांच्याबद्दल कृतज्ञता प्रकट करण्यासाठीच त्यांच्या सांगण्याप्रमाणे वागत आहे, लोकशाही उद्‌ध्वस्त करण्यासाठी हा पक्ष लोकशाही प्रक्रियेचा वापर करीत आहे. हे लक्षात घेऊन सरकारला या मूलतत्त्ववादी पक्षावर बंदी घालायला हवी. त्याचप्रमाणे राजकारणात धर्माचा वापर करण्यावरही बंदी घालायला हवी. गेल्या डिसेंबरमध्ये अत्याचार करणं हे दंगलखोरांना सरकारच्या दुर्बलतेमुळेच शक्य झालं. या मूलतत्त्ववादी, अतिरेकी आणि त्यांच्या पाठीराख्यांचे कारनामे लोकांसमोर आणल्याबद्दल तसलिमा नासरिन यांचं त्यांचा वाचक वर्ग अभिनंदनच करील.'

माझं अभिनंदन काही लोकांनी केलं खरं पण त्याहीपेक्षा शिव्याशापच माझ्या वाट्याला अधिक आले. आरोपांना तर अंत नव्हता. मी म्हणे मुसलमानांचे बारा वाजवले, मुसलमान असूनही मुसलमानांची बदनामी केली, बांगलादेशात कुठल्याही प्रकारची सांप्रदायिकता नाही, मी जे लिहिलं आहे ते खोटं लिहिलं आहे, आपल्या

अवस्थेसाठी हिंदू स्वतःच जबाबदार आहेत, थोड्याशा कारणावरून भारतात पळत जातात, मी हिंदूंच्या हातातली बाहुली झाले आहे, हिंदू मूलतत्त्ववाद्यांनी मला पुरस्कार दिला आहे, त्यांनीच माझ्याकडून 'लज्जा' लिहवून घेतली- इत्यादी इत्यादी. मूलतत्त्ववादी तर टीका करीतच; पण बुद्धिजीवी म्हणून ओळखले जाणारे अहमद छफा म्हणाले, "'लज्जा' ही एक फालतू कादंबरी आहे- अगदी तिसऱ्या दर्जाची." हे पुस्तक भारतातल्या त्यांच्या मुसलमान भाईंना संकटात आणील अशी त्यांची खात्री होती; म्हणूनच आपल्या जातभाईंवर कुठल्याही प्रकारचं संकट न येवो म्हणून ते अल्लाकडे प्रार्थना करीत. त्यांनी लिहिलं, 'तसलिमा नेहमी वाईट भागच मोठा करून पाहते. तसलिमाचं 'लज्जा' हे पुस्तक म्हणजे गटारींचं सर्वेक्षण वाटतं. तिच्या इतर कादंबऱ्याही फालतू आहेत- सभ्य लोकांनी स्पर्शही करू नयेत, अशा लायकीच्या.' हुमायून आजाद यांनी लिहिलं, 'तसलिमाचे लेखन अत्यंत खालच्या दर्जाचं आहे. तिच्या लेखनातला बराचसा भाग असत्यानं भरलेला, पुनरावृत्ती असलेला आणि केवळ खपाकडे दृष्टी ठेवून लिहिलेला असतो.'

परंतु अनेक लेखकांनी 'लज्जा'वर बंदी घालण्याचा निषेध केला. यामुळे या टीकेनंतरही मला बरं वाटलं. अब्दुल गफ्फार चौधुरी यांच्याशी माझी कधीही भेट झाली नव्हती की ओळखही नव्हती. लंडनमध्ये बसून ते बांगलादेशातील वृत्तपत्रांसाठी स्तंभलेखन करीत. 'भोरेर कागज'मध्ये त्यांनी लिहिलं, 'तसलिमांचं साहित्य, वक्तव्य व मतांची कुणीही समीक्षा करीत नाही, तर व्यक्ती तसलिमा याच सगळ्यांच्या टीकेचा विषय आहेत.' माझं व्यक्तिजीवन, आनंद पुरस्कारप्राप्ती, 'लज्जा'चं लेखन यांच्याबद्दल देशात जे घडत होतं, त्या सर्वांबद्दल त्यांनी आपलं मत प्रकट केलं होतं- 'तसलिमा नासरिन यांच्या लेखनाबद्दल कुठलीही चर्चा चालू नाही. चर्चेच्या नावाखाली सुरू आहे, ती त्यांचा न्यायनिवाडा करण्याची सभा. या न्यायालयातील स्वनियुक्त न्यायाधीश हिंस्र व घातक असे मूलतत्त्ववादी आहेत. त्यांच्या पाठीशी त्यांना मदत करणारं सत्तेवर असलेलं सरकार आहे आणि ज्युरींच्या आसनावर बसलेले आहेत आमचे धर्मनिरपेक्ष आणि प्रगतिशील बुद्धिजीवी- ते स्वतःच द्विधा आहेत. त्यांच्यापैकी कुणाचंही लेखन वाचून वाटतं की, त्यांच्यापैकी कोणाला तसलिमाबद्दल व्यक्तिगत असूया आहे, कोणाच्या मनात आपल्याला आनंद पुरस्कार मिळाला नाही याबद्दलची निराशा आणि क्षोभ आहे, कोणाच्या मनात तसलिमाला छोटं दाखवून आपण मोठं दिसावं अशी वासना. म्हणूनच त्यांच्या लेखनात विषयापेक्षा व्यक्तीला अधिक महत्त्व दिलेलं दिसतं आणि निरोगी चर्चेऐवजी ग्राम्य भाषेतील तोंडपाटीलकी दिसते.

'आनंदबाजार' पत्रिकेचं सध्याचं धोरण सांप्रदायिक नाही, तिचं सध्याचं धोरण लोकशाहीवादी आणि व्यावसायिक नफा मिळवण्याचं आहे. बांगलादेशातील एक

राष्ट्रीय संस्था म्हणून बांगला ॲकॅडमीनं कोलकात्याच्या एका खासगी प्रकाशन संस्थेचं अर्थसाहाय्य न स्वीकारून चांगलं केलं आहे; पण म्हणून ढाक्याच्या कुणा कलाकारानं वा साहित्यिकानं त्या संस्थेचा पुरस्कार स्वीकारू नये, असं म्हणण्यात काहीही अर्थ नाही. आनंद पुरस्कार प्रदान करण्यामध्ये पक्षपातीपणा असू शकतो; पण सांप्रदायिक हेतू नाही. तसलिमांच्या 'निर्वाचित कॉलम' या पुस्तकात स्त्रीच्या अधिकार आणि प्रतिष्ठेसंदर्भात मुसलमान आणि हिंदू अशा दोन्ही धर्मांतील रीतीरिवाजांवर, समजुतींवर आणि नियमांवर आक्रमण केलेलं आहे. आनंद पुरस्कारामुळे बहुधा या असांप्रदायिक धाडसीपणालाच गौरवण्यात आलं आहे; पुस्तकाच्या केवळ साहित्यिक अंगाला नव्हे.

'ज्या साहित्यकृतीचा उद्देश एखाद्या विशिष्ट आंदोलनाला वा क्रांतीला पुढे नेणं हा असतो, तिच्यामध्ये नेहमीच शाश्वत साहित्याचे अपेक्षित असे कलागुण असत नाहीत. ज्या नजीम हिकमत किंवा मायकोव्हस्की यांचा आपण एवढा उदोउदो करतो, त्यांच्या अधिकांश राजकीय कवितांमध्ये साहित्यगुण आहेत का? तसलिमा नासरिन यांची 'लज्जा' ही कादंबरी एका विशेष काळाच्या विशिष्ट प्रयोजनासाठीची तत्क्षणी साहसी साहित्यकृती आहे; तिच्यामध्ये उत्कृष्ट साहित्यातील स्थायी प्रसादगुणांची आपले बुद्धिजीवी कशी काय अपेक्षा करू शकतात? बी.जे.पी. तसलिमा नासरिन यांच्या 'लज्जा' कादंबरीचा आपल्या राजकीय स्वार्थासाठी वापर करीत आहे, हा काय तसलिमांचा अपराध आहे का? अलीकडेच लंडनमध्ये बी.जे.पी.ची एक छोटी प्रचारपुस्तिका माझ्या हाती आली. तिचं नाव होतं 'बांगलादेशात अल्पसंख्याकांवर अत्याचार', त्यात बी.जे.पी.चं स्वतःचं असं कोणतंही वक्तव्य किंवा मतप्रदर्शन नव्हतं. ढाका आणि चट्टोग्रामहून प्रकाशित होणाऱ्या वेगवेगळ्या दैनिकांमधून अल्पसंख्याकांवरील अत्याचार आणि मंदिरं फोडण्याच्या लहान-मोठ्या अशा पंचवीस बातम्यांचं त्यात जसंच्या तसं पुनर्मुद्रण करण्यात आलं आहे. या दैनिकांमध्ये मौलाना मन्नान यांच्या 'इन्किलाब' या दैनिकाचाही समावेश आहे. मग यावरून असं समजायचं का की, ही दैनिकं भारतीय जनता पार्टीची प्रचारपत्रं आहेत किंवा बी.जे.पी.कडून पैसे घेऊन त्यांनी या बातम्या छापल्या आहेत! बांगलादेशात अल्पसंख्याकांवरील अत्याचार रोखण्यात सध्याच्या सरकारच्या विफलतेमुळे आम्हा बुद्धिजीवींचा एक अंश जितका शरमिंदा आणि संतप्त नाही, त्यापेक्षा अधिक तसलिमा यांच्या 'लज्जा' लिहिण्यामुळे अधिक लज्जित आणि क्षुब्ध आहे. सेल्युकस, किती विचित्र आहे हा बांगलादेश!'

१९९२ मध्ये चट्टोग्रामहून 'ग्लानी' नावाचं एक संकलन प्रकाशित झालं होतं. 'ग्लानी' या पुस्तकात १९९० मध्ये झालेल्या सांप्रदायिक अत्याचारांचे काही फोटो, फोडलेल्या मंदिरांचे फोटो आणि हिंदूंच्यावर मूलतत्त्ववाद्यांनी केलेल्या

अत्याचारांची माहिती होती. त्या 'ग्लानी'वर सरकारनं बंदी घातली. 'लज्जा'वरही बंदी घातली. नामवंत लेखक सेलिना हुसेन यांनी 'ग्लानी' आणि 'लज्जा'बद्दल लिहिलं, 'दोन्ही पुस्तकांबद्दल असं म्हणण्यात आलं आहे की, ही पुस्तकं वाचकांच्या मनात सांप्रदायिक द्वेष जागृत करतील. त्यामुळे ही दोन्ही पुस्तकं वाचकांच्या डोळ्यांपुढून दूर न्या. जणू सरकारला वाटत होतं की, ही दोन पुस्तकं लपवून ठेवल्यानं देशातील विस्फोटक सांप्रदायिक परिस्थिती शांत होऊन जाईल.'

'राष्ट्रीय कविता उत्सवा'चं १९८९ चं घोषवाक्य होतं 'सांप्रदायिकतेविरुद्ध कविता.' घोषणेत म्हणण्यात आलं होतं, 'कवितेचा जन्म प्रेम आणि माणुसकीमधून होतो असा आमचा विश्वास आहे. कविता कुठलाही संप्रदाय मानीत नाही... आता माणुसकीचा, असांप्रदायिकतेचा काळ आहे. आम्ही आमची प्रत्येक ओळ आणि कडवं, प्रत्येक उपमा, उत्प्रेक्षा, रूपक, आमचा स्वर, आमचा प्रत्येक काव्यसंग्रह असांप्रदायिक माणसांना, सांप्रदायिकतेच्या विरोधात माणुसकीचं अस्त्र हाती घेऊन उभी राहतील, अशा माणसांना अर्पण करतो.'

ही माणुसकीच या भूखंडातील माणसांसाठी अभिमानाची गोष्ट आहे. सांप्रदायिक सलोख्यासंदर्भात बांगलादेशच्या सध्याच्या सरकारचं जे धोरण आहे, ते ज्याप्रमाणे दुःखदायक, त्याचप्रमाणे लज्जास्पद आहे. सरकारनं अजाणतेपणेच 'ग्लानी' आणि 'लज्जा' हे दोन शब्द स्वतःच्या खांद्यावर उचलून घेतले आहेत. सरकारनं इच्छा केल्याबरोबर ते या 'ग्लानी' आणि 'लज्जे'तून मुक्त होऊ शकेल का?

'लज्जा' पुस्तकाच्या संदर्भात माझ्या मनात जो संकोच आणि ग्लानी होती, ती बुद्धिजीवींनी जेव्हा या पुस्तकाच्या बाजूनं आपली मतं मांडली, तेव्हा थोडी दूर झाली. डॉ. मुहम्मद अनिसुल हक यांनी लिहिलं, 'तसलिमा नासरिन यांचं 'लज्जा' हे पुस्तक आमच्या देशात सांप्रतकाळी चालू असलेल्या सांप्रदायिक पाशविकतेच्या विरोधात एक जोरदार असा प्रतिवाद आहे, विरोधाचा स्वर आहे... हे पुस्तक अर्थातच या देशात काही जणांना संतापजनक वाटण्याची शक्यता आहे. विशेषतः धार्मिक सलोखा बिघडवण्याची ज्यांची निंदनीय भूमिका आणि कृत्यं आहेत, त्यांना तर हे पुस्तक संतापजनक वाटेलच. जे सत्य असतं, ते चिरकाल सत्यच असतं, दडपून टाकण्याचा प्रयत्न केल्यानं सत्य हे काही खोटं ठरत नाही.' डॉ. हक स्वतः माझ्या घरी येऊन हा लेख ज्या 'तृतीय धारा' या नियतकालिकात छापला गेला होता, त्या नियतकालिकाची एक प्रत मला देऊन गेले. जाताना ते म्हणाले, ''आज बोस्नियात तिथले सर्ब लोक मशिदी पाडत आहेत- आपल्या देशातले मूलतत्त्ववादी आता इथलं एखादं तरी चर्च पाडतील का? नाही. ते चर्च पाडणार नाहीत. सरकारही चर्च पाडू देणार नाहीत. कारण तसं झालं तर इंग्रज आणि अमेरिकन साम्राज्यवादी नाराज होतील.''

हसन फिरदौस हे एक धाडसी पत्रकार आहेत. अमेरिकेत राहतात. नियमितपणे बांगलादेशमधल्या वृत्तपत्रांमध्ये लिहितात. त्यांनीही लिहिलं, 'एखाद्या पुस्तकाचा गळा दाबून खून करता येत नाही; पण त्याच्यावर बंदी घालता येते, ते पुस्तक जाळून टाकता येते. पुस्तकात जे सत्य सांगितलेलं असतं, त्या सत्यामुळे कुणी अडचणीत येत असेल, त्रस्त होत असेल, तर त्या पुस्तकावर बंदी घालण्याचा, त्याला वाचकांच्या नजरेपासून लपवण्याचा प्राणपणानं प्रयत्न केला जातो. सत्याला सामोरं जाण्यापेक्षा त्याचा गळा दाबून खून करणं, त्याला लपवण्याचा प्रयत्न करणं हे खूप सोपं असतं, म्हणूनच असं केलं जातं. सत्ताधीश आणि त्यांचे समर्थक सतत हाच प्रयत्न करीत आले आहेत; पण ते सत्याला दडपू शकले नाहीत. सॉक्रेटिसला मारून टाकण्यात आलं; पण त्यानं जे सत्य सांगितलं, ते लपवता आलं का? हिटलरनंही पुस्तकं जाळली; पण अखेर इतिहासाच्या उकिरड्यात तो स्वतःच फेकला गेला. 'लज्जा' हे पुस्तक म्हणजे फक्त १९९२ च्या दंग्याची कहाणी नाही. तो बांगलादेशात सुप्त असलेल्या सांप्रदायिकतेचा पुराव्यासहित लिहिलेला दस्तऐवज आहे.'

जतीन सरकार यांनी 'आजकेर कागज' दैनिकात 'लज्जा'वर घातलेल्या बंदीसंदर्भात एक प्रदीर्घ लेख लिहिला. त्यांनी लिहिलं, 'लज्जा' पुस्तकावर बंदी घालणाऱ्यांनी आपल्या निर्लज्जपणाचाच ढळढळीत पुरावा दिला आहे. ते म्हणतात हे काही बेकायदा नाही. पुस्तकावर बंदी घालण्याचा कायदा त्यांचाच आहे. हा कायदा त्यांना वसाहतवादी राष्ट्रव्यवस्थेकडून (इंग्रजांकडून) वारसाहक्कानं मिळाला आहे. त्या वसाहतवादी व्यवस्थेविरुद्ध-इंग्रजांविरुद्ध संघर्षामध्ये अनेकांनी आपले प्राण दिले आणि स्वातंत्र्य मिळवलं. ते स्वातंत्र्यही स्वैराचारी लोकांच्या दावणीला बांधलं होतं. स्वैराचाऱ्यांपासून मुक्ती मिळवण्यासाठीही लोकांना रक्त सांडावं लागलं. त्यानंतर स्वैराचारमुक्त देशात लोकशाही पद्धतीनं जे सत्तेवर आले, त्यांच्या हातूनही शासनाचं हत्यार म्हणून त्या स्वैराचाराच्या कायद्यांचा वापर- खरं तर गैरवापर- झाला. हीच देशाच्या जनतेला शरम वाटायला लावणारी गोष्ट आहे. तरीही, जनतेच्या डोक्यावर जे लोक शासक म्हणून बसलेले आहेत, त्यांना मात्र याची काहीही लाजलज्जा नाही. जर लाजलज्जा असती, तर घृणास्पद वसाहतवादी आणि स्वैराचारी राज्यकर्त्यांनी तयार केलेल्या कायद्यांबद्दल त्यांना घृणा वाटली असती आणि जनमताचं भयही वाटलं असतं.

'लज्जा, घृणा, भय या तीन गोष्टी नकोतच' हा मंत्र शासकांनी पक्का आत्मसात केला आहे. शासकांना जर काही लाज-शरम असती, तर वसाहतवादी पूर्वसूरींचे अन्यायकारक कायदे वापरून त्यांनी कुठल्याही लेखकाचं पुस्तक जप्त केलं नसतंच; उलट तो अन्यायकारक कायदाच रद्द करून विवेकी लेखकाला

लेखनस्वातंत्र्य प्रदान केलं असतं, त्यावर गदा आणली नसती. पण तसं करणं शासकांना शक्य नाही; कारण त्यांना लज्जा आणि भय राहिलेलंच नाही.'

'लज्जा' ही माझी लज्जा नाही, ती खरं तर या देशाच्या लज्जेचंच भाषारूप आहे,' असंही त्यांनी लिहिलं. बंगाली लोकांमध्ये कधीच सांप्रदायिकता नव्हती असं जतीन सरकार यांचं मत होतं. 'सांप्रदायिक राष्ट्र असलेल्या पाकिस्तानच्या विरुद्ध प्राणपणानं संग्राम करून असांप्रदायिक बंगाल्यांनी असांप्रदायिकतेला आपल्या देशाचं एक अविच्छेद्य अंग बनवलं आहे. परंतु सगळ्याच देशांमध्ये चंद्राला असलेल्या कलंकाप्रमाणे काही कुलांगार असतात- बांगलादेशमध्येही असे कुलांगार होते आणि आहेत. या कुलांगारांनी, अस्तनीतल्या निखाऱ्यांनी स्वातंत्र्ययुद्धातही देशाचा विरोध केला होता. देशाला स्वातंत्र्य मिळाल्यानंतरही हे कुलांगार सतत देशाच्या तोंडाला काळं फासण्यात व्यस्त आहेत. हे संख्येनं नगण्य आहेत; पण या दुर्जनांच्या घृणास्पद कारवायाच बहुसंख्य सज्जनांना आणि संपूर्ण देशाला कलंकित आणि लज्जित करतात.'

'लज्जा' लिहून तो कलंक आणि लज्जा मी कितपत दूर करू शकले? मी विचार केला- जी गोष्ट मी लिहिली, ती गोष्ट तर सगळ्यांनाच ठाऊक आहे. त्यात नवीन काहीच नव्हतं. बऱ्याच ऐकिवात असलेल्या, ठाऊक असलेल्या गोष्टीच मी सांगितल्या होत्या. मी रोज ज्या गोष्टींवर विचार करी, ज्या गोष्टी नातेवाइकांबरोबर, स्नेह्यांबरोबर बोले, जे प्रतिवाद करी, जो क्षोभ रोज व्यक्त करी, जो विरोधाचा अग्नी माझ्या हृदयातून झरे, त्यांपैकी अगदी थोडाच भाग 'लज्जा'मध्ये व्यक्त झाला होता. मला आणि माझ्या प्रगतिशील मित्रांना ठाऊक आहे की, आमच्यापुढचा मार्ग काट्यांनी भरलेला आहे. पण आम्ही थांबूनच राहिलो, तर मार्गात आणखी काटे जमा होतील, मार्ग आणखी खडतर होईल. ज्या मार्गानं जाण्याचं सर्वांनाच साहस नाही, त्या मार्गानं आम्हाला जायलाच हवं हे आम्हाला ठाऊक आहे. आम्हाला कुणाशीही समझोता करून चालणार नाही. आता स्पष्टपणे दोन पक्ष आहेत. एकीकडे प्रतिक्रियाशील आहेत, दुसरीकडे प्रगतिशील आहेत. प्रतिक्रियाशील गट समाजाला हजार वर्षं मागे घेऊन जाऊ इच्छितो; अंधश्रद्धा, कुसंस्कार, हिंसा, द्वेष, भय या गोष्टी माणसांमध्ये रुजवू इच्छितो. या प्रतिक्रियाशील गटाला आमच्या लोकशाही सरकारचा पाठिंबा आहे, पाठबळ आहे. त्यांच्या हाती अस्त्र आणि अर्थ आहे. आमच्या हातात काहीही नाही; पण हृदयात विश्वास आहे- समता आणि साम्य यांच्यावरचा विश्वास.

इकडे रोजच मूलतत्त्ववाद्यांच्या दैनिकांमधून मला देशद्रोही, धर्मद्रोही म्हणून शिव्या देण्यात येत होत्या. मूलतत्त्ववादी शिव्या देणारच, हे मला ठाऊक होतं; पण जे आपण मूलतत्त्ववादी नाही असं म्हणत, प्रगतिशील मुखवटा घालून

आमच्यामध्ये फिरत, त्यांचे काही काही चेहरे मी ओळखू शकत होते- नव्यानं, आणखी नीटपणे ओळखू शकत होते. फरहाद मजहर आणि अहमद छफा यांनी 'लज्जा'ला दोष दिला होता. त्यांनी लिहिलं होतं, 'लज्जा हे पुस्तक दोन बंगालच्या माणसांमध्ये बाधा आणीत आहे. दोघांमध्ये दंगा घडवण्याची परिस्थिती तयार करीत आहे.' फरहाद मजहर यांनी तर आणखी दोन पावलं पुढे जाऊन लिहिलं होतं, 'लेखणीच्या एका फटकाऱ्यानं (लेखिकेने) बांगलादेशला सांप्रदायिक देश करून टाकलं आहे आणि आज आम्हीच हिंदू भारताची चिंता करीत आहोत, हिंदू भारतामुळे उद्विग्न झालो आहोत. नीट विश्लेषण करून पाहिलं तर असं दिसेल की, बाबरी मशीद पाडण्याची परिस्थिती निर्माण करण्यासाठी बऱ्याच अंशी आम्हीच जबाबदार आहोत.' त्यांना वाटत होतं की, भारतातला भारतीय जनता पार्टी हा हिंदुत्ववादी पक्ष काही बांगलादेशी व्यक्तींकडून बाबरी मशीद पाडल्याच्या प्रतिक्रियांचं अतिशयोक्त विवरण असलेल्या गोष्टी लिहवून घेतो आहे. मूलतत्त्ववादी लोक अगदी हाच आरोप माझ्यावर करीत होते. म्हणे बी.जे.पी.नं मला पैसे देऊन 'लज्जा' हे पुस्तक लिहवून घेतलं! फरहाद मजहरसारख्या लोकांचा या देशात काही अभाव नव्हता, त्यात त्यांचे काही उच्चशिक्षित चाहतेही त्यांच्याभोवती होते. माशाअल्ला! शिवनारायण राय यांनी लिहिलं, 'मुखवट्याच्या आड आपण सगळेच आपापल्या संप्रदायाला, धर्माला मानत असतो. सुशिक्षित बंगाली स्वतःला आधुनिक म्हणवीत असले, तरी त्यांच्या जीवनात आणि इतिहासात त्यांनी हे मान्य केल्याचं क्वचितच दिसतं. बंगाली लोकांनी आजही आपलं हिंदूपण आणि मुसलमानपण पार करून माणूसपण प्राप्त केलेलं नाही.' ही गोष्ट शफी अहमद यांनीही मान्य केली होती. त्यांची कबुली आश्चर्यकारकच होती. त्यांनी द्विधा न होता म्हटलं होतं, 'सांप्रदायिकतेची ही चूक आपणा जवळजवळ सर्वांचीच आहे. सांप्रदायिकतेची ही जखम झाकून ठेवल्यानं किंवा ती नाहीच असं म्हटल्यानं ती नष्ट होणार नाही. ती जखम आहे हे मान्य करण्याचं साहस आपणामध्ये असायला हवं. एखादं आजारपण काय आहे हे समजल्यावरच तर त्याच्यावर उपचार करता येतात! सांप्रदायिकतेमध्येच आमचा जन्म झाला आहे. त्यानंतर आज शेहेचाळीस वर्षं आम्ही जाणता-अजाणता त्या सांप्रदायिकतेतच राहतो आहोत. केवळ सत्ताधारी शोषकाच्या शोषणाचं हत्यार म्हणून नव्हे, मुखवट्याच्या आड आम्ही जवळजवळ सगळे याचं पोषण करतो, याला वाढवतो.'

यानंतर 'लज्जा'च्या संदर्भात त्यांनी लिहिलं होतं, 'कुणीतरी याला धरून ओढावं, मुक्त करावं. मुक्त करूनच लपवलेल्या लज्जेला निर्भार, निर्मळ करायला हवं. 'लज्जा'मुळे दंगे होणार नाहीत, उलट 'लज्जा'च आम्हाला एकत्र आणील.'

सरकारची तलवार माझ्या डोक्यावर टांगलेली असताना माझ्या बाजूनं किंवा

माझ्याविरुद्ध लिहिणं ही काही सोपी गोष्ट नव्हती. तरीही धाडस करून अनेक जण लिहीत होते. जे लिहीत नव्हते, त्यांना एकतर माझं लेखन आवडत नसावं किंवा 'लज्जा'मध्ये मांडलेले मुद्दे आवडत नसावेत, 'लज्जा'चं वक्तव्य आवडत नसावं. असं होऊ शकतं; कारण मला स्वतःलासुद्धा माझं बरंचसं लेखन आवडत नाही. 'लज्जा'मधलं वक्तव्य मला आवडत असलं, तरी 'लज्जा'ची शैली माझी मलाच आवडत नाही. अगदी हेच कथानक घेऊन एक खूप हृदयस्पर्शी अशी कादंबरी लिहिण्याची संधी होती. पात्रांना अधिक जिवंत करता आलं असतं. कादंबरीत काय त्रुटी राहिल्या आहेत हे मला ठाऊक होतं आणि म्हणूनच कुणी 'लज्जा' कादंबरीची खूप प्रशंसा केली की मला संकोच वाटे. तशीच ती प्रशंसा मला प्रेरणाही देई : स्वतःची शक्ती आणि साहस न गमावता आणखी चांगलं असं काहीतरी लिहिण्याची प्रेरणा. दंभानं जर मला विवेकहीन केलं असतं किंवा आत्मप्रौढीनं मी अंध जरी झाले असते, तरीसुद्धा माझ्या या सामान्य पुस्तकाचा कोणी साहित्याचा इतिहास लिहिताना शोध घेईल किंवा हे पुस्तक ('लज्जा') देशाचा मान राखील, असा मी कधी विचारही करू शकले नसते. माझ्या पुस्तकावर बंदी घातल्यामुळे किंवा माझ्यावर प्रतिक्रियाशील गटाची जोरदार टीका होत असल्यामुळेच बहुधा माझ्याबद्दल किंवा माझ्या 'लज्जा' या पुस्तकाबद्दल बरेच जण अतिशयोक्त स्वरूपात लिहीत, अशी मला खात्री होती. बशीर अल हिलाल यांच्याशी माझी ओळख झाली नव्हती. ते देशातले एक प्रथितयश साहित्यिक आहेत. त्यांच्या एका लेखानं मी खरोखर चमकलेच. त्यांनी लिहिलं होतं, 'हिंदू हे मुसलमानांबद्दल आणि मुसलमान हे हिंदूंबद्दल लिहितील, हे तर स्वाभाविकच आहे. यामुळे देशाचं नुकसान होतं असं सरकारला वाटतं का? नाही, यानं नुकसान होत नाही, फायदाच होतो. भारतात जर मुस्लिमांवर अत्याचार झाले, तर आपण (हे पुस्तक) दाखवू शकू की, पाहा, आमच्या लेखिकेनं आमच्या हिंदूंवर ही कादंबरी लिहिली आहे. ही तर गौरवाची गोष्ट आहे, माणुसकीची गोष्ट आहे. वर भाजीपाला टाकून मासे झाकता येत नाहीत, मुळीच झाकता येत नाहीत. साहित्याचा इतिहास लिहिताना अशा प्रकारच्या पुस्तकांचाच तर शोध घेतला जाईल, त्यांची नोंद घेतली जाईल. तसलिमा नासरिन यांनी ही कादंबरी लिहिली आहे म्हणून तर त्या दिवशी आपला मान राखला जाईल. निषेधाचा सारा अंधकार भेद करून ही कादंबरीच तेव्हा उजळ मुखानं बाहेर येईल. मी तर म्हणेन की, तसलिमा नासरिन यांनी 'लज्जा' ही असामान्य कादंबरी लिहिली आहे. अशी कादंबरी आजवर या देशात लिहिली गेली नव्हती. खूप धारदार आहे ही कादंबरी. ती वाचकावर आघात करते, जोरदार आघात करते. तरीही, जे सत्य आहे तेच लेखिकेनं लिहिलं आहे. काही जणांना हे आवडणार नाही; पण हे सत्य आहे, कटू सत्य आहे. सत्याबद्दल प्रेम दाखवल्यानं या लेखिकेला त्रास भोगावा लागणार असंच मला वाटतं.'

तिकडे 'लज्जा' कादंबरीवरून पश्चिम बंगालमध्ये प्रचंड गडबड, वादविवाद चालू होते. 'लज्जा'च्या नकली प्रती छापण्यात आल्या होत्या आणि त्यांची सगळीकडे- बाजारात, रेल्वेगाड्यांत, बसगाड्यांत जोरदार विक्री होत होती. तिकडेही 'लज्जा'वर नियतकालिकांमध्ये लेख लिहिले जात होते. मैत्रेयी चट्टोपाध्याय यांनी भारतातील अल्पसंख्याक मुसलमानांवर हिंदूंकडून जे अत्याचार होतात, त्यांचं वर्णन देऊन विचारलं होतं, 'भारतात 'लज्जा' कादंबरीसारखी कादंबरी इथल्या अल्पसंख्याक मुसलमानांच्या संदर्भात का लिहिली गेली नाही?' पश्चिम बंगाल सरकारचे एक मंत्री म्हणाले, ''तसलिमा नासरिन यांच्या 'लज्जा' या पुस्तकातील वर्णन हे कुठल्याही प्रकारे बांगलादेशातील वास्तवाचे वर्णन मानणं योग्य होणार नाही.'' पश्चिम बंगालमधील कम्युनिस्ट तिथल्या अल्पसंख्याक मुसलमानांवर कुठलेही अत्याचार होऊ नयेत, यासाठी काळजी घेत होते. मुसलमानप्रेमापेक्षा यामागे त्यांचा मुसलमानांच्या मतांबद्दलचा मोहच अधिक होता. 'लज्जा' पुस्तकाला असत्य म्हणूनही जर पश्चिम बंगालमध्ये अल्पसंख्याकांना संरक्षण देण्यात येत असेल, तर मला आनंदच होता. कम्युनिस्टांच्या विधानामुळे मला वाईट वाटलं नाही, मला वाईट वाटलं, ते 'आनंदबाजार' ग्रुपनं किंवा भा.ज.प.नं माझ्याकडून हे मुस्लिमविरोधी पुस्तक लिहवून घेतलं या कम्युनिस्टांच्या वक्तव्यामुळे. 'लज्जा' हे पुस्तक मी बुद्धदेव गुह यांना अर्पण केलं होतं, म्हणूनही माझी निंदा करण्यात येत होती. कारण बुद्धदेव गुह हे भा.ज.प.चे होते आणि भा.ज.प.चा जाहीरनामा त्यांनी लिहिला होता. बुद्धदेव गुह यांच्याशी माझी ओळख 'आनंद पुरस्कार' समारंभात झाली होती. त्यांच्यासारखी प्राणवंत, रसिक आणि बुद्धिमान व्यक्ती क्वचितच दिसते. बुद्धदेव कुठंही असले, तरी मला नियमितपणे पत्रं लिहितात. त्यांच्या पत्रात त्यांच्या जंगलातील प्रवासाचं वर्णन असतं, बांगलादेश आणि बांगलादेशातील लोकांबद्दल त्यांना वाटणाऱ्या ममतेची अभिव्यक्ती असते. ते बी.जे.पी.चे समर्थक आहेत की सी.पी.बी.चे, ते धर्म मानतात की नाही, हे काहीच मला ठाऊक नाही. त्यांनी आपलं एक पुस्तक मला अर्पण केलं आहे. एखाद्या लेखकानं त्याचं एखादं पुस्तक मला अर्पण केल्याबरोबर मी त्या बदल्यात माझं एक पुस्तक त्याला अर्पण करायला हवं, असं काही नाही. मी बुद्धदेव गुह यांच्या लेखनाची चाहती आहे, त्यांच्यावर माझी श्रद्धा आहे, म्हणूनच माझं एक पुस्तक मी त्यांना अर्पण केलं आहे.

'लज्जा'चे प्रकाशक माझ्याकडे येऊन चेहरा उदास करून बसून राहिले. त्यांचा व्यवसाय होत नव्हता. 'लज्जा'ची सातवी आवृत्ती चालू होती. पुस्तकावर बंदी येण्याच्या आधी साठ हजार प्रतींची विक्री झाली होती; पण त्यामुळेही अल्ताफ हुसेन ऊर्फ मिनू यांचं दुःख जात नव्हतं. ते आता बांगलादेशमध्ये 'लज्जा'ची विक्री

करू शकत नव्हते आणि पश्चिम बंगालमध्येही 'लज्जा' पाठवू शकत नव्हते. 'लज्जा'चं हस्तलिखित मिळाल्यावर मिनूंच्या चेहऱ्यावर हसू उमटलं नव्हतं. पुस्तकजत्रेत 'लज्जा'ची विक्री पाहून त्यांच्या चेहऱ्यावर अगदी या कानापासून तर त्या कानापर्यंत हसू फुटलं होतं. आता ते हसू जाऊन मिनूंच्या चेहऱ्यावर पुन्हा उदासी उतरून आली होती. ते मला म्हणाले, "'लज्जा'वर बंदी आली. माझं तर धंदा-पाणी काहीच होत नाहीय. आता नवीन एखादं पुस्तक द्या."

आता मी कशी काय पुस्तक देणार? मी 'लज्जा' लिहिली. पुन्हा नव्यानं लिहिली. घटना तीच, तथ्यंही तीच. फक्त भाषेच्या चुका दुरुस्त केल्या होत्या, पात्रांच्या वर्णनात आणि संवादात अधिक भर घातली होती. आजवर कुठलीच कादंबरी लिहून मला समाधान मिळालेलं नाही. मी कादंबरी लिही, ती छापली जाई. पण पानं उलटल्याबरोबर शुद्धलेखनाच्या चुका, वाक्यरचनेतल्या चुका, भाषेतल्या चुका, वर्णनातल्या चुका मला दिसू लागत. मन उदास होऊन जाई. प्रकाशक छापखान्यातून बाईंडिंग होऊन आलेल्या माझ्या पुस्तकाच्या ताज्या प्रती आनंदानं नाचत-नाचत माझ्याकडे घेऊन येत; पण मी पुस्तकाच्या दोनेक पानांवर नजर फिरवताच त्यांचा तो नाच थांबून जाई, कारण माझ्या ओठांतून चुक् चुक् सुरू झालेली असे. प्रकाशक म्हणत, 'काय काय चुका आहेत? साऱ्या दुरुस्त करून द्या, पुढच्या आवृत्तीत ठीक करून घेऊ!'

काही वेळानंतर अल्ताफ हुसेन मिनू यांनी आपलं उदास तोंड उघडलं. म्हणाले, "आज खबर मिळाली की, न्यू मार्केटमधल्या पुस्तकाच्या दुकानात 'लज्जा'ची विक्री होते आहे आणि फक्त न्यू मार्केटमध्येच नव्हे, तर विज्ञानजत्रेत, फुटपाथवर, न्यूजपेपर स्टॉल्सवर, एवढंच काय फुलांच्या दुकानांतही! बिनकव्हरची प्रत ऐंशी रुपयांना, कव्हरसहित शंभर रुपयांना!"

"चाळीस रुपयांचं पुस्तक शंभर रुपयांना विकताहेत! म्हणजे वाचक साठ रुपये अधिक देऊन पुस्तक विकत घेताहेत? पुस्तकावर बंदी घातल्यानं वाचकांचं नुकसान झालं, दुसरं काही नाही." मी म्हणाले.

"तुम्हाला वाचकांच्या नुकसानीचं पडलंय; माझ्या तोट्याचा विचार नाही! कोलकात्याहून दहा हजार प्रतींची ऑर्डर होती. पाठवू शकलो नाही."

"तुम्ही आता म्हणालात की 'लज्जा'ची इथं विक्री होतेय- त्यांना पुस्तक मिळालं कसं काय? तुम्ही तर काही ते विकत नाही, नाही का?'

"आता मी कसं काय विकणार ते पुस्तक? माझ्या दुकानात दिवसातून दोनदा पोलीस येतात. 'लज्जा'च्या सगळ्या प्रती तर ते घेऊन गेले. गोडाउनमध्ये ज्या होत्या, त्याही नेल्या. बुकबाईंडरकडे ज्या होत्या, त्याही घेऊन गेले. आता तर पायरसी झाली 'लज्जा'ची. विकल्या जाताहेत त्या पायरेटेड प्रती आहेत."

"कोलकात्यात पायरेटेड प्रती विकल्या जाताहेत असं मी ऐकलं; पण इथंही? मग पुस्तकावर बंदी घालून सरकारचा काय फायदा झाला?"

"ज्या दिवशी पुस्तकावर बंदी घातली, त्याच्या दोनच दिवसांनंतर पायरेटेड प्रती बाजारात आल्या. बांगला बाजारातच काही जण हा पुस्तक पायरसीचा व्यवसाय करतात- त्यांच्यापैकीच कुणीतरी केला असावा हा प्रकार. अजूनही नक्की काही माहिती मिळाली नाही."

"पोलीस आता काय म्हणताहेत? सरकारनं तर पुस्तकावर बंदी घातली; पण तरीही पुस्तकाची विक्री चालूच आहे हे त्यांना दिसत नाही का?"

"विकणारे तर काही पुस्तक वर ठेवून विक्री करीत नाहीत. लपवून ठेवतात. अगदी हळू आवाजात, कानात सांगितल्यावर पुस्तक देतात. कागदात बांधून देतात- माझ्या माणसांनीही तीन पायरेटेड कॉपीज विकत आणल्या."

"काही काही लोक म्हणताहेत, 'लज्जा'चे प्रकाशक बंदीविरुद्ध कोर्टात का जात नाहीत? सरकारवर खटला का भरत नाहीत?"

"खटला?" मिनूंचं तोंड क्षणात एवढंसं झालं. ते इकडेतिकडे पाहू लागले. हा खटला भरण्यासाठी जेवढी हिंमत लागते, तेवढी हिंमत मिनूंमध्ये नाही, हे माझ्या लक्षात आलं. "खटला भरून काम होईल का?" मिनू म्हणाले.

"होईलसुद्धा! आणि जरी सरकारनं बंदी उठवली नाही, तरी एवढं तर स्पष्ट होईल ना की, सरकारचं हे आचरण आम्हाला मान्य नाही. कारण हे आचरण अभिव्यक्तिस्वातंत्र्याच्या विरोधात आहे, विचारस्वातंत्र्याच्या विरोधात आहे."

मिनू बराच वेळ गप्प बसले. आवाज करीत चहाचे घोट घेत राहिले. नंतर, चहासुद्धा ठेवून दिला, गार झाला म्हणून. मग नरम आवाजात म्हणाले, "आता एक नवीन पुस्तक लिहून द्या."

"नवीन पुस्तक? आता लगेच? सध्या तर मी 'लज्जा'मध्ये दुरुस्त्या करण्यात गुंतलेली आहे. हे काम आता दोन-तीन दिवसांत पूर्ण होईल."

"कितीसे दिवस लागतील नवीन पुस्तक लिहायला? लिहायला बसा आणि थेट पुस्तक पूर्ण करूनच उठा. हुमायून अहमदनी तर कितीतरी पुस्तकं एका रात्रीत लिहिलेली आहेत."

"मिनूभाई, मी हुमायून अहमदप्रमाणे लिहू शकत नाही. पुस्तक काय एका रात्रीत लिहिलं जातं का? आणि 'लज्जा'च्या दुरुस्तीचं काम चालू आहे ना! ते लवकरच संपेल. त्यानंतर मग नवीन पुस्तकाचा विचार करीन."

"एकच पुस्तक किती वेळा लिहिता? त्यात ते बंदी घातलेलं पुस्तक. तुम्ही पुन्हा लिहिलंत, तरी मी ते छापू शकणार नाही. कृपा करून मला बुडवू नका."

नाही, मिनूंना बुडवण्याचा माझा मुळीच उद्देश नव्हता. मी त्यांना 'नवीन

पुस्तक लिहीन' असं वचन दिलं आणि मला काय फक्त अल्ताफ हुसेन ऊर्फ मिनू या एकाच प्रकाशकाचा तगादा होता? मला तर आता प्रकाशकाचा चेहरा बघितल्याबरोबर कापरं भरे. मैनुल एहसान साबीर हे चांगले कथालेखक आता प्रकाशक झाले होते. त्यांनी 'दिव्यप्रकाश' नावाची प्रकाशन संस्था सुरू केली होती. काही दिवसांपूर्वीच ते माझ्या घरी प्रकाशनासाठी पुस्तक मागायला आले होते. मला म्हणाले होते, 'नासरिन, तुम्ही जर काही दिवसांत मला एक कादंबरी लिहून दिली नाहीत, तर मी मरून जाईन!'

या सगळ्या प्रकाशकांना मी कशी पुस्तकं देणार? प्रकाशकांची गर्दी दिवसेंदिवस वाढत होती. माझं तर काही फक्त लेखन हेच एकमेव काम नव्हतं. सकाळ-संध्याकाळ नोकरी होती, शिवाय घरातली सगळी उस्तवार. सात दैनिकांसाठी स्तंभलेखन. साप्ताहिक बैठक. अर्थात तिला साप्ताहिक म्हणणं बरोबर ठरणार नाही. आमची ही बैठक म्हणजे गप्पांचा अड्डा- आठवड्यातल्या कुठल्याही दिवशी आणि कुठल्याही वेळी होऊ शके. आमच्या या अड्ड्यात स्त्री-पुरुष सगळेच असत. अड्ड्यासाठी साहित्यिक असण्याचं बंधन नव्हतं. वय, व्यवसाय, राजकीय पक्ष, धर्म यांच्या संदर्भात कुठलंही बंधन किंवा अट नव्हती- खरं तर आमच्या या अड्ड्यात कुणीही धर्मविश्वासी व्यक्ती नव्हती. काही मूलभूत विषयांवर आम्ही एकमत आहोत की नाही हाच एकमेव निकष होता. लोकशाहीवर, समाजवादावर, धर्मनिरपेक्षतेवर, व्यक्तिस्वातंत्र्य आणि अभिव्यक्तिस्वातंत्र्यावर, प्रसारमाध्यमांच्या स्वातंत्र्यावर, सर्वांना अन्न-वस्त्र-निवारा-शिक्षण यांच्यासंदर्भात समान संधीवर, स्त्रीमुक्ती आणि स्त्री-पुरुष समानतेवर, समान कायद्यावर, दारिद्र्यनिवारण करण्यावर, अत्याचारांना पायबंद घालण्यावर, मूलतत्त्ववाद आणि सांप्रदायिकतेचं उच्चाटन करण्यावर सर्व जण सहमत आहेत की नाहा, हाच आमच्या 'अड्ड्या'चा एकमेव निकष होता. आमच्या चर्चांचे विषय सर्वच क्षेत्रांतील असत. समाजकारण, राजकारण, अर्थकारण, धर्म आणि कधी कधी कला आणि साहित्य. बैठकीसाठी आम्ही कुठलाही विशिष्ट दिवस आणि वेळ आधी ठरवलेला नसे, विषयही ठरलेला नसे. जेव्हा एखाद्याला वाटे, तेव्हा तो सदस्य सर्वांना चर्चेसाठी बोलवू शकत असे. बैठकीची जागासुद्धा ठरलेली नसे. पण माझ्या घरी मला नवरा-मुलं इत्यादींचा अडथळा नसल्यानं माझं घर हीच आमच्या बैठकींसाठी उत्तम जागा असे. आम्हा सर्वांमध्ये प्रचंड उत्तेजना असे, सुंदर सुंदर स्वप्नं असत आमच्या डोळ्यांत. मूलतत्त्ववादी गट हळूहळू शक्तिशाली होत असल्यानं आम्हाला चिंता वाटत असे. ही वाईट शक्ती आमचा सर्वनाश करण्यासाठी पुढे येत आहे हे आम्हाला ठाऊक होतं. आपण याविरुद्ध उभं राहिलं पाहिजे, असं आम्हा सर्वांना वाटत होतं. पूरबी बसू अमेरिकेतली मोठ्या हुद्द्यावरची नोकरी सोडून प्राणांच्या ओढीनं पुन्हा मायदेशी

परत आल्या होत्या. इथं त्या बेक्सिमको कंपनीत शास्त्रज्ञ म्हणून काम करीत आहेत. फुरसतीच्या वेळात कथा लिहितात. आता आता या अराजकाच्या वेळी कवी, कथाकार, कादंबरीकार सगळेच राजकीय विषयांवर स्तंभलेखन करीत असताना त्यासुद्धा स्तंभलेखन करीत होत्या. अलीकडे त्यांनी 'बंगाली' नावाचा एक ग्रंथ हरून हबीब यांच्याबरोबर संपादित केला. त्यानंतर जहाँगीरनगर विद्यापीठातील प्राध्यापक शफी अहमद यांच्याबरोबर 'एखनओ गॅलो ना आंधार' (अद्यापही अंधार गेलेला नाही) नावाचा एक विशाल ग्रंथ संपादित केला. हा ग्रंथ म्हणजे बाबरी मशीद पाडल्यानंतर बांग्लादेशात काही दिवस जे भयानक सांप्रदायिक अत्याचार झाले, त्या संदर्भातील नियतकालिकांमधल्या बातम्यांचं आणि लेखांचं एक संकलन होतं. शफी अहमद सावलीसारखे पूरबी बसूंबरोबर असत. त्यांना पाहून बऱ्याचदा मला ज्यॉं पॉल सार्त्र आणि सिमॉन द बोवॉं यांची आठवण येई. असामान्य अशी तत्त्वांमुळे झालेली मैत्री! जेव्हा बुद्धिजीवी समजले जाणारे फरहाद मजहर हेच हिंदूंवर झालेल्या मुसलमानांच्या अत्याचारांना अत्याचार मानायला तयार नव्हते आणि जेव्हा ते म्हणाले की, बांगलादेशची संस्कृती ही इस्लामी आहे आणि तिचं आपण रक्षण केलं पाहिजे, तेव्हा मी हादरलेच. मूर्खांची मला तितकीशी भीती वाटत नाही; पण धूर्तांची मात्र वाटते. संघटितपणे अशा मतांचा प्रतिवाद करण्याची आम्हाला आता अधिकच गरज वाटली. पूरबी बसूंनी तातडीनं मला बोलावून घेतलं. त्या म्हणाल्या, "या सगळ्याला विरोध केलाच पाहिजे. चला, एक काम करू. आज मी लिहिते, उद्या हरून लिहितील, परवा तुम्ही लिहा, त्यानंतर शफी लिहितील." आम्ही त्याप्रमाणे केलं. आम्ही कुणीही बसून राहिलो नव्हतो; पण तरीही वाटत होतं की, जणू पुरेसं काही होत नाहीय. डोळ्यांसमोर देश सडायला लागलेला सगळ्यांना दिसत होता; पण ते दिसूनही फारसे काही लोक देशाच्या भल्यासाठी उभे राहताना दिसत नव्हते. आम्ही संख्येनं कमी होतो आणि गप्प बसून राहणाऱ्यांची संख्या आमच्यापेक्षा खूप मोठी होती.

'लज्जा'मध्ये सुधारणा करण्याचं काम खूप लवकर पूर्ण झालं. हे काम मी पडल्यापडल्या केलं- बिछान्यावर नव्हे, जमिनीवर. काही दिवसांपासून माझ्या पाठीच्या कण्यात तीव्र वेदना होत होत्या. हाडांचे डॉक्टर माझ्या पाठीचा कणा तपासून आणि पाठीच्या कण्याचा एक्सरे पाहून म्हणाले, "तुम्ही चालणं-फिरणं करू नका, बाथरूमला जाऊ नका, तीन महिने जमिनीवर उताण्या झोपत जा- अगदी डाव्या-उजव्या कुशीवरसुद्धा वळत जाऊ नका." हाच होता उपाय. आजारपण काय आहे असं मी डॉक्टरांना विचारलं. ते म्हणाले, "तुमच्या पाठीचा कणा खूप सरळ आहे- हेच आहे आजारपण." हे माझ्या जन्मापासून होतं. सरळ कणा घेऊन

मी जन्मले होते. त्यामुळे मी वाकले की, ताण पडून मणके जणू बाहेर येऊ पाहत. मणके कधीही सरळ रेषेत नसतात. पाठीच्या कण्याला बाक असतो. पण माझ्या पाठीच्या कण्याला बाक असा नव्हताच. माझ्या सरळ कण्यावरती उपचार चालू राहिले- पण तो इतर सर्वांप्रमाणे बनवण्याचा काहीही उपचार उपलब्ध नव्हता. बाहेर येऊ पाहणाऱ्या मणक्यांना आतल्या सरळ रेषेत पाठवून देण्यासाठी मला उताणं पडून राहावं लागे. तीन महिने उपचार घेतल्यानंतर मी जेव्हा उभी राहीन, चालेन पण आयुष्यभर मला वाकता येणार नव्हतं. हातानं जड वजन उचलता येणार नव्हतं, झोपायचं असल्यास कडक अशा बिछान्यावर झोपावं लागणार होतं. सलग तीन महिने झोपून राहण्याचा हा 'उपाय' माझ्याकडून होणं शक्य होणार नाही, हे मला चांगलंच माहीत होतं. तरीही हॉस्पिटलमधून दोन आठवड्यांची रजा घेऊन मी घरात, जमिनीवर झोपून राहिले. कॉम्प्युटर टेबलावरून जमिनीवर घेऊन (लिहिताना उताणं पडून) की-बोर्डवर बोटं चालवी. कणा वाकणार नाही एवढंच त्यात समाधान. लिहिणं पूर्ण झाल्यावर कॉम्प्युटरवरून 'लज्जा'ची प्रिंटआउट काढली. आता ती कादंबरी पहिल्यापेक्षा दुप्पट मोठी झाली होती. लेखन पूर्ण झाल्यावर ते एकदा संपूर्ण वाचून न पाहणं ही माझी एक वाईट सवय आहे. पुन्हा वाचलं तर लेखनात मला शेकडो चुका दिसतील- विशेषतः वाक्यरचनेच्या चुका. मग पुन्हा एकदा संपूर्ण पुस्तक लिहून काढावं असं वाटेल. मग आयुष्यातही आणखी एकही पुस्तक लिहून पूर्ण होणार नाही. 'लज्जा'चा थोडा विस्तार केल्यानं माझ्या मनाला जरा बरं वाटलं; कारण काही तथ्यांचं, वस्तुस्थितीचं आता सविस्तर वर्णन केलं होतं. पण आता कोलकात्याला हे हस्तलिखित मी कसं काय पाठवणार? माझ्या घरासमोर स्पेशल ब्रँचचे दोन-तीन लोक कायम उभेच असत. पोस्ट ऑफिसमध्ये गेले तर ते लोकही माझ्या मागे येतील आणि आक्षेपार्ह गोष्ट देशाबाहेर पाठवण्याचा प्रयत्न करण्याच्या आरोपाखाली मला तुरुंगात टाकतील. मग कुणी कोलकात्याला हे हस्तलिखित घेऊन जाऊ शकेल का? मला तर देशाबाहेर पडण्याचा कुठलाच मार्ग उपलब्ध नव्हता. कारण माझा पासपोर्ट पोलिसांकडे होता. कोलकात्याला कोण जातंय, कोण जाणार आहे याची चौकशी करून पाहिली; पण 'लज्जा'चं हस्तलिखित घेऊन जाण्याचं धाडस कुणामध्येही नव्हतं. अशा अडचणीतून एकानं मला मदतीचा हात दिला, ते गृहस्थ म्हणजे मुस्तफा कमाल. मुस्तफा कमाल अगदी साधे गृहस्थ होते, बोलघेवडे होते. त्यांचे भाऊ फिरदौस वहीद हे एक नामवंत गायक होते. भावानं नाव कमावलं असलं, तरी मुस्तफा कमालनी कशातच नाव कमावलं नव्हतं. त्यांची पहिली भेट झाली होती कोलकात्यात. 'आवृत्तिलोक'च्या कार्यक्रमानंतर केलिनवर्थ हॉटेलात भोजन होतं. तिथं सुनील गंगोपाध्याय यांनी माझी त्यांच्याशी ओळख करून दिली होती. तेव्हा त्यांनी अगदी सूट-बूट-टाय असा वेश

केला होता. नंतर एके दिवशी टी शर्ट-सँडल घालून माझ्या घरी आले. आल्याबरोबर धबधब्यासारखी बोलायला सुरुवात केली. 'कशा आहात हे पाहायला आलो! बोला, काय खबर? मी परवाच कोलकात्याहून आलो. कोलकात्याला गेलो की मी सुनीलच्या घरीच राहतो. सुनील आणि स्वाती तर मला दुसरीकडे कुठं राहूच देत नाहीत. सुनीलनं तुमच्याबद्दल सांगितलं. तेव्हा मी सुनीलला म्हणालो, 'एकदा तसलिमांच्या घरी जाऊन पाहतो, कशा आहेत त्या. नवनीताला ओळखता? नवनीता देव सेन! (टीप : नवनीता देव सेन या बंगालीतील प्रसिद्ध लेखिका, अर्थशास्त्रज्ञ अमर्त्य सेन यांच्या पत्नी- *अनुवादक*) तिला ओळखतच असाल! तिनं बोलवलं होतं एकदा तिच्या घरी; पण जाणं काही झालं नाही. असो. तुमची खबर काय, बोला! कधी जाणार कोलकात्याला? तिथं तर तुमचं नाव घेतल्याबरोबर सगळे ओळखतात. बादलकडून तुमचं एखादं पुस्तक घेऊन यायचा विचार करीत होतो; पण वेळच मिळाला नाही.' एकटेच बराच वेळ बोलू शकतात मुस्तफा कमाल. 'सुनीलनं माझ्यावर एक पुस्तक लिहिलंय, वाचलंत ते? मी जे जे बोललो ते त्यानं टेप करून घेतलं. त्यानंतर एक आख्खं पुस्तकच लिहून टाकलं त्यानं!' बकबक बकबक. 'फिरदौसचं तर मी तोंड बघत नाही. भाऊ असला म्हणून काय झालं? आय डोंट केअर!' बकबक. अधूनमधून अचानक मुस्तफा कमाल माझ्या घरी उगवत. जोपर्यंत थांबत, तोपर्यंत सतत उत्साहानं बोलत राहत-जणू माझ्याशी त्यांची हजार वर्षांपासूनची मैत्री आहे. जणू मी त्यांच्या जवळच्या सगळ्या लोकांना ओळखते, अशा प्रकारे ते आपले नातेवाईक, आपले शेजारी, मित्र हे काय करताहेत, कोण काय म्हणालं याबद्दल बोलत राहत. स्वतःच्या फजितीच्या गोष्टीही अगदी सहजपणे सांगत. 'लग्न केलं, बायकोला कॅनडाला घेऊन गेलो, नंतर ती मला सोडून निघून गेली. माझं कपाळच फुटकं हो! जो व्यवसाय सुरू केला, तो बुडालाच! असे बरेच व्यवसाय बुडाले. आता नवीन व्यवसायाचा विचार करतोय. मलेशियाला नर्सेस सप्लाय करायचा व्यवसाय. त्यात बरीच डिमांड आहे. मला तर काही घर नाही, कार नाही. पैफाअडफा आज आहे, उद्या नाही. माझे सगळे भाऊ चांगल्या अवस्थेत आहेत, असोत. खरं सांगू, मी कुणालाच आवडत नाही- जरासा चक्रम आहे ना, म्हणूनच!' एकीकडे नामी-दामी लोकांमध्ये आपली ऊठबस आहे याचा त्यांना अभिमान होता, तर दुसरीकडे आपण कुणीही नाही, क्षुल्लक आहोत हेसुद्धा ते सहजपणे कबूल करीत.

तर, एकटे मुस्तफा कमालच माझ्या असहाय अवस्थेत पुढे आले आणि म्हणाले, ''हस्तलिखित पोचवायचं ना? ठीक आहे, मी घेऊन जाईन!''

''नक्की?''

''नक्की.''

"काही अडचण तर येणार नाही ना?"

"का बरं? काय होईल? कोण काय करील?"

जवळच डॉ. रशीद होते. ते म्हणाले, "या घरात जे जे येतात आणि जे जे लोक बाहेर पडतात, त्या सगळ्यांच्या मागे स्पेशल ब्रँचचे लोक फिरतात. 'लज्जा'चं हस्तलिखित पकडलं गेलं, तर सर्वनाश होईल. 'लज्जा'च्या फक्त विक्रीवरच बंदी नव्हती, तर तिचं संरक्षण करण्यावरही या देशात बंदी होती." मुस्तफा कमाल यांचा चेहरा क्षणात पांढराफटक पडला. अर्थात "लज्जा'चं हस्तलिखित मी कोलकात्यात बादल बसूंकडे पोचतं करीन' हे छाती ताणून केलेलं विधान त्यांनी मागे घेतलं नाही. फक्त 'मी या घरातून ते हस्तलिखित घेऊन बाहेर पडणार नाही, पहाटे विमानतळावर जाताना कुणीतरी ते मार्गात माझ्या हाती द्यावं,' असं ते म्हणाले. आता कोण घेणार ही जबाबदारी? हस्तलिखित घेऊन घरातून कोण बाहेर पडणार? डॉक्टर रशीद म्हणाले, "मी!" कुठला रस्ता, कुठलं वळण, कुठला वेश, कुठल्या वाहनातून उतरणार, डावीकडे की उजवीकडे, काळी ब्रीफकेस, काळा चश्मा इ. गोष्टी त्या दोघांनी ठरवून घेतल्या. कुजबुजत्या आवाजात. भिंतींनाही कान असतात ना! हस्तलिखितातून पुस्तकाचं नाव, लेखिकेचं नाव काढून टाकण्यात आलं. रात्रीच्या अंधारात, धडधडत्या छातीनं, थरथरत्या पायांनी, घामानं भिजलेल्या अंगानं ते हस्तलिखित घेऊन डॉ. रशीद बाहेर पडले. अल्लावर विश्वास असता, तर त्यांनी अल्लाच्या नावाचाही जप केला असता. रात्री डॉ. रशीद यांनी हस्तलिखित आपल्या उशीखाली ठेवून, जागूनच संपूर्ण रात्र काढून पहाटे पाच वाजता ते घराबाहेर पडले. मोहाखालीच्या सात रस्त्याचं वळण पार करून ज्या बिंदूवर त्यांनी उभं राहायचं ठरवलं होतं, त्या बिंदूवर उभं राहून, कुठूनतरी जादूमंत्रानं परग्रहावरून आलेल्या प्राण्याप्रमाणे काळ्या चश्म्याचा अचानक उदय झाल्यावर, त्यांच्या खांद्यावरच्या पिशवीमधून एक ब्राऊन कागदाचं पॅकेट- त्यात जणू टोस्ट असावेत किंवा रेडिमेड कपड्याचं सॅंपल असावं असं वाटत होतं- काळ्या चश्मेवाल्याच्या ब्रीफकेसमध्ये गेलं. निःशब्दपणे खांद्यावर शबनम बॅग असलेला दक्षिणेकडे गेला, तर काळा चश्मेवाला उत्तरेकडे गेला. दोघांसाठीही वाट पाहत असलेल्या वाहनांमध्ये ते अदृश्य झाले- कुणाच्याही पाठलागाची शिकार होण्याच्या आधीच!

'लज्जा'चं हस्तलिखित सीमा पार करून गेलं.

'लज्जा' ही कादंबरी काही मी पश्चिम बंगालमध्ये प्रकाशित करण्याच्या उद्देशानं लिहिली नव्हती. 'लज्जा' मी लिहिली होती बांगलादेशसाठी. मी 'लज्जा' नावाची एक कादंबरी लिहिली आहे हे 'आनंद पब्लिशर्स'च्या लक्षात आलं, तिकडे 'लज्जा'च्या पायरेटेड प्रती छापल्या गेल्यानंतर. अखेर पोलिसांकडे तक्रार करून

'आनंद पब्लिशर्स'नी काही 'नक्कलबाजां'ना तुरुंगात धाडलं. यामागे नैतिक कारण किती होतं आणि व्यवसायाचं कारण किती होतं, याची काही मी चौकशी केली नाही. मुस्तफा कमाल यांनी नेलेलं 'लज्जा'चं हस्तलिखित हे पहिलं हस्तलिखित होतं. त्या हस्तलिखितावरून कोलकात्यात 'लज्जा' छापली गेली.

बंदी हा प्रकार बहुधा संसर्गजन्य असावा. श्रीलंकेत 'लज्जा'वर बंदी घातली गेली आहे अशी बातमी वृत्तपत्रांत प्रकाशित झाली. तिथं 'लज्जा'वर बंदी घालायला काय कारण होतं, ते काही मला समजलं नाही.

'लज्जा'बद्दलच्या चर्चेला, टीकेला काही अंत नव्हता. चर्चा आणि टीका चालूच होती. रस्त्यावर, ट्रेनमध्ये, बसमध्ये, घराघरांमध्ये, ऑफिसांमध्ये, कोर्टांमध्ये, कचेऱ्यांमध्ये, दुकानांमध्ये, मैदानांमध्ये... माझ्या घरी शमसुर रहमान, निर्मलेंदू गुण, बिलाल चौधुरी जेव्हा गप्पा मारीत होते, तेव्हा गप्पांच्या ओघात 'लज्जा'चा विषय निघाला.

वर्तमानपत्र डोळ्यांसमोर उघडून धरून बिलाल चौधुरी म्हणाले, ''बी.जे.पी.नं म्हणे 'लज्जा' छापली आहे. अनुवादही केला आहे.''

निर्मलेंदू गुण म्हणाले, ''बी.जे.पी.ने 'लज्जा' छापली किंवा अनुवादित केली म्हणून मुल्ला लोक तसलिमाला दोष देतात; पण यात तिचा काय दोष? माझी कविता जर गुलाम आजमना आवडली, तर त्यात माझा काय दोष?''

मी म्हणाले, ''बी.जे.पी. संपूर्ण पुस्तकाचा अनुवाद कसा काय करील? 'लज्जा'मध्ये मी बी.जे.पी.च्या विरुद्ध अनेक गोष्टी लिहिलेल्या आहेत. जमाते इस्लामी आणि बी.जे.पी. यांना मी 'एकाच माळेचे मणी' असं म्हटलेलं आहे.''

शमसुर रहमान यांच्या मते 'लज्जा'मध्ये सगळं ठीक आहे; पण सांप्रदायिकतेच्या विरोधात देशात जे आंदोलन झालं, त्याचं संपूर्ण चित्र आलेलं नाही. या देशात असांप्रदायिक लोक आहेत, हे 'लज्जा' वाचून लक्षात येत नाही. मी शमसुर रहमान यांचा आरोप मान्य करून म्हणाले, ''एका क्षुब्ध हिंदू तरुणाच्या दृष्टिकोनातून सर्व घटनांचं वर्णन करण्याचा माझा हेतू होता. त्याच्या नजरेला तेव्हा असांप्रदायिक असं काही मुळीच दिसलं नाही.''

शमसुर रहमान बी.जे.पी.च्या संदर्भात म्हणाले, ''मुल्ला लोक असा प्रचार करताहेत की, 'लज्जा' कादंबरी लिहिण्यासाठी बी.जे.पी.नं तसलिमाला म्हणे पंचेचाळीस लाख रुपये दिले! कुठे आहेत ते? तसलिमा, आम्हालाही त्यातला थोडा वाटा द्या ना! सगळे पैसे एकट्याच खाणार का?''

मी म्हणाले, ''इन्किलाब दैनिकानं छापलीय ही पैशांची गोष्ट. आता सामान्य माणसांनाही वाटतंय की खरोखरच बी.जे.पी.नं मला पैसे दिले आहेत.'' शमसुर रहमान म्हणाले, ''हे लोक फक्त 'पैसे दिले' म्हणून मोकळे होतात! पुराव्यासहित

सिद्ध का करीत नाहीत? निवडणुकीच्या आधी बी.एन.पी.चे लोक म्हणत होते की, हसीना यांना म्हणे भारतानं पाचशे कोटी रुपये दिले आहेत. अवामी लीगचे लोकही म्हणत होते की, खालिदा यांना पाकिस्ताननं सहा कोटी रुपये दिले आहेत. पण अद्यापपर्यंत कुणीही या गोष्टी पुराव्यानं सिद्ध करू शकलेलं नाही.''

मी म्हणाले, ''त्याचप्रमाणे 'लज्जा' लिहिण्यासाठी मला बी.जे.पी.ने पैसे दिले असा जे प्रचार करताहेत, ते कधीही हे पुराव्यानिशी सिद्ध करू शकणार नाहीत. पण मग प्रश्न असा आहे की, हे लोक असा अपप्रचार का बरं करतात? कशासाठी करतात? ते मग काँग्रेसकडून पैसे खातात की काय? की सी.पी.एम.कडून?'' बिलाल चौधुरी 'इन्किलाब' पेपर 'धत्तेरी!' म्हणून बाजूला ठेवून म्हणाले, '''लज्जा' लिहून तसलिमांनी हिंदूंवर जितके उपकार केले आहेत, त्याहीपेक्षा अधिक उपकार केले आहेत मुसलमानांवर! मुसलमान किती माणुसकी दाखवू शकतात याचं एक उदाहरण म्हणजे 'लज्जा'. बहुसंख्याकांपैकी एका व्यक्तीनं अल्पसंख्याकांच्या बाजूनं बोलणं आणि तेसुद्धा इतक्या ठामपणे हे क्वचितच दिसतं. मुसलमान संधी मिळाल्यास या गोष्टीचा उपयोग करू शकतील. म्हणतील, 'बघा, बघा, मुसलमान किती उदार होऊ शकतात!''

मी हसले. ''बिलालभाई, नास्तिक व्यक्तीला तुम्ही छान मुसलमान बनवून टाकलंत!''

''नास्तिक तर आपण सगळेच आहोत. पण आपली नावं मुसलमान असल्यानं आपल्याला मुसलमान गोत्रातच टाकणार. इथं कुणालाही नास्तिक मानलं जात नाही. एक तर तुम्ही हिंदू असता, नाहीतर मुसलमान. नाहीतर बौद्ध किंवा ख्रिश्चन. जणू प्रत्येक व्यक्तीला धर्म हा असायलाच हवा.''

''अशिक्षित माणसाची संस्कृती म्हणजे त्याचा धर्म आणि शिक्षित माणसाचा धर्म म्हणजे संस्कृती- काय रहमानभाई, बरोबर ना?'' मी शमसुर रहमानना विचारलं.

शमसुर रहमान म्हणाले, ''शिक्षित कोण? गुलाम आझमही शिक्षित आहेत, फरहाद मजहरसुद्धा शिक्षित आहेत- दोघंही पदवीधर आहेत.''

''नाही नाही, मी ॲकॅडेमिक शिक्षणाबद्दल बोलत नाहीय. कधीच शाळा-कॉलेजात न गेलेली व्यक्तीसुद्धा सुशिक्षित असू शकते. आरज अली मातब्बुर यांचीच गोष्ट घ्या ना!'' बिलाल चौधुरी आरज अलींच्या संदर्भात उत्तेजित झाले होते. ''आरज अली खेड्यातले एक गरीब शेतकरी आहेत. पण किती सुंदर पुस्तक लिहिलंय त्यांनी! त्यांचं पुस्तक अभ्यासक्रमात लावायला हवं!'' शमसुर रहमानही म्हणाले, ''ते पुस्तक फक्त शालेय अभ्यासक्रमातच नव्हे, तर कॉलेज-युनिव्हर्सिटीच्या अभ्यासक्रमातही लावायला हवं पाठ्यपुस्तक म्हणून. ते पुस्तक वाचल्यावर धर्माच्या

संदर्भात लोकांच्या मनात प्रश्न उभे राहतील. अनेकांना त्या पुस्तकामुळे नास्तिक होण्याची प्रेरणा मिळेल.''

कुलसुमनं सगळ्यांसाठी ट्रेमधून चहा आणला. प्रत्येकाच्या हातात चहाचा कप. दरम्यान, डॉक्टर रशीदही आले आणि निःशब्दपणे बसले. डॉक्टर रशीद एके काळी जा.स.द.चे सक्रिय सभासद होते; आता निष्क्रिय. सांप्रदायिकता, अंधश्रद्धा, धर्मांधपणा यांचे प्रचंड विरोधक. विचारांचे ठाम. चहाचा घुटका घेताना एक प्रश्न माझ्या मनात डोकावला- सगळे मुसलमान जर नास्तिक झाले, तर समस्या सुटेल का? माझं मन म्हणालं, 'नाही, समस्या सुटणार नाही.' गुलाम आजम हे नास्तिक होते असा माझा पक्का समज होता. 'जमात'चे सगळे नेते मला नास्तिक वाटत. आस्तिक लोक गुलाम आजम यांचे अनुयायी, मूर्ख, बेअक्कल. त्यांच्या नाकात दोरी घालून गुलाम आजम राजकारणाचा खेळ दाखवीत. मी कप खाली ठेवून शमसुर रहमान यांना म्हणाले, ''पण मला तर असं वाटतंय की गुलाम आजम नास्तिक आहेत. इर्शादचीच गोष्ट घ्या, इर्शाद काय धर्म मानीत असत थोडेच? आता अचानक त्यांनी इस्लाम हा राष्ट्रीय धर्म म्हणून घोषित केला, ते काय त्यांनी इस्लामवरच्या प्रेमापोटी केलंय? मुळीच नाही. सत्तेच्या लोभामुळे धर्माचा वापर केलाय त्यांनी.''

''हो, पोलिटिकल इस्लाम तर असाच असणार. मलाही असं वाटतं की, जे धर्माचा राजकारणासाठी वापर करतात, त्यांना धर्म हे माणसांना मूर्ख बनवण्याचं एक अस्त्र आहे हे ठाऊक असतं. जे या अस्त्राचा स्वार्थासाठी वापर करतात, त्यांचा मुळात धर्मावर विश्वास असतो की नाही, याबद्दल मला संशयच वाटतो.''

''समजा ते धर्मावर विश्वास ठेवत असतील, तरी ते इस्लामचेच आदर्श मानीत असणार. इस्लाम मानतो की पृथ्वी दोन भागांत विभागलेली आहे- एक भाग म्हणजे दारूल इस्लाम आणि दुसरा भाग म्हणजे दारूल हरब. दारूल हरब म्हणजे इतर धर्मीयांचा प्रदेश, दारूल इस्लाम म्हणजे इस्लामचा प्रदेश. मुसलमानांचं कर्तव्य म्हणजे दारूल हरबची (इस्लामेतर धर्मीयांची) घरं पाडून, जाळून इस्लामेतर धर्मीयांना मुसलमान बनवून किंवा ते शक्य न झाल्यास त्यांचे खून करून दारूल हरबला इस्लाम बनवणं. याचा अर्थ इस्लामचं ध्येय म्हणजे संपूर्ण पृथ्वीलाच दारूल इस्लाम बनवणं. असं असेल, तर बांगलादेशमध्ये मुसलमान जे काही करताहेत, ते तर इस्लामच्या धोरणाविरुद्धचं काम नाही. इस्लाम तर त्याचं समर्थनच करतो.''

''हे काही फक्त इस्लामचंच धोरण नाही. ख्रिश्चनांचंसुद्धा असंच धोरण होतं, तसं नसतं, तर तो धर्म कुठं जन्मला आणि किती दूरवर पसरला, ते पाहा!''

''बरोबर आहे. एकेश्वरवाद्यांचा इतिहास खूप निंदनीय आहे. पण रहमानभाई, अद्यापही, या विसाव्या शतकाच्या अखेरीलासुद्धा मध्ययुगातलं ते क्रौर्य का पाहावं

लागतंय?''

''माणूस हा अद्याप माणूस झाला नाही, म्हणून!''

''पण ख्रिश्चनांमध्ये तर ख्रिश्चनेतरांना मारून टाकण्याची वृत्ती आता नाही. मुसलमानांमध्ये ती का बरं राहून गेलीय?''

''कारण मुसलमान राष्ट्रं ख्रिश्चन राष्ट्रांप्रमाणे सेक्युलर झाली नाहीत!''

''पण चळवळ- मूव्हमेंट तर होती. पॅन अरब मूव्हमेंटचीच गोष्ट घ्या. हे सेक्युलर पक्षांचं आंदोलन होतं. त्यात तर जवळजवळ सगळेच अरब देशांमधले मुसलमान होते.''

''अरब देशांमधली सेक्युलर मूव्हमेंट नष्ट होण्यामागे काही वाईट अरब नेत्यांचा हात होता, अर्थात तेही वसाहतवादी शक्तीच्या कारस्थानाचे बळी होते. वसाहतवादी शक्ती आपल्या वसाहतींमधली कुठलीही मोठी मूव्हमेंट सहन करीत नाहीत- विशेषतः ती मूव्हमेंट जर त्या शक्तीविरुद्ध आंदोलन करीत असेल, तर.''

''पण रहमानभाई, पॅन अरब मूव्हमेंट तर वसाहतवादी लोक निघून गेल्यानंतर झाली.''

डॉक्टर रशीद म्हणाले, ''साम्राज्यवादी तरी किती दूर गेले? तेलाच्या लोभानं कसंही करून मध्यपूर्वेत थांबून गेले. तेल (पेट्रोल) कोण कंट्रोल करीत होतं? ब्रिटिश लोकच. नंतर अमेरिकेनं ब्रिटिशांची भूमिका घेतली. पॅन नॅशनॅलिझमच्या नेत्यांनी तेलाची इंडस्ट्री नॅशनलाईज करण्यासाठी कमी आंदोलनं केली का?''

''इस्लामिक ब्रदरहूड या प्रकारचं मूलतत्त्ववादी आंदोलनसुद्धा साम्राज्यवाद्यांच्या विरोधातच सुरू झालं होतं ना! सेक्युलर आंदोलन नष्ट करणं ही यांचीसुद्धा एक भूमिका होती, एक धोरण होतं.'' मी म्हणाले.

''अरब नेत्यांचा एकमेकांना विरोध असल्यामुळेच ते एक होऊ शकले नाहीत. इजिप्तच्या नासेर यांची सगळ्या अरब देशांना एक करण्याची इच्छा होती. पण इतर नॅशनॅलिस्टना ते नको होतं. आज अरब देशांमध्ये जर ऐक्य असतं, तर अमेरिकेला किंवा ब्रिटनला अरब देशांमध्ये आपल्या तालावर नाचणारी बाहुली बसवता आली नसती.'' डॉक्टर रशीद म्हणाले. ते उत्तेजित झाले होते. त्यांनी घटाघटा गार चहा पिऊन टाकला.

''आता मध्यपूर्वेत जो इस्लामी मूलतत्त्ववाद वाढतोय, त्याचं कारण अरब देशांत पॅलेस्टाईनींच्या विरुद्ध इस्राईलचा दहशतवाद आहे की बर्लिन वॉल आहे? बर्लिन वॉल पडून गेली, धर्महीन सोव्हिएतचं पतन झालं, याचा अर्थ धर्महीनतेचं पतन झालं. त्यामुळे हे धर्मा, जागा हो! हे इस्लाम...''

मला थांबवून बिलाल चौधुरी म्हणाले, ''भारतीय उपखंडाचा इतिहास वेगळा आहे. इथं मूलतत्त्ववाद शक्तिशाली होण्यामागे सरकारी मदतीचाच मोठा हात

आहे.''

''ते तर आहेच. पण मूलतत्त्ववाद संसर्गजन्यही आहे. एका ठिकाणी वाढला की, दुसऱ्या ठिकाणीही वाढतो...''

शमसुर रहमान संतापानं म्हणाले, ''बांगलादेशमधले हरामजादे जमात पार्टीवाले पाकिस्तानकडे तोंड करून...''

अचानक दारावर टकटक झाली. शमसुर रहमाननी वाक्य अपूर्णच ठेवून दरवाजाकडे पाहिलं. डॉक्टर रशीद उठून दरवाजाच्या दिशेनं गेले. माझे डोळे-नाक-कान दरवाजाकडे. कुठल्याही आगंतुकाचं या घरात प्रवेश करणं योग्य नाही, ही गोष्ट सगळ्यांनाच ठाऊक होती. प्रत्येक शुक्रवारी मशिदींमध्ये नमाजानंतरच्या भाषणात मला शिव्या दिल्या जात. 'तसलिमाला फाशी द्या' अशा घोषणा देत मोर्चे निघत. अशा वेळी, कुठलाही धर्मांध मुसलमान माझ्या घरात घुसून माझ्यावर निर्ममपणे हल्ला करू शकत होता. असा कुणी मुसलमान माझ्या दरवाजात आहे का? तसं नसेल, तर मग रशीद त्या आगंतुकाला आत का येऊ देत नाहीत? दरवाजा अडवून ते त्या आगंतुकाशी बोलताहेत. काही वेळ त्याच्याशी बोलून दरवाजा उघडा ठेवूनच ते दोन पावलं माझ्या दिशेनं आले. म्हणाले, ''शनीर आखाडा भागातून चार तरुण तुम्हाला भेटायला आले आहेत.''

''नावं काय आहेत? कशासाठी आले आहेत?''

''तुम्ही ओळखणार नाही त्यांना. एकाचं नाव आहे शंकर राय.''

गुण म्हणाले, ''आत येऊ देऊ नका त्यांना. दरवाजा बंद करून टाका. कुणीतरी हिंदू नावं धारण करून बहुधा वाईट मतलबानं इथं आले असावेत.'' बोलता-बोलता ते अचानक हसले. म्हणाले, ''हिंदूंचा तरी काय भरवसा?''

रशीद पुन्हा दोन पावलं मागे जाऊन त्या तरुणांशी हळू आवाजात काहीतरी बोलले आणि वळून मला म्हणाले, ''हे बघा, ही खूप साधी माणसं आहेत. एकदा तुम्हाला नमस्कार करायला आली आहेत. म्हणताहेत, आम्ही प्रणाम करूनच जाणार.''

मी प्रणामांच्या लोभानं नव्हे, तर ही माणसं कोण आहेत, का आली आहेत किंवा इतकी माणसं इथं बसलेली आहेत, काही अघटित घडलं तर ती त्यांना अडवतील या साहसानंच म्हणाले, ''ठीक आहे, त्यांना आत यायला सांगा.''

ते चार तरुण खोलीत आले. त्यांची वयं वीस ते पंचवीसच्या दरम्यान होती. अंगावर साधे कपडे, पायांत सँडल्स. दरवाजाजवळ सँडल्स काढून ठेवून, एकदा चोहीकडे पाहून घेऊन, माझ्या दिशेनं पुढे येऊन त्यांनी आपले हात माझ्या पावलांकडे पुढे केले. मी वेगानं पाय मागे घेतले आणि उभी राहिले. मी काही विचारण्याआधीच शंकर नावाचा तरुण हात जोडून माझ्यासमोर उभा राहिला आणि

म्हणाला, ''दीदी, आपण आमच्या देवी आहात. आपल्या दर्शनानं आमचं जीवन सार्थक झालं आहे. खूप मुश्किलीनं आपला पत्ता मिळाला, दीदी. एकदा आपणाला प्रणाम करू द्या.'' तो माझ्या पावलांना स्पर्श करू लागला, तेव्हा पुन्हा मी पाय मागे घेतले. शंकर तीन जणांपैकी दोघांकडे निर्देश करून म्हणाला, ''हे माझे चुलतभाऊ आहेत.'' आणि लाल शर्टवाल्या तरुणाकडे निर्देश करून म्हणाला, ''आणि हा माझा मित्र आहे. आम्ही कॉलेजमध्ये शिकतो, दीदी.''

पुन्हा तो आपलं डोकं माझ्या पायांवर ठेवू लागला. तेव्हा मी म्हणाले, ''नाही, नाही; प्रणाम करू नका. मला असलं काही आवडत नाही. काही बोलायचं असेल तर बोला.''

''दीदी, आपली 'लज्जा' ही कादंबरी आम्ही वाचली दीदी. आमची व्यथा याआधी कुणी या पद्धतीनं सांगितली नव्हती, दीदी. आपण जे केलं आहे, ते किती महान काम आहे... आमच्या मनातल्या गोष्टी आपण लिहिल्या आहेत, दीदी!''

''हे पाहा, हिंदू-मुसलमान हा इथं महत्त्वाचा मुद्दा नाही. मी एक माणूस म्हणून माणसांच्या यातनांच्या कथा लिहिल्या आहेत. आता हे इथं बसलेले जे लोक आहेत ना, तेसुद्धा सगळे लेखक आहेत, सगळेच अन्यायाचा प्रतिवाद करीत असतात.''

''दीदी, माझ्या मावसभावाचं घर पाडून टाकलं जमाते इस्लामीच्या लोकांनी. आणि हा माझा मित्र आहे ना समीरण, त्याच्या भावाचा खून केला त्या लोकांनी.''

बोलता बोलता ते चार तरुण, मी 'नको' म्हणत असतानाही माझे पाय धरून, हुंदके देत रडू लागले. मी मोठ्या अडचणीत सापडले. त्यांना मी हातांनी धरून उठवूही शकत नव्हते आणि माझे पाय मागेही घेऊ शकत नव्हते. अवघडलेपणानं तशीच असहायपणे उभी राहिले.

रडून झाल्यावर, डोळे पुसून, शंकर आपले भाऊ आणि मित्र यांच्यासह निघून गेला.

ते निघून गेल्यावर निर्मलेंदू गुण खूप गंभीरपणे म्हणाले, '''लज्जा' लिहून तसलिमांनी बांगलादेशच्या हिंदूंवर अपकारच केले आहेत, उपकार नव्हेत.''

''म्हणजे?'' मी नवलानं गुण यांना विचारलं. इतर सगळ्यांनाही नवल वाटलं होतं.

''कसे काय अपकार केले सांगा ना!'' मी पुन्हा उत्कंठेनं विचारलं.

गुण खूप हळूहळू म्हणाले, ''हिंदूंच्या मनात जी तीव्र आग पेटलेली होती, ती तसलिमानं विझवून टाकली आहे. त्यांच्या हृदयात जो संताप जमा झाला होता, ज्या संतापामुळे ते भयंकर काहीतरी करू शकले असते, तो संताप तसलिमानं कमी केला आहे. हिंदू आता विचार करू शकतात की, त्यांच्या बाजूनं लढणारी एक व्यक्ती आहे; ते एकटे नाहीत. दुर्बलांच्या बाजूनं बलिष्ठांच्या पैकी कुणीतरी उभं

राहिलं की, दुर्बल लोक ढिले पडतात. त्यांना जी आग लावायची असते, ती आग ते लावीत नाहीत, क्षोभ प्रकट करीत नाहीत.''

आम्ही आपापले चहाचे रिकामे कप समोर घेऊन बसून राहिलो. बराच वेळ एक विषण्ण शांतता आम्हाला घेरून राहिली.

शांतिबाग भागातल्या घरात यानंतर मला फार दिवस राहणं शक्य नव्हतं. कारण घरमालक अलीकडे माझ्याकडे जरा वेगळ्याच नजरेनं पाहू लागला होता. पाच वेळा नमाज पढणारा हा घरमालक घरी 'इन्किलाब' पेपर घेत असे. शुक्रवारचा- जुम्म्याचा- नमाज पढायला मशिदीत जात असे, त्या मशिदीत नमाज झाल्यावर इमाम भाषण देत; मिलन म्हणे, 'भाषण कसलं, तसलिमा, आपणाविरुद्ध गरळ ओकतो तो! शिव्या देतो तुम्हाला!' मिलनही कधी कधी शांतिबागच्या मशिदीत जाऊन नमाज पढून येई आणि इमाम मला ज्या शिव्या देई, त्या ऐकून येई. इमाम म्हणे, 'तसलिमा नावाच्या एका कुलांगार बाईनं या देशात जन्म घेतला आहे. माझ्या बंधूंनो, ही तसलिमा इस्लामविरोधी आहे. तिनं इस्लामचा सर्वनाश केला आहे. हिंदूंकडून लाच घेऊन या पापिणीनं एक पुस्तक लिहिलं आहे. तुम्ही ते पुस्तक वाचलं नसेल, तर चांगलंच काम केलं आहे. या पुस्तकात तिनं लिहिलं आहे की, सगळे मुस्लिमधर्मीय हे घृणास्पद लोक आहेत, नीच आहेत. मुसलमानांनी म्हणे हिंदू लोकांचे खून करून हिंदूंच्या रक्ताचे पाट वाहवले आहेत. या स्त्रीनं नारीजातीला शरम आणली आहे. ही स्त्री महिलांना परपुरुषांशी संबंध ठेवायला सांगते, नवऱ्याला सोडून द्यायला सांगते, 'पतीचा त्याग करा' असं भडकवते. ही बाई धर्मावर विश्वास ठेवत नाही. म्हणते, 'अल्लाह वगैरे काही नाही.' ती म्हणते, 'मुहम्मद सल्लल्लाह अलैसलाम, अल्लाहचा प्यारा नबी हा म्हणे कामुक होता, लंपट होता, बदमाश होता. तौबा तौबा! माझ्या भावांनो, तुम्ही सरकारकडे मागणी करा की, या कुलांगार पापिणीचं एक पुस्तक नव्हे, तर जितकी म्हणून पुस्तकं तिनं लिहिली आहेत, ती सगळी जाळून टाकण्यात यावीत, त्यांच्यावर बंदी घालण्यात यावी. तिला फाशी देण्यात यावी, अशी मागणी करा. या पापिणीला फाशी झाली, तर हा देश वाचेल, इस्लाम वाचेल.'

दोन हात वर करून मशिदीत अल्लाची प्रार्थना केली जाई, त्या प्रार्थनेत तसलिमाला फाशी देऊन देशाला आणि इस्लाम धर्माला वाचवण्याची अल्लाला विनंती करण्यात येई. कधी कधी प्रार्थनेनंतर या सगळ्या 'मागण्यां'ची पत्रकं वाटली जात. हे सगळं माझा घरमालक ऐकत असे. त्याच्या भाडेकरणीला फाशी देण्याची मागणी करीत रस्त्यानं मोर्चे जात, तेसुद्धा तो पाही, त्यांच्याबद्दल दैनिकात वाचे. हॉस्पिटलला जाण्याच्या मार्गावर मी स्वतःच दोन वेळा अशा मोर्चासमोर योगायोगानं

आले. एके दिवशी रस्ता बदलून दुसऱ्या रस्त्यानं गेले. दुसऱ्या वेळी अशी संधी मिळाली नाही. रस्त्यानं विशाल मोर्चा चालला होता, त्यामुळे रिक्षा थांबली होती. माझ्या रिक्षाजवळूनच डोक्यावर गोल टोप्या घातलेले लोक मोर्चात चीत्कार करीत करीत चाललेले होते- 'तसलिमाला फाशी द्या! फाशी द्या!' माझ्याकडे तोंड झाकून घेण्यासाठी ओढणी नव्हती. सलवार-कुर्ता या वेशावर मी एप्रन घातलेला होता. मी प्राण हातात घेऊन रिक्षात बसले होते. जणू धुळीपासून चेहरा वाचवते आहे, अशा प्रकारे मी चेहऱ्याचा अर्धा भाग झाकून घेतला, नजर खालच्या दिशेनं वळवली. जणू मी लाजरी महिला आहे आणि मला परपुरुषांकडे पाहायचं नाहीय. मोर्चातल्या एखाद्यानं जर मला ओळखलं आणि जर इतरांना 'अरे, ही पाहा तसलिमा!' असं सांगितलं, तर माझं छिन्नभिन्न शरीर या रस्त्यावर पडेल, याबद्दल मला शंका राहिली नाही. माझ्या अस्थि-मांस-मज्जेचा हे लोक मार-मारून लगदा करून टाकतील, असं मला वाटलं. तो मोर्चा निघून गेल्यावर रिक्षावाल्यानं जेव्हा रिक्षा पुन्हा सुरू केली, तेव्हा थोडं पुढे गेल्यावर मी त्याला विचारलं, "कुणाविरुद्ध मोर्चा होता हा?"

"तसलिमाविरुद्ध."

"म्हणजे?"

"या लोकांची मागणी आहे की तसलिमाला फाशी द्यावी!"

"का बरं फाशी द्यावी? काय केलं तसलिमानं?"

"तसलिमानं मशीद पाडली."

"कुठली मशीद पाडली, ठाऊक आहे तुम्हाला?"

"बाबरी मशीद."

"एका एकट्या बाईनं कशी काय मशीद पाडली?"

"कशी काय पाडली ते काही ठाऊक नाही बुवा!"

"कुठं ऐकलंत तुम्ही हे?"

"ऐकतो आम्ही. दिलवर हुसेन सैदीची कॅसेट सगळीकडे वाजत असते. त्यात सांगितलंय हे."

"तसलिमाला फाशी व्हावी असं तुम्हालाही वाटतं?"

"हो तर! का बरं वाटणार नाही? सगळ्यांना तसलिमाला फाशी द्यायला हवी आहे, म्हणजे मलाही हवी आहे!"

शांतिबागेतल्या घराच्या गेटसमोर थांबून रिक्षाभाडं देऊन टाकलं. नशीब! गेटवर माझ्या नावाची पाटी होती, ती मी आधीच काढून टाकली होती.

ज्या दिवशी ही घटना घडली, त्याच दिवशी छोटोदा आपल्या एका मित्राला घेऊन मला भेटायला आला. छोटोदाला भेटून मला खूप बरं वाटलं. गीताचं वाईट

वागणं आणि सुहृदवर ती करीत असलेले अत्याचार मला बघवत नसत, म्हणून मी त्यांच्या घरी जात नसे. छोटोदा ज्या मित्राला घेऊन आला होता, त्याचं नाव होतं शफीक. तोही छोटोदाबरोबरच विमान कंपनीत नोकरी करीत होता. तो मला एक विनंती करण्यासाठी आला होता. त्याची विनंती होती की, हवाईसुंदऱ्यांना वयाच्या पस्तिसाव्या वर्षी नोकरीतून काढून टाकलं जातं, त्यांना गर्भवती झाल्यावर जी नऊ महिन्यांची रजा-मॅटर्निटी लीव्ह हवी असते ती मिळत नाही आणि काही काही जणींना पेन्शनपासून वंचित राहावं लागतं, याविषयी मी कुठंतरी लिहावं. बोलण्याच्या ओघात जेव्हा छोटोदा म्हणाला की, शफीक गाड्यांच्या खरेदी-विक्रीचा व्यवसाय करतो, जपानहून वापरलेल्या गाड्या आणून इथं विकतो, तेव्हा मी म्हणाले, ''मी विकत घेते एक कार- आजच!''

''तुला हवी असेल तर शफीक खूप कमी किमतीत कार देईल- पण आगाऊ काही रक्कम द्यायला हवी''- छोटोदा म्हणाला. असं ठरलं की, मी ताबडतोब काही रक्कम आगाऊ द्यावी. गाडी दोन आठवड्यांमध्ये येईल. मोजून पन्नास हजार रुपये मी दिले. बाकीचे तीन लाख गाडी मिळाल्यानंतर. हे पैसे 'काकली पब्लिशर्स'चे मालक कालच मला एका पुस्तकासाठी अॅडव्हान्स म्हणून देऊन गेले होते- जे पुस्तक अद्याप मी लिहिलेलं नव्हतं, ज्याचा अद्याप विचारही केला नव्हता, अशा पुस्तकाचा अॅडव्हान्स. ते पैसे घेऊन शफीक निघून गेला. गाडीशिवाय माझं इथलं फिरणं सुरक्षित नाही, याबद्दल माझी खात्री पटली होती. म्हणूनच ही व्यवस्था. हवाईसुंदऱ्यांच्या प्रश्नांबद्दल मी लेख लिहिला, तो एका नियतकालिकात छापलाही गेला. पण ती गाडी मात्र मला कधीही मिळाली नाही आणि ते पैसेही मला परत देण्यात आले नाहीत. घरातून बाहेर पडणं म्हणजे मृत्यूची जोखीम घेऊन बाहेर पडण्यासारखं होतं. पण घरात बसून राहणं तर काही मला चालणार नव्हतं. मला बाहेर पडावंच लागणार होतं. घराबाहेर ज्याप्रमाणे असंतोष वाढत होता, तसाच घराच्या आतही वाढत होता. घरमालकानं मला बाहेर काढायचं ठरवलं होतं हे मला जाणवलं होतं. माझ्याकडे पाहून घरमालक आणि त्याच्या बायकोचं भुवया आकुंचित करणं, तोंड फिरवून घेणं, मला पाहूनही न पाहिल्यासारखं करून माझ्या अंगावरून निघून जाणं या गोष्टींनी मला जाणवलं होतं की त्यांना आता माझ्याशी संपर्क ठेवायचा नव्हता, माझी खातिर करायची नव्हती. एखादा मोर्चा कुठल्याही दिवशी या घराकडेच येईल आणि या घरावर पेट्रोल टाकून घर जाळून टाकील, अशी शंका त्यांना वाटत होती हेसुद्धा मला जाणवलं. ही जोखीम पत्करायला घरमालक तयार नव्हता. हे मला सकाळ-संध्याकाळ अनुभवाला येत होतं. मी काळजीनं, चिंतेनं तडफडत होते. घरमालकानं जर आज मला घराबाहेर काढलं, तर मी जाणार कुठं? मला कुठंच आश्रय नव्हता. कुठंच, कुठल्याही प्रकारची सुरक्षितता नव्हती. खात्री

नव्हती, भरवसा नव्हता, निश्चिंतता नव्हती. कुठलाही घरमालक मला घर भाड्यानं देणार नाही. माझं हे नाव आता भयंकर नाव म्हणून ओळखलं जात होतं. लोक माझं नाव ऐकून दचकत, घाबरून जात. शाळा-कॉलेजातल्या ज्या मुली मुलांशी अरेरावीनं बोलत, मान वर करून तोऱ्यात चालत, निःसंकोचपणे वागत, त्यांना 'तसलिमा' म्हणून हिणवलं जाई. मला जाणीव होण्याआधीच 'तसलिमा' हे नाव सामान्य लोकांमध्ये पाप, कलंक, स्वैराचार, अनैतिकता, मार्गभ्रष्टता यांचं प्रतीक बनून गेलं होतं.

शांतिबागेचा रस्ता पार केल्यावर मालिबागच्या वळणावर 'ईस्टर्न हाउसिंग'ची एक दहा मजली इमारत उभी राहत असलेली मला ज्या दिवशी दिसली, त्याच दिवशी घर विकत घेण्याचा निर्णय घेऊन मी ईस्टर्न इस्टेटच्या मोतीझील इथल्या ऑफिसमध्ये गेले. फ्लॅट न पाहताच, किती किंमत- इतकी किंमत, कुठला फ्लॅट तयार आहे- नवव्या मजल्यावरचा एक नंबर बिल्डिंगमधला, आता किती पैसे द्यावे लागतील- इतके द्यावे लागतील, हा घ्या चेक, ही घ्या घराची कागदपत्रं करीत एक घर विकत घेऊन टाकलं. बँकेतून काही रकमेचं कर्ज घ्यावं लागलं, त्याची व्यवस्था त्यांनीच केली, बाकीची रक्कम हप्त्याहप्त्यानं द्यायची होती. घर विकत घेतल्यावर घराचे मालक विचारीत नाहीत की तुम्ही कुणाबरोबर राहणार, तुमचा नवरा आहे की नाही. ते फक्त तुमच्याकडे घर विकत घ्यायला पैसे आहेत का एवढंच पाहतात. पैसे असल्यावर माझं नवऱ्याविना राहणं, माझं लेखन, माझ्याविरुद्ध होत असलेली शिवीगाळ, माझ्या पुस्तकावरची बंदी, मला फाशी देण्याची होत असलेली मागणी याबद्दल कुणीही विचार करीत नाही. घर विकत घेण्याशिवाय माझ्याकडे दुसरा कुठलाच पर्याय नव्हता. प्रकाशकांनी दिलेले पैसे- ते बँकेत ठेवून, त्यांच्यावर येणाऱ्या व्याजाच्या पैशात आपण घर चालवू, असा मी विचार केला होता- नोकरीचा पगार असा कितीसा! प्रकाशकांनी दिलेले पैसे आणि बँकेत होते नव्हते तेवढे सगळे पैसे देऊन मी घर विकत घेतलं. घराची किंमत होती सत्तावीस लाख रुपये. बारा लाख रुपये रोख द्यावे लागले. बँकेचं कर्ज फेडायला जितका उशीर लागेल, तितका काळ व्याज द्यावं लागणार. मी घर विकत घेतलंय ही बातमी समजल्यावर प्रकाशक रॉयल्टीचे आणखी पैसे ॲडव्हान्स म्हणून देऊ लागले. 'काकली प्रकाशना'नं मला तीन लाख रुपये दिले, हे ऐकून 'पर्ल पब्लिकेशन'चे मिनू पाच लाख रुपये घेऊन आले. बँकेचं कर्ज फेडायला फार काळ लागला नाही. एक लाख रुपयांसाठी बाबांच्यापुढे हात पसरावा लागला. अर्थात ते पैसे मी उसने म्हणूनच घेतले. त्यांनी दिले. जमीन आणि घरं विकत घेण्याच्या बाबतीत बाबांना नेहमीच उत्साह असे. घराच्या मालकीची कागदपत्रं मिळाल्याबरोबर ठेलागाडी बोलावून शांतिबागेतून माझ्या घरातलं सामान शांतिनगरच्या नव्या घरात हलवलं.

शांतिबागेतलं घर सोडून जाताना मनाला खूप यातना झाल्या. तिथल्या घरात सर्वत्र माझ्या आठवणी विखुरलेल्या होत्या. अखेर मी आणि माझे निःश्वास त्या घराचं फाटक ओलांडून बाहेर पडलो.

'लज्जा'च्या संदर्भातला कल्लोळ महिन्यांमागून महिने चालूच होता- तो काही कमी होत नव्हता. त्या पुस्तकासंदर्भात लेखांमागून लेख प्रकाशित होतच होते. डाव्या पक्षाचे लोक म्हणत होते, 'ते एक फालतू पुस्तक आहे.' एवढंच काय, डाव्या विचारसरणीचे सिनेदिग्दर्शक मृणाल सेन म्हणाले, "'लज्जा' या पुस्तकाला पुस्तक न म्हणता दुर्गंध- कचरा म्हणणं योग्य होईल." तिकडे डाव्या विचारांचे हिंदू म्हणत होते की, 'लज्जा' हा एक पवित्र ग्रंथ आहे. बांगलादेशमधल्या चित्राच्या अगदी उलटं चित्र भारतामध्ये होतं. बांगलादेशात वामपंथी, उदारपंथी सेक्युलरिस्ट म्हणत होते की, हे एक मूल्यवान पुस्तक आहे (अर्थात बदरुद्दीन उमर यांचा अपवाद). भारतातल्या याच मानसिकतेचे लोक म्हणत होते की, 'लज्जा' म्हणजे निव्वळ कचरा आहे, दुसरं काही नाही. पश्चिम बंगालमधले थोडे- अगदी हाताच्या बोटांवर मोजता येतील इतके लोक डावीकडे झुकलेले असूनही 'लज्जा'च्या बाजूनं बोलत होते. एक कादंबरी कशा प्रकारे राजकारणाचं खेळणं बनते, ते मला विस्मयानं पाहावं लागलं. पण मला ते आणखी जवळून पाहावं लागत नव्हतं हे चांगलं होतं. पण अचानक एके दिवशी कोलकात्याच्या 'आजकाल' दैनिकाकडून बहारउद्दीन येऊन हजर झाले. त्यांच्या चेहऱ्यावर माझ्याबद्दल कौतुकाची भावना आता नव्हती. उलट अशा खाऊ की गिळू नजरेनं ते माझ्याकडे पाहत होते की, वाटलं, जणू वैतुल मुकर्रम मशिदीतून गुलाम आजम यांचा पुत्रच साक्षात माझ्यासमोर येऊन उभा राहिला आहे. 'आजकाल' हे डाव्या विचारसरणीचं दैनिक आहे. मला 'आनंद पुरस्कार' मिळाला, तेव्हा 'आजकाल' दैनिकानं माझी प्रचंड स्तुती केली होती आणि आता एका मुसलमान महिलेनं मुसलमानांना शिव्या देणारं एक पुस्तक लिहिलंय हे पाहिल्याबरोबर 'आजकाल' संतापलं, बेजार झालं. त्यामुळे आता तर काही माझी स्तुती करणं चालणार नव्हतं. स्तुती करणं सोडून त्यांनी तसलिमाची शक्य होईल तितकी छी थू करायला सुरुवात केली- विशेषतः बी.जे.पी.च्या लोकांनी 'लज्जा'चा आपल्या लाभासाठी वापर सुरू केल्यावर. मी 'लज्जा' का लिहिली, या प्रश्नाचं उत्तर मागायला बहारउद्दीन माझ्याकडे आले होते. बहारउद्दीन मूळचे आसामचे. तिथं एका कॉलेजमध्ये ते अरबी शिकवीत. नंतर ती नोकरी सोडून, कोलकात्याला येऊन स्वाती नावाच्या एका हिंदू मुलीशी लग्न करून, लालन नावाच्या एका मुलाला जन्म देऊन तिथं सुखाचा किंवा दुःखाचा संसार करीत होते. ते स्वतः गद्य-पद्य लिहीत. त्यांची काही पुस्तकंही प्रकाशित झाली

होती. बहारउद्दीन खरोखर खूप चांगलं गद्य लिहीत. ते धर्म मानीत नसत. धर्माला ते शिव्या देत, धर्माचं अवडंबर माजवणाऱ्यांनाही शिव्या देत. पण तरीही हिंदूंकडून अवहेलना आणि अपमान सहन कराव्या लागणाऱ्या भारतातील मुसलमानांबद्दल त्यांना माया वाटे. माझ्याशी त्यांचं वैर असण्याचं काही कारण नव्हतं. पण जेव्हा हिंदू राजकीय पक्षांनी मला देवीच्या पदावर बसवलेलं त्यांनी पाहिलं, तेव्हा त्यांच्या मनात माझ्याबद्दल वैर तयार झालं, विरोध तयार झाला. यामुळे ते मलाच दोष देत होते. जी गोष्ट बहार यांना समजणं शक्य नव्हतं, ती गोष्ट म्हणजे मी कुठल्या देशात बसून कुणाबद्दल लिहिलं होतं आणि का लिहिलं होतं. बहारउद्दीन डाव्या विचारसरणीचे असले, नास्तिक असले, तरी ते भारतातील अल्पसंख्याकांपैकी एक जण होते. त्यांनी अत्याचारी हिंदू पाहिले होते; अत्याचारित हिंदू पाहिले नव्हते. जी गोष्ट पाहिलेली नसते, तिची कल्पना करणं सगळ्यांनाच शक्य नसतं. ते कोलकात्याहून विमानानं आले होते म्हणून करुणेनं नव्हे, तर 'लज्जा' कादंबरीबद्दल त्यांचे जे गैरसमज होते, ते दूर करण्याच्या उद्देशानं मी त्यांच्याशी बोलायला राजी झाले. 'आजकाल' दैनिकात 'लज्जा'बद्दल खूप वादविवाद चालू होता. तो आता अगदी चरमस्थानी पोचला होता. मुसलमान मूलतत्त्ववादी नव्हेत, तर प्रगतिशील गटातल्या, एवढंच काय, स्वनामधन्य वामपंथी लेखक आणि नेत्यांनी मतं व्यक्त केली होती की : (क) मी चिथावणी देणारं लेखन केलं आहे. (ख) मी जाणता-अजाणता बी.जे.पी.-आर.एस.एस. छाप हिंदू मूलतत्त्ववादाच्या प्रवाहात वाहत गेले आहे. एवढंच काय, ईशान्य आशियाभर जे आंतरराष्ट्रीय कारस्थान चालू आहे, त्याची शिकार झाले आहे. (ग) कादंबरी म्हणून 'लज्जा' कमजोर आहे. संपूर्ण कादंबरीभर पलायनवादाची छाया दिसते.

बहार यांनी मला प्रश्न केला, "'लज्जा' संदर्भात आपणही सध्या बेचैन असाल, नाही का?" त्यांचा हा पहिलाच प्रश्न ऐकल्यावर माझ्या कपाळावर नापसंतीची आठी उमटली.

"नवल आहे! मी का बेचैन होईन? मला का अडचणीत सापडल्यासारखं वाटेल?"

"म्हणजे 'लज्जा' किंवा आपल्या इतर कुठल्याही लेखनासंदर्भात आपल्याला गोंधळात पडल्यासारखं झालं नाही की अडचणीत सापडल्यासारखं वाटलं नाही असंच ना?"

"हो. माझ्या लेखनाच्या विषयासंदर्भात मी कधीही गोंधळात पडत नाही किंवा 'एम्बॅरॅस' होत नाही. अर्थात वर्णनांमध्ये कमजोरपणा असणं, भाषेच्या वापरात कच्चेपणा असणं, पात्रांचं अधिक खोलवर जाऊन चित्रण न करणं, या संदर्भात मी जरूर बेचैन होते."

'''लज्जा' कादंबरीला बांगलादेशमध्ये मुल्लांनी आणि सरकारनंही इश्यू केला आहे. पश्चिम बंगालमध्ये आणि भारताच्या इतरही काही राज्यांमध्ये तुमच्या बेसावधपणाचा बी.जे.पी.नं फायदा घेतला आहे. संघ परिवाराच्या हातात आपण एक विपत्तीकारक अस्त्र दिलं आहे, असं आपणाला वाटत नाही?''

''आपल्या 'बेसावध' या शब्दाला माझी हरकत आहे. 'लज्जा' लिहिताना मी मुळीच बेसावध नव्हते. 'लज्जा'मध्ये एकंदर आराखड्यासंदर्भात आणि साहित्यगुणांच्या संदर्भात कमजोरी राहिली आहे हे मला मान्य आहे; पण 'लज्जा'चा विषय किंवा वक्तव्य यांच्यामध्ये कुठलीही त्रुटी नाही. मी निर्भेळ सत्यकथा लिहिली आहे. मी कुठंही म्हटलेलं नाही की, 'लज्जा'तील माहितीमध्ये, तथ्यांमध्ये चूक आहे. मी संघ परिवाराच्या हातात 'लज्जा'च्या रूपानं अस्त्र दिलं आहे, असा जे लोक प्रचार करताहेत, ते खरं तर सांप्रदायिक सलोख्याच्या बाजूनं असलेल्या एका पुस्तकाबाबत लोकांच्या मनात गोंधळ तयार करू पाहताहेत. आणि बी.जे.पी.नं जर या कादंबरीचा फायदा घेतला असेल, तर ती बी.जे.पी.ची चूक आहे, 'लज्जा' ची नव्हे.

''ते बी.जे.पी. आणि संघ परिवाराची निंदा न करता जेव्हा सांप्रदायिकतेविरुद्ध लिहिलेल्या एका पुस्तकाची आणि त्याच्या लेखिकेची निंदा करतात, तेव्हा त्यांनी मुळात 'लज्जा' हे पुस्तक वाचलं तरी आहे का, अशी मला शंका येते. धार्मिक मूलतत्त्ववाद्यांच्या बाजूनं एक शब्द तरी या पुस्तकात आहे का? नाही. पुन्हा सांगते, संघ परिवारानं जर माझं पुस्तक त्यांच्या स्वार्थासाठी वापरलं असेल, तर तो त्यांचा असभ्यपणा आहे, त्यांची चूक आहे; 'लज्जा'ची किंवा तिच्या लेखिकेची नव्हे. 'लज्जा'चं वक्तव्य त्यांच्या बाजूनं नाहीय, हे त्यांना नक्कीच ठाऊक आहे. 'धर्माचं दुसरं नाव माणुसकी होवो' हेच मी 'लज्जा'च्या पहिल्या पानावर लिहिलं आहे.''

''आर.एस.एस.च्या 'पांचजन्य' आणि 'ऑर्गनायझर' या नियतकालिकांत आपल्या कादंबरीतली काही विशेष प्रकरणं छापण्यात आली आहेत. बी.जे.पी. आणि विश्व हिंदू परिषदेनं त्या कादंबरीला प्रत्येक घरात पोचवण्याचा निश्चय जाहीर केला आहे. गरवाच दिरालं की, कोलकात्याच्या रस्त्यांवर, फुटपाथवर, पानाच्या ठेल्यांवर 'लज्जा'ची विक्री सुरू झाली आहे. तुमची कादंबरी छापण्याची कुणी परवानगी घेतली आहे का?''

''मुळीच नाही. कुठल्याही धार्मिक किंवा राजकीय पक्षाला मी 'लज्जा' छापू देत नाही, देणार नाही, छापण्याची परवानगी देण्याचा प्रश्नच येत नाही. आणि फक्त 'लज्जा'च काय, माझं कुठलंच पुस्तक छापायचा कुठलाही अधिकार त्यांना नाही.''

''मग तुम्ही पांचजन्य आणि ऑर्गनायझर यांच्यावर खटला का भरीत नाही?''

'खटला भरण्याचं काम करतील माझे पश्चिम बंगालमधले प्रकाशक- आनंद

पब्लिशर्स- त्यांनी ‘लज्जा’चे हक्क विकत घेतले आहेत. इतर भाषांमध्ये अनुवाद करण्याची आणि ते प्रकाशित करण्याची परवानगी देणं, ही त्यांचीच जबाबदारी आहे. यात जर काही समस्या आली, तर ते खटला भरतील. एवढ्यात त्यांनी काही जणांना खेचलंसुद्धा कोर्टात. ज्यांनी बेकायदा ‘लज्जा’ छापली, अशा लोकांना पोलिसांनी अटक केलीय.’’

‘‘मला वाटतंय की आपल्या कादंबरीनं इथल्या हिंदूंना आणि तिकडच्या मुसलमानांना अडचणीत आणलंय.’’

‘‘तुम्हाला असं वाटण्यामागे काहीतरी गोंधळ आहे. मी ‘लज्जा’मध्ये या देशातल्या एका प्रगतिवादी, सुशिक्षित कुटुंबाची गोष्ट सांगितली आहे. हे कुटुंब सांप्रदायिक अत्याचारांची शिकार ठरलं आहे आणि त्या कुटुंबातला एक नास्तिक, बुद्धिप्रामाण्यवादी तरुण हळूहळू हिंदू बनतो, सांप्रदायिक बनतो, भ्रष्ट होतो, राष्ट्र त्याला भ्रष्ट करतं, सरकार भ्रष्ट करतं, दिवसेंदिवस वाढत चाललेला मूलतत्त्ववाद त्याला भ्रष्ट करतो. तो पराजित होतो. या देशातले अनेक हिंदूसुद्धा हळूहळू माणसांपासून हिंदू बनले आहेत, ते राष्ट्रधर्मापुढे पराजित झाले आहेत, कार्यालयात, व्यवसाय-व्यापारात धार्मिक वैषम्यामुळे पराजित झालेले आहेत. ते या देशातले दुसऱ्या श्रेणीचे नागरिक म्हणून ओळखले जात आहेत. मी सत्य का बरं बोलू नको? सत्य कायमच सन्मानित होईल. सत्यासंदर्भात जे काही अघटित घडवतात, त्यांची खरं तर चूक असते; चूक सत्याची नसते. जे सत्याला दोष देतात, तेच या अघटित घडवणाऱ्यांचं समर्थन करतात. इथले हिंदू अडचणीत सापडतील, ही एक फालतू सबब आहे, फालतू मुद्दा आहे. जे सोईसाठी गप्प राहणं चांगलं आहे असं समजतात, ते लोक माणसांच्या शक्तीला आणि साहसाला नष्ट करतात. ते लोक भेकड असतात, स्वार्थी असतात. अल्पसंख्याकांच्या नुकसानीचे तेच प्रमुख कारण असतात. त्यांना वाटतं, चुकांकडे बोट दाखवलं तर आपण संकटात सापडू. तिकडच्या मुसलमानांच्या अडचणींच्या संदर्भात हेच म्हणावंसं वाटतं मला.’

‘‘नजीकच्या भविष्यात आपल्या लेखनाच्या संदर्भात काही अघटित घडलं, तर काय कराल? ‘लज्जा’ची जबाबदारी मान्य कराल?’’

‘‘‘लज्जा’मुळे अघटित का बरं घडेल? जे सतत अघटित घडवीत असतात, दंगली करीत असतात, त्यांच्याकडून अघटित घडेल. दंगे-अत्याचार घडतील. ‘लज्जा’ ही माणुसकीला आवाहन करणारी कादंबरी आहे. इथून पुढे असे अत्याचार होऊ नयेत, असं तिच्यामधून मी आवाहन केलं आहे. माणसाला माणसाबद्दल आपुलकी वाटावी, धर्माचं दुसरं नाव माणुसकी असावं.’’

‘‘आपली कादंबरी एकांगी आहे. आपण दंगे, बलात्कार, खून आणि मंदिरं पाडण्याची खूप वर्णनं दिली आहेत.’’

"हो, दिली आहेत. त्या घटना खरोखर घडल्या आहेत म्हणून ती वर्णनं दिली आहेत. मी तर काही कपोलकल्पित लिहिलेलं नाही."

"दंग्याच्या विरोधात चांगल्या माणसांनी केलेल्या निषेधाची वर्णनं या कादंबरीत का नाहीत? तुम्ही मुद्दाम असं केलं आहे का?"

"एका कुटुंबाच्या आठवणी, स्वप्नं, आनंद आणि वेदना यांची गोष्ट मी 'लज्जा'मध्ये सांगितली आहे. या कुटुंबातले लोक ज्या दृष्टीतून, ज्या प्रकारे या घटना पाहतात, त्याच प्रकारे मी वर्णनं केली आहेत. ते जो काही प्रतिरोध, अडचणी पाहतात, विरोध पाहतात, त्या सगळ्या विरोधांचं वर्णन 'लज्जा'मध्ये आहे. माणसांमधल्या बांधिलकीचं वर्णन आहे. मुसलमान मुलं सुरंजनला विविध प्रकारांनी मदत करतात, तेही सारं आहे. सुधामयबाबू आपला मुलगा सुरंजन याला म्हणतात, 'या देशातले लोक काय रस्त्यावर उतरले नाहीत? विरोध केला नाही त्यांनी? वर्तमानपत्रांत तर खूप लिहिलं गेलंय.' अजूनही अन्याय, अत्याचाराविरुद्ध लोक बोलताहेत. ही शक्ती सगळ्या देशांमध्ये थोडीच आहे? विरोध करायचा अधिकार तर सगळ्यांनाच मिळतो. या देशातही विरोध होतोच आहे. खरं काय ते ठाऊक आहे?- या देशात ७ डिसेंबरपासून सलग सात दिवस जे भयंकर सांप्रदायिक अत्याचार घडले, त्यांच्या तुलनेत सुजाण नागरिकांचा विरोध खूपच कमी होता. ज्या प्रमाणात अत्याचार झाले, त्याच प्रमाणात त्याला विरोधही झाला असं जर मी कादंबरीत लिहिलं असतं, तर तो खोटारडेपणा झाला असता. तुम्ही विचारलंय की, हे मी मुद्दाम केलं आहे का? हो, मुद्दामच, जाणूनबुजून केलं आहे. सत्य लिहिलं जावं, असं मला तीव्रपणे वाटलं. कुणी या सत्याचा आपल्या स्वार्थासाठी वापर करील, कुणी अनुवाद करील, कुणी निंदा करील की काय- याचा मी विचार केला नाही."

"मी ऐकलंय की, आपण कादंबरी पुन्हा विस्तार करून लिहिली आहे. यात घटना आणि पात्रं यांच्यामध्ये बदल केला का? दंग्यांना जो विरोध झाला, त्याचं तपशीलवार वर्णन नव्या मसुद्यात आहे का?"

"'लज्जा'चा मी थोडा विस्तार केला. यात मूळ घटनांमध्ये कुठलाही बदल केला नाही. पण पात्रांच्या संख्येत वाढ झाली. संवाद वाढले. अत्याचारांच्या आणखी बातम्या, वेदनांचं आणखी जादा वर्णन नव्या आवृत्तीत आहे. विरोधही आहे. दंग्यांना जितक्या प्रमाणात झाला, तितक्याच प्रमाणात आहे."

"नव्यानं लिहिण्याचं कारण काय?"

"मी खूप कमी वेळात 'लज्जा' लिहिली होती. माझ्या मनातल्या वेदना जणू हृदय फोडून बाहेर पडत होत्या. नंतर, तो मसुदा जेव्हा पुस्तकरूपानं प्रसिद्ध झाल्यावर वाचला, तेव्हा दिसलं की, अनेक ठिकाणी भाषा दुर्बल आहे, कमजोर

राहून गेली आहे- भाषेत सगळंच थोडं प्रकट करता येतं? सगळी वेदना थोडीच व्यक्त करता येते? तर, वाक्यांमध्ये सुधारणा करीत असताना विचार केला की, कादंबरीत आणखी काही पात्रं घातली, तर वाईट काय?''

''आपलं उद्दिष्ट महान आहे असं आम्हाला वाटतं. पण आपण क्षणिक आवेग आणि घाईगर्दीत चुकीच्या गोष्टींच्या बळी ठरला आहात, असं आपणाला कधीही वाटलं नाही का? उदाहरणार्थ अहिंदू सुरंजन हिंदू (हिंदुत्ववादी) बनला, त्यानं बांगलादेशला शिवी दिली, देशातून पळून जावं असं त्याला वाटलं, तो बलात्कारासारखा गुन्हा करून बसला. आपल्या लेखनात यापूर्वी मी अशी पराभूत वृत्ती- पराजयमनस्कता पाहिली नाही. आपणही पराभव मान्य केला का? हार मानली का?''

''मी डिसेंबरमधले सांप्रदायिक अत्याचार स्वत:च्या डोळ्यांनी पाहिले आहेत. 'लज्जा' कादंबरी मी क्षणिक आवेगात लिहिलेली नाही. हा आम्हा सर्वांच्या पराजयाचा इतिहास आहे. ही आपल्या सर्वांची शरम आहे. कुठल्याही सज्जन, जागरूक माणसासाठी हा पराजय खूप मर्मान्तिक आहे. माणूस असलेला सुरंजन- हिंदू-हिंदुत्ववादी बनतो, माणूस असलेला हैदर कट्टर मुस्लिम बनतो- या दोन्ही घटना सारख्याच वाईट वाटायला लावणाऱ्या आहेत. माणुसकीपेक्षा जेव्हा धर्म अधिक महत्त्वाचा बनतो, तेव्हा त्याला विरोध करणं ही माझी जबाबदारी आहे, असं मला वाटतं. 'लज्जा' लिहिण्याच्या खूप आधीपासून मी या प्रकाराचा विरोध करते आहे. धार्मिक सांप्रदायिकता आणि अत्याचार यांच्याविरुद्ध 'लज्जा' ही तीव्र प्रतिवाद आहे. 'लज्जा'मध्ये सुरंजनचं बांगलादेशला शिवी देणं हे भाषेसाठी आंदोलन केलेल्या, मुक्तियुद्ध केलेल्या साहसी, निधर्मी बांगलादेशच्या इस्लामी होण्याला, सांप्रदायिक होण्याला केलेली शिवीगाळ आहे. राष्ट्राच्या आराखड्यातून खऱ्या अर्थानं लोकशाही, धर्मनिरपेक्षता आणि बंगाली राष्ट्राचा अभिमान निघून गेल्यावर कुठलाही जागरूक माणूस- मग तो कैसर असो की सुरंजन असो- बांगलादेशला शिवी ही देणारच. त्यांचं आपल्या देशावर प्रेम आहे म्हणूनच ते देशावर टीका करतात. ते देशाला घडवणार आणि देश जर बिघडू लागला, तर ते त्याला शिव्या देणार नाहीत? खरं तर देश स्वतः होऊन नष्ट होत नसतो, काही लोक त्याला नष्ट करतात, भ्रष्ट करतात, बिघडवतात. पण ते काही लोकच जेव्हा देशातल्या बहुसंख्य लोकांना देशाला भ्रष्ट करायला सांगतात, तेव्हा देशाचं सौंदर्य म्हणून काही राहत नाही. देश हा देश म्हणून राहत नाही. सुरंजनचं देशावर प्रेम आहे म्हणूनच त्याला वेदना होतात, म्हणूनच तो शिव्या देतो. ही त्याची मातृभूमी आहे, म्हणूनच तो संरक्षणाची, सन्मानाची अपेक्षा करतो. सुरंजनची व्यर्थता, पळून जाणं, मुसलमान स्त्रीवर बलात्कार करणं, या गोष्टी काय मला हव्या आहेत? नाही. या गोष्टी मला नको आहेत. नको आहेत म्हणूनच मी त्याच्या अधःपतनाचा, त्याच्या

सर्वनाशाचा प्रतिवाद करते. या गोष्टी मला नको आहेत म्हणूनच मला 'लज्जा' लिहावी लागली. अनेक सुरंजन बांगलादेशातून का निघून गेले, हा मलासुद्धा पडलेला प्रश्न आहे. बांगलादेशातल्या अनेक हिंदूंनी भारतात जाऊन हिंदू मूलतत्त्ववादी पक्षामध्ये आपली नावं नोंदवली... का? सुरंजनसारख्या प्रतिभावान, देशप्रेमी तरुणांना देश सोडून जाणं का भाग पडलं... देशातून संघर्ष करण्याचं, लढण्याचं मनोबल हे सगळे सुरंजनसारखे तरुण कुठं हरवून बसले... हाच तर माझ्यापुढचा प्रश्न आहे. या प्रश्नाचं काहीच उत्तर सरकारकडे नाही. म्हणूनच सरकारला 'लज्जा'वर बंदी घालावी लागली. राखेखाली निखारा झाकून टाकावा लागला.

"मी पराजय मानीत नाही. हार मानीत नाही. हार मानीत नाही म्हणूनच मी 'लज्जा' लिहिली. 'लज्जा' हे काही माझं उत्तर नाही. 'लज्जा' माझा प्रतिवाद आहे. मी कधीही पराभूत मनःस्थितीची नव्हते. आताही नाही. वैषम्य, विषमता मान्य करावी, असं मला वाटत नाही. मी वैषम्य मानलं नाही आणि मानणारही नाही."

"खरंच का हिंदू बांगलादेशला शिव्या देतात? उठता-बसता शाप देतात?"

"सुरंजन हा इतर सर्वसाधारण हिंदूंसारखा नव्हता. सुरंजन कुठलाच धर्म मानत नसे. तो नास्तिक होता. पण सुरंजनलाच 'हिंदू' म्हणून त्याच्या आसपासच्या सांप्रदायिक लोकांनी लक्ष्य बनवलं. देशासंदर्भात सुरंजनची अनेक स्वप्नं होती. त्या स्वप्नांचा फुटून चुरा-चुरा झाला. सुरंजनचं मन इतकं कडवट झालं, विषाक्त झालं की, त्यानं देशाला शिव्या दिल्या. कुठलंही वैषम्य, विषमता मानायला सुरंजन तयार नव्हता म्हणून त्यानं शिव्या दिल्या. अनेक हिंदू असे आहेत की ते विषमता पाहूनसुद्धा गप्प राहतात. मनातल्या मनातसुद्धा देशाला शिव्या देण्याचं साहस त्यांच्यामध्ये नाही. आता तुम्ही विचाराल, शिव्या देणं हे मला आवडतं की नाही. नाही, मला देशाला शिव्या देणं मुळीच आवडत नाही. पण मग ज्याचं देशावर खूप प्रेम होतं, तो सुरंजन का देशाला शिव्या देतो? यामागे नक्कीच कारण आहे. त्या कारणाचा विचार न करता सुरंजननं दुःखानं, शोकानं, प्रतारणेमुळे कुठले शब्द तोंडावाटे उच्चारले, तोच महत्त्वाचा विषय का ठरतो?"

"मला तर असं वाटतं आहे की, संपूर्ण उपखंडच एका दुर्धर रोगानं जर्जर झाला आहे. विवेक काही काही ठिकाणी स्तब्ध झाला आहे. भ्रांत झाला आहे. भ्रांतीच्या हातून आपणालाही मुक्ती नाही का?"

"शरमेनं माझा विवेक तर सर्वांत अधिक शुद्ध झाला आहे, स्पष्ट झाला आहे."

फक्त सातच दिवसांपूर्वी साहाबा सैनिक परिषदेनं माझ्याविरुद्ध एक फतवा जारी केला होता. बहारउद्दीन यांनी त्या फतव्याचाही विषय काढला.

"रुशदी स्वतःच्या लेखनातील मतांवर ठाम राहिले नाहीत. त्यांनी क्षमा

मागितली. कलमा पढून ते मुसलमान झाले. आपली अवस्था तर रुशदींपेक्षा करुण आहे. सरकार आपल्या पाठीशी नाही. विरोधीसुद्धा नाहीत. लेखकसुद्धा तोंड शिवून बसले आहेत. आपण इतक्या एकाकी का? एकाकीपणा, आतला-बाहेरचा दबाव यांनी जर आपणाला क्षमा मागायला भाग पाडलं, तर काय कराल?''

''मी एकटी नाही. माझे हजारो वाचक आहेत. मी जे लिहिलं, ते सरकारला जितकं नापसंत आहे, तितकंच विरोधी पक्षांनाही आहे. दोन्ही बाजू धर्माचा मुद्दा मोडणार नाहीत. धर्म हे त्यांचं खूप मोठं हत्यार आहे. प्रगतिवादी लेखक ओठ शिवून बसले आहेत हे खरं नाही. लेखक शिबिर आणि संमीलित सांस्कृतिक जोट या लेखकांच्या संघटनांनी फतवाबाज मौलानांची तीव्र शब्दांत निंदा केली आहे. 'लज्जा'वर बंदी घालण्यात आल्यावर अनेक लेखकांनी सरकारच्या या सांप्रदायिक आचरणाचा प्रतिवाद केला आहे. जे तोंड उघडत नाहीत, ते कुठल्याच बाबतीत तोंड उघडत नाहीत. कुठलीही जोखीम घेत नाहीत. प्रवाहाविरुद्ध जाण्याची इच्छा सर्वांनाच होत नाही. बहुतांश लोक गतानुगतिक असतात. मी कधीही क्षमा मागणार नाही. रुशदींनी मागितली, तो त्यांचा निर्बुद्धपणा होता. मी प्राण गेला तरी क्षमा मागणार नाही.''

''संकट आलं तर देश सोडून पळून जाणार- दुसऱ्या कुठल्या देशात आश्रय शोधणार?''

''मी काय कमी संकटांत आहे? कितीही संकटं येवोत, मी कधीही देश सोडून पळणार नाही. मला फाशी द्यावी या मागणीसाठी सगळे मुल्ला एकजूट झाले आहेत, तरी मी ठाम उभी आहे. माझ्या आदर्शांवर मी कायम अटळ राहीन.''

''बांगलादेशमध्ये संघर्षाचा मजबूत पाया आता भुसभुशीत होऊ लागलाय का? तुम्ही घातक जमाते इस्लामीच्या हाती एक भयानक अस्त्र दिलं आहे असं तुम्हाला वाटत नाही का?''

''मजबूत पाया आता भुसभुशीत झाला आहे हे मला मान्य नाही. जेव्हा चोहीकडे विरोधाचं वातावरण असतं, तेव्हा लढाईसाठी एखादी ठिणगीसुद्धा पुरेशी असते. एकोणीसशे एक्काहत्तरचं मुक्तियुद्ध हेच सिद्ध करतं. आम्ही, जे मुक्तबुद्धी आहोत, बुद्धिप्रामाण्यवादी आणि मानवतावादावर विश्वास ठेवणारे आहोत, तेच लढाई करीत आहोत. आमची लढाई थांबणार नाही; मी ('लज्जा'च्या रूपाने) जमाते इस्लामीच्या हातात एक शस्त्र दिलं आहे, असं इथला माझा कुणी शत्रूही म्हणत नाही. आपणच म्हणताहात. त्याचप्रमाणे 'लज्जा'च्या संदर्भात इथले मूलतत्त्ववादी जे बोलताहेत, अगदी तेच तिकडे तुम्ही बोलत आहात. स्वातंत्र्याचे शत्रू असलेल्या जमाते इस्लामीच्या विरुद्ध आम्ही लढत आहोत. 'लज्जा' हे त्यांचं मान वर करून उभं राहण्याचं अस्त्र नाही, तर त्यांची मान झुकवण्याचं अस्त्र आहे. देशभर जमाते

इस्लामीच्या राजकारणावर बंदी आणण्याची मागणी होते आहे. धर्माचा व्यापार करणाऱ्या या लोकांच्या हाती मध्यपूर्वेतून पैसे आणि शस्त्रं येतात, ते नवीन पिढीच्या हातातही मोठ्या प्रमाणात पैसे आणि अस्त्रं देताहेत, आमच्या युवकांना पथभ्रष्ट करताहेत, बिघडवताहेत. देशातल्या विद्यापीठांमध्ये जमाते इस्लामीच्या 'छात्र संघटन शिबिरा'चे अत्याचार भयंकर वाढले आहेत. आम्ही १९५२ मध्ये भाषा आंदोलन आणि १९७१ मध्ये मुक्तियुद्ध केलेले नागरिक कधीही या मातीला अपवित्र होऊ देणार नाही.''

हे तर झालं पण त्यानंतरही पश्चिम बंगालमधल्या काही डाव्या बाजूच्या लोकांनी 'लज्जा' कादंबरीची निंदा करणं तिळमात्रही कमी केलं नाही. पण जेव्हा कम्युनिस्टांचे गुरू- खुद्द नंबुद्रीपाद यांनी 'लज्जा'चा उल्लेख 'एक मूल्यवान पुस्तक' असा केला, तेव्हा 'लज्जा'ची निंदा करणारे चकितच झाले. बहुसंख्याकांपैकी असूनही अल्पसंख्याकांच्या बाजूनं उभी राहिले, याबद्दल त्यांनी माझं अभिनंदन केलं. साहित्यिकदृष्ट्या 'लज्जा' हे पुस्तक निकृष्ट आहे असं जे म्हणाले होते, त्यांच्या गालावर त्यांनी एक जोरदार झापड लगावली. (अर्थात नंबुद्रीपाद साहित्यशास्त्र-सौंदर्यशास्त्र कदाचित माझ्यापेक्षा अधिक जाणत असले, तरी 'लज्जा' ही कादंबरी साहित्यमूल्यांच्या दृष्टीनं निकृष्ट आहे, ही जाणीव मला आहे.)

'आनंदबाजार पत्रिका' आणि 'आजकाल' ही पश्चिम बंगालमधली मोठी दैनिकं आहेत. 'आजकाल' डाव्या विचारसरणीकडे झुकलेलं, 'आनंदबाजार' नक्की कोणत्या बाजूला झुकलेलं ते काही मला समजलेलं नाही. तरीही एक गोष्ट जाणवली, ती म्हणजे 'आनंदबाजार' स्वतःला जरा शिष्ट समजतं- त्याचं नाक नेहमीच वर असतं- 'आजकाल'पेक्षा त्याचा खप अधिक असल्यामुळे असेल. 'आजकाल' लेखक तयार करीत नाही, तयार झालेल्या लेखकांचं लेखन छापतं.

इकडे बांगलादेशातील मूलतत्त्ववादी पक्ष आणि अहमद छफा आणि फरहाद मजहर यांची एकत्रित आघाडी, आनंदबाजार गटाला हिंदू मूलतत्त्ववाद्यांचा गट म्हणे आणि आनंद पुरस्कार मिळाल्यावर ज्यांनी मला अनंत शिव्याशाप दिले, त्यांना 'आनंदबाजार पत्रिका' दैनिकाच्या १५ ऑक्टोबरच्या अंकातील अग्रलेख वाचायची संधी मिळाली नाही. त्या अग्रलेखाचं शीर्षक होतं 'तसलिमा आणि संघ परिवार'. अग्रलेखात लिहिलेलं होतं, 'बाबरी मशिदीनंतर भारतीय जनता पार्टी आता आणखी एका खेळात मग्न आहे. फक्त भारतीय जनता पार्टीच नव्हे, संघ परिवारानंही आता बांगलादेशातील प्रगतिवादी लेखिका तसलिमा नासरिन यांच्या संदर्भात एक हीन असं कारस्थान सुरू केलं आहे. तसलिमा नासरिन यांचं 'लज्जा' नामक पुस्तक सरकारी हुकमानुसार बांगलादेशात बंदी घातलं गेलेलं पुस्तक आहे. भारतीय जनता

पार्टी अगदी बेकायदा, मूळ लेखिकेची अनुमती न घेता हे पुस्तक हिंदीत अनुवादित करून आपल्या एका नियतकालिकात प्रकाशित करीत आहे. या चौर्यकर्माबद्दल त्यांना तिळमात्रही शरम वाटत नाही. उलट या पुस्तकाचा इंग्रजीत अनुवाद करून तोही पक्षाच्या इंग्रजी नियतकालिकात क्रमशः प्रकाशित करण्यात येईल, असं त्यांनी जाहीर केलं आहे. एवढंच नव्हे, पक्ष आणि त्यांना सामील असलेले हिंदू मूलतत्त्ववादी गट हे चार राज्यांमध्ये लवकरच होणाऱ्या निवडणुकांमध्ये तसलिमा नासरिन यांच्या कादंबरीचा उपयोग करून घेऊ शकतात. गांधीयुगानंतर भारतीय राजकारणातून नीतिमत्ता, आदर्श निष्ठा, सभ्यता आणि शुद्ध आचार या गोष्टी नक्कीच लुप्त होण्याच्या मार्गावर आहेत. नीतिहीन राजकारण कुठल्या पातळीवर घसरू शकतं, याचं नवीन उदाहरण हिंदू मूलतत्त्ववाद्यांच्या या सगळ्या गटांनी आणि पक्षानं दाखवून दिलं आहे. जी साहसी लेखिका मूलतत्त्ववाद्यांच्या विरुद्ध संघर्ष करीत असल्यामुळे नजरकैदेत आहे, मुस्लिम मूलतत्त्ववादी गट जिच्या फाशीची मागणी करीत आहेत, जिच्या देशाच्या सरकारनं या संदर्भात फक्त मूक प्रेक्षकाची भूमिका घेतली आहे, तिला शेजारच्या देशातले हिंदुत्ववादी जेव्हा स्वतःचा कुटिल स्वार्थ साधण्यासाठी वापरू पाहताहेत, तेव्हा कपटीपणा आणि खोटेपणा यांनी भारतात एका मुख्य राजकीय पक्षाला कसं ग्रासलेलं आहे, हे आपल्या लक्षात येतं. या उपखंडातील आणि देशाच्या बाहेरील तसलिमा नासरिन यांच्या लक्ष लक्ष वाचकांना ठाऊक आहे की, नासरिन यांची लढाई फक्त स्त्रीच्या सन्मानासाठीच नाही, तर सर्व प्रकारच्या संकीर्णतेविरुद्ध, अंधश्रद्धांविरुद्ध आणि हिंदू-मुस्लिम निर्विशेष समस्त मूलतत्त्ववादाच्या विरुद्ध आहे. बाबरी मशीद पाडल्यानंतर बांगलादेशमध्ये ज्यांनी 'आझम-अडवाणी भाई-भाई' अशा घोषणा दिल्या होत्या, त्याच मुक्त दृष्टीच्या, सांप्रदायिक सलोख्याची कामना करणाऱ्या फॅसिझमविरोधी, प्रगतिशील बांगलादेशींच्यापैकीच एक आहेत. संघ परिवार कुठल्या नैतिकतेच्या बळावर त्यांच्या पुस्तकाचा आपल्या क्षुद्र स्वार्थाच्या सिद्धीसाठी वापर करण्याचं धाडस करतोय? या निर्लज्जपणाला तुलना नाही. तरीही आश्चर्याची गोष्ट म्हणजे तसलिमा नासरिन यांच्या कादंबरीचा गैरवापर करण्यात बी.जे.पी. आणि संघ परिवार गुंतलेला असताना या देशातले लोकशाहीवादी, धर्मनिरपेक्ष राजकीय पक्ष मात्र अगदी गप्प आहेत. तसलिमा नासरिन यांची हत्या करण्याचा फतवा निघाल्यावर या देशातल्या अनेक महिला संघटनांनी आणि काही बुद्धिवाद्यांनी त्या प्रकाराचा प्रतिवाद केला. काही मोर्चेही निघाले. पण एवढं पुरेसं आहे का हा प्रश्न उरतोच. पण संघ परिवार तसलिमांच्या पुस्तकाचा जो गैरवापर करीत आहे, त्याचा आजवर काही प्रतिवाद झाल्याचं वृत्त नाही. तरीही भारतीय जनता पार्टी आणि संघ परिवाराच्या विरोधात आमच्या देशातील धर्मनिरपेक्ष, लोकशाहीवादी पक्ष खूपच

तत्पर आहेत! संघ परिवाराच्या या धूर्तपणाकडे त्यांची दृष्टी गेली नाही. कुणाकडूनही त्याचा प्रतिवाद किंवा प्रतिकार झाला नाही, हे नवलच नाही का? तसलिमा नासरिन अयोध्याकांडानंतर जर काही सत्य बोलल्या, तर त्याबरोबर हा प्रश्नही नक्कीच उभा राहू शकतो की, त्या दिवशी बांगलादेशातील त्या परिस्थितीसाठी संघ परिवाराचे बाबरी मशीद पाडणारे हातसुद्धा जबाबदार नाहीत का? फक्त बांगलादेशच कशाला, बाबरी मशीद पाडल्यानंतर या देशात (भारतात) जितक्या दंगली झाल्या, त्यांची जबाबदारीसुद्धा हिंदू मूलतत्त्ववादी कशी काय नाकारू शकतील? तरीही त्या पाखंडी लोकांचं औद्धत्य इतकं की, ते बांगलादेशातील अल्पसंख्याकांच्या वतीनं तसलिमा नासरिन यांचं साहसी, मानवतावादी आवाहन हिंदू जागरणाच्या हेतूने जाहिरात म्हणून वापरू इच्छितात! तसलिमा नासरिन यांनी स्पष्ट भाषेत या पुस्तकाच्या पहिल्या पृष्ठापासून अखेरच्या पृष्ठापर्यंत सांगितलं आहे की, 'लज्जा'चा ठाम प्रतिवाद, ठाम विरोध हा सर्व धर्मांतील मूलतत्त्ववाद्यांच्या अधार्मिक आणि अमानवी आचरणाला आहे. दुःखाची गोष्ट म्हणजे काही तथाकथित बुद्धिजीवी आणि जाणते लेखक या परिणतीसाठी खुद्द तसलिमा नासरिन यांनाच जबाबदार धरीत आहेत. ते म्हणतात, तसलिमा नासरिन यांनी या वेळी हे पुस्तक लिहिलं नसतं, तर बरं झालं नसतं का? आमचे बुद्धिजीवी आज कुठल्या प्रकारचे जीव बनले आहेत, याची कल्पना त्यांच्या या आचरणातून येते. काही बुद्धिजीवींचा हा सल्ला जर सर्व देशांमध्ये, सर्व काळांतील अति सावधान लेखकांनी मान्य केला असता, तर पृथ्वी बहुधा अनेक युगान्तकारी ग्रंथांपासून वंचित राहिली असती. त्या बुद्धिजीवींचं असंही म्हणणं आहे की, तसलिमा नासरिन यांनी बांगलादेशातील प्रगतिशील, धर्मनिरपेक्ष, लोकशाहीवादी शक्तींचा आपल्या पुस्तकात परोक्षपणे अपमान केला आहे. हेसुद्धा खोटं आहे. सत्य हे आहे की, त्यांच्यात सदिच्छा, आस्था, साहसिकता असूनही बांगलादेशातील काही अल्पसंख्याकांना अपमान आणि अत्याचार सहन करावे लागले. प्रगतिशील बुद्धिजीवींच्या आणीबाणीच्या काळात ज्या मर्यादा दिसून येतात, त्यांच्याकडेच तसलिमा नासरिन यांचं पुस्तक अंगुलिनिर्देश करतं. खरं तर, तसलिमा नासरिन यांच्यावर बी.जे.पी.कडून पैसे घेतल्याचा आरोप न करता आमच्या अतिबुद्धिमान बुद्धिजीवींनी आत्मपरीक्षण करणं उचित होतं. तसलिमांनी बांगलादेशातील अल्पसंख्याकांच्या परिस्थितीचं वर्णन केलं आहे. आपण या देशात तसं करू शकलो नसतो का? दंग्याच्या वेळी या देशातील अल्पसंख्याकांना काय वाटतं, त्यांची मानसिक अनुभूती काय असते, हे समजून घेण्याचा प्रयत्न आपल्यापैकी किती जणांनी केला आहे? धार्मिक-सांप्रदायिक सलोख्याच्या नावाखाली आपण मोर्चे काढतो, निवेदनं देतो, पोस्टर्स छापतो, जाहिराती वाटतो- हे सगळं बरोबर आहे. प्रगतिशील आणि सांप्रदायिकताविरोधी

व्यक्तींची संख्या नगण्य आहे, हेसुद्धा बरोबर आहे. असं असूनही डाव्या पक्षाच्या सत्तेखालील या राज्यात त्या दिवशी अनेक माणसांनी दंग्यांमध्ये आपले प्राण गमावले नाहीत? हा प्रश्न विचारल्यास जर आमच्या देशातील प्रगतिशील शक्ती आणि बुद्धिजीवी वर्गाचा अपमान होत नसेल, तर तसलिमा नासरिन यांच्या संदर्भातच तो अपराध का बरं होईल?'

◆

मानवरूपी सैतान

‘निर्वाचित कॉलम’ हे माझं पुस्तक १९९१ सालच्या फेब्रुवारी महिन्यात प्रकाशित झालं. १९८९ आणि ९० मध्ये लिहिलेले लेख त्यात समाविष्ट होते. ते लेख ‘निर्वाचित’ (निवडक) न म्हणता ‘प्राप्त’ (हाताशी आलेले, उपलब्ध झालेले) असे म्हणता येतील. खोकाभाई जे लेख जमवू शकले, तेच त्यांनी पुस्तकात छापले. बरेचसे लेख हरवून गेले होते. मी कधीच माझे वर्तमानपत्रात-नियतकालिकांत प्रकाशित झालेले लेख जपून ठेवले नव्हते; कारण ते कधी पुस्तकरूपाने प्रकाशित होतील, असं मला स्वप्नातही वाटलं नव्हतं. पुस्तक प्रकाशित झाल्यावर जे वाचक पुस्तकातील माझ्या मताशी सहमत झाले नाहीत, त्यांनी नियतकालिकांमध्ये खूप टीका केली. कुणी-कुणी तर माझ्या त्या पुस्तकाच्या विरोधात संपूर्ण पुस्तकंच लिहिली. त्यांच्यापैकी काही पुस्तकं माझ्या हाती आली, काही आली नाहीत. १९९३ च्या फेब्रुवारीत ज्ञानकोशाच्या प्रकाशकांनी ‘उचित जवाब’ नावाचं एक पुस्तक मला दिलं. लेखक होते मो. मुकद्दस हुसैन. ‘निर्वाचित कॉलम’ संपूर्णच छापून, माझ्या प्रत्येक लेखाखाली आपलं स्वतःचं मत घुसडून त्यांनी हे पुस्तक प्रकाशित केलं होतं. ‘निर्वाचित कॉलम’ची तर विक्री होतच होती, ‘उचित जवाब’ची विक्रीही काही कमी होत नव्हती. ‘निर्वाचित कॉलम’पेक्षा ‘उचित जवाब’ची किंमत दहा रुपयांनी कमी होती, विक्री न होण्याचं काहीच कारण नव्हतं. कारण त्या पुस्तकात माझं संपूर्ण पुस्तकच होतं, असं प्रकाशक म्हणाले. प्रकाशकांनी धंद्याचा विचार केला. मी धंद्याचा- व्यवसायाचा नव्हे, तर मुकद्दस हुसैन यांच्या असभ्यपणाचा विचार केला. कॉपीरॉइट कायदा म्हणून कुठला कायदा या देशात आहे का, याची मी चौकशी सुरू केली. नाहिदला मी त्या संदर्भात विचारलं. नाहिद ही कायद्यासंदर्भात अभ्यास करणारी होती. माझ्या घरी ती नेहमी येत असे. माझं लेखन तिला आवडे, म्हणूनच येत असे. या नाहिदनेच एके दिवशी अति उत्साहाने कोर्टात जाण्याची गोष्ट काढली. कोर्टकचेऱ्यांसंबंधी माझ्याइतकं कमी ज्ञान असलेलं आणखी कुणी असेल असं मला वाटत नाही. आपण उगाच त्या खटल्याच्या

कामात अडकून पडू असं मला वाटल्यानं मी 'कां-कू' करीत होते; पण नाहिद म्हणाली की, मी कशातच नसले तरी चालेल, ती स्वतः राबिया भुंईयांना घेऊन खटला भरेल. पण! पण काय! कोर्टाच्या कामासाठी खूप पैसे लागतात म्हणून ऐकलं होतं. नाहिद ही राबिया भुंईयांना भेटून आली आणि मला म्हणाली, बॅरिस्टर पैसे घेणार नाहीत. राबिया भुंईयांना लोक ओळखीत. एके काळी ते कायदामंत्री होते. असे नामवंत बॅरिस्टर कॉपीराइट कायद्याचा भंग केल्याच्या गुन्ह्यासाठी 'उचित जवाब'च्या प्रकाशकाविरुद्ध लढतील, पैसे न घेता लढतील आणि मला मुळीच काही करावं लागणार नाही; वा! होऊन जाऊ द्या! मी राजी झाले. राजी झाल्यानंतर काही दिवसांतच नाहिद्च्या विनंत्या हळूहळू अधिकाधिक वाढू लागल्या- किमान एक दिवस तरी भेटा, अमुकतमुक कामासाठी तिथल्या कारकुनाला पैसे द्यावे लागतील, तेवढे द्या. मला नेऊन तिनं माझी राबिया भुंईयांशी भेटही घडवून आणली, तेव्हा राबियांच्या तोंडूनच मी ऐकलं की, कॉपीराइटसंदर्भात आजवर देशात कुणीही कुणावर खटला भरलेला नाही. बहुधा दगड-विटा-आंबे-नारळ यांच्यावरही अधिकार असू शकतो; पण पुस्तकावर असू शकत नाही. कायद्याच्या दृष्टीनं पाहिलं, तर कॉपीराइट-होल्डर (ग्रंथस्वत्त्वाधिकारी) म्हणून पुस्तकाच्या पहिल्या पानावर कुणाचंही का नाव असेना, जोवर त्या कॉपीराइटचं रजिस्ट्रेशन (निबंधीकरण) ती व्यक्ती करीत नाही, तोवर त्या कॉपीराइट-होल्डरच्या हाती कुणी रॉयल्टी देणार नाही. राबिया भुंईयांनी मला शेरे बांग्ला नगरातील बांग्लादेश सरकारच्या स्वत्त्वाधिकार ऑफिसात माझा स्वत्त्वाधिकार नोंदवण्यासाठी पाठवलं. १६ मार्च रोजी मी अर्ज केला, माझ्या स्वत्त्वाधिकाराची नोंदणी झाली १५ मे रोजी. यानंतर राबिया भुंईयांनी अर्ज लिहिला आणि ते स्वतःच जुन्या ढाक्यातल्या फौजदारी जज कोर्टात चकरा मारू लागले. अर्जाचा विषय होता- पुस्तकाच्या पायरेटेड प्रती छापणं, त्यांचं वितरण करणं आणि प्रकाशन करणं यावर बंदी घालण्यात यावी. कारण : मी (लेखिकेने) माझं पुस्तक त्या व्यक्तीच्या पुस्तकात संपूर्ण छापण्यासाठी परवानगी दिलेली नाही. 'निर्वाचित कॉलम'मधून उद्धरणं द्यायची असतील तर द्या, समीक्षा करायची असेल तर हजार पानी समीक्षेचं पुस्तक छापा- अहमद छफा आणि इतरांनी केल्याप्रमाणे! समीक्षेच्या नावाखाली मला जी शिवीगाळ करण्यात येत होती, तिच्यामुळे मला वाईट वाटत नसे, 'इन्किलाब'सारख्या दैनिकांमध्ये मला पान-पानभर शिव्या दिलेल्या असत, त्यात नवीन काहीच नव्हतं. शिव्या कोण देतं आहे, का देत आहे याची मला कल्पना असल्यानंच मला त्या शिव्या मुळीच स्पर्श करीत नसत; ना शरीराला, ना मनाला. पण माझं पुस्तक त्यांनी का चोरावं! त्या खटल्याबाबत नाहिदची उत्तेजना इतकी बेबंद होती की, त्या खटल्याच्या सुनावणीच्या वेळी एके दिवशी मला तिच्या जोरजबरदस्तीमुळे कोर्टात जावंच लागलं. कोर्टात

असंख्य टोपी-दाढीवाले लोक फिरत होते. मुकद्दस हुसैन आपल्या चेल्याचपाट्यांसहित कोर्टात उपस्थित होते. त्यांच्या बाजूनं बॅरिस्टर कुर्बान अली लढत होते. माझ्याविरुद्ध तेसुद्धा वृत्तपत्रांमध्ये निवेदनं देत. योग्य बॅरिस्टर होते खरे 'उचित जवाब'साठी. मला योग्य शिक्षा देवविल्याशिवाय ते सोडणार नव्हते. अखेर जे झालं, ते दुःखदायक होतं. निकाल माझ्याविरुद्ध लागला. माझा अर्ज फेटाळण्यात आल्याची घोषणा करण्यात आली. यानंतर मुकद्दस हुसैन 'उचित जवाब'चं पुनर्मुद्रण करूनच थांबले नाहीत, तर दोन्ही बाजूंचे कोर्टात करण्यात आलेले अर्ज आणि कोर्टाचा निकाल छापलेली पत्रकंही त्यांनी छापून वाटायला सुरुवात केली. एका पत्रकात छापलेलं होतं, 'प्रिय मुसलमान बंधू-भगिनींनो, मानवरूपी सैतानापासून सावधान!! 'उचित जवाब'चे लेखक मुहम्मद मुकद्दस हुसैन यांनी विधर्मीकडून आनंद पुरस्काराने पुरस्कृत झालेल्या, चरम इस्लाम व परम पुरुषद्वेषी तसलिमा नासरिन यांना असा काय जवाब दिला की त्यांची धारदार लेखणी बोथट होऊन गेली आणि लेखणीचा जवाब लेखणीच्या माध्यमातून न देता त्यांना 'उचित जवाब'च्या विरुद्ध कोर्टात खोटे आरोप करावे लागले? 'उचित जवाब' आता फोटोकंपोजपेक्षाही उत्तम टाइपात व आणखी बिनतोड मुद्दे घेऊन प्रकाशित झालं आहे- त्यात 'निर्वाचित कॉलम' नावाच्या वादग्रस्त पुस्तकातील प्रत्येक लेखाखाली त्याचा मुँहतोड जवाब आपणास वाचायला मिळेल!' माझ्या अर्जाच्या विरोधात प्रतिवादीच्या बाजूनं बॅ. कुर्बान अली म्हणाले, "वादी लेखिकेच्या अश्लील, अश्राव्य, असामाजिक, घाणेरड्या, धर्मविरुद्ध आणि देशद्रोही, कुरुचिपूर्ण व लैंगिक वर्णनांनी भरलेल्या अशा निंद्य पुस्तकाची रचना करण्याच्या कुठल्याही हीन उद्देशानं माझ्या अशिलानं 'उचित जवाब' हे पुस्तक लिहिलेलं नाही, तर अशा प्रकारच्या उद्धट लेखनाची तीव्र आलोचना करून त्या लेखनाला उचित असा जवाब- योग्य असं उत्तर दिलं आहे. वादीनं कॉपीराइट ऑफिसला चुकीची माहिती देऊन त्याचा कॉपीराइट रजिस्टर केला आहे. अशा प्रकारचं पुस्तक प्रकाशित करून त्याचं वितरण करणं हा बांगलादेशच्या कायद्याच्या कलम २९२ नुसार दंडनीय अपराध आहे. शिक्षेस पात्र असा गुन्हा आहे. साहित्यलेखनाच्या माध्यमातून वाईट उद्देशानं, समाजात संभ्रम निर्माण करण्याच्या हेतूनं सुसंस्कृत समाजाला वादी लेखिका असंस्कृतपणाकडे घेऊन जात आहे. प्रतिवादीचा परिचय द्यायचा झाला, तर प्रतिवादी हे एक प्रथितयश लेखक व प्रकाशक आहेत. विद्यार्थिजीवनात ते एक बुद्धिमान विद्यार्थी म्हणून प्रसिद्ध होते. त्यांना सरकारी स्कॉलरशिपही मिळत असे. माध्यमिक प्रमाणपत्र परीक्षेत त्यांनी उत्तम यश मिळवलं. ढाका कॉलेजातून आय.एस.सी. परीक्षा पास करून ढाका कॉलेजात अध्यापनाबरोबरच त्यांनी लेखन व प्रकाशन सुरू केलं. १९८७ सालापासून त्यांनी लेखन सुरू केलं. सध्या नववी व दहावी इयत्तेसाठी

निहारिका माध्यमिक भूगोल गाइड, निहारिका माध्यमिक सामान्य विज्ञान गाइड (पेपर १ व २) इ. पुस्तकांचे ते यशस्वी लेखक व प्रकाशक आहेत. त्यांची इयत्ता सहावी ते आठवीसाठी लिहिलेली बंगाली व इंग्रजी विषयांची गाइड्स विद्यार्थ्यांमध्ये प्रिय असून, त्यांना सरकारचे अनुमोदन मिळाले आहे. ते सर्जनशील लेखनाच्या माध्यमातून किशोर आणि तरुणांना मार्गदर्शन करीत असून, त्याद्वारा देशाची सेवा करीत आहेत. ते सध्या बांगलादेश सर्जनशील लेखक परिषदेच्या सहकारी संपादकपदी असून, बांगलादेशातील सर्जनशील लेखक-लेखिकांच्या कल्याणाकडे लक्ष देत आहेत.''

तसे प्रतिवादी बरेच सन्माननीय होते खरे. त्यांच्या म्हणण्यानुसार, 'वादी लेखिकेला आपल्या लेखांमधून इस्लाम धर्मावर टीका करायला द्विधा वाटत नाही, एवढेच काय, पवित्र कुराण शरीफवर टीका करून तिनं त्याच्यावर विकृत भाष्यं केली आहेत. कुराण शरीफला 'पुरुषरचित' म्हणून कुराणाच्या वाचकांना आणि मुसलमानांना तिनं 'जंगली' आणि 'मूर्ख' अशा शिव्या दिल्या आहेत. वादीचा हटवादीपणा इतका भयानक आहे की, अलीकडेच बांगलादेशच्या लोकशाहीवादी सरकारला तिच्या 'लज्जा' या कादंबरीवर बंदी घालावी लागली आहे. समाजस्वास्थ्याच्या बाबतीत सचेतन असलेल्या नागरिकांकडून आता तिच्या 'निर्वाचित कॉलम' आणि 'शोध' या दोन पुस्तकांवरही बंदी घालण्यात यावी व त्याच्या प्रती जप्त करण्यात याव्यात, अशी मागणी होत आहे. सध्या सिलेट शहरासहित देशातील विविध शहरांमध्ये तिला सात दिवसांच्या आत अटक करून तिची सगळी पुस्तकं जप्त करावीत व त्यांच्यावर बंदी घालावी, अशी मागणी जोर धरीत आहे. वरील मागण्या मान्य न झाल्यास सिलेटसह अनेक शहरांत बंद पुकारण्यात येईल, असं जाहीर करण्यात आलं आहे. वादी लेखिकेनं आपल्या कॉलममधील लेखांमधून पुरुषांच्या विरुद्ध विनाकारण बेलगाम अश्राव्य भाषा वापरून पुरुषांबद्दल महिलांच्या मनात द्वेष निर्माण करण्याचा उद्योग चालवला आहे. वादी लेखिका आपल्या लेखनातून मुस्लिम परिवार, समाज आणि व्यक्तींना अपमानित करण्याचा अतिशय निंद्य आणि हीन असा प्रयत्न करीत आहे. ती आपल्या लेखनाद्वारा देशातील प्रचलित रीतीरिवाज भंग करून, शालीनता व सभ्यता यांच्या सीमा पार करून कुरुचिपूर्ण व नग्न लैंगिक विषयांची चर्चा करून वाचकांना संभ्रमात टाकण्याचं काम करीत आहे. 'निर्वाचित कॉलम' पुस्तकात सुरुवातीपासून अखेरपर्यंत तिनं मुस्लिम समाजात अनेक शतकांपासून चालत आलेल्या उत्तम रीतीरिवाजांविरुद्ध विषारी उद्‌गार काढले आहेत व एक असभ्य समाज निर्माण करण्याच्या दृष्टीनं सूचना केल्या आहेत. याला तिचा निर्लज्जपणा व बेशरमपणाच म्हटलं पाहिजे. पुरुषाला एकापेक्षा अधिक स्त्रियांशी विवाह करण्याच्या धार्मिक अनुमतीविरुद्ध वादी लेखिकेनं निंदनीय

भाषेत आक्रमण केलं आहे व पर्याय म्हणून स्त्रीनंसुद्धा एकापेक्षा अधिक पुरुषांशी लग्नं करावीत, अशी सूचना केली आहे. असं झाल्यास प्राचीन काळापासून चालत आलेली इस्लामी संस्कृती धुळीला मिळेल. या कारस्थानाची सूत्रधार वादी ही स्वतःच आहे. वादीनं आपल्या उपर्युक्त ग्रंथामध्ये गर्भाशयाच्या स्वातंत्र्यावरही भर दिला आहे (कुठल्या पुरुषापासून तसेच किती वेळा गर्भ राहू द्यायचा, याचं स्वातंत्र्य म्हणजे गर्भाशयाचं स्वातंत्र्य). गर्भाशय हा स्त्रीचा एक विशेष अवयव असून, त्यामुळेच मानवजन्म व मानवसमाजाचं अस्तित्व टिकून आहे. वरील तथाकथित स्वातंत्र्याबरोबरच वादी हिनं अल्लाहच्या स्वाभाविक सृष्टीलाच आव्हान दिलं आहे. यामुळे वादी ही धर्मच्युत झाली आहे व कुराणातील नियमांनुसार मुरताद (धर्मच्युत) म्हणून अभिशप्त सलमान रुशदीप्रमाणे तिनंसुद्धा मृत्युदंडाची शिक्षा मिळवण्याची पात्रता प्राप्त केली आहे.'

'उचित जवाब'च्या विरोधात कुठलीही कारवाई करणं मला शक्य झालं नाही. 'उचित जवाब' बाजारात छानपैकी विकलं जात होतं. कोर्टातले मुरब्बीसुद्धा 'उचित जवाब'ला 'उचित जवाब' देण्यासाठी माझ्या बाजूनं नव्हते. मी मानवरूपी सैतान होते, तर ते अल्लाहचे बंदे होते, जगातले उत्तम लोक होते. मी कशाला ज्यांच्यावर अल्लाची दया आहे, अशांचा धंदा नष्ट करायला जाऊ? माझ्यावर तर काही अल्लाच्या करुणेचा वर्षाव होत नव्हता!

मला नेहमीच 'उचित जवाब' दिला जात होता. उचित-अनुचित यांच्याबद्दल दुःख करीत वेळ वाया घालवण्याची आता मला इच्छा होत नव्हती. माझा वेळ मी इतरांसाठी काहीतरी करण्यात घालवीत असे. जे मला करायचं होतं, जशा प्रकारे करायचं होतं तसं करू शकत नव्हते म्हणून मला लिहावं लागत होतं. माझ्या मनात उसळणाऱ्या भावनांपैकी तरी कितीशा भावना मी लेखनातून व्यक्त करू शकत होते! महिलांच्यावर सतत अत्याचार होत होते, बलात्कार होत होते, त्यांचे खून होत होते. देशात घडत असलेल्या ज्या घटना मला व्यथित करीत, रडवीत, विचार करायला लावीत, संतप्त करीत, त्या सगळ्या घटनांबद्दल मी लिही. त्यात गंभीर तत्त्वज्ञानाच्या गोष्टी नसत. माझे लेख म्हणजे एक प्रकारच्या तात्कालिक प्रतिक्रिया असत. संशोधन करून काढलेले निष्कर्ष नसत. गंभीर असे माहितीपूर्ण लेख नसत. ते लेख दैनिकात छापले गेले, तर दुसऱ्या दिवशी त्या कागदाचा वापर खारे शेंगदाणे बांधून देण्यासाठी होई. साप्ताहिकात छापले गेले, तर आठवडा उलटल्यावर ते कागद कचराकुंडीत फेकले जात. माझ्या रोजच्या स्तंभामधली ही काही सुटी-सुटी वाक्यं-

'शाहिदा नावाच्या एका मॅजिस्ट्रेटचा लियाकत मॅजिस्ट्रेटनं खून केला; कारण शाहिदानं लियाकतचा लग्नाचा प्रस्ताव फेटाळला. लियाकतबरोबर शाहिदाची

बहुधा मैत्री असावी; तो धागा पकडून लियाकतनं लग्नाचा प्रस्ताव ठेवला. लियाकतनं गृहीतच धरलं की तो पुरुष असल्यामुळे तो जे म्हणेल, ते शाहिदाला ऐकावंच लागेल. शाहिदानं त्याचं ऐकलं नाही ते यामुळेच की, ती एक सुशिक्षित आणि स्वावलंबी तरुणी होती. स्वतःच्या इच्छा- अनिच्छेचं दाम तिला द्यायचं होतं. पण तिचं म्हणणं लियाकत का ऐकणार! तो पुरुष होता- त्यानं आपल्या अंगचा जोर, सुरीचा जोर, शिश्नाचा जोर दाखवला नाही, तर तो पुरुष कसला? पुरुष हा असा एक प्राणी असतो की तो आपले दात-नखे-डोळे यांच्या हिंस्रतेमधून आपलं पुरुषत्व जाहीर करू इच्छितो. मी नेहमीच पाहिलं आहे की, पुरुषांमध्ये माणुसकी कमीच असते. माणुसकीशी पुरुषत्वाचा बहुधा कायमच एक विरोध असतोच. लियाकतनं जर शाहिदाशी लग्न केलं असतं, तर अशा प्रकारच्या आघातांमधून तिला तीळ-तीळ करीत मरावं लागलं असतं, तिच्या मनातले आघात कुणीही पाहू शकला नसता. लोक म्हणाले असते, काय छान जोडा आहे! लोक अजूनही सतत मार खाणाऱ्या स्त्रियांना द्विधा न होता सुखीच म्हणतात. लियाकत पुरुषासारखा पुरुष होता. त्यानं पुरुषासारखंच काम केलं. एका स्त्रीची थंड डोक्यानं हत्या केली.'

'प्रेम हे प्रेमच असतं. त्याच्या पुढे-मागे 'पर' किंवा 'स्व' हे शब्द वापरल्यास प्रेमाचा महिमाच नष्ट होतो. एखादी स्त्री दुसऱ्या पुरुषावर प्रेम करू शकते, नवऱ्याचं जर स्पर्मलेस सिमेन असेल किंवा तो ढिला असेल, तर स्त्री आपल्या प्रेमिकाचे संतान आपल्या गर्भात घेऊ शकतेच. एखाद्या व्यक्तीनं मनात आणि शरीरात कुणाला धारण/वहन करावं किंवा करू नये हा पूर्णपणे त्या व्यक्तीचा वैयक्तिक, खासगी प्रश्न असतो.'

'बासाबो गावात निलूफर नावाच्या एका महिलेचा तिच्या पतीनं खून केला. तो आता उजळ माथ्यानं फिरतोय. त्याला कोण अडवणार? त्याच्याजवळ पैशांचा जोर आहे- त्याहीपेक्षा अधिक म्हणजे सरकारदरबारच्या ओळखींचा जोर आहे. सरकारदरबारी ज्याच्या ओळखी किंवा वशिला असतो, तो मग कितीही का मोठा चोर, दरोडेखोर, खुनी असो, त्याला काहीही होत नाही. सरकारनं आपल्या प्याऱ्या बंद्यांसाठी खूप मजबूत असा एक साकव (पूल) बनवला आहे. अल्लातालाच्या 'पुलसिरात'पेक्षा सरकारचा साकव अधिक मजबूत आहे. (पुलसिरात म्हणजे इस्लामी धर्मानुसार स्वर्गाकडे जाणारा, तलवारीची धार असलेला साकव. फक्त पुण्यवानच तो साकव पार करून स्वर्गात जाऊ शकतात. पापी लोक पुलसिरातच्या धारेमुळे दोन तुकडे होऊन खाली नरकात पडतात)'

'महिला परिषदेच्या सदस्या खुकू हिला फाशी द्यावी अशी मागणी करीत आहेत. मुनीरनं त्याच्या पत्नीचा खून केला. मुनीरला फाशी होईल. पण महिला परिषदेची मागणी आहे की, मुनीरची प्रेयसी खुकू हिलासुद्धा फाशी द्या! कारण खुकू

बदचलन होती. स्वतः विवाहित असूनही खुकूनं मुनीरवर प्रेम केलं, हाच तिचा गुन्हा. महिला परिषदेचा मोर्चा जेव्हा कोर्टाच्या प्रांगणात जाऊन 'खुकूला फाशी द्या' अशा घोषणा देत होता, तेव्हा मी शरमेनं माझा चेहरा झाकून घेतला. खुकूला का बरं शिक्षा व्हावी? तिचा गुन्हा काय? खुकूचा तर काही त्या खुनाशी संबंध नव्हता. अक्षम, आजारी नवऱ्याबरोबर खुकू जीवन जगत होती, नवऱ्यानं निंदा केलेली आणि प्रियकरानं फसवणूक केलेली- अशी ही खुकू. साऱ्या देशानं तिला शिव्या दिल्या, तिला तुरुंगात टाकलं, खुकू ही एक भ्रष्ट स्त्री आहे असं जाहीर केलं. खुकूशी मुनीरचे प्रेमसंबंध होते, हा काही खुकूचा दोष नव्हता. प्रेम हा काही गुन्हा असतो का?'

'पटुआखालीच्या एका तरुणीवर बलात्कार झाला. ती लाँचमधून प्रवास करीत होती. कुणा डाकूनं नव्हे, लाँचमधल्या मवाल्यांनी नव्हे, दारुड्या बदमाशांनी नव्हे, तर त्या लाँचमधील प्रवाशांच्या सुरक्षिततेसाठी नेमलेल्या सुरक्षा कर्मचाऱ्यांनी- सिक्युरिटी गार्डसनीच तिच्यावर बलात्कार केला. ते पाच जण होते. वीस वर्षं वयाच्या मुसम्मत बेगमला आपल्या केबिनमध्ये नेऊन त्यांनी तिच्यावर बलात्कार केला. लाँचमध्ये इतके प्रवासी होते; पण या सुरक्षारक्षकांना हे दुष्कर्म करताना थोडीशीही शरम वाटली नाही. सुरक्षारक्षकांची पुरुषांगं लाँचच्या गर्दीतील एका तरुणीला पाहून उत्थित झाली. उत्थित होण्याला मी काही हरकत घेत नाही. ते सेवक असले तरी पुरुष होते ना- उत्थित होणारच! त्या तरुणीनं जर त्यांना अनुकूल प्रतिसाद दिला असता, जर त्या पाच जणांशी संभोग करायला मुसम्मत बेगमची हरकत नसती, तर संपूर्ण देशात कुणीही हरकत घेण्याचा प्रश्नच उठत नाही. एकमेकांची संमती असेल, तर कुणालाही कुणाशीही शरीरसंबंध करण्याचा पूर्ण अधिकार आहे. पण जबरदस्ती करून कुठलाही संपर्क स्थापित होऊ शकत नाही. होणं योग्यही नाही- जर समाजाला सुसंस्कृत म्हणायचं असेल, तर. सरकारी नोकर असलेले ते सुरक्षारक्षक कसे काय एका प्रवासी तरुणीवर बलात्कार करण्यासाठी उद्युक्त झाले, तयार झाले? त्यांच्या गुन्ह्याला कुठलीही शिक्षा झाली नाही. मला विचार करताना आश्चर्य वाटतं, देशाची पंतप्रधान एक महिला आहे, देशाच्या विरोधी पक्षाची नेता एक महिला आहे- तरीही हे कसं झालं? त्या दोघींना या बलात्काराची बातमी समजलीच नाही का? की समजूनही त्यांना याबद्दल संताप आला नाही की बलात्कार ही त्यांना एक किरकोळ घटना वाटली? देशाची पंतप्रधान एक स्त्री असूनही देशात पत्नीहत्या, बलात्कार, अपहरण, ॲसिड फेकणं, बालविवाह अशा घटना अनिर्बंधपणे घडताहेत. अद्यापही महिलांविरुद्ध नाना प्रकारचे कायदे खड्गाप्रमाणे उगारलेले आहेत. स्त्री असूनही जिला किंवा ज्यांना स्त्रीच्या वेदना समजून घेण्याची क्षमता नाही, त्या माणसांची काय सेवा करू

शकणार! त्या जर अत्याचारितांच्या बाजूनं उभ्या राहत नसतील, तर मग कुणाच्या बाजूनं उभं राहण्यासाठी त्यांनी आपल्या पदाची जबाबदारी स्वीकारली आहे? श्रीमंतांच्या, अत्याचाऱ्यांच्या, संधिसाधूंच्या, पाप्यांच्या बाजूनं उभं राहण्यासाठी? पाच जणांनी केलेला सामूहिक बलात्कार ही एवढी काही अस्वाभाविक घटना नाही. असे बलात्कार खेड्यापाड्यांत, शहरांत, फुटपाथवर, लाँचमध्ये, ट्रेनमध्ये, बोटींत, जहाजांवर होतच असतात. त्या बलात्कारांसाठी कुणालाही शिक्षा होणार नाही. या देशात बलात्कार हा काही शिक्षेला पात्र गुन्हा नाही. थोर सेवकांचे मित्र नारीविरुद्ध फतवा काढतील आणि त्या फतव्यांचं मोठ्या समारंभपूर्वक पालन केलं जाईल. ज्या देशात स्त्रियांच्या बाजूनं लिहिण्याच्या गुन्ह्याबद्दल पासपोर्ट जप्त केला जातो, त्या देशात फतव्यांचं राजकारणच चालणार, यात आश्चर्य कुठलं? मला कशाचंच आश्चर्य वाटलं नाही. वर्तमानपत्रात आम्ही अशा सगळ्या चटकदार बातम्या पाहतो, वाचतो, विसरून जातो. कुठलीही गोष्ट आज मला कातर करीत नाही. माझ्या पाठीवर कुठल्याही चेतनेचा चाबूक पडत नाही. कारण आता मला ठाऊक झालंय की, लोकांचे, जनतेचे सेवकच जेव्हा बलात्काऱ्यांच्या भूमिकेत उतरतात, तेव्हा त्यांना शिक्षा देणं जनतेला शक्य नसतं. या देशात सेवक बदलतात; पण सेवकांचे स्वभाव बदलत नाहीत, त्यांच्या वृत्ती बदलत नाहीत- मग त्या स्त्रिया असोत की पुरुष असोत!'

'कोलकात्याच्या फूलबागान भागात फुटपाथवर झोपलेल्या एका महिलेला पोलिसांनी जबरदस्तीनं उचलून व्हॅनमध्ये टाकलं आणि ठाण्याच्या बॅरकमध्ये नेऊन नीलकमल सनातन आणि भोलानाथ या कॉन्स्टेबल्सनी तिच्यावर बलात्कार केला. नीलकमलला जन्मठेपेची शिक्षा झाली; पण या देशात कुठल्याही बलात्कारी पुरुषाला या प्रकारची शिक्षा होईल, अशी कल्पनाही करता येत नाही. पटुआखालीच्या लाँचमध्ये ज्या सुरक्षारक्षकांनी एका तरुणीवर बलात्कार केला, ती म्हणे पतिता होती. जणू पतिता होती म्हणून सुरक्षारक्षकांना तिच्यावर बलात्कार करण्याचा हक्कच होता! पतिता होती म्हणून सुरक्षारक्षकांना जणू सात खून माफ होते! इथं एखादी महिला फुटपाथवर राहत असती, तर तिची अशीच अवस्था झाली असती, 'फुटपाथवरच्या स्त्रीवर बलात्कार करणं हा काही मोठा अपराध नाही' असं म्हटलं गेलं असतं. बलात्कार झाला, तर अजूनही या देशात (बांगलादेशात) स्त्रीलाच दोषी मानलं जातं. स्त्रीनंच बलात्कारासाठी उत्तेजित केलं, प्रोव्होक केलं असं म्हटलं जातं. तिचं तिरक्या नजरेनं पाहणं, अकारण हसणं, उत्तेजित करणारा पोशाख या सगळ्याच गोष्टी बलात्कारासाठी अनुकूल होत्या, असं म्हटलं जातं. या गोष्टी समाजही मान्य करतो. एखाद्या स्त्रीला जर हसावंसं वाटलं, इच्छा होईल तसं चालावंसं वाटलं, हवा तसा पोशाख घालावासा वाटला तर त्या कारणासाठी

तिच्यावर बलात्कार का बरं व्हावा?'

'मी लैंगिक स्वातंत्र्याच्या बाजूची आहे. इतर सर्व स्वातंत्र्यांप्रमाणे मनुष्याला लैंगिक स्वातंत्र्याचीही आवश्यकता असते. पण मनुष्याच्या/एखाद्या व्यक्तीच्या शरीरावर जोरजबरदस्ती का बरं व्हावी? मग ती स्त्री भिकारी असो की पतिता असो की पत्नी असो- तिची जर अनुमती नसेल, तर तिला स्पर्श करण्याचा कुणाला अधिकार असतो का? माझ्या मते, नसतो. या देशातली न्यायव्यवस्था अशी आहे की, बलात्कारी नेहमीच निर्दोष सुटून जातात. यात राष्ट्रच स्त्रीच्या नागरी अधिकारावर थुंकतं, असं मला वाटतं. यानंतरही जर बांगलादेशातल्या स्त्रियांनी बलात्कार करणाऱ्या पुरुषाला जन्मठेपेची शिक्षा व्हावी म्हणून आंदोलन केलं नाही, तर त्या निर्बुद्ध महिलांना नाइलाजानं मी म्हणेन की, त्यांना स्वतःलाच आपल्यावर बलात्कार व्हावा असं वाटत असावं.'

'जाय जाय दिन' या दैनिकातील माझ्या सदराचं नाव होतं 'आमार मेयेबेला'. त्यात मी एकदा लिहिलं होतं... 'बसमध्ये चढल्यावरही कुणी एकटी स्त्री दिसली की, कंडक्टर तिला कुणातरी स्त्रीजवळ बसवतो. स्त्री सापडली नाही तर म्हाताऱ्या पुरुषाजवळ किंवा एखाद्या लहान मुलाजवळ. कंडक्टर स्वतःही पुरुष असतो, त्याला पुरुषांचा स्वभाव ठाऊक असतो. म्हणूनच तो महिलेला एखाद्या वृद्ध माणसाशेजारी किंवा लहान मुलाशेजारी बसवून सुटकेचा निःश्वास सोडतो.' जुन्या लेखाची आठवण होण्याचं कारण म्हणजे एका तरुणीचं पत्र. पत्रं तर मला दिवसाला शेकडो येतात. सगळी पत्रं वाचण्याइतका वेळही मिळत नाही. अचानक काही पत्रं दचकवतात, काही पत्रं विचार करायला लावतात, तर काही पत्रं रडवतातसुद्धा. मौ नावाच्या एका तरुणीनं कुमिल्लाहून लिहिलं होतं, 'आपल्या आजच्या अंकातल्या लेखात आपण लिहिलं आहे की म्हातारे पुरुष शक्तिहीन असतात. याबद्दल मलाही काही शंका नाही. पण या निमित्तानं माझ्या अजाण वयातली एक घटना आपणाला कळवावी, असं वाटतं. प्रतिसादाच्या अपेक्षेनं नव्हे, तर आपली व्यथा कुणाला ना कुणाला तरी सांगावी असं वाटतं, त्या भावनेनं. मी इयत्ता सहावीत शिकत असतानाची ही घटना आहे. एक म्हातारा माणूस एकदा आमच्या गावात आला होता, शेक्सपिअरच्या कथांवर नृत्यनाट्यं बसवून देणग्या गोळा करण्यासाठी. मी त्यातल्या एका गाण्यात भाग घेतला होता. त्या इसमानं एके दिवशी रिहर्सलनंतर जीपमधून सगळ्यांना घरी सोडताना सर्वांत शेवटी घरी सोडलं मला- सर्वांत वयानं लहान म्हणून आणि तीच संधी साधून तो बोटानं माझ्या योनीवर दाब देऊ लागला. यापेक्षा अधिक काहीतरी होईल या शंकेनं मी अधीरपणे कधी एकदाचं आपलं घर येतंय म्हणून वाट पाहत होते. दुसऱ्या दिवशी तो गृहस्थ मला गाणं शिकवण्याच्या निमित्तानं घरी आला. त्याला डिस्टर्ब करायला नको

म्हणून माझी आई काही त्या खोलीत आली नाही. तो इसम काही वेळानं म्हणाला, "तुझ्याकडून मला एक छोटीशी गोष्ट हवी आहे- नाही म्हणू नकोस!" आणि घाबरलेल्या माझ्या मांड्या फाकवून त्यानं माझ्या योनीचं चुंबन घेतलं. त्यानंतर अनेक दिवस मला आपण पाण्यात डुंबून राहावं असं वाटत होतं. ही गोष्ट मी कुणालाच सांगितली नाही- आई, बाबा, मित्र-मैत्रिणी कुणालाही नाही. ही गोष्ट त्यांना सांगितली तर सगळे मला अपवित्र मानतील, असं वाटलं आणि आजही कुणी पांढरी दाढीवाला माणूस दिसला की, मला उलटी येते. मी अशा लोकांच्या सावलीलाही उभी राहत नाही. आशीर्वाद देण्याच्या निमित्तानं ते मला स्पर्श करतील असं वाटतं. एकानं असेच आशीर्वादासाठी डोक्यावर हात ठेवून मग माझे दंड दाबले होते. एकानं 'अंगठी किती छान आहे' म्हणून, माझी अंगठी पाहायचं निमित्त करून माझा हात बराच वेळ हातात धरून ठेवला होता. मी मनात विचार करते, मला फक्त सासू असावी, सभ्य माणसाच्या वेशातला हिरवट सासरा नसावा. जेव्हा मी बसमधून प्रवास करते, तेव्हा माझी नजर एखाद्या तरुणाला शोधत असते; वृद्धाला नव्हे. माझं निरीक्षण असं आहे की, तरुण काही वेळ गप्पा करण्याचा प्रयत्न करून नंतर गप्प बसतात; पण म्हातारे मात्र कधी झोपण्याचं सोंग करून, तर कधी जागे असतानाही फक्त शरीरावर दाब देतात. छोट्या मुलींनी, किशोरींनी या तथाकथित 'आजोबां'च्या तावडीतून स्वतःला कसं वाचवावं याबद्दलही तुम्ही लिहा.'

पत्र वाचून मी मनातल्या मनात मौ (अर्थ : मधू, माधुरी) या मुलीची क्षमा मागितली. म्हाताऱ्यांना दुर्बल म्हणणं हे मी काही बरोबर केलं नाही; खरं तर पुरुष हे पुरुषच असतात, मग ते वयानं लहान असोत की म्हातारे असोत. कोळसा कितीही उगाळला तरी त्याचं काळेपण जात नाही, तशीच पुरुषांची वृत्ती असते. म्हातारे झाले तरी त्यांची वृत्ती काही शुद्ध होत नाही.

या देशात (बांगलादेशात) वारसाहक्कासंदर्भातले कायदेही धर्माच्या मतानुसार करण्यात आले आहेत. मुसलमानांच्या वारसाहक्कासंदर्भातली विषमता पाहून आई आणि वडील हे समान नाहीत याची मला खात्रीच पटली. कन्या आणि पुत्र समान नाहीत, पती आणि पत्नी समान नाहीत. विषमता आहे. पण विषमता का? माता, कन्या आणि पत्नी यांना समान हक्क का मिळत नाहीत- का मिळणार नाहीत? ही विषमता चालू ठेवून ज्या पुरुषांना किंवा स्त्रियांना वाटतं की ते तृप्त आहेत, सुखी आहेत, संतुष्ट आहेत; ते स्वतःच स्वतःची कबर खोदताहेत आणि धूर्त प्रेक्षक बाजूला उभं राहून, टाळ्या वाजवीत त्यांचं अभिनंदन करताहेत. मी धूर्त आणि चतुर नसल्यानं संपत्तीच्या वाटपाची पद्धत पाहून इतर सर्व पुरुषांप्रमाणे मला सुख आणि समाधान वाटलं नाही. मी समाजातली धिक्कारलेली, बलात्कारित, असहाय अशी

स्त्री! वारसाहक्काचा हा कायदा मला मान्य नाही. संपत्तीच्या वाटपाचा न्याय्य कायदा मला हवा आहे. आजपासूनच, या क्षणापासूनच हवा आहे. देशाच्या पहिल्या महिला पंतप्रधानांना या पराकोटीच्या विषमतेचं काहीच का वाटत नाही? मला संताप येतो; त्यांना का येत नाही? त्या जर माणूस असतील, स्त्री असतील, विवेकी असतील, बुद्धिमान असतील, सत्यप्रेमी असतील, तर या असमान व्यवस्थेमुळे त्यांच्या मनाला वेदना होतीलच, व्हायलाच हव्यात.

लोक म्हणतात की वडिलांची संपत्ती जर कन्येनं घेतली, तर ती तिला धार्जिणी ठरत नाही; फक्त पुत्रालाच धार्जिणी ठरते. जणू धार्जिणी ठरवण्याचं काम शिश्न करतं. ज्या व्यक्तीला शिश्न नसतं, तिला पूर्वजांची संपत्ती धार्जिणी ठरत नाही, ती व्यक्ती मरते. असे सगळे समज पसरवून धूर्त समाज कन्येला वडिलांच्या संपत्तीपासून वंचित करू पाहतो. अखेर लोक कन्येला पूर्वजांच्या संपत्तीपासून वंचित करतातच.

कधीही कुठल्याही संपत्तीत स्त्रीला वाटा मिळत नाही. ती 'अवशिष्टांशभोगी'- म्हणजे सगळ्या वाटण्या झाल्यावर उरलेल्या भागाची हक्कदार असते. अवशिष्टांशभोगी म्हणजे दुसऱ्या दर्जाचे वैध वारसदार. जे उरलेलं असतं, ते त्यांना मिळतं. घरातल्या पुरुषांनी जेवण केल्यानंतर जे उरलंसुरलं असतं, ते ज्याप्रमाणे स्त्रिया खातात त्याप्रमाणे. संपत्तीसुद्धा पुरुष वारसदारांनी वाटून घेतल्यानंतर तळाशी जे शिल्लक राहतं, ते महिलांना मिळतं. पत्नी, कन्या, आई, बहीण सगळ्यांना संपत्तीमधला 'उरलेला भाग' मिळतो. कुणालाही 'वाटा' असा मिळत नाही. कुणीही महिला पहिल्या दर्जाची वाटेकरी नसते. हा उरलेला भाग मिळण्यातही समाजानं अनेक प्रकारचे अडथळे उभे केलेले असतात. म्हणे महिलांनी वाटा घेतला तर तो त्यांना धार्जिणा नसतो, त्या मरतात!

संपत्तीतला वाटा महिलांना मिळण्याची व्यवस्था करायला हवी. 'महिलांना संपत्ती धार्जिणी नसते' असं म्हणून फक्त पुरुषांमध्येच संपत्तीचं वाटप होणं चालणार नाही. पित्याइतकाच आईला, पुत्राइतकाच कन्येला, पतीइतकाच पत्नीला पैतृक संपत्तीमधला वाटा मिळायला हवा, म्हणजे सगळं ठीक होईल. नाहीतर जे सरकार असे कायदे करतं, त्याला आम्ही सहन करणार नाही; आंदोलन करू.

हिंदूंचा वारसाहक्क कायदा तर आणखीच भयावह आहे. कुठल्याही स्त्रीचा पैतृक संपत्तीवर हक्क नसतो. स्त्री ही काही मिळण्याच्या वेळी नव्हे, तर फक्त देण्याच्या वेळी असते. लोकांना वाटतं, स्त्रीला काय गरज धनसंपत्तीची? तिला पिता, पती आणि पुत्राच्या आधारे जगत राहावं लागतं. तिला दुसऱ्याच्या आधारानं जगत राहणाऱ्या वेलीप्रमाणे पुरुषाच्या आधारानं जगावं लागतं. समाज स्त्रीला स्वतंत्र आणि स्वावलंबी होऊ देण्याच्या बाबतीत नाराजच असतो. तिनं परावलंबी असावं असंच त्याला वाटतं. समाजानं तिला अगदी असहाय करून टाकलं आहे,

अनाथ करून टाकलं आहे. हिंदू आजही बांगलादेशमध्ये आपल्या शास्त्राप्रमाणे वागतात. हिंदू किंवा मुसलमान असा विचार करून कायदा तयार होणं योग्य नाही. धर्माशी संस्कृतीचा कायमचाच विरोध आहे. कायदा सुसंस्कृत झाला नाही, तर माणूसही सुसंस्कृत होणार नाही. कायद्याला 'हिंदू कायदा' आणि 'मुसलमान कायदा' म्हणणं हे असंस्कृतपणाशिवाय दुसरं काहीही नाही. माणसाला सुसंस्कृत करण्यासाठी एका आधुनिक सुसंस्कृत कायद्याची गरज आहे. बांगलादेशातील असंस्कृत, असभ्य, आधुनिक नसलेल्या अधम माणसांसाठी शक्य तितक्या लवकर असा कायदा करण्याची आवश्यकता आहे की, वारसाहक्क असो, विवाह असो, घटस्फोट असो, अपत्यावरचा अधिकार असो, कुठंही स्त्री-पुरुष असा भेदभाव केला जाऊ नये, विषमता पाळली जाऊ नये. माणूस म्हणून सगळेच समान असावेत- मग धर्मानं कुणी हिंदू असो, मुस्लिम असो, बौद्ध असो की ख्रिश्चन असो.

हिंदू, बौद्ध, ख्रिश्चन व मुसलमान यांच्या वारसाहक्कासंबंधीचं माझं लेखन वाचून अनेक जण म्हणाले की, तुम्ही खूप अवघड विषयावर लिहिलं आहे. 'अवघड का?' असं विचारल्यावर काही महिला म्हणाल्या की, हे काही आम्हाला समजत नाही, आकलन होत नाही. मी म्हणाले, "मग कशाला समजून घेता? समजून घेतल्यावर काय तुमच्या चेहऱ्यावर समजल्यामुळे समाधानाचं हसू फुटणार आहे? मन तृप्त होणार आहे?" त्यांना माझा तिरस्कारही समजला की नाही ठाऊक नाही; पण त्यांनी विनंती केली की, वारसाहक्काची चर्चा टाळून पुरुषांना कसं ताणता येईल, त्यांना कसा धडा शिकवता येईल यावर मी लिहावं. उत्तराधिकाराच्या चर्चेत जाणं कुणालाही नको होतं. ही चर्चा म्हणजे स्त्रियांच्या दृष्टीनं एक झंझटच होती. टेप घेऊन मालमत्तेची मोजणी करणं आणि तिच्या वाटणीवरून स्वतःच्या भावांबरोबर वाद घालणं त्यांना शोभनीय वाटत नव्हतं. हा आपलाच भाऊ ना- काय बिघडलं त्यानं सगळी मालमत्ता घेतली तर! आणि माहेरची मालमत्ता मागितली, तर लोक लोभी म्हणतील. बापानं तर आपल्याला लग्नाआधीपर्यंत खायला दिलं, कपडे दिले, आता नवरा ते काम करतोय- गैरसोय तर काहीच नाही. उगाच असभ्यासारखं बापाच्या मालमत्तेवर कशासाठी हक्क सांगायचा?- हीच होती बांगलादेशातल्या मध्यमवर्गीय आणि उच्चवर्गीय महिलांची मानसिकता आणि निम्नवर्गीयांच्याकडे तर जमीन किंवा मालमत्ताच नसते आणि असलीच, तर त्या महिला वाटा मागायला गेल्या, तर भाऊ ठेंगा दाखवून हाकलून देतील. पण अशा घटना आणखी किती दिवस घडत राहणार? पित्याची संपत्ती ही फक्त त्याच्या पुत्रांसाठी असते; कन्यांसाठी नसते, असं असहाय, निर्बुद्ध, प्रतारित महिला किती दिवस समजत राहणार? पित्याच्या संपत्तीमध्ये पुत्र आणि कन्या यांचा समान वाटा

असणं योग्य आहे, हे त्यांना कधी उमजणार? कारण कन्या हीसुद्धा एक मनुष्य असते, ती पुत्रापेक्षा काही कमी संतान नसते, कमी मूल्यवान नसते, कमी बुद्धिमान नसते. हे कन्येला जेव्हा कळेल, उमजेल तेव्हा ती स्वतः वारसाहक्काच्या कायद्याच्या हाती टेप देईल आणि म्हणेल, मला जे काही मिळणं न्याय्य आहे ते सारं द्या, मला अगदी पैशा-पैशाचा हिशेब हवाय. मी काही या जगात याला-त्याला दान-दक्षिणा देण्यासाठी आलेली नाही. माझा जो वाटा आहे, तो मला शंभर टक्के हवा आहे. पुत्र तयार होण्यासाठी एक शुक्राणू आणि एक डिंभाणू लागतो, त्याप्रमाणे कन्या तयार होण्यासाठीही एक शुक्राणू आणि एक डिंभाणूच लागतो; अर्धा शुक्राणू आणि अर्धा डिंभाणू लागत नाही. मग संपत्तीच्या वाटणीतच भेदभाव कशाला? प्रगतिवादी पुरुष अनेक प्रकारची आंदोलनं करतात; पण वारसाहक्क कायद्यासंदर्भात मात्र ते ब्रसुद्धा उच्चारीत नाहीत. या विषयावर चर्चा करणं त्यांना मुळीच आवडत नाही. जणू शरीयतप्रमाणे बाकी काहीही चाललं नाही तरी चालेल; पण वारसाहक्क मात्र शरीयतप्रमाणेच असावा. लग्नव्यवस्थाही तशीच चालावी, कारण शरीयतमध्ये पुरुषांसाठी अनेक विवाहांची तरतूद आहे.

जे काही करायचं आहे, ते स्त्रीलाच करायला लागणार आहे. स्त्रीसाठी संधी आणि सोई-सुविधा स्त्रीलाच तयार करायला हव्यात. अडथळे तिलाच दूर करावे लागणार आहेत, मार्ग सुलभ करण्याचं कामही तिलाच करावं लागणार आहे. आमच्या समाजात गुलाम आझम सहजच जन्म घेतात; ईश्वरचंद्र विद्यासागर जन्मत नाहीत. त्यामुळेच बहुपत्नीकत्वाची प्रथाही नष्ट होत नाही. संपत्तीत महिलांना समान अधिकारसुद्धा मिळत नाहीत. महिलांनाच त्यामुळे प्रीतिलता, लीला नाग, बेगम रुकैया व्हावं लागणार. महिलांचं पाण्यासारखं शीतल हृदय आता अग्नीसारखं पेटून उठण्याची आवश्यकता आहे.

अलीकडे असं ठरतंय म्हणे की पुरुषाला दुसरा किंवा तिसरा विवाह करायचा असेल तर कोर्टाची परवानगी लागणार. पूर्वी पत्नीची अनुमती लागे आणि आता कोर्टातून परवानगी घ्यावी लागणार! यात महिलांचा काय लाभ झाला? कोर्टाकडून परवानगी मिळवण्याच्या कामाची भीती वाटेल, इतकं काय ते पुरुषांसाठी अवघड काम आहे? बांगलादेशमध्ये कोर्टही अवघड नाही, त्याची परवानगी मिळवणंही अवघड नाही! त्यापेक्षा बहुपत्नी प्रथा बंद करण्याचाच कायदा का केला नाही सरकारनं? की धाडस होत नाही तसा कायदा करायचं? बिल पास करायचं असेल, तर हा कोर्टाच्या अनुमतीचा फाजीलपणा बाद करून बहुविवाह पद्धतीवर बंदी घालण्याचंच बिल पास करायला हवं. अशा चिल्लर सुधारणा आम्हाला नकोत; आमूलाग्र सुधारणा हवी. या कीड लागलेल्या समाजातही आमूलाग्र बदल व्हायला हवा. सत्याची कास धरणारा कायदा हवा, माणुसकीचा कायदा हवा, धर्माचा,

खोटेपणाचा, अपमानाचा कायदा इतःपर होऊ नये. जेवणाची भूक लागली असताना मूठभर चुरमुरे दिलेत, तर आम्ही उपोषण करू- सांगून ठेवते. अल्पसंतुष्टपणाचे दिवस गेले. आता आमचा हक्क आहे, ते मिळालंच पाहिजे.

या जगात एके काळी पुरुषांनी नारीच्या सतीपणाच्या रक्षणासाठी लोखंडाच्या बेड्या बनवल्या. या पुरुषांनी सतीत्वाचा पुरावा देण्यासाठी मृत पतीच्या चितेवर त्याच्या पत्नीला जाळण्याची प्रथा सुरू केली होती. हे पुरुषच अद्यापही बीभत्स पद्धतींनी नारीच्या सतीत्वाचं म्हणे रक्षण करताहेत. आधी तापल्या लोखंडानं डाग दिले जात, आता जाहीर आरोपानंच काम होतं. समाज स्त्रीला म्हणतो घरातच राहत जा, पतीच्या परवानगीशिवाय घराबाहेर जाऊ नकोस, परपुरुषांशी संपर्क ठेवू नकोस, ठेवलास तर तलाक, ठेवलास तर खून! स्त्रीच्या देहाला कुलूप लावून त्याची किल्ली स्वतःकडे ठेवण्याचा कुणाही पुरुषाला अधिकार नाही. स्त्रीच्या देहाची किल्ली स्त्रीकडेच असली पाहिजे. आर्थिक स्वातंत्र्याप्रमाणे स्त्रीला लैंगिक स्वातंत्र्यही आवश्यक आहे. लैंगिक स्वातंत्र्य नसेल, तर आर्थिक-राजकीय-सामाजिक अशी कितीही स्वातंत्र्यं तिला असली, तरी ती खऱ्या अर्थानं स्वतंत्र नसते. स्त्रीच्या लैंगिक स्वातंत्र्याचा विषय ऐकून अनेक जण नाक मुरडतील, म्हणतील, 'छी, छी! स्त्रीला लैंगिक स्वातंत्र्य कशासाठी? मग तर ती वेश्या होईल!' स्त्रीला सगळ्या प्रकारचं स्वातंत्र्य मिळवायचं असल्यास जर समाज तिला वेश्या म्हणणार असेल, तर मी म्हणेन, पुरुषाची दासी होण्यापेक्षा वेश्या होणं चागलं! खरं तर लैंगिक स्वातंत्र्य हे स्त्रीच्या इतर सगळ्या स्वातंत्र्यांप्रमाणेच एक स्वातंत्र्य आहे. स्त्रीला कुठलंही स्वातंत्र्य मिळालं की, तिला वेश्या किंवा भ्रष्टा म्हटलं जाईल असं भय दाखवलं जातं. हे सगळं पुरुषांचं कारस्थान मोडून काढून स्त्रीला जर माणूस बनवायचं असेल, तर तिला शरीराचं आणि मनाचं सर्व प्रकारचं स्वातंत्र्य मिळवायलाच हवं.

अलीकडे वाक्यावाक्यात 'इन्शाअल्लाह' (अल्लाची इच्छा असेल तर), 'माशाअल्लाह', 'सुबहानअल्लाह' हे शब्द वापरण्याचं चलन सुरू झालं आहे. मला बुद्धी आल्यापासून मी कधीही हे शब्द उच्चारले नाहीत. मी कुणालाही 'अस्सलाम आलेकुम' म्हणून अभिवादन करीत नाही की, निरोप घेताना 'खुदा हाफिज' म्हणत नाही. या सगळ्या विदेशी शब्दांऐवजी मी बंगाली भाषेतील शब्द वापरते. अल्लाह खुदाचं नाव अलीकडे लोकांच्या तोंडी वारंवार येतं. त्यामुळे अल्लाहचं काय किंवा जे त्याचं नाव घेतात त्यांचं काय कुणाचंच कल्याण होत नाही. खरं तर आपण सत्यानं वागायला हवं, विवेकवान व्हायला हवं, उदार, सहनशील, युक्तिवादी व्हायला हवं- मगच मानवाचं कल्याण होईल आणि

मानवाचं कल्याण म्हणजेच मानवजातीचं कल्याण.

जे बांगलादेशाला लोकशाहीवादी राष्ट्र म्हणतात, त्यांचा मी धिक्कार करते. धर्मनिरपेक्षता ही लोकशाहीची पहिली अट असते. ही अट पूर्ण झाली नसताना देशाला लोकशाहीवादी, प्रजासत्ताक म्हणणं म्हणजे देशाची फसवणूक करणं. स्वैराचारालाही एक मर्यादा असते. या सरकारनं ती सीमा ओलांडली आहे. एका स्वैराचारी राज्यकर्त्याविरुद्ध १९९१ मध्ये जसं लोकजागृतीचं आंदोलन झालं होतं, तशा आंदोलनाची आता गरज आहे. एका धर्मनिरपेक्ष राष्ट्रासाठी आम्हा सर्वांना आता रस्त्यावर उतरण्याची आवश्यकता आहे. टोळधाड जशी धान्य नष्ट करते, त्याप्रमाणे मौलाना लोक सोनार बांगलामधील खेडी नष्ट करीत आहेत. त्यांचा आताच नायनाट केला नाही, तर संपूर्ण बांगलादेश ते नष्ट करून टाकतील, उद्‌ध्वस्त करून टाकतील. तेव्हा हाय हाय करून काही फायदा होणार नाही. म्हणून आताच सर्वांनी सावध व्हायला हवं.

ज्या तरुणी, ज्या महिला स्वावलंबी होण्याचा प्रयत्न करताहेत, त्यांना फतवेबाज मुल्ला फतवे काढून वाळीत टाकताहेत. सगळ्या देशांत जितके म्हणून फतवेबाज आहेत, त्यांना वाळीत टाकण्याची शपथ नवी पिढी घेवो. एके दिवशी हे सारे फतवेबाज नष्ट होतील हा विश्वास मला आहे, म्हणूनच बहुधा मी अद्यापही जिवंत आहे आणि अद्यापही माझ्या देशाचा मला अभिमान वाटतो.

माझे प्रतिवादी, माझे विरोधक म्हणतात की, मूलतत्त्ववाद गेला की, सगळ्या समस्या नष्ट होतील. ते असंही म्हणतात- धर्माच्या संदर्भात कुठलीच समस्या नाही. माणसांनी खासगीत, एकांतात धर्माचं पालन करावं. राष्ट्रधर्म म्हणून इस्लाम कायम राहावा; पण काहीही करून देशातून मूलतत्त्ववादाचं उच्चाटन करायला हवं. त्यांचं हे प्रतिपादन मला मान्य नाही. मला वाटतं, धर्म जोपर्यंत राहील, तोपर्यंत मूलतत्त्ववाद राहणारच. एखाद्या घरात साप सोडून देऊन त्या घरातल्या लोकांना जर कुणी समजावलं की, 'सापाला आम्ही समजावलंय की दंश करू नकोस'; तर कुणी त्यावर विश्वास ठेवील का? साप आज नाही, तरी उद्या दंश करीलच. सापाला समजावून सांगणं शक्यच नाही. सापाचं कामच मुळी दंश करणं हे आहे. एखादा विषवृक्ष मोठा होतो आहे म्हणून त्याच्या फक्त फांद्या आणि डहाळ्या कापल्या, तर त्या काय पुन्हा वाढणार नाहीत? तो आपल्या शेकडो पानांमध्ये विष पसरवणार नाही? पसरवणारच. म्हणूनच, मूलतत्त्ववादाचा फक्त वृक्ष कापल्यानं मूलतत्त्ववाद आपण नष्ट करू शकू, असं मला वाटत नाही. मूलतत्त्ववादाची मुळं जोवर आहेत, तोपर्यंत तो वाढणारच. मूलतत्त्ववादाच्या मुळाचं नाव आहे धर्म. मूलतत्त्ववादाचं उच्चाटन करायचं असेल, तर तोपर्यंत आपण त्याचं हे मूळ उखडून टाकत नाही, तोपर्यंत तो राहणारच.

अलीकडे बडोमामा (थोरले मामा) नेहमीच माझ्या घरी येत. त्यांची सोव्हिएत वकिलातीमधली नोकरी गेली होती. नंतर बरेच दिवस ते 'भोरेर कागज' या दैनिकात आंतरराष्ट्रीय घडामोडींच्या पृष्ठाची जबाबदारी पाहत. पण त्या दैनिकाच्या इतर संपादकांशी त्यांची मतं जुळत नसत. मामा कट्टर मार्क्सवादी कम्युनिस्ट होते- त्यामुळे त्यांच्या मतांशी संपादक सहमत होत नसत. आता मामा मुक्त पत्रकार (फ्रीलान्स जर्नालिस्ट) होते. आपलं बरंचसं लेखन ते टोपणनावानं करीत. माझ्या लेखनाच्या खोलीत त्यांनी एक पुस्तक पाहिलं- पुस्तकाचं नाव होतं 'तसलिमा नासरिनेर इस्लाम विद्वेष ओ अपव्याख्या' (तसलिमा नासरिन यांचा इस्लामद्वेष आणि चुकीचे भाष्य). पुस्तकाचे लेखक होते दोन इस्लाम विशेषज्ञ. पुस्तकाच्या मलपृष्ठावर मोठ्या अक्षरांमध्ये, मुसलमान असून अल्लाह आणि रसूल यांची निंदा केल्यास ज्या शिक्षा सांगितल्या आहेत, त्यांचं वर्णन केलं होतं- पाठीमागून तलवारीनं गुन्हेगाराचा उजवा हात आणि डावा पाय कापावा, त्यानंतर डावा हात आणि उजवा पाय कापावा. त्या पुस्तकाची काही पानं वाचल्यावर मामा म्हणाले, 'हे संपूर्ण पुस्तक मी वाचीन.' पुस्तक बरेच दिवस त्यांच्याकडे होतं. जेव्हा मामा ते पुस्तक परत द्यायला आले, तेव्हा त्यांनी बरोबर 'दैनिक संवाद' नावाचं एक दैनिक आणलं होतं. त्या अंकात मामांनी स्वतःच्या नावानं लिहिलेलं त्या पुस्तकाचं समालोचन छापलेलं होतं. बडोमामा स्वतः इस्लामचे पंडित होते. इस्लामचा वापर करूनच त्यांनी त्या इस्लाम विशेषज्ञांवर आक्रमण केलं होतं- फक्त इस्लाम विशेषज्ञांवरच नव्हे, तर सर्व प्रकारच्या धार्मिकांवर- जे कुराण हदीस पूज्य मानतात खरे; पण स्वतः कधी कुराण हदीसमधले आदेश मानीत नाहीत, अशा धार्मिक मुसलमानांवर. बडोमामांनी बांगलादेशातील राजकीय नेत्यांच्या संदर्भात लिहिलं होतं की, 'इस्लामनं परिपूर्ण जीवन कसं जगावं हे सांगितलं आहे' असं हे नेते धार्मिक सभांमध्ये प्रमुख पाहुणे म्हणून सांगतात, जनतेला कुराण हदीसमधील उपदेशांप्रमाणे आचरण करायला सांगतात; पण स्वतः मात्र ते आपल्या दैनंदिन जीवनात कुराण हदीसमधील उपदेश मानीत नाहीत, त्याप्रमाणे वागत नाहीत. एरवी शर्ट-पँट हा विदेशी पोशाख घालतात; पण इस्लामी जलशात इस्लामी पोशाख घालतात, अगदी गोल टोपीही घालतात; पण दाढी मात्र ठेवत नाहीत, असं का बरं? बुखारी हदीस आणि मुस्लिम हदीस यांच्यामध्ये तर स्पष्ट लिहिलेलं आहे 'दाढी राखणं 'वाजिब' (योग्य) आहे आणि दाढी न राखणं हे हराम आहे.' तरीही हे हरामाचं काम हे नेते का करतात? त्यांना इस्लाम जर एवढा प्रिय आहे, तर ही हरामी कशासाठी?'

'राष्ट्रीय पातळीवरचे नेते, पदाधिकारी म्हणून ते इतर धर्मांच्या कार्यक्रमांनाही

प्रमुख पाहुणे म्हणून जातात आणि त्या धर्माची प्रशंसा करतात; परंतु कुराण हदीसनुसार इस्लामव्यतिरिक्त इतर सर्व धर्म 'बातिल' आणि 'कुफर' (अग्राह्य व इस्लामला न मानणारे असे) आहेत. इतर धर्मांबद्दल दया दाखवण्यासाठी किंवा इतर धर्मीयांशी मैत्री करण्यासाठी त्यांच्या धार्मिक कार्यक्रमांमध्ये सहभागी होणं हे इस्लाम धर्मानुसार वैध आहे का? कुराण आणि हदीस तर म्हणतात, 'जे (मुस्लिम) त्यांच्या कार्यक्रमांना जातात, ते त्या (अन्य) धर्मीयांपैकीच एक होऊन जातात आणि त्यांच्या (अन्य धर्मीयांच्या) बरोबरच त्यांचा विनाश होईल.' कुराणात अल्लाहने स्वतः मोमिनांची वैशिष्ट्यं सांगताना म्हटले आहे, 'मुहम्मद हे अल्लाहचे रसूल (प्रेषित) आहेत, जे त्यांच्यासंगे राहतात, ते मुस्लिमेतरांबद्दल कठोर असतात आणि मुसलमानांबद्दल दयाशील असतात (४८.२९).' दुसऱ्या एका आयतेत म्हटले आहे, 'ते मोमिनांबद्दल कोमल, काफिरांबद्दल (अन्य धर्मीयांबद्दल) कठोर असतात (५.५४)'. आणखी म्हणतात : 'हे मोमिनांनो, तुम्ही काफिरांना (मुस्लिमेतरांना) मित्र म्हणून ग्रहण करू नका. (४.१४४).' समालोचक या बाबतीत गप्प का आहेत?

त्या पुस्तकात एके ठिकाणी लिहिलं होतं, 'तसलिमा नासरिन यांनी 'नमाज' म्हणून ज्या शब्दाचा उल्लेख केला आहे तो एक फारसी शब्द आहे. संपूर्ण कुराण मजीद आणि हदीस शरीफमध्ये ज्या शब्दाचा उल्लेख आहे तो शब्द आहे 'सलात'. हजरत मुहम्मद साहेब मिराजनंतर रोज पाच वेळा सलात अदा करीत.' बडोमामांनी याच्या उत्तरादाखल आपल्या लेखात लिहिलं, 'समालोचकांनी अगदी सत्यच गोष्ट लिहिली आहे. 'नमाज' हा खरोखरच एक विदेशी, विचित्र आणि संभ्रम निर्माण करणारा शब्द आहे. 'सलात' शब्दाऐवजी 'नमाज' शब्द न वापरता अधूनमधून 'कुराण' हा शब्द वापरला असता तरी ते चुकलं नसतं, कारण कुराण मजीदमध्ये 'सलात' या अर्थाने एका आयतेमध्ये दोन-दोन वेळा 'कुराण' हा शब्द वापरलेला आहे—१७ नंबरच्या सुराच्या ७८ नंबरच्या आयतेमध्ये. पण हे विद्वान समालोचक इतके दिवस कुठं होते? हजारो वर्षांपासून उपखंडात, इराण, अफगाणिस्तान आणि मध्य आशियातील मुसलमान तसलिमाप्रमाणे चूक करून 'सलात'ला 'नमाज' म्हणत आले आहेत. नमाजाचे शिक्षण देणाऱ्या पुस्तकांसहित इस्लाम धर्मासंबंधीच्या लाखो-लाखो पुस्तकांमध्ये 'नमाज' हा शब्द वापरण्यात आला आहे. टी.व्ही. आणि रेडिओवर अजानच्या दुआमध्ये रोज अनेकदा म्हटलं जातं 'या नमाजाचे तुम्हीच प्रभू आहात. साओमला 'साओम' असं न म्हणता 'रोजा' का म्हटलं जातं? 'रोजा' हा शब्द तर कुराण किंवा हदीसमध्ये कुठंही नाही! शिवाय 'कुलखानी', 'चेहलाम', 'फातिया ए दोयाजदहम', 'फातेहाये इयाजदहम', 'आखेरी चाहारचुम्बा' हे शब्द कुठं मिळाले? 'मुसलमान' हा शब्द तरी कुराणात किंवा हदीसमध्ये आहे का?

मुळीच नाही! ‘मुसलमान’ हा शब्द ‘मुस्लिम’ या शब्दाचा अपभ्रंश आहे. ‘मुस्लिम’ या शब्दाचा अर्थ होतो आत्मसमर्पित, अनुगत; पण ‘मुसलमान’ या शब्दाचा अर्थ काय?

पुस्तकात एम. एन. रॉय, ए. जी. आरबेरी, आर. ओ. निकलसन, डॉ. मॉरिस बुकाइली यांची खूप प्रशंसा केली होती, त्यांच्या लेखनातून उद्धरणं देण्यात आली आणि मला उपदेश देण्यात आला होता की मी त्यांची पुस्तकं वाचावीत. यावर बडोमामांनी लिहिलं, ‘इस्लामची प्रशंसा करूनही हे विद्वान इस्लाम धर्म न स्वीकारता काफिरच राहिले, ओठांवर एक आणि पोटात दुसरं हे धोरण अवलंबून त्यांनी फसवणूकही केली, हे तसलिमाचे विद्वान टीकाकार सोईस्करपणे विसरून गेले आहेत.’

त्या पुस्तकात लिहिलं होतं की, मी माझ्या पुस्तकात काही हदीसचा उल्लेख केलेला आहे; पण त्यांचे संदर्भ (क्रमांक) दिलेले नाहीत. हे सगळे हदीस खरे की खोटे याचा उल्लेख केलेला नाही, त्यामुळे मी उद्धृत केलेल्या हदीससंदर्भात त्यांना समीक्षा करता आलेली नाही. त्यांनी पुढे लिहिलं होतं, मला हदीसबद्दल काहीच ज्ञान नाही. याचं उत्तर बडोमामांनी या प्रकारे दिलं होतं, ‘... पण जर दोन इस्लाम विशारदांना हदीसबद्दल थोडं जरी ज्ञान असतं, तर तसलिमानं उद्धृत केलेलं कोणतं हदीस खोटं किंवा बनावट आहे, हे त्यांना ओळखता आलं असतं.’

मी जेव्हा ते पुस्तक वाचलं होतं, तेव्हा या छोट्या-छोट्या गोष्टी माझ्या लक्षात आल्या नव्हत्या. पण बडोमामांची नजर खूप चांगली होती. त्यांनी लिहिलं होतं- ‘हदीसचे क्रमांक न सांगणं ही जर तसलिमाची ॲकॅडेमिक डिसऑनेस्टी असेल, तर बांगलादेशच्या रेडिओ- टी.व्ही.वर रोज स्रोत न सांगताच हदीस प्रसारित केले जातात, त्याला या समालोचकांनी कधी विरोध केला आहे का? रेडिओ, टी.व्ही.वर सामान्य (मुस्लिम) व्यक्तींनी कसं वागावं, कसं वागू नये या संदर्भातल्या आयत पुनःपुन्हा प्रसारित केल्या जातात; पण सत्ताधारी नेत्यांनी, आमदार-खासदारांनी, शासक आणि न्यायाधीशांनी कसं वागावं, कसं वागू नये या संदर्भातल्या आयत कधीच प्रसारित केल्या जात नाहीत. उदा. ‘चोर व्यक्तीचे हात कापून टाका (५.३८)’, ‘व्यभिचारिणी आणि व्यभिचारी या दोघांना चाबकाचे प्रत्येकी शंभर फटके मारावेत- अल्लाहचा हा हुकूम पाळताना त्या दोघांच्याबद्दल तुमच्या मनात दया उत्पन्न होऊ नये; तसेच इतर कुणी अशा दोघांना फटके मारीत असेल, तरी तुमच्या मनात त्या व्यभिचारी व्यक्तींबद्दल करुणा निर्माण होऊ नये (२८.२)’ अशा अनेक आयत कधीही प्रसारित होताना दिसत नाहीत आणि त्याप्रमाणे राष्ट्रात, आपल्या समाजात अल्लाहच्या सर्व आज्ञाही पाळल्या जाताना दिसत नाहीत. याबद्दल अर्थातच अल्लाहनं आधीच सांगून ठेवलं आहे, ‘मनुष्यांसाठी

मी जे आदेश पुस्तकात लिहून ठेवले आहेत, ते स्पष्टपणे व्यक्त केल्यानंतरही जे लोक ते आदेश गुप्त ठेवतात, त्यांना अल्लाह लानत (शाप) देईल आणि इतर लोकही त्यांना लानत देतील (२.१५१५).'

पुस्तकाची समीक्षा करताना बडोमामा केवळ त्या लेखकांचं म्हणणं खोडून काढून व त्यांच्या प्रश्नांना कठीण प्रतिप्रश्न विचारूनच थांबले नाहीत. आजकाल 'धर्म मानतो पण मी मूलतत्त्ववादी नाही' असं म्हणत अधिकांश लोक आपण खूप आधुनिक आहोत, असं म्हणतात आणि कुराणातून काही चांगल्या चांगल्या वाक्यांची उद्धरणं देऊन अल्लाह किती चांगलं बोलत याची उदाहरणं देतात, त्यांच्यासंदर्भातही बडोमामांनी काही खूप चांगले युक्तिवाद केले होते. त्यांनी लिहिलं होतं, 'कुराणातल्या काही काही भागांवर विश्वास ठेवला म्हणून आजकाल कुणी मूलतत्त्ववादी ठरत नाही; पण त्याच कुराणातल्या इतर काही भागावर विश्वास ठेवून त्याप्रमाणे वागल्यास एखादी व्यक्ती मूलतत्त्ववादी होते. तसेच इस्लामचे काही जे स्वघोषित रक्षक आहेत, त्यांना मूलतत्त्ववादी होण्याची इच्छा नाही, त्यांना त्याची लाज वाटते. परंतु इस्लाममध्ये भेसळ करायला त्यांना लाज वाटत नाही; कारण तसं केल्यास कुणी त्यांना मूलतत्त्ववादी म्हणणार नाही. परंतु कुराणातच म्हटलेलं आहे की, कुराण समग्रपणेच मान्य करायला हवं. म्हटलेलं आहे, 'मग काय तुमचा कुराणातल्या फक्त काही भागावर विश्वास आहे आणि काही भाग तुम्ही मान्य करीत नाही? असं असेल, तर जे या प्रकारे करीत असतील त्यांना भोगावा लागणारा परिणाम म्हणजे पार्थिव जीवनात हीनता आणि कयामतच्या दिवशी सर्वांत कठोर शिक्षा (२.८५).' कुराणातला काही अंश गौण मानणं किंवा मान्य न करणं हे संपूर्ण कुराणालाच गौण मानण्यासारखं किंवा मान्य न करण्यासारखं आहे. कुराणातच याबद्दल म्हटलेलं आहे, 'जे आपल्या आचरणातून दाखवतात की आमचा कुराणातल्या फक्त काही भागावर विश्वास आहे आणि काही भाग आम्हाला मान्य नाही, तेच खरे काफिर आहेत (४.१५०, ४.१५१).'

बडोमामांचं म्हणणं कुणाही मूलतत्त्ववाद्याला आवडेल. पण बडोमामांचं उद्दिष्ट मूलतत्त्ववाद्यांना खूश करणं नव्हतं, तर दुतोंडी लोकांना नाराज करणं, त्यांच्यावर टीका करणं हे होतं. आजकालचे काही बुद्धिजीवी, राजकारणी, समाजकारणी ज्या प्रकारे धर्माचं गुणगान गाताहेत आणि धार्मिक दहशतवादासाठी मूलतत्त्ववाद्यांना दोष देताहेत, त्यांच्यासाठीच हे लिहिलं होतं. माझ्या आणि बडोमामांच्या मते ते मूलतत्त्ववाद्यांपेक्षाही अधिक भयंकर आहेत. 'मुसलमानांच्या धर्मविश्वासानुसार कुराण हे अकाट्य आहे, त्यात कुठलाही बदल करता येणार नाही- ते अपरिवर्तनीय आहे. कुराणातला काही काही भाग ब्लॅक आउट केला किंवा कुराणात अल्लाहनं सांगितलेल्या स्पष्ट कायद्यांच्या ऐवजी पाश्चात्त्यांनी दिलेल्या आधुनिक कायद्यांच्या

माध्यमातून कुणी शासन व्यवस्था किंवा न्याय व्यवस्था चालवली, तर तो मुस्लिम नाही, हे तर कुराणातच सांगितलं आहे. कुराणच म्हणतं, तो काफिर (५.४४), जालीम (५.४८) आणि फासिक (५.४७).'

बडोमामांनी खूप महत्त्वाची गोष्ट सांगून लेख पूर्ण केला होता, तो या प्रकारे- 'पाकिस्तानच्या अमलात १९४७ पासून १९७१ पर्यंत २४ वर्षं आणि बांगलादेशानं धर्मनिरपेक्षता बाद केल्यानंतर १९७५ पासून आजपर्यंत १८ वर्षांपर्यंत एकूण ४२ वर्षांत इस्लामी कायदा चालू न करता फक्त 'बिस्मिल्लाहिर रहमानिर' आणि 'राष्ट्रधर्म इस्लाम' यांच्या नावानं मुसलमानांच्या डोळ्यांत धूळफेक करण्यात आली आहे. इस्लामी कायदा आणि इस्लामी नियमांचा विषय काढणाऱ्यांना 'मूलतत्त्ववादी' या पदवीनं भूषित करण्यात येतं. राष्ट्रपती इर्शाद यांच्या शासन काळात राष्ट्रधर्म इस्लाम बिल पास करण्याच्या वेळी समारोपाच्या भाषणात तत्कालीन पंतप्रधान म्हणाले होते, 'मूलतत्त्ववादाला अटकाव करण्यासाठी हे बिल आणलं आहे.' हे मोमिन मुस्लिम आहेत की पाश्चिमात्य विचारांचं अनुसरण करणाऱ्या पण वरवर मुस्लिम नामधारी अशा भोंदू मोहम्मद अली जिनाह, सर सैयद अहमद, सर मुहम्मद इकबाल इत्यादींचे चेले आहेत? काहीही असो, हे आधुनिकतावादी धर्म-व्यावसायिक मूलतत्त्ववादाच्या फांद्या तोडून त्याच्या मुळांना पाणी घालताहेत, त्यामुळे मूलतत्त्ववादाचा वृक्ष मात्र जोमानं वाढतोय.'

बडोमामांशी मी पूर्णपणे सहमत होते. ते नास्तिक आहेत हे मला ठाऊक होतं; पण त्यांचं युद्ध धर्माच्या साहाय्यानंच भोंदू धार्मिक लोकांना सडकून काढणं हे आहे आणि त्यांचं हत्यार इतकं धारदार आहे, हे काही मला ठाऊक नव्हतं. बडोमामांच्या बरोबर माझी यापूर्वी कधी सविस्तर अशी चर्चा झाली नव्हती. अलीकडे माझं लेखन पाहून मामांना माझ्याशी चर्चा करावीशी वाटू लागली होती आणि मामांचं लेखन वाचून मलाही त्यांच्याशी चर्चा करावी असं वाटू लागलं होतं. माझ्या घरी आल्याबरोबर ते सरळ माझ्या लेखनाच्या खोलीत येत. 'कुराणातली नारी' नावाचं नवीन एक पुस्तक मी लिहिलं होतं. कुराणात स्त्रीसंबंधी जेवढ्या म्हणून आयत आहेत, त्या सगळ्यांचा उल्लेख करून त्या सर्वांच्याबद्दल माझी मतं, असं त्या पुस्तकाचं स्वरूप होतं. बडोमामांना अरबी भाषा चांगली येत असल्यानं त्या पुस्तकाचं हस्तलिखित मी त्यांना दाखवलं. कुराण हे मामांना अगदी संपूर्ण पाठ होतं. ते कुराणातल्या आयत आणि त्यांच्या व्याख्या तोंडपाठ म्हणू शकत. कुराणातला प्रत्येक शब्द घेऊन ते त्याचा अनुवाद करून सांगत. माझ्या त्या पुस्तकाच्या हस्तलिखितावरून नजर फिरवून मामांनी त्यातल्या काही चुका मला दाखवल्या. इस्लामिक फाउंडेशनचा कुराणाचा बंगाली अनुवाद, कोलकात्याहून प्रकाशित झालेलं 'बांगला इस्लामी फाउंडेशन'चं कुराण, मौलाना मौदुदी यांचा

अनुवाद- अशा सगळ्या अनुवादांची तुलना करून मी अर्थ लावला होता; पण मूळ भाषा 'अरबी' जर चांगली येत असेल, तर अर्थ अधिक अचूकपणे लावता येतो. बडोमामांना अरबी भाषा येत असल्यामुळे कुठल्या अरबी शब्दाचा कुठल्या अनुवादकानं चुकीचा अर्थ लावला आहे, हेसुद्धा ते सांगू शकत. 'महिलांना जेव्हा माराल, तेव्हा हळू मारा, त्यांच्या चेहऱ्यांवर मारू नका'- असा एक अनुवाद वाचल्यावर बडोमामा हसून म्हणाले, ''कुराणात 'हळू' हा शब्द नाही, तो अनुवादकानं पदरचा घातला आहे किंवा घुसडला आहे, असं म्हणता येईल.'' कुराणाचे बंगाली अनुवाद जितके जुने, तितके अचूक असतात. जसजसा काळ जातो, लोक आधुनिक होत जातात, महिलांच्या अधिकाराबद्दल बोललं जातं, इस्लामी पंडित महिलांना मान दिला पाहिजे असं म्हणतात आणि तेच इस्लामी पंडित कुराणाचा अनुवाद करताना अल्लाहची निष्ठुरता, त्याचा क्रूरपणा झाकण्याची जबाबदारी घेतात. जणू अल्लाह 'हळू मारा' असं म्हटला की, तो खूप करुणामय आहे, असं लोकांना वाटेल! अरबी भाषा येत नसेल, तर आजकालच्या इस्लामी पंडितांनी अनुवाद करताना कुठं स्वतःचे शब्द घुसडले आहेत, ते कुणालाही समजू शकणार नाही. कुठे, कुठल्या आयतेचा बंगाली अनुवाद चुकला आहे किंवा कसे हे अधिक बारकाईनं पाहण्यासाठी बडोमामांनी माझं हस्तलिखित आपल्या घरी नेलं. काही दिवसांनी त्यातील चुका दुरुस्त करून ते परत दिलं. हस्तलिखित पुन्हा चाळून पाहिल्यावर दिसलं की, त्यांनी खूप परिश्रम घेऊन ते तपासलं आहे.

'सैतानाच्या आयत' या विषयाबद्दल बडोमामांशी वेळोवेळी माझी चर्चा होत राहिली. 'सुरा अल नजल'च्या एकवीस व बावीस नंबरच्या आयत कुराणातून काढून टाकून त्या ठिकाणी नवीन आयत घालण्यात आल्या आहेत; कारण मुहम्मद यांनी ज्या आयत उच्चारल्या, त्या आयत सैतानाच्या होत्या, असं त्यांनी नंतर सांगितलं. सैतानानं या दोन आयत मुहम्मद यांच्या कानात उच्चारल्या. कुठला आवाज अल्लाहचा, कुठला सैतानाचा किंवा त्यांच्या जिभेचा ताबा अल्लाहने घेतला होता की सैतानानं हे काही मुहम्मद समजू शकले नाहीत, म्हणून काबा शरीफसमोर बसून त्यांनी उच्चारलं. ''काय उच्चारलं?'' मी बडोमामांना विचारलं. ते म्हणाले, ''तू अल लत, अल उज्जा आणि तीन नंबर मनत यांच्यासंदर्भात चिंतन केलं आहेस?''

''या कुराणामध्ये आहेत पण कुठला भाग काढून टाकला आहे?''

''दीज आर इंटरमिडियरीज एक्सॉल्डेड हूज इंटरसेशन इज टू बी होपड् फॉर''- ही तर एकवीस नंबरची आयत आणि बावीस नंबरची आहे, 'सच ॲज दे डू नॉट फरगेट'- या दोन आयत सैतानाच्या आयत आहेत असं म्हणून रद्द करण्यात आल्या आणि त्यांच्या ऐवजी लिहिण्यात आलं, 'आर युवर्स द मेल्स ॲंड हिज द

फिमेल्स?' तुझ्यासाठी पुत्रसंतान आणि अल्लासाठी कन्या? हे तर फसवणुकीचं वाटप झालं!'

मी शरमेने जीभ चावली.

बडोमामा म्हणाले, "लत, उज्जा आणि मनत यांना कोराईश वंशाचे लोक अल्लाहच्या तीन कन्या म्हणून मानीत. त्यांच्या गॉडचं नाव तर अल्लाह. अल्लाह हे नाव तर मुहम्मदाने जे मूर्तिपूजा करीत, जे बहुईश्वरवादी होते त्यांच्याकडूनच घेतलं."

"अल्लाहच्या तीन मुलींना आदर दाखवण्यामागे मुहम्मदचा काय हेतू होता?" मी विचारलं.

बडोमामा म्हणाले, "त्या काळी, म्हणजे इसवीसन ८०० साली ज्या इस्लामिक विद्वानांनी मुहम्मदाचं चरित्र लिहिलं, त्या इब्ने जबीर अल तबारी, अल वहिदी, इब्ने साद, इब्ने इसाक यांचं म्हणणं असं आहे की, त्या वेळी मक्केमध्ये मुहम्मदाचे तसे फारसे अनुयायी नव्हते. जे काही होते, त्यांच्यापैकी बरेचसे त्याला सोडून गेले होते. त्यामुळे, कोराईश लोकांना आपल्या दलामध्ये ओढण्यासाठी त्यानं त्यांच्या या ज्या तीन देवी होत्या, त्यांच्यासमोर माथा टेकला. मुहम्मद हे म्हणाल्यानंतर कोराईश लोक त्याच्यावर खूश झाले."

"आयत बदलल्या कधी?"

एवढ्यात आईनं खोलीत प्रवेश केला. आम्ही गप्प झालो. आमच्या दोघांच्या चेहऱ्यांकडे पाहून आईनं विचारलं, "कशाबद्दल बोलताहात एवढं?"

बडोमामा लगेच म्हणाले, "हेच, तसलिमाला एम.डी. करायला सांगत होतो. ती एम.डी. झाली असती, तर मेडिकल कॉलेजमध्ये प्रोफेसर होऊ शकली असती."

आईचा चेहरा क्षणात उजळला. तिनं विचारलं, "चहा घेणार?"

"हो. एक कप चहा दे."

आई चहा करायला स्वयंपाकघरात गेली.

आम्ही पुन्हा सैतानाच्या आयतांबद्दल बोलू लागलो.

"सुरा हज्जच्या बावन्न आणि त्रेपन्न नंबरच्या आयतमध्ये ही सैतानाची गोष्ट आहे, उल्लेख आहे. मुहम्मदला अल्लाह म्हणाला की, अल्लाहनं मुहम्मदाच्या पूर्वी जितके नबी, रसूल (प्रेषित) पाठवले, त्या सगळ्यांनाच सैतानानं धरलं होतं."

अचानक आई दरवाजातून डोकावली. तिनं मामांना विचारलं, "काय मेबाई, तुम्ही कशाबद्दल चर्चा करताय?" (आई मामांना 'मेबाई' अशी हाक मारीत असे).

मी म्हणाले, "काही नाही, असंच."

"मी ऐकलंय, अल्लाह मोहम्मद असं काहीतरी चाललंय!" बडोमामांकडे

पाहून आईनं संतापानं विचारलं, "तुम्ही नासरिनला काय शिकवताय?"

बडोमामा हळूहळू खोलीमधून बाहेर पडले. मीही बोलत-बोलत त्यांच्यामागे गेले, "आई, मामा आणखी काय शिकवणार मला? अशाच गप्पा करीत होतो, झालं!"

"मेबाई, कुठल्या विषयावर गप्पा करीत होता तुम्ही? माझ्या मुलीला काय शिकवीत होता तुम्ही?" आईनं जळजळीत नजरेनं मामांकडे पाहिलं. मामांनी आईकडे न पाहता भिंतीवरचे फोटो, खिडकीचा पडदा, दरवाजाचं हँडल यांच्याकडे पाहायला सुरुवात केली.

आईचा आवाज वाढू लागला. "माझ्या मुलीचा सर्वनाश करताहात? देशात काय चाललंय माहिती आहे ना? इतके मोठमोठे मोर्चे निघताहेत तिच्या विरोधात, बघता आहात ना? काय होतंय हे वर्तमानपत्रांत वाचता आहात ना? की नाही? आणि तरी तुम्ही तिला अल्लाहच्या विरोधात लिहायचा सल्ला देता आहात? माझी मुलगी जिवंत राहावी असं वाटत नाही तुम्हाला? कुठल्याही दिवशी कुणीतरी तिचा खून करून टाकील! तुम्ही स्वतःची जी मतं असतील, ती स्वतःजवळ ठेवा. माझ्या मुलीला तुम्ही ती मतं शिकवू नका. तुम्ही तिला ही दुर्बुद्धी देता आणि मग ती ते सगळं लिहिते. तुम्हीच तिला अल्लाह आणि कुराण यांच्या विरोधात कुबुद्धी देऊन तिच्याकडून अल्लाहच्या विरोधात, कुराणाच्या विरोधात लिहवता."

मी म्हणाले, "मी तर आधीच भ्रष्ट झाले आहे. आता मला आणखी भ्रष्ट करण्यासारखं काहीही राहिलेलं नाही."

बडोमामा म्लान चेहऱ्यानं म्हणाले, "मी अल्लाहबद्दल काही वाईट तर सांगितलं नाही. जे अल्लाहच्या नावावर व्यवसाय करतात, ते अल्लाहबद्दल वाईट गोष्टी सांगतात. अल्लाहचा वापर वाईट कामासाठी करतात."

त्या दिवशी बडोमामांचं चहा घेणं काही झालं नाही. ते जेवून जाणार असं ठरलं होतं; पण तेही झालं नाही. 'मला जरा काम आहे' असं म्हणून भरदुपारी ते निघून गेले. त्यानंतर बडोमामा आले की, आई आधीच त्यांना सांगे, 'माझ्या मुलीशी कुराण हदीसबद्दल काहीही बोलायचं नाही!' एके दिवशी बडोमामा आले, तो दिवस होता शुक्रवार. डोक्यावरची टोपी काढून, आईसमोर ती खिशात ठेवत म्हणाले, "आजकाल मशिदीमध्ये नमाज पढायला जागाच मिळत नाही, इतकी गर्दी असते!"

आईनं नरम आवाजात विचारलं, "तुम्ही मशिदीतून आलात का?"

बडोमामा म्हणाले, "हो. जुम्म्याची नजाम पढून आलो." हे ऐकून आईचा चेहरा उजळला. चेहऱ्यावर गोड हसू उमटलं.

मी मोठ्यानं हसले. बडोमामा गंभीर आवाजात म्हणाले, "हसतेस कशासाठी? काय झालं हसायला? मी तर दिवसातून पाच वेळा नमाज पढतो."

आता मी आणखी जोरात हसले.

आई म्हणाली, ''नासरिनचं काय होणार कोण जाणे! तिला तर दोजखमध्ये (नरकामध्ये) सुद्धा जागा मिळायची नाही. मेबाईंसारखा माणूस जर स्वतःची चूक उमगल्यानं तौबा करून नमाज पढू शकतो, तर नासरिन तू का अजूनही तौबा करीत नाहीस?''

आईनं त्या दिवशी बडोमामांना खूप प्रेमानं स्वयंपाक करून जेवू घातलं. जेवण झाल्यावर ढेकर देत देत बडोमामा माझ्या लेखनाच्या खोलीत डोकावले. डोकावून मला मोठ्या आवाजात म्हणाले, ''सारखं लिहीत राहूनच कसं चालणार? स्पेशलायझेशनसाठी स्त्रीरोगच उत्तम. डॉक्टरी विद्या ही अशी विद्या आहे की तिच्या साह्यानं तू लोकांची सेवा लेखनापेक्षाही अधिक करू शकशील!''

''मेडिसिनचा अभ्यास आता माझ्याकडून होणार नाही,'' असं म्हणून मी मला पडलेला एक प्रश्न बडोमामांना विचारणार होते, 'मक्का' जिंकल्यानंतर मुहम्मदानं अबदुल्लाह नावाच्या एका माणसाचा शिरच्छेद केला- हा अबदुल्लाह म्हणजे मुहम्मदाच्या आयतांमध्ये सुधारणा करणारा अबदुल्लाहच का? अल्लाहच्या वाणीत दुरुस्त्या करण्याची गरज का पडते, असा प्रश्न मनात आल्यानं ज्या अबदुल्लाहनं अखेर इस्लाम धर्माचा त्याग केला, तोच हा अबदुल्लाह ना?' पण हा प्रश्न विचारण्याची संधी काही मला मिळाली नाही. आई खोलीत आली. तिचा चेहरा उल्हसित होता. ती बडोमामांना म्हणाली, ''मेबाई, तुम्ही जरा नासरिनला समजवा ना, तिनं नमाज पढणं सुरू करावं म्हणून!''

बडोमामा म्हणाले, ''हो, नमाज पढणं तर चांगलंच. अलीकडे तिचं चालणं-फिरणं फारसं होत नाही. नमाज पढण्यानं निदान तिचा नियमित व्यायाम तरी होत जाईल!''

बडोमामांचं हे बोलणं आईला आवडलं नाही.

आई मला नमाज पढायला सांगे; पण मी जेव्हा कुराण वाचायला लागे, तेव्हा मात्र ती घाबरून जाई. माझ्या टेबलावर कुराण उघडं; जरा उठून मी दुसऱ्या खोलीत गेले की, परत आल्यावर दिसे की, कुराण टेबलावर नाही! बिछान्यावर पडल्या-पडल्या कुराण वाचीत असताना कधी झोप लागे; झोपेतून उठल्यावर दिसे की, बिछान्यावर कुराण नाही. अखेर मी कुराण शोधून काढलं आईच्या कपाटातून. तिनं ते लपवून ठेवलं होतं.

''कुराण शरीफ लपवून का ठेवतेस?''

''कुराण शरीफ वाचतेस कशासाठी एवढं?'' आईच्या चेहऱ्यावर संशय दिसत होता. कपाळावर आठ्या.

"वा! कुराण वाचणं तर चांगलं! पुण्य लागतं!" मी म्हणाले.

"तू तर काही ते पुण्य मिळवण्यासाठी वाचीत नाहीस." आई रागेजल्या आवाजात म्हणाली.

मी हसत हसत म्हणाले, "छी छी! असं काय बोलतेस? अल्लाहला जर समजलं की, तू माझ्या कुराण वाचण्यात अडथळा आणतेस, तर तो तुला हाबिया दोजखमध्ये (नरकात) टाकील!"

आई निःश्वास सोडून म्हणाली, "चालेल! मी नरकात गेले तरी चालेल; पण तू स्वर्गात जायचा प्रयत्न कर."

"त्याची चिंता करू नकोस. अल्लाहशी कॉंटॅक्ट झाला होता माझा. स्वर्गात माझी व्यवस्था पक्की आहे. त्याच दिवशी अल्लाहनं मला सांगितलं की, जन्नतुल फिरदौस या स्वर्गाच्या लिस्टमध्ये चौथ्या क्रमांकावर माझं नाव आहे."

"मग तर चांगलंच- स्वर्गाच्या यादीत नाव असेल तर!"

"हो. तू नरकाच्या अग्नीत जळत राहशील आणि मी स्वर्गात! तुला स्वर्गात आणण्यासाठी अल्लाहकडे विनंती करावी लागेल मला."

आई हुंदके देऊन रडू लागली. म्हणाली, "नासरिन, तुझ्या पाया पडते, कुराणाविरुद्ध आणखी काही लिहू नकोस. कुराणानं तुला तर काही केलेलं नाही, मुल्ला तुझ्याविरुद्ध आहेत, त्यांच्याविरुद्ध लिही."

मी आईच्या रडण्यापासून दूर गेले.

मी नेहमी पाही, आई जायनमाजवर बसून, हात वर करून, डोळे मिटून रडत-रडत काहीतरी पुटपुटत असे. एकदा ती काय पुटपुटते आहे हे मी तिच्याजवळ जाऊन ऐकलं. ती म्हणत होती, 'अल्लाह, तू माझ्या लेकीला काफिर बनवू नकोस. अल्लाह, तू माझ्या लेकीला काफिरांच्या संगतीपासून मुक्त कर. अल्लाह, तू माझ्या मुलीला बेहसतमध्ये (स्वर्गामध्ये) स्थान दे. अल्लाह, तू माझ्या मुलीला सद्बुद्धी दे, ज्ञान दे.'

◆

राजीनामा

विमानतळावर पोलिसांनी माझा पासपोर्ट ताब्यात घेतला होता आणि 'मालिबागच्या स्पेशल ब्रँचच्या ऑफिसमधून उद्या तुम्ही तो परत घेऊन जा' असं सांगितलं होतं. दुसऱ्या दिवशी त्या ऑफिसमध्ये जाऊन जेव्हा मी माझा पासपोर्ट परत मागितला, तर तिथल्या लोकांना कुठला पासपोर्ट, कुणाचा पासपोर्ट हे काहीच ठाऊक नव्हतं. पुन्हा दुसऱ्या दिवशी गेले, त्याच्याही दुसऱ्या दिवशी गेले.

''मला इथून पासपोर्ट परत घेऊन जायला सांगितलं होतं. माझा पासपोर्ट द्या.''

''पासपोर्ट वरती आहे. तिथून पाठवल्याबरोबर आपण घेऊन जाऊ शकाल.''

''वरती म्हणजे? कुठं वरती?'' वरच्या बाजूच्या लाकडी फळ्यांवर ठेवलेल्या कागदपत्रांकडे पाहत मी विचारलं.

''अहो तिथं नाही, तिथं वरती नाही.''

''मग कुठं वरती?''

झब्बा-पायजमा घातलेला तिथला माणूस हसून म्हणाला, ''गृह मंत्रालयाकडे.''

''असं! गृह मंत्रालयाला तुम्ही 'वरती' म्हणता होय! वरतून कोण पाठवणार पासपोर्ट?''

काही दिवस चपला झिजवीत जाऊन मला हेच ऐकावं लागलं- 'पासपोर्ट वरती आहे.' वरून माझा पासपोर्ट खाली पाठवण्याची विनंती करणारा एक अर्ज मी सरळ गृहमंत्र्यांकडे पाठवून दिला. माझ्या अर्जाला कुणीच कुठलाही प्रतिसाद दिला नाही. पासपोर्ट हातात येऊनही काय फायदा? बांगलादेशाबाहेर जाण्यासाठी रजासुद्धा मिळायला हवी ना! रजेचा अर्ज दिल्यावर मी रोज आरोग्य विभागाच्या मुख्य कार्यालयात जाई. तिथले मुख्य संचालक एक तर कामात असत, नाहीतर अद्याप कार्यालयात आलेले नसत. तास न् तास वाट पाहिल्यावर एके दिवशी जेव्हा त्यांची भेट मिळाली, तेव्हा मी त्यांच्यासमोर गेले.

''काय म्हणता, काय पाहिजे?'' चश्म्यावरून माझ्याकडे पाहत मुख्य अधिकाऱ्यांनी मला विचारलं.

"सही पाहिजे."

"कशाची सही?"

"बरेच दिवस झाले, मी एक्स-बांगलादेश लीव्हसाठी एक अर्ज देऊन ठेवला आहे. त्यावर सही करून द्या."

"सही केली जाणार नाही."

माझ्या छातीवर जणू कुणी दगड फेकून मारला. छातीपासून डोळ्यांपर्यंत वेदना झाली. म्हणजे कोलकात्यातल्या कार्यक्रमासाठी मला जाता येणार नाही!

"का सही केली जाणार नाही?"

"वरतून अनुमती आल्यावर सही करीन."

"वरतून म्हणजे कुठून?"

"आरोग्य मंत्रालयाकडून."

"इतर कुणा डॉक्टरच्या वेळी सही देताना वरतून परवानगी लागते?"

मुख्य अधिकाऱ्यांनी आपला काळा चश्मा काढला. मी खूप उद्धटपणे हा प्रश्न विचारला असं त्यांना वाटलं होतं. ते कठोर आवाजात म्हणाले, "नाही. कुणासाठीही वरच्या अनुमतीची गरज पडत नाही. पण तुमच्यासाठी मात्र गरज पडते."

"का पडते?" हा प्रश्नही मी विचारला.

आता ते आपल्या टेबलावरच्या एका कागदावर वाकले आणि म्हणाले, "ते तुम्हाला स्वतःलाच ठाऊक आहे."

"नाही, मला तर काही ठाऊक नाही. माझ्यासाठी वेगळा नियम का, हे जाणून घेण्याची माझी इच्छा आहे."

मी मुख्याधिकाऱ्यांच्या चेहऱ्याकडे उत्तराच्या आशेनं पाहत राहिले.

त्यांनी आपला चेहरा वर केला.

"तर मग एक काम करा. स्वतःलाच प्रश्न विचारीत राहा. कधीतरी तुम्हाला उत्तर मिळेल."

"उत्तर मी कशाला मिळवायला हवं? हा तुम्ही तयार केलेला नियम असल्यानं उत्तरही तुम्हीच द्यायला हवं."

माझं बोलणं जणू त्यांना ऐकूच आलं नाही, असं दाखवीत तिथं बसलेल्या दुसऱ्या एका व्यक्तीकडे पाहत अचानक ते बोलू लागले, "काय म्हणताय तुम्ही? तिकडं कसं काय आहे? आजकाल खूप उकडतं नाही? हा हा! हा हा!"

मुख्याधिकाऱ्यांचं 'हा हा! हा हा!' अद्याप संपलं नसतानाच मी विचारलं, "आरोग्य मंत्रालय का परवानगी देत नाही? कारण काय?"

पुन्हा मुख्याधिकाऱ्यांनी नजर माझ्याकडे वळवली. ओठ घट्ट बंद केले. टेबलावर त्यांच्या हाताशी जी फाइल होती, तिच्यामधून माझ्या अर्जाची एक कॉपी

काढून घेऊन म्हणाले, ''सही करून मी मिनिस्ट्रीकडे तुमचा अर्ज पाठवला काय किंवा न पाठवला काय! तुमची रजा हा काही फक्त हेल्थ मिनिस्ट्रीचाच मामला नाही. मुख्यतः हा होम मिनिस्ट्रीचा मामला आहे. होम मिनिस्ट्रीकडून परमिशन मिळाल्याशिवाय तुम्हाला रजा मिळणार नाही.'' टेबलावर दुसरी कुठलीही फाइल नव्हती. फक्त माझीच फाइल होती. नवल! माझी फाइल या मुख्यालयात इतकी महत्त्वाची कशासाठी? मी त्यांच्या केबिनमध्ये गेल्यावर काही त्यांनी ही फाइल शोधून आपल्या टेबलावर ठेवली नव्हती. मुख्यालयात प्रत्येक डॉक्टरची एकेक फाइल असते. फाइलमध्ये डॉक्टरची नोकरी आणि बदली यांच्यासंदर्भातली कागदपत्रं असतात. जेव्हा माझी जाडजूड फाइल उघडून त्यांनी मला माझा अर्ज दाखवला, तेव्हा फाइलमध्ये मला दैनिकातल्या माझ्या अनेक लेखांची कात्रणं लावलेली दिसली. ही कात्रणं माझ्या नोकरीच्या फाइलमध्ये कशासाठी?

त्यानंतर मी पुनःपुन्हा मोहाखालीच्या त्या आरोग्य विभागाच्या कार्यालयात जात राहिले. हॉस्पिटलमधली ड्यूटी पूर्ण करून थेट मोहाखाली. रोज संध्याकाळच्या सुमाराला घरी परत येई. माझा सुकलेला चेहरा पाहून आईनं विचारलं, ''आजकाल तुला परत यायला इतका उशीर का होतो? सकाळी फक्त दोन बिस्किटं खाऊन गेली होतीस. दिवसभर पोटात काही गेलं नसेल.'' आई स्वयंपाकघरात पळत जाई. माझ्यासाठी जेवण वाढून आणी. पोटातल्या भुकेला कसंबसं शांत करून मी बिछान्यावर पडे. दुसऱ्या दिवशी मला पुन्हा ऐकावं लागलं, वरतून अनुमती आली नाही. वरची अनुमती मिळवायला वरती जावं लागलं. वरती गेल्यावर दिसलं की, मला आत प्रवेश करण्याची अनुमती नाहा- ना आरोग्य मंत्रालयात, ना गृह मंत्रालयात.

इकडे 'इन्किलाब' दैनिकानं माझ्या पासपोर्टचा फोटो छापून लिहिलं की, मी नकली पासपोर्ट घेऊन देशाबाहेर जाऊ पाहत होते. सरकारनं मला कडक शिक्षा द्यावी. माझा पासपोर्ट मला मिळत नव्हता, तो 'इन्किलाब'ला कसा मिळाला? म्हणजे गृहमंत्रालयाशी 'इन्किलाब'ची बरीच घसट आहे की काय? गृहमंत्री अब्दुल मतीन चौधुरी हे स्वतः १९७१ च्या युद्धात रझाकार होते- पाकिस्तानवादी होते. पाकिस्तानी सैनिक म्हणून ते मुक्तियुद्धाच्या वेळी कांचपूर पुलावर पहारा देत असत आणि ज्या देशाच्या स्वातंत्र्याविरुद्ध ते एकदा लढले होते, त्या बांगलादेशचे ते आता एक मंत्री झाले होते! झियाउर रहमान यांनी पाकिस्तानधार्जिण्या रझाकारांना मंत्रिपदी बसवायला सुरुवात केली होती, तेव्हापासून या रझाकारांचं (पाकिस्तानधार्जिण्यांचं) राजत्व सुरू झालं. आता मुक्तियोद्धे पडून राहतात अपंगांच्या हॉस्पिटलमध्ये आणि रझाकार राज्य करतात मंत्रालयातून. माझ्या मनात शंकांचं मोहोळ उठलं. माझा पासपोर्ट हा नकली किंवा खोटा पासपोर्ट नाही हे 'इन्किलाब'च्या लोकांना चांगलं

ठाऊक आहे. मी व्यवसाय डॉक्टर न लिहिता पत्रकार असा का लिहिला, हाच प्रश्न उठू शकतो. पासपोर्टमध्ये माझं नाव, माझ्या वडिलांचं नाव, माझी उंची, माझा पत्ता, एवढंच काय, माझ्या डाव्या डोळ्याच्या वरचा तीळ या सगळ्यांची नोंद होती. काहीही असत्य नव्हतं. माझ्या पेशासंदर्भातही असत्य असं काही लिहिलं नव्हतं. पत्रकारिता हासुद्धा माझा पेशा आहे. हा माझा आवडता पेशा असल्यानं मी पासपोर्टवर पेशाच्या कॉलममध्ये डॉक्टरकी न लिहिता पत्रकारिता असं लिहिलं होतं. 'इन्किलाब'च्या लोकांनी, मला शिक्षा व्हायला हवी याचं कारण म्हणून माझा पासपोर्ट खोटा आहे एवढंच लिहिलं नव्हतं, तर माझ्या लेखनामधूनही बरीच उद्धरणं दिली होती. धर्माबद्दल, दोन्ही बंगालबद्दल, सरकारच्या सांप्रदायिकतेबद्दल मी आजवर जे लिहिलं होतं, त्या सगळ्यामधून उद्धरणं देण्यात आली होती. मी हे असं लिहिल्यामुळे सरकारनं लवकरात लवकर मला इतरांना जरब बसेल अशी शिक्षा देऊन देश आणि जनतेची सेवा करावी, असं 'इन्किलाब'नं लिहिलं होतं- फाशी. 'इन्किलाब' हे मौलाना मन्नान यांचं दैनिक होतं. हे मौलाना मन्नान १९७१ च्या बांगलादेश मुक्तियुद्धाच्या वेळी पाकिस्तानचे जानी दोस्त होते, पाकिस्तानी सैन्याला मदत करीत होते. आज ते बांगलादेशमधले माध्यमसम्राट होते. शंका मला कुरतडत होत्या. शंका माझी त्वचा कापत शरीरात घुसल्या- माझ्या हृदयात, फुफ्फुसात, रक्तात, माझ्या मेंदूच्या पेशी-पेशीत घुसल्या.

त्यानंतरही मी आरोग्य विभागाच्या मुख्यालयात गेले नाही, वरतून मला बांगलादेशबाहेर जाण्यासाठी रजा देण्याची कुठलीही अनुमती देण्यात आली नव्हती. मुख्याधिकाऱ्यांनी मला सरळ सांगितलं, 'तुमची रजा मंजूर होणार नाही.' नवल, 'इन्किलाब' हे काय आरोग्य मंत्रालयाचे आई-बाप होते की काय! माझ्या संदर्भात निर्णय घेण्याचा अधिकार फक्त आरोग्य विभागाच्या मुख्य कार्यालयाला होता, 'इन्किलाब'ला नव्हे. डॉक्टर म्हणून मी आरोग्य विभागाच्या कार्यालयाचा एखादा नियम मोडला होता की नव्हता आणि मोडला असल्यास त्याची शिक्षा काय असणार, हे ठरवण्याचा अधिकार आरोग्य विभागाच्या मुख्य कार्यालयाला होता, 'इन्किलाब'ला नव्हे. अर्थात आता बांगलादेशबाहेर जाण्यासाठी मला रजा नको होती. कारण कोलकात्याचा कार्यक्रम होऊन गेला होता आणि त्यासाठी गेलेले बांगलादेशचे कवी बांगलादेशात परत आले होते.

अर्थात त्यानंतरही मी माझा पासपोर्ट परत मिळवण्यासाठी, म्हणजेच माझा नागरी हक्क परत मिळवण्यासाठी मालिबागच्या स्पेशल ब्रँचच्या ऑफिसमध्ये गेले. गेल्यावर दिसलं की, अब्दुस सत्तार नावाचे जे गृहस्थ मला 'वरून पासपोर्ट यायला हवा' असं म्हणाले होते, ते खूप मन लावून एक पुस्तक वाचताहेत. पुस्तकातल्या

वाक्या-वाक्याखाली लाल शाईने अधोरेखित केल्याच्या खुणा. त्यांच्या हातात एक लाल पेन होतं. टेबलाच्या एका कोपऱ्यात मी आजवर लिहिलेली सगळी पुस्तकं रचून ठेवलेली होती. मला पाहून ते पुस्तक बंद करावं असं काही त्यांना वाटलं नाही. मी एक खुर्ची ओढून घेऊन समोर बसले आणि विचारलं, ''पासपोर्टची खबर काय आहे? आला का वरतून?''

वरचा काही उल्लेख न करता ते म्हणाले, ''तपास चालू आहे.''

''कसला तपास?''

''तुमची पुस्तकं वाचण्याचा हुकूम आला आहे. तुम्ही आक्षेपार्ह असं काय काय लिहिलं आहे, ते सगळं पाहण्याचं काम चालू आहे.''

''पासपोर्टशी माझ्या पुस्तकांचा काय संबंध?''

तपास करणाऱ्या त्या अधिकाऱ्याच्या ओठांवर हसू उमटलं आणि मावळलं. त्यांनी या प्रश्नाचं काहीही उत्तर दिलं नाही. थोड्या वेळानं म्हणाले, ''धर्माच्या संदर्भात तुम्ही मर्यादा ओलांडली आहे!''

''म्हणजे?''

''खूप फालतू गोष्टी लिहिल्या आहेत. हे सगळं लिहिलं कशासाठी?''

''मला जे वाटतं, ते मी लिहिते. पण माझ्या लिहिण्याशी तर काही पासपोर्ट परत न देण्याचा संबंध असू शकत नाही. असू शकतो का?''

अब्दुस सत्तार यांना माझ्या प्रश्नाचं उत्तर देण्याची गरज वाटली नाही; पण आरोग्य विभागाच्या मुख्य कार्यालयात गेल्यावर माझ्या प्रश्नाचं उत्तर मला मिळालं. मुख्याधिकारी मला पाहून गोड हसत म्हणाले, ''अरे वा! विख्यात लेखिका आल्या की! बसा, बसा!''

मी मुख्याधिकाऱ्यांची थट्टा सहन करून खुर्चीत बसले.

''तुमचे कॉलम्स तर वाचीत असतो मी दैनिकांमध्ये!'' बोलता बोलता मुख्याधिकारी हसले.

'ओ!' शब्द उच्चारून मी गप्प बसून राहिले.

''आपण दैनिकांत लिहिता, ते कशा प्रकारे लिहिता?''

''कशा प्रकारे लिहिता म्हणजे? आधी हातानं लिहीत होते, आता कॉम्प्युटरवर लिहिते!''

''खूप छान, आता कॉम्प्युटरवर लिहिता. तुम्ही फक्त दैनिकांतच लिहीत नाही, पुस्तकंसुद्धा लिहिता ना?''

''हो, लिहिते.''

''सरकारकडून परवानगी घेतलीय?''

''म्हणजे?''

"तुम्ही हे जे दैनिकात कॉलम्स लिहिता, ते सरकारच्या परवानगीशिवाय लिहिता?"

"लिहायचं असेल तर सरकारची परवानगी लागेल की काय?"

"नक्कीच. तुम्ही सरकारी नोकरी करता, सरकारच्या परवानगीशिवाय कसं काय लिहिणार! हो, लिहू शकता, घरी बसून लिहू शकता. पण कुठं प्रसिद्ध करण्यापूर्वी सरकारची परवानगी घ्यावी लागेल."

"असा नियम आहे की काय?"

"हो, असा नियम आहे."

"पण इतर अनेक लेखक पुस्तकं लिहितात, दैनिकांत लिहितात- ते तर काही सरकारकडून परवानगी घेत नाहीत!"

"ते परवानगी घेत नाहीत, हे तुम्हाला कसं ठाऊक?"

"मला ठाऊक आहे."

"घेतात, ते परवानगी घेतात."

माझ्या ओठांवर जणू वेदना उमटली. विचारलं, "कशी परवानगी घ्यावी लागते, ते सांगाल?"

"तुम्ही लिहिलेला जो मजकूर तुम्हाला छापायचा आहे, तो आधी सरकारकडे जमा करायचा; त्यानंतर जेव्हा सरकार म्हणेल की 'हो, हे लेखन छापण्यासाठी अनुमती देण्यात आली आहे,' तेव्हा छापायला द्या. व्हेरी सिंपल."

"हा नियम काय फक्त माझ्यासाठीच आहे का?"

मुख्याधिकारी अवघडलेलं हसू हसून म्हणाले, "तुमच्यासाठीच कसा काय असेल? नियम तर सगळ्यांसाठीच आहे!"

"जर मी परवानगी न घेताच माझं लेखन छापलं, तर काय होईल?"

"याचा अर्थ तुम्ही कायद्याचा भंग केला आहे. कायदा अमान्य केल्यावर काय होतं हे तर तुम्हाला नक्कीच ठाऊक असणार!"

मुख्याधिकारी 'वरच्या' आदेशावरूनच या सगळ्या गोष्टी मला सांगताहेत हे माझ्या स्पष्ट लक्षात आलं. 'वरचा' निर्णयच त्यांनी मला सांगितला होता. त्यांच्याशी आणखी काहीही बोलावं, असं मला वाटेना. माझं डोकं भणभणू लागलं. मी बाहेर पडले. मोहाखालीच्या वळणावर रिक्षा करून सरळ घरी आले. घरातही कुणाशी बोलण्याची इच्छा नव्हती.

आई माझ्यासाठी जेवण घेऊन आली. 'जेवायचं नाही मला' म्हणून मी खिडकीकडे तोंड करून बिछान्यावर पडून राहिले. खिडकीच्या पल्याड आकाश, आकाशातून मेघ तरंगत चालले होते. कुठं चालले होते कोण जाणे! किती छानपणे ते निरुद्देश उडत चालले होते! की मनातल्या मनात त्यांनीही कुठं जायचं हे ठरवलं

असावं? अचानक मी बिछान्यावर उठून बसले. छातीमधली धडधड इच्छा असूनही मला थांबवता येत नव्हती. अस्थिरपणे या खोलीतून त्या खोलीत अशा येरझारा घालू लागले. व्हरांड्यात जाऊन थांबले, इकडेतिकडे पाहू लागले; पण माझ्या नजरेला काहीच दिसेना. सगळं काही सुनं सुनं वाटू लागलं- जणू आकाशाशिवाय दुसरं काहीही कुठंही अस्तित्वात नव्हतं. विशाल आकाशाखाली जणू मी एकटीच उभी आहे. मोठ्यानं रडावंसं वाटत होतं; पण रडू शकत नव्हते. इतर कुणाच्याही हे लक्षात आलं नाही, तरी आईच्या लक्षात आलं.

"नासरिन, काय झालं?" आईने विचारलं.

"काही नाही!"

"काहीतरी नक्कीच झालंय. काय झालं ते सांग मला."

"गप्प बस बरं! काहीही झालं नाही." मी जोरात म्हणाले.

आई गप्प बसली.

एक ग्लास लिंबूसरबत करून तिनं माझ्या हातात दिलं. घटाघटा ते सरबत पिऊन मी पुन्हा पाय पोटाशी घेऊन बिछान्यावर पडले. आई जवळ येऊन बसली आणि आपला एक हात तिनं माझ्या डोक्यावर ठेवला. हात माझ्या केसांमधून फिरवत मऊ आवाजात म्हणाली, "एवढी बेचैन का झाली आहेस? झोप येत असेल, तर थोडा वेळ झोप."

मी निःश्वास सोडला. माझा म्लान आवाज मलाच ऐकू आला, "आई, मला माझं लेखन सोडून द्यावं लागणार."

"का सोडावं लागणार?"

"सरकारनं तसा आदेश जारी केलाय माझ्यावर. त्यांनी माझ्यासाठी नियम शोधून काढलाय. मला कायदा दाखवताहेत. म्हणताहेत, सरकारी नोकरीत असताना तुम्हाला लेखन करता येणार नाही."

"तुला मी किती सांगितलं, धर्माबद्दल लिहू नकोस म्हणून! स्त्रियांवरच्या अत्याचारांबद्दल लिहीत होतीस, ते तर चांगलंच होतं. कशाला उगाचच धर्मावर टीका करायला गेलीस? मी सांगितलेलं तू ऐकत नाहीस. आता काय करणार? त्यांना कळव, मी इथून पुढं लिहिणार नाही. सरकारविरुद्ध काहीही लिहिणार नाही असं सांगून टाक."

मला झोप येऊ लागली. आईचा आवाज हळूहळू खूप दूरवरून येतो आहे, असं वाटत राहिलं.

माझ्यासमोर आता दोन मार्ग होते. एक मार्ग होता लेखन आणि दुसरा होता सरकारी नोकरी. मला कुठलातरी एक मार्ग निवडायचा होता. मी लेखन हा मार्ग

निवडला. कुणालाही काही न सांगता, कुणाचाही सल्ला न घेता, देशातल्या सर्वोत्तम मेडिकल कॉलेज हॉस्पिटलमध्ये नोकरीत असताना मी एक कांड केलं, एका साध्या कागदावर लिहिलं,

> माननीय महासंचालक,
> आरोग्य विभाग मुख्य कार्यालय, बांगलादेश.
>
> ~~सविनय अर्ज करते की~~ मी, तसलिमा नासरिन, ढाका मेडिकल कॉलेजच्या हॉस्पिटलच्या ॲनेस्थेशिया विभागात कार्यरत मेडिकल ऑफिसर, स्वेच्छेने, पूर्ण भानावर असताना, सरकारी नोकरीचा राजीनामा देत आहे. ~~माझा हा राजीनामा स्वीकारून मला उपकृत करावे.~~ मला आशा आहे की, लवकरात लवकर हा राजीनामा स्वीकारून मला सरकारी ~~नागपाशातून~~ नोकरीतून मुक्त करण्यात येईल.

राजीनामा लिहून, सही करून, आरोग्य विभागाच्या मुख्य कार्यालयात जाऊन मी राजीनामा देऊन आले. राजीनामा फक्त देऊनच चालणार नव्हतं, तो स्वीकारण्यात आला आहे की नाही, तेसुद्धा पाहायला हवं होतं. त्या कार्यालयात दिवसांमागून दिवस जाऊनही माझा राजीनामा सरकारनं स्वीकारल्याचं कुठलंही पत्र मला मिळालं नाही. तसं पत्र मिळाल्यावर मी आता सरकारी नोकरीत नाही, याचा पुरावा दाखवून गृहमंत्रालयाकडून मी माझा पासपोर्ट परत करण्याची मागणी करू शकणार होते. मी राजीनामा दिला आहे हे समजल्यावर बाबांनी कपाळाला हात लावला- हे काय कांड केलं मुलीनं- हिचं डोकं फिरलंय की काय! घरातल्या सगळ्यांचं मत होतं की माझं डोकं फिरलंय. जो ऐके, तो हेच म्हणे. अगदी मित्र-मैत्रिणीसुद्धा. हा प्रकार अविश्वसनीय होता खरा. लोकांना हजार प्रयत्न करूनही सरकारी नोकरी मिळत नाही. सरकारी नोकरी मिळणं जेवढं अवघड, तेवढंच ती जाणंही तेवढंच अवघड असतं. लोक लाखो रुपयांची लाच देऊनही पाचशे रुपये पगाराची सरकारी नोकरी मिळवण्याचा प्रयत्न करतात. महिनो न् महिने, वर्षानुवर्षं अनुपस्थित राहिल्यावरसुद्धा, कामात हेळसांड केल्यावरसुद्धा सरकारी नोकरी जात नाही. सरकारी नोकरी ही माणसाच्या जीवनातली सर्वांत मोठी सुरक्षितता असते आणि मी जीवनातली सर्वांत मोठी सुरक्षितता आणि तीही फर्स्ट क्लास गॅझेटेड ऑफिसर पदाची इतकी चांगली नोकरी सहज सोडून दिली होती! हो, दिली सोडून, मी दुसऱ्यांदा विचार केला नाही.

दरम्यान, अचानक दिसलं की, ढाका मेडिकल कॉलेज हॉस्पिटलमध्ये माझं पद हे रिक्त पद म्हणून उल्लेख करून दुसऱ्या एका डॉक्टरला पोस्टिंग देण्यात आलं आहे. खूप चांगली गोष्ट! याचा अर्थ, माझा राजीनामा तुम्ही स्वीकारला आहे. याचा अर्थ, आता मी त्या पदावर नाही. मग मी कुठं आहे, माझी तर कधी कुठं बदलीही केली नाही. एखादा डॉक्टर मरून गेल्यावरच ते पद रिक्त होतं. मी

तुमच्या दृष्टीनं एक मृत व्यक्ती आहे. राजीनामा दिल्यावर तर मृतच होते; पण 'तुमचा राजीनामा स्वीकारण्यात आला आहे, तुम्ही आता आमच्या बदमाशीतून, कारस्थानातून, कुटिलता-जटिलता यातून मुक्त झाला आहात' असं मला का सांगत नाही? नाही, असं कुठलंही पत्र मला मिळालं नाही. काही महिन्यांचा माझा थकीत पगारही मला देण्यात आला नाही. सरकारी रेव्हेन्यू ऑफिसमध्ये अनेक दिवस धरणं देऊनही मला माझा थकीत पगार मिळाला नाही. आरोग्य विभागाच्या मुख्य कार्यालयाकडे दिलेल्या माझ्या राजीनाम्याची एक प्रत आणि ढाका मेडिकल कॉलेज हॉस्पिटलमध्ये माझ्या जागी दुसऱ्या एका डॉक्टरला नोकरी दिल्याचा पुरावा गृहमंत्र्यांकडे पाठवला-त्याचबरोबर माझा पासपोर्ट परत देण्यासाठीचा विनंती अर्जही पाठवला. 'आता तर काही मी सरकारी नोकरी करीत नाही. मी पूर्णपणे बेसरकारी व्यक्ती आहे. पासपोर्टमध्ये माझा जो व्यवसाय दिला होता, तोच व्यवसाय आता मी पूर्ण वेळ करीत आहे. त्यामुळे कृपया माझा अडकवून ठेवलेला पासपोर्ट परत करून मला उपकृत करावे.' तरीही सरकारकडून काहीच प्रतिसाद नाही. माझा पासपोर्टही परत देण्यात आला नाही. पासपोर्ट मला हवा होता तो देशाबाहेर कुठंही जाण्यासाठी नव्हे, तर तो माझा नागरी अधिकार होता, म्हणून. माझ्या नागरी अधिकाराचं हनन करून अन्याय्यपणे माझा पासपोर्ट अडकवून ठेवण्यात आला होता आणि त्याहीपेक्षा अन्यायकारक म्हणजे मी सरकारी नोकरीचा राजीनामा दिल्यानंतरही माझा पासपोर्ट परत दिला जात नव्हता, म्हणूनच तो मला हवा होता. पण माझं म्हणणं कोण ऐकणार! गृहमंत्रालयाकडून प्रतिसाद न मिळाल्यानं मी पासपोर्ट ऑफिसात गेले आणि नवीन पासपोर्ट मिळावा म्हणून अर्ज केला. पण नाही, मला नवीन पासपोर्टही देण्यात आला नाही.

'लज्जा'वर बंदी येण्याआधीच्या काळात एके दिवशी नाहिद ही कायद्याची विद्यार्थिनी मला म्हणाली, 'तिच्या ओळखीचे एक गृहस्थ आहेत, ते जमाते इस्लामीचे आहेत; त्यांची सरकारमधल्या लोकांमध्ये बरीच ऊठबस आहे, ते गृहस्थ तिला रात्री आठच्या सुमाराला गृहमंत्र्यांच्या घरी घेऊन जाऊ शकतील. नाहिदनंच त्या ओळखीच्या व्यक्तीला ही व्यवस्था करण्यासाठी विनंती केली होती. त्यामुळे माझ्या पासपोर्टसंदर्भात गृहमंत्र्यांशी बोलायची एक चांगली संधी नाहिदला मिळाली होती. चांगली गोष्ट होती. गृहमंत्र्यांनाच पाठवलेल्या माझ्या अर्जाची एक प्रत नाहिद त्यांच्या घरी घेऊन गेली. दोन तासांनंतर विषण्ण चेहऱ्यानं ती परत आली.

"काय झालं?"

"बॉस, तुमचा अर्ज त्यांनी फाडून फेकून दिला."

"असं?"

“हो. म्हणाले, ही बाई धर्माविरुद्ध लिहिते. आमच्या रसूलल्लाच्या विरुद्ध काहीबाही लिहिते. एक तर तिला पासपोर्ट देणारच नाही. तिची ‘लज्जा’ बॅन करीन.”

“असं म्हणाले?”

“हो. आणि असं म्हणून खूप जोरजोरात हसले.”

“तू काही म्हणाली नाहीस?”

“म्हणाले, “‘लज्जा’ का बरं बॅन करणार? त्यात काही आक्षेपार्ह मजकूर आहे का?’ तर ते म्हणाले, ‘आहे, आहे, नक्कीच आहे.’ मी म्हणाले, ‘त्यात वस्तुस्थितीच लिहिली आहे. वस्तुस्थिती तर काही लेखिकेनं कल्पनेनं लिहिलेली नाही.’

“यावर ते म्हणाले, ‘नसेल कल्पनेनं लिहिली; पण असं कुठल्या हिंदूला मारहाण झाली, कुणाला शिव्या देण्यात आल्या, कुणाचं घर जाळण्यात आलं हे सगळं लिहिणं योग्य आहे का? अशानं ‘ते’ लोक डोक्यावर बसतील.’”

नाहिदनं एक सिगारेट पेटवली. एक मला देऊ केली.

“नाही. सिगारेट ओढणार नाही.”

“बॉस, अहो, ओढा, ओढा! तुम्ही खूप टेन्शनमध्ये आहात. सिगारेट ओढल्यावर टेन्शन कमी होईल.”

माझ्या घरात कुणालाच नाहिद आवडत नसे, कारण नाहिद ही सिगारेट ओढीत असे. सिगारेट मलाही आवडत नाही; पण नाहिद माझ्या खोलीत बसून धूम्रपान करीच आणि मलाही ‘सिगारेटचे दोन-तीन झुरके घ्या’ म्हणून विनवी. मला ती ‘बॉस!’ म्हणून हाक मारी. ते मला आवडत नसलं, तरी सतत मला ‘बॉस’ म्हणूनच हाक मारी. नाहिद खूप धाडसी युवती होती. रात्री-बेरात्री ती बसनं आपल्या नारायणगंजच्या घरी जाई. मी विचारी, “नाहिद, तुला भीती नाही वाटत?”

“बॉस, माझ्या तोंडी भीती हा शब्द शोभत नाही. भीती का बरं वाटावी? कुणी काही केलं,” नाहिद हाताची मूठ बांधून म्हणाली, “तर ठोसा देऊन आडवं करीन ना त्याला!”

नाहिद कधीही साडी नेसत नसे. सलवार-कुर्ता-ओढणी, पायात सँडल हा तिचा नेहमीचा वेश असे. ती कधीही कुठलाही मेक-अप करीत नसे. वेळ मिळाला की माझ्या घरी येई; म्हणे, ‘बॉस, काही काम आहे का?’ एखादं काम सांगितलं, तर म्हणे, ‘करून टाकते.’ काम असलं तर करी, नसलं, तर खुल्या आवाजात गाणं म्हणे.

‘लज्जा’ कादंबरीवर खरोखरच सरकारनं बंदी घातली. गृहमंत्री खॅ खॅ करीत हसत म्हणाले, “तिची बाकीची पुस्तकंसुद्धा बॅन करीन.” देशाच्या स्वातंत्र्याचा शत्रू आता आमचा मंत्री होऊन बसला होता. लेखकाचं लेखनस्वातंत्र्य, मतस्वातंत्र्य

त्याच्या बुडाखाली दबून गेलं होतं.

मला वाटलं होतं, सरकारी नोकरीचा राजीनामा दिल्याबरोबर मी सरकारच्या रोषातून मुक्त होऊन स्वतंत्रपणे लेखन करू शकेन. पण हे स्वातंत्र्य मला कसं बरं मिळणार! मी आपादमस्तक बेसरकारी झाल्यावरही माझ्या हालचालींवर सरकारची बारीक नजर होती. एके दिवशी स्पेशल ब्रँचचे दोन लोक माझ्या शांतिनगरच्या घरी आले. आधी मी दरवाजा उघडला नाही. ते ओरडून म्हणू लागले, 'आम्ही पोलीस आहोत, दरवाजा उघडा!' भीत भीत मी दरवाजा उघडला. ते दोघं जणू स्वतःचंच घर असल्याप्रमाणे आत शिरले, घरात फिरू लागले. बैठकीच्या खोलीतला पंखा सुरू करून, खिडक्यांचे पडदे बाजूला सारून, हात-पाय पसरून सोफ्यावर बसले. एका जणाच्या चेहऱ्यावर हसू होतं, तर दुसऱ्याच्या कपाळावर आठ्या होत्या.

आठ्यावाल्यानं आधी तोंड उघडलं, "'लज्जा' हे पुस्तक आहे तुमच्याकडे?"

माझ्या छातीतून एक थंडगार शिरशिरी गेली. माझ्याकडे 'लज्जा' हे पुस्तक अर्थातच होतं पण 'लज्जा' पुस्तक जवळ ठेवण्यावर बंदी असल्यानं, माझ्याकडे ते पुस्तक पाहिल्यावर लगेच हे लोक माझ्या हातांत हातकड्या घालून मला घेऊन जाऊ शकत होते. हो म्हणावं की नाही हे मला उमजेना.

"का बरं? तुम्हाला हवं आहे का?" मी उलट प्रश्न विचारला.

"हो, आम्हाला एक प्रत हवी आहे." आठ्यावाला म्हणाला.

"पण हे पुस्तक जवळ ठेवण्यावर तर बंदी आहे!" मी म्हणाले. मी त्या आठ्यावाल्याच्या समोर होते. हसणारा माझ्या उजव्या बाजूला होता.

"पुस्तक आहे?"

"नाही."

"नक्की?"

"नक्की!"

माझा आवाज अलिप्त होता. नजर दोघांच्या पायांकडे होती. हे जर आता माझ्या लेखनाच्या खोलीत गेले, तर त्यांना 'लज्जा' कुठंतरी नक्की सापडणार. तेव्हा काय होईल याचा विचार न करताच मी 'नक्की' हा शब्द उच्चारला. आमचं बोलणं ऐकून आईनं जर 'लज्जा' कुठं लपवलं, तरच वाचले म्हणायचं! मी अचानक खुर्चीतून उठले, तर आठ्यावाला मला थांबवून म्हणाला, "कुठं चाललात? बसा, बसा!" मला पुन्हा बसावं लागलं. बेचैन होऊन बसले. छातीत कुठूनतरी भीतीसुद्धा येऊन बसली.

आता तो हसणारा, मध्यमवयीन माणूस म्हणाला, "तुमचं 'लज्जा' हे पुस्तक बाजारात का विकलं जातंय?"

''माझे प्रकाशक 'लज्जा'ची विक्री करीत नाहीत. त्यांच्याजवळही 'लज्जा'च्या प्रती नाहीत. सगळ्या प्रती तर पोलीस घेऊन गेलेत!''

''पण विक्री तर होतेय. का होतेय?''

''मला तर ठाऊक नाही का होतेय, कशी होतेय!'' मी गंभीर आवाजात म्हणाले.

''तुम्हाला तर ठाऊक असायला हवं!''

मी दात गच्च आवळले. म्हणाले, ''मी ते पुस्तक लिहिलं. पुस्तकाची लेखिका मी आहे. त्या पुस्तकाची विक्री करण्याची जबाबदारी माझी नाही. जे विक्री करताहेत त्यांच्याकडे जाऊन त्यांना विचारा- ते का विक्री करताहेत.''

मनात जी भीती होती, ती निघून गेली. फक्त बेचैनपणा तेवढा राहिला.

''फेरा हे पुस्तक...'' आठ्यावाल्यानं तोंड उघडलं.

''फेरा हे पुस्तक का लिहिलंत?'' हसणारा मध्येच तोंड घालून म्हणाला.

''का लिहिलं म्हणजे? लिहावंसं वाटलं म्हणून लिहिलं.''

मी 'फेरा' (परत फिरणे) नावाची एक नवीन कथा लिहिली होती. 'पत्रिका'च्या शारदीय विशेषांकासाठी दुलेंद्र भौमिक यांनी माझ्याकडे एक कादंबरी मागितली होती. पण कादंबरी लिहिणं शक्य झालं नाही, दीर्घकथा लिहिली- पण मासिकात मात्र ती कादंबरी म्हणूनच छापण्यात आली. 'फेरा' बांगलादेशात पुस्तकरूपानं प्रकाशित झाली; पश्चिम बंगालमध्ये अद्याप पुस्तकरूपानं प्रकाशित झाली नव्हती. माझं लेखन संपल्याबरोबर लगेच पुस्तक छापता येऊ शकतं, कारण मी कॉम्प्युटरवर ज्या बंगाली लिपीत टाइप करते, तीच लिपी बांगलादेशमधले प्रकाशक वापरतात. मी लिहून सी.डी.वर कॉपी करून दिल्याबरोबर ते सरळ प्रेसमध्ये प्रिंटिंगसाठी जाऊ शकतात. कंपोज करा, प्रुफं पाहा या सगळ्यापासून आता मुक्ती! पण आनंद पब्लिशर्सना कोलकात्यात सगळं प्रथमपासून करावं लागतं. कारण तिथं बंगाली आदर्शलिपी वापरण्यात येत नाही. 'फेरा'ची कथा खूप छोटी आहे. पूर्व बंगालमधल्या एका किशोरवयीन मुलीला तिच्या सुरक्षिततेसाठी पश्चिम बंगालमध्ये पाठवण्यात आलेलं असतं. तीस वर्षांनंतर एके दिवशी ती आपला देश पाहण्यासाठी परत येते. तेव्हा तिला आपली मातृभूमी कशी दिसते, याचंच ते वर्णन आहे. आता पोलिसांच्या माणसांनी मी 'फेरा' ही कादंबरी का लिहिली असं विचारलं. 'मला लिहावीशी वाटली म्हणून मी लिहिली' हे आधीचं उत्तर त्यांना पुरेसं वाटलं नव्हतं हे मला जाणवलं.

''फेरा तुम्हाला कुणी लिहायला सांगितली?''

''म्हणजे?''

''कुणीतरी नक्कीच सांगितलं असणार की 'फेरा' नावानं अशी-अशी गोष्ट

असलेली एक कादंबरी लिहा. कुणी सांगितलं?''

''प्रकाशक तर नेहमीच लिहायला सांगतात. पण कादंबरीचं नाव काय असावं, कशा प्रकारची गोष्ट मी लिहावी, हे कुणी मला सांगत नाही. ते सारं मी स्वतःच लिहिते.''

'''फेरा'ची गोष्ट तर काही तुमच्या डोक्यातून आलेली नाही. नक्कीच ती कुणीतरी तुम्हाला सांगितली असणार.''

''नाही. कुणीही सांगितली नाही. मी सांगितलं ना, काय गोष्ट लिहावी हे मीच ठरवते.''

'''फेरा'मधलं एखादं पात्र तुमच्या ओळखीचं आहे का? म्हणजे, कल्याणी नावाच्या कुणा महिलेला तुम्ही ओळखता का?''

''नाही.''

''मग कल्याणी नावाची एक हिंदू महिला कोलकात्याहून आपलं घर पाहण्यासाठी इथं येते, असं का लिहिलंत?''

''नवल आहे! अहो, ही तर गोष्ट आहे!''

''म्हणजे तुम्ही कल्पना करून लिहिलंय. अशी कुठलीही घटना घडलेली नाही.''

''गोष्टी तर लेखक आपल्या कल्पनेनंच लिहितात.''

''पण वास्तवाशी थोडं तरी साम्य असायलाच पाहिजे, नाही का? की निव्वळ कल्पनेत येईल ते लिहिल्यानं भागतं?'' आठ्यावाला.

''कोलकात्यात पुस्तक प्रकाशित झालंय?'' हसणारा.

''पुस्तकरूपानं प्रकाशित झालेलं नाही.''

''मग कसं प्रकाशित झालं?''

''एका मासिकात कथा म्हणून प्रकाशित झाली 'फेरा'!''

''मासिकाचं नाव?''

''पत्रिका.''

''म्हणजे?''

''मासिकाचं नावच 'पत्रिका' असं आहे.''

''तुमच्याकडं 'पत्रिका'चा तो अंक आहे?''

मला प्रचंड संताप आला. वाटलं, या दोघांची मानगूट धरून यांना घराबाहेर काढता आलं असतं तर... बाहेरच्या उन्हाच्या झळांनी माझा संताप आणखी वाढला.

''पत्रिकाचा अंक आहे?'' आठ्यावाला.

''नाही.'' मी जरा मोठ्याच आवाजात म्हणाले.

''तुम्ही मुसलमान असून हिंदूंच्याबद्दल गोष्टी का लिहिता?''

''मी मुसलमान कुटुंबात जन्म घेतला आहे; पण मी कुठलाही धर्म मानत नाही.'' मी हे जोरात म्हणाले. हे बोलल्यानंतर माझ्या मनात जी बेचैनी होती, तीही माझ्यामधून निघून गेली. जणू बराच वेळ एखाद्या बंद पेटीत बसून राहिल्यानंतर आता मोकळ्या हवेत येऊन छाती भरून श्वास घेतला आहे.

''तुमचा इस्लाम धर्मावर विश्वास नाही?''

''नाही.''

''हिंदू धर्मावर आहे?''

''नाही.''

''मग हिंदूंच्या बाजूनं इतकं बोलता कशाला?'' हसणाऱ्याचा प्रश्न.

''बोलते, कारण तीही माणसं आहेत. मी कुणाचाही धर्म पाहत नाही. मी माणूस पाहते. कुठल्याही माणसावर अत्याचार होत असेल, तर मी त्या माणसाच्या बाजूनं उभी राहते. साधी, सरळ गोष्ट आहे.''

ते दोघं निघून गेल्यावर धाडकन दरवाजा लावून मी मागे वळून पाहिल्याबरोबर दिसलं की, आई भिंतीजवळ पांढऱ्याफटक चेहऱ्यानं उभी आहे. म्हणाली, ''का म्हणालीस धर्मावर विश्वास नाही? आता तर ते आणखी अडचणी उभ्या करतील!''

''करू दे!'' म्हणून मी दूर गेले.

बिछान्यावरच्या तीन गाद्यांच्या तळाशी लपवलेली 'लज्जा'ची प्रत आईनं बाहेर काढली आणि तिचे तुकडे-तुकडे करीत कचऱ्याच्या टोपलीत फेकत-फेकत म्हणाली, ''काही गरज नाही हे पुस्तक घरात असण्याची. परत या घरात ते पुस्तक आहे असं त्यांना समजलं तर सगळ्यांना बांधून घेऊन जातील!''

माझ्या कॉम्प्युटरवर 'लज्जा' सेव्ह केलेली होती, त्यामुळे फाडून टाकलेल्या प्रतीबद्दल मला वाईट वाटलं नाही; उलट एका दृष्टीनं बरंच वाटलं.

संकट टळलं खरं; पण संपूर्णपणे टळलं नाही. तो हसणारा इसम नेहमीच फोन करी. मी कशी आहे, कसं चाललं आहे इत्यादी चौकश्या करी. 'तुमचं मंगल इच्छितो' असं तो एकदा म्हणाला. ज्या दिवशी हे म्हणाला, त्याच वेळी त्यानं फोनवर विचारलं, ''तुम्ही 'आजकाल' दैनिकाला दिलेल्या मुलाखतीत धर्म नष्ट होवो, विवाहसंस्था नष्ट होवो असं म्हणालात का?''

''हो, म्हणाले. त्याचं काय?''

''गृह मंत्रालयाने याचा तपास करायला सांगितलंय.''

मी निःश्वास टाकून फोन ठेवून दिला. मी कुठं काय म्हणाले, त्याचाही तपास होतो! मी काय बोलावं- बोलू नये, काय लिहावं किंवा लिहू नये- सगळ्यांसाठी

ते एक सीमारेषा तयार करू पाहत होते. सीमेच्या बाहेर गेले की, तपास! मंत्रालयात फाइल उघडली जाईल. फाइलचं पोट दिवसेंदिवस फुगत जाईल. पोलीस माझ्यावर नजर ठेवतील. साध्या कपड्यातले पोलीस आणि साधी आसपास फिरणारी माणसं- दोन्हीही मला सारखीच वाटत. पण माझ्या लक्षात आलं नाही, तरी इतर लोक मला सांगत की, माझ्या घराच्या आसपास साध्या कपड्यातले पोलीस फिरत असतात. त्यांना काय हवं असतं, काय मिळतं, हे काही मला कळत नव्हतं.

शांतिबागेतून शांतिनगरमध्ये आल्यावर जरा शांती मिळेल, असं मला वाटलं होतं. पण पोलिसांचे लोक मी जिथं जाईन, तिथं सावलीसारखे माझ्यामागे येत. फक्त पोलीस हीच समस्या असती, तरी काही वाटलं नसतं. या नवीन घरात आल्यापासून नवीन नवीन उपद्रव सुरू झाले. अगदी चार-चार दिवसांनी दाराची कडी वाजे, 'समितीचे पैसे द्या.' 'मी कुठल्याही समितीत येणार नाही, त्यामुळे कुठली वर्गणीही देणार नाही,' असं मी सांगून टाकलं. घरमालक समितीचे लोक मला म्हणाले, समितीची वर्गणी दिलीच पाहिजे- या नियमातून सूट नाही. शांतिनगरमधला हा एक प्रचंड मोठा कॉम्प्लेक्स होता. चार मोठ्या इमारती. एकेक इमारत दहा मजली. एका इमारतीत ४० फ्लॅट्स. १६० कुटुंबं म्हणजे काही साधी गोष्ट नव्हती. समितीची आवश्यकता आहे. चोरीला प्रतिबंध करणं, चोवीस तास पहारेकऱ्याची व्यवस्था करणं, त्याला पगार देणं, लिफ्ट बिघडली, तर ती नीट करणार कोण? बागेसाठी माळ्याची गरज आहे, कोण आणणार? गाड्यांच्या ड्रायव्हर्सच्या नाव-पत्त्यांची नोंद ठेवणं, त्यांनी अरेरावी केल्यास त्यांना काढून टाकणं, व्हरांडे स्वच्छ करणं, कचरा टाकून देण्यासाठी माणूस लावणं, दरमहा त्यांचा पगार देण्याची व्यवस्था करणं, डिश अँटेना लावणं, बिघडल्यास काढून टाकणं, घराचे पोपडे निघाल्यास दुरुस्ती करणं, रंग जुना झाल्यावर रंगकाम करणं- कामांना अंत नव्हता. हे सगळं काही ईस्टर्न हाउसिंग इस्टेटचे मालक जहिरूल इस्लाम करणार नाहीत. त्यांनी तर सगळे फ्लॅट्स विकूनच टाकले आहेत. त्यामुळे ज्यांनी फ्लॅट्स विकत घेतले आहेत, त्यांनाच या इमारतींच्या व्यवस्थेकडेही लक्ष द्यायला हवं. काही उत्साही फ्लॅटमालकांनी मिळून ही समिती गठित केली होती. एक वर्षानंतर समितीवरच्या पदाधिकारी पदांसाठी निवडणूक होणार होती. समितीचं काम फक्त इमारतींची व्यवस्था पाहणं एवढंच नव्हतं. भविष्यातल्याही काही योजना समितीकडे होत्या. खाली गॅरेजसमोर दुकानं सुरू होतील, लाँड्री सुरू होईल, बेकरी सुरू होईल. माझ्या समजुतीप्रमाणे मूलतः सगळ्या इलाख्याच्या, म्हणजे १६० फ्लॅट्समध्ये राहणाऱ्या माणसांच्या सुविधांसाठी ही समिती होती. मी दरमहा बाराशे रुपये देण्याची त्यांची मागणी मान्य केली. एके दिवशी समितीच्या खोलीत डोकावून सेक्रेटरी शफीक अहमद यांच्याशी ओळखही करून घेतली. मी

माझा परिचय देण्याआधीच ते उद्गारले, "ओळखतो मी तुम्हाला."

"कसं काय? आधी कुठं पाहिलं होतं का मला?" मी विचारलं.

"नाही, पाहिलं नाही पण वर्तमानपत्रांत तुमचे फोटोबिटो नेहमीच पाहतो. समोरासमोर आत्ताच पहिल्यांदा पाहिलं."

त्यांच्या चेहऱ्यावर स्मितहास्य होतं, त्याच्या तळाशी थोडी शंका. मला जाणवलं होतं की, आजकाल मला कुठंही स्वतःचा परिचय देण्याची गरज पडत नसे. हे चांगलं की वाईट?- मी स्वतःलाच प्रश्न विचारला. मनातल्या मनात स्वतःला उत्तर दिलं, 'वाईट.'

यानंतर समितीकडून जी गोष्ट करण्यात आली, तिच्या संदर्भात मी सरळ सांगितलं, 'हे माझ्याकडून होणार नाही.' ती गोष्ट म्हणजे मशिदीसाठी वर्गणी. ते म्हणाले, "मशीद बांधायची आहे, त्यासाठी वेगळी वर्गणी हवी."

"माझ्या घरातलं कुणीही मशिदीत येणार नाही, त्यामुळे वर्गणी देण्याचा प्रश्नच येत नाही."

तरीही वर्गणी द्यायलाच हवी. शफीक अहमद स्वतः आले. पांढरा शर्ट, काळी पँट घातलेले, मध्यम उंचीचे साधेसुधे गृहस्थ होते शफीक अहमद. एका पेन कंपनीचे मालक. कंपनीचे मालक असल्यानेच समिती चालवण्यासाठी त्यांना प्रचंड मोकळा वेळ मिळे. मुक्तियुद्धात (बांगलादेशच्या स्वातंत्र्ययुद्धात) त्यांनी भाग घेतला होता.

"तुम्ही अधूनमधून चांगलं लिहिता- विशेषतः देशाच्या स्वातंत्र्याबद्दल लिहिता, तेव्हा!"

"मशिदीची वर्गणी सगळ्यांनी दिली आहे, तुम्हीही द्या. मशिदीचं बांधकाम चालू आहे, ते पूर्ण करण्यासाठी पैशांची गरज आहे."

"कॉम्प्लेक्सच्या आत मशीद बांधायची गरज काय? आसपास अनेक मशिदी आहेत की! ज्यांना नमाज पढायचा असेल, ते त्या मशिदींमध्ये जाऊ शकतात!"

"अहो, पण मशीद बांधण्यासाठी कॉम्प्लेक्समध्ये आधीपासूनच प्लॅन होता."

"इतर कुठल्याही बांधकामासाठी पैसा हवा असेल, तर माझ्याकडून घेऊन जा; पण मशीद बांधण्यासाठी मी मुळीच पैसे देणार नाही."

"पण पैसे देण्यात तुमचं काय नुकसान?"

"फायदा काय, ते सांगा ना!"

"फायदा नसेना का; पण हा सगळ्यांचा प्रश्न आहे. इथं आपल्याला मिळूनमिसळूनच राहायला हवं. सगळ्यांनी पैसे दिले आहेत, फक्त तुमच्याकडूनच यायचे बाकी आहेत."

"माझ्या पैशांसाठी तुमची मशीद अडून राहणार नाही. तुम्हाला मशीद बांधायचीय

ना, बांधा. मी तर काही तुम्हाला अडवू शकणार नाही. पण मी मशिदीवर विश्वास ठेवत नाही. मी मशिदीसाठी वर्गणी देणारच नाही.''

शफीक अहमद चहा घेऊन निघून गेले.

आतातरी शांती मिळेल असं वाटलं होतं; पण नाही. समितीनं मिलाद मैफल आयोजित केली आहे, वर्गणी द्या. मी दारातूनच सांगितलं, ''मी मिलादला येणार नाही, त्यामुळे वर्गणी देणार नाही.''

त्यानंतर पुन्हा.

''रोजाच्या वेळी इफ्तारचं आयोजन आहे, वर्गणी द्या.''

''मी इफ्तारी खायला येणार नाही. त्यामुळे वर्गणी देण्याचा प्रश्नच येत नाही.''

त्यानंतर पुन्हा एके दिवशी.

''शबे बारातचा कार्यक्रम होणार आहे. त्यासाठी वर्गणी हवी.''

मी मोठ्या आवाजात 'नाही' म्हणून त्यांना निरोप दिला.

२१ फेब्रुवारीला बांग्लादेशच्या विजय दिनाचा कार्यक्रम होणार- त्यासाठी वर्गणी दिली.

मशिदीच्या घटनेच्या दोन आठवड्यांनंतर शफीक अहमद यांचा फोन आला. त्यांनी विचारलं, ''अच्छा, हा कैसर कोण?''

''कैसर? का बरं? कैसर माझा मित्र आहे.''

''नेहमी तुमच्या घरी येत असतो का?''

''हो, येतो. का, काय झालं?''

''चर्चा होते.''

''कुठे चर्चा होते?''

''समितीमध्ये.''

''काय चर्चा होते?''

''लोक म्हणतात की तुमच्याशी कैसरचे अवैध संबंध आहेत.''

मी जोरात हसले. ''माझ्याशी कुणाचा काय संबंध आहे, संबंध वैध की अवैध ते पाहण्याचं काम समितीचं? समितीला माझ्या बेडरूममध्ये घुसायची परवानगी कुणी दिली?''

शफीक अहमद म्हणाले, ''हे सगळं काही मी करीत नाही, भाई. मी एक हितचिंतक म्हणून तुम्हाला हे कळवतोय. ही चर्चा ईस्टर्न हाउसिंगचे चीफ इंजिनिअर जुबेर हुसेन करीत असतात. दोन नंबरच्या बिल्डिंगमध्ये त्यांचा फ्लॅट आहे. समितीचे अध्यक्ष आहेत ते.''

"त्यांना जे काय करायचं असेल ते करू द्या. जे बोलायचं असेल ते बोलू द्या. मी काही पर्वा करीत नाही."

"मला वाटतं ते तुम्हाला नोटीस देतील."

"कसली नोटीस?"

"कुठलंही अवैध काम फ्लॅटमध्ये करू नये अशी नोटीस."

"माझ्या घरात मी काय करते, काय करीत नाही, हा माझा खासगी प्रश्न आहे."

मी फोन ठेवून दिला. या विषयावर बोलावं असं मला वाटलं नाही.

यानंतर पुन्हा एकदा रात्री फोन. शफीक अहमद म्हणाले, "अध्यक्ष तुमच्याविरुद्ध कारवाई करण्याचं ठरवताहेत. अनेक जण त्यांच्या बाजूनं आहेत." ते असंही म्हणाले की, कुठं काही अवैध काम होतंय किंवा नाही याची खबर घेणं आणि योग्य ती कारवाई करणं, हा समितीचा अधिकार आहे.

"अवैध म्हणजे काय?"

"उदाहरणार्थ, एखाद्या फ्लॅटचा मालक जर आपल्या फ्लॅटचा वापर प्रॉस्टिट्यूशनच्या कामासाठी करत असेल, तर. असं होऊ शकतं ना! एखादी व्यक्ती आपल्या फ्लॅटमध्ये प्रॉस्टिट्यूट आणि क्लायंट आणून व्यवसाय करीत असेल, तर त्या व्यक्तीला फ्लॅटमधून काढून टाकणं ही समितीची जबाबदारी आहे."

"कसं काय फ्लॅटमालकाला फ्लॅटमधून बाहेर काढणार? तो फ्लॅटचा मालक आहे ना!"

"नियम तरी असाच आहे. त्या फ्लॅटमालकानं इथला फ्लॅट विकून निघून जायला हवं."

"मी तर माझ्या फ्लॅटमध्ये कुठलाही व्यवसाय करीत नाही. तरीही माझ्याविरुद्ध कारवाई करण्याची भाषा करतात कशासाठी ते?"

"तुम्ही अवैध काम करता आहात असं त्यांना वाटतंय. मी तुमचा हितचिंतक आहे- माझ्याबद्दल गैरसमज करून घेऊ नका. आपण कैसरला सांगा, 'माझ्या घरी येत जाऊ नकोस' म्हणून."

मला संताप आला. "नाही. मी त्याला तसं सांगणार नाही. इथं कैसर हा मुद्दा नाही. माझ्या घरी कुणी यावं किंवा येऊ नये; कुणी राहावं किंवा राहू नये, कुणी आत प्रवेश करावा किंवा बाहेर जावं, हे पूर्णपणे माझ्या निर्णयावर अवलंबून असेल. माझ्या निर्णयानं होईल; समितीच्या निर्णयानं नव्हे. हे माझं शेवटचं सांगणं आहे. हे माणसाचं किमान स्वातंत्र्य असतं. हे स्वातंत्र्य मी गमावणार नाही."

"तर मग ते नोटीस पाठवतील."

“पाठवू द्या.”

“पहिली वॉर्निंग. त्यानंतर सेकंड वॉर्निंग. थर्ड. आणि त्यानंतर बहुधा घर सोडून जाण्याचा आदेश.”

“जे वाटेल ते करू द्या त्यांना. माझ्या मालकीच्या घरातून मला कसं बाहेर काढतात ते मी पाहीन.” खाडकन मी फोन ठेवून दिला. माझा श्वासोच्छ्वास वेगानं होऊ लागला. मी स्वतः विकत घेतलेलं हे घर आणि माझ्या घरातून मला हाकलून लावायचं कारस्थान चालू होतं. मला कुणीही जागा भाड्यानं देत नव्हतं. आता जर मला माझ्या स्वतःच्या घरात राहण्याचाही अधिकार राहिला नाही, तर मी कुठं जाणार? आता मागे जात-जात आणखी मागे जाण्यासाठी मला कुठलाच मार्ग नाही. मला ढकलीत ढकलीत, लाथा घालीत घालीत आणखी कुठं घेऊन जाऊ पाहताहेत माणसं? आणखी किती नुकसान करायचंय त्यांना माझं? मी बेचैनपणे व्हरांड्यात येरझारा घालू लागले. हे घर विकत घेतल्यावर मी स्वतःच्या हातांनी सजवलं होतं. स्वयंपाकघराच्या भिंतींना स्वतःच्या पसंतीनं टाइल्स विकत आणून लावल्या होत्या, ओट्यावर मोठा संगमरवरी दगड बसवला होता, सगळ्या खिडक्यांना भारी पडदे लावले होते. बैठकीच्या खोलीत ठेवण्यासाठी एक लाकडी सोफा आणला होता, बेडरूममध्ये नवीन पलंग आणून ठेवला होता, एक मोठं लाकडी कपाट आणून ठेवलं होतं, लेखनाच्या खोलीच्या चारही भिंतींना पुस्तकांची कपाटं लावली होती; सगळी कपाटं पुस्तकांनी भरली होती. टेबलावर कॉम्प्युटर. स्वतःचं घर स्वतःच्या कुवतीप्रमाणे, आवडीप्रमाणे सजवून, मित्रमैत्रिणींना बोलावून मी गृहप्रवेशाचा कार्यक्रम केला होता. अस्थिर जीवन अखेर एका ठिकाणी येऊन स्थिर झालं. पतीशिवाय कुठलीही महिला आपल्या पायांवर उभी राहू शकत नाही, मलाही ते शक्य होणार नाही, आयुष्यात एकट्या स्त्रीला स्थिर उभं राहता येणं शक्य नाही, या सगळ्या गोष्टींना मी खोटं सिद्ध केलं होतं. समाजात जे कुणीही करू शकत नाही, ते मी करून दाखवलं होतं- स्त्री असूनही मी हे करू शकले. प्रचंड आत्मविश्वासानं मी जेव्हा उभी राहिले आहे, तेव्हा आता मला माझ्या घरातूनच हे लोक हाकलणार? ही माणसं मला कुठं, कुठल्या नाल्यात फेकू पाहताहेत? माझं मरण पाहिल्याशिवाय बहुधा कुणाला शांती मिळणार नाही! समाजात जगायचं असेल तर सगळ्या स्वातंत्र्याचा बळी देऊन जगावं लागणार! माझी मूल्यं जपत जगण्याचा मला अधिकार नाही! माझं सगळं अंग क्रोधानं भरलं होतं. हात शिवशिवत होते. एका क्षणी वाटून गेलं, जर मला रिव्हॉल्व्हर मिळालं असतं, तर त्या जुबेर नावाच्या इसमाचा मी खूनच केला असता.

जुबेर हुसेन काही न बोलता माझ्यावर पाळत ठेवत असे. त्याचा फ्लॅट एक नंबरच्या बिल्डिंगमध्ये नव्हता, तरी एक नंबरच्या लिफ्टमध्ये चढताना तो ससाण्याच्या

नजरेनं माझ्याकडे पाहतो आहे, असं दिसे. एके दिवशी कैसर, मी आणि तो एकाच वेळी लिफ्टमध्ये चढलो. आम्हाला पाहून त्याच्या नाकपुड्या संतापानं फुगल्या होत्या. त्या दिवशीच कैसरनं आपली कार पाहुण्यांच्या पार्किंगमध्ये लावली होती. जुबेर हुसेन तिथं उभा होता. तो कैसरला म्हणाला, "इथून गाडी काढून घ्या, इथं तुम्ही गाडी लावू शकत नाही."

"का बरं? इथं जागा रिकामी आहे, गाडी लावली तर गैरसोय काय होते?" कैसरनं विचारलं.

"गैरसोय आहे!" सेक्युरिटी गार्ड जुबेरच्या सांगण्यावरून कैसरला म्हणाला.

"काय गैरसोय, सांगा!"

"तुमची गाडी इथं पार्क करता येणार नाही." जुबेर ओरडून म्हणाला.

"का पार्क करता येणार नाही?" कैसरचाही आवाज चढला.

"बघून घेईन!"

"ठीक आहे, मीपण बघून घेईन!" असं दोघांच्यामध्ये भांडण सुरू झालं. अखेर कैसरला तिथून गाडी काढून रस्त्याच्या कडेला नेऊन उभी करावी लागली. कैसरपेक्षा जुबेर हुसेनचं सामर्थ्य खूप अधिक होतं. कैसरचा अपमान म्हणजे माझ्या पाहुण्याचा अपमान. जुबेर हुसेन मला माझ्या घरातून हाकलून लावण्याच्या कारस्थानात मग्न होता. पण तरीही मी मशिदीसाठीची वर्गणी दिली नाही आणि कैसरला 'माझ्या घरी येऊ नकोस' असंही सांगितलं नाही.

आई मला म्हणे, "तू अशी झटक्यात नोकरी सोडून दिलीस, आता काय होणार? जे पैसे शिल्लक होते, ते सगळे देऊन घर आणि कार विकत घेतलीस!"

"घर आणि कार मी काय हौस होती म्हणून विकत घेतली? दुसरा उपाय नव्हता म्हणूनच तर घेतली."

"आता नोकरी नसल्यानं चालणार कसं?"

"त्याची काळजी तू करू नकोस."

आईच्या उद्विग्न चेहऱ्यापासून मी दूर सरकले खरी; पण काळजीचं सावट माझ्यावर एखाद्या गिधाडाच्या पंखांच्या सावलीसारखं पसरलं होतं. कुठल्याच प्रकाशकाकडून मला आता रॉयल्टीची रक्कम येणं नव्हतं. उलट मीच सगळ्यांना देणं लागत होते. पुस्तक लिहून त्यांचं देणं फेडण्यातच मला काही वर्षं लागणार होती. पुस्तकं तर काही दोन दिवसांत लिहून पूर्ण करू शकत नव्हते. पुन्हा पुस्तक लिहिणं हे आतून काहीतरी आल्याशिवाय करणं शक्य नव्हतं. एखाद्या रोपाची कळी जशी वसंतात आपोआप उमलते, तसं माझं लेखन उमलायला हवं होतं. लेखन ही काही जोरजबरदस्तीनं करण्याची गोष्ट नव्हती. खरं तर मी लेखिका नाही.

आजवर जे लिहिलं, ते लिहिल्याशिवाय उपाय नव्हता म्हणूनच लिहिलं होतं. लिहिताना मी रडते. एखाद्या स्त्रीच्या दुःखाची कथा लिहिताना तिच्यासाठी मी हुंदके देऊन रडते, ती स्त्री म्हणजे मीच आहे असं मला त्या वेळी वाटत असतं. 'फेरा' (परत फिरणं) लिहिताना वारंवार माझ्या डोळ्यांत पाणी येत होतं. मी त्या कथेतली कल्याणी आहे असं मला वारंवार वाटत होतं. कधी कधी वेदना इतक्या असह्य होतात की, मी लिहिणं सोडून उठते, बिछान्यावर पडून उशीत तोंड खुपसून रडते. 'निमंत्रण' नावाची कथा मी लिहिली, तेव्हा जिला तिच्या प्रेमिकानं निमंत्रण दिलं आणि ती त्याच्याकडे गेल्यावर त्याने आणि त्याच्या सहा मित्रांनी जिच्यावर सामूहिक बलात्कार केला, ती तरुणी आपणच आहोत असं मला वाटत होतं. मी रडत-रडत त्या बलात्काराचं वर्णन लिहिलं होतं- जणू त्या वेळी माझ्यावरच बलात्कार होत होता, जणू माझ्याच गुप्तांगातून रक्त येत होतं. मला अगदी खरोखरच्या वेदना होत होत्या माझ्या गुप्तांगात. जेव्हा ती तरुणी आपल्या घराकडे परत जात असते आणि विचार करीत असते, घरी गेल्यावर जेव्हा तिचे बाबा तिला विचारतील, 'कुठं गेली होतीस?' तेव्हा ती मुळीच खोटं बोलणार नाही, ती सांगेल, 'मला एका ठिकाणी निमंत्रण होतं.'— हा मजकूर लिहून पूर्ण केल्यावर मी त्या हस्तलिखितावर वाकून हुंदके देऊन रडले. 'शोध' (अर्थ : सूड, बदला) ही कथा लिहिण्याच्या वेळी मी स्वतः झुमुर होऊन पती हारूनचा बदला घेतला. कथा लिहून पूर्ण झाल्यावर एक तृप्तीचं हास्य माझ्या ओठांवर बराच वेळ होतं, जी तृप्ती झुमुर या स्त्रीला मिळाली, तीच तृप्ती मी अनुभवली. मी लेखिका नाही. सहा ते बाराचा नियम करून मी लिहू शकत नाही. कुठलीही विनंती किंवा आदेश मला लिहायला बसवू शकत नाही. अर्थात स्तंभलेखनामध्ये बरेच लेख मी कसेबसे लिहिले; काही फरमाइशीवरून लिहिले, काही लेखन मी लिहिल्याशिवाय उपाय नाही म्हणूनच लिहिलं पण त्या लेखनात मलासुद्धा प्राण दिसत नाही. मी लेखिका नाही, त्यामुळे बऱ्याचदा माझी वाक्यरचना बरोबर होत नाही, शुद्धलेखनात अचूकता असत नाही, लेखिका नसल्यामुळे मी एखाद्या घटनेचं नीटपणे वर्णन करू शकत नाही. माझं ज्ञान मर्यादित आहे याची मला जाणीव आहे. खेड्यातल्या एखाद्या शेतकऱ्याला धरून आणून त्याला एखाद्या लोखंडी वस्तू तयार करण्याच्या कारखान्यात काम करायला लावलं, तर त्याची जशी अवस्था होईल, बरीचशी तशीच अवस्था माझी लेखनाच्या क्षेत्रात आहे. मी लेखिका होण्याच्या योग्यतेची नाही, तरीही लेखिका म्हणूनच मला ओळखलं जातं. ही ओळख आधी गौण होती, ती हळूहळू मुख्य परिचय बनली. आता मी काही फुरसतीच्या वेळात लेखन करणारी हौशी लेखिका नाही. विशेषतः लेखनासाठी इतक्या वर्षांच्या नोकरीचा राजीनामा दिल्यावर आता स्वतःचा 'लेखिका' हा परिचय झटकून टाकणंही शक्य नाही.

आता मी घर विकत घेतलं होतं. घरभाडं द्यावं लागत नव्हतं. त्यामुळे खरं तर खर्च कमी व्हायला हवा होता! पण हिशेब करून पाहिला, तर खर्च अधिकच वाढला होता. वीजबिल, टेलिफोनचं बिल, गॅसचं बिल, समितीचं बिल, ड्रायव्हरचा पगार- सगळं मिळून खूपच रक्कम खर्च पडत होती. नको असली, तरी काळजी मला पोखरत होती. आई पूर्वीप्रमाणेच माझा खर्च वाचवण्याचा प्रयत्न करीत होती. ती मयमनसिंहहून काही वस्तू घेऊन येत असे. तिकडून असं सामान आणत जाऊ नकोस, असं मी आईला सांगे; पण आईचा स्वभाव काही मी बदलू शकत नव्हते. त्या दिवशीही पाहिलं, तर मयमनसिंहला जाऊन, बाबांना विनंती करून काही वस्तू ती घेऊन आली होती. नांदाईल गावच्या आमच्या शेतीतून जे तांदूळ आमच्या घरी येत, त्यांच्यापैकी काही तांदूळ, एक बाटली सोयाबीनचं तेल, काही कांदे, काही लसूण एका गाठोड्यात बांधून तिने दोन-तीन शेर मसुराची डाळही आणली होती. दोन भोपळे, काही पडवळं, अंगणातल्या नारळाच्या झाडाचे चार नारळ, उन्हाळ्यात उकडत असताना बसनं येणं-जाणं! घामानं आईचं सारं शरीर भिजलं होतं हे मी पाहिलं; पण त्या दिवशी 'आई, उगाच आणलंस हे सगळं,'असं काही मी आईला म्हणाले नाही. कधी कधी अशा सामान्य वस्तूच खूप महत्त्वाच्या वाटतात. पण कुणाच्या दयेवर मी का जगावं? माझा आर्थिक कणा कमजोर झालाय, याची जाणीव मला होत होती. पण सरकारी नोकरीचा राजीनामा दिला म्हणून माझी डॉक्टरी विद्या काही त्या राजीनाम्याबरोबर निघून गेली नव्हती! त्यामुळे मग मी खासगी दवाखान्यांकडे हेलपाटे घालू लागले, त्यांना डॉक्टरची गरज आहे का असं विचारू लागले. हो, त्यांना डॉक्टरची गरज होती. अगदी नुकत्याच पास झालेल्या अननुभवी डॉक्टरांना ते घेत होते. मला तर अगदी आनंदानं नोकरीत घ्यायला हवं होतं त्यांनी! स्त्रीरोग आणि प्रसूती विभागात आणि ॲनेस्थेशिया विभागात ढाका शहरातल्या मिटफोर्ड हॉस्पिटल आणि ढाका मेडिकल कॉलेज हॉस्पिटल या दोन मोठ्या सरकारी दवाखान्यांमध्ये काम करण्याच्या माझ्या दीर्घ अनुभवाबद्दल ऐकून क्लिनिक्सच्या व्यवस्थापकांचे डोळे आनंदानं चमकू लागायचे. त्यानंतर ते काय करीत, तर माझं नाव विचारीत. नाव ऐकून त्यांचा चेहरा एकदम पांढरा पडे. ते म्हणत, तुमचा बायोडेटा एका कागदावर लिहून इथं ठेवून जा किंवा नोकरीसाठी लेखी अर्ज करा, कमिटीच्या इतर सभासदांशी चर्चा करून आम्ही तुम्हाला कळवू. कुणाकडूनही काहीही पत्र येत नसे. माझं नाव पाहूनच मला बाद केलं जात असे. डॉक्टरची गरज असली, तरी कुणालाही माझी गरज नसे. मी एक बाद करण्यात आलेलं नाव होतं. मी एक बंदी घातलेलं नाव होतं.

'मला एक नोकरी मिळवून दे ना' असं यास्मिन मला खूप दिवसांपासून म्हणत

होती. फक्त म्हणतच नव्हती, रडत होती. आता मी तिला कशी काय नोकरी मिळवून देणार? वनस्पतिशास्त्रात उत्तम गुण मिळवून एम.एस्सी. झालेल्या तरुणीला या देशात नोकरी नव्हती! तिनं ढाक्याच्या शाळा-कॉलेजांमध्ये वनस्पतिशास्त्राच्या शिक्षक-प्राध्यापकपदासाठी अर्ज केले; पण नोकरी काही मिळाली नाही. तिथं नोकरीसाठी 'ऊपरवाल्या'च्या कृपेची गरज असे. आमचा कुणीच 'ऊपरवाला' नव्हता, वरच्या पदावर एखादा काका-मामासुद्धा नव्हता. यास्मिन उदास होऊन बसून राही. माझ्या अनेक लोकांशी ओळखी आहेत असा विचार करून यास्मिन आणि मिलन माझ्यावर अवलंबून राहत. मिलनही म्हणत होता की, आदमजी ज्यूट मिलमधली कारकुनाची नोकरी त्याला चांगली वाटत नव्हती. मी त्याच्यासाठीही चांगली नोकरी पाहावी. पण मी तर स्वतःचीच नोकरी सोडून बसले होते, त्यांच्यासाठी मी कुठून नोकरी पाहणार? माझी स्वतःची क्षमता नसल्यानं जवळच्या दोन-तीन जणांना मी यास्मिन आणि मिलन यांच्यासाठी नोकऱ्या पाहायला सांगितलं.

बऱ्याच दिवसांनंतर खंडणीखोर कैसरनं यास्मिनसाठी एका नोकरीची खबर दिली. कैसर कधी कुठल्या नोकरीची खबर आणील, असं मला वाटलं नव्हतं, कारण कैसर आपला शब्द पाळण्याबद्दल प्रसिद्ध नव्हताच. त्याची नव्याण्णव टक्के वचनं ही खोटी असत. तो ती पाळत नसे किंवा पाळू शकत नसे. त्यामुळे मी यास्मिनसाठी नोकरी पाहीन असं तो म्हणाला, तरी आमचा त्याच्यावर पक्का विश्वास नव्हता. पण त्यानं खरोखर एका नोकरीची खबर दिली. ती नोकरी यास्मिनला आवडेल असं त्याला वाटत नव्हतं. एका कापडगिरणीच्या मालकाच्या प्रायव्हेट सेक्रेटरीची नोकरी. काम काय, तर फोन घेणं, साहेब ऑफिसात आहेत की नाहीत हे सांगणं, कागदपत्रांचं फायलिंग करणं! हे काम करण्यासाठीच का ती इतकी वर्षं वनस्पतिशास्त्र शिकली होती? यास्मिनला ही नोकरी आवडणार नाही, ती 'नको ही नोकरी' असं म्हणेल असं मला वाटलं होतं; पण मला चकित करीत यास्मिन म्हणाली, "कशी का असेना, मी करीन ही नोकरी!" मी असहायपणे बहिणीकडे पाहत राहिले.

मिलनही म्हणाला, "बुबू, करू द्या तिला ही नोकरी. आजकाल ज्या विषयात पदवी घेतलेली असते, त्याच विषयाशी संबंधित नोकरी मिळते का? माझा एक मित्र फिजिक्समध्ये पदवीधर आहे; पण त्याला त्या विषयाशी संबंधित अशी नोकरी कुठंच मिळाली नाही. अखेर तो मदरशात शिक्षक झाला. बंगाली साहित्यात एम.ए. झालेल्या एकानं एका कारखान्यात सुपरवायझरची नोकरी पत्करली. माणूस काय करणार बुबू? नोकरी तर पाहिजे! म्हणून मग जी नोकरी मिळेल, ती नोकरी करतो. सध्या यास्मिनला ही नोकरी करू द्या, नंतर हिच्यापेक्षा चांगली नोकरी मिळाल्यावर ही नोकरी ती सोडून देईल."

मला नोकरी नव्हती. यास्मिन तिचा नवरा आणि मुलगी यांच्यासह माझ्या घरात राहत होती. मिलनची सगळी कमाई त्याच्या बाळावर खर्च होई. संसारखर्चासाठी वापरता येईल, इतका जादा पैसा त्यांच्याकडे नव्हता. या परिस्थितीमुळे यास्मिनला कुचंबल्यासारखं होई. म्हणूनच जी नोकरी मिळाली, ती तिनं स्वीकारली. ती सकाळी ऑफिससाठी बाहेर पडे, संध्याकाळी परत येई. पगार दोन हजार. ही रक्कम तिच्यासाठी खूप होती. एके दिवशी मला जाणवलं की यास्मिन ऑफिसात जाताना खूप नटते. भडक-भडक रंगाची साडी घालते, डोळ्यांत काजळ घालते, ओठांवर लिपस्टिक लावते. हे पाहून मला बरं वाटलं नाही. मी म्हणाले, ''इतकं नटतेस कशासाठी?''

''का, त्यात नुकसान काय?'' यास्मिन उत्तरली.

''नटली नाहीस तर तुझं काही नुकसान होतं का?''

''सगळेच नटतात, म्हणून मीही नटते.''

''पूर्वी तर काही तू अशी भुतासारखी नटत नव्हतीस. आता काय झालंय तुला?''

''काहीही झालेलं नाही. माझ्या नटण्याची तू चिंता करायची गरज नाही.''

यास्मिन फणकाऱ्यानं बाहेर गेली. निःश्वास टाकून मी सुन्न उभी राहिले. माझ्या लक्षात आलं की, असं नटून यास्मिन आपली नोकरी टिकवू पाहते आहे. प्रायव्हेट सेक्रेटरीच्या कामासाठी कुठल्याही बुद्धिमत्तेची गरज नसते. जी तिच्याकडे आहे ती बुद्धी या कामात उपयोगाची नाही. तिथं गरज असते ती रूपाची. ते रूप आपल्याकडे आहे, म्हणजेच प्रायव्हेट सेक्रेटरी होण्याची योग्यता आपल्याकडे आहे हे ती प्रकटपणे ऑफिसातल्या लोकांना दाखवू पाहते आहे : जणू ऑफिसातल्या कुणीही तिला कुरूप म्हणू नये, यासाठी.

◆

फतवा

संपूर्ण देशभर माझ्याविरुद्ध प्रचार सुरू होता. एवढंच काय, मयमनसिंहमधल्या आमच्या 'अवकाश' या घराच्या बाउंड्री वॉलवर पोस्टर्स लागली होती, 'आरोग्यवितान' या बाबांच्या क्लिनिकवरही- 'तसलिमा नावाच्या एका कुलटा, लिंगपिसाट, पापाचारी, इस्लामविरोधी नास्तिक स्त्रीच्या विरोधात आंदोलन उभं करा.' लोकांसाठी जणू हा मजेचा विषय होता. तसलिमाची हवी तशी थट्टा-मस्करी करता येते, असं त्यांना वाटत असावं. या प्रकाराला कुणीही विरोध करीत नव्हतं. विरोध कोण करणार? कारण मी कुठल्याही राजकीय पक्षाच्या बाजूची नव्हते- नाहीतर त्या पक्षाच्या लोकांनी जाऊन माझ्या विरोधकांची डोकी फोडली असती. तेवढ्यात बातमी प्रकाशित झाली की, एका जाहीर सभेत सिलेटच्या साहबा सैनिक परिषदेचे अध्यक्ष मौलाना हबीबुर रहमान यांनी माझ्या शिरावर इनाम घोषित केलं. माझा शिरच्छेद करून जो हबीबुर रहमान यांच्या हातात माझं कापलेलं शिर ठेवील, त्याला पन्नास हजार रुपये इनाम! म्हणजे माझ्या शिराचं मूल्य पन्नास हजार! पन्नास हजार रुपये ही बांगलादेशात काही अगदीच कमी रक्कम नाही. आधी मी या मामल्याकडे मुळीच लक्ष दिलं नाही. रोज कितीतरी बातम्या प्रसिद्ध होतात माझ्याविरुद्ध! 'बांगलाबाजार पत्रिका'मध्ये प्रकाशित झालेली ही बातमी कितपत खरी असणार! मतिउर रहमान चौधुरी खूप दिवसांपासून माझ्या मागे लागले होते. ही बातमी नक्कीच त्यांनी मनानं तयार करून लिहिली असावी. मी ते वर्तमानपत्र बाजूला ठेवून माझ्या कामात लक्ष घातलं. त्यानंतर तासाभरानंतर ते वर्तमानपत्र उचलून पुन्हा एकदा मी ती बातमी वाचली. मतिउर रहमान चौधुरी हे सिलेटचे रहिवासी होते, सिलेटची बित्तंबातमी इतर बातमीदारांपेक्षा त्यांना अधिक चांगली माहीत असे. फतव्याची बातमी त्यांनी पहिल्या पानावर, चौकटीत छापली होती. नाही, ही खोटी बातमी किंवा अफवा नव्हती, ही पहिल्या पानावर छापलेली महत्त्वाची बातमी होती. अचानक माझ्या छातीत धडकी भरली. माझ्याविरुद्ध आंदोलन चालू होतं. मशिदीत दर शुक्रवारी मला शिवीगाळ केली जात होती, पत्रकं

वाटली जात होती, पोस्टर्स छापली जात होती, ती भिंतींवर लावली जात होती, मोर्च्यांमध्ये आणि सभांमध्ये मला अर्वाच्य भाषेत शिवीगाळ केली जात होती, वाज मैफली आणि इस्लामी जलशांमध्ये मला चावून खाण्यात येत होतं- अर्थात वाटेल त्या शिव्या देणं हा प्रत्येकाचा लोकशाहीतला अधिकार होता पण माझ्या माथ्यावर इनाम का लावलं जावं? हा अधिकार कुणी कुणाला दिला होता?

माझ्या फाशीच्या मागणीसाठी मौलाना हबीबुर रहमान यांनी सिलेट शहरात अर्ध्या दिवसाचा बंद पुकारला. कुठल्या कुणा साहबा सैनिक परिषदेच्या आवाहनामुळे हरताळ किंवा बंद होणार नाही, याची मला खात्री होती. एखाद्या राजकीय पक्षाशिवाय कुणी आवाहन केल्याशिवाय काही मोठा 'बंद' होणार नाही. पण सिलेटमध्ये अर्ध्या दिवसाचा शांततापूर्ण बंद पाळण्यात आला ही बातमी आल्यावर मी चकितच झाले. सिलेटमध्ये कुठलंही दुकान उघडलं नाही, एकही वाहन धावलं नाही. कारण काय या 'बंद'चं? तर सिलेटच्या लोकांना माझी फाशी हवी होती. 'तसलिमाला फाशी द्या' ही त्यांची मागणी होती. सरकारनं फाशीची कारवाई केली नाही, तरी त्यांची काही अडचण नव्हती. त्यांनी माझ्या शिराचं मूल्य जाहीर केलं होतं. कोणीही माझा शिरच्छेद करू शकत होतं. भीतीनं थरथरायला लावणाऱ्या घरातल्या अंधारात मी श्वास रोखून बसून राहिले. खिडक्या-दारांचे पडदे ओढून घेतलेले- कुणी बाहेरून माझ्यावर नेम धरून गोळी झाडू नये, म्हणून. पण याचा काही उपयोग होणार नाही, असं अहमद शरीफ म्हणाले. त्यांनी मला फोन करून विचारलं, "काय करताय?"

"काही नाही, बसलेय."

अहमद शरीफ काळजीनं रागावून म्हणाले, "अहो, नुस्तं बसून काही होणार आहे का? बाहेर काय प्रकार चाललाय, काही कळालं की नाही? आत्ताच्या आत्ता पोलीस पहाऱ्याची व्यवस्था करा!"

"पोलीस पहारा? तो कसा काय करू?"

"मोतीझील ठाण्याला एक पत्र द्या. लिहा की, माझ्या शिरच्छेदासाठी पन्नास हजारांचं बक्षीस लावण्यात आलंय. त्यामुळे माझ्या सुरक्षिततेची व्यवस्था करण्यात यावी." अहमद शरीफ पुढे म्हणाले, "मी माझा एक माणूस तुमच्याकडे पाठवतो, त्याच्याकडे तुम्ही ते पत्र द्या. तो ते पत्र पोलीस ठाण्यात देऊन येईल."

अहमद शरीफ विद्यापीठात प्राध्यापक होते, तत्त्वज्ञ आणि साहित्यिक होते, धर्मसंस्थेचे कठोर समालोचक होते. एके काळी त्यांना फाशी द्यावी या मागणीसाठीही मुल्ला लोक रस्त्यावर उतरले होते. मुल्लाची दौड काही फक्त मशिदीपर्यंत नसते हे अहमद शरीफ यांना ठाऊक आहे. त्यांच्या घरी अंधश्रद्धा आणि धर्माच्या नावाखाली चालेल्या बुवाबाजीविरोधात जे साप्ताहिक चर्चेचे कार्यक्रम होत, त्यात भाग घेण्यासाठी त्यांनी एकदा मला बोलावलं होतं. मी गेले होते. काही थोर आणि

विद्वान माणसं अशी असतात की, त्यांच्या थोरपणाचा थोडा जरी स्पर्श आपल्याला झाला, तर आपण धन्य होतो. अहमद शरीफ यांच्यासारख्या विद्वान व्यक्तीशी चर्चा केल्यावर मला प्रसन्न वाटे. तर, अहमद शरीफ यांनी गजनवी नावाच्या एका गृहस्थांना माझ्याकडे पाठवलं. गजनवी हे माझा, संरक्षण हवं असल्याबद्दलचा अर्ज मोतीझील पोलीस ठाण्यात देऊन आले. त्यानंतर दोन दिवस गेले, तीन दिवस गेले, आठवडा निघून गेला; पण त्या पोलीस ठाण्याकडून मला काहीच प्रतिसाद मिळाला नाही. माझ्याकडे कुणीही व्यक्ती सुरक्षा देण्यासाठी आली नाही. सकाळ-संध्याकाळ माझ्या मनात भीती दाटून येई, हात-पाय थंड पडत. मी घरात सांगून ठेवलं की, कुणाही अनोळखी व्यक्तीला दार उघडून आत घेऊ नका. खाली दरबानालाही सांगितलं की, माझ्याकडे कुणी आल्यास आधी मला इंटरकॉमवरून सांग म्हणून. असा मुळात नियमच होता; पण तरीही अधिक सावधानतेसाठी मी दरबानाला तशी विनंती केली. अर्थात एवढ्या सावधानतेची गरज काय आहे, त्यामागचं कारण काय आहे हे काही मी त्याला सांगितलं नाही. घर विकत घेतल्याबरोबर मी एक कारही विकत घेतली होती ते फार बरं झालं होतं. आता मरणाची जोखीम घेऊन रिक्षानं फिरणं तरी बंद झालं होतं. रिक्षातून जाताना पूर्वी लोकांच्या तारस्वरातल्या अनेक आरोळ्या मी ऐकल्या होत्या. मला उद्देशून लोक ओरडत-

'अरे बघ, बघ, तसलिमा चाललीय!'

'बघ ती रांड! बघ ती रांड!'

'ओढ तिला रिक्षातून खाली! चांगली ठोकून काढ!'

'नास्तिक बाई चाललीय रे, नास्तिक चाललीय!'

'एऽ बाजारबसवे!'

असे अनेक शेरे मी ऐकले होते. आणखी किती ऐकायचं? कुठल्याही क्षणाला मला रिक्षातून खेचून कोल्ह्या-लांडग्यांप्रमाणे लोकांनी माझे लचके तोडले असते. पण कारमधून तरी मी कुठं जाणार? एखाद्या दुकानात, की जत्रेत, की कार्यक्रमात, की नाटक-सिनेमा पाहायला, की बागेत? नाही. कुठंही नाही- मी कुठंही गेलेलं चालणार नाही. मला समजण्याआधीच माझ्या चालण्या-फिरण्याचं क्षेत्र छोट्यापासून अधिक छोटं होऊन गेलं. माझ्या लक्षात येण्याआधीच मी घरबंदी झाले. कविमित्र आता मला कविसंमेलनांना बोलवेनासे झाले. कविसंमेलन पार पडल्यानंतर मला येऊन सांगत की, कवितावाचनाचा कार्यक्रम खूप छान झाला. लेखकांचेही वेगळे कार्यक्रम होत, तेही कार्यक्रम झाल्यानंतर माझ्याकडे येऊन कार्यक्रम कसा झाला, काय झालं, हे सांगत. कलाकार-लेखकांचा मोर्चा निघे- तो आटोपल्यावर तो मोर्चा कसा जोरदार झाला हें मला येऊन ते सांगत. सगळे उत्सवात, आनंदात मग्न

असत. नाटकं होत, गायनाचे कार्यक्रम होत. कुठं सप्ताहभर सांस्कृतिक कार्यक्रम होत. पण मला या कार्यक्रमांना उपस्थित राहता येत नाही म्हणून कुणालाही मुळीच दुःख वाटत नसे. मी सांस्कृतिक कार्यक्रमांना जाऊ शकणार नाही, हे जणू चिरंतन सत्य होतं! अचानक जर मी कधी म्हणाले, 'अशा कार्यक्रमांना जावं, असं मला खूप वाटतं!'- तर मित्र चमकून उठत आणि म्हणत, ''अहो म्हणताय काय हे- तुम्हाला काय वेड लागलंय का? मुळीच घराबाहेर पडू नका. कधी काय संकट येईल ते सांगता येणार नाही.'' त्यामुळे सुरक्षित राहा, घरात गुपचूप बसून राहा- शहाण्या मुलीसारख्या. आम्ही मजा करीत फिरू. आम्ही धमाल करू. मजा, धमाल, आनंद या गोष्टी तुमच्यासाठी नाहीत. तुमच्यासाठी सुरक्षितता आवश्यक आहे; मौजमजा नव्हे. उत्सव नव्हे. घरात बसून बसून उदास वाटतं? पण जिवंत तर आहात ना? जगणं, जिवंत राहणं महत्त्वाचं. त्यांचं म्हणणं ठीक होतं खरं; पण अशा अवस्थेत जगणं किती क्लेशकारक असतं, याची बहुधा कुणालाच कल्पना येत नव्हती, कुणी याची कल्पना करू शकत नव्हतं. पण ते लोक येत माझ्या घरी. मीसुद्धा अधूनमधून त्यांच्या घरी जाई. त्यांच्या घरी आमची भेट होई. ते माझ्याकडे येत, तेव्हा थोडे घाबरत घाबरतच येत, कारण एस.बी. (स्पेशल ब्रँच)च्या लोकांची भीती. माझ्या घरी येणं म्हणजे सरकारच्या यादीत नाव जाणं. खाली वॉचमनच्या रजिस्टरमध्ये नाव लिहून यावं लागे. त्या रजिस्टरमधून एस.बी.चे लोक रोजच माझ्याकडे येणाऱ्यांची नावं लिहून घेत. माझे स्नेही आले की गप्पाटप्पा होत, खाणं-पिणं होई. दुपार जाऊन संध्याकाळ होई, संध्याकाळ जाऊन रात्र होई; पण जे होई ते सारं घरातच होई. बाहेरचं जग माझ्यासाठी नव्हतं. खुली हवा माझ्यासाठी नव्हती. मुक्त अंगण माझ्यासाठी नव्हतं.

बातमी मिळाली की, मूलतत्त्ववाद्यांनी एकजूट केली आहे. मशिदी-मदरशांमधून आंदोलन सुरू करण्याचं आवाहन केलं जात होतं. सभांचं आयोजन होत होतं. मोठमोठ्या मोर्च्यांची आखणी होत होती. एका संध्याकाळी घरात दुसरं कुणीही नव्हतं. यास्मिन आणि मिलन बाहेर गेले होते, आई मयमनसिंहला गेली होती. घरात फक्त मी आणि मिनूच होतो. तेवढ्यात कुणीतरी दार वाजवलं. दरवाजाच्या छिद्रातून पाहिलं, तर बाहेर दोन गोल टोपीवाले उभे होते. काय पाहिजे आहे त्यांना? मिनूला मी म्हटलं, दरवाजा न उघडता त्यांना फक्त 'कोण पाहिजे?' एवढंच विचार.

मोठ्या आवाजात विचारलं, ''कोण हवंय?''

''दरवाजा उघडा.''

''कोण हवंय ते सांगा!''

''आधी दार उघडा, त्यानंतर सांगतो कोण हवंय ते!''

मिनूला मी खुणांनी सांगितलं की, तिनं दरवाजा उघडू नये, घरात कुणी नाही असं सांगावं. त्याप्रमाणे मिनूनं सांगितलं. पण ते लोक काही निघून गेले नाहीत, दारातच थांबले आणि दारावर त्यांनी जोरजोरानं लाथा मारायला सुरुवात केली. कॉलिंग बेल दाबून धरली. पंधरा मिनिटं, वीस मिनिटं केली पण त्यांचं दरवाजावर लाथा मारणं, कॉलिंग बेल दाबून धरणं काही थांबत नव्हतं. मला सारखा घाम येत होता. इंटरकॉम काम करीत नव्हता. फोन डेड. या नवव्या मजल्यावरून कुणाला हाक मारली, तर ऐकू जाणार नाही. दरवाजाला जेवढ्या कड्या होत्या, त्या लावून मिनूला घेऊन मी माझ्या लेखनाच्या खोलीत दार बंद करून बसले. तिकडे त्या माणसांचा फ्लॅटचा मुख्य दरवाजा फोडण्याचा प्रयत्न चालू होता. ते दरवाजा फोडतील, मग मी ज्या खोलीत दार लावून बसले होते, त्या खोलीचं दारही फोडतील, आणि मग... मग पाच जण माझे हात-पाय-डोकं दाबून धरतील, एक जण आपल्या झब्ब्याच्या खिशातून मोठा सुरा बाहेर काढून माझा गळा कापील. मी दोन्ही हातांनी गळा लपवला. माझं शरीर शिथिल पडू लागलं. शिथिल होत-होत मी जमिनीवर पडले, अंगाची मुटकुळी करून जमिनीवर पडून राहिले. मिनू ही माझी आतेबहीण घरकाम करणारी हाडकुळी, काळी, फारोळ्या दातांची मुलगी माझ्या उशाशी गप्प बसून राहिली. आम्हाला एकमेकींच्या श्वासाचा आवाजही येत नव्हता. मला प्रचंड झोप येऊ लागली.

झोपेतून उठले, तर घरात बोलण्याचे आवाज येत होते. मिलन आणि यास्मिन बाहेरून परत आले होते. मिनू म्हणाली, ते लोक आणखी बराच वेळ तिथं होते. बराच वेळ म्हणजे किती? अर्धा तास? की एक तास? ते माहीत करून घेण्याची माझी इच्छा नव्हती. मिलनला मी दरवाजासाठी मजबूत कुलूप आणण्यासाठी पाठवलं. खालच्या दरबानाला विचारलं, की त्यानं का त्या गोल टोपी आणि दाढीवाल्या लोकांना माझ्या घरी जाण्याची परवानगी दिली? दरबान म्हणाला, "तसलिमांना भेटायचंय असं काही ती सहा माणसं म्हणाली नाहीत, दोन नंबरच्या बिल्डिंगमधल्या एका फ्लॅटमधल्या माणसाला भेटायचंय असं म्हणाली." याचा अर्थ कुणीही माणूस अब्दुल जलील किंवा मन्नान तरफदारला भेटायचंय असं सांगून माझ्या फ्लॅटच्या दरवाजाशी येऊ शकत होता. खरं तर आधी खालून इंटरकॉमवरून खबर देण्याचा रिवाज आहे; पण जर इंटरकॉम बंद असेल, तर सगळं कसं उलटंपालटं होऊन जातं! मी दरबान लोकांना सांगितलं की, मला भेटायचंय असं सांगत कुणी माणूस आला, तर त्याला एकट्याला माझ्याकडे न पाठवता दरबानांच्यापैकी कुणीतरी त्याच्याबरोबर यावं; अर्थात इंटरकॉम बंद असेल, तर. पण दरबानांच्यापैकी एक जण म्हणाला, "असं पाहुण्याबरोबर यायला आमच्याकडे जादा गार्ड्स नाहीत, मॅडम!"

'अजूनही वेळ आहे, तौबा करून अस्सल मुसलमान होऊन जा, नाहीतर जाहीरपणे हिंदू धर्मात प्रवेश करा. या दोनपैकी एक गोष्ट न केल्यास अडचणीत सापडाल.'- कुणीतरी असं पत्र माझ्या लेटरबॉक्समध्ये टाकून गेलं होतं. सुट्या कागदांवर धमक्या तर येतच, अशी पत्रंही येत. 'धर्माविरुद्ध आणखी एक शब्द जरी लिहिलास, तर त्याच दिवसापासून तुझं जगणं हराम होऊन जाईल हे लक्षात ठेव.' फोनवरूनही अनोळखी माणसं कर्कश आवाजात 'डोकं फोडीन', 'हात कापून टाकीन', 'तंगडी तोडून टाकीन', 'रस्त्यावर तुला आडवी करून सामूहिक बलात्कार करू', 'मुंडी कापून हातात देईन' अशा धमक्या देत. खूप जवळच कुठंतरी अतिरेकी दबा धरून बसलेले आहेत, असं मला जाणवलं. मी घरबंदी होऊन घरात विषण्ण, सुन्न, विमूढ होऊन बसून राही. कैसर आला की, माझी नजर त्याच्या चेहऱ्याकडे नव्हे, तर खांद्यावरच्या काळ्या बॅगकडे जात असे. मी त्या बॅगेतून काळं पिस्तूल बाहेर काढून घेई. ते हातात घेतल्याबरोबर अंग शिरशिरू लागे. कैसर त्यातल्या बुलेट्स काढून ठेवी; पण तरीही शिरशिरी जात नसे. आत्मरक्षणासाठी मलाही आता एका अस्त्राची गरज आहे, हे मला प्रकर्षाने जाणवलं. अन्नदाशंकर राय यांनी लिहिलं होतं, 'तसलिमावर ज्या प्रकारचं संकट आहे, ते पाहता तिच्याकडे एक पिस्तूल असायला हवं.' जेव्हा हे वाचलं, तेव्हा त्यातलं मर्म माझ्या लक्षात आलं नाही; उलट ही गोष्ट मी मनातून काढून टाकली होती. मला पिस्तूल हवं होतं ते कुणाचा उगाच खून करण्यासाठी नव्हे, तर माझा खून करण्यासाठी कुणी आलं, तर त्याचा उपयोग होईल, म्हणून. माणसाच्या आयुष्यात कधी कधी असा वाईट कालखंड येतो की, कशाचीच निश्चिती नसते. ज्या दिवशी मी जवळ पिस्तूल ठेवलं, त्याच दिवशी संध्याकाळनंतर एका बातमीदारानं मला फोनवर बातमी दिली, 'मोतीझील ठाण्यातून पोलीस येणार आहे तुमच्या घरी- झडती घ्यायला!' कशासाठी झडती, कशाची झडती? आई वेड्यासारखी तडफडू लागली. 'आता काय करशील? कसं दूर करशील ते संकट?' आईनं कपाटातून कपड्याखाली ठेवलेली पिस्तुलाची बॅग काढली आणि ती लपवण्यासाठी जागा शोधू लागली. आई एकदा ती बॅग बिछान्यावरच्या मोठ्या उशीखाली ठेवी, मग पुन्हा तिथून काढून स्वयंपाकघरातल्या हंड्यामध्ये ठेवी. मी करुण आवाजात म्हणाले, "आई, तू ते पिस्तूल कुठंही ठेवलंस, तरी पोलीस ते तिथून बाहेर काढतील. ते लपवण्यात काहीही फायदा नाही." मी मनात म्हणाले, 'या वेळी बहुधा त्यांना आणखी एक निमित्त मिळालं!"

त्या वेळी संध्याकाळी फिरत-फिरत डॉक्टर रशीद माझ्या घरी आले. मी त्यांना ही गोष्ट सांगितली, "जे काही करायचं ते लवकर केलं पाहिजे, ताबडतोब ते पिस्तूल लपवायला किंवा घराबाहेर काढायला हवं, पोलीस येणार आहेत." रशीद

यांच्या चेहऱ्यावरचं हसू मावळलं. पिस्तुलाचं हे संकट निवारण्याचा भार त्यांनीच स्वतःवर घेतला. पिस्तूल कुठं लपवणार? शर्टाच्या आत की, पँटच्या आत? विचार करण्यासाठी त्यांनी थोडा वेळ घेतला. अखेर त्यांनी ती बॅग हातात घेतली- जणू पैसे आणि कागदपत्रं ठेवण्याची ती बॅग आहे असं कुणालाही वाटावं. ती बॅग लपवण्यापेक्षा अशी हातात ठेवणंच भल्याचं होतं, चांगलं होतं. ती बॅग त्यांच्या हातात राहील, मग कुणाला त्यात काही आक्षेपार्ह आहे असं वाटणार नाही. मी पोलीस पाहिल्याबरोबर दरवाजा उघडू नये, त्यांना त्यांची आयडेंटिटी कार्डस आणि झडतीचा आदेश पाहायला मागावा, असा सल्ला देऊन डॉ. रशीद मिलनला घेऊन बाहेर निघून गेले. अगदी स्वाभाविकपणे चालत, सहजपणे मिलनशी बोलत-बोलत ते त्याच्याबरोबर एका रिक्षात बसले. रिक्षात बसले, कारण माझ्या गाडीतून गेले असते, तर पोलिसांनी माझी गाडी ओळखून त्यांना थांबवलं असतं. ते रिक्षातून ढाका मेडिकल हॉस्पिटलजवळ उतरले. उतरल्याबरोबर त्यांना दिसलं की, हॉस्पिटलच्या आवारात खूप पोलीस आणि डॉक्टरांची गर्दी आहे. आता मागे वळणार की पुढे जाणार! रशीदनी ताबडतोब पुढे जाण्याचाच निर्णय घेतला. समोर जात असतानाच त्यांच्या ओळखीचे एक डॉक्टर त्यांच्यासमोर आले आणि म्हणाले, "विद्यार्थ्यांमध्ये मारामारी झाली, एक विद्यार्थी गोळीबारात मारला गेला." रशीद यांच्या कपाळावरून घाम गालांवर ओघळत होता. मिलनच्या छातीत धडधड होत होती, त्याचा घसा कोरडा पडला होता. त्याच्यामध्ये बोलण्याचंही त्राण राहिलेलं नव्हतं. पाच हातांवर पोलीस. विद्यार्थी मारला गेल्याची बातमी देणाऱ्या डॉक्टरनी रशीद यांच्या हातातल्या बॅगकडे पाहून विचारलं, "हातात काय आहे तुमच्या? पैसे की काय?" घामेजलेल्या रशीदनी 'काय म्हणताय राव उगाच' पद्धतीचं हास्य केलं आणि डॉक्टर ज्याप्रमाणे राउंड घेताना पेशंटजवळून जातात, त्याप्रमाणे ते हॉस्पिटलमध्ये चालत गेले. थेट ऑपरेशन थिएटरमध्ये. थिएटरमधल्या कपाटात त्यांनी ती बॅग ठेवली. त्या रात्री माझ्या घरी पोलीस आले नाहीत; पण कुठल्याही दिवशी येऊ शकत होते. विनापरवाना पिस्तुलाची जोखीम मी नंतर घेतली नाही. ते लपवलेलं पिस्तूल त्याच्या मालकाला- कैसरला परत करून मी मोकळी झाले.

अखेर माझ्या संरक्षणासाठी माझ्या घराच्या दरवाजात एक पोलीस नेमण्यात आला. मी मोतीझील पोलीस ठाण्यात माझ्या सुरक्षेसाठी पोलीस नेमण्यासाठी विनंती केली होती; पण माझी विनंती तिथल्या लोकांनी उडवून लावली. त्यांनी कळवलं, कोर्टाचा आदेश मिळाल्याशिवाय आम्ही तुम्हाला सुरक्षा देणार नाही. कोर्टाचा आदेश मिळवायचा असेल, तर एका वकिलाची गरज होती. मानवाधिकारांच्या बाजूने बांगलादेशात दोन मोठे बॅरिस्टर्स लढत असतात- डॉ. कमाल हुसेन आणि अमीरुल इस्लाम. डॉ. कमाल हुसेन यांच्याशी प्रत्यक्ष अशी ओळख नसली, तरी

त्यांच्या कन्या सारा हुसेन यांच्याशी अगदी अलीकडेच माझी ओळख झाली होती. दोन विदेशी मानवाधिकारकर्मींनी ढाक्यात आल्यावर माझ्याशी ओळख करून घेण्याची इच्छा सारा हुसेन यांच्याजवळ प्रकट केली, त्यामुळे सारा हुसेन यांनी माझ्याशी संपर्क साधला. सारा हुसेन यांनीच त्या विदेशी पाहुण्यांशी बोलण्याची व्यवस्था मोतीझीलच्या डॉ. कमाल हुसेन यांच्या ऑफिसमध्ये करून दिली. सारा या स्वतः बॅरिस्टर होत्या. ऑक्सफर्डहून बॅरिस्टरी पास करून, देशात येऊन आपल्या वडिलांच्या सहकारी म्हणून त्या काम करीत होत्या. अपूर्व सौंदर्यवती आहेत त्या. नेहमी पांढऱ्या रंगाची सलवार-कमीज घालतात. सडपातळ शरीरयष्टी. सारा यांनीच माझ्यावरील फतव्याच्या विरुद्ध कोर्टात मामला दाखल केला. अर्थात यानं काम झालं नाही, कारण कोर्ट म्हणालं की, सिलेटच्या साहबा सैनिक परिषदेविरुद्ध खटला भरायचा असेल, तर तुम्हाला सिलेटला जायला हवं, ढाक्याच्या कोर्टात हा खटला दाखल करून घेता येणार नाही. आता मी कशाला मरायला सिलेटला जातेय! अखेर सारा हुसेन माझ्या सुरक्षिततेसाठी कोर्टात गेल्या. माझ्या अनुपस्थितीत कोर्ट काहीही करायला तयार नव्हतं. त्यामुळे मला जुन्या ढाक्यातल्या सारा यांच्या खालच्या कोर्टात जावं लागलं- जोखीम घेऊनच. सरकारला नीतिमत्तेची थोडी जरी जाणीव असती, तरी त्यानं साहबा सैनिक परिषदेविरुद्ध कायद्याचा अवमान केल्याबद्दल खटला भरला असता. पण सरकार या बाबतीत गप्पच होतं, जणू साहबा सैनिक परिषदेनं काही चूक केली नव्हती. चूक जणू मीच केली होती, तो फतवा माझ्याविरुद्ध निघायलाच हवा होता. कोर्टाच्या आवारात लोकांची प्रचंड गर्दी झाली होती. सगळ्यांच्या नजरा माझ्याकडे. मी आज कोर्टात येणार आहे हे यांना कुणी सांगितलं? कुठली तरी एक शक्ती काम करीत आहे- माझ्या सगळ्या हालचाली त्या शक्तीला पुरेपूर माहिती असतात. गर्दीतल्या लोकांचा हेतू शुद्ध नव्हता. त्यामुळे शक्य तितक्या लवकर काम आटपून घ्यायला हवं होतं. कोर्टात जजच्या खुर्चीत बसलेले मॅजिस्ट्रेट गंभीर आवाजात म्हणाले, ''अशा प्रकारचं लेखन केल्यावर फतवा निघणारच!'' माझ्या संरक्षणासाठी पोलीस पाठवण्याचा आदेश ठाण्याला देण्याची इच्छा त्यांना होतच नव्हती; पण तसा आदेश त्यांना द्यावा लागला. कोर्टातून घरी येऊन मी पहाऱ्याच्या पोलिसांची वाट पाहत राहिले. पोलिसांचं काहीच चिन्ह नाही. खूप दिवस उलटले. कोर्टाचा आदेश पोलीस धुडकावून लावू शकतात, हे मला आधी माहीत नव्हतं, आता माहीत झालं. अखेर मोतीझील पोलीस ठाण्यातून पोलीस आले, १४ ऑक्टोबर तारखेला. त्याच्या आधीच्या दिवशी ॲम्नेस्टी इंटरनॅशनलनं बांगलादेश सरकारला या संदर्भात लिहिलेलं कडक भाषेतलं पत्र वर्तमानपत्रात प्रसिद्ध झालं, म्हणूनच बहुधा! फक्त ॲम्नेस्टी इंटरनॅशनलच नव्हे, तर जवळजवळ सर्वच आंतरराष्ट्रीय संस्थांनी माझ्या संरक्षणासाठी

बांगलादेश सरकारला विनंती केली होती. इकडे फतव्याच्या विरोधात देशातल्या छत्तीस लेखक-बुद्धिजीवी व्यक्तींनी निवेदन दिलं होतं. फतव्याच्या बाजूनं आणि विरोधात लेख प्रकाशित होत होते. हडकुळे असे दोन पोलीस माझ्या घराच्या दरवाजात बसून डुलक्या घेत असत. पण तरी घरातल्या सगळ्यांनी सुटकेचा निःश्वास टाकला. आई त्या पोलिसांना चहा देई. म्हणे, 'त्यांच्याबद्दल माया वाटते.' तिनं त्या पोलिसांना बसण्यासाठी व्हरांड्यात दोन खुर्च्या पाठवून दिल्या. ए.पी. वृत्तसंस्थेचा फोटोग्राफर पॉवेल माझ्या दारात पहाऱ्यासाठी उभ्या असलेल्या त्या दोन पोलिसांचा फोटो काढून गेला. त्याला बहुधा ही गमतीची गोष्ट वाटत असावी. अर्थात मला या सगळ्या गोष्टी काही गमतीच्या वाटत नव्हत्या. उलट दारात पोलीस बसलेले पाहून मला अवघडल्यासारखं वाटे. शेजारी आपसात कुजबुजत की, पोलिसांच्या उपस्थितीनं त्यांना भीती वाटते; कुठल्याही क्षणी माझ्या घरावर आक्रमण होईल असं वाटतं. यास्मिन एका संतप्त शेजाऱ्याला म्हणून आली, 'पोलीस असल्यावर तर उलट तुम्हाला सुरक्षित वाटायला हवं!' पण कुणालाच सुरक्षित वाटत नव्हतं. दरवाजाबाहेर पाऊल टाकल्याबरोबर मला जाणवे की, अनेक डोळे माझ्याकडे टक लावून पाहत आहेत. घरात संरक्षण, घराबाहेर पडले की पाठीमागे हेर. मी कुठं जाते, जात नाही या सगळ्याची सरकारदप्तरी नोंद होई.

देशात काहीतरी विचित्र घटना घडत होत्या. त्यांची मला जाणीव होत होती. मोठं सामर्थ्य असलेले मूलतत्त्ववादी नेते एकजूट होत होते. छोट्या-मोठ्या रस्त्यांवर, गल्लीबोळांमध्ये मूलतत्त्ववाद्यांच्या सभा होत होत्या- विषय एकच : तसलिमा. नेते पत्रकार परिषदा घेत होते- विषय : तसलिमा. मैदानांमध्ये सभा होत होत्या. तसलिमाला कडक शिक्षा देण्यात यावी. नेते देशातल्या सर्व स्तरांतल्या लोकांना आपल्या आवाहनाला प्रतिसाद देण्याची विनंती करीत होते. मशिदी-मशिदीत 'तसलिमाविरुद्ध युद्ध पुकारा' अशा घोषणा दिल्या जात होत्या. शेकडो-हजारो मदरशांमधले विद्यार्थी मैदानात उतरायला तयार होते. ढाल तयार. तलवार तयार. भिंती-भिंतींवर पोस्टर्स लागली होती- जणू तसलिमाला आता शिक्षा दिली नाही, तर इस्लामचा सर्वनाश होईल, देश जळून राख होऊन जाईल. मिलन अधूनमधून जुम्माहची (शुक्रवारची) नमाज पढायला शांतिनगर मशिदीत जात असे. मशिदीत वाटली जाणारी पत्रकं घेऊन तो परत येई. फक्त मशिदींतच नव्हे, तर रस्त्यारस्त्यावर तसलिमाविरोधी पत्रकं, लीफलेट्स वाटली जात होती. एके दिवशी मिलनने माझ्या हाती मोर्चासंबंधीचं एक लीफलेट ठेवलं. मोर्चा निघणार. विशाल मोर्चा.

त्या लीफलेटमधला मजकूर असा होता—

नाराए तकबीर	=	अल्लाहू अकबर
दीन इस्लामेर अवमानना	=	मुसलमान सईबे ना
रसूलल्लाहर अवमानना	=	चोलबे ना चोलबे ना
बी.जे.पी.र ताबेदार	=	तसलिमा खबरदार
रुशदीर सहयोगी	=	तसलिमा सावधान
कुख्यात तसलिमार	=	बिचार चाई, कोरते हबे
नास्तिक, मुर्ताद, बेइमान	=	होशियार सावधान

पवित्र कुराण, इस्लाम आणि महानबी (सा.) यांच्यावर जघन्य टीका करणारी, देशातील सलोखा आणि स्वातंत्र्य यांच्याविरुद्ध कारस्थान करणारी, कुख्यात मुर्ताद (धर्मत्यागी) खुदाद्रोही, रसूल यांची दुश्मन, सैतान रुशदीची सहकारी, भारतातील उग्र सांप्रदायिक पक्ष बी.जे.पी.च्या हातातील बाहुले असलेल्या, नारी समाजातील कुलांगार

मुर्ताद निर्लज्ज तसलिमा नासरिन

हिला अटक व्हावी, कठोर शिक्षा व्हावी आणि तिचे सर्व आक्षेपार्ह लिखाण जप्त व्हावे या मागणीसाठी

विराट जनसभा

स्थळ : वैतुल मुकर्रम दक्षिण गेट
तारीख : १८ नोव्हेंबर, गुरुवार, १९९३
वेळ : दुपारी २ वाजता

इमानी चेतना व देश, धर्म आणि नबी यांच्यावरील प्रेमाने नंतरच्या मोर्चात सहभागी व्हा.

: आवाहक :

सर्व स्तरांच्या उलामा आणि मशायेख यांच्या वतीने
(शैखुल हदीस मौलाना) अजीजुल हक
(मौलाना गाजी) इसहाक
शैखुल हदीस, पटिया मदरसा, चट्टोग्राम
(मौलाना मुफ्ती) अब्दुर रहमान
महासंचालक, इस्लामिक रीसर्च सेंटर, ढाका
(मौलाना) मुहिउद्दीन खान
संपादक, मासिक मदिना, ढाका

(मौलाना कवी) रुहुल अमीन खान
(मौलाना) अब्दुल गफ्फार
मुफास्सिरे कुरआन, ढाका
(मौलाना) अब्दुल जब्बार
महासचिव, बेफाकुल मदारिस, बांगलादेश
(मौलाना) नूर हुसेन कासेमी
मुहतारिम, बारिधारा मदरसा, ढाका
(मौलाना क्वारी) बैदुल्लाह
खातिब, चकबाजार शाही मस्जिद
(मौलाना) मुहम्मद हबीबुर रहमान
(आमंत्रक, बांग्लादेश साहबा सैनिक परिषद)

मतस्वातंत्र्याच्या, अभिव्यक्तिस्वातंत्र्याच्या बाजूनं काही बुद्धिजीवी उभे राहिले. मुस्तफा नूरुल इस्लाम यांनी लिहिलं, 'हा किती विचित्र देश आहे! अतिशय शत्रुत्वाच्या वातावरणात आम्ही राहतो आहोत, इथं कुणालाही स्वतंत्रपणे विचार करू दिला जाणार नाही, स्वप्नं पाहू दिली जाणार नाहीत. मुक्तियुद्धातून जन्मलेल्या आमच्या या बांगलादेशात चाललेलं हे पापकांड पाहून मी स्वतःचाच धिक्कार करतो! तसलिमा नासरिन लिहितात, लेखनातून आपलं चिंतन, आपले विचार प्रकट करतात- त्यांच्या विरोधात मृत्युदंडाचा फतवा काढणारे हे मुल्ला कोण? हे धाडस होतं कसं त्यांना? तसलिमांचा अपराध हाच आहे की, त्यांनी अंधारात, अंधश्रद्धांच्या जडबुद्धीच्या पहाडावर आघात केला आहे, मतलबी लोकांवर आघात केला आहे. त्यांचा अपराध हाच आहे की, आपली जी मतं आहेत, ती त्या आपल्या वाचकांना आपल्या लेखनातून मोकळेपणानं सांगतात. बऱ्याच बाबतीत आपण त्यांच्याशी सहमत होऊ शकणार नाही; पण म्हणून विसाव्या शतकाच्या या शेवटच्या दशकात, एका स्वतंत्र देशात, लोकशाहीवादी नागरी समाजात राहत असताना लेखकाच्या अधिकाराची मुस्कटदाबी आम्ही होऊ देणार नाही. मतस्वातंत्र्याच्या अधिकाराची मुस्कटदाबी होऊ शकत नाही.'

'मला आठवलं, कवी काजी नजरुल इस्लाम यांनाही एकदा काफिर म्हणण्यात आलं होतं, त्यांच्याविरुद्ध सुळावर देण्याचं फर्मान जारी झालं होतं. मुक्तबुद्धी आंदोलनाचे प्रवक्ते अबुल हुसेन आणि काजी अब्दुल ओदूद यांच्याकडून इकरारनामा (संमतिपत्र) सही करून घेण्यात आला होता. मला शंका वाटू लागली, आपल्या देशात आता मध्ययुगीन धर्मांधतेचं पुनरुत्थान होतंय की काय?

'पण अखेरचं सत्य हेच आहे की, इतिहासाचं चाक कधीही उलट्या दिशेनं

फिरू शकत नाही. आम्ही तसलिमा नासरिन यांच्या अभिव्यक्तिस्वातंत्र्याच्या बाजूचे आहोत.'

प्राध्यापक सिराजुल चौधुरींनी लिहिलं, 'तसलिमांच्या संदर्भात जे होत आहे, ते आता साहित्यिक नसून राजकीय आहे. इथं साहित्यासंदर्भात त्यांच्यावर टीका होत नाहीय, टीका होतेय मूलतत्त्ववाद्यांच्या आक्रमणाचा विषय म्हणून. पुस्तकासंदर्भात त्यांचा आग्रह नाही; पण ते अशा विषयांसाठीच दबा धरून बसलेले असतात. त्यांच्या वक्तव्याला उत्तर दिलं, तर त्याचं खंडन करीत नाहीत. या क्षेत्रातही असंच घडलं आहे. हे राजकारण आहे. संधी मिळाल्याबरोबर हे मूलतत्त्ववादी पक्ष हे सगळे विषय आपल्याकडे ओढून घेतात. मुद्दा आहे तसाच, आहे तिथंच राहतो, ते मात्र आपल्याला हवा तसा त्याचा अर्थ लावतात, आपल्याला अनुकूल असं त्यावर भाष्य करतात. अभिव्यक्तिस्वातंत्र्याचा हक्क सर्वांनाच असणं उचित आहे. त्याला जे विरोध करतात ते प्रगतीचे शत्रू आहेत.' बदरुद्दीन उमर हे डाव्या विचारसरणीचे तत्त्वज्ञ माझ्या बऱ्याचशा लेखनाशी सहमत नाहीत; पण तेही म्हणाले की, तसलिमांना टार्गेट करून धार्मिक प्रतिक्रियावादी सांप्रदायिक शक्तीच्या वृद्धीचा जो प्रयत्न करीत आहेत, त्याचे ते प्रखर विरोधक आहेत. धर्माच्या नावाखाली चाललेल्या जंगलीपणाचं निर्दालन करणं हे सगळ्या प्रगतिशील शक्तींचं एक अत्यावश्यक कर्तव्य आहे असं ते मानतात.' के. एम. सुबहान यांनी लिहिलं, 'विचारस्वातंत्र्य आणि अभिव्यक्तिस्वातंत्र्य हे प्रत्येक नागरिकाचे मूलभूत असे घटनात्मक अधिकार आहेत. नागरिकांची सुरक्षितता ही राष्ट्राची जबाबदारी आहे आणि मोकळेपणानं संचार करण्याचं, फिरण्याचं नागरिकांना स्वातंत्र्य आहे. नागरिकांना घटनात्मक मूलभूत अधिकार देताना घटना म्हणते की, ज्यामुळे कुठल्याही नागरिकाचं जीवन, स्वातंत्र्य, देह, प्रतिष्ठा वा संपत्तीची हानी होईल, अशी कुठलीही बेकायदा कारवाई करण्यात येणार नाही. तसलिमा नासरिन यांच्यावर मूलतत्त्ववादी व पुराणमतवादी लोक ज्या भाषेत आक्रमण करीत आहेत, त्यामुळे तसलिमा यांच्या प्रतिष्ठेला नक्कीच हानी पोचत आहे. कायदा व्यवस्था बिघडण्याचं मुख्य कारण म्हणजे सरकारची स्वतःची कर्तव्यं पाळण्यातली कुचराई, हेच आहे. ज्या लोकांना तसलिमाची बुद्धी आणि प्रतिभा सहन होत नाही, तसलिमांनी अल्प वयात साहित्यजगतात जी प्रतिष्ठा मिळवली आहे, तिची ज्यांना ईर्ष्या वाटते, तेच लोक तसलिमांच्या विरुद्ध असा अशालीन अपप्रचार करीत आहेत, तसलिमांच्या विधानांचा चुकीचा अर्थ लावीत आहेत. असा चुकीचा अर्थ लावणारे विश्वासार्ह नाहीत. तसलिमांची प्रतिभा, त्यांचं साहित्य ज्यांना सहन होत नाही, असेच लोक त्यांना धमक्या देतात, त्यांची बदनामी करतात.'

'भोरेर कागज' दैनिकाच्या अग्रलेखात संपादकांनी लिहिलं, 'काळ पुढे जात

आहे, पृथ्वी पुढे जात आहे; पण बांगलादेशातील समाज काही पुढे जात नाहीय. या समाजाला सांप्रदायिक भेद, मूलतत्त्ववाद आणि प्रतिक्रियावादी व्यक्ती सतत मागे ओढीत आहेत. १९७१ सालच्या बांगलादेश मुक्तियुद्धात या मूलतत्त्ववादी, प्रतिगामी शक्तींनीच मुक्तियोद्ध्यांचा 'काफिर' म्हणून अपमान केला होता. आताही ते धर्माचा गैरवापर करीत आहेत, पवित्र धर्माचा स्वतःच्या हीन अशा राजकीय स्वार्थासाठी वापर करीत आहेत. एकामागून एक बुद्धिजीवी आणि प्रगतिवादी व्यक्ती त्यांच्या आक्रमणाचे लक्ष्य बनत आहेत. त्यांचं आत्ताचं लक्ष्य आहे तसलिमा नासरिन. तसलिमा नासरिन यांचं लेखन या फतवाबाजांच्या संतापाचं कारण आहे. कुठलंही पुस्तक कुठल्याही व्यक्तीला आक्षेपार्ह वाटू शकतं; एखादं लेखन सर्वांनाच मान्य होईल, असं मुळीच नाही. तसलिमा नासरिन यांच्या लेखनावरूनही वाद चालू आहेत, त्यांच्या लेखनाच्या बाजूनं आणि विरुद्ध अशी नाना मतं आहेत. तसलिमांच्या लेखांतील मतांवर कुणीही आक्षेप घेऊ शकतं; पण ते आक्षेप लोकशाही पद्धतीनं आणि सुसंस्कृत मार्गानं घेतले जावेत. परंतु सिलेटच्या तथाकथित साहबा सैनिक परिषदेनं प्रचलित कायदा आणि संस्कृती यांचा अपमान करून जाहीर सभेत तसलिमा नासरिन यांची हत्या करण्याचं आवाहन केलं आहे. हत्या करणाऱ्याला रोख ५०,०००/- रुपयांचं बक्षीस देण्याची घोषणाही त्यांनी केली आहे. सिलेटमध्ये त्यांनी त्यांच्या या कार्यक्रमाच्या समर्थनार्थ बंदचं आवाहनही एके दिवशी केलं होतं. एकंदर, त्यांना बांगलादेशमध्ये मध्ययुगीन अवस्था आणायची आहे. देशात कायद्याचं सरकार व न्याय व्यवस्था असताना काही लोकांचा एक गट एका लेखिकेच्या हत्येसाठी पुरस्काराची घोषणा कशी काय करू शकतो, ते समजणं अवघड आहे.

'या संदर्भात एवढ्यातच लंडनच्या 'ॲम्नेस्टी इंटरनॅशनल' या संस्थेनंही उद्वेग प्रकट केला आहे. तसलिमा नासरिन यांना कायद्याचा आश्रय हवा आहे. न्यायालयानं पोलिसांना तसलिमा यांना संरक्षण देण्याचा आदेश दिला आहे. पण या धर्माच्या व्यापाऱ्यांनी आपले उद्योग थांबवलेले नाहीत; उलट ते तसलिमांच्या विरुद्ध देशव्यापी आंदोलन संगठित करत आहेत. देशाच्या प्रचलित कायद्याचा घोर अपमान करून जे देशाला अराजकाच्या गर्तेत लोटू पाहत आहेत, ते कसे काय निर्धोकपणे आपले उद्योग चालू ठेवू शकत आहेत? आम्ही प्रत्येक नागरिकाला धार्मिक स्वातंत्र्य असावं या मताचे आहोत. त्याचप्रमाणे लेखकालाही लेखनस्वातंत्र्य असायलाच हवं. खरं तर लोकशाहीत हेच अभिप्रेत आहे. आपल्या राज्यघटनेनं प्रत्येकाला व्यक्तिस्वातंत्र्य, विचारस्वातंत्र्य व अभिव्यक्तिस्वातंत्र्य दिलेलं आहे.'

आजकाल 'बॅलन्स' हा शब्द वर्तमानपत्रांच्या जगात खूप वापरला जातो-विशेषतः प्रगतिवाद्यांच्या वर्तमानपत्रांत. या संपादकीयाच्या शेवटी पुढीलप्रमाणे

'बॅलन्स' साधण्याचा प्रयत्न करण्यात आला होता- 'एखाद्या लेखकाला हत्येची धमकी देणं निरोगीपणाचं लक्षण नाही. इस्लामच्या मूळ धोरणाचाही त्यामुळे मर्यादाभंग होतो. (होतो का? इस्लाम मात्र म्हणतो की होत नाही.) त्याचबरोबर लेखनस्वातंत्र्य म्हणजे खुशी; वाटेल ते लिहिणं नव्हे. (कुणाच्या खुशीप्रमाणे लिहायला हवं लेखकानं?) त्याचबरोबर एक प्रकारची जबाबदारीही येते. (मी बेजबाबदारीचं काम केलं की काय?) हे कुठल्याही लेखकाला सांगावं लागू नये. कुठल्याही जागरूक लेखकाला (मी नक्कीच जागरूक लेखक नाही) आपल्या लेखनाचा वापर मतलबी लोकांच्या राजकीय स्वार्थासाठी व्हावा असं वाटणार नाही. (लेखक जेव्हा लिहितो, तेव्हा आपलं लेखन मतलबी लोक राजकीय स्वार्थासाठी वापरतील की नाही हे त्याला कसं कळणार?)

हा अग्रलेख निःसंशयपणे चांगला होता. चांगल्या लेखनाच्या दुष्काळात हा एक चांगला लेख होता. दुष्काळ मी यासाठी म्हटलं की, बरेचसे लेख हे फतव्याचं समर्थन करणारेच असत. फतव्याच्या विरोधात एखाद्या विचारवंताची लेखणी अधूनमधून चमके. शमसुर रहमान यांनी दुःख प्रकट करून लिहिलं, 'बांगलादेशात राहीन; पण मन दुःखी करणाऱ्या घटना घडणार नाहीत, असं म्हणता येणं मुश्कील आहे. मन उदास बनवणाऱ्या घटना नेहमीच घडत असतात. वर्तमानपत्र वाचायला सुरुवात केल्याबरोबर उदास वाटायला सुरुवात होते- आणि का होणार नाही? अपघात, बंद पालन करणाऱ्यांवर पोलिसांचे अत्याचार, विद्यापीठात विद्यार्थ्यांमध्ये मारामाऱ्या, लेखकाच्या लेखनस्वातंत्र्यामध्ये हस्तक्षेप, फतवेबाजांचा मुजोरपणा, मूलतत्त्ववाद्यांच्या गर्जना, मुक्त विचारांच्या माणसांची फसवणूक या सगळ्या गोष्टी विचारस्वातंत्र्यावर श्रद्धा असलेल्या व्यक्तींना व्यथित करतात, विषण्ण करतात, कधी कधी क्षुब्ध करतात. हा क्षोभ प्रकट करणंसुद्धा संकटाला आमंत्रण देणारं ठरतं. जे तोंड उघडतात, ते संकटात पडतात. अशिक्षितपणाला जिथं सन्मानित केलं जातं, अंधश्रद्धा जिथल्या समाजात रुजलेल्या असतात, तिथं बुद्धिप्रामाण्यवादी लोक कूपमंडूकांच्या आक्रमणांचं लक्ष्य बनतात. जेव्हा एखादी मुक्तमती लेखिका प्रतिक्रियावाद्यांचं, मूलतत्त्ववाद्यांचं लक्ष्य बनते, तेव्हा अधिकांश लेखक उदासीन राहतात. त्यांना त्या लेखिकेच्या बाजूने उभं राहण्याची काहीच आवश्यकता वाटत नाही; जणू ही काही महत्त्वाची बाब नाही असं त्यांना वाटतं, तेव्हा आणखीच वाईट वाटतं. मूलतत्त्ववाद्यांच्या आक्रमणामुळे विषण्ण झालेल्या लेखकाची बाजू घेणं तर राहूच द्या, कधी कधी हे लेखक त्या लेखिकेच्या विरोधात बोलायलाही पुढे येतात. तेसुद्धा त्या लेखिकेवर आक्रमण करतात. त्या लेखिकेच्या सगळ्या मतांशी सगळेच सहमत होतील, अशी आशा करता येत नाही. पण मतभिन्नता असली, तरीही एका लेखिकेच्या स्वातंत्र्याच्या बाजूनं सगळ्या लेखकांनी

लेखणी जर हाती घेतली नाही, तर कोण घेणार?'

शमसुर रहमान यांच्या या आवाहनानंतर सगळेच लेखक हाती लेखणी घेऊन बसले, असं नाही. काही जण म्हणाले की, मी (तसलिमा) धर्माच्या बाबतीत फारच टीका करते, माझ्या बाजूनं उभं राहण्यात काहीच अर्थ नाही; काही जण म्हणाले, मी मुद्दामच धर्मावर टीका करून मूलतत्त्ववाद्यांना डिवचलं आहे, संतप्त केलं आहे, त्यांच्या हाती कोलीत दिलं आहे; त्यांच्याकडे सामर्थ्य नव्हतं- मी त्यांना सामर्थ्य दिलं आहे. माझ्यामुळेच देशात मूलतत्त्ववाद वाढतो आहे. स्वतःला प्रसिद्धी मिळवण्यासाठी मी हे सगळं करते आहे. काही जण म्हणाले, स्त्रीस्वातंत्र्याबद्दल बोलताना मी मर्यादा ओलांडली आहे. माझ्या बाजूनं बोलणं हे त्यांच्यासाठी उचित ठरणार नाही. त्यानंतरही काही काही जणांनी थोडं लिहिलं. माझ्या विरोधात शंभर लेख छापले जात; तेव्हा माझ्या बाजूनं एक लेख प्रसिद्ध होई. मूलतत्त्ववादी माझ्या मागेच लागले होते. त्यांनी जिहादची (धर्मयुद्धाची) घोषणा केली. सत्ताधारी लोकांची मदत मिळाल्यावर धर्मयुद्ध करणं अगदी सोपं असतं. त्यामुळेच तर ते पुढे सरसावत होते. त्यांची जेवढी म्हणून दैनिकं, साप्ताहिकं, पाक्षिकं होती, त्यांच्यामध्ये आपसांत एकमत नसलं, तरी माझ्याविरुद्ध ते प्रत्येक अंकात लिहीत होते. खोट्या गोष्टी, मनानं तयार केलेल्या गोष्टी, असभ्य, अश्लील भाषेत. उद्देश एकच : वाचकांच्या मनात माझ्याबद्दल घृणा तयार व्हावी आणि ती वाढत वाढत वाचकांना अखेर वाटू लागावं की, तसलिमासाठी फाशी हीच एकमेव योग्य शिक्षा आहे. मूलतत्त्ववादी नाहीत, .अशा वाचकांच्या मनातही माझ्याबद्दल द्वेष तयार व्हावा आणि त्यांनीही माझ्या फाशीची मागणी करावी. पण त्यांच्या तुलनेत, ज्यांच्यामध्ये मूलतत्त्ववाद्यांच्या विरोधात सतत लिहिले जाई, अशी प्रगतिशील नियतकालिकं या बाबतीत तितकी आक्रमक नव्हती. जणू माझ्या विरोधातलं मूलतत्त्ववाद्यांचं आंदोलन ही एक अपवादात्मक घटना होता; जणू तो माझा खासगी, व्यक्तिगत प्रश्न होता, त्यामध्ये नाक खुपसण्यासारखं काही नव्हतं. मोठे रस्ते बंद करून मूलतत्त्ववाद्यांच्या सभा होत होत्या, रस्त्यावर ट्रॅफिक तास न् तास अडकून राही, हा जणू तसलिमाचा व्यक्तिगत प्रश्न होता! पण जेव्हा एखादा खूप मोठा लेखक याचा प्रतिवाद करी, तेव्हा त्याचा लेख नियतकालिकात छापावा लागे. मोठा लेखक म्हणूनच छापावा लागे; तसलिमाच्या बाजूनं लिहिलेला लेख म्हणून नव्हे. 'दैनिक संवाद'मध्ये शकिना हसीन यांनी ठामपणे लिहिलं, 'नाही, हा तसलिमांचा वैयक्तिक प्रश्न नाही, कारण संपूर्ण देशातील सांप्रदायिक शक्ती (उघड व छुप्या), व्यक्ती, राजकीय पक्ष आणि नियतकालिकं जिहादमध्ये भाग घेताहेत. त्यामुळे सगळे क्षुद्र स्वार्थ, व्यक्तिद्वेष व गटबाजी, संकीर्णता व लोभ यांच्यावरती उठून या हल्ल्याला प्रगतिशील लेखकांनी स्वतःवरील हल्ला समजून त्याचं विवेचन करावं. प्रगतिशील राजकीय

शक्ती कातडीबचावू धोरण अनुसरून, मतपेट्यांकडे लक्ष ठेवून या हल्ल्याकडे कानाडोळा करीत आहेत. पण त्यांनी आंधळेपणाचं कितीही सोंग केलं, तरी प्रलयाच्या या तांडवापासून त्यांनाही वाचता येणार नाही, हे आताच समजून घ्यायला हवं.' त्यांना हे जर आताच समजलं नाही, तर खूप उशीर झालेला असेल, अशी शंका शकिना यांनी प्रकट केली होती. नाही, हे समजून घेण्याची कुठल्याही राजकीय पक्षातल्या कुठल्याही व्यक्तीची इच्छा नव्हती. हा मामला माझा व्यक्तिगत मामलाच राहून गेला. मूलतत्त्ववाद्यांच्या कुठल्याही लढाईत साधारणतः अवामी लीग रस्त्यावर उतरतो. आता अवामी लीगनं मौन व्रत धारण केलं होतं. अहो, माझ्या बाजूनं बोलू नका फार तर; पण फतव्याच्या विरोधात तर बोला! ते म्हणण्यासाठीसुद्धा 'तसलिमा' नाव उच्चारावं लागेल, म्हणूनच कुणी काही बोलत नव्हतं. तसलिमा नावाशी नास्तिकतेचा संबंध होता. हे नाव उच्चारलं, तर अवामी लीगचा धर्माचा वेश गळून पडेल की काय, अशी त्यांना भीती होती. कम्युनिस्ट पक्षाचे कॉम्रेड फरहाद यांचं निधन झाल्यावर समारंभपूर्वक त्यांचा जनाजा (अंत्ययात्रा) काढण्यात आला होता, कुराण पठणही करण्यात आलं होतं. बराच काळ डाव्या पक्षांच्या सभासदांना स्वतःचा परिचय 'नास्तिक' म्हणून करून द्यायचा संकोच वाटत असे. त्यामुळे त्यांच्या पक्षाशी माझं नाव जोडल्यास जर पुन्हा नास्तिकपणाचा, धर्महीनतेचा कलंक त्यांच्या अंगालाही लागला तर! मग तर हा कलंक धुऊन काढण्यासाठी एक युग जावं लागेल! त्यामुळे कुणा नास्तिकाविरुद्ध फतवा काढण्यात आला, तर ते त्या नास्तिकानं पाहून घ्यावं. आमचे पूर्वीचे नेते कसेही असले, तरी आमच्या पक्षाला धरून आम्ही खूप पूर्वीच मुसलमानी केली आहे, आम्ही अल्लाह रसूल यांना मानतो, आमच्याकडे उगाच पाहू नका. उरलेले जे राजकीय पक्ष आहेत, त्यांत उल्लेखनीय म्हणजे जासद, १९७० च्या दशकात शेख मुजीब यांना विरोध करण्यासाठीच या पक्षाचा जन्म झाला होता. शेख मुजीब यांच्या मृत्यूनंतर हा पक्ष जिवंत राहण्याची काही गरज नव्हती, तरीही तो जिवंत आहे. अशा पक्षात राहण्यात काही अर्थ नाही म्हणून या पक्षातील अनेक नेते या-त्या पक्षात, एवढंच काय अवामी लीगमध्येही गेले. निवडणुकीच्या वेळी अवामी लीगच्या आठ पक्षीय युतीमध्ये जासद, जासद फोडून बाहेर आलेला बासद हा पक्षही होता. बाकी जे पक्ष होते, त्यांच्यामध्ये मोठा पक्ष होता राष्ट्रवादी पक्ष, संक्षेपात बी.एन.पी. राष्ट्रवादी पक्ष आणि मूलतत्त्ववादी पक्ष यांच्यामध्ये काहीच फरक नव्हता. विशेषतः १९९१ च्या निवडणुकीत जमाते इस्लामीच्या मदतीनं बी.एन.पी. (बांगलादेश नॅशनॅलिस्ट पार्टी) सत्तेत आल्यावर बी.एन.पी. आणि जमाते इस्लामी यांच्यात जो थोडा फरक होता, तोही खूप कमी होत चालला आहे. संसदेत आता जमाते इस्लामीच्या अठरा सीट्स होत्या. चाळीस लाखांपेक्षाही अधिक मतं मिळाली

होती जमाते इस्लामीला. इर्शाद आता तुरुंगात आहेत, बाहेर आल्यावर तेही आपल्या गोतावळ्यासह मूलतत्त्ववाद्यांच्या पक्षात जाणार, हे नक्की. राष्ट्रवादी पक्षाला काही चारित्र्य नव्हतं. इर्शाद तुरुंगात गेल्याबरोबर राष्ट्रीय पक्षाचे मोठमोठे नेते अवामी लीगमध्ये आणि बी.एन.पी.मध्ये गेले, यातून ते सिद्ध झालं. दलबदलूपणा या देशात अगदी सर्रास आहे. नीती आणि आदर्श नसल्यावर हेच होतं. मूलतत्त्ववादी आपल्या धोरणांवर आणि आदर्शांवर ठाम होते. जमाते इस्लामीचा कुणीही नेता पक्षांतर करताना दिसत नाही. अवामी लीग एरवी बी.एन.पी.विरुद्ध आंदोलन सुरू करण्याची संधीच शोधत असे; पण लेखिकेविरुद्ध जमातपंथींनी फतवा काढला आहे या गोष्टीकडे जेव्हा सरकार पाहूनही न पाहिल्यासारखं करतं आहे हे दिसल्यावर मूलतत्त्ववादी ज्वालामुखीच्या लाव्हाप्रमाणे बाहेर येऊ लागले. हे पाहिल्यावरही जेव्हा बी.एन.पी. सरकार तोंडाला कुलूप घालून बसलं होतं, तेव्हा हा अवामी लीगच आश्चर्यकारकपणे गप्प होता. सरकारविरोधी आंदोलन सुरू करण्याची ही खूप चांगली संधी होती; पण ही संधी अवामी लीग मुळीच घेत नव्हता. कारण एकच- तसलिमा.

इकडे सगळ्या देशातल्या धार्मिक नेत्यांनी अधिक मोठ्या आंदोलनाचा कार्यक्रम ठरवला होता- त्यांची अगदी मैदानंसुद्धा ठरली होती. कुठलाही आलिम-उलेमा-मौलाना-पीर-मुशायेख बसून नव्हता. मुस्लिम ऐक्य फ्रंट संघटित करण्यात आली होती. 'धर्म आणि देशविरोधी कारवाया प्रतिरोध कमिटी' स्थापन करण्यात आली होती. धार्मिक, राजकीय आणि अ-राजकीय अशा सगळ्या पक्षांनी एकत्र येऊन 'इस्लामी एकजूट' तयार केली होती. आणखी काय हवं होतं? किमान या बाबतीत स्वतःमध्ये इतका फरक नव्हता. पाच-दहा हजार लोकांचा मोर्चा ढाका शहरात निघाला होता. सगळे राजमार्ग मूलतत्त्ववाद्यांनी अडवले होते. त्यानंतरही कुठलाही राजकीय पक्ष, कुठलीही मानवाधिकार संघटना, कुठलीही लेखक संघटना, कुठलीही महिला संघटना मूलतत्त्ववादी आंदोलनाविरुद्ध काहीच कारवाई करीत नाही असं दिसलं, तेव्हा माझे मित्र नाहिद झुनू मितुल यांनी 'तसलिमा सपक्ष गोष्ठी' (तसलिमा समर्थक गट) नावाचा एक गट स्थापन करून 'मूलतत्त्ववादी शक्तींच्या विरुद्ध उभे राहा' असं लिहिलेला एक बॅनर हातात घेऊन एक मूक मोर्चा काढला होता. मोर्चा टी.एस.सी.पासून प्रेस क्लबपर्यंत गेला. 'तसलिमा समर्थक गटा'नं एक लीफलेटसुद्धा छापलं होतं. त्यात आवाहन केलं होतं, 'पक्षभेद विसरून आपण तसलिमांच्या बाजूनं उभे राहू या. सरकारकडे मागणी करू या की, तसलिमा नासरिन यांच्यासह नारी आणि मानवतेच्या मुक्ती आंदोलनाच्या बाजूनं जे आवाज उठवीत आहेत, त्यांना संपूर्ण संरक्षण देण्यात यावं, तसलिमा नासरिन यांचे संपूर्ण नागरी अधिकार त्यांना परत देण्यात यावेत आणि मूलतत्त्ववादी शक्तीच्या विरुद्ध कठोर दंडात्मक

कारवाई करण्यात यावी.’

एकंदर किती लोक होते या मूक मोर्चात? शंभर दीडशे! त्यातही बहुतांश मुली आणि महिला. गार्मेंट्स कारखान्यातल्या महिलांनीही सहभाग घेतला. झुनूला वक्तृत्व चांगलं करता येतं. त्यांनी प्रेस क्लबसमोर उभं राहून, मोठ्या आवाजात भाषण करून लोक जमवले. झुनूंच्या अंगी साहस आहे खरं! त्या शर्ट-पँट घालतात. केस कापलेले. महिला असून पुरुषी कपडे घालतात म्हणून त्यांना खूप टोमणे ऐकावे लागतात. पण त्या पर्वा करीत नाहीत. मौन मोर्चाचं आकर्षण म्हणजे शमीम सिकदार (प्रख्यात शिल्पकार) या होत्या, असं मी ऐकलं. टी.एस.सी.च्या वळणावर त्यांनी हा मोर्चा पाहिला. मोर्चा पाहून त्या पुढे आल्या आणि स्वतः बॅनर हातात घेतला. बांगलादेशात शमीम सिकदार यांच्याइतकी धाडसी महिला माझ्या पाहण्यात तरी दुसरी नाही. त्या आर्ट कॉलेजमध्ये प्राध्यापिका आहेत. एके काळी आर्ट कॉलेजच्या प्राध्यापकांनी शमीम सिकदार यांना नोकरीतून काढून टाकावं म्हणून बराच काळ आंदोलन केलं होतं. पण शमीम सिकदार हताश होऊन, रडून, मागे हटल्या नाहीत. त्या लढल्या आणि त्या लढाईत विजयी झाल्या. आंदोलन करणाऱ्यांच्या समोरून त्या मान वर करून चालतात. शमीम सिकदार यांच्या विशाल आकाराच्या शिल्पकृती ढाका शहरात अनेक ठिकाणी उभ्या आहेत, त्यांच्याप्रमाणेच ताठ उभ्या आहेत. शमीम सिकदार यांची आत्मसन्मानाची भावना प्रबळ आहे. आपला आत्मसन्मान त्या कायम जपतात. लहानपणी त्या सायकलवरून शाळेत जात असताना एका मुलानं त्यांची ओढणी ओढली होती; त्या मुलाला धरून त्यांनी मारलंच, पण नंतर कधीही ओढणी वापरली नाही. सलवार कुर्त्याऐवजी त्या शर्ट-पँट वापरतात. गरज पडल्यास हातात रिव्हॉल्व्हर ठेवतात. मी किशोरी असल्यापासून शमीम सिकदार यांच्याबद्दलच्या गोष्टी ऐकत असे आणि त्यांच्याबद्दल श्रद्धेनं नम्र होत असे, अजूनही होते. आपण शमीम सिकदार यांच्याप्रमाणे व्हावं असं मला वाटे; पण मी त्यांच्याप्रमाणे होऊ शकले नाही. संकोच, लज्जा, भय यांच्यामुळेच. शमीम सिकदार, निर्मलेंदू गुण आणि गुण यांचे काही मित्र मोर्चा विसर्जित झाल्यावर साकुराला गेले. तिथं जाऊन त्यांनी मला फोन करून बोलावलं, साकुरा रेस्टॉरंटमध्ये. शमीम सिकदार यांच्याजवळ बसून गप्पा मारण्याची संधी मला कधीही मिळाली नव्हती. त्या हातात छिन्नी-हातोडी घेऊन शिल्प घडवताना मी त्यांना टी.एस.सी. चौकात लांबून मुग्ध होऊन पाहिलं होतं. त्या शिल्पाचं नाव होतं ‘स्वोपार्जित स्वाधीनता’- ‘स्वतः मिळवलेलं स्वातंत्र्य’.

तर, मी शमीम सिकदार यांना भेटायला निघाले, तेवढ्यात छोटोदा मला भेटायला येताना दिसला. त्याला मी कारमध्ये घेतलं. साकुराच्या मागच्या बाजूला एका टेबलाभोवती सगळे जण बसले होते. शमीम सिकदार यांनी शर्ट-पँट घातली

होती, कंबरेला चामडी बेल्ट. पायांत बूट. मला पाहिल्याबरोबर त्या म्हणाल्या, ''तुमच्या बाजूने तर मोर्चा काढून आले. खूप चांगला झाला मोर्चा.'' त्यानंतर सविस्तर वर्णन केलं त्यांनी मोर्चाचं. शमीम सिकदार यांच्या जवळ बसल्यानंच मी इतकी उत्तेजित झालेली होते की, मोर्चा हा त्या क्षणी माझ्यासाठी महत्त्वाचा मुद्दा नव्हता. शमीम माझ्या खांद्यावर थोपटून म्हणाल्या, ''घाबरू नका, घाबरू नका. ते हरामजादे मुल्ला लोक काही करू शकणार नाहीत. इतकं सोपं आहे का? तुम्ही घाबरलात, की ते डोक्यावर चढतील. तुम्ही जे लिहीत आहात, तसं लिहीत जा. आम्ही आहोत. काही अडचण आली तर मला कळवत जा. कोण साला तुम्हाला काय करतो ते पाहते! मारून मारून हाडांचा चुरा करून टाकीन त्याच्या!!''

शमीमनी आपलं सिगारेटचं पाकीट माझ्यापुढे केलं. महिलांनी धूम्रपान करणं ज्या समाजात निषिद्ध मानलं जातं, त्या समाजात राहूनच त्या सगळीकडे उघड धूम्रपान करतात- लोक काय म्हणतील याची त्या कधीच पर्वा करीत नाहीत. मला त्यांनी मद्यही देऊ केलं. मला मद्यपानाची सवय नाही, त्यामुळे दोन घोट घेतल्यानंतर मला उलटी करण्यासाठी पळावं लागलं. उलटी झाली हे मी शमीमना सांगितलं नाही, नाहीतर त्या म्हणाल्या असत्या, ''अरे! इतकं सौम्य ड्रिंकसुद्धा तुम्ही घेऊ शकत नाही!'' एवढ्यात त्या म्हणाल्या, ''मला तर वाटलं होतं तुम्ही खूप कणखर असाल; पण तुम्ही तर अगदी एखाद्या हाउसवाइफसारख्या लाजऱ्या आहात. तुमच्यासारख्या मवाळ, सौम्य स्त्रीच्या मागे मुल्ला लोक का लागले आहेत हे मला काही समजत नाही!''

साडीच्या संदर्भात त्या म्हणाल्या, ''तुम्ही साडी का नेसता? साडी हा काय पोशाख झाला? साडी नेसून तुम्ही त्या टोपीवाल्यांशी फाइट करू शकाल का? साडी धरून कुणी ओढली की ती सुटते. दुसरा पोशाख घालत जा, साडी नको!''

मुल्लांचा मोर्चा निघेल याची मी काळजी करीत होते. तेव्हा शमीम सिकदार म्हणाल्या, ''तुम्ही घाबरट आहात. खूप घाबरट महिला आहात तुम्ही. माझं 'स्वोपार्जित स्वाधीनता' हे शिल्प जेव्हा ते टोपीवाले फोडून टाकू पाहत होते, तेव्हा मी एकटी जाऊन उभी राहिले टी.एस.सी. चौकात, माझ्या शिल्पाजवळ. कोण बेटा येतो ते तोडायला- हिंमत असेल तर ये! कुणाही साल्याला जवळ यायची हिंमत झाली नाही!''

शमीम सिकदार माझ्याकडे वळल्या. त्यांच्या नजरेत करुणा होती.

''ज्युडो-कराटे येतं का?''

''नाही.''

''काहीच शिकला नाहीत आयुष्यात!''

''येत असतं तरी काय फरक पडला असता? मी तर काही मैदानात उतरून

लढत नाही त्यांच्याशी!''

''समजलं. तुम्ही तुमच्या लेखणीच्या साह्यानं लढता. पण ते लोक तर काही फक्त लेखणीनं लढत नाहीत! त्यांच्या हातात आणखी बऱ्याच गोष्टी असतात. स्नायूंचा जोर तर ते दाखवतातच! पुरुषांचा जोर दाखवतात. भीतीमुळे तुम्ही मोकळेपणानं रस्त्यांवरून फिरू शकत नाही. अहो, जरा दोन-तीन जणांना तुम्ही झापडा मारून लोळवू शकलात, त्यांचे कपडे फाडून त्यांना नागडे करू शकलात, तर तुमचं नाव उच्चारणार नाहीत बघा ते!''

शमीम सिकदार यांच्याप्रमाणे धाडसी होणं मला कधीच जमणार नाही, हे मला ठाऊक आहे. सगळ्याच जणी काही शमीम सिकदार होऊ शकत नाहीत. शमीम सिकदार बांगलादेशमध्ये एकमेव आहेत. भय-भीती-लज्जा-शरम, लोक काय म्हणतील या गोष्टींना त्या कधीच महत्त्व देत नाहीत. अशा साहसी व्यक्तीच्या शेजारी बसण्याची संधी मिळाल्यानं मला अगदी धन्य वाटलं.

'खबरेर कागज', 'आजकेर कागज', 'समीक्षण', 'भोरेर कागज', 'अनन्या', 'जाय जाय दिन' या नियतकालिकांमधून माझे कॉलम्स नियमितपणे प्रकाशित होत होते. राजीनामा दिल्यानंतर आता मी खूप लेखन करीत होते. 'जाय जाय दिन' हे बांगलादेशमधलं सर्वांत लोकप्रिय साप्ताहिक आहे. त्याचे संपादक आहेत शफीक रहमान. ते बराच काळ लंडनमध्ये होते; आता परत बांगलादेशमध्ये येऊन साप्ताहिक चालवीत होते. इर्शादच्या अमलात एकदा त्यांना देशात प्रवेश करू देण्यात आला नाही. ढाका विमानतळावरूनच परत पाठवण्यात आलं होतं. इर्शादच्या पतनानंतर देशात परत येऊन त्यांनी चांगला जम बसवला होता. 'जाय जाय दिन'मध्ये शफीक रहमान यांच्या विनंतीवरून स्तंभलेखन करीत होते; पण लिहून समाधान वाटत नव्हतं. कारण धर्मासंबंधी मी एखादं वाक्य लिहिलं की, ते शफीकभाई गाळून टाकीत. आजकाल सगळ्याच नियतकालिकांमध्ये असं होत होतं. मूलतत्त्ववादाबद्दल लिहा, ते चालेल; पण धर्मावर आक्रमण करू नका. पूर्वी मी माझ्या मतांप्रमाणे नियतकालिकांमध्ये लिहू शकत असे. कुठल्याही प्रकारची काटछाट केली जात नसे. आता मात्र लेखनाचं स्वातंत्र्य हळूहळू लोप पावत चाललं आहे असं दिसू लागलं होतं. माझी कुठल्याही प्रकारची अनुमती न घेता संपादक माझ्या लेखांमधून वाक्यं उडवून टाकीत, शब्द गाळून टाकीत. लेख कापून, पंगू करून मग वाचकांसमोर प्रस्तुत करीत. 'भोरेर कागज' दैनिकात मी 'वेद, बायबल आणि कुराणातील नारी' शीर्षकाची एक लेखमाला क्रमशः लिहीत होते, तीसुद्धा अचानक बंद करण्यात आली. बंद करण्याचं कारण होतं धर्म. धर्म वगळून मी कुठल्याही विषयावर लिहू शकत होते- त्याला संपादकांची काहीही हरकत नव्हती. धर्माच्या आक्रमणाने देश उद्ध्वस्त होत होता; पण धर्मासंबंधी मतं मांडता येत नव्हती. माझे

लेख छापल्यावर म्हणे त्या दैनिकाचा खप कमी होत होता! मी जे लिहीत होते, त्यावर कुणी कितपत विश्वास ठेवतं हे मला ठाऊक नव्हतं; पण खप कमी होतो म्हणून अद्याप काही कुणाचं माझ्यावर बहिष्कार घालण्याचं धाडस होत नव्हतं. एकदा 'रोबबार' साप्ताहिकाचे संपादक सानू अहमद यांनी माझ्याकडे एक लेख मागितला. मी लेख दिला. त्यांनीही तो छापला. त्यानंतर पुन्हा त्यांनी मला 'तुम्ही नियमित आमच्या साप्ताहिकात लिहीत जा' अशी चिठ्ठी एका माणसाकरवी पाठवली. मला अनेक नियतकालिकांसाठी नियमितपणे लेखन करावं लागत असे, म्हणून मी अत्यंत नम्रपणे त्यांना कळवलं की, मला वेळ होणार नाही. आश्चर्य म्हणजे या घटनेच्या काहीच दिवसांनंतर त्यांनी 'रोबबार'चा एक अंकच 'तसलिमा विशेषांक' म्हणून काढला. मुखपृष्ठावर माझं छायाचित्र, आतही प्रत्येक पृष्ठावर माझा फोटो. त्या संपूर्ण अंकात जेवढे लेख होते, त्यांतल्या प्रत्येक वाक्यात माझ्याविरुद्ध निंदा! निंदा, टीका ही इतकी घाणेरडी असू शकते, हे यापूर्वी मला ठाऊक नव्हतं. इसहाक खान नावाच्या रुद्रच्या एका मित्रानं त्या अंकात माझ्यावर एक लेख लिहिला होता- लेखाचा विषय माझं लेखन नव्हता, तो होता माझं लैंगिक जीवन! आजपर्यंत किती पुरुषांशी माझा लैंगिक संबंध आला आहे, कुठे आणि कशा प्रकारे आला आहे, याचं सविस्तर पण अर्थातच खोटं वर्णन. रुद्रशी संपर्क येण्यापूर्वीच म्हणे मयमनसिंहमध्ये माझा एक प्रेमिक होता, त्याच्याबरोबर मी झोपले होते- इत्यादी इत्यादी! कॉलेज जीवनात मी 'विचित्रा'मध्ये काही व्यक्तिगत जाहिराती दिल्या होत्या, याचाही त्या लेखात उल्लेख होता आणि मी दिलेल्या जाहिराती म्हणून काही काल्पनिक जाहिराती त्या लेखात त्यांनी ठोकून दिल्या होत्या- अत्यंत अश्लील असा, खोटा मजकूर! वाचक तर काही सोळा वर्षांपूर्वीचे 'विचित्रा'चे अंक पाहू शकणार नव्हते- मी खरोखरच अशा जाहिराती दिल्या होत्या की नाही हे पाहण्यासाठी! इसहाक खानचं डोकं इतकं सडकं असेल असं त्याला पाहून कुणालाही वाटणार नाही. अगदी 'गरीब बिचारा' वाटेल, असा चेहरा! आपण कथाकार व्हावं असं त्याचं स्वप्न होतं; पण तो कथाकार होऊ शकला नाही. मग या असल्या 'कथा' रचायला त्यानं सुरुवात केली असावी. चारित्र्यहनन करणाऱ्या खोट्या कथा खूप विकल्या जातात. 'रोबबार'च्या त्या अंकाच्या तीन आवृत्त्या काढाव्या लागल्या वाचकांच्या आग्रहाखातर! माझी प्रशंसा असली तरी एखादं मासिक खपतं, निंदा असली तरी खपतं! एरवी दोन हजार खप असलेल्या 'रोबबार'च्या तसलिमा विशेषांकाच्या दोन लाख प्रती खपल्या. त्यामुळे प्रशंसेची गरज काय? निंदेनेच भरून टाकू ना मासिक! कथाकार म्हणून अयशस्वी झालेल्या इसहाक खानला या अंकात माझ्याबद्दल खोट्या गोष्टी लिहून पहिल्यांदाच यश मिळालं. त्याचं जीवन सार्थक झालं. कुत्र्याच्या छत्र्यांप्रमाणे देशात अगणित मासिकं

उगवतात; दैनिक, साप्ताहिकं, पाक्षिकं, द्वैमासिकं, त्रैमासिकं सुरू होतात. खप कमी असलेली मासिकं खप वाढावा म्हणून तसलिमाबद्दलच्या गोष्टी तयार करून छापतात. त्यांच्या मुखपृष्ठावर तसलिमाचा फोटो, आत अनेक खोट्यानाट्या गोष्टी. त्या नियतकालिकांच्या कुठल्याही प्रतिनिधीनं माझी मुलाखत घेतली नसताना माझ्या मोठमोठ्या मुलाखती ही मासिकं 'तयार करून' छापीत! फतव्यासंदर्भातही तऱ्हेतऱ्हेच्या गमती छापल्या जात. हबीबुर रहमान मला म्हणाले होते म्हणे, 'मला तुमच्याशी लग्न करायचंय' आणि मी उत्तर दिलं होतं, 'हो, मी तयार आहे!' इकडे माझ्या शिरावर पन्नास हजारांचं बक्षीस लावलेलं आणि तिकडे हा हा, ही ही चाललेली!

माझ्याबद्दलच्या घृणेचं प्रमाण बांगलादेशात किती तीव्र आहे हे फतव्याच्या घटनेच्या आधारे दाखवणं हा मतिउर रहमान यांचा हेतू होता. पण बेकायदा फतव्याविरुद्ध जेव्हा देशातील बुद्धिजीवी व्यक्तींनी निवेदन दिलं, तेव्हा त्या संदर्भात देशात आणि विदेशात बरीच मतं-मतांतरं प्रकाशित होऊ लागली. माझ्या बाजूनं जनमत तयार होण्याची चांगली शक्यता दिसू लागली आहे हे लक्षात आल्यानं अडचणीत आलेले हबीबुर रहमान 'मी असा कुठलाही फतवा काढला नव्हता' किंवा 'काढला असला, तरी आपण तो मागे घेत आहोत' असं सांगण्याचा प्रयत्न करू लागले. पण हबीबुर रहमान फतवा मागे कसा घेणार? त्यांच्या आवाहनावरून संपूर्ण सिलेटमध्ये कडकडीत बंद पाळण्यात आला होता. फतव्याची गोष्ट थोडी बाजूला ठेवून हबीबुर रहमान आता जोरदार आंदोलन करू लागले होते. मोठमोठ्या सभांमधून प्रक्षोभक भाषणं करीत होते. 'कुख्यात तसलिमा नासरिनचं सगळं लेखन जप्त व्हावं, तिला अटक करण्यात यावी आणि इतरांना जरब बसेल अशी शिक्षा तिला देण्यात यावी' या मागण्यासांठी सर्व स्तरांवरील उलेमा-मुशायेख यांच्या वतीनं ढाक्याच्या सिसिली रेस्टॉरंटमध्ये २१ ऑक्टोबरला एका पत्रकार परिषदेचं आयोजन करण्यात आलं. त्यात पत्रकारांना उद्देशून सांगण्यात आलं, 'तसलिमा हे नाव पाहून वाटतं की, ही व्यक्ती मुसलमान असावी. पण तिचं मन, मानसिकता, श्रद्धा संपूर्णपणे विपरीत अशा आहेत. ती पवित्र कुराण, महानबी (सा.) आणि इस्लामी शरीयत यांच्याविरुद्ध निंद्य कटू उक्ती करून खुदाचा द्रोह करीत आहे... तसलिमाच्या निर्लज्ज, उद्धट व अत्यंत आक्षेपार्ह लेखनामुळे समाज, राष्ट्र, देश आणि विदेशात अश्लीलता, बेशरमपणा आणि नग्नता एखाद्या साथीप्रमाणे पसरली आहे. यामुळे इस्लाम धर्म आणि महानबी (सा.) यांची प्रतिमा विनष्ट होत आहे. उपरोक्त महिला कुराणातील सुरा आले इमरान, सुरा निसा, सुरा बकारा, सुरा हुजरात, सुरा वाकिया, सुरा अर्रहमान इ. नामोल्लेख करून अल्लाहच्या विधानांची खिल्ली उडवते, त्याचप्रमाणे महानबी (सा.) यांच्याबद्दल निंदनीय भाषेत

टीकाटिप्पणी करते. पवित्र धर्मावरील श्रद्धेची ती चुकीची श्रद्धा म्हणून हेटाळणी करते. 'धर्म माणसाला अमानुष बनवतो' असंही ती म्हणते. धर्म नारीला अपमानित करतो, तिची निंदा करतो असं म्हणते. स्त्रीचा छळ, स्त्री-पुरुषातील विषमता आणि समाजात अशांती निर्माण करण्याबद्दल ती महान अल्लाह आणि त्याच्या रसूलला जबाबदार धरते. धर्मावर श्रद्धा असणाऱ्यांवर निंद्य भाषेत टीका करून ती म्हणते, ज्या महिला महानबी (सा.) यांचे हदीस मान्य करतात, त्यांचा मी धिक्कार करते. व्यभिचार, लिंगपिसाटपणा या गोष्टींना सगळेच धर्म पाप मानतात, तरी तसलिमा मात्र महिलांना मुक्त लैंगिक जीवन आणि व्यभिचार यांच्यासाठी प्रोत्साहन देण्यासाठी म्हणते, 'मला वाटतं की एक स्त्री दहा पुरुषांशी लैंगिक संबंध ठेवूनही सती राहू शकते.' अशा प्रकारे बेलगाम वक्तव्यं करून त्यांचा समाजात प्रचार करण्याचा परिणाम किती भयावह होऊ शकतो याचं सहज अनुमान काढता येतं. एखादी व्यक्ती राष्ट्रद्रोही आहे असं सिद्ध झालं, ती व्यक्ती जर उघडपणे राष्ट्रविरोधी कारस्थान करीत असेल, तर तिला एकमेव योग्य शिक्षा म्हणजे मृत्युदंड होय. त्याचप्रमाणे मुसलमान नामधारी एखादी व्यक्ती जर इस्लाम धर्म, पवित्र कुराण आणि महानबी (सा.) यांच्यावर टीका करीत असेल व समाजात फूट पाडण्याचा प्रयत्न करीत असेल, तर ती धर्मद्रोही आहे, शरीयतनुसार तिला मृत्युदंडच द्यायला हवा. पत्रकार परिषदेत बांगलादेश साहबा सैनिक समितीनं दर्पानं घोषणा केली की, सिलेटमध्ये त्यांनी सभा, मोर्चा आणि अर्ध्या दिवसाचा बंद पाळून तीन वेळा पुढील मागण्या सरकारकडे केल्या आहेत : '१. तसलिमा नासरिन यांना त्वरित अटक करण्यात यावी. २. त्यांचं सगळं लेखन जप्त करण्यात यावं आणि ३. त्यांना इतरांना जरब बसेल अशी शिक्षा देण्यात यावी.' या मागण्या तौहिदी जनतेच्या प्राणांपासूनच्या मागण्या आहेत. (तौहिदी म्हणजे एकेश्वरवादी). तसलिमाची 'लज्जा' ही कादंबरी सरकारनं जप्त केली आहे; पण 'लज्जा'पेक्षा अनेक पटींनी आक्षेपार्ह असलेली त्यांची इतर पुस्तकं जप्त करून साहबा सैनिक परिषदेची न्याय्य मागणी मान्य करण्यात यावी. बांगलादेशात इस्लाम धर्म, पवित्र कुराण आणि महानबी (सा.) यांच्याविरुद्ध टीका करण्याबद्दल मृत्युदंडाची तरतूद करण्याच्या मागणीसाठी व्यापक जनआंदोलन सुरू करण्यात येईल. येईल कसलं, सुरू झालंही होतं. मला स्पष्ट दिसत होतं की, आंदोलन केवळ सुरूच झालं नव्हतं, तर त्यानं बीभत्स रूप धारण केलं होतं.

मोर्चा येत होता.. शंभर नव्हे, दोनशे नव्हे, काही हजार लोकांचा मोर्चा. काकराईलच्या वळणाहून शांतिनगरच्या दिशेनं मोर्चा येत होता. मी खिडकीत बसून पाहत होते- मोठमोठ्या अक्षरांत बॅनरवर लिहिलेलं होतं- 'तसलिमाला फाशी द्या!' मोर्चा 'नाराए तकबीर अल्लाहू अकबर!' घोषणा देत पुढे येत होता. मोर्चा येत

होता. आई सुरा पुटपुटत होती. मला खिडकीत पाहून तिचं पुटपुटणं थांबलं. तिनं मला खिडकीपासून दूर ओढलं. सुरा म्हणून काही मोठं काम होईल असं तिला वाटेना, म्हणून आईनं जायनमाज पसरून अल्लाहपुढे डोकं टेकलं. आपली प्रार्थना अल्लाहपर्यंत पोचावी असं तिला वाटत होतं- अल्लाहतालानं लोकांच्या संतापापासून मला वाचवावं, असं तिचं मागणं होतं. मोर्चा शांतिनगरच्या वळणावर येऊन थांबला. वळणावर काही खाकी गणवेशांतले पोलीस उभे होते. पोलिसांनी मोर्चाला अडवलं. तिथून येणाऱ्या 'नाराए तकबीर' गर्जनांनी घर हादरून उठलं.

या प्रकारे बरेचदा बैतुल मुकर्रम मशिदीतून शांतिनगरच्या दिशेनं मोर्चे येत. मी या प्रकारे नेहमीच जीव मुठीत धरून उभी राही.

माणसांच्या या गर्दीला जर माझ्या घरात शिरण्याची संधी मिळाली तर! दरवाजात बसलेले दोन पोलीस त्यांना आवरू थोडेच शकणार? दिवसेंदिवस पुराच्या लोंढ्यांप्रमाणे मोर्चे पुढे येत होते.

शैखुल हदीस विख्यात गृहस्थ होते. त्यांनी एक नवीन कमिटी स्थापन केली होती. 'धर्म व देशविरोधी कारवायांना प्रतिरोध करणारी कमिटी'. गटागटांनी मुफ्ती मौलाना या कमिटीत सहभागी होत होते. विशेषतः शुक्रवारी जुम्माहच्या नमाजानंतरच मोर्चे निघत. फक्त मोर्चे काढूनच ही कमिटी बसून राहत नसे. तिनं राष्ट्रीय संसदेच्या स्पीकरला उद्देशून एक निवेदनही पाठवलं. ते असं होतं-

माननीय स्पीकर,
बांगलादेश राष्ट्रीय संसद,
संसद भवन,
शेरे बांगलानगर,
ढाका.
महोदय,

सन्मानपूर्वक निवेदन करतो की,

१) बांगलादेशातील सर्व जनता धर्मपरायण आहे आणि या देशातील सर्व संप्रदायांतील नागरिक हे सांप्रदायिक सलोख्यासंदर्भात सचेतन व प्रयत्नशील आहेत हे सर्वांनाच ठाऊक आहे. परंतु काही गट जनतेच्या धार्मिक भावना दुखावण्याला प्रगतिशीलता समजून जनतेच्या धार्मिक भावना व सांप्रदायिक सलोखा बिघडवण्याचा हीन प्रयत्न सतत करीत आहेत. त्यांच्या या दुष्कर्मामागे इस्लाम, बांगलादेशचे स्वातंत्र्य आणि सामाजिक शांततेचे वैरी असलेल्यांची मदत व कारस्थान आहे, याला आज पुराव्याची गरज नाही.

२) तसलिमा नासरिन नावाची एक कुख्यात लेखिका सतत विविध नियतकालिकांमधून लेख, पुस्तकं आणि कादंबऱ्या लिहून बांगलादेशच्या सर्व धर्मपरायण माणसांच्या धार्मिक भावना दुखावीत आहे, धार्मिक भावनांवर आघात करीत आहे. तसेच ती अत्यंत धूर्तपणे विविध संप्रदायांमध्ये परस्परद्वेष व विरोध निर्माण करण्याचाही प्रयत्न करीत आहे.

३) खोट्या आणि बनावट तथ्यांवर आधारित 'लज्जा' या कादंबरीच्या माध्यमातून तसलिमा नासरिन हिने या देशाच्या सांप्रदायिक सलोख्याच्या परंपरेला काळिमा फासून जगासमोर बांगलादेशची प्रतिमा बिघडवली आहे आणि देशी-विदेशी अशा सांप्रदायिक गटांना मुसलमानांच्या विरोधात सूड घेण्यासाठी प्रेरणा दिली आहे. पण सरकारने 'लज्जा' कादंबरीवर बंदी घालण्याव्यतिरिक्त कुठलीही कायदेशीर कारवाई केलेली नाही. तसलिमा नासरिनच्या विविध लेखांमध्ये बांगलादेशचे स्वातंत्र्य, सार्वभौमत्व आणि भौगोलिक अखंडता यांच्या विरोधात अनेक चिथावणीखोर विधाने आहेत. ती विधाने राष्ट्रद्रोहामध्येच मोडतात. सरकारच्या या आचरणामुळे देशप्रेमी जनता प्रचंड क्षुब्ध व निराश झालेली आहे.

४) बांगलादेशमध्ये राहणाऱ्या विविध धर्मीय नागरिकांच्या धार्मिक भावना दुखावणं आणि त्यांच्या धर्मानुभूतीवर आघात करणं, हा राज्यघटनेनुसार व देशाच्या कायद्यानुसार दंडनीय अपराध असला, तरी या प्रकारच्या देश व धर्मविरोधी कारवायांविरुद्ध त्वरित आणि कठोर कारवाईची तरतूद नसल्याने, देशद्रोही आणि धर्मविरोधी गट निर्भयपणे आपली दुष्कृत्यं करीत आहे व समाज अस्थिर करीत आहेत.

५) बांगलादेशच्या लोकसंख्येपैकी ९० टक्के लोक मुसलमान आहेत. लेखिका तसलिमा नासरिन आपल्या विविध पुस्तकांच्या आणि लेखांच्या माध्यमातून मुसलमानांचा पवित्र ग्रंथ कुराण, नबी (द.) यांचे हदीस आणि इस्लामी शरीयतमधील विविध तरतुदींवर अवमानकारक टीका करीत असते. तिच्या या धर्मद्रोही आचरणाविरुद्ध देशातील सर्व धार्मिक व्यक्तींकडून जोरदार प्रतिकार होत असला, तरी सरकार या बाबतीत दुर्बल कायद्याच्या आड आश्रय घेऊन रहस्यमयपणे निष्क्रियतेचा मार्गच अवलंबीत आहे. त्यामुळे या देशातील धर्मपरायण मुसलमान अगदी स्वाभाविकपणेच सध्याच्या कायद्याबद्दल व सरकारबद्दलची आपली आस्था हरवून बसले आहेत.

६) लेखिका तसलिमा नासरिन फक्त धर्मावरच टीका करीत नाही, तर समाजात प्रचलित सार्वकालिक मूल्यांच्या विरोधात व्यभिचार, मुक्त लैंगिक संबंध, विवाहपूर्व आणि विवाहबाह्य लैंगिक संबंध, स्त्री-पुरुष संबंधांच्या संदर्भात तथाकथित पुरुषतांत्रिक जुलमांच्या अतिशयोक्त अशा काल्पनिक गोष्टींचा प्रसार करून समाजाची सुस्थिती बिघडवण्याचा प्रयत्नही करीत आहे. तिचं लेखन म्हणजे पोर्नोग्राफी

(अश्लील साहित्य) आहे आणि ते या देशातील युवक-युवतींना उच्छृंखलता आणि नैतिक अधःपतनाच्या दिशेनं नेण्याच्या कारस्थानाव्यतिरिक्त दुसरं काहीही नाही.

अशा अवस्थेत आम्ही देशप्रेमी व धर्मपरायण जनतेच्या अनुभूतीबद्दल श्रद्धाशील होऊन जोरदार मागणी करतो की : १) देशद्रोही आणि धर्मद्रोही व्यक्तींच्या विरुद्ध मृत्युदंडासहित कठोर शिक्षेची तरतूद असलेला कायदा करण्यात यावा. २) तसलिमा नासरिन हिला अटक करण्यात यावी व तिला इतरांना जरब बसेल अशी शिक्षा करावी. ३) तिचं आक्षेपार्ह असं सर्व लेखन जप्त करण्याची व्यवस्था करावी.

शैखुल हदीस मौलाना अजीजुल हक
आमंत्रक,
धर्म व देशविरोधी कारवाया प्रतिबंधक कमिटी
सात मस्जिद, मुहम्मदपूर, ढाका.

जवळजवळ याच प्रकारचं पत्र गृहमंत्र्यांनाही पाठवण्यात आलं. 'जनाब, आम्ही अत्यंत निराशेनं व क्षोभानं आपणास निवेदन करतो की, बांगलादेशातील बारा कोटी देशप्रेमी व धर्मपरायण नागरिकांच्या श्रद्धा व विश्वासावर अपमानकारक आघात करून तसलिमा नासरिन नामे एक कुख्यात लेखिका... इ. इ.

'बांगलादेशातील लेखिकेच्या शिरावर इनाम लावण्यात आलं,' ही मोठीच बातमी होती- विशेषतः युरोप अमेरिकेसाठी. सलमान रुशदींच्या घटनेनंतर अशा प्रकारची बातमी विदेशातील प्रचारमाध्यमं अगदी झडप घालून घेतील! एक लेखिका तिच्या लेखनामुळे फतव्याची शिकार झाली आहे. मुस्लिम मूलतत्त्ववादी तिच्या फाशीची मागणी करीत आहेत. तिच्या विरोधात मोर्चे निघत आहेत. अशा सगळ्या बातम्या वाचून लेखकाच्या मतस्वातंत्र्याच्या बाजूनं विदेशी लोक उभे राहू लागले. मानवाधिकार कार्यकर्ते, लेखक, नारीवादी गट युरोप-अमेरिकेमधल्या बांगलादेशच्या दूतावासांसमोर विरोध प्रदर्शन करू लागले. 'तसलिमा यांना सुरक्षितता द्या, मूलतत्त्ववाद्यांवर अंकुश ठेवा' अशी पत्रं विविध विदेशी संघटना पंतप्रधानांना पाठवू लागल्या. 'न्यूयॉर्क टाइम्स'नं मला उपसंपादकीय लिहिण्यासाठी आमंत्रण दिलं! एकदम अमेरिकन दैनिकासाठी लेख? मला इतकं चांगलं इंग्रजी कुठे लिहिता येत होतं! 'आपणासाठी लेखन करणं मला शक्य नाही' असं मी कळवलं. तेव्हा अशक्य ते शक्य करण्यासाठी पुढे सरसावले ए.पी.चे पत्रकार फरीद हुसेन. अलीकडे फरीद हुसेन बऱ्याचदा माझ्या घरी आले होते. विदेशी नियतकालिकांनी माझ्या संदर्भातील बातम्या देण्याची जबाबदारी त्यांच्यावर टाकली होती. फरीद हुसेन हे सुशिक्षित पत्रकार होते, अत्यंत सभ्य, स्नेहशील. फक्त पत्रकार म्हणून ते

मला भेटायला येत नसत, तर अडचणीच्या वेळी स्नेह्याप्रमाणे माझ्या पाठीशी उभे राहण्यासाठीही येत. उपसंपादकीय मी बंगालीत लिहिलं. फरीद हुसेन यांनी त्याचा इंग्रजीमध्ये अनुवाद करून दिला. डॉक्टर रशीद यांची ढाका मेडिकल कॉलेजमधून सिलेटच्या मौलवीबाजार गावी बदली झाल्यानंतर अधूनमधून ढाक्याला आल्यावर ते माझ्याच घरी उतरत. माझ्या लेखनाच्या खोलीत त्यांच्यासाठी जागा करून देण्यात येई. ते थोरल्या भावाप्रमाणे मला उपदेश करीत. विदेशी संघटनांकडून आलेल्या आवश्यक पत्रांची उत्तरं लिहून देत. 'पेन' (Poets, Essayists and Novelists चा शॉर्टफॉर्म P. E. N.) या आंतरराष्ट्रीय लेखक संघटनेने माझा शोध घेतला. शोध घेतला मेरेडिथ टॅक्स यांनी. त्या मला दिवसातून दहा वेळा फोन करीत. पहिला फोन आला, तेव्हा इंग्रजी काहीच न समजल्यामुळे मी ठेवून दिला. त्यानंतर त्यांचा फोन आला की, दुसऱ्या कुणाला तरी फोन घ्यायला सांगून मी बाहेर गेले आहे किंवा झोपले आहे असं काहीतरी सांगायला सांगे. मेरेडिथनी कुठून माझा फोन नंबर मिळवला होता कोण जाणे! अखेर माझे वकील कोण आहेत याचा शोध करून त्यांनी डॉक्टर कमाल हुसेन यांच्यावर फोनचा वर्षाव सुरू केला. 'पेन'च्या लेखिका शाखेच्या मेरेडिथ या अध्यक्षा होत्या. पृथ्वीवर कुठेही कुणा लेखिकेवर अन्याय होत असल्यास तिला साहाय्य करण्याची जबाबदारी मेरेडिथ यांच्यावर होती. न्यूयॉर्कमधून मेरेडिथ मला काय मदत करू शकणार होत्या! बांगलादेशच्या सरकारी ऑफिसात माझ्या संदर्भात विदेशातून जेवढी पत्रं आणि अनुरोध येत होते, ते रद्दीच्या टोपलीत फेकले जात असणार, याची मला खात्री होती. मला फ्रान्स, जर्मनी, ऑस्ट्रेलिया, नॉर्वे, इंग्लंड व भारत अशा नाना देशांमधून फोन येत होते. मी कशी आहे, काय करते आहे, काय विचार करते आहे, सुरक्षेचा अभाव वाटतो आहे का, हे विचारण्यासाठी. फक्त फोनवरून त्यांचं समाधान होत नसे. ते विमानानं उडत मला भेटायला येत- पहिल्या जगातून उडी घेऊन तिसऱ्या जगात- थर्ड वर्ल्डमध्ये. टी.व्ही. चॅनेल्स, रेडिओ आणि नियतकालिकांच्या प्रतिनिधींची माझ्या घरी सतत गर्दी असे. बी.बी.सी.चे प्रतिनिधी माझी मुलाखत घेऊन गेले. बी.बी.सी. माझ्यावर एक माहितीपट तयार करीत होती. जर्मन टेलिव्हिजनचे प्रतिनिधी आले. त्यांना फक्त मुलाखत नव्हे, आणखी काही हवं होतं- एक परिपूर्ण असा माहितीपट तयार करण्यासाठी जी माहिती लागते, ती त्यांना हवी होती. फ्रान्सहून एक पथक माझ्यावर दोन तासांचा एक माहितीपट तयार करण्यासाठी आलं. त्या दिवशी माझ्या घरी शिवनारायण राय होते. सलमान रुशदींशी माझ्या तुलनेचा मुद्दा आल्यावर शिवनारायण ठामपणे म्हणाले, "सलमान रुशदी आणि तसलिमा यांच्यामध्ये मोठा फरक आहे. सलमान रुशदी समाजपरिवर्तनासाठी कुठलंही आंदोलन करीत नाहीत; तसलिमा ते करताहेत." माहितीपट तयार

करणारं ते पथक नंतर सिलेटला हबीबुर रहमान यांची मुलाखत घ्यायला गेलं; पण ही गोष्ट त्यांनी माझ्यापासून पूर्णपणे गुप्त ठेवली- एवढा सावधपणा! पण त्या पथकाच्या फोटोसहित हबीबुर रहमान यांचा फोटो 'इन्किलाब' दैनिकात छापला गेला. जुन्या ढाक्यात एका हिंदू कुटुंबाची मुलाखत घ्यायलाही ते पथक जाणार होतं. गुप्त पोलिसांचं दलही त्यांच्यामागे गेलं. सरकारला वाटत होतं की, हे विदेशी लोक वाईट हेतूनं हा माहितीपट तयार करायला आले आहेत. 'इन्किलाब'च्या विनंतीवरून सरकारनं त्या पथकाची झडती घेतली आणि त्यांना बांगलादेश सोडून जायला भाग पाडलं. त्या पथकानं सावधगिरी म्हणून त्या माहितीपटाच्या कॅसेटची एक कॉपी फ्रेंच वकिलातीच्या माध्यमातून आधीच पॅरिसला पाठवून दिली होती. माझ्या नकळत काय-काय घडत होतं! माझी मुलाखत घेण्यासाठी येणाऱ्या कुठल्याही विदेशी व्यक्तीला आता देशात प्रवेश करू दिला जात नव्हता. बुद्धिमान पत्रकार दुसरं काहीतरी कारण सांगून देशात प्रवेश करीत. फ्रान्सच्या 'ल मॉन्द' नियतकालिकाकडून कॅथरिन बेदारिदा आल्या. 'लिबरेशन'चे आन्तोवान द गुडमार. गुडमार मला खूप आवडले. फ्रेंच लोकांचं इंग्रजी समजण्यात काही अडचण येत नाही; कारण ते खूप संथ गतीनं इंग्रजी बोलतात. तुटकंफुटकं इंग्रजी. मी तर आपादमस्तक बंगाली. फ्रेंच भाषेचा तर प्रश्नच येत नव्हता; माझं इंग्रजीही तुटकंफुटकं होतं. गुडमारना घेऊन एके दिवशी कारनं मी त्यांना धोलेश्वरी नदी दाखवून आणली. गुडमारनी मला विचारलं, ''तुम्ही अशा बाहेर पडता, तेव्हा काही अडचण आली तर?''

''घरात बसून गुदमरल्यासारखं होतं, बाहेर फिरायला जावं असं वाटतं.'' मी म्हणाले.

फ्रेंच फोटो एजन्सीकडून जिल सॉसेवार फोटो काढायला आले, तेव्हा त्यांच्या विनंतीवरून मयमनसिंहला जावं लागलं. जिलची खूप इच्छा होती की, मयमनसिंहच्या ज्या घरात माझं बालपण गेलं, लहानपणी मी ज्या शाळेत शिकले, त्या ठिकाणांचे फोटो काढावेत. असं अचानक बाहेर पडलं की मला बरं वाटे. गाडीच्या खिडकीतून किमान माणसं तरी पाहता येत! घराच्या चार भिंतींच्या आत राहून राहून मला वाटे, माझी जणू कबर झाली आहे तिथंच! एके दिवशी मरून तर जाईनच; पण म्हणून कबरीत बसूनच दिवस मोजावे लागणार की काय! शमीम सिकदार यांचा 'घाबरू नकोस' हाच उपदेश मी वारंवार स्वतःला देत राही.

भारतातून 'संडे' साप्ताहिक आणि 'स्टेट्समन' दैनिकाचे पत्रकार माझी मुलाखत घ्यायला आले. संपूर्ण भारतभर फतव्याच्या विरोधात सभा होत होत्या. सचेतन लेखक लेख लिहून फतव्याचा विरोध करीत होते. नियतकालिकांमध्ये संपादकीयं लिहिली जात होती. कोलकात्यात अन्नदाशंकर राय यांच्या नेतृत्वाखाली लेखक

बांगलादेशच्या वकिलातीत निवेदन देण्यासाठी गेले होते- वकिलातीचं दार त्यांच्या तोंडावर धाडकन बंद करण्यात आलं. कलकत्ता विद्यापीठात 'बांगलादेश-भारत मैत्री समिती'च्या वतीनं माझ्या जीवन व लेखनस्वातंत्र्याच्या रक्षणासाठी सभा झाली. नामवंत बुद्धिजीवी त्या कार्यक्रमाला हजर होते- अर्थात बांगलादेशमधलं कुणीही नव्हतं. अन्नदाशंकर राय तिथंही होते. त्यांच्या मते, मी एकविसाव्या शतकाची कन्या होते, चुकून मी विसाव्या शतकात जन्मले. मी फ्रान्स किंवा इंग्लंडची कन्या, चुकून बांगलादेशमध्ये जन्मले. ते म्हणत, 'तसलिमा अँग्री यंग वूमन आहे, तर मुल्ला लोक हे अँग्री ओल्ड मेन आहेत. त्यांच्यामध्ये समेट होणं अशक्य आहे.' ते असंही म्हणत की, बांगलादेशातील जनमत आम्ही इथून बदलू शकत नाही, ते बांगलादेशातील बुद्धिजीवीच बदलवू शकतील; आम्ही फक्त त्यांचं समर्थन करू शकतो.'

तिकडे 'पेंग्विन इंडिया'नं 'लज्जा'ची इंग्रजी आवृत्ती प्रकाशित केली होती. मला विविध देशांमधून प्रकाशकांचे फोन येत होते. 'लज्जा'चे त्या-त्या देशाच्या भाषेत अनुवाद करून प्रकाशित करण्याची इच्छा ते प्रकट करीत. फतव्याची बातमी विदेशातील प्रसारमाध्यमांतून प्रकाशित झाल्यावर तिथल्या लोकांचा असा समज झाला होता की, ज्या अर्थी मी लेखिका आहे, त्या अर्थी मी नक्कीच असं एखादं आक्षेपार्ह पुस्तक लिहिलं आहे की, त्यामुळे मूलतत्त्ववाद्यांनी माझ्या विरोधात फतवा काढला आहे. सलमान रुशदींच्या विरोधात 'सॅटॅनिक व्हर्सेस' या पुस्तकामुळे फतवा काढण्यात आला होता. माझ्याविरुद्धचा फतवासुद्धा नक्कीच कुठल्या ना कुठल्या पुस्तकामुळेच काढण्यात आला असावा. 'लज्जा' पुस्तकावर सरकारनं बंदी घातली होती, त्याला खूप दिवस उलटून गेले होते. पण पत्रकारांनी वाचकांची तहान भागवण्यासाठी 'लज्जा' हेच मूलतत्त्ववादी खवळून उठण्याचं मूळ कारण होतं असं लिहिलं; पण 'लज्जा' हेच मूलतत्त्ववादी खवळून उठण्याचं मूळ कारण होतं का? मुळीच नाही. ते तर चिडलेलेच होते. त्यांच्या संतापाच्या आगीत 'लज्जा'बंदीचं तेल पडलं. म्हणून फतवा आणि फतव्याच्या विरुद्ध सरकारच्या काहीच न करण्याच्या तेलामुळे ती आग आणखीनच भडकली, म्हणून देशभर आंदोलन. पेंग्विननं 'लज्जा' छापली; ती चांगली खपू लागली. कारण 'लज्जा'ची कथा संपूर्ण बांगलादेशच्या पार्श्वभूमीवर घडत असली, तरी भारतीय उपखंडात हिंदू-मुस्लिम संघर्ष होत असल्यानं वाचकांना ती कथा समजण्यात अडचण येत नव्हती. पण जर्मन किंवा फ्रेंच वाचकांना 'लज्जा'मधलं काय समजणार? मी बेचैन आवाजात प्रकाशकांना विचारी, "'लज्जा' ही कादंबरी कशाबद्दल आहे हे तुम्हाला ठाऊक आहे का?"

"नाही. ठाऊक नाही."

"ती पूर्णपणे बांगलादेशच्या अंतर्गत घडामोडींवर आहे. तुमच्या वाचकांना

ती घटना वाचणं बरं वाटणार नाही. कादंबरी म्हणून काही ते चांगलं पुस्तक नाही.''

''त्याचा तुम्ही मुळीच विचार करू नका. कृपा करून आम्हाला परवानगी द्या.''

''ज्या पुस्तकाचा विदेशात अनुवाद होऊ शकेल, असं एकही पुस्तक मी आजवर लिहिलेलं नाही. मी इथल्या समाजाच्या समस्यांवर लिहिते. माझं एकही पुस्तक आंतरराष्ट्रीय दर्जाचं नाही. आधी मला एखादं चांगलं पुस्तक लिहू द्या, म्हणजे मी ते तुम्हाला देईन.''

''तुम्ही भविष्यात जे लिहाल, ते आम्ही छापूच; पण आम्हाला सध्या 'लज्जा' छापायची आहे.''

''का, 'लज्जा'च का?''

'''लज्जा'वर तर बांगलादेश सरकारनं बंदी घातली आहे. 'लज्जा'मुळेच तर फतवा निघाला आहे.''

''नाही. 'लज्जा'मुळे माझ्यावर फतवा काढण्यात आलेला नाही. 'लज्जा' प्रकाशित होण्याच्या आधीपासूनच मूलतत्त्ववादी माझ्याविरुद्ध आंदोलन करताहेत. 'लज्जा'वर बंदी घातल्यानंतर अनेक दिवसांनी त्यांनी फतवा काढला. 'लज्जा' प्रकाशित झाल्यानंतर सहा महिन्यांपर्यंत तिची उघडपणे विक्री होत होती. कुठल्याही मौलवीनं 'लज्जा'वर बंदी घालण्याची मागणी केली नाही.''

''तरीही आम्हाला 'लज्जा'च छापायची आहे.''

''हे पुस्तक आपल्या देशात खपणार नाही, चालणार नाही.''

''ते आम्ही बघू. 'लज्जा' छापायची परवानगी तर द्या. आम्ही ॲडव्हान्स रॉयल्टी देऊ.''

''रॉयल्टीचा काही प्रश्न नाही; प्रश्न आहे वाचकांचा आग्रह. इथल्या हिंदू-मुसलमानांच्या समस्येबद्दल तिथल्या वाचकांना जिज्ञासा असण्याचं काही कारण नाही.''

''खूप जिज्ञासा आहे. तुम्ही आमच्यावर सोडून द्या. ते सगळं आम्ही पाहू.''

प्रकाशक अगदी मागेच लागलेले. फ्रान्सच्या एडिशन द फाम्सच्या मिशेल इडेल दिवसातून तीनदा फोन करीत, ''तसलिमा, आपण तर स्त्रीस्वातंत्र्यासाठी लढा देत आहात. इथं आमची संघटनासुद्धा अनेक वर्षांपासून तसाच लढा देत आहे. आपण आम्हाला 'लज्जा' पुस्तक छापण्याची परवानगी द्या. आम्ही कॉंट्रॅक्ट फॉर्म पाठवतो. आपण सही करून पाठवा.''

''हे पाहा, 'लज्जा' हे पुस्तक स्त्रीस्वातंत्र्यावर लिहिलेलं नाही. स्त्री या विषयावर माझी काही पुस्तकं आहेत- त्यांच्यापैकी एखादं तुम्हाला प्रकाशित करता येतंय का पाहा. मला खात्री नाही; पण बांगलादेशातल्या महिलांच्या समस्यांबद्दल तिकडे मुळातच...''

"त्याचा विचार करू नका. आम्हाला इतर देशांतल्या महिलांच्या समस्या जाणून घ्यायच्या आहेत; पण त्या पुस्तकांच्या आधी 'लज्जा' छापण्याची आमची इच्छा आहे."

"'लज्जा' इंग्रजीत छापण्यात आलं आहे. आधी तुम्ही ते वाचून पाहा, छापण्यासाठी योग्य आहे का हे. मला वाटतंय की वाचल्यानंतर तुम्हाला ते छापावंसं वाटणार नाही."

"अहो, म्हणताय काय? 'लज्जा' पुस्तक छापण्यासाठी आम्ही इतके अधीर झालेले आहोत..."

"त्या पुस्तकात काय आहे सांगा बरं!"

"तुम्ही त्यात इस्लामवर टीका केली आहे. म्हणून तर मुसलमान संतापले आहेत."

मी कडवट स्वरात म्हणाले, "हे पूर्ण चुकीचं आहे. त्या पुस्तकात इस्लामवर मुळीच टीका नाही."

"हे पाहा तसलिमा, आमचा धर्मांवर विश्वास नाही. आमच्या दृष्टीनं सगळे धर्म एकाच प्रकारचे आहेत. सगळेच धर्म महिलांवर अन्याय करतात."

"असं तर मलाही वाटतं."

"इस्लामवर टीका असल्यामुळे आम्हाला ते पुस्तक छापायचं आहे, असं समजू नका. एक स्त्रीवादी लेखिका दूरवरच्या बांगलादेशात काय प्रकारचे पुस्तक लिहिते, त्या पुस्तकावर सरकारनं बंदी घातली आहे, त्यासाठी तिच्या विरोधात फतवा काढला आहे- ते पुस्तक आम्हाला वाचायचं आहे. आमच्या वाचकांची ते पुस्तक वाचायची इच्छा आहे."

"मी पुन्हा सांगते, 'लज्जा'साठी मला फाशी द्या असं कुणीही म्हणत नाही. फाशी द्या असं ते म्हणताहेत ते माझ्या इस्लामबद्दलच्या वक्तव्यांसाठी."

"म्हणजे तेच! आपल्या लेखनासाठीच तर आपणाला फाशी व्हावी असं म्हणताहेत ना ते!"

असंच चालू राही. मी वैतागून गेले. मिशेल इडेल आणि ख्रिश्चन बेस या दोघांना 'लज्जा' छापण्यासाठी माझी अनुमती हवी होती. त्यांचा आग्रहच चालला होता. दोघं जण मला आपल्या बाजूला ओढू पाहत होते. दोघांनीही कॉंट्रॅक्ट फॉर्म्स पाठवले. मिशेल इडेल मला ॲडव्हान्स म्हणून पाच हजार फ्रँक्स देऊ करीत होत्या, तर ख्रिश्चन बेस 'मी तुम्हाला तीस हजार फ्रँक्स ॲडव्हान्स देतो' असे म्हणत होते. रोज फ्रान्सहून फोन येत. मी फोनची रिंग ऐकली की दूर पळे. 'लज्जा' कादंबरी ही माझ्यासाठीच एक मोठं लज्जेचं कारण बनली होती. बांगलादेशातल्या एका खेड्यात किंवा माणिकगंजमधल्या एका वस्तीत काय घडलं ते वाचून फ्रेंच

वाचकांना काय फायदा? ख्रिश्चन बेस पळून जाणाऱ्या मला गपकन धरून म्हणत राहत, 'तसलिमा, आपण लेखिका आहात. अनेक प्रकाशक असे असतात की, जे पुस्तक वादग्रस्त असतं, ते छापून ते लेखकाला बेमालूम विसरून जातात; पण लेखिका म्हणून आम्ही आपला सन्मान करतो. आम्ही चांगल्या लेखकांची पुस्तकं छापतो- मग त्या पुस्तकांची विक्री होवो किंवा न होवो. अचानक नाव झालेल्या एखाद्या लेखकाचं एक पुस्तक गाजावाजा करून छापणं, हा आमचा उद्देश नाही. जगातल्या मोठमोठ्या लेखकांची पुस्तकं फ्रेंच भाषेत आम्ही छापली आहेत. आपण ज्या अन्य एका फ्रेंच प्रकाशनाबद्दल बोलताहात, ते प्रकाशक स्त्रीवादी पुस्तकं छापतात. आपलं 'लज्जा' हे पुस्तक काही स्त्रीवादी पुस्तक नाही, मग कशासाठी ते त्यांना छापायचंय- उत्तर एकच : सध्या त्यावर नियतकालिकांमध्ये लेख येताहेत, म्हणून.'

मी बेस यांना म्हणाले, ''मी चांगली लेखिका आहे, हे तुम्हाला कसं काय समजलं? तुम्ही तर काही माझं लेखन वाचलेलं नाही. खरं सांगायचं, तर मी चांगलं लिहू शकत नाही. बांगलादेशात माझ्यापेक्षा हजारपट चांगलं लिहिणारे अनेक लेखक आहेत. मी तर डॉक्टरकीचं शिक्षण घेतलेलं आहे. बांगला साहित्य हा काही माझा अभ्यासाचा विषय नव्हता. कादंबरी कशी लिहितात हे मी अजूनही शिकलेले नाही. मी मूलतः देशातल्या समस्यांवर लिहिते. अधूनमधून अन्याय, अत्याचार, विषमता पाहून खूप संतापून लिहिते, एवढंच.''

ख्रिश्चन बेस आपुलकीच्या स्वरात म्हणाले, ''आपण आपल्या लेखनाला इतकं कमी समजू नका. आपण लिहू शकत नाही असं म्हणता; पण लिहू शकत नसता, तर इतके लोक आपणाविरुद्ध का संतापून उठले असते? नक्कीच आपण त्यांच्यावर एक आघात केला आहे. असा आघात काही सगळेच करू शकत नाहीत. चांगल्या साहित्याचं जसं मूल्य असतं, तसं समाज बदलवण्यासाठी जोरदार आघात करणाऱ्या लेखनाचंही मूल्य असतं. आपण आत्मविश्वास ठेवा. आत्मविश्वास असल्यावर आपण आणखी चांगलं लेखन करू शकाल. लेखिका म्हणून परिचय आपणाला नको असला, तरी आता तोच आपला परिचय आहे. आपण लिहीत राहा. आम्ही प्रकाशक काही फक्त लोकप्रिय आणि प्रसिद्ध लेखकांचंच लेखन छापीत नाही; आम्ही लेखकांना लिहिण्यासाठी उत्तेजन देतो. हेच आमचं काम आहे. आम्ही लेखक तयारसुद्धा करतो. ज्यांच्यामध्ये लेखक होण्याची शक्यता असते, त्यांना आम्ही प्रेरणा देतो. आपणामध्ये शक्यता आहे, तसलिमा.''

बांगलादेशचा राष्ट्रीय धर्म आहे इस्लाम. बांगलादेशच्या कायद्यानुसार फतवा निषिद्ध असला, तरी इस्लाम धर्मात तो निषिद्ध नाही. इस्लामनं काही शिक्षांच्या

तरतुदी दिलेल्याच आहेत. अनैतिक संबंध ठेवलेत, तर दगडांनी ठेचून मारलं जाईल. बिगर इस्लामिक काम कराल, तर एकशे एक फटके मारले जातील. मूलतत्त्ववाद जागा झाला होता. वारा आता मूलतत्त्ववाद्यांना अनुकूल असा वाहत होता. गावागावांतून महिला या फतवेबाज मौलानांच्या फतव्यांच्या शिकार होत होत्या. सिलेटच्या छातकछडा गावात नूरजहान नावाच्या एका महिलेनं दुसऱ्यांदा लग्न केलं. मौलाना मन्नान म्हणाले की, हे लग्न इस्लामच्या नीतीविरुद्ध आहे. कारण नूरजहानशी तिच्या पहिल्या पतीचा तलाक झालेला नाही. (तिचा पहिला नवरा तिला सोडून खूप वर्षांपूर्वी निघून गेला. दुसऱ्या लग्नाआधी नूरजहाननं स्वतः आपल्या पहिल्या पतीच्या पत्त्यावर तलाकनामा पाठवला होता.) त्यामुळे नूरजहानला दगड मारले जातील. नूरजहानच्या घराच्या अंगणात मौलाना लोकांनी एक खड्डा खणला, त्या खड्ड्यात तिला उभं करण्यात आलं. त्यानंतर अल्लाहचं नाव घेऊन मौलानांनी नूरजहानला दगड फेकून मारले. सगळ्या गावकऱ्यांनी हे दृश्य पाहिलं पण कुणीही कसलाही विरोध केला नाही. रक्तानं न्हालेली नूरजहान खड्ड्यातून उठून घरात गेली आणि अपमानामुळे क्षुब्ध झाल्यानं विष पिऊन तिनं आत्महत्या केली. यानंतरचीच एक घटना. फरीदपूरची एक महिला. विवाहित असूनही नवऱ्याला घरात ठेवून ती दुसऱ्या पुरुषाबरोबर बाहेर फिरायला गेली होती. परपुरुषाबरोबर फिरणं इस्लाममध्ये निषिद्ध आहे, त्यामुळे मौलानांनी तिच्याविरुद्ध फतवा काढला. या महिलेचं नावही नूरजहानच होतं. नूरजहानचे हात-पाय बांधून तिला पेटवून देण्यात आलं. जळून खाक झाली नूरजहान. यानंतर सातक्षीराच्या कालिगंज ठाण्याच्या कालिकापूर गावात आणखी एक घटना घडली. खालिक मिस्त्रीची फिरोजा नावाची मुलगी नदीत चिंगडी मासे धरून, ते विकून संसाराला मदत करी. मासे धरायला जाताना तिची ओळख झाली जवळच्या बंदकाटी गावच्या हरिपद मंडल या कोळ्याच्या मुलाशी- त्याचं नाव उदय मंडल. उदयशी फिरोजाचा संपर्क वाढला. म्हणून युनियन परिषदेच्या चेअरमननी इस्लामी कायद्यानुसार (शरीयतनुसार) फिरोजाचा न्यायनिवाडा केला. तिला एका खांबाला बांधून एकशे एक फटके मारण्यात आले. फटके मारणं संपल्यावर फिरोजा आपल्या बहिणीचा आधार घेऊन घरी गेली आणि घरी गेल्याबरोबर तिनं आत्महत्या केली. उदयलासुद्धा शिक्षा करण्यात आली. तो हिंदू असल्यानंच त्याला शिक्षा देण्यात आली. खेड्यापाड्यांतल्या सगळ्या फतव्यांच्या बातम्या वर्तमानपत्रांत येत नसत. कारण अडुसष्ट हजार खेड्यांतल्या कुठल्या कोपऱ्यात कुठल्या महिलेला फतव्यामुळे मरावं लागलं ते समजणं सोपं नव्हतं. अचानक एखाद्या फतव्याची गावभर चर्चा झाली, तर ते तालुक्याच्या वार्ताहराच्या लक्षात येई. त्यानंतर तो पत्रकार कुठल्या वृत्तपत्राला बातमी देणार तेही पाहावं लागे. 'इन्किलाब' गटाची दैनिकं अशा बातम्या छापत

नसत- कारण ती फतवाबाजांच्या बाजूची होती. उगाच अशा बातम्या छापून ती दैनिक फतवाबाजांवर लोकांचा रोष होईल, असं करीत नसत. याउलट बातमी दुसऱ्या गटाच्या वृत्तपत्रात प्रकाशित झाली आणि फतव्यावर संतप्त टीका होऊ लागली, तर 'इन्किलाब' गटाची वर्तमानपत्रं त्या निष्पाप महिलांच्या विरोधात युक्तिवाद करून फतव्याला न्याय्य ठरवण्याचा प्रयत्न करीत. देशात सर्वांत अधिक खपाचं आणि सर्वांत विकृत दैनिक म्हणजे 'इन्किलाब'. एके काळी 'इत्तफाक' दैनिक सर्वाधिक खपाचं होतं, आता 'इन्किलाब'नं त्याला मागे टाकलं होतं. अलीकडे आणखी एक बातमी प्रकाशित झाली की 'ब्रॅक' या स्वयंसेवी संघटनेनं चालवलेल्या मुलींसाठीच्या एकशे बारा शाळा मूलतत्त्ववाद्यांनी जाळून टाकल्या आणि त्या मुलींविरुद्ध फतवा काढला की, इथून पुढे त्या मुलींचं शाळेत जाणं बंद, तेव्हा त्या फतवेबाजांचे पोवाडे गाण्याची जबाबदारी 'इन्किलाब'नं घेतली. 'इन्किलाब'चा युक्तिवाद असा होता की, स्वयंसेवी संघटनेनं चालवलेल्या या शाळा म्हणे मुलींना ख्रिश्चन बनवण्याचे प्रयत्न करीत होत्या, कारण 'ब्रॅक' या संस्थेला ख्रिश्चनांच्या देशातून अर्थसाहाय्य मिळतं. गावातल्या ज्या महिला या स्वयंसेवी संघटनेत काम करीत होत्या, त्यांच्याविरुद्धही फतवा- त्या महिलांनी घराबाहेर पडणं चालणार नाही. जर त्या महिलांनी फतवा मानला नाही, तर त्यांना तलाक देण्यासाठी त्यांच्या पतींना भाग पाडलं जाईल. केवळ फतवाच नव्हे, तर पंचायतींच्या जंगलीपणानंही सीमा ओलांडली होती. गावात पंचायत भरवण्याचा रिवाज युगानुयुगांपासून चालू आहे. मशिदीचा इमाम आणि गावातले मातब्बर यांच्या पंचायतीनं सिराजगंजच्या बादकुशा गावातल्या पस्तीस महिलांना वाळीत टाकलं. त्यांनी कुटुंबनियोजन शस्त्रक्रिया करवून घेतल्या, हाच त्यांचा गुन्हा होता. कुटुंबनियोजन शस्त्रक्रिया करवून घेणं म्हणजे खुद्द अल्लाहतालाला विरोध करणं. त्यामुळे पस्तीस महिलांना आता समाजाबाहेर राहून बाकीचं जीवन जगावं लागणार. धर्माची कुऱ्हाड महिलांच्या डोक्यावर, पस्तीस महिलांना आता यापुढे समाजामध्ये जागा नाही. त्यांना पंचायतीचा हा न्याय निमूटपणे मान्य करावा लागला. धर्म आता मौलानांच्या बापाचा माल. ढगळ झब्बा घातला, डोक्यावर गोल टोपी घातली, नमाज पढून पढून कपाळावर काळा डाग पाडून घेतला, जपमाळेचे मणी फिरवले की, धर्म मौलानांची स्थावर मालमत्ता होऊन जाई. धर्माची भीती दाखवून मौलाना आता संपूर्ण देशाच्या माणसांवर नियंत्रण गाजवीत होते. कुणाही फतवाबाज मौलानाच्या विरोधात, कुठल्याही पंचायतीच्या इमाम आणि मातब्बराच्या विरोधात सरकारच्या बाजूनं कोर्टात एकही खटला भरला जात नव्हता. त्यांच्या या कुकर्मांसाठी कुठल्याही शिक्षेची तरतूद नव्हती.

इकडे मोठ्या शहरांतून धार्मिक उत्सवांच्या मोठमोठ्या मिरवणुका निघत

होत्या. मोठ्या डामडौलात हजरत मुहम्मद यांची जयंती पालन केली जात होती. विशाल-विशाल अशा टोपीवाल्यांच्या मिरवणुकांनी ढाका शहर दुमदुमत होतं. वाजंत्र्यांची या मिरवणुकांना साथ असे आणि हे टोपीवाले ट्रक भरभरून मिरवणुकीत सामील झालेले असत आणि हिंदूंच्या जन्माष्टमीची मिरवणूक निघाली, तर त्या मिरवणुकीवर बी.एन.पी.च्या लाठीधाऱ्यांनी आणि युवा कमांडच्या लोकांनी हल्ला केला, महिलांच्या साड्या फेडल्या, जो छोटा मुलगा कृष्णरूपात सजला होता, त्याचं डोकं फोडलं. सगळी मिरवणूक उधळून लावली. पोलिसांनी एकाही आक्रमणकर्त्याला साधं टोकलंसुद्धा नाही; फक्त बघ्यांप्रमाणे लांबून पाहत राहिले.

देशभर मूलतत्त्ववाद्यांचं प्रलयंकर तांडव चालू असताना सरकारनं मात्र मूलतत्त्ववाद्यांचे नेते गुलाम आझम यांना निरपराध घोषित करून त्यांना तुरुंगातून सोडून दिलं! खुन्याच्या गळ्यात पुष्पहार घालून त्याचा दिवसाउजेडी जाहीर सत्कार करण्यात आला. ज्या देशद्रोह्याचं नागरिकत्व रद्द करण्यात आलं होतं, त्या देशद्रोह्याला आज सन्मानपूर्वक नागरिकत्व पुन्हा प्रदान करण्यात आलं. कोण जाणे- बहुधा हे सरकार गुलाम आझम आणि त्याच्या खुनी साथीदारांना- ज्यांच्यामुळे लाखो बंगाल्यांची घरं आगीत भस्मसात झाली, लाखो-लाखो बंगाली मारले गेले, अनेक बंगाली स्त्रियांवर बलात्कार झाले- लवकरच 'मुक्तियोद्धे' म्हणून घोषित करील आणि तशी सनद देईल! गुलाम आझमला सोडून देण्यात येतं आणि तिकडे रमनामध्ये 'घातक दलाल निर्मूलन कमिटी'च्या लोकन्यायालयाच्या सभेतून माईक काढून नेला गेला, सभेवर पोलिसांनी लाठीमार केला, माणसं जखमी झाली. हा देश जणू माझा नाही, आमचा नाही- ज्या आम्हाला अभिमान वाटतो रफीक बरकत आणि सलाम यांचा- १९५२ च्या फेब्रुवारीत त्यांनी बंगाली भाषेसाठी प्राण दिले, ज्या आम्हाला असंख्य अगणित मुक्तियोद्ध्यांचा अभिमान वाटतो. हा देश होत चालला आहे गुलाम आझमचा देश. उद्धट उंटांच्या पाठीवर चाललाय हा देश. शहीद मिनाराच्या शेजारच्या भिंतीवर लिहिलेली रवींद्रनाथ, जीवनानंद दास, काजी नजरुल यांची वचनं रंग माखून स्वातंत्र्याच्या या शत्रूंनी पुसून टाकली. 'बांगलार हिंदू, बांगलार बौद्ध, बांगलार ख्रिश्चन, बांगलार मुसलमान, आमरा सबाई बांगाली' ('बंगालचे हिंदू, बंगालचे बौद्ध, बंगालचे ख्रिश्चन, बंगालचे मुसलमान- आम्ही सगळे बंगाली') या वाक्यावर त्यांनी डांबर फासलं. आणखी किती ध्वंस पाहावा लागणार आम्हाला! त्यापेक्षा आंधळे होवोत आमचे डोळे, बहिरे होऊन जावोत आमचे कान!

खेड्यातील महिलांवर फतवे काढण्याच्या विरोधात महिला परिषदेनं एक

मोर्चा काढला. प्रेस क्लबच्या समोरच्या रस्त्यावर ग्रामीण महिला बसल्या. त्यांच्या हातात महिला परिषदेच्या घोषणा लिहिलेली पोस्टर्स होती. महिला परिषदेच्या सभेत ज्या ज्या महिलांविरुद्ध फतवा काढण्यात आला, त्या सगळ्या महिलांच्या नावाचा उल्लेख करून गळा फाडफाडून नेत्या भाषणं करीत होत्या; पण त्यांच्यापैकी कुणीही माझ्या नावाचा एकदाही उल्लेख केला नाही. महिला परिषद ही बांगलादेशमधील सर्वांत मोठी महिलांची संघटना. अध्यक्ष म्हणून सुफिया कमाल यांचं नाव असलं, तरी मूळ नेत्या मलिका बेगम. मलिका बेगमनी स्त्री या विषयावर अनेक पुस्तकंही लिहिलेली होती. अनेक वर्षांपासून त्या नारी आंदोलनाशी संबंधित होत्या आणि देशातल्या प्रमुख दोन-तीन स्त्रीवादी नेत्यांपैकी त्या एक होत्या. एके दिवशी त्यांनी माझ्या घरी पायधूळ झाडली. मी अत्यंत चकित झाले आणि त्यांना जवळजवळ मिठीच मारली. मी दैनिकांमध्ये स्तंभलेखन सुरू केल्यानंतर काही वेळा मलिका बेगम यांच्याशी भेट झाली होती. त्या म्हणाल्या होत्या, 'खूप चांगलं लिहिता तुम्ही, लिहीत राहा, लिहीत राहा!' मलिका बेगम यांचे पती मतिउर रहमान कम्युनिस्ट पार्टीच्या 'एकता' या मासिकाचे संपादक होते. 'एकता'मधून बाहेर पडून आता ते 'भोरेर कागज'चे संपादक झाले होते. दोघंही समाजशास्त्रज्ञ होते. दोघांच्याबद्दलही मला खूप आदर आणि श्रद्धा होती. पण कधी कधी या श्रद्धेला धक्का बसे. मला आनंद पुरस्कार मिळाल्यावर ही चांगली बातमी सांगण्यासाठी मी मलिका बेगम यांच्या घरी गेले होते. बातमी ऐकल्यावर छद्मी हसून त्या म्हणाल्या, "सुनीलचा वशिला असल्यावर आनंद पुरस्कार मिळतोच, हे सगळ्यांना ठाऊक आहे!" (सुनील गंगोपाध्याय हे आनंद पुरस्कार समितीचे एक सदस्य व प्रख्यात बंगाली लेखक.) मला आनंद पुरस्कार मिळाल्याचा त्यांना मुळीच आनंद झाला नाही. मी पुरस्कारासाठी पात्र नव्हते, सुनील गंगोपाध्याय यांनीच मला तो पुरस्कार मिळावा यासाठी व्यवस्था केली, असं त्यांचं मत होतं. मला खूप एकटं वाटलं. मला आनंद पुरस्कार मिळाला हे ऐकून माझ्या बऱ्याचशा 'हितचिंतकांना' वाईट वाटलं होतं, माझी ईर्ष्या वाटली होती. मी मान खाली घालून मलिका बेगमच्या घरातून बाहेर पडले. आणखी एके दिवशी मी अशीच अवाक झाले- ज्या दिवशी मलिका बेगम यांनी कोर्टाच्या आवारात आपल्या दलाच्या लोकांसहित खुकू या तरुणीला फाशी व्हावी, अशा घोषणा दिल्या, तेव्हा. मुनीर या तरुणाशी खुकूचे संबंध होते व ते संबंध अवैध होते असं वर्तमानपत्रांत छापून आल्यावर लोक खुकूची छी-थू करू लागले, तिला शिव्याशाप देऊ लागले. महिला परिषदेनं खुकूच्या बाजूनं उभं राहण्याऐवजी 'खुकूला फाशी द्या!' अशा घोषणा कोर्टासमोर द्यायला सुरुवात केली. त्याच महिला परिषदेच्या प्रसिद्ध नेत्या आता माझ्या घरी आल्या होत्या.

"तुम्हाला भेटायला आले. कशा आहात तुम्ही?"

मी म्लान हसले. मी कशी आहे हे त्या नक्कीच समजू शकत होत्या.

"इथं जवळच आले होते, म्हटलं तुम्हाला भेटून जावं. देशात जे प्रकार चालले आहेत, त्यामुळे तुमची फार काळजी वाटते. मुल्लांनी खूप अतिरेक सुरू केलाय."

"हो ना! काय होणार या देशाचं!"

मलिका बेगम अचानक हसल्या. मी विस्मयानं त्यांच्या हसण्याकडे पाहत बसले. हसणं थांबल्यावर त्या म्हणाल्या, "मी तीस वर्षांपासून स्त्रियांसाठी आंदोलनं करते आहे आणि देश-विदेशात स्त्रीवादी म्हणून कीर्ती होतेय, ती तुमची!"

कीर्ती झाल्याच्या शरमेनं मी तोंड लपवलं. कीर्ती होण्यासारखी अपमानास्पद घटना जणू जगात दुसरी नाही. या कीर्तीचा आत्ता गळा दाबून खून करता आला असता, तर मला बरं वाटलं असतं. कीर्ती झाली ही माझीच चूक होती. माझ्या चुकांमुळेच लोकांना माझं नाव ठाऊक होतं.

मलिका बेगम खूप बुद्धिमान आहेत. बुद्धिमान असल्याशिवाय का त्यांना माझ्या मनातली गोष्ट समजली! त्या म्हणाल्या, "नाही, यात तुमची काहीच चूक नाही. मुल्लांनीच तुमचं नाव सगळीकडे पसरवलं."

त्या पुन्हा हसल्या. म्हणाल्या, "खरं तर मनातल्या मनात तुम्ही त्या मुल्लांना धन्यवादच द्यायला हवेत."

माझा अस्वस्थपणा घालवण्यासाठी मी अचानक खुर्चीतून उठले आणि म्हणाले, "चहा घेणार ना? मी चहा टाकायला सांगून येते."

चहा घेऊन झाल्यावर मलिका बेगम म्हणाल्या, "तसलिमा, आम्ही या प्रसंगी तुम्हाला समर्थन देऊ शकू... जर तुम्ही आमच्या संघटनेत सामील झालात, तर."

"संघटना? म्हणजे मला तुम्ही महिला परिषदेच्या सभासद व्हायला सांगताहात का?"

"हो."

मी अवाक्‌च झाले यावर.

"मलिका आपा, म्हणजे मी तुमच्या परिषदेची सभासद झाले नाही, तर माझ्याविरुद्ध हा जो फतवा निघाला आहे, माझ्या विरोधात मुल्ला जे आंदोलन करताहेत, त्याचा तुम्ही प्रतिवाद करू शकणार नाही वाटतं! आपण महिलांच्या बाजूनं आंदोलन करता, मी महिलांच्या बाजूनं लिहिते."

"खरं तर तुम्ही थोड्या वादग्रस्त आहात, कॉंट्रॉव्हर्शियल आहात!"

"म्हणून काय झालं? तुम्हाला माझ्या बाजूनं काही म्हणायचं नसेल तर म्हणू नका; पण अन्याय्य गोष्टींचा प्रतिवाद करणं योग्य असतं!"

अखेर 'उशीर होतोय' म्हणून मलिका बेगम उठल्या. महिला परिषदेचं समर्थन

मिळवण्यासाठी मी महिला परिषदेची सभासद होणार नाही, हे त्यांच्या लक्षात आलं. त्यानंतरही मला विचार करण्यासाठी त्यांनी वेळ देऊ केला. मलिका बेगमनी लिहिलेली बरीच पुस्तकं मी वाचली होती; पण ती पुस्तकं वाचून त्या कधी तडजोड करीत असतील किंवा निरुत्तर होत असतील, असं मुळीच वाटलं नव्हतं.

मला फ्रान्सहून 'रिपोर्टर्स साँ फ्रंटियर्स' आणि 'आर्ते टी.व्ही.' यांनी टेलिव्हिजनवर प्रेस फ्रीडमवरील एका कार्यक्रमात भाग घेण्यासाठी पॅरिसला येण्याचं आमंत्रण दिलं. पॅरिसचं नाव आजवर मी फक्त लोकांच्या तोंडून ऐकलं होतं, पुस्तकांत वाचलं होतं. पॅरिसला जाण्याची कधी कल्पनाही केली नव्हती मी. मी त्यांना कळवलं की, माझ्याकडे पासपोर्ट नाही, त्यामुळे मला येता येणार नाही. मला पॅरिसला जाता येणार नाही असंच वाटत होतं. गेल्या दीड वर्षात मला माझा पासपोर्ट परत देण्यात आला नव्हता, त्यामुळे इथून पुढंही तो परत मिळणार नाही असं वाटत होतं. पण अखेर मला पासपोर्ट परत देण्यात आला. माझ्याविरुद्ध फतवा निघाल्याची बातमी विदेशांत पसरल्यावर जी सर्वांत आश्चर्यकारक घटना घडली, ती म्हणजे माझा पासपोर्ट परत मिळणं. माझ्या नागरी हक्कांच्या आणि मतस्वातंत्र्याच्या हक्काबद्दल जेव्हा विदेशात आंदोलनं होत होती, तेव्हा एके दिवशी अमेरिकन वकिलातीमधून अ‍ॅण्ड्र्यू नावाचे एक अधिकारी माझ्या घरी आले. माझा पासपोर्ट बांगलादेश सरकारनं कसा जप्त केला, कधी जप्त केला, कुणी जप्त केला इत्यादी माहिती लिहून घेतली आणि परत गेले. पुन्हा एके दिवशी येऊन पासपोर्टबद्दलच बोलले. त्यानंतर दोन आठवडे उलटले नसतील, अ‍ॅण्ड्र्यूनी मला फोन करून सांगितलं, 'पासपोर्ट ऑफिसमध्ये जाऊन तुम्ही तुमचा पासपोर्ट घेऊन जा.' अशी जादू मी याआधी पाहिली नव्हती. जी गोष्ट मला दीड वर्षात करणं शक्य झालं नाही, ती गोष्ट एक वकिलात एका क्षणात कशी काय करू शकली? पासपोर्ट हातात पडल्यावर मी आनंदानं बेभान झाले- देशाबाहेर कुठंतरी जाण्याच्या आनंदानं नव्हे, तर माझा नागरी हक्क परत मिळाल्याच्या आनंदानं!

फतव्याच्या बातमीमुळे सगळीकडे खळबळ उडाली होती. विदेशातल्या मोठमोठ्या नियतकालिकांमध्ये या फतव्यासंबंधी अग्रलेख लिहिले जात होते. लेखक, पत्रकार, बुद्धिजीवी त्या फतव्याचा प्रतिवाद करीत होते, त्याचा निषेध करीत होते. विदेशातील स्त्री संघटना, मानवाधिकार संघटना, लेखक संघटनांचे लोक माझं रक्षण करण्यासाठी प्रयत्न करीत होते. एका फतव्यानंच माझं नाव साऱ्या विश्वात पसरवून टाकलं होतं. पण ज्या फतव्याची बातमी कुणालाच ठाऊक नव्हती, तो म्हणजे माझ्या आईविरुद्ध काढण्यात आलेला फतवा. पीरबाडीहून काढण्यात आलेला फतवा. पीरबाडी हे

आईचं माहेर होतं, तिचा आश्रय होता. खूप मोठा आश्रय होता. अनेक वर्षांपासून आई पीरबाडीला जात होती. अल्लाह रसूलच्या गोष्टी ऐकून संसाराचं दुःख थोडं विसरण्यासाठी आई तिथं जाई. हसीनावर संसाराची जबाबदारी सोपवली गेल्यावर आई म्हणजे घरातली एक नकोशी व्यक्ती बनली होती. मी जेव्हा ढाक्याला शांतिबागेत एकटीनं राहायला सुरुवात केली, तेव्हा माझ्याकडे येऊन ती 'अवकाश'चं दुःख विसरू पाही. माझ्याकडेही तिला काही फार सुख मिळे, असं नाही. ढाक्याहून बऱ्याचदा ती पीरबाडीला धावत जाई. त्यानंतर भालोबासाचा (यास्मिनच्या मुलीचा) जन्म झाल्यावर काही महिने 'अवकाश'मध्ये काढून; यास्मिन जेव्हा भालोबासाला घेऊन ढाक्याला आली, तेव्हा तिच्याबरोबर आईसुद्धा आली; कारण भालोबासाला सांभाळण्याची जबाबदारी आईवरच होती. ढाक्याला आल्यावर आईला दिसलं की, बाळाच्या रडण्यानं माझ्या लेखनात अडथळा येतो, मला शांतपणे झोपता येत नाही, शिवाय जागेचाही अभाव. ही कारणं तर होतीच; पण आई मयमनसिंहला जाण्यामागचं मोठं कारण म्हणजे- खर्च वाचवणं. माझा असो, यास्मिनचा असो- खर्च कुणाला ना कुणाला करावाच लागे, शिवाय लहान मुलाचा खर्चही काही कमी नसतो! सुहृदच्या जन्मानंतर त्याला सांभाळण्याची जबाबदारी आईवरच होती. आता भालोबासाच्या जन्मानंतरही भालोबासाची जबाबदारी आईवरच! आईला वाटलं होतं, सुहृदला वाढवताना बाबांनी जशी मदत केली होती- चांगल्या दुधाची व्यवस्था, रोज चिकन-सूपची व्यवस्था, तशीच व्यवस्था बाबा भालोबासासाठीसुद्धा करतील. 'अवकाश'मध्ये आई आता इतकी गौण नव्हती. संसाराची जबाबदारी तिच्याकडे नसली, तरी आणखी एक जबाबदारी तिच्यावर होती- नात सांभाळण्याची जबाबदारी. त्यामुळे थोडा तरी आदर आपल्याला मिळेल, असं आईला वाटत होतं. पण 'अवकाश'मध्ये आईला गौणच करण्यात आलं पूर्वीप्रमाणे. बाबांच्या दृष्टीनं मुलाचा मुलगा जितका मूल्यवान होता, तेवढी मुलीची मुलगी मूल्यवान नव्हती आणि संसारातली कर्ती स्त्री हसीना हिच्या दृष्टीनं तिची दोन मुलं सोडून इतर कुठलंच मूल मूल्यवान नव्हतं- उलट इतर मुलं तिच्या डोळ्यांत खुपत असत. नवरा आणि सून यांच्या अत्याचारांमुळे आई वारंवार पीरबाडीला जाई.

पीर बेशारातुल्लाह यांच्या मृत्यूनंतर त्यांचे पुत्र मूस्त हे नवीन पीर बनले होते. पण पीर होण्याचा आनंद ते फार दिवस उपभोगू शकले नाहीत. हृदयविकाराच्या आजारामुळे लवकरच त्यांचा मृत्यू झाला. त्यांच्यानंतर पीर बेशारातुल्लाह यांचा नातू, फजलीखालाचा मोठा मुलगा मुहम्मद हा पीर झाला होता. या मुहम्मदनंच आईविरुद्ध फतवा काढला होता. त्या फतव्याचं पीरबाडीतल्या सगळ्यांनी समर्थन केलं होतं. फतवा होता : आईनं इथून पुढे पीरबाडीत प्रवेश करू नये.

आईचा गुन्हा काय होता? तिनं तसलिमा नासरिन नावाच्या एका काफिर

व्यक्तीला जन्म दिला होता आणि या काफिर व्यक्तीशी आईचा अद्यापही आई-मुलगी असा संपर्क कायम आहे.

हाच होता आईचा गुन्हा. एकतर आईला माझा त्याग करायला हवा किंवा पीरबाडीचा त्याग करायला हवा. फजलीखालाला बाजूला बोलावून घेऊन आई म्हणाली, ''फजली, मी माझ्या पोटच्या मुलीचा त्याग कसा काय करू? असं कधी होतं का?''

''त्याग तुला करायलाच हवा बडोबू. तुझी मुलगी काफिर झाली. काफिराशी तुझा कुठलाही संपर्क असता कामा नये. संपर्क ठेवलास, तर तूसुद्धा काफिर.''

''मला काफिर म्हणालीस?''

''या जगात मुलं-मुली ही केवळ माया आहेत. तुला तर अल्लाहकडे परत जावं लागणार. मुला-मुलींच्या मोहात पडून तू जर एका काफिर व्यक्तीला स्वतःची मुलगी म्हणून स्वीकारलंस, तर सांगून ठेवते, अल्लाह तुला क्षमा करणार नाही. कुराणात म्हटलंय, काफिरांशी संबंध ठेवला, तर तुम्हाला मी नरकाच्या अग्नीत फेकून देईन.''

''नासरिन लोकांवर खूप उपकार करते. ती खूप उदार आहे. महिलांवर जे अन्याय-अत्याचार होतात, त्यांच्याविरुद्ध लिहिते. कितीतरी गरीब महिलांना ती पैसे देऊन मदत करते. तिला अल्लाह क्षमा करणार नाही का?''

फजलीखाला कठोर आवाजात म्हणाली, ''नाही, तिला मुळीच क्षमा नाही. ती नरकात जाणार. तिचा अल्लाहवर विश्वास नाही. बडोबू, नासरिन कुराणाबद्दल फालतू गोष्टी लिहिते, हे तुला चांगलं ठाऊक आहे. कुराण म्हणे माणसांनी लिहिलं आहे! आपले नबी म्हणे लिंगपिसाट होते, कामुक होते. अल्लाहचं म्हणे अस्तित्वच नाही. आस्तागफिरुल्लाह, आस्तागफिरुल्लाह!''

''हे बघ फजली, तुझे दुल्हाभाई (माझे पती) मला मुळीच पैसे देत नाहीत. मयमनसिंहहून मला थोड्या-थोड्या दिवसांनी हाकलून देतात. अशा वेळी नासरिनकडे जाऊन राहू नको, तर कुठं राहू?''

''ते मला काय ठाऊक? साधी गोष्ट आहे- या घरात यायचं असेल, तर कुणाही काफिराचं तोंड पाहणं तुझ्यासाठी हराम आहे आणि काफिराशी तुला कुठल्याही प्रकारचा संपर्क ठेवायचा असेल, तर हे घर तुला हराम आहे!''

आई रडली. खूप रडली. हुंदके देऊन देऊन रडली. फजलीखालानं आईच्या रडण्याकडे ढुंकूनही पाहिलं नाही.

आईला पीरबाडीतून हाकलून देण्यात आलं. तिला सांगण्यात आलं की, तिनं आता पीरबाडीत पाऊल ठेवता कामा नये.

◆

काही घटना

भालोबासाला घेऊन आई ढाक्याला निघून आली (भालोबासा ही यास्मिनची मुलगी). यास्मिन नऊ ते पाच नोकरी करीत असल्यानं आईलाच भालोबासाकडे पाहावं लागे. भालोबासाचं पूर्ण नाव स्रोतस्विनी भालोबासा. हे नाव मीच ठेवलेलं. या नावाला पहिल्यांदा आक्षेप घेतला मिलननं.

"हे काय नाव झालं? कुणाचं 'भालोबासा' असं नाव ऐकलं नाही मी कधी." (भालोबासा म्हणजे प्रीती, स्रोतस्विनी म्हणजे सरिता)

"म्हणून काय झालं?"

"ऐकून लोक हसतील!"

"म्हणून काय झालं?"

"मोठी झाल्यावर मुलं चिडवतील."

"म्हणून काय झालं?"

मिलनच्या आईनं यास्मिनच्या मुलीचं नाव 'मुसम्मत अफिका खातून' असं ठेवायचं ठरवलं होतं. हे नाव अगदी ठेवलं जाणारच होतं; पण या नावाला यास्मिननं जोरदार हरकत घेतल्यानं ते रद्द करण्यात आलं. यास्मिननं मी ठेवलेल्या नावाच्या बाजूनं आंदोलन करून 'भालोबासा' हेच नाव कायम केलं. आता सगळे जण यास्मिनच्या गोबऱ्या गालांच्या मुलीला 'भालोबासा' म्हणूनच हाक मारीत. भालोबासा छोटी छोटी पावलं टाकीत घरभर फिरे. ते पाहून मला खूप बरं वाटे. माझ्या मांडीवर बसून अधूनमधून कॉम्प्युटरच्या की-बोर्डची बटणं दाबून मी टाइप केलेला मजकूर ती डिलीट करून टाकी. त्याचा मला राग येत नसे. भालोबासासाठी माझ्या मनात प्रीतीच जागी होई.

आईच्या भटक्या जीवनाला शांतिनगरमध्ये स्थिरता काही मिळाली नाही. आईला स्थिरता हवी होती, ती तिला कोण देणार? 'अवकाश'मध्ये तिला बाबांच्या हुकमात राहावं लागे आणि शांतिनगरमध्ये माझं आधिपत्य मानावं लागे. आईचं

पराधीन जीवन पराधीनच राहून गेलं. नाहिद ही मुलगी आईला आवडत नसे. नाहिद धूम्रपान करी आणि मलाही धूम्रपान करायला शिकवी हे कारण तर होतंच; पण आईला वाटे की, नाहिद ही काही माझी विश्वसनीय मैत्रीण नव्हती. आईला मी गप्प राहायला सांगे. 'नाहिदविरुद्ध एक अक्षरही उच्चारू नकोस' असं मी आईला सांगितलं. आई लपून अश्रू ढाळी. मी आईला सांगितलं, 'नाहिदला कधीही आपल्या घरी येऊ देत जा. तिच्याबद्दल आदर दाखवीत जा.' नाहिदला आदर दाखवला जाई खरा; पण नाहिद कधी कधी सांगे, माझ्या घरातलं कुणीच माणूस तिच्याशी सौजन्यानं वागत नाही, दरवाजा उघडायला उशीर लावतात, तिच्याकडे संतप्त नजरेनं पाहतात. हे सारं ऐकल्यावर मला आईचाच राग येई. पण एके दिवशी मला स्वतःलाच नाहिदचा राग आला. एका रात्री निपाची आई निपाला घेऊन नाहिदविरुद्ध तक्रार करायला माझ्या घरी आली. माझ्या घरी नाहिदशी निपाची एक-दोनदा भेट झाल्यावर दोघींची मैत्री झाली. अधूनमधून नाहिद निपाच्या घरी रात्र घालवी. आधीच्या रात्रीच घटना घडली होती. निपासोबत रात्री नाहिद एकाच बिछान्यात झोपली होती; पण नाहिदचा हात अंधारात वारंवार निपाच्या शरीरावर नको तिथं पडत होता. एकदा तर तिनं निपाचे कपडे काढण्याचीही जबरदस्ती केली. निपानं ही घटना आपल्या आईला सांगितल्यावर निपाची आई स्वत: मला सांगायला आली होती की, मी नाहिदला सांगावं की इथून पुढे कधीची निपाच्या घरी जाऊ नकोस. नाहिदवर संशय घेण्यासाठी किंवा तिचा राग येण्याचं हे काही कारण नव्हतं. नाहिद बहुधा समकामी (लेस्बियन) आहे, हे मला आधी ठाऊक नव्हतं. नाहिदनं ही गोष्ट मला सांगितली नव्हती, लपवून ठेवली होती. स्वतःची व्यक्तिगत गोष्ट ती लपवू शकते- हा काही तिचा दोष नव्हता. पण जेव्हा कैसरशी माझ्या संबंधाबद्दल लेख छापून आला, तेव्हा मला तिचा संशय आला. अर्थात कैसरशी माझे संबंध हा काही लपवण्याचा मामला नव्हता. पण कैसरनं एके दिवशी माझ्या हातचा मार खाल्ला होता, मार खाऊन, फाटक्या शर्टमध्येच त्याला माझ्या घरातून बाहेर पडावं लागलं, हेसुद्धा त्या लेखात लिहिलेलं होतं. अगदी अशीच नाही, तरी जवळजवळ या घटनेसारखी घटना घडली होती आणि नाहिदनं ती प्रत्यक्ष पाहिली होती. दैनिकाला हे सांगू शकेल, असं तेव्हा घरात नाहिदशिवाय इतर कुणीही नव्हतं. तेव्हापासून नाहिदवरचा माझा विश्वास कमी झाला. मी आता नाहिद आली की, दरवाजा उघडत नसे. माझ्याशी पुन्हा संपर्क आणि संबंध स्थापित करण्यासाठी तिनं खूप प्रयत्न केले- विनंत्या करणं, दरवाजात उभं राहणं, पत्रं लिहिणं, फोन करणं असे सारे प्रकार तिनं केले; पण माझं मन काही ती पाघळवू शकली नाही. माझ्या व्यक्तिगत गोष्टींसंबंधात वर्तमानपत्रात लेख रोजच छापले जात. त्यांच्याकडे आता मी लक्ष देत नसे, त्यांना महत्त्वही देत नसे. कारण एका सत्य घटनेबरोबर त्यात

सात काल्पनिक घटना पीतपत्रकारांकडून लिहिल्या जात असत. आधी-आधी मला वाईट वाटे, संताप येई. आता त्या सगळ्या खोट्या लेखांवर नजर फिरवून मी ते फेकून देई. नाहिदला मी मैत्रीण म्हणून स्वीकारलं होतं; पण एक गुप्तहेर म्हणून तिनं माझ्याकडे यावं, हे मला नको होतं. नाहिद स्वतः माझ्याबद्दल लिहू शकत होती किंवा माझ्याबद्दल दुसऱ्या कुणा पत्रकाराला सांगू शकत होती. याला माझी हरकत नव्हती; पण लपूनछपून कशासाठी? माझ्यासमोर ती जे बोले, त्याच्या अगदी उलट माझ्या पाठीमागे बोले हे जेव्हा मला समजलं, तेव्हा ती माझी इतर कुणीही असली, तरी स्नेही नाही, याबद्दल मी ठाम होते. असा दुतोंडेपणा अनेक लोक करतात. असा स्वभाव मला मुळीच आवडत नाही. अशा लोकांना मी माझ्या घरात येऊ देत नाही.

गौरी राणी दासला मी जेव्हा माझ्या घरात आश्रय दिला, तेव्हा आई म्हणाली, "अनोळखी व्यक्तीला घरात आश्रय देणं ठीक होईल का?" मी आईला उलट म्हणाले, "माझ्या घरात मी कुणाला आश्रय द्यावा-न द्यावा याचा तू विचार करायचं कारण नाही. हे माझं घर आहे." माझा आवाज मलाच खूपसा बाबांच्या आवाजासारखा वाटला. 'अवकाश' हे माझं घर आहे,' अशी बाबा दिवसातून दोनदा तरी आम्हा सगळ्यांना आठवण करून देत.

गौरी राणी दास हिच्यावर सामूहिक बलात्कार झाला होता. तिच्या बाजूनं आणि अपराध्यांना शोधून काढून त्यांना शिक्षा देण्याची मागणी करणारा एक लेख मी वर्तमानपत्रात लिहिला होता. हे कुठूनतरी गौरी राणी दासला समजलं. हे समजल्यावर गौरी राणी दासनं माझ्याकडे येऊन आश्रय मागितला. गुन्हेगारांविरुद्ध तिनं खटला भरला होता. खटल्याच्या कारणामुळे तिला ढाक्यात राहायला हवं होतं; पण या शहरात तिला राहण्यासाठी जागाच नव्हती. एका असहाय स्त्रीला परत पाठवणं मला शक्य झालं नाही. मी तिला म्हणाले, जितके दिवस आवश्यक आहे, तितके दिवस तू माझ्याकडेच राहा, माझ्याकडे जेव. कोर्टाच्या कामासाठी पैसे लागले तर ते माझ्याकडून घे. गौरी राणीला मी माझ्या घरी राणीच्या आसनावर बसवलं. दोन आठवडे उलटल्यावर आई म्हणाली, "दुर्गंधीमुळे घरात राहावंसं वाटत नाही." आईचं म्हणणं होतं की तो दुर्गंध गौरीच्या अंगाचा होता. मी तेव्हाही तिला कद्रू मनाची म्हणून गप्प बसायला सांगितलं होतं. नंतर माझ्या स्वतःच्याच लक्षात आलं की, तो कुबट असा दुर्गंध गौरीच्या अंगालाच येतो आहे. गौरी अंघोळ करून आली, तरी तिच्या अंगाचा तो दुर्गंध जात नसे. गौरी माझ्या घरी राहायला आल्यापासून तो दुर्गंध मला येत होता; पण तो गौरीच्या अंगाचा असेल असं मला कधीही वाटलं नव्हतं. तो दुर्गंध दिवसेंदिवस उग्र होत गेला. गौरीला घराबाहेर काढायला माझं मन तयार होईना. मी तिचे कपडे धुण्याची व्यवस्था केली. नाक दाबून मिनूने गौरीचे

कपडे धुऊन दिले. त्यानंतरही तो वास गेला नाही. गौरी जेव्हा गेली, तेव्हाच तो वास गेला.

"माझे लेखक मित्र जेवायला येणार आहेत, स्वयंपाक कर."

"आणखी सात जण मुली येणार आहेत- त्यांच्यासाठी पुन्हा स्वयंपाक कर."

"खोली रिकामी कर. कोलकात्याहून पाहुणे येणार आहेत. पाच दिवस राहणार आहेत."

"दारू आणायचीय. कविमित्र मद्यपान करणार आहेत."

"जोरात गाणं बजावणं होईल."

"आवाज करू नकोस. माझ्या लेखनात अडथळा येतो."

"रात्री दोन वाजेपर्यंत गप्पा चालल्या होत्या त्याचं तुला काय? हे माझं घर आहे. रात्रभर गप्पा मारीन!"

"ड्रायव्हरला जेवायला दे. स्वयंपाकघरात नाही, डायनिंग टेबलावर!"

यातल्या कुठल्याही गोष्टीला आईची हरकत नसे. भरदुपारी कैसरला आत घेऊन मी बेडरूमचा दरवाजा बंद करी, तासानंतर दोघं जण विसकटलेल्या केसांनी खोलीच्या बाहेर येत असू- त्यालाही आईची हरकत नसे. पण तरीसुद्धा दिसे की, आई वारंवार अचानक घर सोडून निघून जाई. आई घरात असली की, घर हे घर वाटे. कुठंच धूळ नसे. बाथरूमची फरशी कोरडी असे. बिछान्यावरच्या चादरींवर सुरकुत्या नसत. सगळे कपडे धुतलेले असते. भूक लागायच्या आधीच टेबलावर जेवण मांडलेलं असे. आवडीचे पदार्थ रांधलेले असत. लेखनाच्या टेबलावर वारंवार चहा देण्यासाठी कुणाला सांगावं लागत नसे. सांगण्याआधीच चहा हजर होई. घरातलं सगळंच खूप सुंदर होऊन जाई. आई घरात असली की, आई इथं आहे हे लक्षात येत असे. आई नसल्यावर कळे की आई घरात नाही. यास्मिनला एके दिवशी आईबद्दल विचारलं, तर ती म्हणाली, "आई रागावून निघून गेली."

"का रागावली?"

"तू म्हणालीस म्हणे, बाजारासाठी खूप खर्च होतो."

"हो, म्हणाले होते; पण ते काही मी आईला उद्देशून म्हटले नव्हते."

"आईला वाटलं की तू तिलाच म्हणालीस."

आई माझ्या स्वातंत्र्यात कुठलाही अडथळा आणीत नसे. फक्त तिच्याशी माझं कठोर वागणं तिला दुःख देई, त्यामुळे तिला रडू येई. तिला बाहेर निघून जावंसं वाटे. आई माझ्या बोलण्यामुळे रुसे आणि मयमनसिंहला 'अवकाश'मध्ये आश्रय घेई. अवकाशमध्ये बाबांच्या बोलण्यामुळे पुन्हा माझ्याकडे परत येई. राहण्यासाठी आईला कायमची अशी जागाच नव्हती. आईचं स्वतःचं असं घर नव्हतं. संसार

नव्हता. माझ्या लक्षात येत असे; पण आईशी वागताना मी माझ्या नकळतच बाबांसारखी होत असे. बाबा कितीही निष्ठुर असले, तरी त्यांच्याबद्दल मला आदर आणि आपुलकी होतीच आणि आहेसुद्धा. मी त्यांना 'निष्ठुर' म्हटले असले, तरी त्यांच्या कर्तृत्वाबद्दल मला बहुधा मनातल्या मनात श्रद्धा होती, हे माझ्या कधीही लक्षात आलं नाही. म्हणूनच जेव्हा मी स्वतःच्या पायांवर उभी राहिले, जीवनात स्वच्छंदता आली, तेव्हा माझ्या अजाणताच मी थोड्या प्रमाणात जणू बाबा होऊन गेले. प्रतापशाली, सक्षम. आईचं दारिद्र्य, निर्बुद्धपणा, मूर्खपणा, धर्मपरायणता, अंधश्रद्धा या गोष्टींनी मला कधीच आकर्षित केलं नाही. या सगळ्या गोष्टींनी मला आईपासून दूरच केलं. आई माझ्या संसारात स्वतःला उपयोगी करण्यासाठी खूप प्रयत्न करी. तरीही आई ही मला उपरीच वाटे. बाबांना ती 'अवकाश'मध्ये जशी वाटे, तशीच. ईद आली की, मी बाबांसाठी विविध भेटवस्तू घेऊन मयमनसिंहला जाई. आईची मला आठवणच राहत नसे. कधी आईला काही द्यायचंच झालं, तर कपाट उघडून माझी एखादी वापरून झालेली जुनी साडी देई. ती मिळाल्यावरही आईला खूप आनंद होई. आधी ती 'नको' म्हणे. म्हणे, "तू तुझ्या आवडीनं विकत घेतली आहेस ही साडी, तूच वापर."

"नाही. ही साडी काही मी आता वापरीत नाही."

"तरीही तुला कधी वाटलं, तर वापरू शकशील की!"

"नाही, नाही, आता ही साडी मला आवडत नाही."

शेवटी आई ती साडी घेई. सगळ्यांना दाखवून-दाखवून म्हणे, "नासरिननं तिच्या आवडीची एक साडी दिली मला." साडी तिनं एक दिवसही वापरली नाही.

खर्च वाचवण्यासाठी मी एकदाही आईला सांगितलेलं नसलं, तरी आई माझ्या संसाराचा खर्च वाचवण्याचा प्रयत्न करी. एक मुर्गी एका दिवसासाठी आणली, तर ती आई दोन दिवस चालवून घेई. मला कमी मिळाली तर मी रागावे- मग आई आपल्या वाटची मुर्गीही मला देई आणि स्वतः वरणभात खाऊन उठे. माझ्या आर्थिक अवस्थेबद्दल माझ्यापेक्षा आईलाच अधिक काळजी असे. भालोबासा चालायला गेली तर ती पडेल असं आईला वाटे. मी व्हरांड्यात उभी राहिले, तर आईला भीती वाटे की, कुणी खुनी माणूस मला रस्त्यावरून किंवा शेजारच्या इमारतीमधून पाहील. आईची ही भीती मला विचित्र वाटे. आता पूर्वीसारखा माझ्या दारात पोलीस-पहारा नव्हता. दरवाजातले पोलीस एके दिवशी अचानक नाहीसे झाले. एखादा मोर्चा जेव्हा शांतिनगरच्या दिशेने येई, तेव्हाच फक्त माझ्या घरासमोरच्या रस्त्यावर पोलीस तैनात केले जात. मी वेळी-अवेळी बाहेर पडे, तेव्हा आई मागून म्हणे, "बाहेर जाऊ नकोस. कधी काय होईल कोण जाणे!"

मी मागे वळत नसे. आई बोलत राही, "बाहेर जायचं असेल तर कुणाला तरी

सोबत घेऊन जा. एकटी जाऊ नकोस.''

तरीही मी मागे वळत नसे.

मनात दिवसांमागून दिवस, महिन्यामागून महिने भय दाबून ठेवता ठेवता आता मला असह्य वाटू लागलं होतं. पण आता बाहेर पडले, तर जायचं कुठं? शहर सोडून कुठंतरी जावं. अत्यंत विनयशील, मितभाषी, सभ्य अशा शहाबुद्दीननी (माझ्या ड्रायव्हरनी) विचारलं, ''आपा, कुठं जायचं?''

''चला, तुम्हाला बरं वाटेल तिकडे चला!''

मला खास असं कुठंही जायचं नव्हतं. शहाबुद्दीन दक्षिणेकडे गाडी नेऊ लागले. शहर सोडून खेड्यांच्या दिशेनं, वनाच्या दिशेनं, नदीच्या दिशेनं. मला ही गती आवडे. खिडकीतून वारा येऊन केस उडवी, विसकटून टाकी, ते छान वाटे. वाटे, रानातल्या पायवाटेनं एकटी-एकटीनंच चालत जावं, केळीच्या झाडांमागे लपलेल्या खेड्यातल्या एखाद्या मातीच्या घरात जावं, तलावात स्नान करावं, नदीत पोहावं, मासे धरावेत, खेड्यातल्या फ्रॉक घातलेल्या मुलींशी खेळ खेळावेत. या इच्छा मी मनातच दाबून टाकी. मला ठाऊक होतं, माझी शहरी पद्धतीनं नेसलेली साडी, माझी गाडी, पायातल्या चपला, माझे छोटे कापलेले केस हे सगळं या भागात विचित्र दिसेल, सगळे जण सर्कसमधल्या विदूषकाकडे ज्या नजरेनं पाहतात, तशा नजरेनं माझ्याकडे पाहतील. गाडी थांबवून मी त्या दिवशी गाडीतच बसून राहिले. शहाबुद्दीनना त्यांचं घर, बायको-मुलं यांच्याबद्दल विचारलं. शहाबुद्दीननी संकोचत-लाजत उत्तरं दिली. मी त्यांना जो पगार देत होते, त्यात भागतं का असं विचारलं. काही चणचण नाही वाटत नाही? इतर ड्रायव्हर्सना दीड-दोन हजार पगार मिळे, शहाबुद्दीनना मी देई महिन्याला अडीच हजार. मी स्वतःच्या इच्छेनंच देई. ही रक्कम शहाबुद्दीननी मागितली नव्हती. दुपारी ते माझ्याच घरी जेवत. त्यांच्या नोकरीची वेळ सकाळी दहा ते दुपारी पाच असली, तरी महिन्यातले बरेचसे दिवस त्यांना आठ-नऊपर्यंत थांबावं लागे. कधी कधी रात्रीचे दोनपर्यंतही. कधीच त्यांनी 'इतक्या रात्रीपर्यंत थांबणं शक्य नाही' अशी कुरकुर केली नाही. अधिक वेळच्या कामासाठी मी त्यांना अधिक पैसे देऊ केले की, ते पैसे स्वीकारताना ते खूप संकोचत. मला ते जबरदस्तीनंच त्यांना स्वीकारायला लावावे लागत. एकंदर त्यांना महिन्याला तीन हजार रुपये मिळत. शहाबुद्दीन यांच्या आधी माझ्याकडे एक ड्रायव्हर होता. त्याचं वय लहान होतं. खूप वेगानं गाडी चालवायचा आणि कुठून कुणाला घेऊन यायला सांगितलं की, वाटेत गाडीतलं पेट्रोल विकून यायचा. त्या पोरगेल्या ड्रायव्हरला काढून टाकून शहाबुद्दीन यांना नेमल्यापासून मला कधीही गाडीची काळजी करावी लागली नाही. ते नेहमी गाडी पुसून चकचकीत करून ठेवीत. ईस्टर्न हाउसिंगच्या गॅरेजमध्ये गाड्या ठेवून ड्रायव्हरलोक गप्पांचे फड

जमवीत, पत्ते खेळत. शहाबुद्दीनना मी त्या अड्ड्यावर कधीही पाहिलं नाही. ते गाडीत बसून 'नमाज शिक्षा' प्रकारची पॉकेट बुक्स वाचीत. एकदा त्यांनी घाबरत मला सांगितलं की, काही अनोळखी लोक रोज त्यांना शोधीत गॅरेजमध्ये येतात. शहाबुद्दीनना भीती होती की, ते अनोळखी लोक माझं काहीतरी नुकसान करण्याच्या हेतूनं त्यांच्याकडे येत असावेत. या गाडीवर ड्रायव्हर म्हणून राहू नका असं सांगण्यासाठी किंवा गाडीत गुपचूप बॉम्ब ठेवण्यासाठी ते लोक येत असावेत. म्हणून शहाबुद्दीन स्वतःच गाडीबाहेर येत नसत. त्यांनी वॉचमनला सांगून ठेवलं होतं की, हे लोक माझ्या ओळखीचे नाहीत, त्यामुळे त्यांना गॅरेजकडे जाण्याची संधी देण्यात येऊ नये. शहाबुद्दीन झब्बा- पायजमा घातलेले, घोटून दाढी केलेले, पासष्ट वर्षांचे गृहस्थ माझ्या नकळत माझं संरक्षण करीत होते. देशामध्ये माझ्यासंदर्भात काय चालू आहे हे मी त्यांना कधीही सांगितलं नाही. काय चाललं आहे याच्या बातम्या त्यांना कळत असत. आपल्याला सारं ठाऊक आहे हे ते मला सांगत नसत. शहराच्या रस्त्यावर माझ्या गाडीच्या दिशेनं एखादा माणूस किंवा एखादं टोळकं येताना दिसलं की, ते गाडीचा वेग वाढवीत; मला सांगावं लागत नसे, लवकर दूर चला म्हणून. जिथं माझ्याविरुद्ध मोर्चा किंवा सभा चालू असेल तिकडे गाडी नेऊ नका, हेसुद्धा त्यांना सांगावं लागत नसे. ते स्वतःच गाडी वेगळ्या रस्त्यानं नेत. एके दिवशी मी विचारलं, "गाडी वेगळ्या रस्त्यानं का नेताय?"

ते म्हणाले, "त्या बाजूला आज मोर्चा आहे."

"कसला मोर्चा?"

शहाबुद्दीन गप्प. कसला मोर्चा आहे हे मला ठाऊक आहे हे त्यांना ठाऊक नसावं.

"कुणाचा मोर्चा आहे?"

"ते चांगले लोक नाहीत."

शहाबुद्दीन यांचं संक्षिप्त उत्तर. जिकडे चांगल्या लोकांचा मोर्चा नाही, तिकडे मी जायची गरज नाही.

"पेट्रोल भरावं लागणार नाही ना?"

"नाही."

गाडीचं पेट्रोल हळूहळू खर्च होई. गाडी जितकी चाले, तेवढंच.

"शहाबुद्दीन, तुम्हाला पैशांची गरज आहे? पैसे लागतील काही?"

"नाही."

"तुमचा मुलगा मॅट्रिकला आहे म्हणाला होतात तुम्ही. गरज पडली तर सांगा."

"मला लागणार नाहीत."

पैशांचा विषय निघाला की, शहाबुद्दीन यांना खूप अवघडल्यासारखं वाटे. नम्रता आणि निर्लोभीपणाचीही एक सीमा असते; पण शहाबुद्दीन ती सीमा ओलांडून जात. अधूनमधून मला वाटे, शहाबुद्दीन हे या ग्रहावरचे कुणी नाहीत; दुसऱ्या ग्रहावरून वेगळेच असे एक गृहस्थ या घाणेरड्या पृथ्वीवर पडले असावेत. वाटे, जर बांगलादेशातली माणसं शहाबुद्दीन यांच्यासारख्या स्वभावाची असती, तर या देशाचा चेहरामोहरा पालटून गेला असता. हाताच्या बोटांवर मोजता येतील अशी काही श्रीमंत माणसं कोटी-कोटी रुपये बँकांकडून कर्ज घेऊन बसली होती. काही केल्या ती कर्जं परत करीत नव्हती. सरकारमध्ये त्यांच्या खूप ओळखी होत्या, सरकारनं त्यांना कर्ज माफ करून टाकलं. कुठलंही सरकार आलं की, त्या सरकारमध्ये त्या श्रीमंत लोकांच्या चांगल्या ओळखी असत, वशिला असे. खरेपणा कुठं उरला होता आता? शिक्षक प्रामाणिक असतात असं आजवर समजलं जायचं. पण त्यांच्यामध्येही आता अप्रामाणिकपणानं शिरकाव केला आहे. तेही अलीकडे ट्यूशन फी घेऊन खासगी शिकवण्या घेतात आणि विद्यार्थ्यांना पास करायची हमी देतात. पोलीस लाच खातात. ठेकेदार खातात. आज रस्ते तयार केले, तर उद्याच त्यावर खड्डे पडतात. सगळीकडे भेसळ. डॉक्टर हॉस्पिटलमधल्या रोग्यांना खासगी क्लिनिकमध्ये नेऊन पैसे घेऊन ऑपरेशन्स करतात- ऑपरेशनची गरज नसली, तरी पैशांसाठी पोटं कापतात. मंत्री लाच खातात, सरकारी अधिकारी लाच खातात. ज्यांना खाण्यापिण्याची भ्रांत नाही, त्याच लोकांना अधिक खा-खा सुटलेली दिसते आणि जे गरीब आहेत, ज्यांना खायला अन्न नाही, ते तोंड बंद करून त्या खाणाऱ्यांचं खाणं पाहत असतात. प्रामाणिकपणा कुठं उरला असेल, तर तो गरिबांमध्येच उरला आहे. पण सगळे तोंड बंद करून का बसले आहेत? आपल्या हक्कांची मागणी ते का करीत नाहीत? सायकल रिक्षावाले उन्हा-पावसात अमानुष परिश्रम करून साधारण काहीतरी मजुरी मिळवतात, रिक्षातल्या प्रवाशांचा मार खातात, शिव्या खातात; पण उलट उत्तर देत नाहीत. पंचतारांकित हॉटेलांच्याजवळ, मोठमोठ्या बंगल्यांजवळ माणसं झोपडपट्ट्यांमध्ये राहतात; पण प्रतिवाद करीत नाहीत. भुकेले भिकारी मोठमोठ्या रेस्टॉरंटमध्ये लोकांना पोटभर खाऊन ढेकर देताना पाहतात; पण तिथून खाद्यपदार्थ उचलून घेऊन खात नाहीत. शहरातले श्रमिक फुटपाथवर झोपतात, कुणालाच राहायला घर नाही, उकाड्यात हवा नाही, डास चावताहेत पण मच्छरदाणी नाही, दिवसभर श्रम करून थकल्यावर रस्त्याच्या कडेला झोपायला जागा मिळाली की, त्यांना बरं वाटतं. विरोध करणं त्यांनाही ठाऊक नाही. श्रीमंत आणि गरीब यांच्यातली ही विषमता पाहून मला खूप संताप येई. मग मी स्वत:बद्दल विचार करी- संताप येण्याचा काय अधिकार आहे मला? मीसुद्धा श्रीमंतांपेक्षा वेगळी कुठे आहे? कुठलाही गरीब, बेघर माणूस मला श्रीमंतच

समजणार! मी एक महागडा फ्लॅट विकत घेतलाय, माझी एक गाडी आहे. मी श्रीमंतच म्हणायला हवी. मी स्वतःची समजूत घाली की, मी कुठलाही अप्रमाणिकपणा करून पैसे कमवत नाही, मी कुठलाही बेकायदा व्यवसाय करीत नाही, लोकांना फसवत नाही, माझ्याकडे एकही काळा पैसा नाही. तरीही मला अपराधीपण वाटत राही. मी आता जर सगळं सोडून देऊन फुटपाथवर रात्र काढली, झोपडपट्टीत झोपडी बांधली, सगळे पैसे वाटून टाकून अर्धपोटी राहिले, तर ही विषमता कमी होईल का? संपेल का? नाही. मी लेखन करून ही विषमता दूर करू शकेन का? नाही करू शकणार. समाजाच्या रंध्रारंध्रात अनीती भरलेली आहे. कुठलाही राजकीय नेता दरिद्री लोकांची अवस्था बदलण्याचा विचार करीत नाही. एकदा सत्तेवर आल्यावर स्वतःची तुंबडी भरून घेण्याचाच सगळे नेते विचार करतात. यासाठी ते आपल्या अधिकाराचा गैरवापरही करतात. देशातल्या लोकांचं कल्याण करण्याचं, विषमता दूर करण्याचं धोरण कुणाचंही नसतं. एकदा ढाक्यातल्या बारिधारा झोपडपट्टीतल्या एका गरीब इसमाला मी विचारलं होतं, 'तुम्ही तुमच्या डोळ्यांसमोर हे इतके श्रीमंत लोक पाहता, त्यांच्याकडे इतकं धन आहे हे बघून तुम्हाला कसं वाटतं? तुम्हीही माणूस, तेही माणूस; पण ते सुखात राहणार, तुम्ही कष्टांत राहणार, ही गोष्ट तुम्ही का मान्य करता? श्रीमंतांच्या विरुद्ध उठाव का करीत नाही?' तो इसम म्हणाला होता, 'अल्लानं त्यांना दिलंय, आम्हाला दिलं नाही. इहलोकी जर आम्ही कष्ट सोसले, तर परलोकी अल्ला आम्हाला खूप देईल. अशा वेळी इमान मजबूत ठेवणं आवश्यक असतं. आम्ही जर इमान (प्रामाणिकपणा) नीट ठेवू शकलो, तर अल्ला आम्हाला मदत करील.' माझी खात्री होती की, तो इसम या गोष्टी स्वतःच्या बुद्धीनं बोलला नाही. आमच्या नेत्यांनी त्याला जे शिकवलं होतं, तेच तो बोलला. आमचे राजकीय नेते धर्माचा वापर गरिबांना दाबून ठेवण्यासाठी करतात. तसं नसतं, तर आज हलाखीचं जीवन जगणाऱ्या ऐंशी टक्के लोकांनी जर प्रतिवाद केला असता, ते जर रस्त्यावर उतरले असते, तर ऐशआरामात राहणं धनी लोकांना शक्य झालं नसतं. म्हणूनच, धर्म हे धनी लोकांना आरामात ठेवण्यासाठी 'वापरण्यात येणारं' एक अस्त्र आहे. धर्म हे राजकारण्यांचंसुद्धा अस्त्र आहे. धर्माच्या गोष्टी सांगून गरिबांना गप्प ठेवता येतं, धर्माच्या गोष्टी सांगून मतं मिळवता येतात. धर्माच्या गोष्टी सांगून धार्मिक भावना चिथावता येतात. धर्माच्या गोष्टी बोलून दंगली घडवता येतात, हजारो माणसांना मारून टाकता येतं, हजारो-हजारो बेघर माणसांना उघड्यावर राहायला लावता येतं. दर वर्षी पुरानं ज्यांची घरं वाहून जातात, अशा असहाय माणसांना सांगता येतं की, अल्लाह तुमच्या इमानाची परीक्षा घेतो आहे, तुमच्या निष्ठेची परीक्षा घेतो आहे. 'इमानाची, निष्ठेची परीक्षा फक्त गरिबांचीच का' हा प्रश्न विचारण्याचंही कुणाला धाडस होत नाही. यात फायदा सगळ्या श्रीमंतांचा

आणि मध्यमवर्गीयांचाच. मध्यमवर्गीयांचं स्वप्न असतं आपण श्रीमंत व्हावं. श्रीमंतांचे सगळे मार्ग ते अवलंबन करतात. पण तरीही सामाजिक दुरवस्थेच्या विरोधात जे जे आंदोलन उभं राहतं, ते मध्यमवर्गीय, सुशिक्षित लोकांकडूनच उभं राहतं. म्हणूनच आंदोलन कधीही ठामपणे उभं राहत नाही. मध्येच थांबून जातं. यामागचं कारण म्हणजे, मध्यमवर्गीयांचं दल हे समाजकल्याणासाठी आंदोलन करीत असलं, तरी त्याला फारसं भोगावं लागलेलं नसतं. जेव्हा कष्ट भोगावे लागलेले लोक आंदोलनात उतरतात, तेव्हा ते प्राण पणाला लावून उतरतात. पण अशी आंदोलनं धुळीला मिळवण्याच्या घटना सतत घडत असतात. देशातल्या कुठल्याही कारखान्यात आंतरराष्ट्रीय श्रमिक कायदा मान्य केला जात नाही, त्यानुसार कामगारांना सोई दिल्या जात नाहीत. कामगारांना अधिक वेळ राबवलं जातं, पगार कमी दिला जातो, त्यांच्या हक्काच्या सोई-सुविधा त्यांना दिल्या जात नाहीत. या सगळ्यांविरुद्ध एखाद्या कारखान्यातल्या कामगारांनी जर आंदोलन करायचं ठरवलं, तर लगेच त्यांच्या नेत्याला एकट्याला भेटायला बोलावून कारखान्याचे मालक त्याला मोठी रक्कम देतात. बस! नेता आंदोलन गुंडाळतो. असंच चालतं देशात. शेतीच्या संदर्भातही तेच. अद्यापही शेतात आधुनिक अवजारं, यंत्रं आलेली नाहीत. अजूनही शेतात नांगरच चालतो. शेतकऱ्यांच्या हाती शेतमालाची योग्य किंमत पोचत नाही. शेतकरी आणि ग्राहक यांच्यामधले व्यापारीच त्यातला मोठा भाग खिशात घालतात. श्रीमंत आणि गरीब यांच्यातला हा मोठा फरक, ही दरी नष्ट होईल, संपून जाईल अशी एखादी व्यवस्था करणं शक्य नाही का? किती लोक प्रामाणिक मार्गानं श्रीमंत होऊ शकतात या देशात? खूप कमी! जे खूप श्रीमंत असतात, त्यांच्यापैकी बरेचसे लोक अप्रामाणिक मार्गांनीच श्रीमंत झालेले असतात, इतरांना फसवून स्वतःसाठी पैसे जमवतात. बरेचसे श्रीमंत लोक इन्कम टॅक्स चुकवतात. श्रीमंत आणि गरीब यांच्यामधील दरी नष्ट करण्याची व्यवस्था तयार करून माणसांमध्ये समानता आणण्यासाठी जो प्रामाणिकपणा आणि निष्ठा आवश्यक असते, ती किती माणसांमध्ये असते? माणसानं स्वतःचा विचार करावा की दुसऱ्याचा? माणूस प्रामाणिक असला, तरी सरकारच्या अप्रामाणिकपणामुळे त्याला अप्रामाणिक होणं भाग पडतं. वरच्या स्तरावर गैरकारभार सुरू झाला की, खालच्या स्तरावरही गैरकारभार सुरू होतो. देश मुळात दरिद्री देश. जिच्यामुळे रातोरात श्रीमंत होता येईल, अशी संपत्ती काही देशाच्या मातीखाली नाही. लोकसंख्या वेड्यासारखी वाढतेय, नैसर्गिक आपत्तींनी दर वर्षी माणसं हजारोंच्या संख्येनं मरतात, बस-ट्रक-रेल्वे यांचे अपघात होतात, जहाजं बुडतात, लाँच उलट्या होतात- क्षणात तीन-चारशे माणसं मरतात. इतके लोक मरूनही लोकसंख्येला लगाम बसत नाही. ती वाढतच राहते. आजारांनी, कुपोषणानं लहान मुलं मरतात;

पण त्यांचं मरण्याचं प्रमाण वाढल्यावर इकडे जन्माचं प्रमाणही वाढतं. चोहीकडे निरक्षरता वाढते, अंधश्रद्धा वाढतात, टंचाई वाढते, निराशा वाढते. निराशा वाढली की धर्म वाढतो. धर्म हा आता एक मोठा धंदा झाला आहे. धर्म हा ज्यांचा धंदा आहे, ते चांगलं कमवताहेत. लोकांना फसवण्याचा धंदा करणाऱ्यांची कमाई चांगलीच असते म्हणा! जितक्या अधिक लोकांना फसवू शकाल, तितकी अधिक कमाई! ज्यांच्यावर किंवा जिच्यावर विश्वास ठेवता येईल, असा देशात एकही प्रामाणिक नेता किंवा नेती नाही. नेतेच जनतेच्या कल्याणाची चिंता करीत नाहीत. सगळे जण स्वार्थाच्या विचारात मग्न असतात. डॉ. कमाल हुसेन यांनी 'गणफोरम' नावाच्या एका राजकीय पक्षाची स्थापना केली. ते एके काळी शेख मुजीबुर रहमान यांचे खूप प्रिय होते, जवळचे होते. बांगलादेशची धर्मनिरपेक्ष राज्यघटना त्यांनीच लिहिलेली होती. मुजीब यांच्या अमलात ते परराष्ट्रमंत्री होते; परंतु शेख हसीना यांच्याशी त्यांचे मतभेद झाल्याने ते अवामी लीगमधून बाहेर पडले. गणफोरम पक्षाची सभासदसंख्या खूपच कमी होती, बरेचसे सभासद हे उच्चशिक्षित, बुद्धिजीवी, कायदेतज्ज्ञ होते. या पक्षात बरेच अनुभवी असे डाव्या पक्षांतले नेते होते. गणफोरम पक्ष जर कधी सत्तेवर गेला, तर ते लोक नक्कीच देशाचा चेहरा बदलतील याची मला खात्री होती. पण अडचण ही होती की, डॉ. कमाल हुसेन या 'गणफोरम' पक्षाला साधारण लोकांमध्ये लोकप्रिय करू शकत नव्हते. ते शक्यही नव्हतं. पक्ष लोकप्रिय करायचा असेल तर कार्यकर्ते पोसावे लागतात, गुंड पोसावे लागतात, जनतेची फसवणूक करावी लागते. आदर्शवादी राजकारणी या गोष्टी करू शकत नाहीत. गेल्या निवडणुकीत ते हारून मुल्ला या एका राजकारणात अननुभवी असलेल्या ट्रक ड्रायव्हरकडून मोठ्या फरकाने हरले होते. डॉ. कमाल हुसेन हे प्रख्यात कायदेतज्ज्ञ, युनोचे सल्लागार, प्रामाणिक, धर्मनिरपेक्ष असे असूनही त्यांना राजकारणातला काहीच अनुभव नसलेल्या एका अशिक्षित माणसाकडून पराभव पत्करावा लागला. ज्या देशात पैसे देऊन मतं विकत घेता येतात, तो कसला लोकशाहीवादी देश? देशातल्या ऐंशी टक्के गरीब असलेल्या जनतेची मतं मिळवण्यासाठी खोटी आश्वासनं द्या, पैसे वाटा, तुम्हाला मतं मिळणारच- मग तुम्ही कितीही का बदमाश असा! ज्या उमेदवाराकडे जितके जास्त पैसे असतील, तितकी जास्त मतं त्याला मिळतील! जो जितकं अधिक खोटं बोलू शकेल, त्याला तितकी अधिक मतं मिळू शकतील! मी उदास बसले होते गाडीच्या खिडकीला डोकं टेकून, उलटसुलट विचारांत गुंगून. शहाबुद्दीनच्या हाकेनं मी दचकून उठले. घर आलं होतं. शहाबुद्दीन गाडीचा दरवाजा उघडून उभे होते.

बाहेर येता येता मी म्हणाले, ''मी तुम्हाला किती वेळा सांगितलंय- मी गाडीत चढता-उतरताना दरवाजा उघडून देऊ नका म्हणून!''

शहाबुद्दीननी मान खाली घातली.

फ्लॅटकडे जाता-जाता मी विचार करीत होते, शहाबुद्दीन यांच्याशी मी हे जे सभ्यपणाने वागते, ते कशासाठी- स्वतःसाठी की शहाबुद्दीन यांच्यासाठी? नक्कीच स्वतःसाठी- मी स्वतः थोडी उदारपणे वागले या विचारानं मला चांगलं वाटतं- ते चांगलं वाटणं मी स्वत:ला देऊ इच्छिते.

शहाबुद्दीन यांच्यासाठी दरवाजा उघडून थांबणं हे काही फार कष्टांचं काम नाही. हे करून ते मला संतुष्ट ठेवू इच्छितात, मी त्यांना नोकरीवरून काढून टाकू नये, यासाठी. त्यांना नोकरीची गरज आहे. शहाबुद्दीन गाडीतलं पेट्रोल चोरत नसत, मला फसवून पैसे मिळवू पाहत नसत, कारण त्यांच्या आत कुणीतरी प्रामाणिक माणूस लपलेला होता. लहानपणी बहुधा ते शिकले असतील, कुणावर अन्याय करू नका, कुणाला त्रास देऊ नका, असत्याच्या मार्गावर जाऊ नका. आता त्यांचं वय झालं होतं; पण ते त्या नीतीप्रमाणे चालत होते. त्यांच्या वयाची इतर माणसं बहुधा या गोष्टी विसरून गेली आहेत किंवा त्याप्रमाणे वागण्याची आता त्यांना गरज वाटत नाही.

लेखनाच्या खोलीत जाऊन, पंखा चालू करून मी खुर्चीत बसले. डोक्यात अनेक विचार किड्यांसारखे वळवळत होते. कितीतरी लेख अर्धवट लिहून झाले होते, ते पूर्ण करण्याची इच्छा होत नव्हती. वाटे, काय होणार लिहून? काय गरज आहे लिहायची? एक प्रकारच्या निराशेनं मला ग्रासून टाकलं. माझ्या या सगळ्या लेखनामुळे समाजात काही परिवर्तन होणार नसेल, तर मग उगाच लिहायचं कशासाठी? देशातले ऐंशी टक्के लोक निरक्षर आहेत. माझं लेखन वाचायची संधी फक्त सुशिक्षितांनाच मिळते. मी बहुधा शिक्षित मध्यमवर्गीयांच्या समस्यांबद्दलच अधिक लिहिते. मी खूप दरिद्री लोकांच्या घरी पोचू शकत नाही. शरीरानं आणि मनानंही. मी फक्त त्यांच्या जीवनाची कल्पना करू शकते, त्यांच्यापैकी एक जण होऊ शकत नाही. मी नूरजहानची कहाणी लिहिली, कारण 'खबरेर कागज'मध्ये नूरजहानच्या यातनांबद्दल वाचून मी त्या अनुभवल्या होत्या, पण मी नूरजहानचं जीवन जगून त्या अनुभवल्या नव्हत्या. दोन अनुभवांमध्ये मोठा फरक होता. मी स्वतःसाठी नूरजहानचा वापर केला का? की मला खरोखर नूरजहानच्या यातना समजून घ्यायच्या होत्या? नूरजहानची कहाणी मी कशासाठी लिहिली? किती नूरजहान माझं लेखन वाचू शकतात, त्यातून मानसिक शक्ती मिळवू शकतात? एकही नाही. मग मी सुशिक्षित मध्यमवर्गीयांसाठी लिहिते का- त्यांनी माझं लेखन वाचून मला वाहवा द्यावी, माझा अनुभव मी त्यांच्यापर्यंत पोचवावा, त्यांनी झोपेतून जागं होऊन काहीतरी चांगलं करावं, यासाठी? माझ्या लेखनाचा या देशासाठी काय उपयोग आहे हे माझ्या नीट लक्षात येईना. आर्थिक अवस्थेत परिवर्तन झाल्याबरोबर

सामाजिक अवस्थेत परिवर्तन होईल, धर्माचं महत्त्व कमी होईल, शिक्षण, चिकित्सा सगळ्यांमध्ये प्रगती होईल! की एक चांगली, उत्तम राजकीय व्यवस्था आल्याबरोबर समाज चांगला होईल? की धर्मव्यवस्था नष्ट झाल्याबरोबर सगळ्या समस्या दूर होतील? कुठली गोष्ट? यापैकी कोणती गोष्ट स्त्री-पुरुषांमधली विषमता, अल्पसंख्याक-बहुसंख्याक यांच्यामधली विषमता, श्रीमत-गरीब यांच्यामधली विषमता दूर करू शकेल? फक्त एक परिवर्तन पुरेसं आहे का- कारण एकाशी दुसऱ्याचा घनिष्ठ संबंध आहे! की वेगवेगळे असे लढे या सगळ्या बदलांसाठी उभारावे लागतील?... 'धत्तेरी!' म्हणून मी खुर्चीतून उठले. चहाची आवश्यकता होती. चहासाठी मिनूला हाक मारली. मिनू धावत माझ्यासाठी चहा करायला स्वयंपाकघरात गेली. मिनू शिवणकाम शिकली असती, तर तयार कपड्यांच्या कारखान्यात काम करू शकली असती. मी का तिला शिवणकाम शिकायला पाठवलं नाही? मला तिच्या मदतीमुळे ऐशआराम करता येतो, म्हणून?

चहा घेतल्याशिवाय हे प्रश्न माझ्या डोक्यातून जाणार नाहीत.

मी चहा घेत असताना त्या पाच मुली आल्या. यापूर्वीही एकदा आल्या होत्या. जहाँगीरनगर विद्यापीठातल्या मुली. साध्या साड्या नेसलेल्या, साध्या वेण्या घातलेल्या पण बोलण्यात मात्र साध्या नव्हत्या; तल्लख होत्या. आताही त्या पूर्वीप्रमाणेच बोलत होत्या- मी हे जे महिलांच्या स्वातंत्र्याबद्दल लिहिते, त्या प्रकारे लिहून कुठलाच फायदा होणार नाही- या भांडवलशाही व्यवस्थेत, त्यामुळे मी कम्युनिस्ट पार्टीत सामील व्हायला हवं, सक्रिय सहभाग घ्यायला हवा. कम्युनिस्ट पार्टी सत्तेवर आली, तरच माझी सगळी स्वप्नं वास्तवात येतील इत्यादी इत्यादी.

''नाही, मला कुठल्याही राजकीय पक्षात सहभागी व्हायचं नाही.''

''का बरं?''

''कारण राजकारण मला फार कमी समजतं.''

मला राजकारण खूप कमी समजतं याबद्दल त्या मुलींचं माझ्याशी जवळजवळ एकमत झालं. चहा आला. पाच जणींच्या समोर चहा थंड होत राहिला. त्या पाच जणींना चहा पिण्यापेक्षा गप्पा मारण्यात अधिक रस होता.

मी वेगवेगळे असे धर्महीनतेबद्दल आणि स्त्रीस्वातंत्र्याबद्दल लेख का लिहिते? मी फक्त कम्युनिझमबद्दलच का लिहीत नाही, कारण कम्युनिझम आल्याबरोबर आपोआप स्त्रीस्वातंत्र्य येईल, धर्म निघून जाईल. मी ज्या समस्या मांडते, त्या 'सुपरफिशिअल' समस्या आहेत. मी समस्यांबद्दल लिहिते खरी; पण कुठल्याही समस्येच्या मुळापर्यंत जात नाही. त्या मुलींनी बऱ्याच सामाजिक, आर्थिक, राजकीय समस्यांचा उल्लेख केला आणि म्हणाल्या, ''या सगळ्या समस्यांचं कारण भांडवलशाही समाजव्यवस्था हे आहे.''

मला अचानक ठसका लागला. त्याचबरोबर हसूही आलं. पाच जणींपैकी एकीनं विचारलं, "ठसका कशामुळे लागला?" मी म्हणणार होते, 'भांडवलशाही समाजव्यवस्था हेच माझ्या ठसक्याचं कारण आहे!'

त्या पाच जणींचं बोलणं ऐकताना मला जाणवलं की, त्यांची भाषा आणि वाक्यरचना खूप चांगली आहे. पण हेसुद्धा लक्षात आलं की, ही भाषा, ही वाक्यं त्यांच्या मनातून बाहेर येत नाहीयेत, डोक्यामधून येताहेत. सुंदर सुंदर वाक्यं जणू त्या तोंडपाठ करून आलेल्या आहेत. पाच जणींपैकी कुणीही कुणाशीही कुठल्याही बाबतीत मतभेद प्रकट करीत नाहीय. एक जण बोलली की बाकीच्या चौघी मान हलवून तिचं समर्थन करतात. त्या पाचही जणी मला रोबोंसारख्या वाटल्या.

बराच वेळ मला उपदेश करून त्या मुली निघून गेल्या.

मी सोफ्यात बसून राहिले होते, बसूनच राहिले. टी.व्ही. लावून यास्मिन झी टी.व्ही.वरची हिंदी गाणी पाहत होती. माझे डोळे टी.व्ही.कडे होते; पण मन मात्र दुसरीकडेच कुठेतरी होतं. साजू, लव्हली आणि जाहिदा आल्या आणि त्यांनी मला 'कशा आहात' असं विचारलं, तेव्हाही मन दुसरीकडेच होतं. साजू आणि जाहिदा यांची नोकरी गेल्याचं ऐकलं, तेव्हा मन परत आपल्या जागी आलं. नोकरी जाण्याचं कारण गार्मेंट्सच्या मालकाविरुद्ध आंदोलन. बऱ्याच दिवसांपासून ते हे आंदोलन करण्याचा विचार करीत होते. त्यांनी श्रमिकांच्या घरी जाऊन त्यांना किती पगार मिळायला हवा, त्यांना काय मिळत नाही, मालक त्यांना कसा फसवतो आहे, या सगळ्या गोष्टी समजावून सांगून काही हजार श्रमिकांना जागृत करून प्रतिवाद करण्यासाठी रस्त्यावर उतरवलं होतं. पण मालकाच्या भाडोत्री गुंडांनी मोर्चातल्या श्रमिकांना मारहाण करून त्यांची हाडं मोडून टाकली- पोलिसांनी त्या गुंडांना काहीही केलं नाही. दिवसातून पंधरा तास काम करावं लागणं, साप्ताहिक सुटी, सणाची सुटी, ऐच्छिक रजा अशा कुठल्याच सुट्या व रजा न मिळणं, तीन हजार श्रमिकांसाठी फक्त दोनच टॉयलेट असणं, पुन्हा दिवसातून दोनपेक्षा अधिक वेळा टॉयलेट वापरता न येणं, एखादी महिला गर्भवती झाल्यास तिला नोकरीतून काढून टाकणं, कुणी आजारपणामुळे एक दिवस कामावर येऊ शकला नाही तर त्याचा दिवसाचा पगार कापणं, ओव्हरटाइमचे पैसे न देणं या सगळ्या गोष्टी त्यांनी आधीच मला सांगितल्या होत्या. मी त्या कारखान्यातल्या श्रमिकांच्या समस्यांवरती लिहिलंसुद्धा होतं; पण फक्त लिहून समस्या सुटतात का? त्यांनी जे आंदोलन केलं होतं कारखाना बंद करून, त्याचीच गरज होती. पण श्रमिकांचे हात-पाय तोडून, नेत्यांच्या आशीर्वादानं मालक सहीसलामत होता. मालकाच्या या अन्याय्य आचरणाविरुद्ध सरकारनं काहीच कारवाई केली नाही. कोर्टानं या बाबतीत कुठलाही खटला दाखल करून घ्यायला नकार दिला.

“एक गोष्ट बरी होईल- कारखाना बंद राहील.” मी म्हणाले.

“उद्याच कारखाना सुरू होईल, आपा.” जाहिदा म्हणाली.

“कुठलाही कामगार काम करणार नसेल, तर कारखाना कसा सुरू होईल?”

“बरेच कामगार मालकाशी तडजोड करतील. त्याच्या अटी मान्य करतील.”

“पण सगळेच काही मान्य करणार नाहीत.”

“जे मान्य करणार नाहीत, त्यांना तर काढूनच टाकलंय. पण मालकाची काहीही गैरसोय होणार नाही. देशात गरिबांची संख्या मोठी आहे. कुठल्याही अटींवर काम करण्यासाठी अनेक जण तयार आहेत.”

जाहिदाचा संताप हळूहळू वाढताना मी माझ्या डोळ्यांसमोर पाहिला होता. तिच्या मुठी वळताना पाहिल्या होत्या. अनेकदा रात्री कामगारांबरोबरच्या गुप्त बैठका पूर्ण करून जाहिदाचा गट माझ्या घरी येई. ते सारे भुकेले असत. मी लगबगीनं त्यांच्यासाठी खाण्याची व्यवस्था करी. खाताखाता ते सांगत काम कुठपर्यंत पुढे गेलंय, मालकाच्या विरोधातलं दल मोठं होण्यासाठी आणखी किती दिवस वाट पाहावी लागेल इत्यादी. आज अनेक दिवसांपासून जाहिदा आणि साजू यांना नोकरी नाही. लव्हलीची नोकरी अद्याप आहे; पण तीसुद्धा कधीही जाईल. जाहिदा आणि साजू इतर कारखान्यांत नोकरीसाठी गेले होते; पण त्यांना नोकरी मिळाली नाही. गार्मेंट्सच्या- तयार कपड्यांच्या कारखान्यात काम करण्याचा अनुभव आहे असं सांगूनही नोकरी मिळाली नाही. मी बराच वेळ त्यांची कहाणी ऐकली. बराच वेळ बसून राहिले. शेवटी एके क्षणी उठून माझं चेकबुक आणलं. बँकेत साडेचार हजार रुपये शिल्लक होते. तेवढ्या साऱ्या रकमेचा चेक लिहून जाहिदाला दिला.

“पैसे कशासाठी?” जाहिदानं अवाक् होऊन विचारलं.

“शिलाई मशिन विकत घे. सध्या घरी शिलाईकाम करून थोडे पैसे कमव.” मी पल्लवी झोपडपट्टीत एकदा जाहिदाच्या छोट्या घरी गेले होते. त्या घरात फक्त एक छोट्या टेबल-खुर्चीसाठी जागा होती. खुर्चीवर मांडी घालून बसून मी जाहिदा, साजू आणि लव्हली यांच्या संघर्षाची कहाणी ऐकली. जाहिदा कशी खेड्यातून शहरात येऊन जगण्यासाठी संघर्ष करीत होती... फक्त आठवीपर्यंत शिक्षण झालेलं असल्यानं गार्मेंट्सच्या कारखान्यात नोकरी करण्याशिवाय तिला दुसरा पर्याय नव्हता. साजूला शिक्षण घेणं आवडत होतं. तो मॅट्रिक पास झाला होता; पण घरच्या गरिबीमुळे पुढचं शिक्षण घेता आलं नाही, म्हणून त्यानं नोकरी धरली. लव्हलीचीसुद्धा हीच अवस्था होती. वडील वारल्यावर संसाराला हातभार लावण्यासाठी तिला नोकरी धरावी लागली. साजू आणि जाहिदा काही वर्षांपासून एकत्र राहतात, दोघांचं एक मूलही आहे. त्याला त्यांनी जाहिदाच्या आईकडे पाठवलंय- इथं ते दोघं जण बाहेर असतात, मुलाकडे लक्ष द्यायला कुणीही नाही, म्हणून. साजू अभिमानानं

म्हणे, "आम्ही लिव्ह टुगेदर करतो. लग्न ही गोष्ट न पटणारी आहे." मी विचारलं, "लग्न न करता तसंच राहण्यात इथं काही अडचणी नाही येत?" साजू म्हणाला, "नाही, गरीब आणि श्रीमंत यांच्या लिव्ह टुगेदरमध्ये काहीही अडचण नसते. अडचण येते मध्यमवर्गीयांना.' बरोबरच आहे, मी विचार केला. सगळ्या अडचणी मध्यमवर्गीयांनाच येतात. मध्यमवर्गीयांना संकोच अधिक, भीती अधिक, सारे संस्कार पाळण्याचं भानही त्यांच्यामध्येच अधिक असतं.

साजूला लिहिण्या-वाचण्याची आवड असल्याने तो हाती येतील ती वर्तमानपत्रं-मासिकं वाचतो. वाचतानाच माझे लेख त्याच्या नजरेला पडले. दर आठवड्याला तो माझे लेख आवर्जून वाची. जाहिदा आणि लव्हली यांच्यासहित अनेकांना तो माझे लेख वाचायला देई. यानंतर साजूच पहिल्यांदा जाहिदाला घेऊन एकदा मला भेटायला आला. त्यानंतर लव्हलीला घेऊन जाहिदा आली, त्यानंतर त्यांच्या ओळखीमुळे गार्मेंट्सच्या कारखान्यातले आणखी काही कामगार आले. त्यांच्याशी बोलून माझ्या मनात साहस निर्माण झालं. त्यांचा सहवास मला जहाँगीरनगर विद्यापीठातल्या मुलींच्या सहवासापेक्षा अधिक आनंद देई. त्यांच्या साहसामुळे आणि मनोबलामुळे मी चकित होई. ते बसच्या दरवाजाला लटकून प्रवास करीत. बसभाड्यासाठी पैसे नसतील, तर मैलोन्मैल पायी चालत जात. उन्हा-पावसाची, रात्रीच्या अंधाराची पर्वा करीत नसत. त्यांना भांडवलशाही-कम्युनिझम हे शब्दही ठाऊक नाहीत. पण स्वतःचे अधिकार त्यांना ठाऊक आहेत, काम करणं ठाऊक आहे आणि आपल्या श्रमांचं मूल्य वसूल करण्यासाठी जे काही करावं लागतं तेही ठाऊक आहे. गरिबी त्यांना झुकवू शकत नाही. कुठलंही कारस्थान त्यांना माघार घ्यायला लावत नाही. कुठलाही आघात त्यांना थांबवत नाही. ते अनेक बाबतीत अज्ञ असतील; पण कुठल्याच बाबतीत मूर्ख नाहीत. ते खूप उद्योगी आहेत, कामसू आहेत. त्यांना भीती वाटून चालत नाही, रडून चालत नाही. त्यांना धर्मभेद, स्त्री-पुरुष भेद मानून चालत नाही. ते कुणीही दिलेला पंथ किंवा मत मानत नाहीत, आपला मार्ग ते स्वतः तयार करून घेतात. प्रत्येक क्षणी संग्राम करतात अन्न, वस्त्र निवाऱ्यासाठी संग्राम. माझं नाव 'लढाऊ स्त्री' म्हणून झालं आहे खरं; पण मला जाणीव आहे की, माझ्यासारख्या दहा तसलिमा एकत्र केल्या, तरी जाहिदासारखी एक लढाऊ स्त्री तयार होऊ शकणार नाही. जाहिदा माझ्यापेक्षा दहाच काय, अनेक पटींनी अधिक लढाऊ आहे.

चेक घेऊन ते दोघं निघून गेल्यावर मला अचानक वाटलं की, मी त्यांच्यातल्या आगीवर थोडं पाणी तर नाही टाकलं? त्यांच्यामध्ये जो क्रोध होता, तो थोडा कमी तर नाही केला? थोडी सुविधा देऊन त्यांना शांत तर नाही केलं? ते आता इथून पुढे कारखानदाराच्या अन्यायांबद्दल बोलणार नाहीत, कामगारांना एकत्र करणार

नाहीत; ते आपलं आंदोलन स्थगित तर करणार नाहीत? आता ते फक्त शिलाई मशिन घेऊन शिलाई करतील आणि थोडं-थोडं करीत दोघांच्या जीवनात स्थैर्य आणण्याचा प्रयत्न करतील. संघटित कामगारांच्या संघर्षातून मी जाहिदा आणि साजूला अलग तर नाही केलं? एक थंडगार असं भय मला वाटत राहिलं.

वर्ष संपत चाललं होतं. माझ्या गडबडीला अंत नव्हता. रात्रंदिवस मी लेखनात मग्न होते. फेब्रुवारी महिना जवळ आला होता. फेब्रुवारी म्हणजे इथला बोईमेला-पुस्तकजत्रा. पुस्तकजत्रेत पुस्तकं प्रकाशित करण्यासाठी प्रकाशक जणू वेडे होऊन जातात. माझ्या स्तंभलेखनातल्या लेखांचं 'छोटो छोटो दुःख कथा' (छोट्या छोट्या दुःखाच्या गोष्टी) या शीर्षकाचं पुस्तक 'काकली प्रकाशन'तर्फे प्रकाशित होत होतं. 'काकली'च्या सलीम अहमद यांनी 'फॅन दाओ' हे पुस्तक प्रकाशित करून माझी विनंती मान्य केली होती. 'फॅन दाओ' हे १९५० च्या मन्वंतरात विविध कवींनी लिहिलेल्या कवितांचं संकलन होतं. त्या काळच्या नियतकालिकांचे अंक चाळून ज्या कविता मला मिळाल्या, त्या विस्मरणात गेलेल्या कवितांचं हे संकलन होतं. हे संकलन तयार करण्याची प्रेरणा मला दिली निखिल सरकार यांनी. तीन जणांवर त्यांनी तीन पुस्तकांचं काम सोपवलं होतं. त्या काळी कथालेखकांनी मन्वंतरावर ज्या कथा लिहिल्या होत्या, त्या संकलित करायची जबाबदारी बिलाल चौधुरींवर, कविता संकलित करायची जबाबदारी माझ्यावर आणि त्या काळच्या, मन्वंतरावरील चित्रांचं पुस्तक काढण्याची जबाबदारी खुद्द निखिल सरकार यांच्यावर होती. हे पुस्तक 'पुनश्च' नावाच्या एका छोट्या प्रकाशनानं काढलं. 'फॅन दाओ' हे पुस्तक फारसं खपणार नाही हे ठाऊक असूनही सलीम अहमद यांनी ते माझ्या विनंतीवरून काढलं. त्यामुळे काकली प्रकाशनाला मी एक नवीन पुस्तक दिलं. पर्ल पब्लिकेशनला मी 'लज्जा एवं अन्यान्य' नावाचं एक पुस्तक दिलं- हे मी लिहिलेलं पुस्तक नव्हतं, तर 'लज्जा' या कादंबरीबद्दल इतर लेखकांनी जे-जे लिहिलं होतं, त्याचं संकलन होतं. पर्ल पब्लिकेशनच्या मिनू यांना खूप वाईट वाटलं. म्हणाले, "तुम्ही मला ओरिजिनल असं काहीतरी द्या."

"आता ओरिजिनल कोठून देऊ?"

मी 'कुराणातील नारी' हे पुस्तक लिहिण्यात व्यस्त होते. त्यासाठी वेद, बायबल, कुराण यांचा अभ्यास करीत होते. 'आमार मेयेबेला' या नावाची एक कादंबरी अद्याप पूर्ण झाली नव्हती. (इथे तसलिमांनी 'आमार मेयेबेला' या पुस्तकाला कादंबरी म्हटलेलं आहे, 'आत्मकथन' नव्हे- अनुवादक). अपूर्ण पुस्तक तर काही कुणाला देता येत नव्हतं. अखेर मी मिनू यांना माझ्या जुन्या चार कादंबऱ्या एका खंडात छापायला सांगितल्या, 'चार कन्या' असं त्या पुस्तकाला नाव सुचवलं. मिनू

यांच्या चेहऱ्यावर हसू उमटलं; पण तरी त्यांनी मला आठवण करून दिली, 'नवीन पुस्तक मिळालेलं नाही हं मला!' खोका यांनी माझी जी पुस्तकं प्रकाशित केली होती, ती पुन्हा प्रकाशित करण्याची जबाबदारी मी एक-एक करून वेगवेगळ्या प्रकाशकांना देऊन टाकली. 'दुःखवती मेये' (दुःखी स्त्री) नावाचा एक कथासंग्रह मौला ब्रदर्स यांना प्रकाशनासाठी दिला. कुणालाही नाराज करावंसं मला वाटत नव्हतं. प्रत्येकाला काहीना काही द्यावं असं वाटत होतं. 'ज्ञानकोश प्रकाशनी'च्या प्रकाशकांना मी माझं 'निर्वाचित कॉलम' प्रकाशित करण्याची परवानगी दिली. पुस्तक जुनं असलं, तरी ते प्रकाशित करायला मिळाल्याबद्दल त्यांना खूप आनंद झाला. 'नवीन पुस्तक लिहून झालं की तुम्हाला देईन' असं प्रत्येक प्रकाशकाला वचन द्यावं लागलं. 'अंकुर प्रकाशनी'च्या मेजबाहउद्दीन अहमद यांचा करुण चेहरा पाहून मला माया वाटली. ते म्हणाले, ''पाच वर्षांपूर्वी मी मिलनला कादंबरी लिहिण्यासाठी ॲडव्हान्स पैसे दिले होते; अद्याप मिलननं मला एकही पुस्तक दिलेलं नाही.'' ते 'समीक्षण' नावाचं एक साप्ताहिक प्रकाशित करीत. मी त्यामध्ये नियमितपणे लिहीत असे. त्या कारणामुळे मेजबाहउद्दीन यांच्याशी माझी ओळख होती. प्रकाशन व्यवसायात आल्यापासून ते मला एक पुस्तक प्रकाशनासाठी मागत होते. अखेर त्यांना सल्ला दिला की, 'समीक्षण'मध्ये माझे जे लेख प्रकाशित झाले होते, ते प्रकाशित करून सध्या त्यांनी समाधान मानावं. ''एकही नवीन पुस्तक नाही?'' ''आहे एक पुस्तक. 'कुराणातील नारी'.'' सगळेच प्रकाशक पुस्तकाचं नाव ऐकून दचकत, घाबरत. कुणालाही हे पुस्तक प्रकाशित करण्याचं धाडस होत नसे.

प्रकाशकांच्या या गर्दीमुळे मला वारंवार त्या जुन्या दिवसांची आठवण येई, जेव्हा फक्त एक लेखक आणि एक प्रकाशक यांच्यामध्येच बोलणं होई, योजना ठरत, दोघांच्या श्रमांतून आणि स्वप्नातून एका पुस्तकाचा जन्म होई. खोकांच्याबरोबरचे माझे ते दिवस! किती प्रचंड आवेग होता तेव्हा, किती उत्तेजना! ते दिवस आजच्या या घाईगडबडीच्या दिवसांपेक्षा खूप सुंदर होते. खोकांची मला खूप आठवण येई. माझ्या अडचणींच्या दिवसात तेच माझे सर्वांत जवळचे होते. आता चांगले दिवस आले, तर सगळं आहे; पण तेच तेवढे नाहीत. खोकांशी कधीतरी माझा संपर्क नष्ट होईल, असं मला कधीही वाटलं नव्हतं. पण तसं झालं खरं. याच्यामागचं कारणही खोका हेच होते. एके दिवशी अचानक ते माझा हात धरून 'तुमच्या काहीच लक्षात येत नाही का? माझं प्रेम तुम्ही का लक्षात घेत नाही?' म्हणून रडू लागले होते. मी आश्चर्याच्या धक्क्याने अवाक् झाले होते- हेसुद्धा मला पाहावं लागावं ना! जीवनात अनेक अपमानकारक, लज्जास्पद, घृणास्पद दृश्यांची मी कल्पना केली होती; पण हे दृश्य मात्र माझ्या सर्वांत वाईट स्वप्नांमध्येही मी कधी पाहिलं नव्हतं.

मला हा प्रकार असह्य झाला. वाटलं, आता मी चक्कर येऊन, बेशुद्ध होऊन पडेन. मी झटकन माझा हात खोकांच्या हातून ओढून घेतला आणि त्यांच्यापासून दूर होत त्यांना माझ्या घरातून निघून जायला सांगितलं. खोका कधीतरी माझ्या प्रेमात पडून आमच्यातल्या सुंदर मैत्रीचा असा एके दिवशी सर्वनाश करून टाकतील, हे कुणाला ठाऊक होतं? खोकांना घराबाहेर काढून मी खूप रडले. स्वप्नभंग झाल्यावर माणूस ज्याप्रमाणे सुन्न होतो, रडतो, तशी रडले. या घटनेनंतर खोकांनी पुन्हा माझ्याशी संपर्क साधला नाही. या घटनेच्या काही महिने आधी खोकांच्या पत्नीला संशय यायला लागला होता की, खोकांशी बहुधा माझं प्रेमप्रकरण चालू आहे- तेव्हा खोकांनी स्वतःच मला सांगितलं होतं की, मी त्यांच्या घरी जाऊन त्यांच्या पत्नीचा हा गैरसमज दूर करावा. त्याप्रमाणे मी केलंही होतं. यानंतर खोकांची पत्नी खोकांच्या बरोबर किंवा एकटीच कधी कधी माझ्या घरी येत असे. गप्पा होत. खाणं-पिणं होई. मासिकांच्या वार्ताहरांनी अनेकदा खोकांशी माझं लग्न लावून दिलं होतं. 'बांगलाबाजार'च्या प्रकाशकांनी खोकांचा खूप अपमान केला होता. पण यांपैकी कुठल्याच गोष्टींनी आमच्या संपर्काला बाधा आणली नव्हती. पण अखेर खोकांनी स्वतःच सगळं विसकटून टाकलं, नष्ट करून टाकलं!

पूर्वीचं, उत्तेजनेचं जीवन आता नव्हतं. तेव्हा समर मजुमदार आणि ध्रुव एष हे चित्रकार खूप चांगली मुखपृष्ठं करीत. मी खूप जवळून त्यांचं काम पाहिलं होतं. एलिफंट रोडवरच्या समरच्या घरी जाऊन समरचं मुखपृष्ठ रेखाटणं मी पाहत असे. ध्रुव एष आर्ट कॉलेजच्या होस्टेलवर राहत असे. ध्रुव रात्री जागून माझ्या कवितासंग्रहाच्या प्रत्येक पृष्ठासाठी रेखाटन करी. समर माझ्या कल्पनेनुसार मुखपृष्ठाचं डिझाईन करी- एक आवडलं नाही तर दुसरं, दुसरं आवडलं नाही तर तिसरं. तेव्हा कंटाळा येत नसे. ध्रुव, काम झालं का? नाही, आज झालं नाही, उद्या होईल. दुसऱ्या दिवशी पुन्हा ध्रुवला गावभर शोधावं लागे. आता कोण मुखपृष्ठ करतंय, कसं करतंय याच्याकडे मी लक्ष देत नसे. परीघ जितका वाढत होता, तितकं माझं बाहेर जाणं कमी होत चाललं होतं. पूर्वीचा तो आवेग, ती उत्तेजना आता इच्छा करूनही पुन्हा मिळवू शकत नव्हते मी.

फेब्रुवारीच्या सुरुवातीपासून उत्सव सुरू झाला होता. संपूर्ण महिनाभर उत्सव चालणार. पुस्तकजत्रा, राष्ट्रीय कविता उत्सव, कवितावाचन, कविसंमेलनं, गायनाचे कार्यक्रम, कलाकार, साहित्यिक, वाचक, प्रेक्षक, श्रोते सगळे एका जागी जमा होतात. या महिन्याची मीसुद्धा वाट पाहत असे. पण मी घरात बसलेली- मला कुठंही आमंत्रण नव्हतं. फक्त मलाच कुठंही जाण्याची अनुमती नव्हती. कुणीही मला एखाद्या कार्यक्रमात भाग घेण्यासाठी बोलावलं नव्हतं. मी सगळ्या ठिकाणी

नकोशी होते. कवी एक कार्यक्रम पूर्ण करून दुसऱ्या कार्यक्रमाला जात होते. आनंदाची भरती त्यांना आणखी अधिक आनंदाच्या दिशेनं वाहून नेत होती. मीच फक्त एकटी एका अंधाऱ्या खोलीत बसून होते. सगळे बाहेर, संध्याकाळपासून मध्यरात्रीपर्यंत उत्सवात. मला ठाऊक होतं, मी जर पुस्तकजत्रेच्या दिशेनं गेले, तर माझ्याभोवती गर्दी जमा होईल. गर्दीतले काही लोक मला मारून टाकू पाहतील, तर काही लोक माझ्या पायांना हात लावून प्रणाम करू पाहतील. काही लोक हाती चाकू घेऊन येतील, काही लोक हातात माझी पुस्तकं घेऊन येतील, माझी स्वाक्षरी घ्यायला. तरीही मला वाटे, आपण पळत जावं, मृत्यूला न घाबरता त्या आनंदाच्या दिशेनं पळत जावं. कुणी मारलं, तर मरेन; पण तरीही जावं. पण जाऊ शकत नव्हते. माझ्या पायांत अदृश्य असे साखळदंड बांधलेले होते.

कविमित्र व्यस्त होते. कुणालाही माझी चौकशी करायला वेळ नव्हता, मी कशी आहे, उत्सवात येऊ न शकल्यामुळे मला किती दुःख होतंय याची. राष्ट्रीय कविता उत्सव चालू होता. संपूर्ण फेब्रुवारी महिनाभर पुस्तकजत्रा होती, कविता संमेलनं होती. मी तिथं जाऊन आलेल्यांना विचारी, कशी चालली आहे जत्रा? छान चाललीय, धमाल चाललीय, आज अमुक झालं, काल तमुक झालं; त्याचं सविस्तर वर्णन ऐके.

कवितावाचन करणाऱ्या तरुण कलाकारांनी माझ्या कविता वाचून, पुस्तकातले अंश वाचून त्याच्या कॅसेट्स प्रकाशित केल्या होत्या. त्या कॅसेट्स मला मिळाल्या. प्रकाशक बातमी देत, एवढ्यात तुमच्या पुस्तकांची तीन पुनर्मुद्रणं झाली. खूप वेगानं तुमच्या पुस्तकांची विक्री होते आहे. बरेच वाचक तुम्हाला शोधीत येतात, त्यांना तुमची स्वाक्षरी हवी असते.

''मला तिथं यावंसं वाटतंय,'' मी व्याकूळ आवाजात म्हणे.

हे ऐकून प्रकाशक जीभ चावीत आणि म्हणत, 'हे शब्द उच्चारूसुद्धा नका! संकट तर आहेच, शिवाय पुस्तकजत्रा कमिटीचे लोक तुम्हाला जत्रेत प्रवेश करू देणार नाहीत, हे तर तुम्हाला ठाऊकच आहे.'

२१ फेब्रुवारीच्या पहाटे व्हरांड्यात उभी राहून पाहिलं की, अनवाणी पायांनी, सफेद कपडे घातलेले तरुण-तरुणी हातात फुलं घेऊन 'आमार भाईयेर रक्ते रांगानो एकूश फेब्रुवारी' (आमच्या भावांच्या रक्तात रंगलेला २१ फेब्रुवारीचा दिवस) हे गीत गात-गात शहीद मिनाराच्या दिशेनं चालले होते. मीसुद्धा अशी जात असे. मीसुद्धा दर २१ फेब्रुवारीला शहीद मिनारावर फुलं वाहत असे. आज शहरातले सगळे कवी-लेखक, सगळे कलाकार उत्सवात मग्न, स्वाक्षऱ्या देत होते, कविता वाचीत होते, चहा घेत-घेत आपल्या चाहत्यांबरोबर किंवा लेखक-मित्रांबरोबर गप्पा मारीत होते. बरेच दिवस न भेटलेल्या कितीतरी मित्रांच्या भेटी होत होत्या, विश्व

साहित्य परिषदेच्या मैदानात, बांगला ॲकॅडमीच्या प्रांगणात कितीतरी साहित्य चर्चा होत होत्या. मीच फक्त एकटी होते. मीच सर्वांपासून वंचित होते. मलाच फक्त अधिकार नव्हता कुठलाही आनंद उपभोगण्याचा. खिडकीच्या ग्रिलवर डोकं टेकून मी गाणं गात-गात चाललेले लोक पाहत होते. जिथवर नजर जात होती, तिथवर माणसंच माणसं. फाल्गुनातला हा दिवस किती सुंदर होऊन उठला होता! चोहीकडे लाल-लाल गुलमोहर फुलले होते आणि लोकांच्या कंठात करुण सूर होते. ते सूर मला रडवीत राहिले. मी एखाद्या गोळी लागलेल्या व्यक्तीसारखी बिछान्यावर पडून राहिले. आपण खरोखर मृत आहोत असं मला वाटत होतं. अगदी तीव्रतेनं वाटत होतं. तेव्हा एका हाताचा माझ्या पाठीला स्पर्श झाला. मला जाणवलं, हा आईचा हात आहे. आई मऊ आवाजात म्हणाली, ''आज मी तुझ्या वतीनं शहीद मिनारावर एक लाल गुलाब वाहून येते.''

फेब्रुवारी संपल्यावर पुन्हा माझ्या मित्रमंडळींचं माझ्या घरी येणं-जाणं सुरू झालं. शमसुर रहमान काही दिवस सारखे येत होते. गप्पा-चर्चा-निमंत्रण ही कारणं तर होतीच, आणखी एक नवीन कारण होतं. ते होतं प्रेम. शमसुर रहमान स्वतःच्या पावपट वयाच्या एका मुलीच्या प्रेमात पडले होते. काही प्रेमकविताही लिहिल्या होत्या त्यांनी. ती मुलगी होती राजशाही गावची, नाव ऐश्वर्यशीला. ऐश्वर्यशीलेला घेऊन एके दिवशी राजशाही विद्यापीठातले प्राध्यापक नजीम महमूद ढाक्याला आले. सुंदर तरुणी, लग्न झालेलं, चार वर्षं वयाचा एक मुलगाही होता तिला. ऐश्वर्यशीला काही दिवस माझ्या घरी राहणार होती. नजीम महमूद आपल्या मुलीच्या घरी राहणार होते. त्यांची मुलगी आपल्या प्राध्यापक पतीबरोबर ढाका शहरात राहत होती. ऐश्वर्यशीला आली आहे ही बातमी समजल्यानं शमसुर रहमान माझ्या घरी आले. दोघं जण जेव्हा एकांतात खासगी गप्पा मारीत होते, तेव्हा मी व्हरांड्यात बसून प्रेमावर विचार करीत होते. प्रेमात पडायचं कुठलंही असं खास वय नाही, खरोखर नाही. एकवीस वर्षं वयाचा मृगांक सिंह आणि अठ्ठावन्न वर्षं वयाच्या शरीफा खातून मिना हे एकमेकांच्या प्रेमात पडले आणि त्यांनी लग्न केलं. मृगांक आणि मिना यांच्याशी माझा परिचय निर्मलेंदू गुण यांच्या माध्यमातून झाला. मिना यांनी मला त्यांच्या घरी काही वेळा जेवायला बोलावलं. माझ्या घरीसुद्धा ते पती-पत्नी काही वेळा मुक्कामाला आले. मृगांक आणि मिना फारसे कुणाकडे जात नसत- पती-पत्नींच्या वयातला फरक पाहून लोक हसत, म्हणून. मी आदरानं त्यांचं स्वागत करीत असले, तरी मला संशय होता की, मृगांकनं मिनाच्या संपत्तीकडे पाहून तिच्याशी लग्न केलं होतं. मृगांक एका खेड्यातला गरीब शेतकऱ्याचा मुलगा होता. देखणा, उत्तम शरीरयष्टीचा. ढाका विद्यापीठात शिकलेला,

साहित्यिक होण्याचं स्वप्न घेऊन त्यानं एक कादंबरी लिहिली. मिना यांनी मृगांकचं पुस्तक प्रकाशित करण्यासाठी एक प्रकाशन सुरू केलं. मिना श्रीमंत होत्या. त्यांची मुलं-मुली अमेरिकेत राहत, मिनाही अधूनमधून अमेरिकेला जात, हाती ग्रीन कार्ड. मिनाला आपल्या सगळ्या नातेवाइकांचा त्याग करून हे लग्न करावं लागलं होतं. लग्नानंतर डोक्यावर पदर घेऊन त्या पतीबरोबर सासरी जाऊन आल्या होत्या. मला संशय होता की, मृगांक एके दिवशी मिना यांचे सगळे पैसे-संपत्ती भोगून, शक्य झाल्यास अमेरिकेला जाण्याची संधी साधून घेऊन मिना यांना सोडून निघून जाईल. माझी ही शंका मी गुण यांना बोलून दाखवला- त्यांनाही बराचसा असाच संशय येत होता. शमसुर रहमान आणि ऐश्वर्यशीला यांचं प्रेम लग्नापर्यंत जाणार नाही, याची मला खात्री होती. शमसुर रहमान यापूर्वी इतरही तरुणींच्या प्रेमात पडले होते. प्रेमात पडून सुंदर कविता लिहिल्या होत्या. ऐश्वर्यशीलेवरही ते सुंदर कविता लिहितील. साहित्याचं भांडार आणखी समृद्ध करतील. ऐश्वर्यशीला राजशाहीत आपल्या पतीबरोबरच राहील. 'माझे पती खूप चांगले आहेत' असं ऐश्वर्यशीलाच मला म्हणाली होती. माझ्या मनात प्रश्न उठला, ती खरोखर शमसुर रहमान यांच्या प्रेमात पडली आहे का? की देशातल्या एका प्रमुख कवीच्या ख्यातीच्या प्रेमात पडली आहे ती? तिच्यावर शमसुर रहमाननी लिहिलेल्या कवितांमुळे ती भारावून गेली होती- त्या कविता हेच तिला मिळालेलं सर्वांत मोठं धन होतं. एका कवीला मोहित करून, त्याच्या हृदयात प्रेम जागवून तिनं स्वतःच्या जीवनाचं सार्थक केलं होतं.

प्रेम करणं ही काही चुकीची गोष्ट नाही. माणूस कुठल्याही वयात प्रेमात पडू शकतो. मलाही अधूनमधून खूप प्रेम करावं असं वाटे. प्रेमाच्या पुरात मी कधी वाहून जाऊ शकले असते तर! प्रेम करण्याची इच्छा माझ्या मनात लपून राहिलेली असे. अचानक जेव्हा मन खूप उदास होई, तेव्हा त्या इच्छेची चाहूल लागे. त्या इच्छेला उचलून घेऊन मी तिच्या अंगावरून हात फिरवी, तिला जीवनातल्या क्रूरतेपासून दूर ठेवी. देखण्या आणि रसिक आलमगीरला पाहून मी काही दिवस मोहित झाले होते. आलमगीरचं लग्न मोडलं होतं, आता तो नवीन एका प्रेमाचा आणि लग्नाचा विचार करीत होता. आलमगीरच्या प्रेमात पडता पडता मी मागे फिरले. त्याच्या सहवासात बरं वाटे, इतकंच. कैसरशी माझा संबंध फक्त शारीरिकच होता. जेव्हा प्रेमाची इच्छा माझ्या मनात गुणगुणायला लागे, तेव्हा मला कॉलेज-जीवनातला हबीबुल्लाह आठवे. हबीबुल्लाह माझ्यावर अगदी वेड्यासारखं प्रेम करीत असे. जेव्हा त्याच्या लक्षात आलं की, मी त्याच्यावर प्रेम करीत नाही, रुद्रवर प्रेम करते, तेव्हा त्यानं खाणं-पिणं-अभ्यास करणं सगळं सोडून दिलं आणि लैलासाठी मजनू जसा पागल झाला होता, तसा तो पागल झाला. तो दाढी करीत नसे, केस कापीत नसे, वर्गात बसत नसे, परीक्षा देत नसे, दिली तरी एकामागोमाग

एक परीक्षा नापास होत असे. रात्रंदिवस तो माझं नाव जपत असे. एकदा रुद्र समोर आल्यावर त्यानं रुद्रला मारहाण केली होती. त्याला म्हणाला होता, 'परत कॉलेजच्या आवारात दिसलास, तर तुझा खून करीन!' तोच हबीबुल्लाह. या जीवनात त्या एकट्यानंच माझ्यावर खरोखर प्रेम केलं होतं. इतक्या वर्षांनंतर, आता पुन्हा ते प्रेम मिळावं असं मला वाटू लागलं. हबीबुल्लाह जर पुन्हा माझ्यावर पूर्वीसारखं प्रेम करू शकला, तर मी त्याला परत पाठवणार नाही. मीही त्याच्यावर प्रेम करीन. खरं प्रेम तशाच प्रकारे करायचं असतं. अगदी उत्कटपणे, तीव्रपणे, जगाला तुच्छ मानून. प्रेमाच्या पुरात वाहत जाण्याची माझी इच्छा जागी झाली. हबीबुल्लाह कसा आहे, कुठे आहे हे मला काहीच ठाऊक नव्हतं. त्याचा पत्ता शोधावा असं मला वाटलं. अखेर त्याचा पत्ता लागला. हबीबुल्लाह नावाचा एक डॉक्टर पंगू हॉस्पिटलमध्ये नोकरीत आहे असं समजलं. तो मयमनसिंह मेडिकल कॉलेजमधून पास झाला होता. पंगू हॉस्पिटलला फोन करून मी हबीबुल्लाहशी बोलले. हा तोच हबीबुल्लाह होता. माझा फोन त्याच्यासाठी अनपेक्षित होता. मी त्याला घरी बोलावलं. एका संध्याकाळी देखणा हबीबुल्लाह माझ्या घरी येऊन हजर झाला. तो अगदी पूर्वीसारखाच दिसत होता. थोडासाही बदल झाला नव्हता त्याच्या दिसण्यात. त्याच्याशी बोलताना मी अवघडले. आम्ही एकमेकांना पूर्वी 'तू' म्हणून अरे-तुरेत बोलत असू. पण हबीबुल्लाह मला 'तुम्ही' म्हणू लागल्यावर माझ्या ओठांवर तू-तुम्ही-आपण यांपैकी एकही शब्द येईना. मी मग संबोधन न वापरताच बोलू लागले. थोड्या गप्पा झाल्यानंतर हबीबुल्लाहनं त्याच्या आयुष्यातल्या दोन आनंदाच्या बातम्या सांगितल्या- त्यानं लग्न केलं होतं आणि त्याला दोन मुलं होती. जे वादळ आलं होतं, ते शांत झालं होतं. सारीकडे असह्य निर्जनता. मी का अवाक् झाले? हबीबुल्लाह माझ्या विरहानं अविवाहितच राहील असं मला वाटलं होतं की काय? हो, वाटलं होतं खरं.

"तुमच्या भाभीला म्हणालो, जुन्या एका कॉलेजफ्रेंडला भेटायला चाललो आहे..."

"माझी भाभी?" मी आश्चर्यानं पाहत राहिले. हबीबुल्लाहशी कधी हसीनाची किंवा गीताची भेट झाली? हबीबुल्लाह लाजून म्हणाला, "म्हणजे माझी वाइफ."

"ओ!" माझ्या ओठांवर म्लान हसू उमटलं.

हबीबुल्लाहने स्वत:ची नोकरी, स्वत:चा संसार यांच्याबद्दल गप्पा केल्या. वारंवार तो माझ्यासंदर्भात म्हणे, "तुम्ही तर खूप मोठ्या झालात! खूप पैसे कमावताहात! माझ्या या डॉक्टरकीच्या नोकरीत कितीसे पैसे मिळणार? भागत नाही त्याच्यात."

माझा फ्लॅट मोठमोठ्या डोळ्यांनी निरखत-निरखत त्याने विचारलं, "फ्लॅट

विकत घेतलात वाटतं!''

"हो.''

"चांगलाच महाग असणार. मला कधी घर विकत घेता येणार कोण जाणे!''

"येईल की घेता घर! नक्कीच येईल!''

"नाही हो! मिळणारा पगार संसार चालवण्यातच खर्च होतो. वडिलांच्या घरात राहतो, म्हणून चाललंय आपलं!''

"वडिलांच्या घरात राहण्यात चुकलं कुठं? स्वतःचंच घर झालंच पाहिजे, असा नियम आहे का?''

"तुमची तर गाडीसुद्धा असणार नक्कीच!''

"हो, आहे!''

"चांगलेच पैसे कमवलेत तुम्ही!''

"नाही. फार नाही. पैकाअडका काय सुख देतो का? आयुष्यात सुख हेच महत्त्वाचं असतं. सुखाशी पैशाचा संबंध नसतो.''

"तुमची भाभी खूप चांगली आहे. तिच्याबरोबर मी सुखी आहे, असं म्हणता येईल.''

"हा प्रेमविवाह का?''

"नाही, ॲरेंजड् मॅरेज.''

"बायको डॉक्टर आहे का?''

"नाही. डॉक्टर नाही. बी.ए. झालेली आहे.''

"नोकरी करीत असणार नक्कीच!''

"नाही. तुमची भाभी गृहिणी आहे.''

हबीबुल्लाहनं आपल्या खिशातल्या मनीबॅगमधून बायको आणि मुलांचा फोटो बाहेर काढून मला दाखवला.

"बायको तर खूप सुंदर आहे!''

हबीबुल्लाह हसून म्हणाला, "आधी तर आणखी सुंदर होती. आता मुलं झाल्यानंतर...''

माझ्या लेखनाच्या खोलीत, एवढंच काय, बेडरूममध्येसुद्धा आम्ही दोघं एकांतात बसलेलो असतानासुद्धा मी पाहिलं की, हबीबुल्लाह माझ्याकडे प्रेमाच्या नजरेनं पाहत नाहीय. मी जितकी भूतकाळात जात होते, तितका तो ठामपणे वर्तमानात उभा राही, त्याच्या एका बाजूला बायको, दुसऱ्या बाजूला दोन मुलं. हा हबीबुल्लाह तोच हबीबुल्लाह होता; पण हा हबीबुल्लाह त्या काळचा हबीबुल्लाह नव्हता. त्याचं माझ्यासाठीचं तेव्हाचं प्रेम आता तिळमात्रसुद्धा शिल्लक उरलेलं नव्हतं. माझ्या इच्छांना मी निःशब्दपणे दूर सारलं.

हबीबुल्लाह मला पूर्वीप्रमाणेच लाजत हसून म्हणाला, "एक विनंती आहे तुमच्याकडं, मान्य कराल?"

"काय विनंती आहे?" मी उत्साहानं विचारलं. त्याच्या हृदयात माझ्याबद्दल अद्यापही पूर्वीसारखंच प्रेम आहे हेच बहुधा तो सांगणार असावा.

"तुमची इच्छा असेल, तर ही विनंती तुम्ही पूर्ण करू शकाल." असं म्हणून हबीबुल्लाह पुन्हा गोड लाजरं हसू हसला.

"काय विनंती आहे?" माझं हृदय चंचल झालं. झोके घेऊ लागलं. हृदयाच्या शांत डोहात तरंग उठले.

हबीबुल्लाहच्या ओठांवर आता अवघडल्यासारखं हसू होतं. अखेर त्याला जे म्हणायचं होतं, ते तो म्हणाला, "मला तुम्ही अमेरिकेला पाठवायची व्यवस्था करा."

क्षणात माझ्या हृदयातले तरंग थांबले. मला खूप आश्चर्य वाटलं त्याच्या बोलण्याचं. त्या आश्चर्यानं मन कडू-कडू होऊन गेलं.

मी तटस्थ आवाजात विचारलं, "मी? अमेरिकेला पाठवू? कशी काय पाठवू?"

"तुम्ही पाठवू शकाल. तुमच्या तर परदेशात खूप ओळखी आहेत, संपर्क आहेत. तुम्ही ठरवलंत तर काही अशक्य नाही. या देशात डॉक्टरकी करून काही पैसा मिळवता येत नाही. आता जर मी अमेरिकेला जाऊ शकलो, तरच नशीब जरा पालटेल."

मी कुणालाही अमेरिकेला पाठवू शकत नाही, तेवढं माझं सामर्थ्य नाही हे हबीबुल्लाहला मी सांगितलं, तरी त्याला ते पटेना. मी सगळं काही करू शकते, माझ्याकडे प्रचंड सामर्थ्य आहे, असा त्याचा पक्का समज होता.

आईनं हबीबुल्लाहला पूर्वीप्रमाणेच आग्रहानं जेवू घातलं. याच आईच्या डोळ्यांत हबीबुल्लाह आणि माझ्या संदर्भात एके काळी किती स्वप्नं होती! जेवता-जेवता हबीबुल्लाह म्हणाला, "माझी बायको खूप छान स्वयंपाक करते खालाम्मा!" (खाला = मावशी).

त्याच्या बायकोबद्दल इतक्या गप्पा ऐकणं आईलाही बहुधा आवडत नव्हतं. आईला बहुधा ठाऊक होतं की, हबीबुल्लाहला मी भेटायला बोलावलं ते त्याच्या बायकोबद्दलच्या गप्पा ऐकायला नक्कीच नव्हे. माझ्या इच्छा मी कुणाला सांगितल्या नाहीत; पण मला वाटलं की, आईनं माझ्या इच्छा ओळखल्या असाव्यात.

निघण्यापूर्वी हबीबुल्लाह म्हणाला, "बघा तुमच्या या भावासाठी काही करू शकता का!"

प्रेमिक अखेर भाऊ व्हावा ना! हाय रे माझं नशीब!

हबीबुल्लाह निघून गेल्यावर मी अंधारलेल्या व्हरांड्यात ताऱ्यांनी भरलेल्या आकाशाकडे पाहत बसून राहिले. खूप एकाकी वाटत होतं. घरभर माणसं होती, सगळी माझ्या नात्यातली, जवळची; पण तरीही जणू माझ्याइतकं एकाकी कुणीही नव्हतं. हबीबुल्लाहला मी मनातल्या मनात क्षमा करून टाकली. त्याचं हे जीवन काही ते जीवन नव्हतं. जो काळ, जे जीवन निघून जातं ते जातंच. बारा वर्षं निघून गेली होती. अजाण किशोरीप्रमाणे मी जुनं प्रेम पुन्हा मिळावं अशी अपेक्षा केली होती. बारा वर्षं हा काही कमी कालावधी नव्हता. काळ हा खुन्यासारखा असतो. तो प्रेमाचा खून करून, आपल्या कुणाच्याही लक्षात येण्याआधीच निःशब्दपणे निघून जातो.

चुकीच्या प्रेमात तीस वसंत ऋतू निघून गेले. जे प्रेम खरं होतं, त्याची मी अवहेलना केली, तेव्हा मी काय हरवते आहे हे समजलं नाही. काय हरवलं, गमावलं हे आज समजत होतं. आज निःसंगता माझ्या कानात म्हणून गेली, 'तू खूप मूर्ख मुलगी आहेस. खरं सोनं टाळून तू संपूर्ण तारुण्यभर खोटं सोनं कवटाळून बसली होतीस.' आता आज ते प्रेम मी परत मिळवू शकत नव्हते. उशीर झाला होता. खूप, खूप उशीर झाला होता. कशी तीस वर्षं निघून गेली, याकडं मी लक्ष दिलं नाही. हबीबुल्लाह आपल्या बायको-मुलांसोबत सुखी राहो. विवाहित पुरुष आपल्या पत्नीशी एकनिष्ठ असले की, मला बरं वाटतं. कैसरशी असलेले माझे संबंध अधूनमधून मला बेचैन करीत. कैसरला मी काही वेळा म्हटलंही होतं, 'तू आता माझ्याकडे येत जाऊ नकोस. आपल्या बायकोबरोबर सुखी राहा. इतर कुठल्याही स्त्रीकडे जायची तुला काही गरज नाही.' तरीही कैसर येई. आठवड्यातून एक दिवस, एक तासासाठी का होईना, येई. अर्थात अधूनमधून आठवडा-दोन आठवडे उलटून जात, एवढंच काय, महिनाही उलटे. वाटे, आता बहुधा कैसर येणार नाही; पण तो येईच. एके दिवशी कैसरची बायको हेनू मला फोन करून म्हणाली, "माझ्या नवऱ्याबरोबर तुम्ही कसे काय संबंध ठेवता? तुम्हाला शरम वाटत नाही? तुम्ही तर महिलांच्या बाजूनं लिहिता! मग एका महिलेच्या संसाराचा सर्वनाश का करता?" मी काही वेळ निरुत्तर होऊन बसून राहिले होते. हेनूला काहीही उत्तर देऊ शकले नाही. नंतर कोरड्या आवाजात म्हणाले, "तुम्ही तुमच्या पतीशी बोला, त्यांना परत बोलवा, इथून पुढे माझ्याकडे येऊ देऊ नका."

मला आपण खूप अपराधी आहोत असं वाटे. पण करू तरी काय? या संगीहीन, प्रेमहीन जीवनात जर कैसर अधूनमधून मला सामान्य संग देत असेल, तर स्वतःला तो ग्रहण करण्यापासून कसं अडवू? मला काय संन्यासी व्हावं लागणार का? इतकी तहान असताना पाण्याला स्पर्श कसा करू नको? मी तर माणूस आहे; देवी नाही. मला जर कुणी अविवाहित असा पुरुष प्रेमिक मिळाला

असता, तर हे अपराधीपण गेलं असतं. पण बघता-बघता माझ्या वयाची तीस वर्षं निघून गेली होती. समवयस्क सगळे आता विवाहित होते. माझ्यासाठी जगात कुणीही बसून राहिलेलं नव्हतं. हबीबुल्लाहसारखा वेडा प्रेमिकसुद्धा बसून राहिला नव्हता.

माझे आताचे स्नेही किंवा हितचिंतक हे सगळे एकतर माझ्यापेक्षा वयानं खूप मोठे असत किंवा खूप छोटे असत. मला समवयस्क असे स्नेहीच नव्हते. माझ्या घरी जसं सामान्य माणसांचं येणं-जाणं होतं, त्याचप्रमाणे प्रसिद्ध लोकांचंही येणं-जाणं होतं. सगळ्यांना घरात सारखा मान दिला जात असे. मतं जर सारखी असतील, तर वय मैत्रीच्या आड येत नाही. माझ्याशी मैत्री करणारी व्यक्ती कवी किंवा लेखक असायला हवी, अशी काही माझी अट नसे. तयार कपड्यांचे व्यापारी याह्या खान जसे माझे मित्र होते, तसेच आपादमस्तक कवी निर्मलेंदू गुण हेसुद्धा मित्र होते. मिलनची थोरली बहीण मीना- तिनं आधीचा नवरा सोडून आपल्या रूमी नावाच्या प्रेमिकाशी लग्न करून नवीन जीवन सुरू केलं होतं. आता तिला नोकरीची गरज होती. तिनं पूर्वी कधी नोकरी केली नव्हती. खूप पूर्वी बी.ए. झाली होती. तिच्याबद्दल मी माझे स्नेही खसरू यांना सांगितल्यावर त्यांनी त्यांच्या ऑफिसातच मीनाला सेक्रेटरीची नोकरी दिली. नवऱ्याच्या अत्याचाराचा विरोध करून बाहेर पडलेल्या आणि स्वतःच्या पायांवर उभे राहू इच्छिणाऱ्या महिलांची संख्या खूप होती. अनेक महिला केवळ संधी मिळत नाही म्हणून गुपचूप निष्प्रेम संसारात तोंड मिटून पडून राहत. मला वाटे, नोकरी करणाऱ्या महिलांसाठी एक होस्टेल सुरू करावं. पण इतका पैसा कुठून आणणार? खसरू साहित्यिक नव्हते, डॉक्टर रशीदही साहित्यिक नव्हते; पण रशीद यांच्याशी तासन्‌तास मी कुठल्याही विषयावर गप्पा मारू शकत असे. केवळ खूप प्रसिद्ध व्यक्तीच विद्वान असतात किंवा उदार असतात, असं नाही. अनेक अप्रसिद्ध माणसांच्या महानपणानं आणि उदारपणानं मला प्रभावित केलं आहे. मी इतकी छोटी लेखिका असताना आणि इतकी तुच्छ व्यक्ती असतानाही अनेक मोठमोठ्या लेखकांचं सान्निध्य मला मिळालं, हे माझं सद्‌भाग्य! माझ्या घरी शिवनारायण राय यांच्यासारखे पंडित गृहस्थही येऊन राहिले आहेत. शिवनारायण राय आणि अम्लान दत्त यांना जहाँगीरनगर विद्यापीठाचे उपकुलगुरू जिल्लूर रहमान सिद्दिकी यांनी एका कार्यक्रमात व्याख्यान देण्यासाठी आमंत्रित केलं होतं. ते अम्लान दत्त यांच्याबरोबर माझ्या घरी आले. जिल्लूर रहमान सिद्दिकी यांच्याबद्दल मला खूप श्रद्धा वाटते. देशात अशी काही माणसं आहेत की, त्यांच्या प्रकाशात आम्ही प्रकाशित होतो. देशातल्या घनदाट अंधारात ते नक्षत्रांसारखे चमकत असतात. अम्लान दत्त किरकोळ शरीरयष्टीचे गृहस्थ, जाड्याभरड्या खादीचे कपडे घालतात. अगदी साधेपणानं राहतात. कुणीतरी साध्या कार्यालयातला

कारकून असावा, असं त्यांना न ओळखणाऱ्यांना वाटतं. ते खूप कमी बोलतात पण जेव्हा बोलतात, तेव्हा इतकं सुंदर बोलतात की, ऐकणारे विस्मयानं मुग्ध होतात. अम्लान दत्त कोलकाता विद्यापीठ आणि विश्वभारती विद्यापीठाचे उपकुलगुरू होते; पण अंगी तिळमात्रही अहंकार नाही. अम्लान दत्त फिरदौसी प्रियभाषिणीकडे पाहुणे म्हणून राहिले होते. त्यांची खूप पूर्वीपासून मैत्री होती. फिरदौसी हे उत्तम शिल्पकार होते. झाडांच्या मेलेल्या फांद्या ते तोडून आणीत आणि त्यांच्यामधून सुंदर शिल्पकृती घडवीत. निसर्गातलं असाधारण सौंदर्य पाहण्याची नजर काही सगळ्यांनाच नसते. त्यांच्या या गुणाची तेव्हाही फार जणांना माहिती नव्हती. एके दिवशी या शिल्पांचं कौतुक होईल, देशातले एक थोर शिल्पी म्हणून त्यांना सन्मान मिळेल, असा माझा विश्वास आहे. फिरदौसींचा जो गुण मला सर्वांत आवडे तो म्हणजे त्यांचा साधेपणा, मोकळेपणा. त्यांना काहीही लपवणं आवडत नसे. स्वतःच्या दोषांबद्दल, अक्षमतेबद्दल ते सहज बोलत. किती जण असं बोलू शकतात? फिरदौसींच्या तीन मुली होत्या- राजेश्वरी प्रियरंजनी, चंद्रेश्वरी प्रियदर्शिनी आणि फुलेश्वरी प्रियनंदिनी. फिरदौसींनी स्वतःच्या नावालाही प्रियदर्शिनी हे नाव जोडलं होतं. त्यांच्याशी परिचय झाल्यानं, त्यांचा स्नेह मिळाल्यानं मी धन्य झाले. शिवनारायण राय यांच्यासाठी हॉटेलची व्यवस्था केली होती; पण हॉटेल सोडून ते माझ्याकडे अतिथी म्हणून राहायला आले. निर्मलेंदू गुण आणि महादेव साहा त्यांना भेटण्यासाठी आले होते. राय यांनी त्यांना विचारलं, 'हा तसलिमाविरुद्ध जो फतवा काढण्यात आला आहे, त्याचा तुम्ही काही प्रतिवाद केला का?' निर्मलेंदू गुण म्हणाले, "प्रतिवाद तर खूप झाला!" शिवनारायण राय यांनी संतापून विचारलं, "खूप झाला म्हणजे काय? काय झालं? या फतव्याविरुद्ध कितपत आंदोलन झालं? तुम्ही लोक काहीही करीत नाही- काहीही नाही." शिवनारायण यांच्याशी निर्मलेंदू गुण यांची ओळख खूप वर्षांपासूनही होती. शिवनारायण यांची मुलगी मैत्रेयी हिच्या प्रेमात गुण पडले होते; पण अखेर लग्न नीरा लाहिडीशी केलं. शिवनारायण संतापल्यावर गुण आणि साहा फार वेळ थांबले नाहीत. मला खूप वाईट वाटलं. फतवा रद्द करण्याचं सामर्थ्य गुण आणि साहा यांच्यात थोडंच होतं? माझ्या वाईट काळात ते माझ्या बाजूनं आहेत, हीच गोष्ट माझ्यासाठी खूप होती. ते माणूस म्हणून मोठे होते, म्हणूनच सगळ्या ईर्ष्येच्या वर होते. मध्यम दर्जाचे कवी किंवा लेखक ईर्ष्येनं जळून राख होऊन जातात. सैयद शमसुल हक आणि हुमायून आजाद यांच्यासारखे मोठे लेखक जर ईर्ष्या करीत असतील, तर मध्यम दर्जाचे का बरं करणार नाहीत? माझी पुस्तकं अधिक खपू लागली, तेव्हा ही ईर्ष्या सुरू झाली आणि आनंद पुरस्कारानं तर त्या ईर्ष्येची आग अधिकच भडकवली. ते लेखक माझ्या जन्माच्या आधीपासून लिहीत होते आणि पुरस्कार मिळाला, तो मला! ही गोष्ट काही काही लोकांना सहन होते,

काही काहींना नाही! अगदी हाताच्या बोटांवर मोजता येतील इतकेच लेखक-कवी माझे खऱ्या अर्थानं स्नेही होते. मित्र तर तसे कुणीही होऊ शकतात; पण खऱ्या अर्थानं मित्र किती जण होऊ शकतात? कवी रफीक आझाद यांनाच पाहिलं होतं- ते समोर माझी प्रशंसा करीत, माझ्या पाठीमागे मला शिव्या देत. साहित्यविश्वात अशा प्रकारच्या लोकांची संख्याच अधिक असते. रफीक आझाद यांना कवी म्हणून मी खूप मानते. खूप आनंदी माणूस. गप्पाही खूप छान मारतात, गमतीजमती सांगून सगळ्यांचं मनोरंजन करतात. मी कुणापासूनच दूर होऊ इच्छित नव्हते; पण हळूहळू माझ्या लक्षात आलं की, सगळ्याच कवींना वा लेखकांना मी आपली वाटत नाही. लोकप्रियता आणि पुरस्कार यांनी मला खूप एकाकी केलं. फतव्यामुळे माझं नाव विदेशातही प्रसिद्ध झालं म्हणून देशात मी अधिकच एकाकी झाले. मध्यम दर्जाचे साहित्यिक म्हणत होते की, आपलं नाव व्हावं म्हणून फतव्याची व्यवस्था तसलिमांनी स्वतःच केली! मधून मधून मी विचार करी की, त्या लेखकांना खरंच माझी ईर्ष्या वाटतेय की हा माझा अभिमान आहे, गर्व आहे? मी स्वतःला इतकी थोर समजते की वाटतं, लोक माझी ईर्ष्या करताहेत. दुसरीही शक्यता असू शकते- बहुधा मी चांगली लेखिका किंवा कवी नाही, म्हणूनच त्यांनी माझ्या नावाला काळं फासलं असावं! छोट्या लेखकाला जर मोठा पुरस्कार मिळू शकत असेल, तर त्यांना का बरं संशय येणार नाही? मी स्वतःकडे त्यांच्या नजरेतूनही पाही- एक पुस्तक (लज़्जा) लिहिण्यासाठी मी पंचेचाळीस लाख रुपये लाच घेतली आणि त्या पैशांतून स्वतःच्या ऐशआरामासाठी घर आणि कार विकत घेतली अशी अफवा जर लोकांच्या कानावर पडली, तर ते संशयानं आणि संतापानं का बरं पाहणार नाहीत माझ्याकडे? त्यांना मी कुटिल, कुलटा, वाईट चारित्र्याचीच वाटणार. माझी ते घृणाच करणार!

माझ्या शाळा किंवा कॉलेजातल्या कुठल्याच मित्राशी किंवा मैत्रिणीशी माझा आता संपर्क नाही. झुनुखालाकडून ऐकलं की, माझी शाळेतली मैत्रीण सारा आता भिकारुन्निसा स्कूलमध्ये बंगालीची शिक्षिका आहे. त्यामुळे मला साराला भेटण्याची उत्सुकता वाटली. सारा एके दिवशी माझ्या घरी आली. आम्ही दोघी समोरासमोर बसलो. गप्पा झाल्या. पण त्या गप्पांमध्ये प्राण नव्हता. या साराबरोबर बालपणी किती छान काळ गेला होता माझा- आज तिच्याशी बोलण्यासारख्या गोष्टीच माझ्याकडे नव्हत्या. इतर मैत्रिणी कुठं कुठं आहेत हे विचारणं, नवरा काय करतो, मुलांची वयं काय आहेत, यानंतर आम्ही दोघी चुपचाप बसून राहिलो. विद्यामयी स्कूलमधली मैत्रीण पापडी एके दिवशी माझ्या शांतिनगरच्या घरी आली होती, तिच्याशीही मी फार गप्पा मारू शकले नाही. जीवनशैलीतल्या फरकामुळे आमच्यामध्ये

खूप मोठं अंतर निर्माण केलं होतं. मला तर काही नवरा आणि मुलंबाळं नव्हती. बाकी सगळ्यांचे आता संसार होते, सगळ्यांनाच नोकऱ्या होत्या. त्या आपल्या मुलाबाळांमध्ये व्यस्त होत्या. आता जुन्या मैत्रिणीशी संपर्क ठेवणं मैत्रिणींना शक्य नव्हतं- विशेषतः ती एकटी असताना. आपला नवरा या एकट्या राहिलेल्या मैत्रिणीच्या प्रेमात पडेल, असं त्यांना भय वाटत असावं. त्यापेक्षा विवाहित मैत्रिणींशी संपर्क ठेवणं, त्या मैत्रिणींना निर्धोकपणाचं वाटत होतं. माझे डॉक्टर मित्र किंवा मैत्रिणींपैकी आता कोण कुठं होतं, हे मला ठाऊक नव्हतं. ढाका शहरात नक्कीच अनेक जण होते; पण कुणाशीही आता भेटी होत नव्हत्या. नसीमुल आता मिटफोर्डमध्ये काम करीत होती. तिच्याशी एकदा भेट झाली होती. ती तेव्हा जपानला जाण्याच्या प्रयत्नांत होती. सगळेच कसे दूर निघून गेले होते. तरीही ते दिवस इतके जवळ आहेत की, हात पुढे केला की त्यांना स्पर्श करता येईल असं वाटे. जणू आम्ही सगळे मित्र-मैत्रिणी पुन्हा एकत्र येऊ. कुठं? दिवस तर फक्त निघूनच चालले होते. आम्ही सर्वांनी एकमेकांना हरवूनच टाकलं होतं. तीन वर्षांपूर्वी अचानक एके दिवशी शफीनाज आली होती पुस्तकजत्रेत मला भेटायला- चेंबरमधून थोडा वेळ काढून आली होती- अगदी धावतपळत. विद्याप्रकाश प्रकाशनाच्या स्टॉलमध्ये आल्याबरोबर मला म्हणाली, "कशी आहेस? तुझी काळजी वाटते, सावध राहत जा"-फक्त एवढं बोलण्याइतकाच वेळ होता तिच्याकडे. पेशंट्स तिची वाट पाहत बसले होते, लगेच परत जायला हवं होतं तिला. शफीनाजशी किती गट्टी होती माझी! आम्ही दोघीही ढाक्यातच राहत होतो; पण वर्षानुवर्षं आमची भेट होत नव्हती. पी. जी. हॉस्पिटलमध्ये एकदा शिप्राबरोबर गेले होते, तिथं हालिदाशी भेट झाली होती. हालिदानं तोवर लग्न केलं नव्हतं. म्हणाली होती, आता मी लग्नबिग्न काही करणार नाही. तीच एक माझी लग्न न केलेली मैत्रीण होती. खसरूनी एके दिवशी सांगितलं की, शिप्रा राजशाहीला निघून गेली. मी जर माझ्या डॉक्टर मित्र-मैत्रिणींबरोबर एखाद्या हॉस्पिटलमध्ये नोकरी करीत असते, तर फुठल्या ना फुठल्या निमित्तानं त्यांच्याशी संपर्क राहिला असता. पण मी हॉस्पिटलच्या नोकरीचा राजीनामा दिल्यावर आता तो संपर्क राहिला नव्हता. एके दिवशी माझी एक शाळेतली मैत्रीण माझ्या शांतिनगरच्या घरी आली होती. ती मिटफोर्ड हॉस्पिटलमध्ये नर्स म्हणून काम करीत होती. मला ती हॉस्पिटलमध्ये रोजच पाहत असे; पण संकोचामुळे ओळख देत नव्हती. मी डॉक्टर, ती नर्स म्हणूनच तिला ओळख दाखवण्यात संकोच वाटे. तिचं नाव होतं लकी. ती इतकी वेगळी दिसत होती- पूर्वीसारखे तिचे गाल गोबरे राहिले नव्हते. डोळे खोल गेले होते, गालफडं बसली होती. परिचयानंतरही तिला ओळखणं मला अवघड गेलं. अधूनमधून मी विचार करी, मी दूर निघून गेले, की इतर जण दूर निघून गेले? की काळानं आम्हाला दूर

केलं? की जीवनच असं आहे?- ते जुन्याकडून फक्त नव्याच्याच दिशेनं जात असतं? जुन्या दिवसांच्या आठवणी खिडकीत बसून काढायला बरं वाटे. ते जुने दिवस पुन्हा परत मिळावेत, असं वाटे. जेव्हा मी त्या जीवनात परत जाण्याची कल्पना करी, तेव्हा या वयात त्या जीवनात जाण्याची कल्पना करीत नसे, मनातल्या मनात त्याच वयाची, त्याच जुन्या परिवेशातली व्यक्ती अशी मी त्या जीवनात जाई, त्या पुराण्या व्यक्तीला जुन्या जीवनात परत नेणं आणि आता पुराण्या व्यक्तीला नवीन जीवनामध्ये खरोखर उभं करणं, या दोन वेगळ्या गोष्टी. त्यांच्यात साम्य नाही. 'अवकाश' माझं किती जवळचं, तरीही आता 'अवकाश' या घरी गेल्यावर फार वेळ तिथं राहावंसं वाटत नसे; कसलातरी अभाव अभाव वाटे. काय नव्हतं तिथं? माझं शैशव- कैशोर्य आता माझ्यामध्ये नव्हतं की, पूर्वीची माणसं आता पूर्वीसारखी नव्हती? सगळंच बदलत होतं. आज जो दिवस निघून चालला आहे, तो निघूनच चालला आहे, ही गोष्ट स्वीकार करावीच लागते. उद्याचा दिवस हा एक नवीन दिवस असतो. आज जे हरवलं, ते उद्या परत मिळणार नाही. आपण खूप वेगानं भविष्याकडे चाललो आहोत- इतक्या वेगानं की, जणू पळत आहोत. आपण वयानं मोठे होत आहोत, वृद्ध होत आहोत, आपला वेळ खूप वेगानं संपत चालला आहे. असा विचार केल्यावर हृदयात कळ उठे, 'जीवन इतकं छोटं का,' असं ओरडावंसं वाटे. हे कुणाला सांगू? जीवन खूप छोटं आहे हे तर सगळ्यांनाच ठाऊक आहे. बहुधा मिनूला ठाऊक नाही. मिनूला जीवन खूप मोठं आहे असं वाटतं, जणू ते संपता संपत नाही. आपल्याला एकच जीवन मिळतं; कुणी ते अवहेलना करून वाया घालवतं, कुणाला ते असह्य वाटतं, कुणाला ते अमूल्य वाटतं, फक्त मलाच जीवन छिन्नभिन्न वाटत होतं; कधी ते सुंदर, कधी कुरूप, कधी सह्य, कधी असह्य वाटत होतं; कधी मी त्याच्या रूप-रस-गंधानं इतकी विभोर होऊन जाई, की ते आपल्या हातून निसटून जाऊ नये म्हणून त्याला घट्ट धरून ठेवी.

ढोल वाजू लागल्याचा आवाज आला. रस्त्यातून नूतन वर्ष दिनाची, वैशाखाच्या पहिल्या तिथीची शोभायात्रा चालली होती. (बंगाली नूतन वर्ष हे चैत्रापासून नव्हे, तर वैशाखापासून सुरू होतं.) पुरुष धोतर परिधान करून ढोल वाजवीत होते, महिला बंगाली पद्धतीने साड्या नेसून, कंबरेवर कळशी घेऊन नृत्य करीत होत्या. रंगीत कागदाचे मोठमोठे हत्ती, घोडे, वाघ, अस्वलं घेऊन माणसं चालत होती. बऱ्याच जणांनी परीकथांमधल्या पात्रांचे मुखवटे घातले होते. सकाळपासून गायनाचा उत्सव चालू होता. समूहस्वरात 'बांध भेंगे दाओ' (बंधनं तोडून टाका) या गाण्याचे सूर जुनं, पुराणं फेकून देऊन नूतनाचं स्वागत करीत होते. संपूर्ण ढाक्याचे लोक

रमना भागात, त्याच्या आसपास जमा झाले होते. चटया टाकून बसले होते, ताडाच्या पानांच्या पंख्यांनी वारा घेत होते, खाद्य पदार्थ खात होते. सुऱ्हावर्दी उद्यानात फकीर आलमगीर मानवाच्या मुक्तीची गीतं गात होते. पूर्वी मी अर्धी रात्र जागून आलमगीर यांचं मंच तयार करण्याचं काम पाहत असे, वैशाखाच्या पहिल्या तिथीआधीची रात्र गाण्याच्या अड्ड्यावर जात असे. पूर्वी प्रत्येक 'पयला वैशाखा'च्या हजारो माणसांच्या गर्दीत मीसुद्धा असे. पहाटेपासून तर मध्यरात्रीपर्यंतच्या उत्सवात, आनंदात. माझे तर उत्सवानं आनंदित होण्याचे वर्षातून फक्त दोनच दिवस असत- २१ फेब्रुवारी हा बांगलादेशचा स्वातंत्र्यदिन आणि 'पयला वैशाख' हा बंगाली नूतन वर्षदिन. मी ईद, शबे बारात, शबे कदर हे धार्मिक उत्सव पाळतही नाही. फातेहा ए दोवाजदहम, फातेहा ए इयातदहम, मिलादुन्नबीसुद्धा पाळत नाही. समजायला लागल्यापासून मी कुठलाही धार्मिक उत्सव पाळीत नाही. मी फक्त बंगाली आणि बंगाल्यांचे उत्सव पाळते. आज उत्सवात सामील होण्याचा, मैदानात जाऊन गाणं ऐकण्याचा अधिकार सर्वांनाच होता- फक्त मलाच तेवढा नव्हता. रमना मैदानात आज संजीदा खातून आणि त्यांचे सहकारी रवींद्रसंगीत- रवींद्रनाथांची गीतं गात होते. मैदानामैदानांत आज जत्रा भरली होती. चोहीकडे कुटीरोद्योगांचे स्टॉल्स, बंगाली पुस्तकांचे स्टॉल्स, गाण्याचे उत्सव, नृत्यांचे उत्सव चालू होते. चोहीकडून उत्सवाचा गंध येत होता. फक्त मीच, मीच एकटी घरात, जीर्ण-जुनी मी एकटी-एकटी बसलेली होते. नूतनाचं स्वागत करण्याचा अधिकार मला नव्हता. विषण्णतेनं मला हतबल करून टाकलं होतं.

संध्याकाळी माझ्या खोलीत डोकावून आई ओठ उलटा करून म्हणाली, "या वेळची 'पयला वैशाख'ची जत्रा काही रंगली नाही."

"कोणी सांगितलं तुला हे?"

"शेजारच्या घरातल्या चुमकीच्या आईनं सांगितलं. लोकच आले नाहीत म्हणे."

थोड्याच वेळानं आई प्रसन्न चेहऱ्यानं माझ्यासाठी चिवडा आणि आलं घातलेला चहा घेऊन आली.

"गाणी तर चालू होती 'छायानट' ग्रुपची!" मी आईचं मत जाणून घेण्यासाठी उत्सुकतेनं तिच्या चेहऱ्याकडे पाहत राहिले.

आई माझ्याकडे न पाहता म्हणाली, "असल्या मरणाच्या उकाड्यात कोण गाणी ऐकायला जाणार? घरात बसूनच गाणी ऐकणं बरं!" आई खूपच बेचैन दिसत होती. वाटलं की, ती काहीतरी लपवतेय. जत्रेत जाता न आल्याचं दुःख कमी करण्यासाठी आई माझ्याशी खोटं बोलत होती की काय! मला वाटलं, शेजारच्या घरातल्या चुमकीच्या आईला हाक मारून विचारावं, खरंच जत्रा रंगली

नाही की काय! चहा-चिवडा खाता खाता आणि आई गुणगुणत असलेलं 'चारि दिके देख चाहि हृदय प्रसारी, क्षुद्र दुःख सब तुच्छ मानी' हे गाणं ऐकता-ऐकता मी मनाशीच म्हणाले, ''असो! जत्रा बहुधा खरोखरच रंगली नाही!''

◆